ഗ്രീൻ ബുക്സ്

ഗീതാതത്ത്വം
ശാസ്ത്രീയ അവബോധനം

കാർത്തികേയൻ ശ്രീധരൻ

1951ൽ ആലപ്പുഴ ജില്ലയിൽ ജനനം. വിദ്യാഭ്യാസം: ഗണിത ശാസ്ത്രത്തിൽ ബിരുദം. തുടർന്ന് സർക്കാർ ജോലിയിൽ പ്രവേശിച്ചു. സംസ്കൃതം അടിസ്ഥാന പഠനംപൂർത്തിയാക്കിയതിനു ശേഷം ഗീതാദ്ധ്യയനം തുടർന്നു. ഋഷികേശിൽ ശിവാനന്ദാശ്രമത്തിൽ രണ്ടു മാസത്തെ യോഗവേദാന്ത കോഴ്സ് പൂർത്തിയാക്കി. 2017-18 കാലത്ത് മുഖ്യമായ പതിനൊന്ന് ഉപനിഷത്തുകളെപ്പറ്റി ഇംഗ്ലീഷിൽ ഒരു ലേഖന പരമ്പര www.indiadivine.org എന്ന വെബ് സൈറ്റിൽ പ്രസിദ്ധീകരിച്ചു. പിന്നീട് ആ ലേഖനങ്ങൾ ക്രോഡീകരിച്ച് "Upanishads The treatises on the Science of Spiritualtiy" എന്നൊരു പുസ്തകവും തുടർന്ന് "Spiritual Philosophies of Islam and Hinduism: A brief comparative study" എന്ന മറ്റൊരു പുസ്തകവും പ്രസിദ്ധീകരിച്ചു. ഇംഗ്ലീഷിലും മലയാളത്തിലുമായി ആകെ ഏഴ് പുസ്തകങ്ങൾ ഇതിനോടകം പ്രസിദ്ധീകരിച്ചു കഴിഞ്ഞു. ഉപനിഷത്തുകളെപ്പറ്റിയുള്ള മേൽപ്പറഞ്ഞ ഇംഗ്ലീഷ് കൃതിയുടെ മലയാളവിവർത്തനം, ശ്രീനാരായണ ഗുരുവിന്റെ 'ആത്മോപദേശ ശതകം' എന്ന കൃതിയുടെ ഉപനിഷദ്വ്യാഖ്യാനം എന്നിവയാണ് പ്രധാനപ്പെട്ട മലയാളഗ്രന്ഥങ്ങൾ.

ഇ-മെയിൽ: karthiksreedhar@gmail.com

ആദ്ധ്യാത്മികം

ഗീതാതത്ത്വം
ശാസ്ത്രീയ അവബോധനം

കാർത്തികേയൻ ശ്രീധരൻ

ഗ്രീൻബുക്സ്

green books private limited
gb building, civil lane road, ayyanthole,
thrissur- 680 003, kerala, ph: +91 487-2381066, 2381039
website: www.greenbooksindia.com
e-mail: info@greenbooksindia.com

malayalam
geethathathwam
sasthreeya avabodhanam
spiritual
by
karthikeyan sreedharan

published december 2022

cover design : rajesh chalode

printed in india
repro india ltd

branches:
thrissur 0487-2422515
thiruvananthapuram 0471-2335301
calicut 0495 4854662

isbn : 978-93-95878-37-1

₹ 410.00
GBPL/1270/2022

മുഖക്കുറി

അന്വേഷണാത്മകബുദ്ധിയോടെ ജീവിതം എന്ന സമസ്യയെക്കുറിച്ച് ചിന്തിക്കുന്ന മനുഷ്യനു ലഭിക്കാവുന്ന ഏറ്റവും അർത്ഥവത്തായതും എന്നെന്നും നിലനിൽക്കുന്നതുമായ ജ്ഞാനസംഹിതയാണ് ഭഗവദ്ഗീത എന്ന് പാശ്ചാത്യചിന്തകനായ ആൽഡസ് ഹക്സലി പറഞ്ഞിട്ടുണ്ട്. വേദങ്ങളിലും പുരാണങ്ങളിലും ഉപനിഷത്തുക്കളിലും ഉള്ള ദർശനങ്ങളുടെ ഒരു ആകെത്തുകയാണ് ഗീതയെങ്കിലും രാമായണം, ഭാഗവതം തുടങ്ങിയ ഗ്രന്ഥങ്ങളെപ്പോലെ ഭഗവദ്ഗീതയെ ഹിന്ദുക്കൾതന്നെ ഒരു പുണ്യഗ്രന്ഥമായി കരുതുന്നുണ്ടോ എന്നു സംശയമാണ്. കാരണം ഇതിന്റെ ഉള്ളടക്കം സാർവ്വദേശീയവും എല്ലാവിധ മതചിന്തകൾക്കും അതീതമാണെന്നതുമാണ്. ആത്മീയ തത്ത്വങ്ങൾ ദൈവിക പരിവേഷത്തോടെ, വിശ്വസിക്കാൻ പ്രയാസമായ ചില വ്യാഖ്യാനങ്ങളോടെ, വിശദീകരിക്കുമ്പോഴാണ് ഈ തത്ത്വങ്ങളുടെ ഉള്ളറകളിലേക്ക് ഇറങ്ങിച്ചെല്ലുവാനുള്ള താത്പര്യത്തിന് മങ്ങലേൽക്കുന്നത്.

പരമ്പരാഗത ഗീതാവ്യാഖ്യാന രീതികളിൽനിന്നും തികച്ചും വ്യത്യസ്തമാണ് ശ്രീ. കാർത്തികേയൻ നൽകുന്ന വിശദീകരണം. ഒട്ടും ഭാവനയോ അവിശ്വസനീയതയോ കലർത്താതെയാണ് ഇതിന്റെ വ്യാഖ്യാനരീതി. മറ്റൊരു ഗീതാവ്യാഖ്യാനത്തിലും കാണാത്തത്ര ആഴത്തിലും വ്യാപ്തിയിലുമുള്ള തത്ത്വബോധനവും ആധുനിക ശാസ്ത്രവിജ്ഞാനത്തിന് അനുസൃതമായ അർത്ഥവ്യക്തതയും വായനക്കാർക്ക് ഈ കൃതിയിൽ കാണാം. അതുതന്നെയാണ് ഇതിന്റെ പ്രത്യേകതയും.

ഓരോ ശ്ലോകത്തിനും വാക്യാർത്ഥവും ആശയാർത്ഥവും വിശദീകരണവും നൽകുന്നതിനോടൊപ്പം വേദങ്ങളിലും ഉപനിഷത്തുക്കളിലും സമാന വീക്ഷണങ്ങൾ പറഞ്ഞിട്ടുള്ള പാഠ്യഭാഗങ്ങൾ കൃത്യമായി ചൂണ്ടിക്കാണിക്കുകയും ചെയ്തിട്ടുള്ളത് ഈ വിഷയത്തെ കൂടുതൽ ആഴത്തിൽ പഠിക്കുന്നവർക്ക് വളരെ ഉപകാരപ്രദമാണ്.

ഈ ഗ്രന്ഥത്തിന്റെ പുറകിലുള്ള അദ്ധ്വാനത്തിന്റെ വ്യാപ്തി വളരെ വലുതാണ്. വ്യത്യസ്തവും ശാസ്ത്രീയാധിഷ്ഠിതവുമായ ഈ ഭഗവദ്ഗീതാ വ്യാഖ്യാനം മലയാളവായനക്കാർക്കു നൽകുന്നതിൽ ഭാഗഭാക്കാകുവാൻ കഴിഞ്ഞതിൽ ഗ്രീൻ ബുക്സിന് ചാരിതാർത്ഥ്യമുണ്ട്.

എഡിറ്റർ

ഉള്ളടക്കം

ആമുഖം

പണ്ടുമുതൽക്കേ ആചാര്യന്മാർ ഉപനിഷത്തുകൾക്കും ബ്രഹ്മ സൂത്രത്തിനുമൊപ്പം ഭഗവദ്ഗീതയ്ക്കും ഭാഷ്യം ചമച്ചുവരുന്നു. ആചാര്യസ്ഥാനത്തിന് അനുപേക്ഷണീയമായ ഒന്നായാണ് ഗീതാവ്യാഖ്യാനം ഗണിക്കപ്പെട്ടിരുന്നത്. അങ്ങനെ നിരവധി വ്യാഖ്യാനങ്ങൾ ഗീതയ്ക്ക് നിലവിലുണ്ട്. അവയിൽ ഏറ്റവും പ്രശസ്തമായിട്ടുള്ളത് ആദി ശങ്കരാചാര്യരുടേതാണ്. ആചാര്യന്മാരും മറ്റു പണ്ഡിതന്മാരും രചിച്ചിട്ടുള്ള വ്യാഖ്യാനങ്ങളുടെ ഒരു പൊതുസ്വഭാവം അവയെല്ലാം ദൈവശാസ്ത്രപരമാണെന്നുള്ളതാണ്. ഈ പാരമ്പര്യത്തിൽനിന്നു വിട്ട്, സാമാന്യയുക്തിയെ മാത്രം അടിസ്ഥാനമാക്കി, ഇന്നത്തെ ശാസ്ത്രമനസ്സുകൾക്കുപോലും നിഷേധിക്കാൻ പറ്റാത്ത രീതിയിൽ, ഗീതാസന്ദേശത്തെ തത്ത്വചിന്താപരമായി അവതരിപ്പിക്കുക എന്നതാണ് ഈ കൃതിയുടെ ലക്ഷ്യം. ഗീതാമാഹാത്മ്യത്തിൽ പറയുന്നതുപോലെ ഉപനിഷത്തുകളാകുന്ന പശുവിൽനിന്ന് കൃഷ്ണൻ കറന്നെടുത്ത പാലാണ് ഗീത. അതായത്, ഉപനിഷത് തത്ത്വങ്ങളുടെ സന്ദർഭോചിതമായ പ്രകാശനമാണ് ഗീത.

ഉപനിഷത്തുകൾ ആത്മീയ തത്ത്വങ്ങളെ ഏറ്റവും യുക്തിസഹമായി അവതരിപ്പിക്കുന്ന ഗ്രന്ഥങ്ങളാണ്. നൂറ്റാണ്ടുകളായി നിരവധി ഋഷിമാർ മനനധ്യാനങ്ങളിലൂടെയും സംവാദങ്ങളിലൂടെയും സ്ഫുടം ചെയ്തെടുത്തവയാണ് ആ തത്ത്വങ്ങൾ. അതുകൊണ്ടുതന്നെ ഗീതാസന്ദേശത്തെയും അതേ നിലയിൽ യുക്തിയുടെ വെളിച്ചത്തിൽ അവതരിപ്പിക്കാൻ കഴിയും.

ഭാരതീയ ആത്മീയ ചിന്ത വെറും വിശ്വാസങ്ങളോ സങ്കല്പങ്ങളോ അല്ലെന്നും മനുഷ്യജീവിതത്തെയും ലോകത്തെയും നിരന്തര നിരീക്ഷണങ്ങളിലൂടെ വിലയിരുത്തി കടഞ്ഞെടുത്ത ഉത്തമ ബോദ്ധ്യങ്ങളാണെന്നും ഗീതയും ഉപനിഷത്തുകളും സാക്ഷ്യപ്പെടുത്തുന്നു. സാധാരണ വ്യാഖ്യാനങ്ങളിൽ കാണുന്നതുപോലെ എല്ലാ ശ്ലോകങ്ങളുടെയും അർത്ഥം പറഞ്ഞ്

മുന്നോട്ടുപോകുന്ന രീതിയല്ല ഈ കൃതിയിൽ സ്വീകരിച്ചിട്ടു ള്ളത്. ഓരോ അദ്ധ്യായത്തിലും ഗീതാസന്ദേശം തെളിഞ്ഞു കിട്ടുവാൻ സഹായകമായ ശ്ലോകങ്ങൾ ഏവയെന്നു കണ്ടെത്തി അവയുടെ അർത്ഥവും ആന്തരിക വിവക്ഷയും വ്യക്തമാക്കു കയാണ് ചെയ്തിട്ടുള്ളത്.

ഉത്തമമായ കർമ്മനിർവഹണ രീതി ഏത്? ഈ അന്വേഷ ണവും അതിനുള്ള കണ്ടെത്തലുമാണ് ഗീതയിലെ കാതലായ വിഷയം. അർജുനൻ പാപഭീതിയാൽ കർമ്മനിർവഹണ ത്തിൽനിന്ന് പിന്മാറിയതാണ് ഗീതോപദേശത്തിനുതന്നെ കാരണമായതെന്ന് ഓർക്കണം. പാപലേശംപോലും ഏൽ ക്കാതെ എങ്ങനെ കർമ്മം ചെയ്യാം, അതിലുമുപരി, തന്നിലർ പ്പിതമായ എല്ലാ കർമ്മങ്ങളും ചെയ്താലും ശാന്തിയും സമാ ധാനവും നഷ്ടമാകാതെ എങ്ങനെ സന്തോഷകരമായ ഒരു ജീവിതം നയിക്കാം എന്നതിനുള്ള ഉപദേശമാണ് ഗീതയിൽ നൽകപ്പെടുന്നത്. ഏതൊരു വ്യക്തിയുടെയും സ്വകാര്യ ജീവി തത്തിലും ഔദ്യോഗിക-പൊതുജീവിതങ്ങളിലും ഗീതാസന്ദേശം എക്കാലത്തും ഏറ്റവും പ്രസക്തമാകുന്നത് ഇതുകൊണ്ടു തന്നെയാണ്. ജീവിതാനന്ദത്തിന്റെ ഉറവിടത്തെയും മാർഗ്ഗ ത്തെയും പറ്റിയുള്ള വിളംബരമാണ് ഗീതാസന്ദേശം. കർമ്മം ചെയ്യാതെ ആർക്കും ജീവിക്കാൻ സാധിക്കുകയില്ലെന്നത് സുവിദിതമായ വസ്തുതയാണല്ലോ? അതായത്, കർമ്മം ചെയ്യുന്നതിൽനിന്ന് ആർക്കും പിൻവാങ്ങി നിൽക്കാൻ കഴി യില്ല. കർമ്മത്തിന്റെ ഈ പ്രാധാന്യം കൃഷ്ണൻ തന്നെത്തന്നെ ഉദാഹരിച്ചുകൊണ്ട് സമർത്ഥിക്കുന്നു. ഒന്നും നേടാനില്ലെങ്കിലും താൻ ലോകനന്മയ്ക്കായി സദാ കർമ്മം ചെയ്തുകൊണ്ടിരി ക്കുന്നു എന്ന് അദ്ദേഹം അർജുനനോട് വ്യക്തമാക്കുന്നുണ്ട്.

നമ്മുടെ സുഖവും ദുഃഖവും നിലനില്പും എല്ലാം നമ്മുടെ കർമ്മങ്ങളെ ആശ്രയിച്ചിരിക്കുന്നു. അതിനാൽ ഈ ലോകത്ത് നാം അറിഞ്ഞിരിക്കേണ്ട ഏറ്റവും പ്രധാനപ്പെട്ട കാര്യം എങ്ങനെ ഏറ്റവും മെച്ചപ്പെട്ട രീതിയിൽ കർമ്മങ്ങൾ ചെയ്യാം എന്നതാണ്. ഇതിനുള്ള ഉപദേശങ്ങളാണ് ഗീതയിൽ മുഖ്യ മായി നൽകപ്പെടുന്നത്. മൂന്നു കാര്യങ്ങൾക്കായാണ് ഈ ലോകത്ത് സകല കർമ്മങ്ങളും നടക്കുന്നത്. നിലനിൽക്കാൻ, അറിയുകയും അറിയിക്കുകയും ചെയ്യാൻ, സുഖം അനുഭവി ക്കാൻ എന്നിവയാണ് അവ. എന്തുകൊണ്ടാണ് ഈ മൂന്നു കാര്യങ്ങളിലേക്ക് നമ്മുടെ കർമ്മങ്ങൾ ഒതുങ്ങി നിൽക്കുന്നത്? കാരണം, നമ്മെ നയിക്കുന്നത് അങ്ങനെയുള്ള ഒരു അന്തശ്ചോ ദനയാണ്. സത്, ചിത്, ആനന്ദം എന്നിങ്ങനെയുള്ള മൂന്നു തത്ത്വങ്ങളാണ് ആ ചോദനയുടെ ഉള്ളടക്കം.

കേവലമായ അസ്തിത്വമാണ് സത്; ചിത് ആകട്ടെ, ശുദ്ധമായ ബോധമാകുന്നു; നിരപേക്ഷമായ സുഖമാണ്, ആനന്ദം. ഇവ മൂന്നും ചേർന്ന ഏകമായ തത്ത്വമാണ് ആത്മാവ് എന്ന് അറിയപ്പെടുന്നത്. അതായത്, ഈ പ്രപഞ്ചത്തിന്റെ നിയന്താവായി സർവ ചരാചരങ്ങളിലും വർത്തിക്കുന്ന ചൈതന്യമാണ് ആത്മാവ്. ആത്മാവാണ് നമ്മുടെ എല്ലാ കർമ്മങ്ങൾക്കും പ്രചോദകമായ ചൈതന്യം. അതിനാൽ, ശരിയായ രീതിയിൽ കർമ്മം ചെയ്യാൻ ആത്മജ്ഞാനം നമ്മെ സഹായിക്കും. സർവരിലും ഈ ചൈതന്യം തന്നെ വർത്തിക്കുന്നതിനാൽ, നാം നമ്മുടെ നന്മയ്ക്കായി കർമ്മം ചെയ്യുമ്പോൾ അത് ലോകത്തിന്റെ മുഴുവൻ നന്മ കൂടി ഉറപ്പാക്കുന്ന രീതിയിലായിരിക്കണം. ഭൗതികഭോഗങ്ങളോടുള്ള ആർത്തി ഇല്ലാതായാലേ അങ്ങനെയാവാൻ പറ്റൂ. ആ ആർത്തി കുറഞ്ഞുകുറഞ്ഞു വരുന്തോറും നാം കൂടുതൽ കൂടുതൽ ആത്മതത്ത്വത്തിലേക്ക് അടുക്കും. കാരണം, നാം ഭൗതികാംശവും ആത്മീയാംശവും ചേർന്നതാണ്. ഇങ്ങനെ ആത്മതത്ത്വത്തോട് അടുക്കുന്നതിനെയാണ് ആത്മസാക്ഷാത്കാരം എന്നു വിളിക്കുന്നത്. ആത്മസാക്ഷാത്കാരം നേടിയാൽ, പിന്നീട് നാം ചെയ്യുന്ന കർമ്മങ്ങളെല്ലാം ലോകത്തിന്റെ മുഴുവൻ നന്മയ്ക്കു വേണ്ടി ആയിരിക്കും.

അങ്ങനെ വേണമെന്നാണല്ലോ നാം മുകളിൽ കണ്ടത്. ഈ പാഠങ്ങളുടെയെല്ലാം വിശദീകരണങ്ങളും ഗീതയിൽ നൽകുന്നുണ്ട്. പൊതുവിൽ കരുതപ്പെടുന്നതുപോലെ കുറെ ആത്മീയോപദേശങ്ങൾ നൽകാം എന്ന ഉദ്ദേശ്യത്തോടെയല്ല കൃഷ്ണൻ ഗീതോപദേശം നൽകുന്നത്. ആത്മീയ തത്ത്വങ്ങൾ ഗീതയിൽ കടന്നു വരുന്നത് കർമ്മനിർവഹണത്തെപ്പറ്റിയുള്ള ഉപദേശങ്ങളെ സമർത്ഥിക്കാനായിട്ടാണ്. അതിനൊപ്പം അർജുനന്റെ സംശയങ്ങൾക്കുള്ള മറുപടിയായും ആനുഷംഗികമായി വരുന്ന ചില കാര്യങ്ങൾക്കുള്ള വിശദീകരണമായും ആത്മീയ തത്ത്വങ്ങൾ അവതരിപ്പിക്കുന്നുണ്ട്. ഈ സത്യം നാം അറിയണം. ഇത് ഗ്രഹിച്ചിട്ടാണ് മാനേജ്മെന്റ് കോഴ്സുകളിൽ ഗീതാപഠനം ചിലർ ഉൾപ്പെടുത്തിയിട്ടുള്ളത്. മാനേജർമാരുടെ ടെൻഷനും സ്ട്രെസ്സും ഒഴിവാക്കി അവരെ സമചിത്തതയോടെ ജോലികൾ ചെയ്യാൻ ഗീതാപഠനം സഹായിക്കും എന്നതിൽ ഒരു സംശയവുമില്ല. അതിനാൽ, ജീവിതം സംതൃപ്തിയോടെയും സന്തോഷത്തോടെയും ജീവിക്കാൻ ഗീത പഠിക്കുന്നത് ഉത്തമമാണ്.

■

അനുക്രമണിക

ലോകത്തിലെ ഏറ്റവും ബൃഹത്തായ ഇതിഹാസ കാവ്യമാണ് ഒരു ലക്ഷം ശ്ലോകങ്ങളുള്ള മഹാഭാരതം; അതിന്റെ ഹൃദയമാണ് ഭഗവദ്ഗീത. മഹാഭാരതത്തിലെ 18 പർവങ്ങളിൽ ആറാമത്തേതായ ഭീഷ്മ പർവത്തിലെ 25 മുതൽ 42 വരെയുള്ള 18 അദ്ധ്യായങ്ങളാണ് ഗീതയിലുള്ളത്. ധൃതരാഷ്ട്രരും അദ്ദേഹത്തിന്റെ ഉപദേശകനും സാരഥിയുമായ സഞ്ജയനും തമ്മിലുള്ള സംഭാഷണമായാണ് മഹാഭാരതത്തിൽ ഗീത അവതരിപ്പിക്കപ്പെട്ടിരിക്കുന്നത്. ആകെ 700 ശ്ലോകങ്ങളാണ് ഗീതയിലുള്ളത്. യുദ്ധാരംഭത്തിൽ വികലചിന്തകളാൽ ക്ലൈബ്യം ബാധിച്ച അർജുനന് ഭഗവാനായ കൃഷ്ണൻ നൽകുന്ന ഉപദേശമാണ് അതിലെ പ്രധാന വിഷയം.

കൗരവ പക്ഷം നിരന്തരം തുടർന്നുവന്ന അധർമ്മങ്ങൾകൊണ്ട് പൊറുതിമുട്ടിയ പാണ്ഡവർ അവസാനം യുദ്ധം തന്നെ ആശ്രയമെന്നു നിശ്ചയിക്കുന്നു. യുദ്ധത്തിനായി ദേശവിദേശങ്ങളിൽനിന്ന് അവർക്കു നേടാൻ കഴിഞ്ഞത് ഏഴ് അക്ഷൗഹിണി പടയുടെ പിന്തുണയാണ്. എന്നാൽ കൗരവർക്ക് പതിനൊന്ന് അക്ഷൗഹിണി കളത്തിലിറക്കാൻ കഴിഞ്ഞു. അങ്ങനെ 18 അക്ഷൗഹിണി സൈന്യം കുരുക്ഷേത്രത്തിൽ നേർക്കുനേർ നിലയുറപ്പിച്ച അവസരത്തിൽ കൃഷ്ണൻ തെളിച്ച തേരിൽ പാണ്ഡവപക്ഷത്തിലെ പ്രമുഖനായ അർജുനൻ ഇരു സൈന്യത്തിന്റെയും മദ്ധ്യത്തിലെത്തി. അവിടെ നിന്നുകൊണ്ട് രണ്ടു കൂട്ടരെയും വീക്ഷിച്ചപ്പോൾ അർജുനൻ കണ്ടത് പിതൃക്കളും മാതുലന്മാരും സഹോദരങ്ങളും ഉൾപ്പെടെയുള്ള നിരവധിയായ ബന്ധുജനങ്ങളെയും ഗുരുജനങ്ങളെയും ആണ്. വളരെ നാളത്തെ പ്രയത്നംകൊണ്ടാണ് യുദ്ധസന്നാഹം പൂർത്തീകരിച്ചതെങ്കിലും

യുദ്ധഭൂമിയിൽ അവരെയൊക്കെ കണ്ടപ്പോൾ പെട്ടെന്ന് അർജുനന് ആകെയൊരു സംഭ്രമമാണ് ഉണ്ടായത്. തനിക്കു ജയിക്കണമെങ്കിൽ എതിർ പക്ഷത്തുള്ള തന്റെ ബന്ധുക്കളെയും മറ്റും കൊല്ലണമല്ലോ എന്ന് അയാൾ ഓർത്തു. കേവലം രാജ്യലാഭത്തിനായി അവരെ കൊല്ലുന്നത് പാപമല്ലേ എന്നായി അയാളുടെ ചിന്ത. ഒരു ആയുഷ്കാലം തങ്ങളനുഭവിച്ച അധർമ്മത്തിനെതിരെയാണ് താനിപ്പോൾ ആയുധമെടുത്തു നിൽക്കുന്നതെന്ന കാര്യം അയാൾ വിസ്മരിച്ചു. അനവസരത്തിലുള്ള അയാളുടെ ഈ മൂല്യ ചിന്തയും അതിൽനിന്നുണ്ടായ പരിദേവനങ്ങളുമാണ് 47 ശ്ലോകങ്ങളുള്ള അർജുനവിഷാദയോഗം എന്ന ആദ്യ അദ്ധ്യായത്തിന്റെ ഉള്ളടക്കം. ബന്ധുക്കൾ എത്ര ഹീനന്മാരായാലും അവരെ കൊന്നാൽ തനിക്കു പാപം കിട്ടുമെന്നും ബന്ധുഹത്യ കുലധർമ്മവും ജാതിധർമ്മവും ഹനിക്കുമെന്നും അയാൾ വിശ്വസിച്ചു.

അർജുനന്റെ ഇത്തരം ദുഃശ്ചിന്തകളെ കൃഷ്ണൻ അപലപിക്കുകയും നിരാകരിക്കുകയും ചെയ്യുന്നതാണ് സാംഖ്യയോഗമെന്ന രണ്ടാം അദ്ധ്യായത്തിന്റെ ഉള്ളടക്കം. ആകെ 72 ശ്ലോകങ്ങളാണ് ഇതിലുള്ളത്. അർജുനൻ ആരെയും കൊല്ലുന്നില്ല എന്നും ഉള്ളവരെല്ലാം എന്നും ഉണ്ടാവുമെന്നും ഒരിക്കലും ഇല്ലാതാവുകയില്ലെന്നുമാണ് കൃഷ്ണന്റെ മറുപടിയിലെ പ്രഥമ ഭാഗം. അതിനാൽ കൊല്ലുന്നതിനെപ്പറ്റി അർജുനനു വ്യാകുലത വേണ്ട; പാപചിന്തയും വേണ്ട.

പാപം തീണ്ടാതെ കർമ്മം ചെയ്യാമെന്ന് കൃഷ്ണൻ ഉദ്ബോധിപ്പിക്കുന്നു. ജയാപജയങ്ങളെയും ലാഭാലാഭങ്ങളെയും സമമായി കണ്ട് സംഗരഹിതനായി ചെയ്യുന്ന കർമ്മം പാപത്തെ ഉണ്ടാക്കുകയില്ല. അങ്ങനെ സമത്വബുദ്ധി നേടിയവരെ സ്ഥിതപ്രജ്ഞർ എന്നു വിളിക്കുന്നു. ഇത്രയുമാണ് ചുരുക്കത്തിൽ സാംഖ്യയോഗം എന്ന രണ്ടാമദ്ധ്യായത്തിലെ പ്രതിപാദ്യം.

പാപം തീണ്ടാതെ കർമ്മം ചെയ്യാവുന്ന രീതിയെപ്പറ്റി രണ്ടാം അദ്ധ്യായത്തിൽ സൂചിപ്പിച്ചതിനെ വിശദമായി അവതരിപ്പിക്കുന്നതാണ് മൂന്നാം അദ്ധ്യായം. കർമ്മം പ്രകൃതിയുടെതന്നെ നിയോഗമാണെന്നും ആർക്കും അതിൽനിന്ന് ഒഴിയാനാവില്ലെന്നും ശരീരം നിലനിർത്തണമെങ്കിൽപ്പോലും കർമ്മം അനിവാര്യമാണെന്നും കൃഷ്ണൻ ചൂണ്ടിക്കാണിക്കുന്നു. നിയതമായ കർമ്മം പ്രകൃതിയുടെ ത്രിഗുണങ്ങൾക്ക്

അടിമപ്പെടാതെ കർമ്മഫലത്തിൽ ആസക്തിയില്ലാതെ നിർവ്വഹിക്കുകയാണെങ്കിൽ പാപം ഏൽക്കില്ലെന്നാണ് കൃഷ്ണൻ ഉദ്ബോധിപ്പിക്കുന്നത്. ഇപ്രകാരം ത്രിഗുണങ്ങൾക്കു വിധേയമാകാതെ ചെയ്യുന്ന കർമ്മങ്ങൾ ശ്രേഷ്ഠമാണെന്നും സ്വധർമ്മം ആ രീതിയിൽ നിർവഹിച്ചാൽ ശ്രേയസ്സ് ലഭിക്കുമെന്നും അദ്ദേഹം പറയുന്നു. ഇങ്ങനെ ഉത്തമമായ കർമ്മനിർവഹണ രീതിയെ വിശദീകരിക്കുന്ന 43 ശ്ലോകങ്ങളുള്ള മൂന്നാം അദ്ധ്യായം കർമ്മയോഗം എന്ന് അറിയപ്പെടുന്നു.

മൂന്നാം അദ്ധ്യായത്തിൽ പറഞ്ഞ മികച്ച കർമ്മനിർവഹണ രീതിയെപ്പറ്റി കൂടുതൽ വിശദീകരിക്കുന്ന അദ്ധ്യായമാണ് 42 ശ്ലോകങ്ങളുള്ള ജ്ഞാന കർമ്മസന്ന്യാസ യോഗം എന്ന നാലാം അദ്ധ്യായം. 'സംഭവാമി യുഗേ യുഗേ' എന്ന വാക്യവും വർണ്ണ സൃഷ്ടിയെപ്പറ്റിയുള്ള പ്രഖ്യാപനവും ഇതിലാണുള്ളത്. കാമസങ്കല്പങ്ങളില്ലാത്ത, കർമ്മഫലങ്ങളിൽ ആസക്തിയില്ലാത്ത നിത്യതൃപ്തനായ ജ്ഞാനി കർമ്മങ്ങളിൽ വ്യാപൃതനായാലും അയാൾ ഒന്നും ചെയ്യുന്നില്ല എന്ന അവസ്ഥയിലാണ്. ഈ രീതിയിലുള്ള കർമ്മ നിർവഹണത്തെയാണ് കർമ്മസന്ന്യാസം എന്നു പറയുന്നത്. ജ്ഞാനമാണ് ഇതു സാധ്യമാക്കുന്നത്. ജ്ഞാനം കർമ്മങ്ങളുടെ പാപോത്പന്ന ശക്തിയെ ദഹിപ്പിച്ചുകളയുന്നു. ഇത്രയുമാണ് നാലാം അദ്ധ്യായത്തിലെ വിഷയം.

കർമ്മസന്ന്യാസത്തെ കൂടുതൽ വിശദീകരിക്കുന്ന അദ്ധ്യായമാണ് 29 ശ്ലോകങ്ങളുള്ള കർമ്മസന്ന്യാസയോഗമെന്ന അഞ്ചാം അദ്ധ്യായം. കർമ്മങ്ങളെ ബ്രഹ്മത്തിൽ അർപ്പിച്ച് സംഗരഹിതമായി നിർവഹിക്കുന്നവനെ പാപം ഒരിക്കലും ബാധിക്കുകയില്ലെന്ന് ഇതിൽ പ്രഖ്യാപിക്കുന്നു. ഈശ്വരൻ ആർക്കും പ്രത്യേക കർമ്മങ്ങൾ നിർദ്ദേശിക്കുകയോ കർമ്മങ്ങൾക്കുള്ള ഫലങ്ങൾ എത്തിച്ചുകൊടുക്കുകയോ ആരുടെയെങ്കിലും പുണ്യങ്ങളോ പാപങ്ങളോ സ്വീകരിക്കുകയോ ചെയ്യുന്നില്ലെന്നും കൃഷ്ണൻ ഇതിൽ പ്രസ്താവിക്കുന്നുണ്ട്. മറിച്ചുള്ള ധാരണകളെല്ലാം അജ്ഞതകൊണ്ട് ഉണ്ടാകുന്നതാണ്. ജ്ഞാനത്തിലൂടെ സമത്വഭാവം നേടിയാൽ പാപങ്ങൾ ഇല്ലാതാകും. അങ്ങനെയുള്ളവർ അമരന്മാരായി ഭവിക്കും. സമത്വ ഭാവമുണ്ടായാൽ കാമക്രോധാദി ദ്വന്ദ്വങ്ങൾ സ്പർശിക്കുകയില്ല. അവർ നിത്യാനന്ദം അനുഭവിക്കും.

ഇവിടെപ്പറഞ്ഞ സമത്വഭാവം എന്ന യോഗം കൈവരിക്കുന്നതിനുള്ള മാർഗ്ഗനിർദ്ദേശങ്ങളാണ് 47 ശ്ലോകങ്ങളുള്ള ആറാം അദ്ധ്യായത്തിൽ. ഓരോരുത്തരും അവനവനെത്തന്നെ ഉദ്ധരിക്കണമെന്നും സമത്വഭാവത്തിലേക്കുള്ള വഴി അതാണെന്നും ഈ അദ്ധ്യായം ചൂണ്ടിക്കാണിക്കുന്നു. ഏകാഗ്രതയും മനസ്സംയമനവും നേടുന്നതിനുള്ള ക്രിയാപദ്ധതികളും ആത്മസംയമയോഗം എന്ന ഈ അദ്ധ്യായത്തിൽ കാണാം. ഇപ്രകാരം ആത്മസംയമനം നേടി പ്രശാന്തമനസ്കനായ യോഗി സകലഭൂതങ്ങളെയും ആത്മാവിലും ആത്മാവിനെ സകലഭൂതങ്ങളിലും ദർശിക്കുന്നു.

ആത്മദർശിയായ യോഗി എങ്ങനെയാണ് ആത്മജ്ഞാനം നേടുന്നതെന്നു വിശദീകരിക്കുന്നതാണ് 30 ശ്ലോകങ്ങളുള്ള ഏഴാം അദ്ധ്യായം. ആത്മാവാണ് സകല ഭൂതങ്ങളുടെയും പ്രഭവപ്രലയ സ്ഥാനമെന്നും സർവഭൂതങ്ങളും ചരടിൽ മണികൾ എന്നപോലെ ആത്മാവിൽ ചേർക്കപ്പെട്ടിരിക്കുന്നുവെന്നും കൃഷ്ണൻ ഉദ്ബോധിപ്പിക്കുന്നു. ജലത്തിലെ രസവും സൂര്യചന്ദ്രന്മാരുടെ പ്രഭയും നരന്മാരുടെ പൗരുഷവും വേദങ്ങളിലെ ഓംകാരവുമെല്ലാം ആത്മചൈതന്യംതന്നെ. ഭൂതങ്ങളിൽ ആത്മചൈതന്യം കഴിഞ്ഞാലുള്ള ഭാഗം ഭൗതികാംശമാണ്. ഈ ഭൗതിക ഭാഗം ആത്മാവിന്റെതന്നെ ശക്തിയായ പ്രകൃതിയുടെ ത്രിഗുണങ്ങൾ മൂലമുണ്ടാകുന്ന വിവിധ ഭാവങ്ങളാണ്. ഈ പ്രകൃതിഭാവങ്ങളെ അതിലംഘിക്കുകയാണ് ആത്മജ്ഞാനം നേടാനുള്ള മാർഗ്ഗം. അങ്ങനെ ജ്ഞാനം നേടിയവർ ക്രമേണ ആത്മാവിനെ പ്രാപിക്കുന്നു. എന്നാൽ ജ്ഞാനവിമുഖരായവർ ഭൗതികലാഭത്തിനായി മറ്റു ദേവതകളെ ആശ്രയിക്കുന്നു. അതിൽനിന്ന് അവർക്കു കിട്ടുന്ന ഫലം ക്ഷണികമാണ്. സർവഭൂതങ്ങളും സ്വഭാവേന പ്രകൃതിയുടെ ദ്വന്ദ്വഭാവങ്ങളാൽ ബദ്ധരാണ്. അതിനെ അതിജീവിക്കുക വളരെ പ്രയാസമാകുന്നു. വളരെ ചുരുക്കം പേരാണ് ഈ ദ്വന്ദ്വാത്മകതയെ മറികടന്ന് ബ്രഹ്മത്തെ അറിയുന്നത്.

ബ്രഹ്മത്തെ പ്രാപിക്കുന്ന കാര്യം പറഞ്ഞതിനെത്തുടർന്ന് ബ്രഹ്മത്തിന്റെ സ്വരൂപം എന്തെന്ന് വിശദീകരിക്കുകയാണ് 28 ശ്ലോകങ്ങളുള്ള എട്ടാം അദ്ധ്യായത്തിൽ. അക്ഷരബ്രഹ്മയോഗം എന്നാണ് അദ്ധ്യായത്തിന്റെ പേര്. ബ്രഹ്മപ്രാപ്തിക്കുള്ള ചര്യകൾ എന്തൊക്കെയെന്നും ഇതിൽ കാണാം. ബ്രഹ്മവും ആത്മാവും തമ്മിലുള്ള ബന്ധത്തെപ്പറ്റിയും ഈ അദ്ധ്യായം വിശദീകരിക്കുന്നു. ബ്രഹ്മത്തിൽനിന്ന് ഭൂതങ്ങൾ

ഉണ്ടായി വരുന്നതും പിന്നീട് അതിൽത്തന്നെ ചെന്ന് ലയിക്കുന്നതും ഇതിൽ വിവരിക്കുന്നുണ്ട്.

തുടർന്ന്, ഒൻപതാം അദ്ധ്യായത്തിൽ ബ്രഹ്മത്തിന്റെ അക്ഷര ഭാവമായ ആത്മാവിനെപ്പറ്റിയാണ് വിവരിക്കുന്നത്. ഗീതയിലെ സുപ്രധാനമായ ഒരു അദ്ധ്യായമാണിത്. പ്രപഞ്ചത്തെ നിലനിർത്തുന്നതും സർവഭൂതങ്ങളെയും വിഭാവനം ചെയ്യുന്നതുമായ അക്ഷരവും അവ്യയവുമായ ചൈതന്യമാണ് ആത്മാവെന്ന് കൃഷ്ണൻ ഉദ്ബോധിപ്പിക്കുന്നു. പ്രപഞ്ചത്തിൽ ആത്മാവിന്റെ സ്ഥിതി എങ്ങനെയെന്ന വിശദീകരണവും ഇതിലുണ്ട്. ആത്മചൈതന്യം സർവരിലും സ്ഥിതി ചെയ്യുന്നത് സമമായിട്ടാണ്. ഭൗതിക ഭോഗങ്ങളിൽനിന്നു വേറിട്ട് ആത്മചൈതന്യത്തിലേക്ക് സ്വയം നയിക്കുന്നവർക്ക് യോഗക്ഷേമങ്ങൾ സ്വാഭാവികമായിത്തന്നെ സംഭവിക്കുന്നതാണെന്ന് കൃഷ്ണൻ ഉറപ്പുചെയ്യുന്നു. അക്കാര്യത്തിൽ യാതൊരു ഭേദഭാവവുമില്ല.

ആത്മചൈതന്യം എല്ലാ ഭൂതങ്ങളിലും സമമായി സ്ഥിതി ചെയ്യുന്നുവെന്നു പറഞ്ഞതിനുശേഷം സമമല്ലാതെ സ്ഥിതി ചെയ്യുന്ന ഭൂത ഭാവങ്ങളെപ്പറ്റിയാണ് 42 ശ്ലോകങ്ങളുള്ള പത്താം അദ്ധ്യായത്തിൽ പറയുന്നത്. സകല ഭൂതങ്ങളും ആത്മാവിന്റെ രൂപഭാവ പ്രകടനങ്ങളായ വിഭൂതികളാണെന്ന് കൃഷ്ണൻ വെളിവാക്കുന്നു. താനും അർജുനനും വ്യാസനും എന്നു മാത്രമല്ല, ഈ പ്രപഞ്ചത്തിലുള്ള സകലതും ആത്മാവിന്റെ വിഭൂതികൾതന്നെ.

ആത്മവിഭൂതികളെപ്പറ്റി പറഞ്ഞപ്പോൾ അവയൊക്കെ ഒന്നു കാണണമെന്ന് അർജുനൻ ആഗ്രഹം പ്രകടിപ്പിച്ചു. അതനുസരിച്ച് കൃഷ്ണൻ സർവ വിഭൂതികളെയും അർജുനന് കാണിച്ചുകൊടുക്കുന്നു. അവ കാണാനുള്ള ദിവ്യദൃഷ്ടിയും നൽകി. വിഭൂതികളെല്ലാം കണ്ട് അർജുനൻ അദ്ഭുതപരതന്ത്രനും ഭീതനുമായിപ്പോകുന്നതും പഴയ രൂപം തിരിച്ചു സ്വീകരിക്കണമെന്ന് അഭ്യർത്ഥിക്കുന്നതും 55 ശ്ലോകങ്ങളുള്ള പത്താം അദ്ധ്യായത്തിൽ വിശദമായി വിവരിക്കുന്നുണ്ട്, വിശ്വരൂപദർശനയോഗം എന്നാണ് അദ്ധ്യായത്തിന്റെ പേര്. താൻ കാണിച്ചുകൊടുത്ത ഈ രൂപം കാണാൻ തന്നിൽ ഭക്തിയുള്ളവർക്കു മാത്രമേ സാധിക്കൂ എന്ന് കൃഷ്ണൻ പറയുന്നു. സംഗരഹിതരും സർവഭൂതങ്ങളിലും നിർവൈരരുമായ ഭക്തർ തീർച്ചയായും തന്നെ അറിയുകയും പ്രാപിക്കുകയും ചെയ്യുമെന്നാണ് കൃഷ്ണൻ അഭിപ്രായപ്പെടുന്നത്.

ഭക്തരുടെ ഗതിയെപ്പറ്റി പറഞ്ഞതിനുശേഷം അടുത്ത അദ്ധ്യായത്തിൽ (പന്ത്രണ്ടാം അദ്ധ്യായത്തിൽ) ഉത്തമ ഭക്തരുടെ ലക്ഷണങ്ങളാണ് വിവരിക്കുന്നത്. ആകെ 20 ശ്ലോകങ്ങളാണ് ഈ അദ്ധ്യായത്തിൽ. അനന്യമായ ഭക്തി യോടെ സർവ കർമ്മങ്ങളും ആത്മാവിലർപ്പിച്ച് ഉപാസി ക്കുന്നവർ മൃത്യുസംസാര സാഗരത്തിൽനിന്ന് രക്ഷിക്കപ്പെടു മെന്ന് കൃഷ്ണൻ ഉറപ്പുചെയ്യുന്നു.

സർവതും ആത്മാവിലർപ്പിച്ച് ഭക്തിയോടെ ഉപാസി ച്ചാൽ സംസാരസാഗരത്തിൽനിന്ന് മുക്തി കിട്ടുമെന്ന് ഉദ് ബോധിപ്പിച്ചതിനുശേഷം ആത്മാവിന്റെ സ്ഥാനം എവിടെ യെന്നും ശരീരമാകുന്ന ക്ഷേത്രത്തിൽ അത് എങ്ങനെ വർത്തിക്കുന്നുവെന്നും കൃഷ്ണൻ അടുത്ത അദ്ധ്യായത്തിൽ വിശദീകരിക്കുന്നു. ക്ഷേത്രക്ഷേത്രജ്ഞയോഗം എന്ന ഈ പതിമ്മൂന്നാം അദ്ധ്യായത്തിൽ ആകെ 34 ശ്ലോകങ്ങളാണുള്ളത്. ക്ഷേത്രം, ക്ഷേത്രജ്ഞൻ, പ്രകൃതി, പുരുഷൻ എന്നീ സംജ്ഞ കളെപ്പറ്റി വിശദമായി പറയുന്നു. ക്ഷേത്രംതന്നെ പ്രകൃതി, ക്ഷേത്രജ്ഞൻ എന്നാൽ പുരുഷൻ. ശരീരങ്ങളിൽ സാക്ഷി യായി, ഭോക്താവും നിയന്താവുമായി വർത്തിക്കുന്ന പുരു ഷൻ പരമാത്മാവ് തന്നെന്നാണ് കൃഷ്ണന്റെ ഉദ്ബോധനം. സകല ശരീരങ്ങളും ക്ഷേത്രജ്ഞനായ ആത്മാവും ക്ഷേത്ര മായ പ്രകൃതിയും ചേർന്നാണ് ഉണ്ടാകുന്നത്; മാത്രമല്ല, ആത്മാവ് സകല ക്ഷേത്രങ്ങളിലും സമമായിട്ടാണ് വർത്തി ക്കുന്നത്. ഏകനായ ആത്മാവ് സർവ ശരീരങ്ങളെയും പ്രകാശിപ്പിക്കുന്ന അനാദിയായ ചൈതന്യമാണെന്നും അത് ശരീരങ്ങളിൽ ഇരിക്കുന്നുവെങ്കിലും ശരീരത്തിന്റെ കർമ്മ ങ്ങളാൽ ബാധിക്കപ്പെടുന്നില്ലെന്നും വെളിവാക്കപ്പെട്ടിരി ക്കുന്നു.

സർവഭൂതങ്ങളിലും ആത്മാവ് തുല്യമായാണ് സ്ഥിതി ചെയ്യുന്നതെങ്കിൽ എന്തുകൊണ്ട് ഭൂതങ്ങൾ വൈവിദ്ധ്യമുള്ള തായിരിക്കുന്നു? ഇതിനുള്ള ഉത്തരമാണ് ഗുണത്രയവിഭാഗ യോഗം എന്ന പതിന്നാലാം അദ്ധ്യായത്തിൽ 27 ശ്ലോകങ്ങളി ലൂടെ അവതരിപ്പിക്കുന്നത്. പ്രകൃതിയിൽനിന്ന് ഉദ്ഭൂത മാകുന്ന മൂന്നു ഗുണ വിശേഷങ്ങളുണ്ടെന്നും അവ സത്ത്വം, രജസ്സ്, തമസ്സ് എന്നിവയാണെന്നും കൃഷ്ണൻ പറയുന്നു. ഇവ മൂന്നും എല്ലാ ഭൂതങ്ങളിലുമുണ്ടെന്നും എന്നാൽ ഇവ യുടെ പരസ്പരാനുപാതം ഓരോ ജീവിയിലും വ്യത്യസ്ത മാണെന്നും അതാണ് വൈവിദ്ധ്യത്തിനു കാരണമെന്നുമാണ്

കൃഷ്ണൻ ഉദ്ബോധിപ്പിക്കുന്നത്. വ്യത്യസ്തമായ ഈ ഗുണങ്ങളുടെ സ്വാധീനമാണ് വിവിധ തരത്തിലുള്ള കർമ്മങ്ങൾക്കും തന്മൂലമുള്ള ബന്ധനങ്ങൾക്കും കാരണം. അതിനാൽ അവയുടെ സ്വാധീനത്തിൽനിന്ന് മുക്തമായി കർമ്മം ചെയ്താലേ മുക്തിയിലേക്ക് അടുക്കാൻ കഴിയൂ. ഇങ്ങനെ ഗുണസ്വാധീനത്തെ അതിവർത്തിക്കുന്നവർ ഗുണാതീതർ എന്ന് അറിയപ്പെടുന്നു.

സർവ ഭൂതങ്ങളും പ്രകൃതിപുരുഷ സംയോഗം അഥവാ ക്ഷേത്രക്ഷേത്രജ്ഞ സംയോഗം മൂലമാണുണ്ടാവുന്നതെന്ന് അദ്ധ്യായം 13ൽ പറഞ്ഞു. ഇവയിൽ പ്രകൃതിയെപ്പറ്റിയാണ് അദ്ധ്യായം 14ൽ വിശദീകരിച്ചത്. ഇനി അദ്ധ്യായം 15ൽ പുരുഷനെപ്പറ്റി പറയുന്നു. പുരുഷോത്തമയോഗം എന്ന ഈ അദ്ധ്യായത്തിൽ ആകെ 20 ശ്ലോകങ്ങൾ മാത്രമാണുള്ളത്. പുരുഷന്റെ ഒരംശമാണ് ജീവനെ നിലനിർത്തുന്നത്. പുരുഷൻ ശരീരത്തിൽ രണ്ടു രീതിയിലാണ് പ്രവർത്തിക്കുന്നത്. ഒന്ന്, ശരീരത്തെ ആ ഭൗതിക രൂപത്തിൽ നിലനിർത്തുന്ന ശക്തിയായി; രണ്ട്, അവയ്ക്ക് ജീവൻ നൽകുന്ന ചൈതന്യമായി. ഓരോ ശരീരത്തിലെയും ഈ രണ്ടു ഭാവങ്ങളെയും പുരുഷൻ എന്നു തന്നെയാണ് വിളിക്കുന്നത്. അങ്ങനെ ഭൂതങ്ങളിലുള്ള രണ്ടു പുരുഷന്മാർക്കും അതീതമായി എല്ലാ ഭൂതങ്ങളിലുമായി ഇതേ ഭാവങ്ങളോടുകൂടി വർത്തിക്കുന്ന ഏക ചൈതന്യമായ പുരുഷനെ ഉത്തമ പുരുഷൻ എന്നു വിളിക്കുന്നു. ഇതാണ് പതിനഞ്ചാം അദ്ധ്യായത്തിൽ പറയുന്നത്.

ജീവികൾതന്നെ ദ്വന്ദ്വാത്മകമായതിനാൽ അവരുടെ ഭാവങ്ങളും ദ്വന്ദ്വത്വം ഉള്ളതാണ്. ദൈവം, ആസുരം എന്നിങ്ങനെയാണ് അവയുടെ പേരുകൾ. ദൈവ സമ്പത്ത് മോക്ഷത്തിലേക്കും ആസുര സമ്പത്ത് ബന്ധനത്തിലേക്കും നയിക്കും. ഈ രണ്ടു സമ്പത്തുകളെപ്പറ്റിയാണ് 24 ശ്ലോകങ്ങളുള്ള ദൈവാസുരസമ്പദ് വിഭാഗയോഗം എന്ന പതിനാറാം അദ്ധ്യായത്തിൽ വിവരിക്കുന്നത്.

പ്രകൃതിയുടെ മൂന്നു ഗുണങ്ങളെപ്പറ്റി പതിന്നാലാം അദ്ധ്യായത്തിൽ പറഞ്ഞല്ലോ? ആ മൂന്നു ഗുണങ്ങൾക്ക് അനുസരണമായി മനുഷ്യരുടെ ശ്രദ്ധയും ഭക്തിയും ഭക്ഷണവുമെല്ലാം വ്യത്യാസപ്പെട്ടിരിക്കും. അതുപോലെ അവരുടെ യജ്ഞവും തപസ്സും ദാനവും വ്യത്യസ്തമായിരിക്കും. ഇവയെ

പറ്റിയാണ് 28 ശ്ലോകങ്ങളുള്ള ശ്രദ്ധാത്രയവിഭാഗയോഗം എന്ന പതിനേഴാം അദ്ധ്യായം പറയുന്നത്.

അവസാന അദ്ധ്യായമായ മോക്ഷസന്ന്യാസയോഗത്തിൽ ആകെ 78 ശ്ലോകങ്ങളുണ്ട്. ഏറ്റവും വലിയ അദ്ധ്യായമാണിത്. ഇതുവരെ പറഞ്ഞുവന്ന കാര്യങ്ങളുടെ ഒരു ഓർമ്മപ്പെടുത്തലും ചില കൂട്ടിച്ചേർക്കലുകളും ആണ് ഈ അദ്ധ്യായത്തിന്റെ ഉള്ളടക്കം. സന്ന്യാസം, ത്യാഗം, ജ്ഞാനം, കർമ്മം, കർത്താവ്, ബുദ്ധി, ധൃതി, സുഖം, കർമ്മവിഭജനം, നൈഷ്കർമ്യസിദ്ധി, ബ്രഹ്മപ്രാപ്തി, ആത്മസാക്ഷാത്കാരം തുടങ്ങിയ വിഷയങ്ങളെപ്പറ്റി ഈ അദ്ധ്യായത്തിൽ വിശദമായി ചർച്ച ചെയ്യുന്നു. ഇപ്രകാരം നൽകപ്പെട്ടിരിക്കുന്ന അറിവുകളെ വിശകലനം ചെയ്ത് വേണ്ടതു ചെയ്യണമെന്നാണ് കൃഷ്ണൻ നൽകുന്ന ഉപദേശം. അർജുനൻ അയാളുടെ തെറ്റായ ധർമ്മ സങ്കല്പങ്ങളെയെല്ലാം ഉപേക്ഷിച്ച് തന്റെ ഉപദേശമനുസരിച്ച് കർമ്മം ചെയ്താൽ പാപങ്ങളിൽ പെടാതെ സദാ മുക്തനായി ഭവിക്കുമെന്ന ഉദ്ബോധനത്തോടെ കൃഷ്ണൻ ഗീത ഉപസംഹരിക്കുന്നു.

■

സമർപ്പണം

ജ്ഞാനഭിക്ഷ നൽകി എന്നെ അനുഗ്രഹിച്ച
എല്ലാ ഗുരുക്കന്മാർക്കും.

ഒന്ന്

അർജുന വിഷാദയോഗം

ഭഗവദ്ഗീത ആത്മീയ ജ്ഞാനത്തിന്റെ ഒരു മഹാനിധിയാണ്. ഭാരതീയ ആത്മീയ ദർശനങ്ങളുടെ മഹത്തമ ഗ്രന്ഥങ്ങളായ ദശോപനിഷത്തുകളുടെയും ഇതര വിജ്ഞാന ശാഖകളുടെയും സമഞ്ജസമായ സമ്മേളനം നമുക്ക് ഗീതയിൽ കാണാം. ആ മഹാനിധിയിലേക്ക് എത്തിച്ചേരാൻ പതിനെട്ട് വാതിലുകൾ കടക്കണം. ഓരോ വാതിലും പലവിധ സൂത്രപ്പൂട്ടുകൾകൊണ്ട് ബന്ധിക്കപ്പെട്ടിട്ടുള്ളതാണ്. വാതിലുകൾ അദ്ധ്യായങ്ങളും സൂത്രപ്പൂട്ടുകൾ അവയിലോരോന്നിലെയും കേന്ദ്ര ശ്ലോകങ്ങളുമാകുന്നു. ഓരോ അദ്ധ്യായത്തിലെയും ആ കേന്ദ്ര ശ്ലോകങ്ങളെ കണ്ടെത്തി അവയുടെ താത്പര്യം കൃത്യമായി മനസ്സിലാക്കുന്നതാണ് പൂട്ടു തുറക്കൽ. അതിനുള്ള ഒരു എളിയ ശ്രമമാണ് ഇവിടെ ആരംഭിക്കുന്നത്.

ആദ്യം ഒന്നാം അദ്ധ്യായത്തിന്റെ പൂട്ടുകൾ ഒന്നൊന്നായി തുറക്കാം. രണ്ടു മഹാസൈന്യങ്ങൾ യുദ്ധസന്നദ്ധരായി അഭിമുഖമായി നിലയുറപ്പിച്ചിരിക്കുന്ന കുരുക്ഷേത്ര ഭൂമിയിൽ, അവയെ ആദ്യം അവലോകനം ചെയ്ത് വിലയിരുത്തുന്നത് ദുര്യോധനനാണ്. അയാൾ ഗുരുവും തന്റെ സൈന്യത്തിന്റെ പ്രധാന സേനാനായകരിൽ ഒരാളുമായ ദ്രോണരെ സമീപിച്ച് തന്റെ വിലയിരുത്തൽ അവതരിപ്പിക്കുന്നു. ഏഴ് അക്ഷൗഹിണി വരുന്ന പാണ്ഡവപ്പടയെപ്പറ്റിയാണ് ആദ്യം അയാൾ വിവരിക്കുന്നത്. ഭീമൻ അധിപനായ ആ സൈന്യത്തിലെ മഹാരഥന്മാരും വീര്യവാന്മാരുമായ നായകരെ പേരെടുത്തു പരാമർശിക്കുന്നു, അയാൾ. ദ്രുപദപുത്രനായ ധൃഷ്ടദ്യുമ്നൻ അണിനിരത്തിയ പാണ്ഡവസൈന്യത്തിൽ അയാളെയും പാണ്ഡവരെയും കൂടാതെ, യുദ്ധനൈപുണിയിൽ അവർക്കു സമന്മാരായ സാത്യകി, വിരാടൻ, ദ്രുപദൻ, ധൃഷ്ടകേതു, കാശിരാജാവ്, ശൈബ്യൻ, യുധാമന്യു, ഉത്തമൗജസ്, സുഭദ്രാതനയൻ, പാഞ്ചാലീ പുത്രർ തുടങ്ങിയ നിരവധി മഹാരഥന്മാരെ ദുര്യോധനൻ കണ്ടു. എന്നാൽ അവരോട്

കിടപിടിക്കുന്നവരായി തന്റെ ഭാഗത്ത് ഏതാനും പേരെ മാത്രമേ അയാൾക്കു ചൂണ്ടിക്കാണിക്കാനുള്ളൂ. ദ്രോണാചാര്യർ, സർവ സൈന്യാധിപനായ ഭീഷ്മർ, കർണ്ണൻ, കൃപാചാര്യർ, അശ്വത്ഥാമാവ്, വികർണ്ണൻ, സൗമദത്തി എന്നിങ്ങനെ ഏഴു പേരെയാണ് അയാൾ എണ്ണിപ്പറയുന്നത്. വേറെയും പല വീരന്മാരുണ്ടെങ്കിലും സൈന്യത്തെ ആകെ നോക്കുമ്പോൾ തന്റെ പതിനൊന്ന് അക്ഷൗഹിണി സൈന്യത്തിൽ അയാൾക്ക് അത്ര തൃപ്തിയില്ല. അയാൾ അത് ദ്രോണരോട് തുറന്നുപറയുന്നു. എന്നിട്ട് ചില നിർദ്ദേശങ്ങൾ മുന്നോട്ടു വയ്ക്കുകയും ചെയ്യുന്നു. ഈ ഭാഗത്തുള്ള 1.10, 1.11, 1.12 എന്നീ ശ്ലോകങ്ങളാണ് ഒന്നാം അദ്ധ്യായത്തിലെ ആദ്യത്തെ പൂട്ടുകൾ. അവ തുറക്കാൻ നമുക്കു ശ്രമിക്കാം. ശ്ലോകങ്ങൾ താഴെക്കാണുന്നവയാണ്:

അപര്യാപ്തം തദസ്മാകം ബലം ഭീഷ്മാഭിരക്ഷിതം;
പര്യാപ്തം ത്വിദമേതേഷാം ബലം ഭീമാഭിരക്ഷിതം. (1.10)

വാഗർത്ഥം: ഭീഷ്മാഭിരക്ഷിതം അസ്മാകം തത് ബലം അപര്യാപ്തം - ഭീഷ്മനാൽ രക്ഷിക്കപ്പെടുന്ന നമ്മുടെ ഇപ്പറഞ്ഞതായ സൈനികശക്തി അപര്യാപ്തമാണ് (ഈ ശക്തി പോരാ എന്നാണ് ദുര്യോധനൻ കാണുന്നത്); തു - എന്നാൽ; ഭീമാഭിരക്ഷിതം ഇദം ഏതേഷാം ബലം പര്യാപ്തം - ഭീമനാൽ പരിരക്ഷിക്കപ്പെടുന്ന ഇവരുടെ ഈ സൈനികശക്തി പര്യാപ്തമാണ് (മതിയായ ശക്തിയുള്ളതാണ്).

ഭീഷ്മർ രക്ഷിക്കുന്ന തന്റെ സൈന്യം, വലുപ്പത്തിൽ പതിനൊന്ന് അക്ഷൗഹിണി ഉണ്ടെങ്കിലും വേണ്ടത്ര ശക്തമല്ലെന്നും എന്നാൽ ഭീമൻ രക്ഷിക്കുന്ന പാണ്ഡവന്മാരുടെ സൈന്യം, വെറും ഏഴ് അക്ഷൗഹിണിയേ ഉള്ളൂ എങ്കിലും ശക്തമാണെന്നുമാണ് ദുര്യോധനന്റെ അഭിപ്രായം. (21870 രഥങ്ങളും 21870 ആനകളും 65610 കുതിരകളും 1,09,350 കാലാളുകളും ചേർന്നതാണ് ഒരു അക്ഷൗഹിണി).

ഭീഷ്മരാണ് രക്ഷിക്കുന്നതെങ്കിലും തങ്ങളുടെ സൈന്യം അത്ര ശക്തമല്ല. എന്നാൽ ഭീമനാണ് രക്ഷിക്കുന്നതെങ്കിലും അവരുടെ സൈന്യം വളരെ ശക്തമാണ്. കാരണം, ഒരുപാട് മഹാരഥന്മാരും അതുല്യ വീരന്മാരും അവിടെയുണ്ട്. അതിനാൽ ഭീഷ്മരിലാണ് ദുര്യോധനൻ തന്റെ എല്ലാ ആശയെയും നിക്ഷിപ്തമാക്കുന്നത്. ഭീഷ്മർ വീഴാത്തിടത്തോളം കാലം തങ്ങൾക്ക് പരാജയമില്ലെന്നതാണ് അയാളുടെ കണക്കുകൂട്ടൽ. അതുകൊണ്ട് അയാൾ ഭീഷ്മരുടെ രക്ഷയ്ക്കു വേണ്ട ഏർപ്പാടുകൾ ചെയ്യുന്നു. അതാണ് അടുത്ത ശ്ലോകത്തിൽ പറയുന്നത്. എല്ലാ മുന്നേറ്റങ്ങളിലും ''നിങ്ങളെല്ലാവരും യഥാഭാഗങ്ങളിൽ നിലയുറപ്പിച്ചുകൊണ്ട് ഭീഷ്മരെ രക്ഷിച്ചിരിക്കണം'' എന്നാണ് ദ്രോണരോട് ദുര്യോധനൻ ആവശ്യപ്പെടുന്നത്.

ശ്ലോകം കാണുക:

> അയനേഷു ച സർവേഷു യഥാഭാഗമവസ്ഥിതാഃ;
> ഭീഷ്മമേവാഭിരക്ഷന്തു ഭവന്തഃ സർവ ഏവ ഹി. (1.11)

വാഗർത്ഥം: അയനേഷു ച സർവേഷു - എല്ലാ യുദ്ധനീക്കങ്ങളിലും; യഥാഭാഗം അവസ്ഥിതാഃ - അവരവരുടെ സ്ഥാനങ്ങളിൽ നിന്നുകൊണ്ട്; ഭവന്തഃ സർവ ഏവ ഹി - നിങ്ങളെല്ലാവരും; ഭീഷ്മം ഏവ അഭിരക്ഷന്തു - ഭീഷ്മരെ തീർച്ചയായും രക്ഷിക്കണം.

അപ്പോഴതാ, അയാൾക്ക് ഹർഷമുണ്ടാക്കിക്കൊണ്ട് ഭീഷ്മർ ഉച്ചത്തിൽ സിംഹനാദം പുറപ്പെടുവിച്ചിട്ട് ശംഖ് മുഴക്കി. അതായത്, ഭീഷ്മരുടെ വീര്യ പ്രദർശനം ദുര്യോധനനിൽ പ്രതീക്ഷയുടെ കനൽ ഊതിത്തെളിച്ചു. താൻ ജയിക്കുമെന്ന് അയാൾ ഉറപ്പിച്ചു.

> തസ്യ സഞ്ജനയൻ ഹർഷം കുരുവൃദ്ധഃ പിതാമഹഃ;
> സിംഹനാദം വിനദ്യോച്ചൈഃ ശംഖം ദധ്മൗ പ്രതാപവാൻ.(1.12)

വാഗർത്ഥം: തസ്യ ഹർഷം സഞ്ജനയൻ - അയാൾക്ക് (ദുര്യോധനന്) ഹർഷം ഉണ്ടാക്കിക്കൊണ്ട്; കുരുവൃദ്ധഃ പ്രതാപവാൻ പിതാമഹഃ - കുരുവൃദ്ധനും പ്രതാപവാനുമായ പിതാമഹൻ (ഭീഷ്മർ); സിംഹനാദം വിനദ്യ ഉച്ചൈഃ - ഉച്ചത്തിൽ സിംഹനാദം പുറപ്പെടുവിച്ചിട്ട്; ശംഖം ദധ്മൗ - ശംഖ് മുഴക്കി.

യുദ്ധസന്നദ്ധമായ ആ മഹാസൈന്യത്തെ കണ്ടപ്പോൾ അർജുനന്റെ പ്രതികരണം എങ്ങനെയായിരുന്നു എന്നുള്ളതാണ് ഗീതയിലെ ഒന്നാം അദ്ധ്യായത്തിന്റെ ബാക്കി ഭാഗം വിവരിക്കുന്നത്.

ഭീഷ്മരുടെ ശംഖനാദത്തെ തുടർന്ന് വെള്ളക്കുതിരകളെ പൂട്ടിയ വലിയ തേരിൽ നിന്ന് കൃഷ്ണനും അർജുനനും അവരവരുടെ ശംഖുകൾ മുഴക്കി. കൃഷ്ണൻ പാഞ്ചജന്യവും അർജുനൻ ദേവദത്തവും മുഴക്കിയപ്പോൾ പാണ്ഡവ പക്ഷത്തെ പ്രമുഖരെല്ലാം അവരവരുടെ ശംഖുകൾ ഉച്ചത്തിൽ മുഴക്കി. അങ്ങനെ വലിയൊരു ശബ്ദം നഭസ്സിൽ ഉയർന്നു; അത് ധാർത്തരാഷ്ട്രന്മാരുടെ ഹൃദയത്തെ കാർന്നു.

തുടർന്ന്, അർജുനൻ അപേക്ഷിച്ചതനുസരിച്ച് കൃഷ്ണൻ തേര് ഇരുസൈന്യങ്ങളുടെയും മദ്ധ്യത്തിൽ കൊണ്ടുചെന്നു നിർത്തി. ഇരുഭാഗത്തും അണിനിരന്നിരിക്കുന്ന യോദ്ധാക്കളെ വീക്ഷിച്ച അർജുനൻ അവരുടെ ആയോധനാ പാടവവും പോരാട്ട വീര്യവുമൊന്നുമല്ല വിലയിരുത്തിയത്. അവരിൽ തന്റെ ബന്ധുക്കളെയും ആചാര്യന്മാരെയും മറ്റുമാണ് അയാൾ കണ്ടത്. യുദ്ധത്തിൽ അവരെയൊക്കെ കൊല്ലേണ്ടി വരുമല്ലോ എന്ന ചിന്ത അയാളെ മഥിച്ചു. അയാളുടെ

ശരീരം വിറച്ചു. വായ് വരണ്ടു. അയാൾ വിയർത്തു. തൊലി പൊള്ളുന്നതായും ശരീരം വിറയ്ക്കുന്നതായും തോന്നി. വില്ല് കൈയിൽ ഉറയ്ക്കുന്നില്ല. അയാൾക്ക് ഉറച്ചു നിൽക്കാൻ പോലും സാധിക്കുന്നില്ല. പാരവശ്യത്താൽ അയാൾ പറയുന്നു:

> ''ഏതാൻ ന ഹന്തുമിച്ഛാമി ഘ്നതോഽപി മധുസൂധന;
> അപി ത്രൈലോക്യരാജ്യസ്യ ഹേതോഃ കിം നു മഹീകൃതേ''(1.35)
>
> നിഹത്യ ധാർത്തരാഷ്ട്രാൻ നഃ കാ പ്രീതിഃ സ്യാജ്ജനാർദ്ദന;
> പാപമേവാശ്രയേദസ്മാൻ ഹത്വൈതാനാതതായിനഃ''(1.36)

വാഗർത്ഥം: ''ഹേ, മധുസൂദനാ, ഇവർ കൊല്ലുന്നവരാണെങ്കിലും ഞാൻ ഇവരെ കൊല്ലാൻ ആഗ്രഹിക്കുന്നില്ല. മൂന്നു ലോകങ്ങൾ കിട്ടുമെന്നാണെങ്കിൽപ്പോലും ഞാനതു ചെയ്യില്ല, പിന്നല്ലേ, ഈ ഭൂമിക്കുവേണ്ടി!'' (1.35)

''ഹേ, ജനാർദ്ദനാ, ധാർത്തരാഷ്ട്രന്മാരെ കൊന്നിട്ട് ഞങ്ങൾക്ക് എന്തു ഗുണമാണു കിട്ടുക? ഈ ആതതായികളെ (കൊള്ളയും കൊള്ളിവയ്പും നടത്തുന്നവരെ) കൊന്നാൽ ഞങ്ങൾ പാപത്തെ പ്രാപിക്കുകയേ ഉള്ളു'' (1.36)

പാപത്തെ പ്രാപിക്കുന്നതിനുള്ള കാരണവും അർജുനൻ വ്യക്തമാക്കുന്നു (1.37). ''അവർ ഞങ്ങളുടെ ബന്ധുക്കളാണ്, അവരെ കൊന്നിട്ട് ഞങ്ങൾ എങ്ങനെ സുഖമായിട്ടിരിക്കും?'' ഇതാണ് അയാളുടെ ചോദ്യം. അതായത്, യുദ്ധത്തിൽ ബന്ധുക്കളെ കൊന്നാൽ പാപം ഏൽക്കും എന്നാണ് അർജുനന്റെ ചിന്ത. ഇത് ഒരു ക്ഷത്രിയന് ഒരിക്കലും ചേർന്നതല്ല. പട്ടാളക്കാരൻ യുദ്ധക്കളത്തിൽ എതിർപക്ഷത്ത് ബന്ധുക്കളെ കണ്ടാൽ യുദ്ധം ചെയ്യാതെ പിന്മാറണമെന്ന ഈ ചിന്ത വികലമായ ധർമ്മബോധമാണ്; സ്വാർത്ഥചിന്തയാണത്. സൈനികൻ എന്നല്ല ഏതു ജോലി ചെയ്യുന്നവനാണെങ്കിലും തന്റെ കൃത്യനിർവഹണം മൂലം ബന്ധുക്കൾക്കോ കുടുംബക്കാർക്കോ ദോഷം വരുമെന്നു കണ്ടാൽ പിൻവാങ്ങാമോ? ഒരിക്കലും പാടില്ല. കുറ്റവാളി അച്ഛനായാലും അറസ്റ്റു ചെയ്യേണ്ടത് ഒരു നിയമപാലകന്റെ ഉത്തരവാദിത്വമല്ലേ? അതൊക്കെ അർജുനൻ മറന്നത് ഈ നിർണ്ണായക സന്ദർഭത്തിൽ അയാളെ മൂഢത്വം ബാധിച്ചതു മൂലമാണ്.

എതിർപക്ഷത്തുള്ളത് ബന്ധുക്കളും സുഹൃത്തുക്കളുമാണെന്നും യുദ്ധത്തിൽ അവരെ കൊന്നാൽ പാപമേൽക്കേണ്ടിവരുമെന്നും ചിന്തിച്ച്, അവർ അധർമ്മികളും അക്രമികളുമാണെങ്കിൽപ്പോലും തനിക്കവരെ കൊല്ലാൻ കഴിയില്ലെന്ന് അർജുനൻ ഉറപ്പിക്കുന്നു.

തുടർന്ന്, കൗരവർ തങ്ങളുടെ കുലത്തിൽത്തന്നെ പെട്ടവരാണെന്നും അവരെ കൊന്നാൽ കുലം ക്ഷയിക്കുമെന്നും മറ്റും അർജുനൻ വിലപിക്കുന്നു. അയാൾ പറയുന്നു:

''കുലം ക്ഷയിച്ചാൽ സനാതനമായ കുലധർമ്മം നശിക്കും. കുലധർമ്മം നശിച്ചാൽ കുലമാകെ അധർമ്മത്തിൽ നിമഗ്നമാകും. തന്മൂലം കുലസ്ത്രീകൾ ദുഷിക്കും; വർണ്ണ സങ്കരം സംഭവിക്കുകയും ചെയ്യും. വർണ്ണസങ്കരം കുലത്തെ നരകത്തിൽ വീഴ്ത്തും, പിതൃക്കൾ പിണ്ഡോദകങ്ങൾ കിട്ടാത്തവരാകും. വർണ്ണസങ്കരം മൂലമുണ്ടാകുന്ന ഇത്തരം ദോഷങ്ങൾ ജാതിധർമ്മത്തെയും ശാശ്വതമായ കുലധർമ്മ ത്തെയും തീർത്തും നശിപ്പിക്കും. ഇങ്ങനെ ധർമ്മങ്ങളെല്ലാം നശിച്ച വർക്ക് സ്ഥിരവാസം നരകത്തിലായിരിക്കും എന്നാണ് ഞങ്ങൾ കേട്ടിട്ടുള്ളത്.''

ധർമ്മനാശത്തെപ്പറ്റിയും അതുണ്ടാക്കുന്ന കെടുതികളെക്കുറിച്ചും തനിക്കുള്ള വേവലാതി ഈ വാക്കുകളിലൂടെ അർജുനൻ കൃഷ്ണനെ അറിയിക്കുന്നു. നോക്കുക, അധർമ്മികളായ ധാർത്തരാഷ്ട്രന്മാർ ഇല്ലാതെയായാൽ തങ്ങളുടെ കുലധർമ്മം, ജാതിധർമ്മം, വർണ്ണശുദ്ധി തുടങ്ങിയവയെല്ലാം നശിക്കുമെന്നാണ് അർജുനന്റെ ചിന്ത. അധർ മ്മികൾ നശിച്ചാൽ നശിക്കുന്ന ഈ ധർമ്മങ്ങൾ ആ പേരിനുതന്നെ അർഹമാണോ?

എന്നു മാത്രമല്ല, ആ അധർമ്മികളെ കൊന്നാൽ തങ്ങൾക്ക് പാപം ഏൽക്കുമെന്നും നരകത്തിൽ പോകേണ്ടിവരുമെന്നും അയാൾ ഭയപ്പെ ടുന്നു. ഇത്തരം ചിന്ത ഒരു ക്ഷത്രിയനു വിഹിതമായ ഒന്നല്ല. അധർ മ്മികളെ ഇല്ലായ്മ ചെയ്ത് ജനങ്ങളെയും രാജ്യത്തെയും രക്ഷിക്കുക എന്നതാണ് അവന്റെ കടമ. അതിനാൽ, അർജുനന്റെ ചിന്ത അപക്വവും ക്ഷുദ്രവുമാണ്. അതുകൊണ്ടാണ് അതിനെ ശ്രേഷ്ഠന്മാർക്കു ചേരാത്ത കശ്മല ചിന്തയായി കൃഷ്ണൻ കാണുന്നത് (2.2).

അതിലേക്കു പോകുന്നതിനു മുൻപ് അർജുനൻ തന്റെ പരിദേവ നങ്ങൾ അവസാനിപ്പിക്കുന്നത് എങ്ങനെയെന്നു നമുക്കു നോക്കാം:

''അഹോ ബത മഹത്പാപം കർത്തും വ്യവസിതാ വയം;
യദ്രാജ്യസുഖലോഭേന ഹന്തും സ്വജനമുദ്യതാഃ. (1.45)

യദി മാമപ്രതീകാരം അശസ്ത്രം ശസ്ത്രപാണയഃ;
ധാർത്തരാഷ്ട്രാ രണേ ഹന്യുഃ തന്മേ ക്ഷേമതരം ഭവേത്. (1.46)

വാഗർത്ഥം: 'ഹാ, കഷ്ടം! രാജ്യസുഖലോഭത്താൽ സ്വജനങ്ങളെ കൊല്ലുക എന്ന മഹാപാപം ചെയ്യാൻ ഞങ്ങൾ തുനിഞ്ഞല്ലോ!' (1.45)

'എതിരിടാൻ തയ്യാറാവാതെ അശസ്ത്രനായിട്ടിരിക്കുന്ന എന്നെ ശസ്ത്രപാണികളായ ധാർത്തരാഷ്ട്രന്മാർ കൊന്നാൽ അതാവും എനിക്ക് ക്ഷേമതരമായിട്ടുള്ളത്.' (1.46)

നോക്കണം, അർജുനന്റെ ചിന്ത എത്രത്തോളമാണ് കാടുകയ റുന്നത്! സ്വകുലത്തിൽ പെട്ടവർ എന്തു ഹീനത പ്രവർത്തിച്ചാലും

പ്രതികരിക്കാൻ പോലും ഉദ്യമിക്കാതിരിക്കുക; അങ്ങനെ കണ്ണട യ്ക്കുന്നതിനെ മഹത്തായ ധർമ്മമായി കാണുക. ഇയാൾ എന്തൊരു ക്ഷത്രിയനാണ്? പാണ്ഡവരെ നശിപ്പിക്കാൻ എന്തെല്ലാം കൊടും ക്രൂരതകളാണ് ദുര്യോധനാദികൾ ചെയ്തുകൂട്ടിയിട്ടുള്ളത്! അതെല്ലാം ഇപ്പോൾ അയാൾ മറക്കുന്നു; അതും, അങ്കം കുറിച്ച് ലോകത്തുള്ള സൈനികരെയെല്ലാം സംഘടിപ്പിച്ചു യുദ്ധക്കളത്തിൽ എത്തിച്ച് ശസ്ത്രപ്രയോഗത്തിന് തുടക്കമിടുമ്പോൾ. ഒരു സംശയവുമില്ല, ഇതൊരു തലതിരിഞ്ഞ ചിന്തതന്നെ.

ഈ ചിന്തയോടെ, അതുണ്ടാക്കിയ ശോകം സഹിക്കവയ്യാതെ, വില്ലും അമ്പുകളും കൈവിട്ട് അർജുനൻ തേർത്തട്ടിലിരുന്നു (1.47).

ഇവിടെ അർജുനവിഷാദയോഗം എന്ന ഒന്നാം അദ്ധ്യായം അവ സാനിക്കുന്നു.

രണ്ട്

സാംഖ്യയോഗം

ഭഗവദ്ഗീതയുടെ ഒന്നാം അദ്ധ്യായം നാം വിശകലനം ചെയ്തു കഴിഞ്ഞു. അടുത്ത അദ്ധ്യായത്തിലേക്കു പോകുന്നതിനു മുൻപ് ഒരു തെറ്റിദ്ധാരണയ്ക്കും വിഷലിപ്തമായ പ്രചാരണത്തിനും മറുപടി പറയേണ്ടത് ഉചിതമാണെന്നു തോന്നുന്നു. ഗീത ജാതിചിന്തയെ പ്രോത്സാഹിപ്പിക്കുന്നു എന്നതാണ് ആ തെറ്റിദ്ധാരണയും ദുഷ്പ്രചാരണവും.

ഒന്നാം അദ്ധ്യായത്തിൽ അർജ്ജുനൻ തന്റെ പാപഭയത്തിനുള്ള കാരണങ്ങൾ വിവരിക്കുന്ന കൂട്ടത്തിൽ ബന്ധുജനങ്ങളെ കൊന്നാൽ വർണ്ണ സങ്കരം ഉണ്ടാകും, അതുവഴി കുലധർമ്മവും ജാതിധർമ്മവും നശിക്കും എന്നും മറ്റും കൃഷ്ണനോടു പറയുന്നു. അർജ്ജുനൻ ഇങ്ങനെ ധർമ്മനഷ്ടത്തെപ്പറ്റി വിലപിക്കുന്ന ഈ ഒരു സന്ദർഭത്തിൽ മാത്രമേ ജാതി എന്നൊരു വാക്ക് ഗീതയിൽ ഉപയോഗിച്ചിട്ടുള്ളൂ. അത് ഉപയോഗിച്ചതോ അർജ്ജുനൻ മാത്രം. ഭഗവാൻ കൃഷ്ണൻ ഒരിടത്തും ജാതിയെപ്പറ്റി പറയുന്നില്ല; ജാത്യാചാരങ്ങളോ ജാതിധർമ്മങ്ങളോ പാലിക്കണമെന്ന് ഉപദേശിക്കുന്നുമില്ല. എന്നിട്ടും എങ്ങനെ വന്നു, ഗീത ജാതി പ്രചരിപ്പിക്കുന്നു എന്ന ആക്ഷേപം?

ഗീതയിൽ വർണ്ണങ്ങളെക്കുറിച്ച് പലയിടത്തും പറയുന്നുണ്ട്. വർണ്ണം എന്നതിനെ ഇംഗ്ലീഷിലേക്കു പരിഭാഷപ്പെടുത്തുന്നത് 'caste' എന്നാണ്; പരിഭാഷകർ ചെയ്യുന്ന ഒരു മഹാപാതകമാണിത്. വർണ്ണം എന്ന സംസ്കൃത പദത്തിന് തുല്യമായ ഒറ്റപ്പദം ഇംഗ്ലീഷിലില്ല. പരിഭാഷകർക്ക് വർണ്ണം (Varna) എന്നുതന്നെ തർജമ ചെയ്യാവുന്നതേയുള്ളൂ. ഇതുപോലെയാണ് ആത്മാ, സത്യം തുടങ്ങി ആത്മീയ ശാസ്ത്രത്തിലെ പല സാങ്കേതിക പദങ്ങളുടെ കാര്യവും. അങ്ങനെ വർണ്ണത്തെ 'caste' എന്നു വിവർത്തനം ചെയ്യുന്നവർ ജാതി എന്ന വാക്കിനെയും 'caste' എന്നുതന്നെ പരിഭാഷപ്പെടുത്തുന്നു. ഇതുമൂലം സംസ്കൃതം ഒറിജിനൽ നോക്കാത്ത ആളുകൾ വർണ്ണത്തെ ജാതി എന്നു ധരിക്കുന്നു. അല്പം യുക്തി പ്രയോഗിച്ചാൽ ഇതു ശരിയല്ലെന്നു മനസ്സിലാക്കാൻ ആർക്കും സാധിക്കും. വർണ്ണം നാലെണ്ണം

മാത്രമേ ഉള്ളൂ. എന്നാൽ ജാതികൾ ആയിരക്കണക്കാണ്. ജാതി അടിസ്ഥാനത്തിലല്ല വർണ്ണങ്ങൾ നാലായി വേർതിരിച്ചിട്ടുള്ളത്. അവരവരുടെ ജന്മഗുണങ്ങളും ആ ഗുണങ്ങൾക്ക് വിധേയമായി അവർ ചെയ്യുന്ന കർമ്മങ്ങളും അടിസ്ഥാനപ്പെടുത്തിയാണ്. എന്നു മാത്രമല്ല, ഒരു വർണ്ണത്തിൽ ഉൾപ്പെടുന്ന ജാതികൾ ഏതൊക്കെ എന്നു നിശ്ചയിച്ചുകൊണ്ടുള്ള ഒരു നിർദ്ദേശവും ആധികാരിക പ്രമാണങ്ങളിലൊന്നുമില്ല.

ആയതിനാൽ വർണ്ണത്തെ ജാതിയായി തെറ്റിദ്ധരിച്ച് ഭഗവദ്ഗീതയ്ക്കെതിരെ നടത്തുന്ന പ്രചാരണങ്ങൾ ദുരുപദിഷ്ടമാണ്, ദുഷ്ടലാക്കോടുകൂടിയതാണ്, അറിവില്ലായ്മയാണ്. അതവിടെ നിൽക്കട്ടെ. നമുക്ക് രണ്ടാം അദ്ധ്യായത്തിന്റെ ഉള്ളടക്കത്തിലേക്കു കടക്കാം.

ഗീതയുടെ 18 അദ്ധ്യായങ്ങളിൽ സുപ്രധാനമായ ഒന്നാണ് സാംഖ്യയോഗം എന്ന ഈ അദ്ധ്യായം. സാംഖ്യം എന്നാൽ വിവേകം. സാംഖ്യയോഗത്തിൽ ഇവിടെ പ്രതിപാദിക്കുന്നത് വിവേകജ്ഞാനമാകുന്നു. ഭഗവാൻ കൃഷ്ണൻ തന്റെ ഉപദേശങ്ങൾക്ക് തുടക്കമിടുന്നത് ഈ അദ്ധ്യായത്തിലാണ്. ഗീതോപദേശത്തിന്റെ അടിത്തറയായി വർത്തിക്കുന്നതും ഈ അദ്ധ്യായം തന്നെ.

യുദ്ധഭൂമിയിൽ എത്തി ശസ്ത്രപ്രയോഗത്തിന് തയ്യാറാകുന്ന നിമിഷത്തിൽ അർജ്ജുനനെ ചില അനവസര ചിന്തകൾ ബാധിക്കുന്നതും അയാൾ ആകെ അസ്വസ്ഥനായി, സ്വകർമ്മവിമുഖനായി, ശോകാവേശിതനായി, മാറുന്നതും നാം കണ്ടു. ബന്ധുക്കളെ കൊല്ലുന്നതു കൊണ്ടുണ്ടാകുന്ന പാപത്തെയും ധർമ്മക്ഷയത്തെയും പറ്റി ഇങ്ങനൊരു ഘട്ടത്തിൽ ചിന്തിച്ചു വിഷാദിക്കുന്നത് ഏറ്റവും അനുചിതവും ക്ഷുദ്രവുമാണെന്ന് കൃഷ്ണൻ വ്യക്തമാക്കുന്നിടത്താണ് രണ്ടാം അദ്ധ്യായം തുടങ്ങുന്നത്. കൃഷ്ണൻ പറയുന്നു:

കുതസ്ത്വാ കശ്മലമിദം വിഷമേ സമുപസ്ഥിതം;
അനാര്യജുഷ്ടമസ്വർഗ്യം അകീർത്തികരമർജ്ജുന. (2.2)

ക്ലൈബ്യം മാ സ്മ ഗമഃ പാർത്ഥ നൈതത്ത്വയ്യുപപദ്യതേ;
ക്ഷുദ്രം ഹൃദയദൗർബല്യം ത്യക്ത്വോത്തിഷ്ഠ പരന്തപ. (2.3)

വാഗർത്ഥം: (2.2) അർജ്ജുന - ഹേ, അർജ്ജുനാ; കുതസ്ത്വാ - കുതഃ ത്വാ - എവിടന്നാണ് നിന്നെ; കശ്മലമിദം - കശ്മലം ഇദം - ഈ ഭീരുത്വം; വിഷമേ - വിഷമാവസ്ഥയിൽ; സമുപസ്ഥിതം - പ്രാപിച്ചിരിക്കുന്നത്; അനാര്യജുഷ്ടം - ആര്യന്മാർക്ക് ചേരാത്തത് (ആര്യന്മാർ എന്നതിന് ശ്രേഷ്ഠന്മാർ എന്നേ അർത്ഥമുള്ളൂ; അവരൊരു വർഗ്ഗവുമല്ല, വെളിയിൽനിന്നു വന്നവരുമല്ല); അസ്വർഗ്യം - സ്വർഗപ്രാപ്തിക്കു സഹായിക്കാത്തത്.

വാഗർത്ഥം: (2.3) ക്ലൈബ്യം - ദൗർബല്യം; മാ സ്മ ഗമഃ - പ്രാപിച്ച വനാകരുത്; നൈതത്ത്വയ്യുപപദ്യതേ - ന ഏതത് ത്വയി ഉപപദ്യതേ - ഇത് നിന്നിൽ ചേരേണ്ടതല്ല, ഇത് നിനക്ക് ഇണങ്ങുന്നതല്ല; ക്ഷുദ്രം ഹൃദയദൗർബല്യം - ക്ഷുദ്രമായ ഈ ഹൃദയ ദൗർബല്യം; ത്യക്ത്വോ ത്തിഷ്ഠ - ത്യക്ത്വാ ഉത്തിഷ്ഠ - ഉപേക്ഷിച്ചിട്ട് എഴുന്നേൽക്കൂ.

ശ്ലോകാർത്ഥം: (2.2) ഹേ, അർജുനാ! ഈ വിഷമസന്ധിയിൽ നിന്നെ ഭീരുത്വം എങ്ങനെ ബാധിച്ചു? ഇത് ആര്യന്മാർക്കു ചേർന്ന തല്ല; അസ്വർഗ്യവും അകീർത്തികരവുമാണിത്.

ശ്ലോകാർത്ഥം: (2.3) ഇങ്ങനെ ഭീരുവാകരുത്, അർജുനാ! നിന ക്കിത് ഒട്ടും യോജിച്ചതല്ല. ക്ഷുദ്രമായ ഈ ഹൃദയ ദൗർബല്യത്തെ കളഞ്ഞ് എഴുന്നേൽക്കുക.

അങ്ങനെ, അനഭിലഷണീയമായ അർജുനചിന്തയെ തടയാനായി കൃഷ്ണൻ ചെറിയൊരു ശാസനയാണ് ആദ്യം നൽകുന്നത്. അതി ലൊരു കുറ്റപ്പെടുത്തലുണ്ട്. ഒപ്പം, ദൗർബല്യങ്ങൾ വിട്ട് കർത്തവ്യ നിരതനാകാനുള്ള ഉപദേശവും.

അർജുനൻ യുദ്ധഭൂമിയിൽ വന്നുനിന്നുകൊണ്ട് പ്രകടിപ്പിച്ച വേവലാതികളെല്ലാം വെറും ക്ഷുദ്രത്വമാണെന്നു കൃഷ്ണൻ വിമർ ശിച്ചത് നാം കണ്ടു. എന്നാൽ അർജുനനാകട്ടെ തുടർന്നു നടത്തു ന്നത് കൂടുതൽ പരിദേവനങ്ങളാണ്. പൂജാർഹരായ ദ്രോണനെയും ഭീഷ്മരെയും താനെങ്ങനെ യുദ്ധത്തിൽ ശസ്ത്രംകൊണ്ട് നേരിടു മെന്നും അവരെ കൊന്നിട്ട് തങ്ങൾ നേടുന്നത് രക്തപങ്കിലമായ ഭോഗങ്ങളായിരിക്കുമെന്നും അതിനെക്കാൾ ശ്രേയസ്കരമായിട്ടു ള്ളത് ഭിക്ഷയെടുത്തു ജീവിക്കുന്നതാണെന്നും മറ്റും അയാൾ വിലപി ക്കുന്നു.

ശ്ലോകം 2.4 കാണുക:

"കഥം ഭീഷ്മമഹം സംഖ്യേ ദ്രോണം ച മധുസൂദന;
ഇഷുഭിഃ പ്രതിയോത്സ്യാമി പൂജാർഹാവരിസൂദന." (2.4)

വാഗർത്ഥം: മധുസൂദന - അല്ലയോ കൃഷ്ണാ; അഹം - ഞാൻ; ഭീഷ്മം ദ്രോണം ച - ഭീഷ്മരെയും ദ്രോണരെയും; ഇഷുഭിഃ - ആയുധം കൊണ്ട്; കഥം സംഖ്യേ പ്രതിയോത്സ്യാമി - എങ്ങനെ യുദ്ധത്തിൽ എതിരിടും; പൂജാർഹൗ - അവർ രണ്ടുപേരും പൂജാർ ഹരാണ്; അരിസൂദന - അല്ലയോ, കൃഷ്ണ.

ഏവരെ കൊന്നിട്ടാണോ പിന്നെ ജീവിച്ചിരിക്കാൻ തങ്ങൾ ആഗ്ര ഹിക്കാത്തത് അവരിതാ ധാർത്തരാഷ്ട്രന്മാരുടെ ഭാഗത്തെ പ്രമുഖ രായി യുദ്ധത്തിൽ പങ്കെടുക്കുന്നു! അവർ ജയിക്കുന്നതാണോ

അതോ തങ്ങൾ ജയിക്കുന്നതാണോ തങ്ങൾക്കു ശ്രേയസ്കരമായിട്ടുള്ളത് എന്നു നിശ്ചയിക്കാൻ കഴിയുന്നില്ലെന്നും അർജുനൻ പരിതപിക്കുന്നു. ഇപ്രകാരം അർജുനൻ ആകെ പരവശനും ഇതികർത്തവ്യതാമൂഢനും ആയിത്തീരുന്നു. ശത്രുക്കളില്ലാത്ത രാജ്യത്തെയും ദേവന്മാരുടെ അധീശത്വത്തെയുംകൂടി കിട്ടിയാലും തന്റെ ഈ ദുഃഖവും മൂഢതയും ഇല്ലാതാവില്ല എന്നു വിലപിച്ചുകൊണ്ട് അയാൾ കൃഷ്ണനെ ശരണം പ്രാപിക്കുന്നു. തന്നെ ഒരു ശിഷ്യനെപ്പോലെ കണ്ട് ആവശ്യമായ ഉദ്ബോധനങ്ങൾ നൽകി രക്ഷിക്കണമെന്ന് കൃഷ്ണനോട് അപേക്ഷിക്കുന്നു. എന്നിട്ട് 'യുദ്ധം ചെയ്യാൻ എനിക്കാവുന്നില്ല' എന്ന് കൃഷ്ണനെ അറിയിച്ച് നിശ്ശബ്ദനായിട്ടിരുന്നു.

അപ്പോൾ ഒരു മന്ദസ്മിതത്തോടെ ഇരുസൈന്യങ്ങളുടെയും മദ്ധ്യത്തിൽവച്ച് കൃഷ്ണൻ തന്റെ ഉപദേശം തുടങ്ങുന്നു. ഗീതോപദേശത്തിന്റെ തുടക്കം ഇവിടെയാണ്.

അർജുനൻ മുഖ്യമായും മൂന്നു പ്രശ്നങ്ങളാണ് മുന്നോട്ടുവയ്ക്കുന്നത്. ഒന്ന്, 'സ്വജനങ്ങളെ കൊല്ലാൻ ഞാനില്ല'; രണ്ട്, 'അവരെ കൊന്നാൽ പാപം കിട്ടും'; മൂന്ന്, 'കുലധർമ്മവും വർണ്ണധർമ്മവും ജാതിധർമ്മവും മറ്റും നശിക്കും.'

ഈ ഓരോ പ്രശ്നത്തിനും കൃഷ്ണൻ മറുപടി പറയുന്നു. ഒന്നാമത്തേതിന് ആരും ആരെയും കൊല്ലുന്നില്ല, എല്ലാവരും എന്നും ഉള്ളവരാണ്, സർവരുടെയും ശരിയായ സ്വത്വം നിത്യമായ ആത്മാവാണ്; ശരീരം ഉണ്ടാവും പോകും, ആത്മാവ് നശിക്കാതെ സർവവ്യാപിയായി വർത്തിക്കും, നശിച്ചുപോകുന്ന ശരീരത്തെപ്പറ്റി വ്യാകുലപ്പെടുന്നത് മണ്ടത്തരമാണ് - എന്നിങ്ങനെയാണു മറുപടി. കൃഷ്ണൻ പറയുന്നു:

അശോച്യാനന്വശോചസ്ത്വം പ്രജ്ഞാവാദാംശ്ച ഭാഷസേ;
ഗതാസൂനഗതാസൂംശ്ച നാനുശോചന്തി പണ്ഡിതാഃ. (2.11)

ന ത്വേവാഹം ജാതു നാസം ന ത്വം നേമേ ജനാധിപാഃ;
ന ചൈവ ന ഭവിഷ്യാമഃ സർവേ വയമതഃ പരം. (2.12)

അർത്ഥം: (2.11) അശോച്യാൻ അന്വശോചഃ ത്വം - ദുഃഖിക്കേണ്ടാത്തവർക്കായി നീ ദുഃഖിക്കുന്നു; പ്രജ്ഞാവാദാൻ ച ഭാഷസേ - വിവേകമുള്ള വാക്കുകൾ പറയുകയും ചെയ്യുന്നു; ഗതാസൂൻ അഗതാസൂൻ ച - പ്രാണൻ പോയവരെക്കുറിച്ചും പ്രാണനോടെ ഇരിക്കുന്നവരെക്കുറിച്ചും; പണ്ഡിതാഃ - തത്ത്വദർശികൾ; ന അനുശോചന്തി - ദുഃഖിക്കുന്നില്ല.

(2.12) തു അഹം - എന്നാൽ ഞാൻ; ന ഏവ ജാതു നാസം - ഒരിക്കലും ഇല്ലാതെയിരുന്നിട്ടില്ല; ന ത്വം ന ഇമേ ജനാധിപാഃ - നീയും ഈ രാജാക്കന്മാരും ഇല്ലാതെയിരുന്നിട്ടില്ല; ന ച ഏവ ന ഭവിഷ്യാമഃ - അതുപോലെതന്നെ ഇല്ലാതെയാകുകയുമില്ല; സർവേ വയം അതഃ പരം - അതിനപ്പുറം നാം സർവരും (ഇല്ലാതെയാവില്ല).

അതായത്, ഞാനോ നീയോ ഈ രാജാക്കന്മാരോ ഒരിക്കലും ഇല്ലാതിരുന്നിട്ടില്ല. ഭാവിയിലും നാം ഇല്ലാതെയാകില്ല.

പ്രാണൻ പോയവരെക്കുറിച്ച് ദുഃഖിക്കേണ്ടാത്തത് എന്തുകൊണ്ടാണ്? കാരണം, പ്രാണൻ പോവുന്നതോടെ ഒരാൾ ഇല്ലാതെയാകുന്നില്ല. അയാളുടെ തത്കാല ശരീരം പോകുന്നു എന്നേയുള്ളൂ. പ്രാണനോടുകൂടി ഇരിക്കുന്നവരെപ്പറ്റിയും ദുഃഖിക്കേണ്ട കാര്യമില്ല. കാരണം, അവരും നാളെ ഇല്ലാതെയാകുന്നില്ല. എല്ലാവരും എന്നും നിലനിൽക്കുന്നു. അതെങ്ങനെ? ആരും ഈ ശരീരമല്ല. ദേഹി ആണ്, അതായത് ആത്മാവാണ്. അതിനു നാശമില്ല. അത് അനാദിയും നിത്യവുമാണ്.

ഇവിടെ ഒരു കാര്യം പ്രത്യേകം അറിഞ്ഞുവയ്ക്കണം. ഓരോരുത്തർക്കും ഓരോ ആത്മാവുണ്ടെന്നും അത് എന്നും നിലനിൽക്കുമെന്നുമല്ല ഇവിടെ വിവക്ഷിച്ചിരിക്കുന്നത്. ആത്മാവ് ഒന്നേയുള്ളൂ. അത് വിവിധ ശരീരങ്ങളായി സ്വയം പ്രകടമാകുന്നതാണ് ഓരോ ജീവിയും. (അരിമാവിൽ മധുരം ചേർക്കുന്നുവെന്നു വിചാരിക്കുക. അതുകൊണ്ട് നെയ്യപ്പം ചുടുന്നു, ഓരോ നെയ്യപ്പവും ഓരോ ആകൃതിയിലിരിക്കും. കാരണം, അച്ചിലല്ലല്ലോ ചുടുന്നത്? നെയ്യപ്പം ശരീരവും അതിലെ മധുരം ആത്മാവും എന്നു സങ്കല്പിച്ചാൽ ഏകദേശം ഇതുപോലെ വരും). ആത്മാവിന്റെ ഭൗതിക പ്രകടനമാണ് ഈ പ്രപഞ്ചം തന്നെ. ഏകവും സർവവ്യാപിയുമായ ആത്മാവാണ് എല്ലാവരിലും വിഭക്തമെന്നപോലെ സ്ഥിതി ചെയ്യുന്നതെന്ന് ഗീത തന്നെ പല ശ്ലോകങ്ങളിലായി വ്യക്തമാക്കുന്നുണ്ട്. 2.23, 2.24, 13.15, 13.16 തുടങ്ങിയവ ഉദാഹരണം. മുഖ്യോപനിഷത്തുകളിൽ ഇക്കാര്യം ഊന്നിയൂന്നി പറയുന്നുണ്ട്. ഐതരേയം 1.1.1, ബൃഹദാരണ്യകം 1.4.17, 3.8.8, കഠം 5.9, 5.10, 5.11 തുടങ്ങിയവ ഉദാഹരണം.

ഗീതാശ്ലോകം 2.11-ൽ ഭഗവാൻ കൃഷ്ണൻ തന്റെ സാംഖ്യോപദേശം ആരംഭിച്ചുവെന്ന് നാം മനസ്സിലാക്കി. താൻ കൊല്ലുന്നു എന്ന അർജുനന്റെ ധാരണ ശരിയല്ലെന്നും അങ്ങനെ കൊല്ലാൻ തക്കവണ്ണമുള്ളതല്ല മനുഷ്യ സ്വത്വമെന്നും പ്രാരംഭമായി കൃഷ്ണൻ സൂചിപ്പിച്ചു. മനുഷ്യൻ അനാദിയും അനശ്വരനുമായ ആത്മാവാണെന്നും ഈ ശരീരത്തിലൂടെയുള്ള അതിന്റെ പ്രകടനമാണ് ഓരോ വ്യക്തിയുമെന്നും

അതിനു കാരണമായി, വ്യക്തമാക്കി. ഇനി ആ ആശയത്തെ വിശദീകരിക്കുകയാണ്, 2.13 മുതൽ 2.30 വരെയുള്ള ശ്ലോകങ്ങളിൽ. ഗീതാജ്ഞാനത്തിലെ സുപ്രധാന ഭാഗമായതിനാൽ നാം ആ ശ്ലോകങ്ങളോരോന്നും കൃത്യമായി മനസ്സിലാക്കേണ്ടതുണ്ട്. ഇപ്പോൾ 2.13 ശ്ലോകം നോക്കാം.

ദേഹിനോ/സ്മിൻ യഥാ ദേഹേ കൗമാരം യൗവനം ജരാ;
തഥാ ദേഹാന്തരപ്രാപ്തിഃ ധീരസ്തത്ര ന മുഹ്യതി. (2.13)

അർത്ഥം: ദേഹിനോ/സ്മിൻ ദേഹേ - ദേഹിനഃ അസ്മിൻ ദേഹേ (/ - ഈ ചിഹ്നം 'അ' എന്നതിനെ സൂചിപ്പിക്കുന്നു. സന്ധി ചെയ്യുമ്പോൾ അ എന്നതിനു പകരം ഇതാണ് ഉപയോഗിക്കുന്നത്. ശ്ലോകം ചൊല്ലുമ്പോൾ അർദ്ധ അകാരമായി അതിനെ ഉച്ചരിക്കണം); ദേഹിൻ - ദേഹി - ശരീരത്തോടു കൂടിയ ആത്മാവ്; ദേഹിനഃ - ദേഹിക്ക്; യഥാ അസ്മിൻ ദേഹേ കൗമാരം യൗവനം ജരാ - എങ്ങനെയാണോ ഈ ശരീരത്തിൽ കൗമാരം, യൗവനം, ജരാ എന്നിവ; തഥാ ദേഹാന്തരപ്രാപ്തിഃ - അങ്ങനെതന്നെയാണ് ദേഹാന്തരം പ്രാപിച്ചാലും (ഒരു ദേഹം പോയി മറ്റൊന്നു വന്നാലും എന്നർത്ഥം); ധീരഃ തത്ര ന മുഹ്യതി - വിവേകികൾ അതിൽ മോഹിക്കുന്നില്ല (ഭ്രമിക്കുന്നില്ല).

ശ്ലോകാർത്ഥം: ദേഹിക്ക് ഈ ശരീരത്തിൽ കൗമാരവും യൗവനവും വാർദ്ധക്യവും എങ്ങനെയാണോ അതുപോലെതന്നെയാണ് ദേഹമാറ്റം ഉണ്ടായാലും. അക്കാര്യത്തിൽ വിവേകികൾക്ക് ഒരു സംശയവുമില്ല.

ഈ ശരീരത്തിലുണ്ടാകുന്ന കൗമാരം, യൗവനം, വാർദ്ധക്യം എന്നിങ്ങനെയുള്ള മാറ്റങ്ങളൊന്നും ആത്മാവിനെ ബാധിക്കുകയില്ല എന്നർത്ഥം. ഇപ്രകാരമുള്ള അവസ്ഥകൾ മാത്രമല്ല, ശരീരം തന്നെ മാറിയാലും ആത്മാവ് മാറ്റമൊന്നുമില്ലാതെ വർത്തിക്കും. സർവദേഹങ്ങളിലുമായി വ്യാപിച്ചു നിൽക്കുന്ന ഏകമായ ചൈതന്യമാണ് ആത്മാവ്. ആത്മാവ് ഒന്നേയുള്ളൂ എന്നതിനാൽ ഓരോരുത്തർക്കും അവരുടേതായ ഒരു ആത്മാവ് ഇല്ല എന്നുകൂടി ഇതിനോടൊപ്പം മനസ്സിലാക്കണം. ഏകമായ ആത്മാവിന് ശരീരങ്ങൾ ഉണ്ടാവുകയും ഇല്ലാതാവുകയും ചെയ്തുകൊണ്ടിരിക്കുന്നു. ഈ പ്രക്രിയ ആത്മാവിനെ അശേഷം ബാധിക്കുന്നില്ല എന്നാണ് ശ്ലോകത്തിന്റെ വ്യംഗ്യം.

ആത്മാവ് യാതൊന്നിനാലും ചലിപ്പിക്കപ്പെടുന്നില്ല. ചൂട്-തണുപ്പ്, സുഖം-ദുഃഖം, ഉയർച്ച-താഴ്ച എന്നിത്യാദി ദ്വന്ദ്വാനുഭവങ്ങൾക്കൊക്കെ അതീതമാണ് ആത്മാവ്. ഇവയൊന്നും

ആത്മാവിൽ ചലനങ്ങളുണ്ടാക്കുന്നില്ല. ഈ വസ്തുത ഗീത തന്നെ 2.30 വരെയുള്ള തുടർ ശ്ലോകങ്ങളിൽ ആവർത്തിക്കുന്നുണ്ട്. എന്നു മാത്രമല്ല, 13.31, 13.32 ശ്ലോകങ്ങളിൽ സംശയാതീതമായി വ്യക്തമാക്കുകയും ചെയ്തിരിക്കുന്നു. ഉപനിഷത്തുകളിൽ ആത്മാവിനെപ്പറ്റിയുള്ള ഒരു പ്രധാന നിരീക്ഷണം തന്നെയാണിത്. ബൃഹദാരണ്യകം 4.4.22, ഛാന്ദോഗ്യം 8.4.1, കഠം 5.11 എന്നീ വാക്യങ്ങൾ ഒന്നിനാലും ബാധിക്കപ്പെടാത്ത ആത്മാവിന്റെ ഈ സ്വഭാവത്തെപ്പറ്റി പറയുന്നു. ശരീരം കൊണ്ട് ചെയ്യുന്ന കർമ്മങ്ങളൊന്നും, അത് പാപങ്ങളാവട്ടെ, പുണ്യങ്ങളാവട്ടെ, ആത്മാവിൽ ലേഖനം ചെയ്യപ്പെടുന്നില്ല എന്നാണ് ഇവയെല്ലാം ആവർത്തിച്ച് വ്യക്തമാക്കുന്നത്. ഗീതയിൽ 5.15-ലും ഇതുതന്നെ കാണാം.

ദേഹം ഉപയോഗിച്ചു ചെയ്ത കർമ്മങ്ങളൊന്നും ദേഹിയിൽ ലേഖനം ചെയ്യപ്പെടുന്നില്ലെങ്കിൽ അവയുടെ ഫലം അനുഭവിക്കാൻ പുനർജന്മം ഉണ്ടാകും എന്നത് അസാധ്യം തന്നെ. ഈ ജന്മത്തിലെ അക്കൗണ്ട് അടുത്തതിലേക്ക് കൈമാറ്റം ചെയ്യാൻ ഉപാധികളൊന്നുമില്ല. ചിലർ പ്രചരിപ്പിക്കുന്നത് സൂക്ഷ്മശരീരം ഈ അക്കൗണ്ട് വഹിച്ചുകൊണ്ടു പോകുമെന്നാണ്. സൂക്ഷ്മ ശരീരമെന്നാൽ ജ്ഞാനേന്ദ്രിയങ്ങളും കർമ്മേന്ദ്രിയങ്ങളും പഞ്ചപ്രാണനുകളും മനസ്സും ബുദ്ധിയും ചേർന്നതാണെന്ന് ആദിശങ്കരൻ തത്ത്വബോധം എന്ന കൃതിയിൽ പറഞ്ഞിരിക്കുന്നു. അവയെല്ലാം ശരീരാധിഷ്ഠിതമാണെന്നതിനു തർക്കമില്ലല്ലോ? മനസ്സും ഇന്ദ്രിയങ്ങളും പ്രകൃതിയുടെ ഭാഗമാണെന്ന് ഗീതതന്നെ 15.7 ശ്ലോകത്തിൽ വ്യക്തമാക്കിയിട്ടുണ്ട്. ശരീരം (അതായത് സ്ഥൂലശരീരം) നശിക്കുന്നതോടുകൂടി സൂക്ഷ്മ ശരീരവും ഇല്ലാതാകുന്നു എന്നതാണ് ഇതിൽനിന്നു തെളിയുന്നത്. പഴയ ഓർമ്മകളോ പഴയ കർമ്മങ്ങളുടെ ഭാണ്ഡങ്ങളോ വഹിച്ചുകൊണ്ട് ആരും ജനിക്കുന്നില്ല എന്നാണ് ഇവയുടെയെല്ലാം ആകെക്കൂടിയുള്ള അർത്ഥം. അതായത് ശരീരനാശത്തിനുശേഷം അതേ വ്യക്തി പുനർജനിക്കുന്നു എന്ന ധാരണ തെറ്റാണ്. പുനർജന്മം എന്ന് നാം സാധാരണ മനസ്സിലാക്കുന്ന പ്രക്രിയ അസംഭവ്യം. പിന്നെന്തുകൊണ്ട് ഗീതയിലും മറ്റ് ആത്മീയ ഗ്രന്ഥങ്ങളിലും പുരാണേതിഹാസങ്ങളിലുമൊക്കെ പുനർജന്മത്തെപ്പറ്റി പറയുന്നു? എന്താണ് അതിന്റെ പൊരുൾ? അതിനുള്ള ഉത്തരം ഗീതാശ്ലോകം 2.14, 2.15 എന്നിവ പഠിക്കുമ്പോൾ വ്യക്തമാകും.

പുനർജന്മത്തെപ്പറ്റി ഹിന്ദു ആത്മീയ ഗ്രന്ഥങ്ങളിൽ പറയുന്നതിന്റെ പൊരുൾ എന്താണ്? ശരീര നാശത്തിനു ശേഷം അതേ ആൾ മറ്റൊരു ഗർഭപാത്രത്തിൽപ്പോയി വീണ്ടും ജനിക്കുന്നു, പഴയ കർമ്മങ്ങളുടെ ചരിത്രം അയാളുടെ പുതിയ ജന്മത്തിൽ ഫലങ്ങളുണ്ടാക്കുന്നു

എന്നിത്യാദി വിശ്വാസങ്ങൾ ശരിയാണോ? അതിനെപ്പറ്റി ഗീത എന്തു പറയുന്നു എന്നതാണ് നാമിവിടെ പരിശോധിക്കാൻ പോകുന്നത്. ഇതൊരു തുടക്കമാണ്. ഇതുമായി ബന്ധപ്പെട്ട മറ്റു ശ്ലോകങ്ങൾ പഠിക്കുന്ന സമയത്ത് കൂടുതൽ വിശദീകരിക്കാം. ആദ്യം താഴെപ്പറയുന്ന രണ്ടു ശ്ലോകങ്ങൾ നോക്കുക.

മാത്രാസ്പർശാസ്തു കൗന്തേയ ശീതോഷ്ണസുഖദുഃഖദാഃ;
ആഗമാപായിനോഽനിത്യാഃ താംസ്തിതിക്ഷസ്വ ഭാരത. (2.14)

യം ഹി ന വ്യഥയന്ത്യേതേ പുരുഷം പുരുഷർഷഭ;
സമദുഃഖസുഖം ധീരം സോഽമൃതത്വായ കല്പതേ. (2.15)

വാഗർത്ഥം: (2.14): മാത്രാസ്പർശാഃ - ഭൗതികവസ്തുക്കളുമായുള്ള സംബന്ധം; തു - തീർച്ചയായും; കൗന്തേയ - ഹേ, അർജുനാ; ശീതോഷ്ണസുഖദുഃഖദാഃ - ശീതോഷ്ണങ്ങളെയും സുഖദുഃഖങ്ങളെയും ഉണ്ടാക്കുന്നതാണ്; ആഗമാപായിനഃ - (അവ) വന്നുപൊയ്ക്കൊണ്ടിരിക്കുന്നവയാണ്; അനിത്യാഃ - അനിത്യങ്ങളാണ്; താൻ തിതിക്ഷസ്വ ഭാരത - അവയെ സഹിക്കുക, അർജുനാ.

(2.15): ഏതേ - ഇവ; യം പുരുഷം ഹി ന വ്യഥയന്തി - ഏതു പുരുഷനെയാണോ ഇളക്കാത്തത് (ക്ഷോഭിപ്പിക്കാത്തത്); പുരുഷർഷഭ - ഹേ, പുരുഷശ്രേഷ്ഠ!; സമദുഃഖസുഖം ധീരം സഃ - സുഖവും ദുഃഖവും സമമായിട്ടുള്ള അയാൾ; അമൃതത്വായ കല്പതേ - അമൃതത്വത്തിന് (അമരത്വത്തിന്) അർഹനാകുന്നു.

ശ്ലോകാർത്ഥം: (2.14) ഭൗതിക വസ്തുക്കളുമായുള്ള സംബന്ധം മൂലമാണ് (ഇന്ദ്രിയങ്ങൾക്ക് വിഷയങ്ങളുമായുള്ള സംബന്ധം മൂലമാണ്) ശീതം-ഉഷ്ണം, സുഖം-ദുഃഖം തുടങ്ങിയ ദ്വന്ദ്വാനുഭവങ്ങൾ ഉണ്ടാകുന്നത്. അവ വന്നും പോയുമിരിക്കും അവയെ സഹിക്കുക (അവയിൽ വ്യാകുലത വേണ്ട).

(2.15) ആർക്കാണോ ഈ ദ്വന്ദ്വാനുഭവങ്ങൾ വ്യഥ ഉണ്ടാക്കാത്തത്, സുഖദുഃഖങ്ങളെ സമമായി കാണുന്ന അയാൾ അമരത്വത്തിനു യോഗ്യനായി ഭവിക്കുന്നു.

വെറുതേ അർത്ഥം അറിഞ്ഞുപോകാനാണെങ്കിൽ ഇത്രയും മതി. എന്നാൽ ഇതിന്റെ പൊരുൾ അറിയണമെന്നുണ്ടെങ്കിൽ കൂടുതൽ ചിന്തിക്കണം. ഉപനിഷത് പ്രമാണങ്ങളിൽ സാമാന്യമായ അറിവും ഉണ്ടായിരിക്കണം. ഇതു മാത്രമല്ല, ഭാരതീയ ആത്മീയ ചിന്തയുടെ സമഗ്ര സന്ദേശം എന്താണെന്നൊരു ഏകദേശ ധാരണയെങ്കിലും ഉണ്ടായിരിക്കുകയും വേണം.

ഇവിടെ ശ്ലോകം 2.15 പറയുന്നത് സുഖദുഃഖങ്ങളെ സമബുദ്ധിയോടെ, അചഞ്ചലനായി നേരിടുന്നവൻ അമരനായി, അതായത്

മരണമില്ലാത്തവനായി, ഭവിക്കും എന്നാണ്. അപ്പോൾ മരണം ഉള്ളവൻ ആരാണ്? സുഖദുഃഖാദി ദ്വന്ദ്വാനുഭവങ്ങൾക്ക് അടിപ്പെട്ടു പോകുന്നവനാണ്. അതായത്, ദ്വന്ദ്വാനുഭവങ്ങളാൽ മഥിക്കപ്പെടുന്ന താണ് ഗീത പറയുന്ന മരണം.

എപ്പോഴാണ് സുഖദുഃഖങ്ങൾ നമ്മെ മഥിക്കുന്നത്? ഓരോരോ അനുഭവങ്ങൾ നാം ഉദ്ദേശിക്കുന്ന രീതിയിൽ സംഭവിക്കണമെന്ന് ശക്തമായി ആഗ്രഹിക്കുമ്പോഴാണ് അവ നമ്മെ മഥിക്കുന്നത്. അനുകൂലമെങ്കിൽ സുഖവും പ്രതികൂലമെങ്കിൽ ദുഃഖവും ഉണ്ടാകും; അവയിൽ നാം ഗാഢമായി മുങ്ങിയമരും. ഇങ്ങനെയുള്ള ശക്തമായ ആഗ്രഹമാണ് കാമം. അപ്പോൾ, കാമത്തിനു കീഴടങ്ങുന്നതാണു മരണം എന്ന ബോധത്തിലേക്ക് നാം എത്തുന്നു. ഉപനിഷത്തുകൾ മരണത്തെ നിർവചിക്കുന്നത് ഈ രീതിയിലാണ്. ബൃഹദാരണ്യകം 1.2.1ൽ പറയുന്നു, വിശപ്പ് ആണ് മൃത്യു എന്ന്. ഭോഗങ്ങൾക്കായുള്ള ഉത്കടമായ ആഗ്രഹമാണ് ഈ വിശപ്പ്; അതിനാൽ അത് കാമം തന്നെ. കാമത്തിനു കീഴടങ്ങുന്നതാണ് മരണം എന്നർത്ഥം. ബൃഹ ദാരണ്യകത്തിൽത്തന്നെ 4.4.7, കഠം 6.14 എന്നിവയിൽ കാമങ്ങളിൽ നിന്നെല്ലാം മുക്തമാകുന്നതാണ് അമരത്വം എന്ന് പറഞ്ഞിരിക്കുന്നു. അവിടെയും മരണം നേരത്തേ പറഞ്ഞപോലെ കാമങ്ങൾക്ക് വഴ ങ്ങുന്ന അവസ്ഥതന്നെ.

ഒരിക്കൽ കാമങ്ങൾക്കു വഴങ്ങുമ്പോൾ അത് മരണം; അതിൽ നിന്ന് നിവർത്തനം ചെയ്യുമ്പോൾ അത് പുനർജനനം. ഇത് ഈ ശരീരത്തോടെ ഇരിക്കുമ്പോൾത്തന്നെ ആവർത്തിച്ചുകൊണ്ടിരി ക്കുന്നു. അങ്ങനെ മരണവും ജനനവും വീണ്ടും വീണ്ടും ഉണ്ടാ വുന്നു. വിവേകം ഉണ്ടാവുമ്പോൾ മനുഷ്യൻ കാമങ്ങൾക്കു കീഴട ങ്ങുന്നതിൽനിന്ന് എന്നന്നേക്കുമായി നിവർത്തനാകുന്നു. ഇതാണ് മോക്ഷം. പക്ഷേ, ഈ വിവേകം അത്ര പെട്ടെന്നൊന്നും ലഭ്യമാകില്ല. ഏതൊരു ലക്ഷ്യത്തിലെത്താനും വേണ്ടതായ പ്രയത്നം ഇവിടെയും വേണം. ആദ്യമൊക്കെ പരാജയപ്പെടും. പിന്നെപ്പിന്നെ, അനുഭവങ്ങ ളിലൂടെ ശക്തിയാർജ്ജിച്ച് വിജയത്തിലേക്ക് എത്തുന്നു. അപൂർവം പേർക്കേ ഇതു സാധിക്കുന്നുള്ളൂ. പരാജയങ്ങളിലൂടെ ആവർത്തി ച്ചുള്ള ഈ സഞ്ചാരത്തെയാണ് 'അനേക ജന്മങ്ങളിലൂടെ മോക്ഷ ത്തിലെത്തുന്നു' എന്ന് ആത്മീയ ഗ്രന്ഥങ്ങൾ ആലങ്കാരികമായി പറയുന്നത്. മോക്ഷം ജീവിച്ചിരിക്കുമ്പോൾത്തന്നെ ലഭിക്കുന്ന ഒരു സ്വാതന്ത്ര്യമാണ്.

അങ്ങനെ മോക്ഷപ്രാപ്തി നേടുന്ന ആൾ സുഖത്തിലോ ദുഃഖ ത്തിലോ മുങ്ങിപ്പോകുന്നില്ല; അവയൊന്നും അയാളെ ചലിപ്പിക്കു ന്നില്ല. സുഖം വന്നാലും ദുഃഖം വന്നാലും അയാൾ അതൊന്നും

ഏശാതെ അചഞ്ചലനായി വർത്തിക്കും. ആ ദ്വന്ദ്വാനുഭവങ്ങൾക്ക് അതീതമായ ശാന്തതയും നിതാന്തമായ ആനന്ദവും അയാൾക്ക് ലഭിക്കുന്നു. എന്തു സംഭവിച്ചാലും തനിക്കൊന്നുമില്ല എന്ന മനോനിലയിലായിരിക്കും അപ്പോൾ അയാൾ. ആ അവസ്ഥയിൽ അയാൾ പരമമായ, നിത്യമായ ആനന്ദം അനുഭവിക്കുന്നു. ഒരു പ്രലോഭനങ്ങളിലും അയാൾ വീഴുന്നില്ല. വെള്ളത്തിൽ താമര പോലെ ദ്വന്ദ്വാനുഭവങ്ങളുടെ സാഗരമായ ഇഹലോക ജീവിതത്തിൽ അയാൾ നിർബാധനായി ആനന്ദത്തോടെ വർത്തിക്കുന്നു. ഇതാണ് മരണത്തിന്റെയും പുനർജന്മത്തിന്റെയും തത്ത്വം.

ഭഗവദ്ഗീതയിലെ സുപ്രധാന ശ്ലോകങ്ങളിൽ ഒന്നിനെപ്പറ്റിയാണ് ഇനി ഇവിടെ പറയാൻ പോകുന്നത്. മരണത്തിന്റെയും പുനർജന്മത്തിന്റെയും ആത്മീയശാസ്ത്രപരമായ സാങ്കേതികാർത്ഥം എന്തെന്ന് മുകളിൽ 2.14, 2.15 എന്നീ ശ്ലോകങ്ങളെ ആസ്പദിച്ച് പറയുകയുണ്ടായി. ഈ അർത്ഥത്തെ ഉറപ്പിക്കുന്നതിനുവേണ്ടി ഒരു പൊതു തത്ത്വം 2.16-ൽ പ്രസ്താവിച്ചിരിക്കുന്നു. സത് ആയതൊന്നും ഒരിക്കലും നശിക്കില്ലെന്നും അസത് ആയതിന് ഒരിക്കലും നിലനില്പില്ലെന്നുമാണ് അതിൽ പറഞ്ഞിരിക്കുന്നത്. ശ്ലോകം നോക്കുക:

നാസതോ വിദ്യതേ ഭാവഃ നാഭാവോ വിദ്യതേ സതഃ;
ഉഭയോരപി ദൃഷ്ടോന്തഃ ത്വനയോസ്തത്ത്വദർശിഭിഃ. (2.16)

വാഗർത്ഥം: നാസതോ - ന അസതഃ; അസതഃ - അസത് എന്നതിന്, അസത്തിന്; ന ഭാവഃ വിദ്യതേ - ഉണ്ട് എന്ന അവസ്ഥ ഇല്ല; നാഭാവോ - ന അഭാവഃ; അഭാവഃ - ഇല്ല എന്ന അവസ്ഥ; സതഃ - സത് എന്നതിന്, സത്തിന്; ന വിദ്യതേ - ഉണ്ടാകുന്നില്ല; അനയോഃ ഉഭയോഃ അപി - ഇവയുടെ രണ്ടിന്റെയും; അന്തഃ തു - രഹസ്യം തീർച്ചയായും; ദൃഷ്ടഃ - കാണപ്പെട്ടിട്ടുണ്ട്; തത്ത്വദർശിഭിഃ - തത്ത്വദർശികളാൽ.

ശ്ലോകാർത്ഥം: അസത് എന്നതിന് ഉണ്ട് എന്ന അവസ്ഥയില്ല; സത് എന്നതിന് ഇല്ല എന്ന അവസ്ഥയുമില്ല. ഇവ രണ്ടിന്റെയും രഹസ്യം പണ്ഡിതന്മാർ മനസ്സിലാക്കിയിട്ടുണ്ട്.

അതായത്, 'ഇല്ല' എന്ന അവസ്ഥ ഒരിക്കലും ഇല്ലാത്തത് എന്താണോ അതാണ് സത്. എന്നുവച്ചാൽ, സത് എന്നും നിലനിൽക്കുന്നു, അത് ഒരിക്കലും ഇല്ലാതാകുന്നില്ല. ഉള്ളത് ഒരിക്കലും ഇല്ലാതാകില്ല. അതുപോലെ, ഇല്ലാത്തതൊന്നും ഒരിക്കലും ഉണ്ടായി വരുന്നില്ല എന്ന് അസത്തിന്റെ നിർവചനത്തിൽനിന്നും സിദ്ധമാകുന്നു.

ഇത് ആധുനിക ശാസ്ത്രത്തിന്റെ വലിയൊരു തത്ത്വമല്ലേ? ആയിരക്കണക്കിനു വർഷങ്ങൾക്കു മുൻപാണ് ഭാരത ഋഷിമാർ ഇത് വെളിപ്പെടുത്തിയത് എന്ന് ഓർക്കുക. എക്കാലത്തെയും വലിയൊരു വസ്തുതയാണിത്. ഉള്ളതൊന്നും ഒരിക്കലും ഇല്ലാതാകില്ല, ഇല്ലാത്തതൊന്നും ഒരിക്കലും ഉണ്ടാവുകയുമില്ല. നടക്കുന്നത് രൂപപരിണാമങ്ങൾ മാത്രം. ഉണ്ടായെന്നും ഇല്ലാതായെന്നും മറ്റും നാം കാണുന്നതും അറിയുന്നതും എല്ലാം രൂപങ്ങൾ മാത്രം. സത് എന്നതിനെപ്പറ്റി ഉപനിഷത്തുകളിൽ പലയിടത്തും പറയുന്നുണ്ടെങ്കിലും അതിന്റെ കൃത്യമായ ഒരു നിർവചനം എങ്ങുമില്ല. ആ കുറവാണ് ഗീത ഈ ശ്ലോകത്തിലൂടെ നികത്തിയിരിക്കുന്നത്.

അനാദിയും അനശ്വരവുമായത് ആകെ ഒന്നേയുള്ളുവെന്നും അത് ആത്മാവാണെന്നും ഉപനിഷത്തുകൾ ഉദ്ഘോഷിക്കുന്നു. അപ്പോൾ ആത്മാവ് സത് ആകുന്നു. അസത് അതിനു നേർവിപരീതമാണ്. അത് ഒരിക്കലും നിലനിൽക്കുന്നില്ല. ഭൗതിക പ്രപഞ്ചം സത്തുമല്ല, അസത്തുമല്ല. സത് അല്ലാത്തതിനു കാരണം അത് എന്നുമുള്ളതല്ല; അസത് അല്ലാത്തതിനു കാരണം അത് ഇന്നു നിലനിൽക്കുന്നു എന്നുള്ളതാണ്. അപ്പോൾ അതിന്റെ ശരിയായ സ്ഥിതി എന്താണ്? അത് 'സത്യം' ആകുന്നു.

സത്യം എന്നാൽ സത്തിനാൽ നിലനിർത്തപ്പെടുന്ന അസത് എന്ന് അർത്ഥം. അതായത് സത് ഉള്ള അസത്. 'ട്രൂത്ത്' എന്ന് ഇംഗ്ലീഷിൽ പറയുന്ന സത്യമല്ല ഇത്. പല പരിഭാഷകരും സത്യം എന്നതിന്റെ ആത്മീയശാസ്ത്രപരമായ അർത്ഥം ഗ്രഹിക്കാതെ അതിനെ 'ട്രൂത്ത്' എന്നു തർജ്ജമ ചെയ്യുന്നു. ഇത് തെറ്റായ അർത്ഥബോധം ഉണ്ടാകാൻ ഇടയാക്കുന്നു. സത്യം എന്നതിന്റെ ശരിയായ അർത്ഥം ഛാന്ദോഗ്യ ഉപനിഷത് 8.3.5, ബൃഹദാരണ്യക ഉപനിഷത് 5.5.1 എന്നീ വാക്യങ്ങളിൽ വിശദീകരിക്കപ്പെട്ടിരിക്കുന്നു. ബ്രഹ്മം സത്യമാണെന്നാണ് ഉപനിഷത്തുകൾ പ്രഖ്യാപിക്കുന്നത് (ഛാന്ദോഗ്യം 8.3.4, ബൃഹദാരണ്യകം 5.4.1).

പ്രപഞ്ചം സത്യം ആണെന്നു പറയുമ്പോൾ അതിൽ സത്തും അസത്തും ഉണ്ടാകണമല്ലോ? അതിലെ സത് ഏത്; അസത് ഏത്? സത് നിത്യമായ ആത്മാവ് ആകുന്നു, അസത് ഭൗതികോർജ്ജവും. ഭൗതികോർജ്ജം അസത് ആകുന്നതെങ്ങനെ? ഭൗതികോർജ്ജത്തിന്റെ ആകെ അളവ് പൂജ്യമാണെന്നാണ് ഇന്ന് ശാസ്ത്രജ്ഞന്മാർ പറയുന്നത്. അതായത്, അത് യഥാർത്ഥത്തിൽ നിലനിൽക്കുന്ന ഒന്നല്ല. അതിന് സ്വന്തമായ നിലനില്പില്ല. പിന്നെങ്ങനെയാണ് പ്രപഞ്ചം നമുക്ക് ദൃശ്യമായിരിക്കുന്നത്? ആത്മീയതയുടെ ഭാഷയിൽ

പറഞ്ഞാൽ അതൊരു മായാവിദ്യ ആണ്. ഇല്ലാത്ത ഒന്നിനെ ഉണ്ടെന്ന തോന്നലുണ്ടാക്കും വിധം പ്രകടിപ്പിക്കുക. ആത്മാവ് അതെങ്ങനെയാണ് സാധിച്ചിരിക്കുന്നത്? പൂജ്യം ഊർജ്ജത്തെ തുല്യ അളവിലുള്ള നെഗറ്റീവ്-പോസിറ്റീവ് ചാർജുകളായി വേർപിരിച്ചു നിർത്തുക. സംഖ്യാ ശ്രേണിയിലെ പൂജ്യത്തെ (−1, +1), (−2,+2) എന്നിങ്ങനെ അനന്ത സംഖ്യാദ്വയങ്ങളായി, ആകെ വിലയ്ക്കു വ്യത്യാസമില്ലാതെ, വിഭജിക്കുന്നതുപോലെയുള്ള ഒരു പ്രക്രിയ. ആദ്യം ഇങ്ങനെ ഒരു ആറ്റവും പിന്നെ അനന്തമായ ആറ്റങ്ങളും നിർമ്മിച്ച് ആത്മാവ് ഭൗതിക പ്രപഞ്ചത്തെ അവതരിപ്പിച്ചിരിക്കുന്നു. ആറ്റം എന്നത് തുല്യ അളവിലുള്ള നെഗറ്റീവ്-പോസിറ്റീവ് ഊർജ്ജമാണെന്ന വസ്തുത ഏവർക്കും അറിയാവുന്നതാണല്ലോ?

സത്, അസത്, സത്യം എന്നിങ്ങനെയുള്ള സാങ്കേതിക പദങ്ങളെ ഇംഗ്ലീഷിലേക്ക് യഥാക്രമം real, unreal, truth എന്ന് തർജ്ജമ ചെയ്ത് അവയുടെ യഥാർത്ഥ ആശയത്തെ പരിഭാഷകർ നശിപ്പിച്ചിരിക്കുന്നു. ഈ തർജ്ജമകൾ വായിക്കുന്നവർ ആകെ വഴിതെറ്റിപ്പോകുകയും ശ്രേഷ്ഠമായ ആത്മീയ ചിന്തകളെ അപഹസിക്കുകയും ചെയ്യുന്നു.

സത്, അസത് എന്നിവ എന്തെന്നു നിർവചിച്ചതിനുശേഷം സത് ആയ ആത്മാവിന്റെ നിത്യത്വവും ശാശ്വതത്വവും സംബന്ധിച്ച് കൂടുതൽ വിശദീകരണങ്ങൾ തുടർന്നുള്ള ശ്ലോകങ്ങളിൽ ഗീത നൽകുന്നു. ഈ പ്രപഞ്ചം മുഴുവൻ വ്യാപിച്ചു നിൽക്കുന്ന ആത്മാവ് അവിനാശിയാണെന്നും അതിനെ ആർക്കും നശിപ്പിക്കാൻ കഴിയില്ലെന്നും 2.17 പറയുന്നു. നിത്യവും വിനാശരഹിതവും അപ്രമേയവുമായ ദേഹിയുടെ ഈ ശരീരങ്ങൾ നശിക്കുന്നവയാണ്. (അതിനാൽ യുദ്ധം ചെയ്യാൻ മടിക്കേണ്ടതില്ല) (2.18). (ദേഹത്തോടു കൂടിയിരിക്കുന്ന ആത്മാവിനെയാണ് ദേഹി എന്നു വിളിക്കുന്നത്). ആത്മാവ് ആരെയും കൊല്ലുന്നില്ല, ആർക്കും അതിനെ കൊല്ലാൻ കഴിയുകയുമില്ല (2.19). അടുത്ത ശ്ലോകത്തിൽ ഇക്കാര്യം ഒന്നുകൂടി ഉറപ്പിച്ചു പറയുന്നു. ശ്ലോകം ഇങ്ങനെ:

'ന ജായതേ മ്രിയതേ വാ കദാചിത്
നായം ഭൂത്വാ ഭവിതാ വാ ന ഭൂയഃ;
അജോ നിത്യഃ ശാശ്വതോ/യം പുരാണോ
ന ഹന്യതേ ഹന്യമാനേ ശരീരേ.' (2.20)

വാഗർത്ഥം: കദാചിത് - ഒരിക്കലും; ന ജായതേ മ്രിയതേ വാ - (ഈ ആത്മാവ്) ജനിക്കുകയോ മരിക്കുകയോ ചെയ്യുന്നില്ല; ന അയം ഭൂത്വാ ഭവിതാ വാ ന ഭൂയഃ - അത് മുൻപ് ഉണ്ടായിരുന്നിട്ട്

വീണ്ടും ഉണ്ടാവുന്നില്ല (ഉണ്ടാവുകയും പിന്നെ ഇല്ലാതാകുകയും വീണ്ടും ഉണ്ടാവുകയും ചെയ്യുന്നില്ല); അയം - ഇത്; അജഃ - ജനനമില്ലാത്തതാണ്; നിത്യഃ - നിത്യമാണ്; ശാശ്വതഃ - എന്നന്നേക്കുമുള്ളതാണ്, നാശമില്ലാത്തതാണ്; പുരാണഃ - പണ്ടേയുള്ളതാണ്; ന ഹന്യതേ - ഹനിക്കപ്പെടുന്നില്ല; ഹന്യമാനേ ശരീരേ - നശിക്കുന്ന ഈ ശരീരത്തിൽ (ഈ ശരീരം നശിച്ചാലും ആത്മാവ് നശിക്കില്ല എന്നർത്ഥം)

ശ്ലോകാർത്ഥം: ഈ ആത്മാവ് ജനിക്കുന്നില്ല, മരിക്കുന്നില്ല. വീണ്ടും വീണ്ടും ഉണ്ടാകുന്നുമില്ല; ഒരിക്കൽ നിലനിന്ന ഒന്ന് ഇല്ലാതായിട്ട് വീണ്ടും ഉണ്ടാകുന്നതല്ല. അത് അജനും നിത്യനും ശാശ്വതനും പുരാണനും ആകുന്നു. ശരീരം നശിച്ചാലും അത് നശിക്കില്ല.

അജൻ, നിത്യൻ, ശാശ്വതൻ, പുരാണൻ എന്നിവയ്ക്ക് ഒരേ അർത്ഥമല്ലേ എന്നൊരു സംശയമുണ്ടാകാം. അജൻ എന്നാൽ ജനനം ഇല്ലാത്തവൻ എന്നർത്ഥം. ഇല്ലാത്ത ഒന്ന് പുതിയതായി ഉണ്ടാകുന്നതിനെയല്ലേ ജനിക്കുന്നതായി നാം കാണുന്നത്? ആത്മാവിന് 'ഇല്ലാ' എന്ന അവസ്ഥയില്ല. അതിനാൽ അജനാണ്. നിത്യൻ എന്നാൽ എന്നുമുള്ളവൻ. ഇന്നലെ ഉണ്ടായിരുന്നു എന്നത് അജൻ എന്ന വിശേഷണം കൊണ്ട് സൂചിപ്പിച്ചു. ഇന്നും ഉണ്ട്. ഭാവിയിലും ഇല്ലാതാകുകയില്ല. മരണമില്ല. അതുകൊണ്ട് നിത്യൻ. ശാശ്വതൻ എന്നതിന് ഇപ്പോൾ ഉള്ള അവസ്ഥയിൽനിന്ന് മാറ്റം ഒന്നും ഉണ്ടാകാത്തവൻ എന്നു വിവക്ഷ. പുരാണൻ എന്നത് ഇപ്പോഴുള്ള അവസ്ഥ തന്നെ പണ്ടേ ഉണ്ടായിരുന്നു എന്നതിനെ സൂചിപ്പിക്കുന്നു.

ഈ ശ്ലോകം കഠോപനിഷത്തിൽനിന്ന് എടുത്തിട്ടുള്ളതാണ്. അതിലെ 2.18 മന്ത്രമാണിത്. ചില വാക്കുകളുടെ വ്യത്യാസമുണ്ടെന്നേ ഉള്ളൂ.

ഇപ്രകാരം ആത്മാവിനെ അവിനാശിയും നിത്യനും മറ്റുമായി അറിയുന്ന ഒരാൾക്ക് ആരെയും കൊല്ലുന്നതായോ കൊല്ലിക്കുന്നതായോ ചിന്തിക്കാൻ കഴിയില്ല എന്ന് 2.21 ശ്ലോകത്തിൽ പറയുന്നു.

ആത്മാവ് അജനും അനശ്വരനും അവ്യയനുമൊക്കെയാണെന്ന് പറഞ്ഞതിനെ ഒരു ഉദാഹരണം കൊണ്ട് സമർത്ഥിക്കുകയാണ് 2.22 ശ്ലോകത്തിൽ. വളരെയേറെ ദുർവ്യാഖ്യാനം ചെയ്യപ്പെട്ടിട്ടുള്ളതും തെറ്റിദ്ധരിക്കപ്പെട്ടിട്ടുള്ളതുമായ ഒരു ശ്ലോകമാണിത്. ശ്ലോകം താഴെ കൊടുക്കുന്നു:

> വാസാംസി ജീർണാനി യഥാ വിഹായ
> നവാനി ഗൃഹ്ണാതി നരോഽപരാണി;
> തഥാ ശരീരാണി വിഹായ ജീർണാ-
> ന്യന്യാനി സംയാതി നവാനി ദേഹീ. (2.22)

വാഗർത്ഥം: യഥാ - എപ്രകാരമാണോ; ജീർണാനി വാസാംസി - ജീർണ്ണിച്ച വസ്ത്രങ്ങൾ; വിഹായ - ഉപേക്ഷിച്ചിട്ട്; നരഃ - മനുഷ്യൻ; അപരാണി നവാനി ഗൃഹണാതി - പുതിയതായ മറ്റു വസ്ത്രങ്ങൾ സ്വീകരിക്കുന്നത്; തഥാ - അപ്രകാരം; ജീർണാനി ശരീരാണി വിഹായ - ജീർണ്ണിച്ച ശരീരങ്ങൾ ഉപേക്ഷിച്ചിട്ട്; അന്യാനി നവാനി - പുതിയതായ മറ്റു ശരീരങ്ങളെ; ദേഹീ സംയാതി - ദേഹി സ്വീകരിക്കുന്നു; ദേഹീ - ദേഹിൻ - ആത്മാവ്.

ശ്ലോകാർത്ഥം: ഒരുവൻ തന്റെ ജീർണിച്ച വസ്ത്രങ്ങൾ ഉപേക്ഷിച്ചിട്ട് പുതിയവ സ്വീകരിക്കുന്നതുപോലെ ആത്മാവ് ജീർണിച്ച ശരീരങ്ങൾ ഉപേക്ഷിച്ചിട്ട് പുതിയവ സ്വീകരിക്കുന്നു.

ഇവിടെ ഒരു കാര്യം ശ്രദ്ധിക്കുക; ആത്മാവ് അഥവാ ദേഹിൻ (ദേഹീ) എന്ന വാക്ക് ഏകവചനത്തിലാണ് പ്രയോഗിച്ചിരിക്കുന്നത്. ഒരേ ഒരു ആത്മാവേ ഉള്ളൂ എന്നതിനാൽ അങ്ങനെയേ പ്രയോഗിക്കാൻ പറ്റൂ. ഏകനായ ആത്മാവാണ് സകല ഭൂതങ്ങളുടെയും അന്തരാത്മാവായി വർത്തിക്കുന്നതെന്ന് ഉപനിഷത്തുകൾ ഉദ്ബോധിപ്പിക്കുന്നു. ബൃഹദാരണ്യകോപനിഷത് 3.7.3 മുതൽ 3.7.23 വരെയുള്ള വാക്യങ്ങൾ, പ്രത്യേകിച്ച് 3.7.15, ഇതിന് ഉദാഹരണമാണ്.

ജനക മഹാരാജാവിൻറെ രാജസദസ്സിൽ നടന്ന ഒരു പാണ്ഡിത്യ മത്സരത്തിൽ യാജ്ഞവൽക്യ മുനിയോട് മറ്റ് പണ്ഡിതർ പല ചോദ്യങ്ങളും ചോദിക്കുന്നു. (ചോദ്യകർത്താക്കളുടെ കൂട്ടത്തിൽ ഒരു വനിതയുമുണ്ടായിരുന്നു എന്നത് വേദ പഠനത്തിൽ വനിതകൾക്ക് അന്ന് ഒരു വിലക്കും ഉണ്ടായിരുന്നില്ല എന്നതിനു തെളിവാണ്. ആ വനിതയുടെ പേര് ഗാർഗ്ഗി എന്നായിരുന്നു. യാജ്ഞവൽക്യന് കാത്യായനി, മൈത്രേയി എന്നിങ്ങനെ രണ്ടു ഭാര്യമാരുണ്ടായിരുന്നതിൽ മൈത്രേയി ഒരു വേദ വിദ്യാർത്ഥിനി ആയിരുന്നു.)

പണ്ഡിതരെയെല്ലാം മത്സരത്തിൽ തോല്പിച്ച് യാജ്ഞവൽക്യൻ സമ്മാനം കരസ്ഥമാക്കുന്നു. ഉദ്ദാലക ആരുണി എന്ന മുനിയുടെ ഒരു ചോദ്യത്തിന് ഉത്തരമായി യാജ്ഞവൽക്യൻ പറയുന്നതാണ് മേൽ സൂചിപ്പിച്ച വാക്യങ്ങൾ. വാക്യം 3.7.15ൽ പറയുന്നത് 'സർവ ഭൂതങ്ങളുടെയും ഉള്ളിലിരുന്ന് അവയെ അകമേ നിയന്ത്രിക്കുന്ന അമരനായ ആ ശക്തി തന്നെയാണ് താങ്കളുടെ ആത്മാവ്' എന്നാണ്. സർവ ഭൂതങ്ങളും ആത്മാവിന്റെ ശരീരമാകുന്നു എന്നും അതിൽ വ്യക്തമാക്കിയിരിക്കുന്നു. ശ്വേതാശ്വതരോപനിഷത്തിലെ 4.10 മന്ത്രവും ഇക്കാര്യം വെളിവാക്കുന്നുണ്ട്. ആത്മോപദേശ ശതകം എന്ന തന്റെ ഗ്രന്ഥത്തിൽ ശ്രീനാരായണ ഗുരു ഉപദേശിക്കുന്നതും ഇതുതന്നെ. അതിലെ ശ്ലോകം 2-ൽ ഈ പ്രപഞ്ചം മുഴുവൻ ഈശ്വരന്റെ തിരുശരീരമാണെന്നാണ് പറഞ്ഞിട്ടുള്ളത്.

അങ്ങനെ ഈ പ്രപഞ്ചത്തിലെ സകല ഭൂതങ്ങളെയും ശരീരമായി വഹിക്കുന്ന ആത്മാവ് അവയിൽ ജീർണ്ണിക്കുന്നവയെ വിട്ടിട്ട് പുതിയ രൂപങ്ങളെ സ്വീകരിക്കുന്നു. ജീർണ്ണിക്കുന്നവയെ വിടുക എന്നതിനർത്ഥം അവയെ ആത്മാവ് തന്റെ പ്രകൃതിയിലേക്ക് ലയിപ്പിക്കുന്നു എന്നാണ്. ഭൗതികോർജ്ജമാണ് പ്രകൃതി. ഇതാണ് ഗീതാശ്ലോകത്തിന്റെ സാരം.

ഓരോ മനുഷ്യനും ഒരു പ്രത്യേക ആത്മാവാണെന്നും ആയത് ഒരു ശരീരം ജീർണ്ണിക്കുമ്പോൾ അതു വിട്ടിട്ട് പുതിയ ശരീരത്തെ സ്വീകരിക്കുന്നുവെന്നും അതിനായി യോജിച്ച ഒരു ഗർഭപാത്രം തേടി പോകുന്നുവെന്നും മറ്റുമുള്ള ധാരണകൾ ശരിയല്ല. ഓർക്കുക, ആത്മാവ് സർവവ്യാപിയാണ്; തൂണിലും തുരുമ്പിലും നരനിലും നരിയിലും അതതിന്റെ ഭൗതിക ഗുണങ്ങളെ പ്രകാശിപ്പിക്കുന്നതിനുള്ള ആന്തരിക ശക്തിയായി, ആത്മാവ് സ്ഥിതി ചെയ്യുന്നു. ആത്മാവ് ഒഴിഞ്ഞ ഒരു ഇടമില്ല, വസ്തുവില്ല. അപ്പോൾ, ആത്മാവ് ഒരു സ്ഥലത്തുനിന്ന് മറ്റൊരു സ്ഥലത്തേക്ക് സഞ്ചരിക്കുക എന്നത് അസംഭവ്യമാകുന്നു.

ആത്മാവിന്റെ അനശ്വരത്വം ഇപ്രകാരം ഒരു ഉദാഹരണം കൊണ്ട് സമർത്ഥിച്ചതിനു ശേഷം ഇതുവരെ ആത്മവിഷയമായി പറഞ്ഞു വന്നതിനെ ഭഗവാൻ കൃഷ്ണൻ രണ്ടു ശ്ലോകങ്ങളിലൂടെ സംഗ്രഹിക്കുന്നു. ആ ശ്ലോകങ്ങൾ കാണുക:

നൈനം ഛിന്ദന്തി ശസ്ത്രാണി നൈനം ദഹതി പാവകഃ;
ന ചൈനം ക്ലേദയന്ത്യാപഃ ന ശോഷയതി മാരുതഃ. (2.23)

അച്ഛേദ്യോ/യം അദാഹ്യോ/യം അക്ലേദ്യോ/ശോഷ്യ ഏവ ച;
നിത്യഃ സർവഗതഃ സ്ഥാണുഃ അചലോ/യം സനാതനഃ. (2.24)

വാഗർത്ഥം: (2.23) ന ഏനം ശസ്ത്രാണി ഛിന്ദന്തി - അതിനെ (ആത്മാവിനെ) ആയുധങ്ങൾ ഛേദിക്കുന്നില്ല; ന ഏനം പാവകഃ ദഹതി - അതിനെ അഗ്നി ദഹിപ്പിക്കുന്നില്ല; ന ച ഏനം ആപഃ ക്ലേദയന്തി - അതിനെ ജലം ദ്രവിപ്പിക്കുന്നുമില്ല; ന മാരുതഃ ശോഷയതി - വായു ഉണക്കുന്നില്ല.

(2.24): അയം - ഇത്; അച്ഛേദ്യഃ - അച്ഛേദ്യമാണ് (ഛേദിക്കാൻ പറ്റാത്തതാണ്); അദാഹ്യഃ - ദഹിപ്പിക്കാൻ പറ്റാത്തതാണ്; അക്ലേദ്യഃ അശോഷ്യ ഏവ ച - ദ്രവിപ്പിക്കാനോ ശോഷിപ്പിക്കാനോ കഴിയാത്തതാണ്; നിത്യഃ - എന്നുമുള്ളതാണ്; സർവഗതഃ - സർവവ്യാപിയാണ്; സ്ഥാണുഃ - ഒരേ സ്ഥിതിയിലുള്ള, വൃദ്ധിക്ഷയങ്ങളില്ലാത്ത; അചലഃ - ചലനമില്ലാത്തത്, സ്ഥാനഭ്രംശമില്ലാത്തവൻ (എല്ലായിടവും നിറഞ്ഞു

നിൽക്കുന്നതിനാൽ ചലനം അസാധ്യം); അയം സനാതനഃ - ഇത് എന്നുമുള്ളതാണ്, കാലാതീതമാണ്.

ശ്ലോകാർത്ഥം: (2.23) ശസ്ത്രങ്ങൾ അതിനെ ഛേദിക്കുന്നില്ല, അഗ്നി അതിനെ ദഹിപ്പിക്കുന്നില്ല; ജലം അതിനെ നനയ്ക്കുന്നില്ല, കാറ്റ് ശോഷിപ്പിക്കുന്നുമില്ല.

(2.24) അതിനെ ഛേദിക്കാനോ ദഹിപ്പിക്കാനോ നനയ്ക്കാനോ ശോഷിപ്പിക്കാനോ കഴിയില്ല; അത് നിത്യവും സർവവ്യാപിയും വൃദ്ധിക്ഷയരഹിതവും സ്ഥാനഭ്രംശരഹിതവും കാലാതീതവും ആകുന്നു.

ആത്മാവിന്റെ സ്വഭാവം എന്തെന്ന ചോദ്യത്തിന് ഒറ്റ ശ്ലോകത്തിൽ ഉത്തരം പറയണമെങ്കിൽ 2.24 ആണ് ആ ഉത്തരം. ഭൗതിക വസ്തുക്കൾക്കുള്ള സകല ഗുണങ്ങൾക്കും അതീതനാണ് ആത്മാവ് എന്ന് ഒറ്റ വാക്യത്തിൽ പറയാം. ഭൗതിക പ്രപഞ്ചം ആത്മാവിൽ അടങ്ങിയിരിക്കുന്നു, ആത്മാവിനാൽ നിലനിർത്തപ്പെട്ടിരിക്കുന്നു. ഗീതയിലെ 9.5 ശ്ലോകത്തിൽ ഇത് വ്യക്തമായി പറഞ്ഞിട്ടുണ്ട്.

താൻ കൊല്ലുന്നു എന്ന അർജുനന്റെ പരിദേവനത്തെ ഖണ്ഡിക്കാനുള്ള തത്ത്വങ്ങളാണ് ഇതുവരെ കൃഷ്ണൻ പറഞ്ഞുവന്നത്. അതിന്റെ പരിസമാപ്തിയാണ് 2.24 ശ്ലോകത്തിൽ നാം കണ്ടത്. യാഥാർത്ഥ്യം ഇങ്ങനെയായതിനാൽ അർജുനൻ അക്കാര്യത്തിൽ വിഷാദിക്കേണ്ട കാര്യമില്ലെന്ന് അടുത്ത ഏതാനും ശ്ലോകങ്ങളിൽ പറഞ്ഞിരിക്കുന്നു.

ആത്മാവ് ഇന്ദ്രിയങ്ങൾക്കും മനസ്സിനും മാറ്റങ്ങൾക്കും അതീതനാണെന്നതിനാൽ അർജുനന്റെ വിഷാദത്തിന് ഒരു ന്യായവുമില്ല എന്ന് ശ്ലോകം 2.25 പറയുന്നു.

ആത്മാവ് നിത്യനും അമരനുമാണെന്ന സത്യം മനസ്സിലാക്കുന്നതിനു പകരം അത് ജനനമരണങ്ങളോടു കൂടിയാതാണെന്നാണ് അർജുനൻ ചിന്തിക്കുന്നതെങ്കിൽ അപ്പോഴും സങ്കടപ്പെടാൻ കാരണമില്ലെന്നാണ് 2.26, 2.27 ശ്ലോകങ്ങളിൽ വ്യക്തമാക്കപ്പെട്ടിരിക്കുന്നത്. ശ്ലോകങ്ങൾ കാണുക:

> അഥ ചൈനം നിത്യജാതം നിത്യം വാ മന്യസേ മൃതം;
> തഥാപി ത്വം മഹാബാഹോ നൈവം ശോചിതുമർഹസി. (2.26)

> ജാതസ്യ ഹി ധ്രുവോ മൃത്യുഃ ധ്രുവം ജന്മ മൃതസ്യ ച;
> തസ്മാദപരിഹാര്യേഽർത്ഥേ ന ത്വം ശോചിതുമർഹസി. (2.27)

വാഗർത്ഥം: (2.26) അഥ - ഇപ്പോൾ (അഥവാ); ച ഏനം നിത്യജാതം നിത്യം വാ മൃതം മന്യസേ - നിത്യവും ജനിക്കുന്നതും

അതുപോലെ മരിക്കുന്നതുമാണെന്ന് നീ അതിനെപ്പറ്റി (ആത്മാവിനെപ്പറ്റി) വിചാരിക്കുന്നുവെങ്കിൽ; തഥാപി - അപ്പോഴും; മഹാബാഹോ - ഹേ, അർജുനാ; ത്വം നൈവം ശോചിതും അർഹസി - നീ ദുഃഖിക്കുവാൻ അർഹനല്ല.

(2.27): ജാതസ്യ ഹി ധ്രുവഃ മൃത്യുഃ - ജനിക്കുന്നവന് മരണം സുനിശ്ചിതം തന്നെയാണ്; ധ്രുവം ജന്മ മൃതസ്യ ച - മരണമുള്ളവന് ജന്മവും തീർച്ചയാണ് (ഒരാൾ മരിക്കുമെങ്കിൽ അയാൾ ഒരിക്കൽ ജനിച്ചവൻതന്നെ ആയിരിക്കും); തസ്മാത് - അതിനാൽ; അപരിഹാര്യേ അർത്ഥേ - അപരിഹാര്യമായ കാര്യത്തിൽ; ന ത്വം ശോചിതുമർഹസി - നീ ശോചിക്കാൻ അർഹനല്ല.

ശ്ലോകാർത്ഥം: (2.26) അതിനെ (ആത്മാവിനെ) നിത്യവും ജനിക്കുകയും മരിക്കുകയും ചെയ്യുന്നതായിട്ടാണ് നീ മനസ്സിലാക്കുന്നതെങ്കിൽ, അപ്പോഴും, ഹേ അർജുനാ, വിഷാദിക്കാൻ നിനക്ക് അർഹതയില്ല. കാരണം,

(2.27) ജനിക്കുന്നവനു മരണവും മരിക്കുന്നവന് ജന്മവും സുനിശ്ചിതമാകുന്നു; അതിനാൽ അപരിഹാര്യമായ അക്കാര്യത്തിൽ സങ്കടപ്പെടാൻ നിനക്ക് അർഹതയില്ല.

താൻ പറഞ്ഞ തത്ത്വങ്ങളെ നിരാകരിക്കാൻ അർജുനൻ ഏതെല്ലാം രീതിയിൽ ചിന്തിക്കാനിടയുണ്ടോ അവയെയെല്ലാം മുൻകൂട്ടി പ്രതിരോധിക്കുകയാണ് കൃഷ്ണൻ ചെയ്യുന്നത്.

ഉള്ളതൊന്നും നശിക്കില്ലെന്നും ഇല്ലാത്തതൊന്നും ഉണ്ടാവുകയില്ലെന്നും ആണല്ലോ ഇതുവരെ പറഞ്ഞുവന്നത്? സകല ഭൂതങ്ങളും അനശ്വരമായ ആത്മാവിന്റെ ഭൗതിക പ്രകടനങ്ങളാണെന്നും അതിനാൽ രൂപമാറ്റമല്ലാതെ ആത്യന്തികമായ വിനാശം യാതൊന്നിനും ഇല്ലെന്നുമാണ് കൃഷ്ണൻ വ്യക്തമാക്കിയത്. സത്യം അങ്ങനെയാണെങ്കിലും വ്യാവഹാരിക ലോകത്ത് ഈ രൂപങ്ങളാണ് വ്യക്തിത്വങ്ങളെയും ബന്ധങ്ങളെയും നിർണ്ണയിക്കുന്ന അടിസ്ഥാന ഘടകം. ഒരാളെ തിരിച്ചറിയുന്നതിനുള്ള പ്രാഥമിക ഘടകം അയാളുടെ രൂപം, അതായത് ശരീരം, ആണ്. ബന്ധങ്ങളുടെയും അടിസ്ഥാനം രൂപം തന്നെ. അച്ഛൻ, അമ്മ, സഹോദരൻ തുടങ്ങിയവരെ നാം അറിയുന്നത് അവരുടെ ശരീരത്തെ ആശ്രയിച്ചാണ്. അച്ഛൻ ആ രൂപത്തിലുള്ള ആത്മാവാണെന്നൊന്നും ആരും ചിന്തിക്കില്ല. അഥവാ, അങ്ങനെ ചിന്തിച്ചാൽത്തന്നെ തങ്ങളുടെ വ്യക്തിബന്ധങ്ങളുടെ അടിസ്ഥാനമായ ആ രൂപങ്ങൾക്ക് യാതൊരു കോട്ടവും തട്ടാൻ ആരും അനുവദിക്കില്ല.

ഇപ്രകാരം, പിതാമഹനും ഗുരുവുമൊക്കെ വെറും ആത്മരൂപങ്ങളാണെന്നും അവർക്ക് മരണമില്ലെന്നും അർജുനൻ ഇപ്പോൾ

അംഗീകരിച്ചാൽപ്പോലും ആ രൂപങ്ങൾ താൻ മൂലം ഇല്ലാതാകുന്നത് അയാൾക്ക് സമ്മതിക്കാൻ കഴിയില്ല. അയാളുടെ വിഷാദത്തിനുള്ള പ്രധാന കാരണവും അതുതന്നെ. ഇക്കാര്യം മനസ്സിലാക്കിയിട്ടാണ് ഇവിടെ കൃഷ്ണൻ പ്രതിരോധം സൃഷ്ടിക്കുന്നത്. അവരൊക്കെ ജനിച്ചവരാണെങ്കിൽ അവർക്ക് മരണവും സുനിശ്ചിതമാണല്ലോ എന്നാണ് അദ്ദേഹം ചൂണ്ടിക്കാണിക്കുന്നത്. അത് ആർക്കും തിരുത്താൻ കഴിയുകയുമില്ല. അപ്പോൾ അതിനെച്ചൊല്ലി ദുഃഖിക്കേണ്ടതില്ല എന്നാണ് ഇവിടത്തെ ഉദ്ബോധനം.

തുടർന്ന് കൃഷ്ണൻ അർജുനനെ അയാളുടെ കർത്തവ്യത്തെപ്പറ്റി ഓർമ്മപ്പെടുത്തുന്നു. കൃഷ്ണൻ പറയുന്നു:

''യുദ്ധത്തിൽനിന്നു പിന്തിരിയുന്നത് ക്ഷത്രിയോചിതമല്ല; അങ്ങനെ ചെയ്താൽ സ്വധർമ്മവും കീർത്തിയും നഷ്ടപ്പെട്ട് നീ പാപത്തെ പ്രാപിക്കും. മാത്രമല്ല, ജനം നിന്നെ നിന്ദിക്കുകയും ചെയ്യും; കീർത്തിമാനായിരുന്നിട്ട് നിന്ദ ഏറ്റുവാങ്ങേണ്ടിവരുന്നത് മരണത്തെക്കാൾ കഷ്ടമാണ്. ഇതുവരെ ബഹുമാനത്തോടെ കണ്ടിരുന്ന മഹാരഥന്മാർ നീ ഭയം മൂലമാണ് യുദ്ധത്തിൽനിന്നു പിൻവാങ്ങിയതെന്ന് ആക്ഷേപിക്കും. പറയാൻ പാടില്ലാത്ത കാര്യങ്ങൾ നിന്നെക്കുറിച്ച് അവർ പറയും; നിന്റെ സാമർത്ഥ്യത്തെ നിന്ദിക്കും. അതിനേക്കാൾ ദുഃഖകരമായി മറ്റെന്തുണ്ട്? അതിനാൽ യുദ്ധം ചെയ്യാനുറച്ച് എഴുന്നേൽക്കുക; ജയിച്ചാൽ രാജ്യം കിട്ടും, തോറ്റാലോ സ്വർഗ്ഗത്തെത്താം.''

എഴുന്നേറ്റ് യുദ്ധത്തിനായി തയ്യാറാകാൻ ഇപ്രകാരം ആവശ്യപ്പെട്ടിട്ട്, അർജുനന്റെ പാപചിന്ത നീക്കാനാണ് കൃഷ്ണൻ തുടർന്നു ശ്രമിക്കുന്നത്. താൻ മൂലമാണ് പിതാമഹന്റെയും മറ്റും അന്ത്യം സംഭവിക്കുന്നതെന്നു ചിന്തിച്ചാലും അർജുനൻ ദുഃഖിക്കുകയോ പാപചിന്ത കൊണ്ടുനടക്കുകയോ ചെയ്യേണ്ടതില്ല; കർമ്മം ചെയ്യുമ്പോൾ ദുഃഖവും പാപചിന്തയും ഉണ്ടാകാതിരിക്കാൻ എന്തു ചെയ്യണമെന്ന് കൃഷ്ണൻ വിശദീകരിക്കുന്നു:

സുഖദുഃഖേ സമേ കൃത്വാ ലാഭാലാഭൗ ജയാജയൗ;
തതോ യുദ്ധായ യുജ്യസ്വ നൈവം പാപമവാപ്സ്യസി. (2.38)

വാഗർത്ഥം: സുഖദുഃഖേ - സുഖദുഃഖങ്ങളെ; ലാഭാലാഭൗ - ലാഭത്തെയും അലാഭത്തെയും (നഷ്ടത്തെയും); ജയാജയൗ - ജയാപജയങ്ങളെ; സമേ കൃത്വാ - സമമായി ചെയ്ത് (സമമായി വിചാരിച്ച്); തതഃ - എന്നിട്ട്; യുദ്ധായ - യുദ്ധത്തിനായി; യുജ്യസ്വ - നീ സന്നദ്ധനാവുക; നൈവം പാപമവാപ്സ്യസി - നീ പാപത്തെ പ്രാപിക്കുകയില്ല.

ശ്ലോകാർത്ഥം: സുഖദുഃഖങ്ങളെയും ലാഭനഷ്ടങ്ങളെയും ജയ പരാജയങ്ങളെയും സമമായി കണ്ടുകൊണ്ട് യുദ്ധം ചെയ്യാൻ സന്നദ്ധ നാകുക; അങ്ങനെയെങ്കിൽ നീ പാപത്തെ പ്രാപിക്കുകയില്ല.

ഏതു കർമ്മം ചെയ്താലും ഒന്നുകിൽ ജയമുണ്ടാകും, അല്ലെങ്കിൽ പരാജയമുണ്ടാകും; അതുപോലെ ഒന്നുകിൽ ലാഭം അല്ലെങ്കിൽ നഷ്ടം; ഒന്നുകിൽ സുഖം അല്ലെങ്കിൽ ദുഃഖം; ഒന്നുകിൽ നേട്ടം അല്ലെങ്കിൽ കോട്ടം. ദ്വന്ദ്വാത്മകമാണ് കർമ്മഫലങ്ങളെല്ലാം. അതിനു കാരണമുണ്ട്; ഈ ഭൗതിക പ്രപഞ്ചം തന്നെ ദ്വന്ദ്വങ്ങളാലാണ് നിർമ്മിക്കപ്പെട്ടിരിക്കുന്നത്. ഇതെങ്ങനെയെന്ന് നേരത്തേ വിശദമാക്കിയിട്ടുണ്ട് (2.16). കർമ്മഫലങ്ങൾ മാത്രമല്ല നമ്മുടെ പ്രാപഞ്ചിക അനുഭവങ്ങളെല്ലാംതന്നെ ഇപ്രകാരം രണ്ടു വശങ്ങൾ ഉള്ളതാണ്, ദ്വന്ദ്വാത്മകമാണ്. ഇവിടെ രണ്ടിനെയും സമമായി കാണണമെന്നാണ് പറഞ്ഞിരിക്കുന്നത്. അതായത്, ഒന്നിലേക്കും നമ്മുടെ മനസ്സ് ചായുകയോ അതിൽ മുങ്ങിപ്പോകുകയോ ചെയ്യാൻ പാടില്ല. സുഖം നമ്മെ ഭ്രമിപ്പിക്കാൻ പാടില്ല; അതുപോലെ ദുഃഖം നമ്മിൽ വ്യഥയുണ്ടാക്കാനും പാടില്ല. ഇതിനെയാണ് നിർദ്വന്ദ്വനാകുക എന്ന് ഗീത പറയുന്നത്. പല ഭാഗങ്ങളിലും നിർദ്വന്ദ്വത്തിന്റെ സവിശേഷതയെപ്പറ്റി ഗീത പറയുന്നുണ്ട്. ശ്ലോകം 2.15-ൽ നാമതു നേരത്തേ കണ്ടുകഴിഞ്ഞു.

എന്താണ് നിർദ്വന്ദ്വനായാലുള്ള ഗുണം? നമ്മെ സുഖമോ ദുഃഖമോ ചഞ്ചലപ്പെടുത്താതിരുന്നാൽ, നാം സ്ഥിരമായ ശാന്തിയും ആനന്ദവും അനുഭവിക്കും. ഇതാണ് 2.15-ൽ പറയുന്ന അമരത്വം. ഇതുതന്നെയാണു മോക്ഷവും. ഒന്നാലോചിക്കുക; ഈ ലോകത്ത് എന്തെല്ലാം സംഭവങ്ങൾ നടക്കുന്നു! അവയിൽ എത്രയെണ്ണത്തെപ്പറ്റി നാം വ്യാകുലപ്പെടാറുണ്ട്? നമ്മെ ബാധിക്കാത്തിടത്തോളം നാം അവയെ അവഗണിച്ച് നമ്മുടെ ജീവിതത്തിൽ മുഴുകുന്നു. വേണ്ടപ്പെട്ടവർ മരണപ്പെട്ടാലും ആ ദുഃഖം എത്ര നാളത്തേക്ക് നിൽക്കും? കുറെ കഴിയുമ്പോൾ അതെല്ലാം മറവിയിലേക്കു പോകുന്നു. അവ നമ്മെ വ്യാകുലപ്പെടുത്താതാകുന്നു. നാം സാധാരണ ജീവിതം തുടരുന്നു. ഇതിൽ നിന്നൊക്കെ ഒരു കാര്യം തെളിയുന്നു. നാം മനസ്സിനെ വിപരീതാനുഭവങ്ങളിൽ ചഞ്ചലപ്പെടാത്ത അവസ്ഥയിലേക്ക് എത്തിച്ചാൽ നമുക്ക് സദാ ആനന്ദത്തോടെയിരിക്കാം. അതുകൊണ്ടാണ്, സുഖദുഃഖങ്ങൾ ആരെ മഥിക്കുന്നില്ലയോ അയാൾ അമൃതത്വം പ്രാപിക്കുന്നു എന്ന് 2.15-ൽ പറഞ്ഞിട്ടുള്ളത്.

വിപരീതാനുഭവങ്ങളിൽ മനസ്സ് ചഞ്ചലപ്പെടുന്നത് എന്തുകൊണ്ടാണ്? നമുക്കതിൽ സംഗം ഉള്ളതിനാൽ; അതായത്, അവ ഏതു രീതിയിൽ സംഭവിക്കണമെന്ന് നമുക്കു ചില നിർബന്ധങ്ങൾ ഉള്ളതിനാൽ.

അതുകൊണ്ട് ഗീത ഉപദേശിക്കുന്നു, സംഗം ത്യജിച്ചുവേണം കർമ്മം ചെയ്യാനെന്ന്. സംഗം ഇല്ലാതെ കർമ്മം ചെയ്യണമെങ്കിൽ നമുക്ക് ആ കർമ്മത്തിൽ സ്വാർത്ഥതാത്പര്യങ്ങളൊന്നും ഉണ്ടാവാൻ പാടില്ല. സ്വാർത്ഥ താത്പര്യങ്ങൾ ഉണ്ടാവുമ്പോഴാണല്ലോ, ഫലം നാമിച്ഛിക്കുന്ന രീതിയിൽ വരണമെന്ന ശാഠ്യമുണ്ടാവുന്നത്? അങ്ങനെ വന്നില്ലെങ്കിൽ നാം അലോസരപ്പെടുന്നത്? പൊതുനന്മയ്ക്കു വേണ്ടിയാണു കർമ്മം ചെയ്യുന്നതെങ്കിൽ നമുക്ക് അത്തരം ദുശ്ശാഠ്യങ്ങൾ ഉണ്ടാവില്ല. നാം ചെയ്യാനുള്ളതു ചെയ്തു, ഇനി ഫലം വരുന്നതു പോലെ വരട്ടെ എന്ന സമാധാനമാവും അപ്പോഴുണ്ടാവുക. അതായത്, പൊതുനന്മയ്ക്കുവേണ്ടിയാവണം കർമ്മങ്ങൾ ചെയ്യേണ്ടത്. ആ കർമ്മങ്ങളിൽനിന്ന് നമുക്ക് അവിഹിതമായി ഒന്നും നേടാനുണ്ടാവരുത്. ആ ഒരു മനോഭാവത്തോടെ കർമ്മം ചെയ്യൂ എന്നാണ് ഗീത ഉപദേശിക്കുന്നത്. അതിന്റെ ആരംഭ ശ്ലോകമാണ് 2.38. അങ്ങനെ കർമ്മം ചെയ്താൽ പാപം നമ്മെ ബാധിക്കുകയില്ല.

പട്ടാളക്കാരൻ ശത്രുവിനെ കൊല്ലുന്നതിലും ഡോക്ടർ രോഗിയെ കീറിമുറിക്കുന്നതിലും ഹിംസ ഉൾക്കൊണ്ടിട്ടുണ്ടെങ്കിലും നാമവയെ പാപകർമ്മങ്ങളായി കാണാറില്ലല്ലോ? അവയ്ക്ക് ശിക്ഷയും നിയമങ്ങളിൽ വിധിക്കപ്പെടുന്നില്ല. ആ കർമ്മങ്ങളെ നാം ആദരിക്കുകയാണു ചെയ്യുന്നത്. അതു ചെയ്യുന്നവർക്കും തങ്ങൾ തെറ്റു ചെയ്യുന്നതായിട്ട് തോന്നുകയില്ല, പാപികളാണെന്ന ബോധം അവരിൽ ഉദിക്കുന്നില്ല.

അതിനാൽ സംഗമില്ലാതെ, സുഖദുഃഖാദി ദ്വന്ദ്വങ്ങളെ സമമായി കണ്ട്, ലോക നന്മയ്ക്കായി യുദ്ധം ചെയ്താൽ പാപം ഏൽക്കുകയില്ല. ഇതാണ് ഉപദേശം. ഇപ്രകാരം ഏതു കർമ്മം ചെയ്താലും നമ്മെ പാപബോധം പിടികൂടുകയില്ല.

അനുകൂലമായും പ്രതികൂലമായും വരുന്ന കർമ്മഫലങ്ങളെയും മറ്റ് അനുഭവങ്ങളെയും തുല്യമായി കണ്ട്, അവയുടെ പിടിയിൽ അമർന്നുപോകാതെ, കർമ്മം ചെയ്താൽ പാപബദ്ധരാകില്ലെന്ന ഉപദേശമാണ് 2.38 ശ്ലോകത്തിൽ നാം കണ്ടത്. കർമ്മം ചെയ്യുന്നതിലെ ഈ ചാതുര്യത്തെ കർമ്മയോഗം എന്നു വിളിക്കുന്നു. അതിനെപ്പറ്റിയാണ് തുടർന്നുള്ള ശ്ലോകങ്ങളിൽ കൃഷ്ണൻ വിശദീകരിക്കുന്നത്. ഗീതാ സന്ദേശത്തിന്റെ കാതലും കർമ്മ നിർവഹണത്തിലെ ഈ മഹാതത്ത്വമാണ്.

തനിക്ക് എന്തു ലാഭമുണ്ടാകും, അല്ലെങ്കിൽ എന്തെങ്കിലും കോട്ടമുണ്ടാകുമോ എന്നതു മാത്രം നോക്കി കർമ്മം ചെയ്യുന്നവൻ പാപിയാണ്. റോഡുകളും പാലങ്ങളും പണിയുന്ന എഞ്ചിനീയറും മന്ത്രിയും

തങ്ങൾക്ക് അതിൽനിന്ന് കിട്ടാവുന്ന സാമ്പത്തിക നേട്ടം മാത്രമാണ് നോക്കുന്നതെങ്കിൽ ഫലം എന്താകുമെന്ന് ഊഹിക്കാവുന്നതേ യുള്ളൂ. അവർ പടുത്തുയർത്തുന്ന നിർമ്മിതികൾ തകർന്നുപോകാൻ വലിയ സമയമൊന്നും വേണ്ട. പൊതുമുതൽ കവർന്നെടുക്കുന്ന ഇത്തരക്കാർ പാപികൾ തന്നെ. തങ്ങളുടെ വഞ്ചനകൾ അവരെ അകമേയും പുറമേയും മഥിച്ചുകൊണ്ടിരിക്കും. ഇന്നല്ലെങ്കിൽ നാളെ അവർ അതിന്റെ തിരിച്ചടികൾ അനുഭവിക്കുകയും ചെയ്യും.

മറിച്ച്, തങ്ങൾക്ക് ലാഭമുണ്ടാക്കണമെന്ന ചിന്തയില്ലാതെ പണി കൾ സമയബന്ധിതമായി മികവുറ്റ രീതിയിൽ ചെയ്യുന്നവർക്ക് പാപ ഭാരം തീണ്ടുകയില്ല. അവർക്ക് ഉള്ളിൽ കുറ്റബോധമേ കാണില്ല; പകരം സംതൃപ്തിയും അഭിമാനബോധവുമാവും ഉണ്ടാവുക. ശാന്തി യോടെ ജീവിക്കാൻ അവർക്ക് സാധിക്കും. ജീവിതത്തിൽ സുസ്ഥിര മായ ശാന്തിക്ക് നിസ്വാർത്ഥതയുടെ ഈയൊരു മാർഗ്ഗമേയുള്ളു വെന്നും നിരവധിയായ ഇതര മാർഗ്ഗങ്ങളെല്ലാം ശാന്തിയെ ഹനിക്കു ന്നവയാണെന്നും കൃഷ്ണൻ 2.41ൽ വ്യക്തമാകുന്നു. ശ്ലോകം ഇങ്ങനെ:

വ്യവസായാത്മികാ ബുദ്ധിഃ ഏകേഹ കുരുനന്ദന;
ബഹുശാഖാ ഹ്യനന്താശ്ച ബുദ്ധയോ/ വ്യവസായിനാം. (2.41)

വാഗർത്ഥം: കുരുനന്ദന - ഹേ, അർജുനാ; വ്യവസായാത്മികാ ബുദ്ധിഃ - കർമ്മ നിർവഹണത്തിൽ ദൃഢ നിശ്ചയമുള്ളവർക്ക് ആശ്ര യിക്കാവുന്ന ബുദ്ധി; ഏകഃ ഇഹ - ഇവിടെ ഒന്നേയുള്ളൂ; ബുദ്ധയഃ അവ്യവസായിനാം - സ്വകർമ്മനിഷ്ഠയിൽ ദാർഢ്യം ഇല്ലാത്തവരുടെ ബുദ്ധികൾ; ബഹുശാഖാഃ ഹി അനന്താഃ ച - അനേകവും വിവിധ തരത്തിലുമുള്ളതാണ്.

കൃഷ്ണൻ തുടരുന്നു:

വേദപ്രോക്തങ്ങളായ യാഗാദി കർമ്മങ്ങൾ സ്വർഗ്ഗവും ഐശ്വ ര്യവും മറ്റു കാമിതങ്ങളും നേടിത്തരുമെന്നു പറഞ്ഞ് ചിലർ ആളു കളെ മോഹിപ്പിക്കുന്നു. ഭോഗൈശ്വര്യങ്ങളുടെ പിറകേ പോകുന്നവർ അതൊക്കെ വിശ്വസിക്കുന്നു. അങ്ങനെയുള്ളവർക്ക് ഒരിക്കലും വ്യവസായാത്മികമായ ബുദ്ധി കിട്ടില്ല. അവർ ഒരിക്കലും കർമ്മ ബന്ധങ്ങളിൽനിന്ന് മുക്തരാകില്ല.' (2.42, 43, 44).

ഭോഗൈശ്വര്യങ്ങൾ നേടിത്തരുമെന്ന് വാഗ്ദാനം ചെയ്യുന്ന വേദ ഭാഗം ഏതൊക്കെയാണ്? വേദങ്ങൾക്ക് നാലു ഭാഗങ്ങളാണുള്ള തെന്ന് അറിയാമല്ലോ? അവയിൽ സംഹിത എന്ന ആദ്യഭാഗം പൊതുവേ ദേവസ്തുതികളാണ്. കാമിതങ്ങൾ നേടുന്നതിനായി ദേവന്മാർക്ക് ഹവിസ്സുകൾ അർപ്പിക്കുന്നതിനെപ്പറ്റിയും മറ്റും ആ

സ്തുതികളിലും പറയുന്നുണ്ട്. പിന്നീടു വരുന്ന ബ്രാഹ്മണങ്ങളിലും ആരണ്യകങ്ങളിലുമാണ് ഭോഗൈശ്വര്യങ്ങൾ നേടിത്തരുന്നതെന്ന് അവകാശപ്പെടുന്ന കർമ്മങ്ങൾ പ്രതിപാദിക്കപ്പെടുന്നത്. നാലാമത്തെ ഭാഗമായ ഉപനിഷത്തുകൾ തത്ത്വപ്രധാനമായ ഗ്രന്ഥങ്ങളാണ്. അതായത്, ഇവിടെ വേദം എന്ന് പരാമർശിക്കുന്നത് വേദങ്ങളിലെ കർമ്മകാണ്ഡമായ ബ്രാഹ്മണങ്ങളെയും ആരണ്യകങ്ങളെയുമാണ്. അവയിൽ പറയുന്ന കർമ്മങ്ങൾ ചെയ്താൽ നിത്യമായ ശാന്തി എന്ന മോക്ഷം ലഭിക്കില്ല എന്നർത്ഥം. കൃഷ്ണൻ അത് 2.45 ശ്ലോകത്തിൽ കുറെക്കൂടി വ്യക്തമാക്കുന്നു. ശ്ലോകം കാണുക:

ത്രൈഗുണ്യവിഷയാ വേദാഃ നിസ്ത്രൈഗുണ്യോ ഭവാർജുന;
നിർദ്വന്ദ്വോ നിത്യസത്ത്വസ്ഥഃ നിര്യോഗക്ഷേമ ആത്മവാൻ. (2.45)

വാഗർത്ഥം: വേദാഃ - വേദങ്ങൾ; ത്രൈഗുണ്യവിഷയാഃ - ത്രിഗുണാത്മകമായ ഭൗതിക വിഷയങ്ങളെ സംബന്ധിക്കുന്നതാണ്; നിസ്ത്രൈഗുണ്യഃ ഭവ അർജുന - അർജുനാ, നീ നിസ്ത്രൈഗുണ്യനായിത്തീരുക (അതായത്, ഭൗതിക വിഷയങ്ങളിൽ ആസക്തി ഇല്ലാത്തവനായിത്തീരുക); നിർദ്വന്ദ്വഃ - വിപരീതങ്ങളായ അനുഭവങ്ങളിൽ മുഴുകിപ്പോകാത്തവൻ; നിത്യസത്ത്വസ്ഥഃ - എന്നെന്നും ദൃഢനിശ്ചയത്തോടെയിരിക്കുന്നവൻ; നിര്യോഗക്ഷേമഃ - ഭോഗങ്ങൾ നേടുന്നതിലും അനുഭവിക്കുന്നതിലും ആവേശമില്ലാത്തവൻ; ആത്മവാൻ - അചഞ്ചലൻ.

ശ്ലോകാർത്ഥം: ഹേ, അർജുനാ, വേദങ്ങൾ ഭൗതികഭോഗ വിഷയങ്ങളെപ്പറ്റി പ്രതിപാദിക്കുന്നവയാണ്. നീ അവയിൽ അഭിരമിക്കാത്തവനായി ഭവിക്കുക. നിർദ്വന്ദ്വനും ദൃഢനിശ്ചയമുള്ളവനും യോഗക്ഷേമത്തിൽ താത്പര്യമില്ലാത്തവനും അചഞ്ചലനുമായിത്തീരുക.

വേദപ്രോക്തമായ കർമ്മങ്ങൾകൊണ്ടു നേടാവുന്ന ലാഭങ്ങളൊന്നും വിജ്ഞാനം കൊണ്ട് ലഭിക്കുന്ന നേട്ടത്തോളം വരില്ലെന്ന് അടുത്ത ശ്ലോകത്തിൽ (2.46ൽ) ചൂണ്ടിക്കാണിക്കുന്നു. ആ ശ്ലോകം ഇങ്ങനെ:

'യാവാനർഥ ഉദപാനേ സർവതഃ സംപ്ലുതോദകേ
താവാൻ സർവേഷു വേദേഷു ബ്രാഹ്മണസ്യ വിജാനതഃ' (2.46)

അർത്ഥം: ഉദപാന - കിണർ; യാവാൻ അർഥ ഉദപാനേ - കിണറുകൊണ്ട് എത്രത്തോളം പ്രയോജനമുണ്ടോ; സർവതഃ - നാലുപാടും; സംപ്ലുതോദകേ - വെള്ളം ഒഴുകുന്ന സ്ഥലത്ത്; താവാൻ - അത്രത്തോളം പ്രയോജനമാണ്; സർവേഷു വേദേഷു - സർവവേദങ്ങളെക്കൊണ്ടും; ബ്രാഹ്മണസ്യ വിജാനതഃ - ബ്രഹ്മജ്ഞാനിയായ ഒരുവനുള്ളത്.

എങ്ങും സമൃദ്ധമായ ജലപ്രവാഹമുള്ള സ്ഥലത്ത് ജലവാഹിയായ ഒരു ചെറിയ കിണറിനെക്കൊണ്ട് വലിയ ഗുണമൊന്നുമില്ല.

അതുപോലെ, ബ്രഹ്മജ്ഞാനിയായ ഒരാൾക്ക് സർവ വേദങ്ങളെക്കൊണ്ടും വലിയ ഗുണമൊന്നുമില്ല എന്നർത്ഥം. കാരണം, വേദങ്ങൾക്ക് നൽകാൻ കഴിയുന്നതിനെക്കാൾ കൂടുതൽ അയാൾ നേടിക്കഴിഞ്ഞു. മുകളിൽ സൂചിപ്പിച്ചതുപോലുള്ള കർമ കാണ്ഡമായ വേദപാഠങ്ങളെക്കൊണ്ട് അയാൾക്ക് ഇനിയൊന്നും നേടേണ്ടതില്ല. അയാൾ അതിനൊക്കെ അപ്പുറം എത്തിക്കഴിഞ്ഞു.

ഗീതയിലെ ഏറ്റവും പ്രധാനപ്പെട്ട ഒരു ശ്ലോകത്തിലേക്കാണ് നാമിനി കടക്കുന്നത്. ഗീതാ സന്ദേശം മുഴുവൻ ഈ ഒറ്റ ശ്ലോകത്തിൽ അടങ്ങിയിരിക്കുന്നു എന്നു പറയാം. ഭൗതിക ജീവിതത്തിന്റെ അനിവാര്യതയായ കർമ്മങ്ങൾ എങ്ങനെയാണ് ഉത്തമമായി നിർവഹിക്കേണ്ടതെന്ന രഹസ്യം ഭഗവാൻ കൃഷ്ണൻ ചിമിഴിൽ വച്ച മുത്ത് എന്നവണ്ണം ഈ ശ്ലോകത്തിലൂടെ ലോകത്തിനായി സമർപ്പിച്ചിരിക്കുന്നു. ഗീതയിലെ ആത്മീയതത്ത്വപരമായ നിരീക്ഷണങ്ങളെല്ലാം തന്നെ ഈ രഹസ്യത്തെ പ്രകാശിപ്പിക്കാൻവേണ്ടിയുള്ളതത്രേ.

ആ ശ്ലോകവും അതിൻറെ അർത്ഥവും താഴെ കൊടുക്കുന്നു:

'കർമണ്യേവാധികാരസ്തേ മാ ഫലേഷു കദാചന
മാ കർമഫലഹേതുർഭൂഃ മാ തേ സംഗോ/സ്ത്വകർമണി' (2.47)

വാഗർത്ഥം: കർമണി ഏവ അധികാരഃ തേ - നിനക്ക് കർമ്മത്തിലാണ് അധികാരം; മാ ഫലേഷു കദാചന - ഒരിക്കലും ഫലങ്ങളിൽ (അധികാരം) അരുത് (ചെലുത്തരുത്), (അതായത്, ഫലത്തിന്മേൽ നിനക്കു മാത്രമാണ് അവകാശം എന്ന ചിന്ത പാടില്ല); മാ കർമഫലഹേതുർഭൂഃ - ഫലത്തെ ഉദ്ദേശിച്ചാവരുത് നിന്റെ കർമ്മങ്ങൾ, (അതായത്, ഫലം കൈക്കലാക്കണമെന്ന ചിന്തയോടെയാവരുത് കർമ്മങ്ങൾ); മാ തേ സംഗോ/സ്ത്വകർമണി - മാ തേ സംഗഃ അസ്തു അകർമ്മണി - കർമ്മം ചെയ്യാതിരിക്കുന്നതിൽ നിനക്ക് സംഗം (ആവേശം) ഉണ്ടാകരുത്.

ശ്ലോകാർത്ഥം: കർമ്മത്തിലാണ് നിനക്ക് അധികാരം; ഒരിക്കലും ഫലങ്ങളിൽ (അധികാരം) പാടില്ല. കർമ്മഫലാപഹാരം ആകരുത് (കർമ്മ നിർവഹണത്തിൽ) നിന്റെ ആന്തരോദ്ദേശ്യം. നിനക്ക് അകർമ്മത്തിൽ സംഗവും ഉണ്ടാകരുത്.

എന്താണ് 'കർമ്മണ്യേവാധികാരസ്തേ?': നമുക്ക് ഈ ലോകത്ത് അധികാരമുള്ളത് ഒരേയൊരു കാര്യത്തിലാണ്; അതു നമ്മുടെ കർമ്മമാണ്. ഏതു കർമ്മം എപ്പോൾ ചെയ്യണം, എങ്ങനെ ചെയ്യണം എന്നൊക്കെ നമുക്കു തീരുമാനിക്കാം. അതൊഴിച്ച് ഈ ലോകത്തുള്ളതെല്ലാം ഈശാവാസ്യം ആണ്. അതായത്, ഈശ്വരന്റെ വാസസ്ഥാനമാണ്, അവയെല്ലാം. ഈശ്വരൻ തൂണിലും തുരുമ്പിലും വസിക്കുന്നു

എന്നു കേട്ടിട്ടില്ലേ? ഈ പ്രപഞ്ചം ഈശ്വരചൈതന്യത്തിന്റെ ഭൗതിക പ്രകടനമായതിനാലാണ് അദ്ദേഹം എല്ലാറ്റിലും വസിക്കുന്നു എന്നു പറയുന്നത്. ഈശ്വരനാണ് ഈ പ്രപഞ്ചത്തിന്റെ അവകാശി. ഈ അവകാശത്തെപ്പറ്റി വെളിപ്പെടുത്തുന്നത് ഈശാവാസ്യോപനിഷത്ത് ഒന്നാം മന്ത്രമാണ്. നിനക്ക് നിന്റെ ജീവിതത്തിന് ആവശ്യമുള്ളത് ഇവിടെനിന്ന് എടുക്കാം; മറ്റുള്ളത് അന്യരുടെ വകയാണ്. അന്യരുടെ വക എടുക്കരുത്. മാത്രമല്ല, മന്ത്രം 2-ൽ പറയുന്നു, അങ്ങനെ നീ എന്തെങ്കിലും എടുക്കുമ്പോൾ പകരം കർമ്മം ചെയ്യണം എന്ന്.

എന്താണ് 'മാ ഫലേഷു കദാചന?': കർമ്മം തിരഞ്ഞെടുക്കാനുള്ള അധികാരം പോലെ ഫല വിനിയോഗത്തിൽ നീ അധികാരം ചെലുത്താൻ പാടില്ല. കാരണം, ഫലം ഉരുത്തിരിയുന്നത് നിന്റെ കർമ്മം കൊണ്ടു മാത്രമല്ല; നിരവധി ഘടകങ്ങൾ കൂടിച്ചേർന്നാണ് ഒരു ഫലം ഉണ്ടാകുന്നത്. ഉദാഹരണത്തിന്, ഹൈഡ്രജനും ഓക്സിജനും കൂടിച്ചേർന്ന് ജലം ഉണ്ടാകുന്നത് അവയെ അപ്രകാരം കൂട്ടിച്ചേർക്കുന്ന കർമ്മം കൊണ്ടു മാത്രമല്ല, അവയുടെ പ്രകൃത്യാ ഉള്ള ഗുണങ്ങളും ഊഷ്മാവ് തുടങ്ങിയ മറ്റു ഘടകങ്ങളും കൂടി അതിന് കാരണമായിട്ടുണ്ട്. കർമ്മം മാത്രം നീ ചെയ്യുന്നു, ബാക്കി ഈശ്വര ശക്തിയായ പ്രകൃതിയാണു ചെയ്യുന്നത്. അതിനാൽ ഫലം എപ്രകാരമായിരിക്കണമെന്നു നിഷ്കർഷിക്കാനോ ഉണ്ടായ ഫലം തന്റേതു മാത്രമാക്കാനോ നിനക്ക് അധികാരമില്ല. അങ്ങനെ അധികാരം പ്രയോഗിച്ചാൽ നീ മറ്റുള്ളവർക്കുകൂടി അവകാശപ്പെട്ട ഒന്ന് തനിക്കു മാത്രമായി കൈക്കലാക്കുകയാണ് ചെയ്യുന്നത്. ഇത് അതിക്രമമാണ്. ലോകനന്മയ്ക്കായി കർമ്മഫലം സമർപ്പിക്കുകയാണ് ശരിയായ കാര്യം. നിന്റെ നന്മ ലോകത്തിന്റെ പൊതുവായ നന്മയിൽ ഉൾക്കൊണ്ടിരിക്കുന്നു എന്ന സത്യം കാണുക.

എന്താണ് 'മാ കർമ്മഫലഹേതുർഭൂഃ?': ഒരു കർമ്മം ചെയ്യുമ്പോൾ അതിൽനിന്ന് തനിക്കെന്തു നേട്ടം അഥവാ കോട്ടം ഉണ്ടാവും എന്നാവരുത് ചിന്ത. ഇന്ന ഫലം വേണം എന്ന നിർബന്ധത്തോടെ കർമ്മങ്ങളൊന്നും ആരംഭിക്കുകയും ചെയ്യരുത്. ഒരു ഫലം മനസ്സിലുണ്ടെങ്കിൽ ആയതു ലഭിക്കാൻ ഉചിതമായ കർമ്മം എന്തെന്നു കണ്ടുപിടിച്ച് അതു ചെയ്യുക. ബാക്കി ഈശ്വര ശക്തിയായ പ്രകൃതി ചെയ്തുകൊള്ളും. ഫലം എങ്ങനെ വന്നാലും അത് സമചിത്തതയോടെ സ്വീകരിക്കുക. താൻ ചെയ്യാനുള്ളതു ചെയ്തു എന്ന സംതൃപ്തിയോടെ ജീവിക്കുക.

എന്താണ് 'മാ തേ സംഗോ/ സ്ത്വകർമ്മണി?': താൻ ഉദ്ദേശിക്കുന്നതുപോലെയോ ഭയപ്പെടുന്നതുപോലെയോ ഉള്ള ഫലം ഉണ്ടാകുമോ എന്നൊരു സംശയം ജനിച്ചിട്ട് അതിന്റെ പേരിൽ കർമ്മം

തന്നെ ചെയ്യേണ്ടാ എന്നു വിചാരിക്കരുത്. കർമ്മം നിലനില്പിന് അത്യന്താപേക്ഷിതമാണ്. അതു ചെയ്യാതെ ജീവിക്കുന്നത് കട്ടു തിന്നു ജീവിക്കുന്നതിനു തുല്യമാണ്. അതിനാൽ, കർമ്മം ചെയ്യണം. ലോകത്തിന്റെ നിലനില്പിന് കർമ്മം അനിവാര്യമായതുകൊണ്ട് കർമ്മം ചെയ്തേ തീരൂ.

ലോകനന്മയ്ക്കുവേണ്ടി പ്രയത്നം ചെയ്യുന്നതിന്റെ മഹത്ത്വമാണ് ഇവിടെ വെളിവാക്കപ്പെടുന്നത്. ലോകത്തിനായി തന്റെ കർമ്മഫലങ്ങൾ സമർപ്പിക്കുമ്പോഴുണ്ടാകുന്ന ആന്തരശാന്തിയും ബന്ധനവിമുക്തിയും ഈ ശ്ലോകം ചൂണ്ടിക്കാണിക്കുന്നു. അർജുനന്റെ പാപഭയം നീക്കാൻ ഇതിലും വലിയൊരു ഉപദേശം വേണോ? മറ്റുള്ളവരുടെ ഗുണത്തിനായി സ്വന്തം പ്രവൃത്തികൾ ഉഴിഞ്ഞുവയ്ക്കുന്നവരെ നാം ഉത്തമ മനുഷ്യരായി കണ്ട് ആരാധിക്കുകയാണല്ലോ ചെയ്യുന്നത്?

യാഥാർത്ഥ്യം ഇതാണെങ്കിലും ചിലർ ഇങ്ങനെയാണ് ഈ ശ്ലോകത്തിന്റെ അർത്ഥത്തെ പ്രചരിപ്പിക്കുന്നത്: 'നീ ജോലി ചെയ്യണം, പക്ഷേ കൂലി ചോദിക്കരുത്'. അങ്ങനെയല്ല ഈ ശ്ലോകത്തിന്റെ അർത്ഥം എന്ന് ഇപ്പോൾ വ്യക്തമായിക്കാണുമല്ലോ? മൂഢത്വമാണ് അവർ ആരോപിക്കുന്നത്. കാരണം, കൂലിയല്ല ഒരു കർമ്മത്തിന്റെ ഫലം. വാഴ നടുന്നതിന്റെ ഫലം അതിനു നൽകുന്ന കൂലിയല്ല, വാഴക്കുലയാണ്. കുല ഉണ്ടാവാം, ഉണ്ടാവാതിരിക്കാം. നാം ചെയ്യാനുള്ളതെല്ലാം ചെയ്തിട്ടുണ്ടെങ്കിൽ ഇവ രണ്ടും ഒരുപോലെ കണ്ട് സ്വസ്ഥനായിട്ടിരിക്കണം. കുല ഉണ്ടായാൽ പ്രകൃതിയോടും മനുഷ്യനോടുമുള്ള കടം വീട്ടണം; ബാക്കിയേ താൻ എടുക്കാവൂ.

മഹാഭാരത കഥ പോലും ഈ രഹസ്യത്തിന്റെ ഒരു ഉദാഹരിക്കൽ മാത്രം. ശന്തനുവിന് സത്യവതിയിലുണ്ടായ കാമം സ്വപുത്രനായ ദേവവ്രതനെ വിഗണിക്കുന്ന സ്ഥിതിയിലേക്ക് അയാളെ നയിച്ചു. അതിനയാൾ മകനോടു പറഞ്ഞ ന്യായം 'നീ എനിക്ക് ഏക പുത്രനാണ്, നിനക്കെങ്ങാൻ എന്തെങ്കിലും സംഭവിച്ചാൽ എന്റെ കുലവും രാജ്യവും അന്യം നിന്നുപോകും' എന്നാണ്. ആ ന്യായം പറഞ്ഞ് അയാൾ സത്യവതിയെ വേട്ടു. പക്ഷേ, സംഭവിച്ചത് എന്താണ്? അയാൾക്ക് സത്യവതിയിലുണ്ടായ രണ്ടു മക്കളും അകാല മൃത്യുവിന് ഇരയായി. അവരിലൊരാളിന്റെ ഭാര്യയിൽ വ്യാസൻ ജനിപ്പിച്ച മക്കൾക്ക് ഭരണം തുടരാൻ കഴിഞ്ഞില്ല. അവരുടെ മക്കൾക്ക് പ്രായപൂർത്തിയാവുന്നതുവരെ ദേവവ്രതൻ (അപ്പോഴേക്കും ഭീഷ്മർ) രാജ്യത്തെ രക്ഷിച്ചു. പിന്നെ അവർ രണ്ടു കൂട്ടരും യുദ്ധം ചെയ്ത്

ഒടുങ്ങുന്നതുവരെയും ഭീഷ്മർ ജീവിച്ചിരുന്നു. ശന്തനുവിന്റെ കപട വിലാപത്തിന്റെ പരിണാമം നോക്കുക. കാമത്താൽ, സ്വാർത്ഥത്താൽ പ്രചോദിതമായല്ല കർമ്മം ചെയ്യേണ്ടതെന്ന് ഈ കഥ ഉദാഹരിക്കുന്നു. അതിന്റെ തത്ത്വചിന്താപരമായ അവതാരണമാണ് ഗീതയിലെ 2.47 ശ്ലോകം.

കർമ്മനിർവഹണത്തിനുള്ള മഹാമന്ത്രത്തെ 2.47 ശ്ലോകംകൊണ്ട് ഉപദേശിച്ചിട്ട്, ഭഗവാൻ കൃഷ്ണൻ തുടർന്നുള്ള ശ്ലോകങ്ങളിൽ (2.48 മുതൽ 2.53 വരെ) അതിനെപ്പറ്റി കൂടുതൽ വിശദീകരിക്കുന്നു. ചെയ്യേണ്ടതായ കർമ്മം, അതിന്റെ ഫലം അനുകൂലമോ പ്രതികൂലമോ എന്നു ചിന്തിക്കാതെ, സംഗരഹിതമായി ചെയ്യണമെന്നാണ് 2.48ൽ വിശദീകരിക്കുന്നത്. ഉദ്ദേശിക്കുന്ന ഫലം എന്തുതന്നെയായാലും അതിനെ സമബുദ്ധിയോടെ സ്വീകരിക്കുന്നതിനെയാണ് യോഗം എന്നു പറയുന്നതെന്നും യോഗസ്ഥനായിട്ടുവേണം കർമ്മം ചെയ്യേണ്ടതെന്നുമാണ് അതിലെ ഉപദേശം. ഉദ്ദിഷ്ട ഫലം കിട്ടിയാൽ സന്തോഷം, ഇല്ലെങ്കിൽ ദുഃഖം, ക്രോധം എന്ന രീതിയിലുള്ള ദ്വന്ദ്വ പ്രതികരണം പാടില്ല; രണ്ടായാലും ഒരുപോലെ കാണാൻ കഴിയണം. അതാണു സമബുദ്ധി. ഇങ്ങനെ സമബുദ്ധിയോടുകൂടി കർമ്മം ചെയ്താൽ കർമ്മഫലങ്ങളുടെ സ്വഭാവം നമ്മെ അലട്ടുകയില്ല; തന്മൂലം നമുക്ക് സദാ ശാന്തിയും ആനന്ദവും അനുഭവിക്കാൻ കഴിയുകയും ചെയ്യും.

ശ്ലോകം ഇങ്ങനെയാണ്:

'യോഗസ്ഥഃ കുരു കർമാണി സംഗം ത്യക്ത്വാ ധനഞ്ജയ;
സിദ്ധ്യസിദ്ധ്യോഃ സമോ ഭൂത്വാ സമത്വം യോഗ ഉച്യതേ'. (2.48)

വാഗർത്ഥം: ധനഞ്ജയ - ഹേ, അർജ്ജുനാ; യോഗസ്ഥഃ കുരു കർമാണി - യോഗസ്ഥനായിരുന്നുകൊണ്ട് കർമ്മങ്ങൾ ചെയ്യുക; സംഗം ത്യക്ത്വാ - സംഗം ത്യജിച്ചും; സിദ്ധ്യസിദ്ധ്യോഃ സമോ ഭൂത്വാ - ഫലസിദ്ധിയിലും അസിദ്ധിയിലും സമത്വം പാലിച്ചും (വേണം കർമ്മം ചെയ്യേണ്ടത്); സമത്വം യോഗ ഉച്യതേ - ഈ സമത്വ ഭാവത്തെയാണ് യോഗം എന്നു പറയുന്നത്.

ഇതിനെ തുടർന്ന്, യോഗബുദ്ധിയില്ലാതെ ചെയ്യുന്ന കർമ്മങ്ങൾ താണ തരത്തിലുള്ളവയാണെന്ന് അടുത്ത ശ്ലോകത്തിൽ അറിയിക്കുന്നു:

'ദൂരേണ ഹ്യവരം കർമ്മ ബുദ്ധിയോഗാദ്ധനഞ്ജയ;
ബുദ്ധൗ ശരണമന്വിച്ഛ കൃപണാഃ ഫലഹേതവഃ'. (2.49)

വാഗർത്ഥം: ബുദ്ധിയോഗാത് - യോഗബുദ്ധിയിൽനിന്ന്; ദൂരേണ ഹി അവരം - വളരെ താഴ്ന്നതാണ്; കർമ്മ - (മറ്റ്) കർമ്മങ്ങൾ;

ബുദ്ധൗ - ബുദ്ധിയിൽ, ബുദ്ധിയെ; ശരണം അന്വിച്ഛ - ശരണം പ്രാപിക്കുക; (യോഗ ബുദ്ധിയെ മുറുകെപ്പിടിക്കുക എന്നർത്ഥം); കൃപണാഃ - കൃപണന്മാർ, മൂഢന്മാർ; ഫലഹേതവഃ - ഫലകാരണന്മാരായിട്ടുള്ളവരാണ്, ഫലത്തിൽ ഉന്നം വച്ചവരാണ്.

ശ്ലോകാർത്ഥം: യോഗബുദ്ധിയോടുകൂടി ചെയ്യുന്ന കർമ്മത്തെക്കാൾ വളരെ താഴ്ന്നതാണ് അതില്ലാതെ ചെയ്യുന്ന കർമ്മങ്ങൾ. അതിനാൽ (ഉത്കൃഷ്ടമായ രീതിയിൽ കർമ്മം ചെയ്യാൻ) യോഗബുദ്ധിയെത്തന്നെ ആശ്രയിക്കുക. ഫലമോഹത്താൽ നയിക്കപ്പെട്ട് കർമ്മം ചെയ്യുന്നവർ മൂഢന്മാരാണ്.

യോഗബുദ്ധിയോടുകൂടി കർമ്മം ചെയ്യുന്നവരെ സുകൃതദുഷ്കൃതങ്ങളൊന്നും ബാധിക്കുന്നില്ല; യോഗമാണ് കർമ്മത്തിലെ കൗശലം; അതിനാൽ യോഗത്തിനായി ശ്രമിക്കുക എന്നിങ്ങനെ 2.50ൽ ഉപദേശിക്കുന്നു. ശ്ലോകം കാണുക:

'ബുദ്ധിയുക്തോ ജഹാതീഹ ഉഭേ സുകൃതദുഷ്കൃതേ;
തസ്മാദ്യോഗായ യുജ്യസ്വ യോഗഃ കർമസു കൗശലം.' (2.50)

അർത്ഥം: ബുദ്ധിയുക്തഃ - (യോഗ)ബുദ്ധിയോടുകൂടിയവൻ; ജഹാതി ഇഹ - ഇവിടെ ഉപേക്ഷിക്കുന്നു; ഉഭേ സുകൃതദുഷ്കൃതേ - സുകൃതദുഷ്കൃതങ്ങൾ രണ്ടും; തസ്മാത് യോഗായ യുജ്യസ്വ - അതിനാൽ യോഗത്തിനായിക്കൊണ്ടു പരിശ്രമിക്കുക; യോഗഃ കർമസു കൗശലം - യോഗമാണ് കർമ്മനിർവഹണത്തിലെ സാമർത്ഥ്യം.

അതായത്, യോഗസ്ഥനായിരുന്നുകൊണ്ട് കർമ്മം ചെയ്താൽ പാപപുണ്യങ്ങൾ എന്ന ദ്വന്ദ്വത്വത്തെ അതിജീവിക്കാം. തനിക്ക് എന്തു ഗുണം കിട്ടും, അല്ലെങ്കിൽ എന്തു ദോഷമുണ്ടാകും എന്ന പരിഗണനയില്ലാതെ തന്നിലർപ്പിതമായ കർമ്മങ്ങൾ നന്നായി നിർവഹിച്ചാൽ പാപവുമില്ല, പുണ്യവുമില്ല. ആ ദ്വന്ദ്വവിഭജനത്തിന് അതീതമായ നിത്യമായ ശാന്തിയിലേക്ക് നയിക്കപ്പെടും. അതിനാൽ യോഗമാണ് കർമ്മനിർവഹണത്തിൽ അവലംബിക്കേണ്ട ഉത്തമമായ ബുദ്ധി.

യോഗയുക്തനായ വ്യക്തി കർമ്മഫലങ്ങളെയെല്ലാം ഉപേക്ഷിച്ച്, ജന്മബന്ധങ്ങളെയെല്ലാം തരണം ചെയ്ത് ശാശ്വതമായ പദത്തെ പ്രാപിക്കുന്നു (2.51). അതായത്, കർമ്മഫലങ്ങൾ എങ്ങനെയായാലും അയാളെ അവ മഥിക്കുന്നില്ല, അയാൾ അചഞ്ചലനായി, സുഖ-ദുഃഖാദി ദ്വന്ദ്വാനുഭവങ്ങളിൽപ്പെട്ട് ഉഴലാതെ നിത്യമായ ആനന്ദാവസ്ഥയെ പ്രാപിക്കുന്നു; അതായത്, മോക്ഷത്തെ പ്രാപിക്കുന്നു.

ഒരേ കാര്യം തന്നെ ആവർത്തിച്ചുറപ്പിക്കുകയാണ് ഗീത എന്നത് ശ്രദ്ധിക്കുക.

കർമ്മഫലങ്ങളെ സമബുദ്ധിയോടെ സ്വീകരിക്കണമെന്നുണ്ടെങ്കിൽ മനസ്സിലെ മോഹങ്ങളെയെല്ലാം, അതായത് കാമങ്ങളെയെല്ലാം, നശിപ്പിക്കണം. ബുദ്ധി കാമങ്ങളെ അതിക്രമിക്കുമ്പോൾ ഭോഗസുഖങ്ങളെ വാഗ്ദാനം ചെയ്യുന്ന വേദവാദികളുടെ വാക്കുകൾക്ക് നമ്മിൽ ഒരു സ്വാധീനവും ഉണ്ടാക്കാൻ കഴിയില്ല. ഇപ്രകാരം അവയുടെ സ്വാധീനത്തിൽനിന്നു ബുദ്ധിയെ മുക്തമാക്കി, ചാഞ്ചല്യമില്ലാതെ നിർത്തുന്നവനു മാത്രമേ കർമ്മഫലത്തിൽ സമബുദ്ധി എന്ന യോഗത്തെ പ്രാപിക്കാൻ കഴിയൂ (2.53).

കാമങ്ങളെയെല്ലാം മനസ്സിൽനിന്ന് ഒഴിപ്പിച്ച്, സമബുദ്ധി നേടി അചഞ്ചലരായി വർത്തിക്കുന്നവരെ സ്ഥിതപ്രജ്ഞർ എന്നാണ് വിളിക്കുന്നത്. അവരെപ്പറ്റിയാണ് തുടർന്നുള്ള ശ്ലോകങ്ങളിൽ പറയുന്നത്.

ജീവിതത്തിൽ വേദ്യമാകുന്ന വിപരീതാനുഭവങ്ങളെ സമബുദ്ധിയോടെ സ്വീകരിക്കുക എന്നതാണ് നിതാന്തമായ ശാന്തിക്കുള്ള വഴി. ഇതാണ് ഇതുവരെയുള്ള ഉപദേശങ്ങളിൽ ആവർത്തിച്ചു പറഞ്ഞിട്ടുള്ളതായി നാം കണ്ടത്. ഇങ്ങനെ ദ്വന്ദ്വാനുഭവങ്ങളെ അചഞ്ചലമായി നേരിടാനുള്ള കരുത്തു നേടിയവരാണ് സ്ഥിതപ്രജ്ഞർ അഥവാ ഉറച്ച ബുദ്ധിയുള്ളവർ. അങ്ങനെയുള്ളവർ സുഖങ്ങളിൽ മദിക്കുകയോ ദുഃഖങ്ങളിൽ ഖിന്നരാവുകയോ ചെയ്യില്ല. രണ്ടിലും ഒരേപോലെ അചഞ്ചലരായി നിലകൊള്ളും. ഈ അചഞ്ചലത്വം, നിർമ്മമത്വം, കൈവരണമെങ്കിൽ കാമങ്ങളിൽനിന്ന് മുക്തരായിരിക്കണം. കാമമുണ്ടെങ്കിൽ കാമിക്കുന്ന കാര്യം നടക്കാതെ വന്നാൽ ക്രുദ്ധനും ദീനനുമായി ഭവിക്കും; നടന്നാലോ മദിച്ചുമറിയും. ഈ സത്യത്തിലൂന്നിയാണ് രണ്ടാം അദ്ധ്യായത്തിലെ ശേഷം ഭാഗങ്ങളിൽ സ്ഥിതപ്രജ്ഞന്റെ ലക്ഷണങ്ങൾ കൃഷ്ണൻ വിശദീകരിക്കുന്നത്.

തുടക്കത്തിലെ രണ്ടു ശ്ലോകങ്ങൾ നോക്കുക:

'പ്രജഹാതി യദാ കാമാൻ സർവാൻ പാർത്ഥ മനോഗതാൻ;
ആത്മന്യേവാത്മനാ തുഷ്ടഃ സ്ഥിതപ്രജ്ഞസ്തദോച്യതേ'. (2.55)

വാഗർത്ഥം: (2.55) പാർത്ഥ - ഹേ, അർജുനാ; മനോഗതാൻ സർവാൻ കാമാൻ - മനസ്സിൽ കയറിയ സകല കാമങ്ങളെയും; യദാ പ്രജഹാതി - എപ്പോൾ ത്യജിക്കുന്നുവോ, ഉച്ചാടനം ചെയ്യുന്നുവോ; ആത്മനി ഏവ ആത്മനാ തുഷ്ടഃ - തന്നിൽത്തന്നെ (ആത്മാവിൽത്തന്നെ) സ്വയം തുഷ്ടനായി മാറുന്നുവോ; തദാ - അപ്പോൾ; സ്ഥിതപ്രജ്ഞഃ ഉച്യതേ - സ്ഥിതപ്രജ്ഞൻ എന്നു വിളിക്കപ്പെടുന്നു.

ശ്ലോകാർത്ഥം: (2.55) ഉള്ളിലുള്ള സർവ കാമങ്ങളെയും ഉന്മൂലനം ചെയ്തിട്ട് തന്നിൽത്തന്നെ (ആത്മാവിൽത്തന്നെ) സ്വേച്ഛയാൽ സന്തുഷ്ടനായി ഭവിക്കുന്നുവൻ സ്ഥിതപ്രജ്ഞൻ എന്നു വിളിക്കപ്പെടുന്നു.

'ദുഃഖേഷ്വനുദ്വിഗ്നമനാഃ സുഖേഷു വിഗതസ്പൃഹഃ;
വീതരാഗഭയക്രോധഃ സ്ഥിതധീർമുനിരുച്യതേ.' (2.56)

വാഗർത്ഥം: 'ദുഃഖേഷു അനുദ്വിഗ്നമനാഃ - ദുഃഖങ്ങളിൽ ഉദ്വിഗ്നത ഇല്ലാത്തവനും (ഖിന്നത ഇല്ലാത്തവനും); സുഖേഷു വിഗതസ്പൃഹഃ - സുഖങ്ങളിൽ അവ വീണ്ടും വീണ്ടും വേണം എന്ന ആശയില്ലാത്തവനും; വീതരാഗഭയക്രോധഃ - രാഗവും ഭയവും ക്രോധവും ഒഴിഞ്ഞവനും ആയ; മുനിഃ - മുനി; സ്ഥിതധീഃ ഉച്യതേ - ഉറച്ച ബുദ്ധിയുള്ള (മുനി) എന്നു വിളിക്കപ്പെടുന്നു.

ശ്ലോകാർത്ഥം: ദുഃഖാവസ്ഥകളിൽ വ്യസനവും സുഖാവസ്ഥകളിൽ പ്രലോഭനവും ഉണ്ടാകാതെ രാഗഭയക്രോധങ്ങളില്ലാതെ വർത്തിക്കുന്ന മുനി സ്ഥിതപ്രജ്ഞനാണെന്നു പറയപ്പെടുന്നു.

രണ്ടിലും പറയുന്നത് ഒരേ കാര്യം തന്നെ. ഇതുവരെ പറഞ്ഞ കാര്യങ്ങളുടെ പല കോണുകളിലൂടെയുള്ള വീക്ഷണങ്ങളാണു രണ്ടും. കാമങ്ങൾ ഒഴിഞ്ഞവന് സുഖദുഃഖാനുഭവങ്ങളിൽ വികാരഭേദം ഉണ്ടാകില്ല. അതുകൊണ്ടുതന്നെ അയാളുടെ ബുദ്ധി ചാഞ്ചാട്ടമില്ലാതെ ഉറച്ചുനിൽക്കുന്നു. അയാൾ ശാന്തി അനുഭവിക്കുന്നു.

സ്ഥിതപ്രജ്ഞൻ ശുഭം വരുമ്പോൾ ആഹ്ളാദിക്കുകയും അശുഭം വരുമ്പോൾ ദ്വേഷിക്കുകയും ചെയ്യില്ലെന്ന് 2.57ൽ ആവർത്തിച്ചു പറയുന്നുമുണ്ട്.

കാമങ്ങൾ മനസ്സിൽനിന്ന് ഒഴിവാക്കിയവൻ അമരനായിത്തീരുന്നുവെന്ന ഉപനിഷത് പാഠത്തിന്റെ പുനരാവിഷ്കരിക്കലാണ് ഇവിടെയെല്ലാം ഗീത ചെയ്യുന്നത്. കഠോപനിഷത് 6.14, 6.15 എന്നീ മന്ത്രങ്ങളിലും ബൃഹദാരണ്യകോപനിഷത് 4.4.7 വാക്യത്തിലും വിളംബരം ചെയ്യപ്പെട്ടിരിക്കുന്ന തത്ത്വമാണിത്. അമരനായിത്തീരുക എന്നാൽ സുഖദുഃഖാദി ദ്വന്ദ്വങ്ങളിൽപ്പെട്ട് ഉഴലാതെ സ്ഥിരമായ അവസ്ഥയെ പ്രാപിക്കുക എന്നാണർത്ഥം. മരണം എന്ത്, അമരത്വം എന്ത് എന്നതിനെപ്പറ്റി 2.15 എന്ന ശ്ലോകം പഠിക്കവേ നാം ചെറുതായൊന്നു വിചാരം ചെയ്തതാണ്. ഇനി 2.62, 2.63 ശ്ലോകങ്ങൾ വായിക്കുമ്പോൾ അതിനെപ്പറ്റി കൂടുതൽ അറിയാം.

കാമങ്ങളൊന്നും ഇല്ലാത്തവന് തന്റെ മനസ്സിനെയും ഇന്ദ്രിയങ്ങളെയും നിഷ്പ്രയാസം നിയന്ത്രണത്തിൽ നിർത്താൻ കഴിയും. അപ്പോൾ, മനസ്സിനെയും ഇന്ദ്രിയങ്ങളെയും അധീനതയിലാക്കാൻ കഴിയുന്നവൻ കാമരഹിതനാണെന്നും തത്ഫലമായി സ്ഥിതപ്രജ്ഞനാണെന്നും പറയാവുന്നതാണ്. ശ്ലോകങ്ങൾ 2.58 മുതൽ 2.61 വരെ ഈ വസ്തുതയാണ് ഗീത വിശദീകരിക്കുന്നത്. ആമ തന്റെ അംഗങ്ങളെ (കൈകാലുകളെയും തലയെയും) പിൻവലിച്ച്

ആപത്തുകളിൽനിന്നു മുക്തനാകുന്നതുപോലെ തൻറെ ഇന്ദ്രിയങ്ങളെ ഇന്ദ്രിയാർത്ഥങ്ങളിൽനിന്നു പിൻവലിക്കാൻ ആർക്കു കഴിയുന്നുവോ അയാൾ സ്ഥിതപ്രജ്ഞൻ തന്നെ (2.58).

ശ്ലോകം 2.61 വരെ ഇക്കാര്യം പല രീതിയിൽ വിശദമാക്കുന്നു. ഒരുവൻ ജ്ഞാനിയാണെങ്കിൽപ്പോലും ക്ഷോഭിച്ച ഇന്ദ്രിയങ്ങൾ അയാളുടെ നിയന്ത്രണങ്ങളെ മറികടന്ന് മനസ്സിനെ കീഴടക്കുന്നു (2.60). അതിനാൽ ഇന്ദ്രിയങ്ങളെ പൂർണ്ണമായി നിയന്ത്രണത്തിലാക്കിയാലേ സ്ഥിതപ്രജ്ഞനാകാൻ സാധിക്കൂ (2.61).

ഇതിനു സാധിക്കാത്തവരുടെ അവസ്ഥ എന്താണ്? അതിനെപ്പറ്റിയാണ് 2.62, 2.63 ശ്ലോകങ്ങൾ പറയുന്നത്.

'ധ്യായതോ വിഷയാൻ പുംസഃ സംഗസ്തേഷൂപജായതേ;
സംഗാത് സഞ്ജായതേ കാമഃ കാമാത് ക്രോധോऽഭിജായതേ' (2.62)

വാഗർത്ഥം: വിഷയാൻ ധ്യായതഃ പുംസഃ - വിഷയങ്ങളെ ഓർത്തുകൊണ്ടിരിക്കുന്ന പുരുഷന് (മനുഷ്യന്); തേഷു സംഗഃ ഉപജായതേ - അവയിൽ സംഗം ഉണ്ടാകുന്നു; സംഗാത് സഞ്ജായതേ കാമഃ - സംഗം മൂലം കാമം ജനിക്കുന്നു; കാമാത് ക്രോധഃ അഭിജായതേ - കാമം മൂലം ക്രോധം ഉദ്ഭവിക്കുന്നു.

ശ്ലോകാർത്ഥം: (2.62) വിഷയങ്ങളെപ്പറ്റി ചിന്തിച്ചുകൊണ്ടിരിക്കുന്നവന് അവയിൽ സംഗം (ആസക്തി) ഉണ്ടാകുന്നു. സംഗം മൂലം കാമവും കാമം മൂലം ക്രോധവും ജനിക്കുന്നു.

ക്രോധാദ്ഭവതി സമ്മോഹഃ സമ്മോഹാത് സ്മൃതിവിഭ്രമഃ;
സ്മൃതിഭ്രംശാദ് ബുദ്ധിനാശഃ ബുദ്ധിനാശാത് പ്രണശ്യതി'. (2.63)

വാഗർത്ഥം: ക്രോധാത് ഭവതി സമ്മോഹഃ - ക്രോധത്തിൽനിന്ന് സമ്മോഹം (കാര്യങ്ങൾ യഥാർത്ഥമായി മനസ്സിലാക്കാൻ കഴിയാത്ത അവസ്ഥ) ഉണ്ടാകുന്നു; സമ്മോഹാത് സ്മൃതിവിഭ്രമഃ - സമ്മോഹത്തിൽനിന്ന് സ്മൃതിവിഭ്രമം (ഓർമ്മപ്പിശക്) സംഭവിക്കുന്നു; സ്മൃതിഭ്രംശാത് ബുദ്ധിനാശഃ ബുദ്ധിനാശാത് പ്രണശ്യതി - സ്മൃതിഭ്രംശത്താൽ (സ്മൃതിവിഭ്രമം) ബുദ്ധിനാശവും ബുദ്ധിനാശത്താൽ സർവനാശവും (മരണവും) സംഭവിക്കുന്നു.

ശ്ലോകാർത്ഥം: ക്രോധം മൂലം സമ്മോഹവും സമ്മോഹം മൂലം സ്മൃതിഭ്രംശവും ഉണ്ടാകുന്നു. സ്മൃതിഭ്രംശം വഴി ബുദ്ധിനാശവും അതുമൂലം സർവനാശവും (മരണവും) സംഭവിക്കുന്നു.

ഒരേ വിഷയത്തെപ്പറ്റിത്തന്നെ ചിന്തിച്ചുകൊണ്ടിരുന്നാൽ അതിൽനിന്ന് മനസ്സിനെ വിടുവിക്കാൻ കഴിയാത്ത ഒരവസ്ഥ ഉണ്ടാകും. ഇതാണ് സംഗം. സംഗം വളർന്ന്, ഉദ്ദേശിക്കുന്ന വിഷയം കിട്ടിയാലേ

പറ്റു എന്നൊരു വികാരം സംജാതമാകും; അതാണ് കാമം. അതായത്, കാമം എന്നാൽ വെറുമൊരു ആഗ്രഹമല്ല; മനസ്സിൽനിന്നു പറിച്ചെറിയാൻ കഴിയാത്തത്ര ഭാരമേറിയ, ശക്തമായ, ഒരു ആഗ്രഹമാണത്.

കാമിക്കുന്ന വസ്തു കിട്ടിയില്ലെങ്കിൽ അഥവാ വിചാരിക്കുന്നതുപോലെ കാര്യങ്ങൾ നടന്നില്ലെങ്കിൽ, നമുക്ക് ക്രോധമുണ്ടാകും. കാമിതങ്ങളെല്ലാം സാധിതമായാലോ, മദോന്മാദം ഉണ്ടാകും. രണ്ടായാലും മനസ്സിനേൽക്കുന്ന ആഘാതം ഒന്നുതന്നെ. ക്രോധം ഉണ്ടായാൽ തിരിച്ചറിവ് ഇല്ലാതാകും. ആരോടാണ്, എന്താണ്, പറയുന്നതെന്നോ ചെയ്യുന്നതെന്നോ നിശ്ചയമില്ലാതാകുന്ന ഈ അവസ്ഥയാണ് സമ്മോഹം. മനസ്സിനുമേൽ പതിക്കുന്ന ഒരു പുതപ്പാണത്. തത്ഫലമായി മനസ്സിലുള്ള കാര്യങ്ങൾ വ്യക്തമായി ഓർത്തെടുക്കാൻ കഴിയാതെ വരും. ഈ ഓർമ്മനാശത്തെയാണ് സ്മൃതിവിഭ്രമം, സ്മൃതിഭ്രംശം എന്നൊക്കെ വിളിക്കുന്നത്. ഓർമ്മനാശം വന്നാൽ അറിവുള്ള വസ്തുതകളെ യഥാസമയം ഓർത്തെടുക്കാനും ആ വസ്തുതകളെ യുക്തിയുക്തമായി വിശകലനം ചെയ്ത് തീരുമാനം എടുക്കാനും കഴിയാതെ വരുന്നു. ബുദ്ധിയുടെ ജോലിയാണല്ലോ വിശകലനവും തീരുമാനമെടുക്കലും? ആയതിനാൽ അക്കാര്യത്തിലുണ്ടാകുന്ന ഈ അവശതയെ ഗീത ബുദ്ധിനാശം എന്നു വിളിച്ചിരിക്കുന്നു. ബുദ്ധിനാശം ഉണ്ടായാൽ പിന്നെ മനുഷ്യൻറെ വ്യക്തിത്വം ഇല്ലാതാകുന്നു. അയാൾ ഒന്നുമല്ലാതെ, ആയിത്തീരുന്നു; അഥവാ സ്വന്തം വ്യക്തിത്വം നഷ്ടപ്പെട്ട് അയാൾ മറ്റൊരാളായി മാറുന്നു. ഇതിനെയാണ് ഗീത അയാളുടെ നാശം അഥവാ മരണം ആയി കാണുന്നത്.

സുഖത്തെയും ദുഃഖത്തെയും സമമായി കണ്ടു സ്വസ്ഥനായിരിക്കുന്ന ധീരൻ അമരനായി ഭവിക്കും എന്ന് നാം 2.15ൽ കണ്ടതാണ്. അമരത്വം എന്നത് അതിൽ നിർവചിച്ചിരിക്കുന്നതാണെങ്കിൽ മരണം അഥവാ മൃത്യു ആ സമബുദ്ധി നഷ്ടപ്പെടുന്നതാണെന്നു സ്പഷ്ടം. അതാണ് ഇവിടെ 2.63 ശ്ലോകത്തിൽ പറഞ്ഞിരിക്കുന്നത്. അതുതന്നെയാണ് ഉപനിഷത്തുകളിലും മൃത്യുവിനെപ്പറ്റി പറഞ്ഞിട്ടുള്ളത്.

സന്തോഷം നൽകുന്ന കാര്യങ്ങളോട് നമുക്കു തോന്നുന്ന അഭിനിവേശമാണ് രാഗം; ദുഃഖമുണ്ടാക്കുന്ന കാര്യങ്ങളോട് നമുക്കു തോന്നുന്ന വിരോധമാണ് ദ്വേഷം. ഈ രാഗമോ ദ്വേഷമോ ആണ് കഴിഞ്ഞ രണ്ടു ശ്ലോകങ്ങളിലായി കണ്ട സംഗം മുതൽ മരണം വരെയുള്ള അനുഭവങ്ങൾക്കു കാരണം. അതിനാൽ, രാഗദ്വേഷങ്ങളില്ലാതെ നാം എന്തിൽ വ്യാപരിച്ചാലും നമുക്ക് ഒരു ചാഞ്ചല്യവുമില്ലാതെ

മനഃസമാധാനത്തോടെ വർത്തിക്കാൻ കഴിയും. ഇതാണ് 2.64 ശ്ലോക ത്തിൽ വ്യക്തമാക്കിയിരിക്കുന്നത്. ശ്ലോകം കാണുക:

'രാഗദ്വേഷവിയുക്തൈസ്തു വിഷയാനിന്ദ്രിയൈശ്ചരൻ;
ആത്മവശ്യൈർവിധേയാത്മാ പ്രസാദമധിഗച്ഛതി.' (2.64)

രാഗദ്വേഷമുക്തവും തന്റെ നിയന്ത്രണത്തിൽ നിൽക്കുന്നതുമായ ഇന്ദ്രിയങ്ങൾകൊണ്ട് വിഷയങ്ങളിൽ ചരിക്കുന്നവൻ പ്രശാന്തതയെ പ്രാപിക്കും എന്നു വിവക്ഷ.

പ്രശാന്തമനസ്കന്റെ ബുദ്ധി ക്രമേണ സ്ഥിരത നേടുന്നുവെന്നും (2.65) അങ്ങനെ സ്ഥിരബുദ്ധി നേടാത്തവന് ഒരിക്കലും ശാന്തിയോ സുഖമോ ലഭിക്കില്ലെന്നും (2.66) തുടർന്നു വിശദീകരിക്കുന്നു.

ഇന്ദ്രിയങ്ങളെ വരുതിയിലാക്കിയവൻ പ്രസാദവും സുഖവും നേടുമെന്നു പറഞ്ഞല്ലോ? ഇന്ദ്രിയങ്ങളെ വരുതിയിലാക്കുന്നതിനു പകരം അവയുടെ പിന്നാലെ പോകുന്നവന്റെ അവസ്ഥയെപ്പറ്റിയാണ് തുടർന്നു വിവരിക്കുന്നത്:

'ഇന്ദ്രിയാണാം ഹി ചരതാം യന്മനോ/നുവിധീയതേ;
തദസ്യ ഹരതി പ്രജ്ഞാം വായുർനാവമിവാംഭസി.' (2.67)

വാഗർത്ഥം: ചരതാം ഇന്ദ്രിയാണാം - ചഞ്ചലങ്ങളായ ഇന്ദ്രിയ ങ്ങളെ; യത് മനഃ അനുവിധീയതേ - ഏതു മനസ്സാണോ പിന്തുടരു ന്നത്; തത് അസ്യ പ്രജ്ഞാം ഹരതി - അത് അയാളുടെ പ്രജ്ഞയെ അപഹരിക്കുന്നു (അതിന്റെ വഴിയിലേക്കു വലിച്ചുകൊണ്ടുപോകുന്നു); വായുഃ നാവം ഇവ അംഭസി - കാറ്റ് നൗകയെ വെള്ളത്തിലൂടെ വലിച്ചുകൊണ്ടു പോകുന്നതുപോലെ (കാറ്റിൽപ്പെട്ട വള്ളത്തെ പ്പോലെ അയാളുടെ ചിന്താശേഷി നിയന്ത്രണമറ്റുപോകുന്നു എന്നർത്ഥം).

ആയതിനാൽ ഇന്ദ്രിയങ്ങളെ വരുതിയിലാക്കിയവൻ സ്ഥിത പ്രജ്ഞനായിത്തീരുന്നു എന്നാണ് 2.68-ലെ പ്രസ്താവം.

ഇപ്രകാരം സ്ഥിതപ്രജ്ഞനായ ഒരാൾ ഇന്ദ്രിയാർത്ഥങ്ങളിൽ ശ്രദ്ധ ചെലുത്തുന്നില്ല. അയാളുടെ ശ്രദ്ധ ഭൗതികഭോഗങ്ങൾക്ക് അതീത മായ നിത്യമായ ആനന്ദത്തിലാണ്. എന്നാൽ നേരേ മറിച്ചാണ് വിഷയോന്മുഖരായ മനുഷ്യരുടെ കാര്യം. ഇന്ദ്രിയാർത്ഥങ്ങളിലാണ് അവരുടെ താത്പര്യം. ഇന്ദ്രിയാതീതമായ, നിത്യവും നിഷ്കളങ്കവു മായ, ആനന്ദത്തിൽ അവർക്ക് ലേശംപോലും താത്പര്യമില്ല. ഇക്കാ ര്യമാണ് ശ്ലോകം 2.69ൽ പറഞ്ഞിരിക്കുന്നത്. ശ്ലോകം നോക്കുക:

'യാ നിശാ സർവഭൂതാനാം തസ്യാം ജാഗർത്തി സംയമീ;
യസ്യാം ജാഗ്രതി ഭൂതാനി സാ നിശാ പശ്യതോ മുനേഃ'. (2.69)

വാഗർത്ഥം: യാ നിശാ സർവഭൂതാനാം - സർവഭൂതങ്ങൾക്കും ഏതാണോ ഇരുളായി അനുഭവപ്പെടുന്നത്; തസ്യാം - അതിൽ; ജാഗർത്തി സംയമീ - സംയമി (ഇന്ദ്രിയങ്ങളെ നിയന്ത്രിച്ചവൻ) ഉണർന്നിരിക്കുന്നു; യസ്യാം - ഏതിലാണോ; ജാഗ്രതി ഭൂതാനി - ഭൂതങ്ങൾ ഉണർന്നിരിക്കുന്നത്; സാ - അത്; നിശാ പശ്യതഃ മുനേഃ - മുനിക്ക് (സംയമിക്ക്) ഇരുളായി കാണപ്പെടുന്നു.

ശ്ലോകാർത്ഥം: ഭൂതങ്ങൾക്കെല്ലാം ഇരുളായിരിക്കുന്നത് എന്താണോ അതിൽ സംയമിയായ വ്യക്തി (ഇന്ദ്രിയങ്ങളെ നിയന്ത്രണത്തിലാക്കിയ വ്യക്തി) ഉണർന്നിരിക്കുന്നു. ഭൂതങ്ങൾ ഉണർന്നിരിക്കുന്നത് ഏതിലാണോ അതിനെ ഇരുളായിട്ടാണ് ജ്ഞാനിയായ മുനി കാണുന്നത്.

അതായത്, സാധാരണ മനുഷ്യർ ഏതിലാണോ ശ്രദ്ധ വയ്ക്കുന്നത്, ആ ഭൗതിക ഭോഗസുഖങ്ങളെയെല്ലാം തത്ത്വമറിയുന്ന വ്യക്തി അവഗണിക്കുന്നു. അയാളുടെ ശ്രദ്ധ ഭൗതികാതീതമായ, നിത്യമായ ആനന്ദത്തിന്റെ ഉറവിടമായ, നിർമ്മല ചൈതന്യത്തിലാണ്. അതിലാകട്ടെ സാധാരണക്കാരന് ഒരു താല്പര്യവുമില്ലതാനും.

ഭൗതിക വസ്തുക്കൾ നശ്വരങ്ങളാകയാൽ അവയിലൂടെ കിട്ടുന്ന സന്തോഷം ക്ഷണികമായിരിക്കും. സ്ഥായിയായ സന്തോഷം നമ്മുടെതന്നെ ഉള്ളിൽനിന്ന് ഉറവെടുക്കുന്നതാണ്. ബാഹ്യ സാഹചര്യങ്ങൾ എന്തുതന്നെയായാലും നമുക്ക് സന്തോഷത്തോടെയിരിക്കാൻ കഴിയും. പാർക്കാൻ വലിയ വീടുകളോ സഞ്ചരിക്കാൻ വിലകൂടിയ വാഹനങ്ങളോ ഇല്ലെങ്കിലും സന്തോഷമുണ്ടാകും എന്നത് അനുഭവമാണല്ലോ? ചെറ്റക്കുടിലിൽ താമസിക്കുന്നവനും സന്തോഷത്തോടെ ജീവിക്കുന്നു. ഭൗതിക ഭോഗവസ്തുക്കളിൽ അവർ അധികമായ ഊന്നൽ കൊടുക്കുന്നില്ല എന്നതാണ് കാര്യം. അവയോടുള്ള ആർത്തിയിൽനിന്ന് അവർ മനസ്സിനെ അകറ്റിനിർത്തുന്നു. അതിനാൽ അവയുടെ അഭാവം അവരുടെ സന്തോഷത്തെ കെടുത്തുന്നില്ല. ആർത്തിയിൽനിന്നുള്ള ഈ അകലം എത്ര കണ്ട് കൂടുകയും സ്ഥിരമാകുകയും ചെയ്യുന്നോ അത്രകണ്ട് സ്ഥിരമായ ആനന്ദം നമുക്ക് ലഭിക്കും. ഇത് അനുഭവത്തിലൂടെ അറിയാൻ കഴിയുന്ന കാര്യമാണ്. ആഗ്രഹിക്കുന്നതെല്ലാം കിട്ടിയാലേ സന്തോഷമാകൂ എന്നു നിഷ്കർഷിച്ചാൽ ആർക്കും ഈ ലോകത്ത് ഒരിക്കലും സന്തോഷമുണ്ടാവില്ല.

ആനന്ദത്തിൽ തല്പരരായവർ ചെയ്യേണ്ടത് കാമങ്ങൾക്ക് അടിപ്പെടാതിരിക്കുക എന്നതാണ്. കാമങ്ങൾക്ക് അടിപ്പെട്ടാൽ 2.62, 2.63 ശ്ലോകങ്ങളിൽ വിവരിച്ച പ്രകാരം വിനാശത്തെ പ്രാപിക്കുകയേ

ഉള്ളു. മനസ്സിലേക്കു വരുന്ന കാമങ്ങൾ ഒരിക്കലും നമ്മെ ചലിപ്പിക്കാതെ, മഥിക്കാതെ സ്വയം കാക്കണം. ഇക്കാര്യമാണ് അടുത്ത ശ്ലോകത്തിൽ:

'ആപൂര്യമാണമചലപ്രതിഷ്ഠം
സമുദ്രമാപഃ പ്രവിശന്തി യദ്വത്;
തദ്വത് കാമാഃ യം പ്രവിശന്തി സർവേ
സ ശാന്തിമാപ്നോതി ന കാമകാമീ.' (2.70)

വാഗർത്ഥം: ആപൂര്യമാണം അചലപ്രതിഷ്ഠം സമുദ്രം - സദാ നിറഞ്ഞ് ചലനമറ്റു നിൽക്കുന്ന സമുദ്രത്തിൽ; ആപഃ - ജലങ്ങൾ (പല കോണുകളിൽനിന്നു വരുന്ന വെള്ളം); പ്രവിശന്തി യദ്വത് - എപ്രകാരമാണോ പ്രവേശിക്കുന്നത്; തദ്വത് - അപ്രകാരം; സർവേ കാമാഃ യം പ്രവിശന്തി - ആരിലാണോ കാമങ്ങളെല്ലാം പ്രവേശിക്കുന്നത്; സഃ - അയാൾ; ശാന്തിം ആപ്നോതി - അയാൾ ശാന്തിയെ പ്രാപിക്കുന്നു; ന കാമകാമീ - കാമങ്ങളിൽ മുഴുകിയവൻ അങ്ങനെയല്ല (അയാൾക്കു ശാന്തി കിട്ടില്ല).

വെള്ളം നിറഞ്ഞ് ചലനമറ്റു നിൽക്കുന്ന സമുദ്രത്തിൽ വീണ്ടും വെള്ളം വന്നാൽ അതിന് ഒരു ചലനവുമുണ്ടാകില്ല. അതുപോലെ കാമങ്ങൾ ആരിൽ ചലനമുണ്ടാക്കുന്നില്ലയോ അയാൾക്കു ശാന്തി ലഭിക്കുമെന്നാണ് ശ്ലോകത്തിന്റെ താത്പര്യം. വെള്ളത്തെ കാമങ്ങളുമായി ഉപമിച്ച് ഈ ശ്ലോകത്തെ തെറ്റായി മനസ്സിലാക്കരുത്. ചലനമില്ലായ്മയാണ് ഇവിടത്തെ താരതമ്യ വിഷയം. കാമങ്ങളെ സ്വീകരിക്കാൻ തയ്യാറായി നിൽക്കുന്നവന്റെ മനസ്സ് 'ഇനി കാമങ്ങൾ വേണ്ട' എന്ന അവസ്ഥയിൽ ഒരിക്കലും എത്തില്ല. കാമങ്ങൾക്ക് അറുതിയില്ല.

കാമങ്ങളെയെല്ലാം ഉപേക്ഷിച്ച്, യാതൊന്നിലും ആശ വയ്ക്കാതെ, നിർമ്മമനും നിരഹങ്കാരനുമായി വർത്തിക്കുന്ന വ്യക്തി ശാന്തിയെ പ്രാപ്രിക്കുന്നു എന്ന പ്രഖ്യാപനത്തോടെ 72 ശ്ലോകങ്ങളുള്ള സാംഖ്യയോഗം എന്ന രണ്ടാം അദ്ധ്യായം അവസാനിക്കുന്നു.

അർജ്ജുനന്റെ ആശങ്കകൾക്കുള്ള മറുപടി ഭഗവാൻ കൃഷ്ണൻ നൽകിക്കഴിഞ്ഞു. യുദ്ധക്കളത്തിൽ വന്നുനിന്നിട്ട്, എതിർപക്ഷത്ത് ബന്ധുക്കളാണെന്നും ബന്ധുക്കളെ കൊന്നാൽ പാപം കിട്ടുമെന്നുമുള്ള ന്യായത്തിൽ, കർത്തവ്യ നിർവഹണത്തിൽനിന്ന് പിൻവാങ്ങുന്നതു ധർമ്മമല്ല; എതിർക്കപ്പെടേണ്ടത് മിത്രമോ ബന്ധുവോ ആയാലും എതിർക്കുകതന്നെ വേണം, അതിനുപകരം ബന്ധുവാണെന്ന പരിഗണനയിൽ ഒഴിവാക്കുന്നതും ധർമ്മമല്ല; ഫലം എങ്ങനെ വരുമെന്നു ശങ്കിച്ച് അറച്ചുനിൽക്കാതെ തന്നിൽ അർപ്പിതമായ കർമ്മങ്ങൾ

സ്വാർത്ഥചിന്തയില്ലാതെ ചെയ്താൽ പാപം ബാധിക്കുകയില്ല; ഫലം സിദ്ധിച്ചാലും ഇല്ലെങ്കിലും ഗുണമായാലും ദോഷമായാലും അതിൽ വ്യാകുലപ്പെടാതെ, ആശങ്കപ്പെടാതെ സ്വകർമ്മ നിർവഹണം നടത്തണം; ആർക്കും ആരെയും ഇല്ലാതാക്കാൻ കഴിയില്ല, കാരണം, രൂപവ്യത്യാസങ്ങളിലെ വ്യത്യാസമൊഴിച്ചാൽ സർവരും അവിനാശിയായ ആത്മാവുതന്നെ; എന്നീ കാര്യങ്ങളാണ് കൃഷ്ണൻ മറുപടിയായി പറഞ്ഞിട്ടുള്ളത്.

കർമ്മങ്ങൾ നിർവഹിക്കേണ്ട ശരിയായ രീതിയെപ്പറ്റി വിശദമായി പ്രതിപാദിക്കുന്ന അധ്യായമാണ് അടുത്തത്.

മൂന്ന്

കർമ്മയോഗം

ജീവിതാദ്യം മുതൽ ധാർത്തരാഷ്ട്രന്മാർ തങ്ങളോടു ചെയ്തുവന്ന ചതിയും അന്യായവും ദ്രോഹവും വിവേചനവും അതിക്രമവും വധ ശ്രമവുമെല്ലാം നേരിട്ട പാണ്ഡവന്മാർ അവസാനം ഒരു മഹായുദ്ധ ത്തിലേക്ക് എടുത്തെറിയപ്പെടുകയായിരുന്നു. ഇക്കാലമത്രയും മന സ്സിൽ ഊതി വളർത്തിക്കൊണ്ടിരുന്ന പ്രതികാരാഗ്നി ആളിക്കത്തിച്ച് കൗരവന്മാരെ മുച്ചൂടും നശിപ്പിക്കാൻ അങ്ങനെ അവർക്ക് ഒരവസരം കൈവന്നു. എല്ലാ സന്നാഹങ്ങളും ഒരുക്കി യുദ്ധക്കളത്തിലെത്തി ശസ്ത്രപ്രയോഗത്തിനു തയ്യാറാകുമ്പോഴാണ് മറ്റാർക്കും ഇല്ലാത്ത ഒരു വികല ധർമ്മചിന്തയും പാപഭയവും അർജുനനെ പിടികൂടിയത്. അയാൾ ഉന്നയിച്ച എതിർവാദങ്ങൾക്കെല്ലാം കൃഷ്ണൻ മറുപടി പറഞ്ഞു.

എന്നാൽ, അർജുനന് കൃഷ്ണന്റെ വാക്കുകൾ പൂർണ്ണമായും ഗ്രഹി ക്കാൻ കഴിഞ്ഞില്ല. അയാൾ ചില സംശയങ്ങൾ ഉന്നയിച്ചു. ഒന്നൊ ന്നായി ഉന്നയിക്കുന്ന ആ സംശയങ്ങൾക്ക് കൃഷ്ണൻ പറയുന്ന മറുപടികളും ആ മറുപടികൾക്ക് ആസ്പദമായ തത്ത്വവിചാരവുമാണ് ഇനിയുള്ള അദ്ധ്യായങ്ങളിൽ കാണുന്നത്. ഇവിടെ മൂന്നാം അദ്ധ്യായം തുടങ്ങുന്നത് അതുപോലൊരു സംശയം അർജുനൻ ഉന്നയിക്കുന്ന തോടെയാണ്.

രണ്ടാം അദ്ധ്യായത്തിലെ ശ്ലോകം 49-ന്റെ ആദ്യ പകുതി 'ദൂരേണ ഹി അവരം കർമ്മ ബുദ്ധിയോഗാത് ധനഞ്ജയ' എന്നാണെന്നു നാം കണ്ടു. ഇതിന്റെ ശരിക്കുള്ള അർത്ഥം യോഗബുദ്ധിയോടു കൂടിയ കർമ്മത്തേക്കാൾ ആ ബുദ്ധിയില്ലാത്ത കർമ്മം വളരെ താണ പടി യിലുള്ളതാണെന്നാണ്. എന്നാൽ ശ്ലോകത്തിലെ വാഗ്ഘടന കണ്ടാൽ ബുദ്ധിയോടുകൂടിയിരിക്കുന്നതിനേക്കാൾ താണതാണ് കർമ്മം എന്നൊരു തോന്നലുണ്ടാകാം. കർമ്മവും ബുദ്ധിയും വിഭിന്ന മാണെന്നും തോന്നാം. 'ധർമ്മസമ്മൂഢചേത'സ്സെന്ന അവസ്ഥയിൽ

നിന്ന് ഇനിയും മുക്തനായിട്ടില്ലാത്ത അർജുനന് ഇങ്ങനെയൊരു ധാരണ സ്വാഭാവികമായും ഉണ്ടായി. അതിന്റെ അടിസ്ഥാനത്തിൽ അർജ്ജുനൻ ഉന്നയിക്കുന്ന ഒരു ചോദ്യത്തോടുകൂടിയാണ് 43 ശ്ലോകങ്ങളുള്ള 'കർമ്മയോഗം' എന്ന മൂന്നാം അദ്ധ്യായം ആരംഭിക്കുന്നത്. അർജുനന്റെ ചോദ്യം ഇങ്ങനെയാണ്:

'ജ്യായസീ ചേത് കർമ്മണസ്തേ മതാ ബുദ്ധിർജനാർദ്ദന;
കിം കർമ്മണി ഘോരേ മാം നിയോജയസി കേശവ. (3.1)

വാഗർത്ഥം: ജനാർദ്ദന - അല്ലയോ, കൃഷ്ണ; ബുദ്ധിഃ - ബുദ്ധി; ജ്യായസീ കർമ്മണഃ - കർമ്മത്തെക്കാൾ ശ്രേഷ്ഠമെന്നാണ്; തേ മതാ ചേത് - അങ്ങയുടെ അഭിപ്രായം എങ്കിൽ; കിം ഘോരേ കർമ്മണി - എന്തിനാണ് ഘോരമായ കർമ്മത്തിൽ; മാം നിയോജയസി - എന്നെ നിയോഗിക്കുന്നത്?

ശ്ലോകാർത്ഥം: അല്ലയോ ജനാർദ്ദനാ, കർമ്മത്തെക്കാൾ ശ്രേഷ്ഠം ബുദ്ധിയാണെന്ന് അങ്ങ് വിചാരിക്കുന്നുവെങ്കിൽ എന്തിനാണ് ഘോരമായ കർമ്മങ്ങളിൽ എന്നെ നിയോഗിക്കുന്നത്?

വ്യാമിശ്രേണേവ വാക്യേന ബുദ്ധിം മോഹയസീവ മേ;
തദേകം വദ നിശ്ചിത്യ യേന ശ്രേയോഽഹമാപ്നുയാം. (3.2)

വാഗർത്ഥം: (വ്യാമിശ്രേണേവ - വ്യാമിശ്രേണൈവ); വ്യാമിശ്രേണ ഇവ വാക്യേന - സമ്മിശ്രമായതുപോലുള്ള വാക്കുകളാൽ; ബുദ്ധിം മോഹയസി ഇവ മേ - എന്റെ ബുദ്ധിയെ അങ്ങ് കുഴയ്ക്കുന്നതുപോലെ തോന്നുന്നു; യേന ശ്രേയഃ അഹം ആപ്നുയാം - ഏതിനാലാണോ എനിക്ക് ശ്രേയസ്സിനെ പ്രാപിക്കാൻ കഴിയുന്നത്; തത് ഏകം വദ നിശ്ചിത്യ - ഉറപ്പായിട്ടുള്ള ആ ഒന്നിനെപ്പറ്റി പറഞ്ഞുതരൂ.

ശ്ലോകാർത്ഥം: പല തരത്തിലുള്ള വാക്യങ്ങൾമൂലം അങ്ങ് എന്റെ ബുദ്ധിയെ മോഹത്തിൽ പെടുത്തുന്നതുപോലെ തോന്നുന്നു. ശ്രേയസ്സിനെ ഉണ്ടാക്കുന്നതെന്തോ അതിനെപ്പറ്റി കൃത്യമായി പറഞ്ഞുതരൂ.

ചോദ്യത്തിനുള്ള മറുപടി കൃഷ്ണൻ വിശദമായിത്തന്നെ അടുത്ത ആറു ശ്ലോകങ്ങളിൽ പറയുന്നു. ശ്രേയോമാർഗ്ഗങ്ങൾ കർമ്മം, ബുദ്ധി എന്നിങ്ങനെ രണ്ടെണ്ണമാണെന്ന ധാരണ ശരിയല്ലെന്നും ശ്രേയസ്സിനായി താൻ ലോകത്തിന് ഉപദേശിച്ചത് രണ്ടു തരത്തിലുള്ള നിഷ്ഠകളാണെന്നും അവ ജ്ഞാനയോഗവും കർമ്മയോഗവുമാണെന്നും ആദ്യംതന്നെ വ്യക്തമാക്കുന്നു (ശ്ലോകം 3.3). ഈ രണ്ടു നിഷ്ഠകളിലൂടെയും ചെന്നെത്തുന്നത് നൈഷ്കർമ്മ്യസിദ്ധി എന്ന അവസ്ഥയിലേക്കാണെന്നു സൂചിപ്പിച്ചുകൊണ്ട് ആ അവസ്ഥയിലെത്താൻ കർമ്മം ചെയ്യാതിരിക്കുകയല്ല, കർമ്മനിർവഹണത്തിൽ ചില നിയന്ത്രണങ്ങൾ പാലിക്കുകയാണ് വേണ്ടതെന്ന് തുടർന്നു വെളിപ്പെടുത്തുന്നു.

കർമ്മങ്ങൾ ചെയ്യണമെന്നോ കർമ്മഫലങ്ങൾ സ്വായത്തമാക്കണെമെന്നോ ഉള്ള ആവേശം ഇല്ലാതായ അവസ്ഥയാണ് നൈഷ്കർമ്മ്യസിദ്ധി. ആത്മസാക്ഷാത്കാരത്തിന്റെ ആദ്യ പടിയാണിതെന്ന് 18.49 മുതൽ 18.55 വരെയുള്ള ശ്ലോകങ്ങളിൽനിന്ന് വ്യക്തം. ആദ്യം രണ്ടു വിധത്തിലുള്ള നിഷ്ഠകളെപ്പറ്റി പറയുന്ന 3.3 ശ്ലോകം നോക്കാം:

'ലോകേ/സ്മിൻ ദ്വിവിധാ നിഷ്ഠാ പുരാ പ്രോക്താ മയാനഘ;
ജ്ഞാനയോഗേന സാംഖ്യാനാം കർമയോഗേന യോഗിനാം.' (3.3)

വാഗർത്ഥം: ലോകേ അസ്മിൻ – ഈ ലോകത്ത്; ദ്വിവിധാ നിഷ്ഠാ – രണ്ടു വിധമായ നിഷ്ഠകൾ; പുരാ – പണ്ട്; പ്രോക്താ മയാ – എന്നാൽ പറയപ്പെട്ടിട്ടുണ്ട്, (ഞാൻ ലോകത്തിനായി ഉപദേശിച്ചിട്ടുണ്ട്); അനഘ – ഹേ, പാപരഹിതനായ അർജുനാ; ജ്ഞാനയോഗേന സാംഖ്യാനാം – സാംഖ്യന്മാർക്ക് ജ്ഞാനയോഗ നിഷ്ഠയും; കർമയോഗേന യോഗിനാം – യോഗികൾക്ക് കർമയോഗ നിഷ്ഠയും.

സാംഖ്യന്മാർ നേരിട്ടുതന്നെ ജ്ഞാനമാർഗ്ഗത്തെ പിന്തുടരുന്നവരാണ്. യോഗികളാകട്ടെ, കർമ്മയോഗത്തിലൂടെ ജ്ഞാനത്തിലേക്ക് എത്തുന്നവരാകുന്നു. അവരെപ്പറ്റി 4.38 ശ്ലോകത്തിൽ കൃഷ്ണൻ തന്നെ പറയുന്നുണ്ട്. എന്തായാലും ജ്ഞാനമില്ലാതെ ആത്മസാക്ഷാത്കാരം സാധ്യമല്ല. പതിനെട്ടാം അദ്ധ്യായത്തിലെ 49 മുതൽ 55 വരെയുള്ള ശ്ലോകങ്ങൾ അതാണ് സൂചിപ്പിക്കുന്നത്.

വിഹിതമായ കർമ്മങ്ങൾ ആരംഭിക്കാത്തതുകൊണ്ടോ കർമ്മങ്ങളെത്തന്നെ ഉപേക്ഷിക്കുന്നതുകൊണ്ടോ നൈഷ്കർമ്മ്യസിദ്ധി പ്രാപിക്കാൻ കഴിയില്ലെന്നാണ് അടുത്ത ശ്ലോകത്തിലെ (3.4) പ്രഖ്യാപനം.

ശ്ലോകം കാണുക:

'ന കർമണാമനാരംഭാത് നൈഷ്കർമ്യം പുരുഷോ/ശ്നുതേ;
ന ച സന്ന്യസനാദേവ സിദ്ധിം സമധിഗച്ഛതി.' (3.4)

വാഗർത്ഥം: കർമണാം അനാരംഭാത് – കർമ്മങ്ങൾ ആരംഭിക്കാതിരിക്കുന്നതുവഴി; നൈഷ്കർമ്യം – നൈഷ്കർമ്മ്യസിദ്ധി; പുരുഷഃ – മനുഷ്യൻ; ന അശ്നുതേ – പ്രാപിക്കുന്നില്ല; സന്ന്യസനാത് ഏവ ച – കർമ്മങ്ങൾ ഉപേക്ഷിക്കുന്നതുകൊണ്ടും; സിദ്ധിം ന സമധിഗച്ഛതി – നൈഷ്കർമ്മ്യസിദ്ധിയെ പ്രാപിക്കുന്നില്ല.

കർമ്മങ്ങൾ ആരംഭിക്കാത്തതുകൊണ്ടോ അവയെ പൂർണ്ണമായി ഉപേക്ഷിക്കുന്നതുകൊണ്ടോ നൈഷ്കർമ്മ്യസിദ്ധി കിട്ടില്ലെന്നാണ് ഇവിടെ പറയുന്നത്. കാരണം, കർമ്മം ഈ ഭൗതിക ജീവിതത്തിന്റെ ഒരു അനിവാര്യതയാണ്. പ്രകൃതിയുടെ ത്രിഗുണങ്ങളാൽ പ്രേരിതരായി സകലരും സദാ കർമ്മം ചെയ്തുകൊണ്ടിരിക്കുന്നു (ശ്ലോകം 3.5).

'ന ഹി കശ്ചിത് ക്ഷണമപി ജാതു തിഷ്ഠത്യകർമകൃത്;
കാര്യതേ ഹ്യവശഃ കർമ സർവഃ പ്രകൃതിജൈർഗുണൈഃ.' (3.5)

വാഗർത്ഥം: അകർമകൃത് - കർമ്മം ചെയ്യാത്തവരായി; ന ഹി കശ്ചിത് ക്ഷണം അപി ജാതു തിഷ്ഠതി - ആരും ഒരു ക്ഷണം പോലും ഒരിക്കലും ഇരിക്കുന്നില്ല; സർവഃ - സർവരും; കാര്യതേ ഹി അവശഃ കർമ പ്രകൃതിജൈർഗുണൈഃ - പ്രകൃതിയുടെ ഗുണങ്ങളാൽ അവശരായി (ഗുണങ്ങൾക്കു വശപ്പെട്ട് നിവൃത്തിയില്ലാതെ) കർമ്മം ചെയ്തുകൊണ്ടിരിക്കുന്നു.

ശ്ലോകാർത്ഥം: ഒരു നിമിഷം പോലും ആരും കർമ്മം ചെയ്യാതെയിരിക്കുന്നില്ല; സകലരും പ്രകൃതിജന്യമായ ഗുണങ്ങൾക്ക് വശംവദരായി കർമ്മങ്ങൾ ചെയ്തുകൊണ്ടിരിക്കുന്നു.

കർമ്മങ്ങൾ അനിവാര്യമായതിനാൽ, അവ ചെയ്യാതിരിക്കാനാകില്ല. എന്നാൽ അങ്ങനെ ചെയ്യുമ്പോൾ ചില നിയന്ത്രണങ്ങൾ പാലിക്കണമെന്ന് മുൻപു സൂചിപ്പിച്ചല്ലോ? അതിനെപ്പറ്റിയാണ് ഇനി പറയാൻ പോകുന്നത്. വിഷയങ്ങളെ സദാ സ്മരിക്കുന്നതുമൂലം കർമ്മം ചെയ്യാനുള്ള ഉൾപ്രേരണ സജീവമായിട്ടുണ്ടെങ്കിലും ചിലർ കർമ്മേന്ദ്രിയങ്ങളെ നിയന്ത്രിച്ച് കർമ്മത്തിൽനിന്നു പിൻവാങ്ങി നിൽക്കുന്നു. ഇതു കാപട്യമാണ്, മിഥ്യാചാരമാണ് (3.6). ജ്ഞാനേന്ദ്രിയങ്ങളെ നിയന്ത്രണത്തിൽ നിർത്തിയിട്ട് അസക്തനായി കർമ്മം ചെയ്യുകയാണു വേണ്ടതെന്നും അതാണു വിശിഷ്ടമെന്നും 3.7-ൽ ചൂണ്ടിക്കാണിക്കുന്നു. കർമ്മം ചെയ്യുന്നതാണ് ചെയ്യാതിരിക്കുന്നതിനെക്കാൾ ശ്രേഷ്ഠം. അതിനാൽ തന്നിൽ അർപ്പിതമായ കർമ്മം ചെയ്യുകതന്നെ വേണമെന്നാണ് ശ്ലോകം 3.8-ലെ ഉപദേശം. കർമ്മം ചെയ്യാതിരുന്നാൽ ശരീരരക്ഷ പോലും സാധിക്കില്ലെന്ന് ഇതിനു പോദ്ബലകമായി അതേ ശ്ലോകത്തിൽത്തന്നെ ചൂണ്ടിക്കാണിച്ചിരിഥുന്നു. ശ്ലോകഹ ഇതാണ്:

'നിയതം കുരു കർമ ത്വം കർമ ജ്യായോ ഹ്യകർമണഃ;
ശരീരയാത്രാപി ച തേ ന പ്രസിദ്ധ്യേദകർമണഃ.' (3.8)

വാഗർത്ഥം: നിയതം കുരു കർമ ത്വം - ചെയ്യേണ്ടതായ കർമ്മം നീ ചെയ്യുക; കർമ ജ്യായോ ഹി അകർമണഃ - കർമ്മം ചെയ്യാതിരിക്കുന്നതിനെക്കാൾ നല്ലത് കർമ്മം ചെയ്യുന്നതാണ്; ശരീരയാത്രാ അപി ച - ശരീരത്തെ നിലനിർത്തുന്നതിനുപോലും; തേ - നിനക്ക്; ന പ്രസിദ്ധ്യേത് അകർമണഃ - കർമ്മം അനിവാര്യമാണ്, അതു ചെയ്യാതിരിക്കാൻ സാധ്യമല്ല.

കർമ്മം ചെയ്യേണ്ടത് അനിവാര്യമായ സംഗതിയാണെന്നു പറഞ്ഞിട്ട്, ഏതുതരം കർമ്മങ്ങളാണ് ചെയ്യാനായി തിരഞ്ഞെടുക്കേണ്ടതെന്ന് വിശദീകരിക്കുന്നു.

സ്വാർത്ഥം മാത്രം ലക്ഷ്യം വച്ചുകൊണ്ടുള്ള കർമ്മങ്ങൾ ആന്തരികവും ബാഹ്യവുമായ ബന്ധനങ്ങളിൽ പെടുത്തുന്നുവെന്നു നാം ഇതിനോടകം കണ്ടുകഴിഞ്ഞു. 2.47, 2.48 ശ്ലോകങ്ങൾ പഠിച്ചപ്പോൾ അതിനെക്കുറിച്ച് സൂചിപ്പിച്ചതാണ്. അപ്രകാരമല്ലാതെയുള്ള കർമ്മങ്ങളാണ് യജ്ഞങ്ങൾ. യജ്ഞത്തിൽ ത്യാഗം അന്തർഭവിച്ചിരിക്കുന്നു. കർമ്മഫലം പൊതുനന്മയ്ക്കായി സമർപ്പിക്കപ്പെടുമ്പോഴാണ് കർമ്മം യജ്ഞമായി മാറുന്നത്. യജ്ഞം പൊതുവിൽ ഒരു കൂട്ടായ പ്രവർത്തനമാണ്.

യജ്ഞമല്ലാത്ത കർമ്മങ്ങൾ ബന്ധനമുണ്ടാക്കുന്നവയാണെന്നും അതിനാൽ യജ്ഞാർത്ഥമായി കർമ്മങ്ങൾ ചെയ്യണമെന്നുമാണ് 3.9-ലെ ഉപദേശം. ശ്ലോകം താഴെ കൊടുക്കുന്നു:

'യജ്ഞാർത്ഥാത്കർമണോന്യത്ര ലോകോ/യം കർമബന്ധനഃ;
തദർത്ഥം കർമ കൗന്തേയ മുക്തസംഗഃ സമാചര.' (3.9)

വാഗർത്ഥം: യജ്ഞാർത്ഥാത്കർമണഃ അന്യത്ര - യജ്ഞാർത്ഥമല്ലാത്ത (യജ്ഞത്തിനുവേണ്ടിയല്ലാത്ത) കർമ്മങ്ങൾ; ലോകഃ അയം - ഈ ലോകം; കർമബന്ധനഃ - കർമ്മത്താൽ ബന്ധിക്കപ്പെട്ടതാകുന്നു; തദർത്ഥം - അതിനായി, യജ്ഞത്തിനായിക്കൊണ്ട്; കർമ - കർമ്മം; കൗന്തേയ - ഹേ, അർജുനാ; മുക്തസംഗഃ - സംഗരഹിതനായി; സമാചര - നന്നായി ചെയ്യുക.

ശ്ലോകാർത്ഥം: ഹേ, കൗന്തേയ! യജ്ഞാർത്ഥമായിട്ടല്ലാതെ ചെയ്യുന്ന കർമ്മങ്ങൾ (അതു ചെയ്യുന്ന) മനുഷ്യർക്ക് ബന്ധനമുണ്ടാക്കുന്നു. അതിനാൽ യജ്ഞാർത്ഥമായ കർമ്മങ്ങൾ സംഗരഹിതനായി ചെയ്യുക.

ബന്ധനമുണ്ടാകാതിരിക്കണമെങ്കിൽ കർമ്മങ്ങൾ ചെയ്യുന്നത് യജ്ഞാർത്ഥമായിട്ടു മാത്രമല്ല, സംഗരഹിതമായിട്ടുകൂടി വേണം എന്നാണ് ശ്ലോകത്തിൽ പറഞ്ഞിരിക്കുന്നത്. ഇത് ഇപ്പോൾത്തന്നെ പലയാവൃത്തി പറഞ്ഞുകഴിഞ്ഞിട്ടുള്ള കാര്യത്തിന്റെ ആവർത്തനമാണ്. 2.47 മുതൽ ഇതേ ആശയം തന്നെ പല രൂപത്തിൽ പറഞ്ഞുകൊണ്ടിരിക്കുന്നു. കർമ്മഫലത്തിൽ അധികാരം സ്ഥാപിക്കാൻ ശ്രമിക്കാതെ സംഗരഹിതമായി കർമ്മം ചെയ്യുക എന്നതാണ് ആശയം. കർമ്മഫലത്തിൽ അധികാരം ഒഴിവാക്കിക്കൊണ്ടു ചെയ്യുന്ന കർമ്മങ്ങളെ ഇവിടെ യജ്ഞങ്ങൾ എന്നു പേരിട്ടു വിളിക്കുന്നു എന്നേയുള്ളു.

ബന്ധനമുണ്ടാകാതെ എങ്ങനെ കർമ്മം ചെയ്യാം എന്ന പാഠം, ഭാരതീയ ആത്മീയ ദർശനങ്ങളുടെ വെളിച്ചത്തിൽ, ഈ ശ്ലോകങ്ങളിലൂടെയെല്ലാം അർജ്ജുനന് ചൊല്ലിക്കൊടുക്കുകയാണ്, ഭഗവാൻ

കൃഷ്ണൻ. അർജ്ജുനനെ കർമ്മവിമുഖനാക്കിയത് കർമ്മബന്ധന ഭയമാണല്ലോ!

പണ്ട്, പ്രജകളെ യജ്ഞത്തോടുകൂടി സൃഷ്ടിച്ചിട്ട് അവകൊണ്ട് സർവരും അഭിവൃദ്ധിയെ പ്രാപിക്കട്ടെ എന്നും ഇഷ്ടപ്രാപ്തിക്ക് അവ സഹായിക്കട്ടെ എന്നും പ്രജാപതി അനുഗ്രഹിച്ചതായി ശ്ലോകം 3.10-ൽ പറയുന്നു. ശ്ലോകം ഇതാണ്:

'സഹയജ്ഞാഃ പ്രജാഃ സൃഷ്ട്വാ പുരോവാച പ്രജാപതിഃ;
അനേന പ്രസവിഷ്യധ്വം ഏഷ വോ/സ്ത്വിഷ്ടകാമധുക്.' (3.10)

വാഗർത്ഥം: സഹയജ്ഞാഃ പ്രജാഃ സൃഷ്ട്വാ - യജ്ഞത്തോടുകൂടി പ്രജകളെ സൃഷ്ടിച്ചിട്ട്; പുരാ ഉവാച പ്രജാപതിഃ - പ്രജാപതി പണ്ടു പറഞ്ഞു; അനേന പ്രസവിഷ്യധ്വം - ഇതുകൊണ്ട് (യജ്ഞംകൊണ്ട്) നിങ്ങൾ അഭിവൃദ്ധിപ്പെടുക, ഏഷ വഃ അസ്തു ഇഷ്ടകാമധുക് - ഇത് നിങ്ങൾക്ക് ഇഷ്ടത്തെ നൽകുന്നതാകട്ടെ.

യജ്ഞം പ്രജാസൃഷ്ടിയിൽത്തന്നെ ഉൾച്ചേർന്നിരിക്കുന്നു എന്ന ഈ സന്ദേശം വളരെ പ്രധാനപ്പെട്ട ഒന്നാണ്. ജീവിതവഴി യജ്ഞം തന്നെയെന്ന് തുടർന്ന് ഉറപ്പിക്കുകയും ചെയ്തിരിക്കുന്നു. ഓരോ വ്യക്തിയും തന്റെ കർമ്മങ്ങളെ യജ്ഞമായി കാണണം. അതായത്, തന്റെ പ്രയത്ന ഫലങ്ങളെ സർവ ഭൂതങ്ങളുടെയും നന്മയ്ക്കായി സമർപ്പിക്കണം. അതിലൊരു പങ്കാണ് തനിക്കായി എടുക്കേണ്ടത്. ഇതാണ് സന്ദേശം. സർവരും ഇങ്ങനെ ചെയ്യുമ്പോഴുണ്ടാകുന്ന സഞ്ചിത ഫലം എത്ര ബൃഹത്തായിരിക്കും! എത്ര മൂല്യവത്തായി രിക്കും!! ഈ ലോകം ശ്രേയസ്സിനെ പ്രാപിക്കുമെന്നതിന് മറ്റെന്ത് ഉറപ്പാണു വേണ്ടത്?

യജ്ഞം കൊണ്ട് ജനങ്ങൾ ദേവന്മാരെ പ്രീതിപ്പെടുത്തണമെന്നും പ്രകരമായി ദേവന്മാർ അവരെ പ്രീതിപ്പെടുത്തുമെന്നും അതുവഴി ശ്രേയസ്സിനെ നേടണമെന്നുമാണ് 3.11-ലെ ആഹ്വാനം. ശ്ലോകം ഇങ്ങനെ:

ദേവാൻ ഭാവയതാനേന തേ ദേവാ ഭാവയന്തു വഃ;
പരസ്പരം ഭാവയന്തഃ ശ്രേയഃ പരമവാപ്സ്യഥ. (3.11)

വാഗർത്ഥം: ദേവാൻ - ദേവന്മാരെ; ഭാവയത - തൃപ്തിപ്പെടു ത്തുക; അനേന - അതു കൊണ്ട് (യജ്ഞം കൊണ്ട്); തേ ദേവാഃ - ആ ദേവന്മാർ; വഃ - നിങ്ങളെ; ഭാവയന്തു - പ്രീതിപ്പെടുത്തട്ടെ; പരസ്പരം ഭാവയന്തഃ - പരസ്പരം പ്രീതിപ്പെടുത്തുക; ശ്രേയഃ പരം അവാപ്സ്യഥ - പരമമായ ശ്രേയസ്സിനെ പ്രാപിക്കുക.

ഇവിടെ ദേവന്മാർ എന്നാൽ പ്രകൃതിശക്തികൾ എന്നർത്ഥം. ഭൂമി ഉഴുത് യഥാകാലം നന്നായി വളവും വെള്ളവും ശുശ്രൂഷകളും

നൽകിയാൽ നല്ല വിളവു കിട്ടും. ഈ പ്രക്രിയയെയാണ് ദേവകളെ മനുഷ്യൻ പ്രീതിപ്പെടുത്തുന്നതായും ദേവകൾ പ്രീതിപൂണ്ട് തിരികെ അനുഗ്രഹം നൽകുന്നതായും ഇവിടെ പറഞ്ഞിരിക്കുന്നത്. നമ്മൾ ദേവകളായി ഉപാസിക്കുന്നവരൊക്കെ ഏതെങ്കിലും പ്രകൃതി പ്രതി ഭാസങ്ങളെ പ്രതിനിധാനം ചെയ്യുന്നവരാണ്; ഉദാഹരണം, അഗ്നി, ജലം, വായു, തുടങ്ങിയ ദേവകൾ. അങ്ങനെ പ്രകൃതി ശക്തി കളല്ലെങ്കിൽ ഏതെങ്കിലും ആത്മീയ തത്ത്വങ്ങളുടെ മൂർത്തീകരണ മാവും ആ ദേവകൾ; ഉദാഹരണം ത്രിമൂർത്തികൾ. എല്ലാ ദേവകളും ആത്മാവിൽനിന്ന് ഉദ്ഭവിച്ചതാണെന്ന് ഉപനിഷത്തുകൾ ആവർ ത്തിച്ചു പ്രഖ്യാപിക്കുന്നുണ്ട്. (ഉദാഹരണം ബൃഹദാരണ്യകം 2.1.20, 2.4.6, മുണ്ഡകം 2.1.7).

മുൻപു സൂചിപ്പിച്ചിട്ടുള്ളതുപോലെ നമ്മുടെ കർമ്മങ്ങൾ ഫല സൃഷ്ടിയിലെ ഒരു ഘടകം മാത്രമാണ്. ഇതര ഘടകങ്ങളാണ് ഇവിടെ ആലങ്കാരികമായി പറഞ്ഞ ദേവകൾ. അപ്പോൾ കർമ്മഫലം നമുക്കു മാത്രമായി അർഹതപ്പെട്ടതല്ല. അതിന്റെ പങ്ക് ദേവകൾക്കും കൊടു ക്കണം. എന്നുവച്ചാൽ ലോകത്തിനായി സമർപ്പിക്കണം. എന്നിട്ടേ നാം നമ്മുടെ വിഹിതം എടുക്കാൻ പാടുള്ളൂ. ഇതിനു പകരം, കിട്ടുന്നതെല്ലാം സ്വന്തമായി കൈവശപ്പെടുത്തുന്നത് കളവാണ് (3.12). തനിക്കായി മാത്രം വിളവുണ്ടാക്കുന്നവൻ പാപത്തെ പ്രാപി ക്കുമെന്നും (3.13) തുടർന്നു പ്രഖ്യാപിച്ചിരിക്കുന്നു. ശ്ലോകം 3.12 നോക്കുക:

'ഇഷ്ടാൻഭോഗാൻ ഹി വോ ദേവാ ദാസ്യന്തേ യജ്ഞഭാവിതാഃ;
തൈർദത്താനപ്രദായൈഭ്യോ യോ ഭുംഗ്തേ സ്തേന ഏവ സഃ.' (3.12)

വാഗർത്ഥം: ഇഷ്ടാൻഭോഗാൻ ഹി - ഇഷ്ടപ്പെട്ട ഭോഗങ്ങൾ തന്നെ; വഃ - നിങ്ങൾക്ക്; യജ്ഞഭാവിതാഃ ദേവാഃ ദാസ്യന്തേ - യജ്ഞത്തിൽ സന്തുഷ്ടരായ ദേവകൾ നൽകുന്നു; തൈഃ ദത്താൻ അപ്രദായ ഏഭ്യഃ - അവർമൂലം ലഭ്യമായ ഭോഗങ്ങളെ അവരുമായി പങ്കിടാതെ; യഃ - ആരാണോ; ഭുംഗ്തേ - ഭുജിക്കുന്നത്; സഃ - അവൻ; സ്തേന ഏവ - കള്ളൻ തന്നെ.

യജ്ഞാർത്ഥമായിട്ടുവേണം കർമ്മങ്ങൾ ചെയ്യാനെന്ന ഉപ ദേശത്തിനുശേഷം, യജ്ഞം എങ്ങനെയാണ് ഈ പ്രപഞ്ചത്തെ പ്രവർത്തിപ്പിക്കുന്നതെന്നും നിലനിർത്തുന്നതെന്നും വിശദീകരി ക്കുകയാണ്, 3.14, 15 ശ്ലോകങ്ങളിൽ. ശ്ലോകം 3.14 ഇങ്ങനെയാണ്:

അന്നാദ്ഭവന്തി ഭൂതാനി പർജന്യാദന്നസംഭവഃ;
യജ്ഞാദ്ഭവതി പർജന്യോ യജ്ഞഃ കർമ്മ സമുദ്ഭവഃ. (3.14)

വാഗർത്ഥം: അന്നാത് ഭവന്തി ഭൂതാനി - അന്നത്തിൽനിന്ന് ഭൂതങ്ങൾ ഉണ്ടാകുന്നു; പർജന്യാത് അന്നസംഭവഃ - മഴയിൽനിന്നാണ് അന്നം ഉണ്ടാകുന്നത്; പർജന്യഃ - മഴ; യജ്ഞാത് ഭവതി പർജന്യഃ - മഴ യജ്ഞത്തിൽനിന്ന് ഉണ്ടാകുന്നു; യജ്ഞഃ കർമ്മസമുദ്ഭവഃ - യജ്ഞം കർമ്മത്തിൽനിന്നുണ്ടാകുന്നതാണ്.

ശ്ലോകാർത്ഥം: ഭൂതങ്ങൾ (ജീവികൾ) അന്നത്തിൽനിന്നുണ്ടാകുന്നു, അന്നം മഴയിൽനിന്നും മഴ യജ്ഞത്തിൽനിന്നും യജ്ഞം കർമ്മത്തിൽനിന്നും ഉണ്ടാകുന്നു.

ശ്ലോകാർത്ഥം കണ്ടല്ലോ? ശ്ലോകത്തിൽ വെളിവാക്കപ്പെടുന്ന തത്ത്വം എന്താണെന്നാണ് ഇനി പരിശോധിക്കാനുള്ളത്.

അന്നത്തിൽ നിന്നാണ് ജീവികളുണ്ടാകുന്നത് എന്നതു ശരിയാണോ? നിരീശ്വരവാദികൾ ഈ പ്രസ്താവത്തെ അശാസ്ത്രീയം എന്നു വിളിച്ച് അധിക്ഷേപിക്കാറുണ്ട്. എന്നാൽ ഗീതയിലും ഗീതയുടെ ഊർജ്ജസ്രോതസ്സായ മുഖ്യോപനിഷത്തുകളിലും അനാവൃതം ചെയ്യപ്പെട്ടിട്ടുള്ള തത്ത്വങ്ങൾ അങ്ങനെ നിസ്സാരമായി നിഷേധിക്കാൻ കഴിയുന്നവയല്ല. അവയുടെ അവതാരണ രീതി ഭൗതിക ശാസ്ത്ര ശൈലിക്ക് നിരക്കുന്നതല്ല എന്നേയുള്ളൂ. ആത്മീയ കൃതികൾക്ക് പൊതുവിലുള്ള ഗൂഢഭാഷാ രീതിയിലാണ് ഗീതയിലും ഉപനിഷത്തുകളിലും തത്ത്വങ്ങൾ അവതരിപ്പിച്ചിട്ടുള്ളത്.

അന്നത്തിൽനിന്ന് ഭൂതങ്ങൾ ഉണ്ടാകുന്നു എന്ന ഭഗവദ്ഗീതയിലെ പ്രസ്താവം ഛാന്ദോഗ്യ ഉപനിഷത്തിലെ 6.2.2, 6.2.3, 6.2.4, മുണ്ഡക ഉപനിഷത്തിലെ 1.1.8 എന്നിവയിൽനിന്ന് എടുത്തിട്ടുള്ളതാണ്. എന്താണ് ഈ പ്രസ്താവത്തിന്റെ നിജസ്ഥിതി?

മനുഷ്യരുടെ കാര്യം എടുക്കുക. ഒരൊറ്റ കോശമായിട്ടാണല്ലോ ഓരോ വ്യക്തിയുടെയും തുടക്കം? ആ കോശത്തിൽ എന്തൊക്കെയാണുള്ളത്? പ്രാണൻ, പാരമ്പര്യത്തെ സംബന്ധിച്ച അറിവുകൾ, ആ അറിവുകൾ വായിച്ചെടുക്കാനും അവയുടെ അടിസ്ഥാനത്തിൽ നിർദ്ദേശങ്ങൾ നൽകി കോശവളർച്ചയെ നിയന്ത്രിക്കാനുമുള്ള ബോധം എന്ന ഊർജ്ജം, വെളിയിൽനിന്ന് അന്നം അഥവാ പോഷണം സ്വീകരിക്കാൻ പ്രാപ്തമാകുന്നതുവരെ ഉപയോഗിക്കാനുള്ള അന്നം എന്നിവയാണ് ഓരോ സിക്താണ്ഡത്തിലുമുള്ളത്. ഇപ്രകാരമുള്ള ഏകകോശത്തിൽനിന്ന് പൂർണ്ണമായ രൂപഘടനയിലേക്ക് മനുഷ്യൻ വളരുന്നത് അന്നം മൂലമാണ്. അതുകൊണ്ടാണ് അന്നാത് ഭവന്തി ഭൂതാനി എന്നു പറഞ്ഞിരിക്കുന്നത്. എന്നുമാത്രമല്ല, നമ്മുടെ അസ്ഥിയും മാംസവും രക്തവുമെല്ലാമായി മാറുന്നത് നാം ആഹരിക്കുന്ന അന്നംതന്നെയാണ്. നമ്മുടെ സ്വസ്ഥാവസ്ഥയും

ചിന്തകൾ പോലും അന്നത്താൽ നിയന്ത്രിക്കപ്പെടുന്നതാണ്. ബീജവും അണ്ഡവും തന്നെ അന്നമയമായ ശരീരങ്ങളുടെ ഉത്പന്നം മാത്ര മല്ലേ?

അന്നത്തിനതീതമായി മനുഷ്യനുള്ള പ്രാണനും ബോധവും അറിവും പുതിയതായി ഉണ്ടാകുന്നതല്ല, ആദി ചൈതന്യത്തിൽ നിന്ന് തലമുറകളിലൂടെ കൈമാറപ്പെടുന്നതാണ്. മനുഷ്യനോ മറ്റു ജീവികൾക്കോ ആ ആദിചൈതന്യത്തിൽനിന്നുള്ള വ്യത്യാസം അവയുടെ ശരീരം മാത്രമാണ്. അതുണ്ടാകുന്നത് നാമിപ്പോൾ കണ്ടതുപോലെ അന്നത്തിൽനിന്നാകയാൽ 'അന്നാദ്ഭവന്തി ഭൂതാനി' എന്നത് അനിഷേധ്യമായ സത്യമാകുന്നു.

അന്നം മഴമൂലമാണുണ്ടാകുന്നത് എന്നതിൽ തർക്കമുണ്ടാവി ല്ലല്ലോ? ഇനിയുള്ളത് മഴ യജ്ഞത്തിൽനിന്നാണുണ്ടാകുന്നത് എന്ന പ്രഖ്യാപനമാണ്. ഇതിനെയും ചിന്താശേഷിയില്ലാത്തവർ പുച്ഛ ത്തോടെയാണ് കാണുന്നത്. യജ്ഞം എന്നു കേൾക്കുമ്പോഴേ, അഗ്നി കുണ്ഡത്തിനുചുറ്റും കുറെ ആളുകളിരുന്ന് മന്ത്രജപത്തോടെ അഗ്നിയിൽ നെയ്യും മറ്റും ഹോമിക്കുന്ന ക്രിയയായി കാണുന്നതു കൊണ്ടാണ് ഈ പുച്ഛം. ശരിക്കു മഴയുണ്ടാകുന്നത് എങ്ങനെയാണ്? സൂര്യന്റെ ചൂടേറ്റ് ജലം ആവിയായി അന്തരീക്ഷത്തിൽ ഉയരുകയും അത് ഉയർന്നു പൊങ്ങുമ്പോൾ കാറ്റ് അതിനെ അടിച്ച് കൂടുതൽ ഉയരത്തിലേക്കും അകലത്തിലേക്കും കൊണ്ടുപോകുകയും ചെയ്യുന്നു. അങ്ങനെ ഉയരങ്ങളിലെത്തുന്ന നീരാവി തണുക്കുകയും അന്തരീക്ഷ ത്തിലെ സൂക്ഷ്മ കണികകളുടെ സഹായത്തോടെ വെള്ളത്തുള്ളി കളായിത്തീർന്ന് മഴയായി പെയ്യുകയും ചെയ്യുന്നു. ഇതാണല്ലോ, സയൻസ് നമ്മെ പഠിപ്പിക്കുന്നത്? അതിനെ മറ്റൊരു രീതിയിൽ കണ്ടു നോക്കൂ. തന്റെ ശരീരഭാഗമായ ജലത്തെ വിട്ടുകൊടുക്കുന്ന സമുദ്രവും ആ ജലത്തെ തന്റെ താപത്താൽ നീരാവിയാക്കി മാറ്റുന്ന സൂര്യനും അതിനെ വഹിച്ച് ഉയരങ്ങളിലെത്തിക്കുന്ന വായുവും ആ നീരാവിക്ക് സഞ്ചരിക്കാനും തണുക്കാനും വെള്ളത്തുള്ളികളായി ഭവിച്ച് മഴയായി പെയ്യാനും ഇടമേകുന്ന അന്തരീക്ഷവും ഒത്തൊരുമിച്ചു നടത്തുന്ന ഒരു യജ്ഞമായി ഈ പ്രക്രിയയെ കാണാമല്ലോ? അതു തന്നെയാണ് ഇവിടെ ഗീത ഉദ്ദേശിക്കുന്നതും. ഈ യജ്ഞത്തിൽ പങ്കാളികളായ ഒരു ശക്തിക്കും അതിന്റെ ഫലം കൊണ്ട് ഒന്നും ചെയ്യാനില്ല. അവരെല്ലാം യജ്ഞഫലം പൂർണ്ണമായി ലോകത്തിനു സമർപ്പിച്ചിരിക്കുന്നു. ഇങ്ങനെയുള്ള യജ്ഞങ്ങളാലാണ് ഈ പ്രപഞ്ചം നിലനിൽക്കുന്നത്.

മറ്റൊരു കാര്യം, ഈ യജ്ഞത്തിലെ പങ്കാളികൾ അവരവരുടെ കർമ്മങ്ങൾ ചെയ്യുന്നതിലൂടെയാണ് അതിൽ പങ്കെടുത്തത്. അതായത്,

യജ്ഞം കർമ്മത്തിൽനിന്നാണ് സംഭവിച്ചത്. 'യജ്ഞഃ കർമ്മ സമുദ്ഭവഃ' എന്ന് അങ്ങനെ തെളിയുന്നു. അവനവന്റെ കർമ്മത്തിലൂടെയാണ് ഓരോരുത്തരും യജ്ഞം ചെയ്യുന്നത്. മറ്റൊരു രീതിയിൽ പറഞ്ഞാൽ ആർക്കും സ്വന്തം കർമ്മത്തെ അതിന്റെ ഫലം പൊതുനന്മയ്ക്കായി സമർപ്പിച്ചുകൊണ്ട് യജ്ഞമാക്കി മാറ്റാം.

പ്രകൃതിയിൽ നടക്കുന്ന ഒരു യജ്ഞത്തെപ്പറ്റിയാണല്ലോ പറഞ്ഞു വന്നത്? അതിന്റെ ആദ്യ ഭാഗം 3.14 ശ്ലോകത്തിൽ കണ്ടു. ശേഷിക്കുന്ന ഭാഗം അടുത്ത ശ്ലോകത്തിൽ കാണാം ശ്ലോകം ഇങ്ങനെയാണ്:

കർമ്മ ബ്രഹ്മോദ്ഭവം വിദ്ധി ബ്രഹ്മാക്ഷരസമുദ്ഭവം;
തസ്മാത് സർവഗതം ബ്രഹ്മ നിത്യം യജ്ഞേ പ്രതിഷ്ഠിതം. (3.15)

വാഗർത്ഥം: കർമ്മ - കർമ്മം; ബ്രഹ്മോദ്ഭവം വിദ്ധി - ബ്രഹ്മത്തിൽനിന്നുണ്ടായതാണെന്ന് അറിയുക; ബ്രഹ്മാക്ഷരസമുദ്ഭവം - ബ്രഹ്മം അക്ഷരമായതിൽനിന്ന് (ആത്മാവിൽനിന്ന്) ഉണ്ടായതാണ്; തസ്മാത് - അതിനാൽ (3.14ലും ഇവിടെയും ഇതുവരെ പറഞ്ഞ കാരണങ്ങളാൽ); സർവഗതം ബ്രഹ്മ - എല്ലായിടവും വ്യാപിച്ചിരിക്കുന്ന ബ്രഹ്മം; നിത്യം - എന്നും; യജ്ഞേ പ്രതിഷ്ഠിതം - യജ്ഞത്തിൽ പ്രതിഷ്ഠിതമായിരിക്കുന്നു, യജ്ഞത്തെ ആസ്പദിച്ച് സ്ഥിതിചെയ്യുന്നു.

യജ്ഞം കർമ്മത്തിൽനിന്നുണ്ടാകുന്നുവെന്നാണ് 3.14ൽ നാം കണ്ടത്. അതിനെത്തുടർന്ന് ഇവിടെ പറയുകയാണ്, കർമ്മം ബ്രഹ്മത്തിൽനിന്ന് ഉണ്ടായതാണെന്ന്.

സർവവിത്തായ ആത്മാവിന്റെ ജ്ഞാനമയമായ തപസ്സിനാൽ ബ്രഹ്മം വികസിച്ചെന്നും തത്ഫലമായി അന്നവും പ്രാണനും മനസ്സും സത്യമായ ഈ ലോകങ്ങളും നിസ്തന്ദ്രമായ കർമ്മങ്ങളും ഉണ്ടായെന്നും മുണ്ഡകോപനിഷത് 1.1.8, 1.1.9 എന്നീ മന്ത്രങ്ങളിൽ പ്രഖ്യാപിച്ചിരിക്കുന്നു. അതായത്, ബ്രഹ്മം വികസിച്ചുണ്ടായ ഈ ഭൗതിക പ്രപഞ്ചത്തോട് കർമ്മങ്ങൾ അനിവാര്യമായും നിബന്ധിക്കപ്പെട്ടിരിക്കുന്നു. കർമ്മം ബ്രഹ്മോദ്ഭവം ആണെന്ന് ഇതിൽനിന്ന് തെളിയുന്നു.

ഭൗതികപ്രപഞ്ചമുണ്ടെങ്കിൽ അതിനോടൊപ്പം നിസ്തന്ദ്രമായ കർമ്മങ്ങളും ഉണ്ടായിരിക്കും എന്നർത്ഥം. ഗീതയുടെ 13.20 ശ്ലോകത്തിലും ഇതാണു പറഞ്ഞിരിക്കുന്നത്. കാര്യകരണകർതൃത്വങ്ങൾക്ക് ഹേതു പ്രകൃതിയാണെന്നാണ് അതിലെ പ്രസ്താവം. പ്രകൃതിജന്യമായ ഗുണങ്ങളാണ് സകല കർമ്മങ്ങൾക്കും കാരണമായിട്ടുള്ളത് എന്ന വസ്തുത ഗീതയിൽ ആവർത്തിച്ചു പറഞ്ഞിട്ടുള്ളതാണ് (3.27, 13.29, 14.19). ഈ പ്രകൃതിയും ഒപ്പം അതിനെ നിലനിർത്തുന്ന

പുരുഷനും ചേർന്നതാണ് ബ്രഹ്മം. പുരുഷൻ ആത്മാവുതന്നെ ആകുന്നു (ഗീത 13.22). പ്രകൃതിയാവട്ടെ ഭൂതങ്ങളെ പ്രകടമാക്കാനുള്ള ആത്മാവിന്റെ മായാശക്തിയത്രെ (ശ്വേതാശ്വതര ഉപനിഷത് 4.10).

പ്രപഞ്ചോത്പത്തിക്കായി തന്റെ മായാശക്തിയായ പ്രകൃതിയെ ഉദ്ദീപിപ്പിക്കുമ്പോഴാണ് പുരുഷൻ എന്ന് ആത്മാവ് അറിയപ്പെടുന്നത്. പ്രകൃതി-പുരുഷൻ എന്ന ആദ്യ ദ്വന്ദ്വം അങ്ങനെയുണ്ടാകുന്നു. ഇതുതന്നെയാണ് ഗീത പറയുന്ന ക്ഷേത്രക്ഷേത്രജ്ഞ ദ്വന്ദ്വവും. ഈ ദ്വന്ദ്വമാണ് ബ്രഹ്മം.

ബ്രഹ്മത്തിന് രണ്ടു രൂപങ്ങളുണ്ടെന്നും അതിൽ ഒന്ന് മൂർത്തവും മർത്യവുമാണെന്നും മറ്റേത് അമൂർത്തവും അമർത്യവുമാണെന്നും ബൃഹദാരണ്യകോപനിഷത് 2.3.1ൽ വ്യക്തമാക്കിയിട്ടുണ്ട്. ആദ്യത്തേത് പ്രകൃതിയെയും രണ്ടാമത്തേത് പുരുഷനെയും സൂചിപ്പിക്കുന്നതായി മനസ്സിലാക്കാം. അതായത് ബ്രഹ്മത്തിൽ ക്ഷരഭാവം കൂടി അടങ്ങിയിട്ടുണ്ട്. തികച്ചും അക്ഷരമായിട്ടുള്ളത് ആത്മാവാണ്. ബ്രഹ്മം ആത്മാവിൽനിന്നുണ്ടായതാണെന്നാണ് ഇതെല്ലാം വ്യക്തമാക്കുന്നത്. അക്കാര്യമാണ് 'ബ്രഹ്മാക്ഷരസമുദ്ഭവം' എന്ന് ഈ ശ്ലോകത്തിൽ പറഞ്ഞിരിക്കുന്നത്.

ബ്രഹ്മത്തിന്റെ പ്രതിഷ്ഠ ആത്മാവാണെന്ന് ഗീതതന്നെ 14.27 ശ്ലോകത്തിൽ വ്യക്തമായി പറഞ്ഞിട്ടുണ്ട്. മുണ്ഡകം 1.1.9, 3.1.3, 3.2.1, 3.2.4, ശ്വേതാശ്വതരം 5.6, 6.18 എന്നീ ഉപനിഷദ് വാക്യങ്ങളും ബ്രഹ്മത്തിന്റെ ഉറവിടം ആത്മാവാണെന്നു പറയുന്നു. ഗീത 18.49 മുതൽ 18.55 വരെയുള്ള ശ്ലോകങ്ങളിൽനിന്നു തെളിയുന്നതും ഈ സത്യം തന്നെ.

ബ്രഹ്മത്തിന്റെ വികസിത രൂപംതന്നെയാണ് പ്രപഞ്ചം എന്നു നാം കണ്ടു. പ്രപഞ്ചം നിലനിൽക്കുന്നത് സർവ പ്രപഞ്ച ശക്തികളും യജ്ഞങ്ങളിൽ വ്യാപൃതരായിരിക്കുന്നതുകൊണ്ടാണ്. മഴ പെയ്യുന്നത് അതിനൊരു ഉദാഹരണം മാത്രം. ഈ സത്യമാണ് 'സർവഗതം ബ്രഹ്മ നിത്യം യജ്ഞേ പ്രതിഷ്ഠിതം' എന്ന വാക്യത്തിലൂടെ പ്രകാശിപ്പിച്ചിരിക്കുന്നത്. സർവവ്യാപിയായ ബ്രഹ്മം ഇത്തരത്തിൽ നിലനിന്നുപോകുന്നത് പലതരത്തിൽ പ്രപഞ്ചത്തിൽ നടക്കുന്ന യജ്ഞങ്ങൾ കാരണമാണെന്നർത്ഥം. അഥവാ, പ്രപഞ്ചത്തിന്റെ നിലനില്പിനായി ആത്മചൈതന്യം അതിൽ യജ്ഞങ്ങളെ നിബന്ധിച്ചിരിക്കുന്നു.

ഈ ശ്ലോകത്തിലെ ബ്രഹ്മം എന്ന പദത്തിന് വേദം എന്ന് ചിലർ അർത്ഥം നൽകിയിട്ടുണ്ട്. വേദങ്ങളിൽ യജ്ഞങ്ങളെപ്പറ്റിയുള്ള

വിവരണങ്ങൾ ഉള്ളതിനാലാവണം അങ്ങനെയൊരു അർത്ഥം എടുത്തത്. എന്നാൽ അവസാന ഭാഗം വരുമ്പോൾ ആ അർത്ഥം ചേരില്ല. വേദങ്ങൾ സർവവ്യാപിയാണെന്ന് എങ്ങനെ പറയും? പ്രജാപതി ലോകങ്ങളെ തപിപ്പിച്ചപ്പോൾ (അവയെപ്പറ്റി മനനം ചെയ്തപ്പോൾ) വേദങ്ങൾ ഉദ്ഭവിച്ചു എന്നാണ് ഛാന്ദോഗ്യോപനിഷത് 2.23.2 വാക്യത്തിൽ കാണുന്നത്. അതുപോലെ, വേദങ്ങൾ യജ്ഞങ്ങളിൽ പ്രതിഷ്ഠിക്കപ്പെട്ടിരിക്കുന്നു എന്നു പറയാനും കഴിയില്ല. യജ്ഞങ്ങളെപ്പറ്റി വേദങ്ങളിൽ പറയുന്നുണ്ടെന്നേ ഉള്ളൂ. അതിനാൽ വേദം എന്ന അർത്ഥം യുക്തമല്ല.

പ്രപഞ്ചത്തിൽ നടക്കുന്ന ഒരു വലിയ യജ്ഞത്തെ ചൂണ്ടിക്കാണിച്ചിട്ട് ജീവിതത്തിൽ അതിനെ അനുവർത്തിക്കാത്തവർ ഹീനരാണെന്നും അവരുടെ ജീവിതംതന്നെ വ്യർത്ഥമാണെന്നും ഗീത പ്രഖ്യാപിക്കുന്നു (3.16). എന്നാൽ മറ്റൊന്നിലും ആഭിമുഖ്യമില്ലാതെ തനിക്ക് എന്തുണ്ടോ അതിൽ പൂർണ്ണ തൃപ്തിയോടെ ജീവിക്കുന്ന ഒരുവന് കർമ്മംതന്നെ ചെയ്യേണ്ടതായിട്ടില്ല (3.17). കർമ്മം ചെയ്തിട്ടോ ചെയ്യാതിരുന്നിട്ടോ അയാൾക്ക് ഒന്നും നേടാനില്ല; എന്നുമാത്രമല്ല, അയാൾക്ക് ആരിൽനിന്നും ഒന്നും നേടാനുമില്ല (3.18). അതായത്, അയാൾക്ക് കർമ്മത്തിൽ സംഗമോ കർമ്മഫലത്തിൽ ആഗ്രഹമോ ഇല്ല. ഇങ്ങനെയുള്ളവർക്കാണ് കർമ്മം ചെയ്യേണ്ട ആവശ്യമില്ലാത്തത്. ഈ അവസ്ഥയെയാണ് നൈഷ്കർമ്മ്യസിദ്ധി എന്നു പറയുന്നത്. അതിനാൽ കർമ്മത്തിൽ സംഗമോ കർമ്മഫലത്തിൽ ആസക്തിയോ ഇല്ലാതെ കർമ്മം ചെയ്യണമെന്ന് അർജുനനെ കൃഷ്ണൻ ഉപദേശിക്കുന്നു (3.19). അത് നൈഷ്കർമ്യസിദ്ധിയിലേക്കും തുടർന്ന് പരമപദ പ്രാപ്തിയിലേക്കും നയിക്കുമെന്നാണ് വിവക്ഷ. ശ്ലോകം കാണുക:

'തസ്മാദസക്തഃ സതതം കാര്യം കർമ സമാചര;
അസക്തോ ഹ്യാചരൻ കർമ പരമാപ്നോതി പൂരുഷഃ.' (3.19)

വാഗർത്ഥം: തസ്മാത് - അതിനാൽ; അസക്തഃ - അസക്തനായി; സതതം - എപ്പോഴും; കാര്യം കർമ - ചെയ്യേണ്ടതായ കർമ്മം (തന്നിൽ അർപ്പിതമായ കർമ്മം); സമാചര - നന്നായി ചെയ്യുക; അസക്തഃ ഹി ആചരൻ കർമ - അസക്തനായി കർമ്മങ്ങൾ ചെയ്തുകൊണ്ടു തന്നെയാണ്; പരം ആപ്നോതി പൂരുഷഃ - ഒരാൾ പരമ തത്ത്വത്തെ പ്രാപിക്കുന്നത്.

ശ്ലോകാർത്ഥം: നൈഷ്കർമ്മ്യസിദ്ധിയെ പ്രാപിക്കണമെങ്കിൽ അസക്തനായി കർമ്മം ചെയ്യണം. അതിനാൽ നിന്നിൽ അർപ്പിതമായ കർമ്മങ്ങൾ അസക്തനായി ചെയ്യുന്നതിൽ നീ സദാ വ്യാപൃതനാകണം.

അസക്തനായി കർമ്മങ്ങൾ ചെയ്താലേ പരമമായ തത്ത്വത്തെ പ്രാപിക്കാൻ കഴിയുകയുള്ളു.

ഈ രീതിയിൽ കർമ്മം ചെയ്ത് ലോകത്തിനു മാതൃകയാകാൻ സമൂഹത്തിലെ ഉന്നതർക്ക് ബാധ്യതയുണ്ടെന്നാണ് കൃഷ്ണന്റെ അഭിപ്രായം. കാരണം, സാധാരണ ജനങ്ങൾ ഉന്നതരെ കണ്ടാണ് സമൂഹത്തിൽ പെരുമാറുന്നത്. മാതൃകാപരമായിരിക്കണം, ഉന്നതരുടെ ഓരോ പ്രവൃത്തിയും. ആയതിനാൽ അർജുനൻ ഉത്തമമായ രീതിയിൽ കർമ്മത്തിൽ വ്യാപൃതനാകണമെന്ന് കൃഷ്ണൻ ചൂണ്ടിക്കാണിക്കുന്നു. പ്രസക്തമായ ആ ശ്ലോകം കാണുക:

യദ്യദാചരതി ശ്രേഷ്ഠഃ തത്തദേവേതരോ ജനഃ;
സ യത് പ്രമാണം കുരുതേ ലോകസ്തദനുവർത്തതേ. (3.21)

വാഗർത്ഥം: യദ്യദാചരതി ശ്രേഷ്ഠഃ - യത് യത് ആചരതി ശ്രേഷ്ഠഃ - എന്തൊക്കെയാണോ ശ്രേഷ്ഠനായ ഒരാൾ ആചരിക്കുന്നത്; തത്തദേവേതരോ ജനഃ - തത് തത് ഏവ ഇതരഃ ജനഃ - അതുതന്നെ മറ്റു ജനങ്ങളും ആചരിക്കും; സ യത് പ്രമാണം കുരുതേ - അദ്ദേഹം എന്തു മാതൃക (കീഴ്വഴക്കം) സൃഷ്ടിക്കുന്നുവോ; ലോകസ്തദനുവർത്തതേ - ലോകഃ തത് അനുവർത്തതേ - ലോകം അത് അനുവർത്തിക്കുന്നു.

ശ്ലോകാർത്ഥം വ്യക്തമാണല്ലോ? വിശിഷ്ട വ്യക്തികളെ പൊതുജനം മാതൃകയാക്കുന്നു; അവരുടെ ചെയ്തികളെ അനുകരിക്കുന്നു. അതിനാൽ വിശിഷ്ടരായവർ, സമൂഹത്തിൽ ബഹുമാനിക്കപ്പെടുന്നവർ മാതൃകാപരമായിട്ടായിരിക്കണം പെരുമാറേണ്ടത്. ഇതാണ് ഈ ശ്ലോകം നൽകുന്ന സന്ദേശം.

ഈ സന്ദേശത്തെ കൃഷ്ണൻ സാധൂകരിക്കുന്നത് തന്റെ സ്വന്തം കാര്യംതന്നെ ചൂണ്ടിക്കാട്ടിക്കൊണ്ടാണ്. മൂന്നു ലോകങ്ങളിലും തനിക്ക് ചെയ്യേണ്ടതായോ പ്രാപിക്കേണ്ടതായോ ഒന്നുമില്ല; എന്നിട്ടും താൻ എപ്പോഴും കർമ്മത്തിൽ വ്യാപൃതനായിത്തന്നെ വർത്തിക്കുന്നു എന്നാണ് അദ്ദേഹം ചൂണ്ടിക്കാണിക്കുന്നത് (ശ്ലോകം 3. 22).

താൻ അപ്രകാരം ചെയ്തില്ലെങ്കിൽ ലോകം തന്റെ പാത പിന്തുടർന്ന് കർമ്മവിമുഖരായിത്തീരും എന്നുകൂടി അദ്ദേഹം സൂചിപ്പിക്കുന്നു (3.23). അങ്ങനെ വന്നാൽ ലോകത്ത് ഒരു വ്യവസ്ഥയും ഇല്ലാതാകുകയും അത് വിനാശത്തിലേക്കു നയിക്കുകയും ചെയ്യും (3.24).

ശ്ലോകങ്ങൾ കാണുക:

'യദി ഹ്യഹം ന വർതേയം ജാതു കർമണ്യതന്ദ്രിതഃ;
മമ വർത്മാനുവർതന്തേ മനുഷ്യാഃ പാർഥ സർവശഃ.' (3.23)

വാഗർത്ഥം: പാർഥ - ഹേ, അർജുനാ; യദി ഹി അഹം ന വർതേയം ജാതു കർമണി അതന്ദ്രിതഃ - ഞാൻ ഒട്ടും ഉപേക്ഷ കാണിക്കാതെ സദാ കർമ്മങ്ങളിൽ വ്യാപൃതനാകുന്നില്ലെങ്കിൽ; സർവശഃ - സർവ പ്രകാരത്തിലും; മനുഷ്യാഃ മമ വർത്മ അനുവർതന്തേ - മനുഷ്യർ എൻറെ പാത പിന്തുടരും.

'ഉത്സീദേയുരിമേ ലോകാ ന കുര്യാം കർമ ചേദഹം;
സങ്കരസ്യ ച കർതാ സ്യാം ഉപഹന്യാമിമാഃ പ്രജാഃ.' (3.24)

വാഗർത്ഥം: ന കുര്യാം കർമ ചേത് അഹം - ഞാൻ കർമ്മം ചെയ്യുന്നില്ലെങ്കിൽ; ഉത്സീദേയുഃ ഇമേ ലോകാഃ - ഈ ജനങ്ങൾ നശിച്ചുപോകും; സങ്കരസ്യ ച കർതാ സ്യാം - സർവവും അലങ്കോലമാകാൻ ഞാൻ കാരണമാകും; ഉപഹന്യാം ഇമാഃ പ്രജാഃ - ഞാൻ ഈ ജനങ്ങളെ നശിപ്പിക്കും.

കർമ്മത്തിന്റെ അനിവാര്യതയാണ് ഈ ശ്ലോകങ്ങളിലൂടെ ചൂണ്ടിക്കാണിക്കപ്പെടുന്നത്. കൃഷ്ണൻ ഭഗവാനായിരുന്നിട്ടുകൂടി സദാ കർമ്മം ചെയ്യുന്നു. എന്തിനുവേണ്ടി? ലോകം നശിക്കാതിരിക്കാൻ. ലോകത്തിന്റെ നന്മയ്ക്കായി. ഭഗവാനെ മാതൃകയാക്കി ജനങ്ങൾ കർമ്മനിരതരാവണമെന്നാണ് വിവക്ഷ.

ഇവിടെ 3.24ൽ സങ്കരം എന്നൊരു വാക്കു പ്രയോഗിച്ചതിനെ ചൂണ്ടി വിമർശകർ അത് വർണസങ്കരത്തെയാണു സൂചിപ്പിക്കുന്നതെന്നും അത് താൻമൂലം സംഭവിക്കാൻ പാടില്ലെന്നാണ് കൃഷ്ണൻ നിഷ്കർഷിക്കുന്നതെന്നും വാദിക്കുന്നു. ഇതു ശരിയല്ല. കാരണം, വർണത്തിന്റെ കാര്യമേ ഇവിടെ പറയുന്നില്ല. എന്നുമാത്രമല്ല, കൃഷ്ണൻ കർമ്മം ചെയ്യാതിരുന്നാൽ തകരുകയും അല്ലെങ്കിൽ ഭദ്രമായിരിക്കുകയും ചെയ്യുന്ന ഒന്നല്ല വർണം. അത് എങ്ങനെയാണു നിശ്ചയിക്കപ്പെടുന്നതെന്ന് ശ്ലോകം 4.13ൽ ഭഗവാൻതന്നെ വ്യക്തമാക്കിയിട്ടുണ്ട്. വിമർശകർ സത്യസ്ഥാപനത്തിനുവേണ്ടിയല്ല, ഇത്തരം വാദങ്ങളുമായി വരുന്നത്. ക്ഷുദ്രത്വമാണ് അവരെ നയിക്കുന്നത്.

എല്ലാവരും കർമ്മം ചെയ്തേ മതിയാകൂ എന്ന ഉപദേശത്തിനു ദൃഷ്ടാന്തമായി, സ്വന്തമായി ഒന്നും നേടാൻ ഇല്ലാഞ്ഞിട്ടും താൻ സദാ കർമ്മനിരതനായിരിക്കുന്നുവെന്ന വസ്തുത ഭഗവാൻ കൃഷ്ണൻ ചൂണ്ടിക്കാണിച്ചത് നാം കണ്ടു. കർമ്മങ്ങളിൽ ആസക്തിയുള്ളവർ സ്വന്തമായി പലതും നേടാൻ ആഗ്രഹിക്കുന്നവരാണ്. അവരെപ്പോലെതന്നെ സ്വന്തമായി ഒന്നും നേടാനില്ലാത്തവരും കർമ്മം ചെയ്യണമെന്ന് കൃഷ്ണൻ ഉദ്ബോധിപ്പിക്കുന്നു. ലോകനന്മയ്ക്കായിട്ടാണ് അങ്ങനെയുള്ളവർ കർമ്മം ചെയ്യേണ്ടത്. ഇക്കാര്യമാണ്

അടുത്ത രണ്ടു ശ്ലോകങ്ങളിൽ ഉപദേശിക്കപ്പെട്ടിരിക്കുന്നത്. ശ്ലോകങ്ങൾ താഴെക്കൊടുക്കുന്നു:

'സക്താഃ കർമണ്യവിദ്വാംസഃ യഥാ കുർവന്തി ഭാരത;
കുര്യാദ്വിദ്വാംസ്തഥാസക്തഃ ചികീർഷുർലോകസംഗ്രഹം'. (3.25)

വാഗർത്ഥം: സക്താഃ കർമണ്യവിദ്വാംസഃ - സക്താഃ കർമണി അവിദ്വാംസഃ - കർമ്മത്തിൽ ആസക്തിയോടുകൂടിയ അജ്ഞാനികൾ; യഥാ കുർവന്തി ഭാരത - എപ്രകാരം (കർമ്മങ്ങൾ) ചെയ്യുന്നുവോ; കുര്യാദ്വിദ്വാംസ്തഥാസക്തഃ - കുര്യാത് വിദ്വാൻ തഥാ അസക്തഃ - അതുപോലെ അസക്തനായ (കർമ്മങ്ങളിൽ ആസക്തിയില്ലാത്ത വനായ) വിദ്വാൻ ചെയ്യണം; ചികീർഷുർലോകസംഗ്രഹം - ചികീർഷുഃ ലോകസംഗ്രഹം - ലോകനന്മയെ ഉദ്ദേശിച്ചുകൊണ്ട്.

അതായത്, ആസക്തിയോടുകൂടി കർമ്മം ചെയ്യുന്നവരുടെ അതേ ഉത്സാഹം കർമ്മം ചെയ്യുന്നതിൽ ആസക്തിയില്ലാത്ത വിദ്വാനും വേണം; എന്നാൽ വിദ്വാന്റെ ലക്ഷ്യം ലോകനന്മ ആയിരിക്കണം.

'ന ബുദ്ധിഭേദം ജനയേദ് അജ്ഞാനാം കർമ്മസംഗിനാം;
ജോഷയേത് സർവകർമാണി വിദ്വാന്യുക്തഃ സമാചരൻ.' (3.26)

വാഗർത്ഥം: അജ്ഞാനാം കർമ്മസംഗിനാം - കർമ്മത്തിൽ ആസക്തിയുള്ള അജ്ഞാനികൾക്ക്; ന ബുദ്ധിഭേദം ജനയേദ് - ബുദ്ധിഭേദം ഉണ്ടാക്കരുത് (കർമ്മം ചെയ്യുന്നതിൽനിന്ന് അവരെ പിന്തിരിപ്പിക്കരുത്); ജോഷയേത് - ആഹ്ളാദിക്കുക, സന്തോഷിക്കുക; സർവകർമാണി - സർവ കർമ്മങ്ങളും; വിദ്വാന്യുക്തഃ - വിദ്വാൻ യുക്തഃ - യോഗയുക്തനായിട്ട് വിദ്വാൻ; സമാചരൻ - ഭംഗിയായി ചെയ്യണം.

അതായത്, കർമ്മം ചെയ്യുന്നവരെ, അവരതു ചെയ്യുന്നത് സംഗത്തോടുകൂടിയാണെങ്കിലും അതിൽനിന്നു പിന്തിരിപ്പിക്കരുത്. അവർ കർമ്മം ചെയ്യട്ടെ. കർമ്മം ഇല്ലാതെ പ്രപഞ്ചത്തിനു നിലനില്പില്ല. സംഗവും ഫലചിന്തയുമില്ലാതെ കർമ്മം ചെയ്യാനുള്ള ജ്ഞാന നിലവാരം കൈവന്നിട്ടില്ലാത്ത അവരെ കർമ്മങ്ങളിൽനിന്നു വിജ്ഞന്മാർ പിന്തിരിപ്പിക്കരുത്. പലതും പറഞ്ഞ് അവർക്ക് ആശയക്കുഴപ്പം ഉണ്ടാക്കരുത്.

വിജ്ഞന്മാർ പിന്നെ എന്താണ് ചെയ്യേണ്ടത്? അവർ യോഗ ബുദ്ധിയോടുകൂടി സർവകർമ്മങ്ങളും ഭംഗിയായി ചെയ്ത് അതിൽ ആഹ്ലാദം കണ്ടെത്തണം. യോഗബുദ്ധി എന്നതിന്, നാം മുൻപു മനസ്സിലാക്കിയതുപോലെ, ഫലത്തിന്റെ സ്വഭാവത്തെപ്പറ്റിയോ ലഭ്യതയെപ്പറ്റിയോ യാതൊരു ഉത്കണ്ഠയോ ആശങ്കയോ വച്ചുപുലർത്താത്ത വിവേകം എന്നാണർത്ഥം.

എന്നാൽ, ഒരു ലക്ഷ്യവുമില്ലാതെ എന്തെങ്കിലുമൊക്കെ ചെയ്തു കൂട്ടുക എന്നല്ല ഇതുകൊണ്ട് ഉദ്ദേശിക്കുന്നത്. തന്റെ കർമ്മം ലോകത്തിന് നന്മയുണ്ടാക്കുന്നതായിരിക്കണം എന്നുമാത്രമേ ഒരു വിവേകി ചിന്തിക്കുന്നുള്ളൂ. ലോകത്തിന്റെ പൊതുവായ നന്മയിൽ തന്റെ നന്മയും ഉള്ളടങ്ങിയിരിക്കുന്നു എന്ന ബോധം അയാൾക്കുണ്ട്. അതിനാൽ തനിക്കു മാത്രമായി അയാൾ ഒന്നും ആഗ്രഹിക്കുന്നില്ല.

കർമ്മത്തിന്റെ അനിവാര്യതയെപ്പറ്റിയും കർമ്മനിർവഹണത്തിൽ പാലിക്കേണ്ട വിവേകത്തെപ്പറ്റിയും പറഞ്ഞുകഴിഞ്ഞു. കർമ്മം ഭൗതികമായ അസ്തിത്വത്തിന് അത്യാവശ്യമാണെന്നു നാം കണ്ടു. കർമ്മങ്ങൾക്ക് അതീതമായ ശക്തിയാണ് ആത്മാവ്. ഭൗതികതയിൽനിന്ന് സ്വയം വിടുവിച്ച് അതിനതീതമായ ആത്മചൈതന്യത്തെ പ്രാപിക്കാൻ ആഗ്രഹിക്കുന്നവർക്ക് അതുകൊണ്ടാണ് കർമ്മം ആവശ്യമില്ലാതെ വരുന്നത്. തങ്ങൾക്ക് ആവശ്യമില്ലെങ്കിലും അവർ ലോകനന്മയ്ക്കായി കർമ്മം ചെയ്യുന്നു. ഇത്രയുമാണ് നാം മനസ്സിലാക്കിയത്.

ഭൗതികതയ്ക്ക് അതീതമായതിനാൽ ആത്മാവ് കർമ്മങ്ങൾ ചെയ്യുന്നില്ല, ചെയ്യിക്കുന്നുമില്ല. എങ്കിൽ പിന്നെങ്ങനെയാണ് കർമ്മങ്ങൾ ചെയ്യപ്പെടുന്നത്. അതാണ് തുടർന്നുള്ള ശ്ലോകങ്ങളിലെ വിഷയം. ശ്ലോകം 3.27 ഇതാ:

പ്രകൃതേഃ ക്രിയമാണാനി ഗുണൈഃ കർമാണി സർവശഃ;
അഹങ്കാരവിമൂഢാത്മാ കർതാഹമിതി മന്യതേ. (3.27)

വാഗർത്ഥം: (3.27) പ്രകൃതേഃ ഗുണൈഃ - പ്രകൃതിയുടെ ഗുണങ്ങളാൽ; ക്രിയമാണാനി - ചെയ്യപ്പെടുന്നവയാണ്; കർമാണി സർവശഃ - സർവവിധത്തിലുമുള്ള കർമ്മങ്ങൾ; അഹങ്കാരവിമൂഢാത്മാ - അഹം എന്നതിനെപ്പറ്റി അറിവില്ലാത്തവൻ; അഹങ്കാരഃ - തന്നെപ്പറ്റിയുള്ള ബോധം, അഹം (താൻ) ആരാണെന്ന അറിവ്; കർതാഹമിതി - കർതാ അഹം ഇതി - കർത്താവ് താനാണെന്ന്; മന്യതേ - ധരിക്കുന്നു.

കർമ്മങ്ങൾ ചെയ്യപ്പെടുന്നതിനു കാരണം പ്രകൃതിയുടെ ഗുണങ്ങളാണ്. പക്ഷേ, അഹം എന്താണെന്ന്, അഥവാ താൻ യഥാർത്ഥത്തിൽ എന്താണെന്ന്, അറിയാത്ത മൂഢൻ അഹമാണ് കർമ്മങ്ങൾ ചെയ്യുന്നതെന്നു ധരിക്കുന്നു. അഹം എന്താണ്? ആത്മാവാണ്. ഇതു നാം രണ്ടാം അദ്ധ്യായത്തിൽ പഠിച്ചതാണ്. ആത്മാവ് യാതൊന്നും ചെയ്യുന്നില്ല, എല്ലാറ്റിനും സാക്ഷിയായി ജീവികളെ ചലിപ്പിക്കാനുള്ള ആന്തരികവും അഭൗതികവുമായ ഊർജ്ജമായി, നിത്യതേജസ്സായി

സ്ഥിതിചെയ്യുന്നു. ആത്മാവിന്റെ നിഷ്കർമ്മത്വത്തെപ്പറ്റി ഉപനിഷത്തുകളിൽ പലതിലും പറയുന്നു (ഉദാ: ശ്വേതാശ്വതരം 6.11, ഛാന്ദോഗ്യം 8.4.1). ഗീതയിൽത്തന്നെ 5.13, 13.31 തുടങ്ങിയവയിൽ അതു വ്യക്തമാക്കിയിട്ടുമുണ്ട്.

കർമ്മങ്ങളുണ്ടാക്കുന്നത് ആത്മാവല്ല പ്രകൃതിയാണെങ്കിൽ, ആത്മാവിൽനിന്ന് പ്രകൃതി എങ്ങനെ വ്യത്യാസപ്പെട്ടിരിക്കുന്നു? അല്ലെങ്കിൽ ആത്മാവും പ്രകൃതിയും തമ്മിലുള്ള ബന്ധം എന്താണ്?

മനുഷ്യൻ ഒരു ഭൗതികവസ്തു മാത്രമല്ലെന്നു നമുക്കറിയാം. ഭൗതികാംശത്തിൽനിന്ന് അവനെ മനുഷ്യനായി ഉയർത്തുന്ന ചില ഘടകങ്ങളുണ്ട്. ബോധം, അറിവ്, സന്തോഷസന്താപാദി വിവിധ ഭാവങ്ങൾ തുടങ്ങിയവ. ഇതെല്ലാം അവനു നൽകിക്കൊണ്ട് ഓരോ അണുവിലും വ്യാപിച്ചു വർത്തിക്കുന്ന ഒരു ചൈതന്യംകൂടി ഉണ്ടെങ്കിലേ വെറുമൊരു ഭൗതികവസ്തു എന്നതിൽനിന്ന് മനുഷ്യൻ എന്ന സ്വത്വത്തിലേക്ക് അവൻ വളരുകയുള്ളൂ. ആ ചൈതന്യമാണ് ആത്മാവ്; ഭൗതികാംശമാണ് പ്രകൃതി എന്ന് അറിയപ്പെടുന്നത്. ആത്മാവിന്റെ തന്നെ ഒരു ശക്തിയാണ് പ്രകൃതി; പലതായി പ്രകടമാകാനുള്ള ശക്തി. ഈ പ്രകൃതിയെ മായ എന്നും ആത്മാവായ മഹേശ്വരനെ മായാവി എന്നും വിളിക്കുന്നു (ശ്വേതാശ്വതര ഉപനിഷത് 4.10 മന്ത്രം). പ്രകൃതി ആത്മാവിൽ അന്തർലീനമായിരിക്കുന്നു. എന്നാൽ പലതായി പ്രകടമാകാനുള്ള, അതായത് ഭൂതങ്ങളെ പ്രകടിപ്പിക്കാനുള്ള, പ്രക്രിയയുടെ തുടക്കത്തിൽ ആത്മാവ് ഈ ശക്തിയെ ഉണർത്തുന്നു. അങ്ങനെ പ്രകൃതിയെ ഉണർത്തി നിൽക്കുമ്പോൾ ആത്മാവ് അറിയപ്പെടുന്നത് പുരുഷൻ എന്നാണ്. അപ്പോഴാണ് പുരുഷ-പ്രകൃതി ദ്വന്ദ്വമായി ആത്മാവ് മാറുന്നത്.

ബൾബിനെയും ഫാനിനെയും പ്രവർത്തിപ്പിക്കുന്നത് ഒരേ ഊർജ്ജമാണെങ്കിലും ആ ഊർജ്ജത്തിന്റെ പ്രകടനം രണ്ടിലും വ്യത്യസ്തമാണല്ലോ? അതുപോലെ ഓരോ വ്യക്തിയിലും വ്യത്യസ്തമായിട്ടാണ് ആത്മശക്തിയുടെ പ്രകാശനം. ഇതിനു കാരണം അതതു വ്യക്തിയുടെ ശാരീരിക പ്രത്യേകതകളാണ്. മൂന്നു തരത്തിലുണ്ട് ഈ പ്രത്യേകതകൾ. അവയെ പ്രകൃതിയുടെ മൂന്നു ഗുണങ്ങൾ എന്നാണു വിളിക്കുന്നത്. സൂര്യനെ മേഘങ്ങൾ എന്ന പോലെ ആത്മാവിനു മേൽ വിരിച്ചിട്ടുള്ള ആവരണങ്ങളാണ് ഗുണങ്ങൾ എന്നു പറയാം. ആത്മചൈതന്യത്തിന്റെ പ്രകാശനത്തിൽ ചെലുത്തുന്ന വ്യത്യാസങ്ങൾ അനുസരിച്ചാണ് ഗുണങ്ങളെ മൂന്നായി വിഭജിച്ചിട്ടുള്ളത്. ഏറ്റവും സുതാര്യതയുള്ള ആവരണത്തെ സത്ത്വഗുണമെന്നും സുതാര്യത ഏറ്റവും കുറഞ്ഞതിനെ തമോഗുണമെന്നും

രണ്ടിനും ഇടയ്ക്കുള്ളതിനെ രജോഗുണമെന്നും വിളിക്കുന്നു. ഈ മൂന്നു ഗുണങ്ങളും ഏല്ലാവരിലും ഉണ്ട്. എന്നാൽ ഇവയുടെ പരസ്പരാനുപാതം വ്യത്യസ്തമായിരിക്കും. ഓരോ വ്യക്തിക്കും ഓരോ രീതിയിലായിരിക്കും ഇത്. വിരലടയാളം പോലെ എന്നു പറയാം. ഗുണാനുപാതമാണ് ഓരോ വ്യക്തിയുടെയും ഐഡന്റിറ്റി. ഗുണാനുപാതത്തിനനുസരിച്ചാണ് ഓരോ വ്യക്തിയുടെയും കർമ്മങ്ങൾ.

ചുരുക്കിപ്പറഞ്ഞാൽ ആത്മാവ് കർമ്മങ്ങൾക്കു കാരണമാകുന്നില്ല. ബൾബിലും ഫാനിലും ഊർജ്ജമായിട്ടുള്ളത് വൈദ്യുതി ആണെങ്കിലും ആ ഊർജത്തെ ഉപയോഗിച്ച് പ്രകാശവും കാറ്റും ഉണ്ടാക്കുന്നത് യഥാക്രമം ബൾബും ഫാനും ആണല്ലോ? അതുപോലെ ആന്തരിക ഊർജ്ജമായി വർത്തിക്കുന്നുവെങ്കിലും വ്യത്യസ്ത കർമ്മങ്ങൾ ഉണ്ടാവുന്നതിനു കാരണം ഗുണങ്ങളാണ്. ഇതാണ് ശ്ലോകത്തിൽ പറഞ്ഞിരിക്കുന്നത്.

അഹത്തെപ്പറ്റി അറിയാത്തവൻ, അതായത് ആത്മജ്ഞാനമില്ലാത്തവൻ, ഗുണങ്ങൾമൂലം സംഭവിക്കുന്നതായ കർമ്മങ്ങളെ അഹം (ആത്മാവ്) ചെയ്യുന്നതായി തെറ്റിദ്ധരിക്കുന്നു എന്നാണല്ലോ കഴിഞ്ഞ ശ്ലോകത്തിൽ പറഞ്ഞത്? കർമ്മങ്ങൾക്കു കാരണം ഗുണങ്ങളുടെ പ്രചോദനമാണെന്നു മനസ്സിലാക്കുന്ന ജ്ഞാനികൾ അതിനു വഴങ്ങുകയോ അതനുസരിച്ച് കർമ്മങ്ങൾക്കായി ഉത്സാഹിക്കുകയോ ചെയ്യുന്നില്ലെന്ന് അടുത്ത ശ്ലോകത്തിൽ പറയുന്നു. ശ്ലോകം ഇങ്ങനെ:

തത്ത്വവിത്തു മഹാബാഹോ ഗുണകർമ്മവിഭാഗയോഃ;
ഗുണാ ഗുണേഷു വർതന്ത ഇതി മത്വാ ന സജ്ജതേ. (3.28)

വാഗർത്ഥം: തു - എന്നാൽ; മഹാബാഹോ - ഹേ, മഹാബാഹു! (അർജുനാ); ഗുണകർമ്മവിഭാഗയോഃ - ഗുണങ്ങളുടെയും കർമ്മങ്ങളുടെയും വിഭാഗത്തെപ്പറ്റിയുള്ള (അവയുടെ പരസ്പര ബന്ധത്തെപ്പറ്റിയുള്ള); തത്ത്വവിത് - തത്ത്വം അറിയാവുന്നവൻ; ഗുണാ ഗുണേഷു വർതന്ത - ഗുണങ്ങൾ ഗുണങ്ങളിൽ പ്രവർത്തിക്കുന്നു; ഇതി മത്വാ - എന്ന് മനസ്സിലാക്കിയിട്ട്; ന സജ്ജതേ - (കർമ്മത്തിൽ) ഉത്സുകനാകുന്നില്ല, ഉദ്യമിക്കുന്നില്ല.

ശ്ലോകാർത്ഥം വ്യക്തമാണല്ലോ? വിവേകികളായവർ ഗുണങ്ങളുടെ പ്രേരണയിൽപ്പെടുകയോ അതനുസരിച്ചുള്ള കർമ്മങ്ങൾ ചെയ്യുകയോ ചെയ്യുന്നില്ലെന്ന് അർത്ഥം. ഭൗതികാസ്തിത്വമാണല്ലോ, പ്രകൃതി? അതിനാൽ, ഭൗതികഭോഗങ്ങൾക്കായുള്ള പ്രേരണയാണ് പ്രകൃതിയിൽനിന്ന് ഉണ്ടാവുക. ആ പ്രേരണ ഗുണങ്ങൾവഴി നമ്മിൽ പ്രവർത്തിക്കുന്നു. അതിനു വിധേയനായി കർമ്മോത്സുകനാകുന്നവൻ നശിച്ചുപോകും എന്നാണ് നാം രണ്ടാം അദ്ധ്യായത്തിലെ

62, 63, 67 തുടങ്ങിയ ശ്ലോകങ്ങളിൽ കണ്ടത്. അതാണ് ഇവിടെ സൂചിപ്പിച്ചിരിക്കുന്നത്.

ഗുണങ്ങളുടെ പ്രേരണയ്ക്കു വിധേയമായി ചെയ്യുന്ന കർമ്മങ്ങളെ ഗുണകർമ്മങ്ങൾ എന്നു വിളിക്കുന്നു. അല്ലാത്തവ, അതായത് ഗുണങ്ങൾക്ക് അതീതമായി വർത്തിച്ചുകൊണ്ടു ചെയ്യുന്ന കർമ്മങ്ങൾ, വിഗുണകർമ്മങ്ങൾ എന്ന പേരിലാണ് അറിയപ്പെടുന്നത്. ഗുണകർമ്മങ്ങൾ മെച്ചപ്പെട്ട കർമ്മങ്ങളും വിഗുണകർമ്മങ്ങൾ ഒരു മെച്ചവുമില്ലാത്ത, ഒന്നിനും കൊള്ളാത്ത കർമ്മങ്ങളും ആണെന്ന് ധരിച്ചു വച്ചിരിക്കുന്നവർ ധാരാളമുണ്ട്. ആ ധാരണ മൂഢത്വമാണ്. ഗുണകർമ്മത്തെപ്പറ്റി വിശദമായി അറിയാൻ അടുത്ത ശ്ലോകം കൂടി നോക്കുക:

പ്രകൃതേർഗുണസമ്മൂഢാഃ സജ്ജന്തേ ഗുണകർമ്മസു;
താനകൃത്സ്നവിദോ മന്ദാൻ കൃത്സ്നവിന്ന വിചാലയേത്. (3.29)

വാഗർത്ഥം: പ്രകൃതേർഗുണസമ്മൂഢാഃ - പ്രകൃതിയുടെ ഗുണങ്ങളാൽ മൂഢരായവർ (ഗുണങ്ങളും കർമ്മങ്ങളും തമ്മിലുള്ള ബന്ധത്തെപ്പറ്റി അജ്ഞരായവർ); സജ്ജന്തേ - ഉത്സുകരാകുന്നു; ഗുണകർമ്മസു - ഗുണകർമ്മങ്ങളിൽ (ഗുണങ്ങളുടെ പ്രേരണയ്ക്കു വിധേയമായിട്ടുള്ള കർമ്മങ്ങളിൽ); താനകൃത്സ്നവിദോ മന്ദാൻ - താൻ അകൃത്സ്നവിദഃ മന്ദാൻ - അജ്ഞരും മന്ദന്മാരുമായ അവരെ; കൃത്സ്നവിന്ന വിചാലയേത് - കൃത്സ്നവിത് ന വിചാലയേത് - ജ്ഞാനിയായവൻ പിന്തിരിപ്പിക്കരുത് (അവർ കർമ്മം ചെയ്തു കൊള്ളട്ടെ എന്നർത്ഥം. ശ്ലോകം 3.16-ൽ പറഞ്ഞതുതന്നെയാണിത്).

മൂഢന്മാരാണ് ഗുണകർമ്മങ്ങളിൽ പ്രവർത്തിക്കുക എന്നാണല്ലോ, ഇവിടെ പറഞ്ഞിരിക്കുന്നത്? 'നല്ല നിലവാരമുള്ള കർമ്മം' എന്നാണ് ഗുണകർമ്മത്തിന് അർത്ഥമെങ്കിൽ ഇങ്ങനെ പറയില്ല. കാരണം, മൂഢന്മാർ നല്ല കർമ്മങ്ങളിൽ ഉത്സുകരാകുന്നു എന്ന വികലാർത്ഥ പ്രസ്താവന ഗീതയിൽ വരുമെന്നു കരുതുക വയ്യാ. ഭോഗതൃഷ്ണ ജനിപ്പിക്കാനുള്ള ഗുണങ്ങളുടെ സാമർത്ഥ്യത്തെപ്പറ്റി അറിവില്ലാത്തവൻ മാത്രമേ അവയുടെ കെണിയിൽ വീഴുകയുള്ളൂ. ആ കെണിയിൽപ്പെട്ട് ചെയ്യുന്ന കർമ്മങ്ങളാണ് ഗുണകർമ്മങ്ങൾ. ഗുണങ്ങളുടെ ഈ കെണിയിൽ പെടാതെ ചെയ്യുന്ന കർമ്മങ്ങൾ വിഗുണകർമ്മങ്ങൾ; അതായത്, ഗുണങ്ങളുടെ ഭോഗതൃഷ്ണാ പ്രേരണയെ അതിജീവിച്ചു ചെയ്യുന്ന കർമ്മങ്ങൾ.

വിഗുണ കർമ്മങ്ങൾ ശ്രേഷ്ഠമായ കർമ്മങ്ങളാണ്. കാരണം, അവ കേവലം ഭോഗതൃഷ്ണയാൽ ചെയ്യപ്പെടുന്നവയല്ല; മറിച്ച്, നിസ്വാർത്ഥമായി, ലോകസംഗ്രഹത്തിനായി ചെയ്യപ്പെടുന്നവയാണ്.

അതുകൊണ്ടുതന്നെ, അവ തത്കർത്താക്കളിൽ യാതൊരു ബന്ധനവും ഉണ്ടാക്കുന്നില്ല. ഫല സിദ്ധിയും അസിദ്ധിയും അവർക്ക് ഒരുപോലെ തന്നെ. ഫലങ്ങൾ അനുകൂലമായാലും പ്രതികൂലമായാലും അവർ അതിൽ വേവലാതിപ്പെടുന്നില്ല. എല്ലാറ്റിനെയും സമഭാവത്തിൽ കണ്ട് അവർ ശാന്തരായി ജീവിക്കുന്നു. ഇതാണ് വിഗുണകർമ്മങ്ങളുടെ ശ്രേഷ്ഠതയ്ക്കു കാരണം.

പ്രകൃതിയുടെ ഗുണങ്ങൾമൂലമാണ് കർമ്മങ്ങൾ ചെയ്യപ്പെടുന്നതെന്നു നാം മനസ്സിലാക്കി. കർമ്മങ്ങൾ ചെയ്യിക്കാനുള്ള ഗുണങ്ങളുടെ ഈ പ്രചോദനത്തിൽനിന്ന് ജ്ഞാനികൾപോലും മുക്തരല്ല (3.33). അവരും കർമ്മനിരതരാവുന്നു. എന്നാൽ, രാഗവും ദ്വേഷവും ജനിപ്പിക്കാൻ ഗുണങ്ങൾക്കുള്ള സ്വാഭാവിക ശക്തിയിൽനിന്ന് മുക്തരായിട്ടാണ് അവർ കർമ്മങ്ങൾ ചെയ്യുന്നത്. ഇപ്രകാരം ഗുണങ്ങളുടെ കെണിയിൽ വീഴാതെ ചെയ്യുന്ന കർമ്മങ്ങളാണ് വിഗുണ കർമ്മങ്ങൾ എന്നു നാം കണ്ടു. കർമ്മം ചെയ്യുമ്പോൾ രാഗവും ദ്വേഷവും കൊണ്ട് ഗുണങ്ങളുണ്ടാക്കുന്ന കെണിയിൽ വീഴരുതെന്നാണ് ശ്ലോകം 3.34ലെ ഉപദേശം.

'ഇന്ദ്രിയസ്യേന്ദ്രിയസ്യാർഥേ രാഗദ്വേഷൗ വ്യവസ്ഥിതൗ;
തയോർന വശമാഗച്ഛേത് തൗ ഹ്യസ്യ പരിപന്ഥിനൗ.' (3.34)

വാഗർത്ഥം: ഇന്ദ്രിയസ്യ ഇന്ദ്രിയസ്യ അർഥേ - ഓരോ ഇന്ദ്രിയത്തിന്റെയും വിഷയങ്ങളിൽ; രാഗദ്വേഷൗ - രാഗവും ദ്വേഷവും; വ്യവസ്ഥിതൗ - സ്ഥാപിക്കപ്പെട്ടിട്ടുണ്ട്, വ്യവസ്ഥിതമാക്കപ്പെട്ടിട്ടുണ്ട്; തയോഃ ന വശം ആഗച്ഛേത് - അവയുടെ (ഈ രണ്ടിന്റെയും) പിടിയിൽ പെടാതിരിക്കുക; തൗ ഹി അസ്യ പരിപന്ഥിനൗ - അവ അയാളുടെ (കഴിഞ്ഞ ശ്ലോകത്തിൽ പറഞ്ഞ ജ്ഞാനിയുടെ) ശത്രുക്കളാണ്.

അതായത്, ഗുണങ്ങളുണ്ടാക്കുന്ന രാഗവും ദ്വേഷവും ഒഴിവാക്കണം. അവയ്ക്കു കീഴടങ്ങരുത്. ശബ്ദ, സ്പർശ, രൂപ, രസ, ഗന്ധങ്ങളാണല്ലോ, ഇന്ദ്രിയാർത്ഥങ്ങൾ? അവയെ അനുഭവിക്കരുതെന്ന് ആരും പറയുന്നില്ല. ജീവനോടെ ഇരിക്കുന്നിടത്തോളം അതിനു സാധ്യമല്ല. എന്നാൽ, അവയെ അനുഭവിക്കുമ്പോൾ രാഗവും ദ്വേഷവും ഒഴിവാക്കണം. അതായത്, ഒന്നിനോടും അമിതമായ അഭിനിവേശം പാടില്ല, അവ കിട്ടിയില്ലെങ്കിൽ ദ്വേഷവും പാടില്ല. ഗുണങ്ങളുടെ പ്രവർത്തനം മൂലം സ്വാഭാവികമായുണ്ടാവുന്നതാണ് രാഗദ്വേഷാദികൾ. അവയുടെ പിടിയിൽ പെടാതെ എന്തും അനുഭവിക്കാം, എന്തും ചെയ്യാം. ഒരു ദോഷവും നമ്മെ ബാധിക്കില്ല. ശ്ലോകം 2.64-ലുള്ള ഉപദേശവും ഇതുതന്നെ. രാഗദ്വേഷങ്ങളില്ലാതെ വിഷയങ്ങളിൽ

ഇന്ദ്രിയങ്ങൾ ചരിപ്പിക്കുന്നവൻ പ്രസാദത്തെ പ്രാപിക്കും എന്നാണ് അവിടെ പറയുന്നത്.

ഗുണങ്ങളുടെ പിടിയിൽ പെടാതെ ചെയ്യുന്ന കർമ്മങ്ങൾ നമ്മിൽ ബന്ധനമുണ്ടാക്കുന്നില്ലെന്ന് നാം പല പ്രകാരത്തിലും മനസ്സിലാക്കിക്കഴിഞ്ഞു. അത്തരം കർമ്മങ്ങളാണല്ലോ, വിഗുണ കർമ്മങ്ങൾ? ശ്രേയസ്കരമായിട്ടുള്ളത് വിഗുണകർമ്മങ്ങളാണെന്ന് അടുത്ത ശ്ലോകത്തിൽ പ്രഖ്യാപിക്കുന്നു. വളരെ ദുർവ്യാഖ്യാനങ്ങൾക്കും ദുഷ്പ്രചാരണങ്ങൾക്കും വിധേയമായിട്ടുള്ള ഒരു ശ്ലോകമാണ് ഇത്. ആ ശ്ലോകം ഇതാ:

'ശ്രേയാൻ സ്വധർമോ വിഗുണഃ പരധർമാത് സ്വനുഷ്ഠിതാത്;
സ്വധർമേ നിധനം ശ്രേയഃ പരധർമോ ഭയാവഹഃ' (3.35)

വാഗർത്ഥം: സ്വധർമോ വിഗുണഃ - വിഗുണമായ സ്വധർമ്മം; ധർമ്മം - (ഇവിടെ) കർത്തവ്യം അഥവാ കർമ്മം; പരധർമാത് സ്വനുഷ്ഠിതാത് - പരധർമാത് സു അനുഷ്ഠിതാത് - നന്നായി അനുഷ്ഠിച്ച ഇതര ധർമ്മത്തെക്കാൾ; ശ്രേയാൻ - ശ്രേഷ്ഠതരമാകുന്നു; പരധർമഃ - വിഗുണമല്ലാത്ത കർമ്മം, അതായത് ഗുണകർമ്മം; സ്വധർമേ - (വിഗുണമായ) സ്വന്തം ധർമ്മത്തിൽ, (വിഗുണമായ സ്വകർമ്മാനുഷ്ഠാനത്തിൽ); നിധനം - മരണം; ശ്രേയഃ - ശ്രേഷ്ഠം ആകുന്നു; പരധർമഃ ഭയാവഹഃ - ഇതര കർമ്മം (ഗുണകർമ്മം) ഭയാവഹമാണ്.

ശ്ലോകാർത്ഥം: ത്രിഗുണങ്ങളുടെ കെണിയിൽ വീഴാതെ ചെയ്യുന്ന സ്വധർമ്മം (വിഗുണ കർമ്മം) ഗുണങ്ങളുടെ കെണിയിൽപ്പെട്ട് ചെയ്യുന്ന കർമ്മത്തെക്കാൾ (ഗുണകർമ്മത്തെക്കാൾ) ശ്രേഷ്ഠമാണ്. ഗുണകർമ്മങ്ങൾ എത്ര നന്നായി ചെയ്താലും അവ അപകൃഷ്ടം തന്നെ. വിഗുണ കർമ്മം ചെയ്യുമ്പോൾ മരണം സംഭവിച്ചാലും അത് ശ്രേയസ്കരമാണ്; എന്നാൽ ഗുണകർമ്മങ്ങൾ ഭയത്തെ ഉണ്ടാക്കുന്നവയത്രേ. (കാരണം, അവ ബന്ധനഹേതുവാകുന്നു).

ഗീതാസന്ദേശത്തിനു ചേരുന്ന അർത്ഥം ഇങ്ങനെയാണെങ്കിലും ഇതിനെ ദുർവ്യാഖ്യാനക്കാർ അവതരിപ്പിക്കുന്നത് അത്യന്തം വികൃതമാക്കിയാണ്. അവർ കൊടുക്കുന്ന അർത്ഥം നോക്കൂ:

'ഒരു ഗുണവുമില്ലാത്തതാണെങ്കിലും സ്വന്തം ധർമ്മം ശ്രേഷ്ഠമാണ്; അന്യരുടെ ധർമ്മം നന്നായി ചെയ്യാൻ കഴിഞ്ഞാലും അതിനേക്കാൾ നല്ലത് ഗുണമില്ലാത്ത സ്വധർമ്മമാണ്. അങ്ങനെയുള്ള ഗുണമില്ലാത്ത കർമ്മം ചെയ്യുമ്പോൾ മരണം സംഭവിച്ചാലും അതു വളരെ ശ്രേയസ്കരമാണ്. അന്യരുടെ ധർമ്മങ്ങൾ ഭയത്തെ ഉണ്ടാക്കുന്നു.'

ഈ അർത്ഥവിചാരം ശരിയല്ല. കാരണം, ഒന്നാമത്, ഗുണം എന്ന വാക്ക് മേന്മ, മെച്ചപ്പെട്ടത് എന്നീ സാമാന്യ അർത്ഥത്തിൽ ഗീതയിൽ

ഒരിടത്തും പ്രയോഗിച്ചിട്ടില്ല. ത്രിഗുണങ്ങളായ സത്ത്വം, രജസ്സ്, തമസ്സ് എന്നിവയെ പരാമർശിക്കാനാണ് ആ വാക്ക് ഗീതയിൽ പ്രയോഗിച്ചിട്ടുള്ളത്. ഒരു അദ്ധ്യായം തന്നെ അവയുടെ വിശദീകരണത്തിനായി നീക്കിവച്ചിരിക്കുന്നു (അദ്ധ്യായം 14).

രണ്ടാമത്, ഒരു മേന്മയുമില്ലാത്ത കർമ്മം ശ്രേഷ്ഠമാണെന്നും അത് ചെയ്യാതിരിക്കരുതെന്നും ഭഗവാനായ കൃഷ്ണൻ ആരെയെങ്കിലും ഉപദേശിക്കുമെന്നു വിചാരിക്കുന്നതുതന്നെ മൗഢ്യമാകുന്നു.

മൂന്നാമത്, ഓരോരുത്തർക്കും നിശ്ചിത കർമ്മം വിധിച്ച് അതു ചെയ്യാനായി നിയോഗിച്ചിരിക്കുന്നുവെങ്കിൽ മാത്രമേ 'സ്വധർമ്മം ഹീനമാണെങ്കിലും ചെയ്തിരിക്കണം' എന്ന അർത്ഥകല്പനയ്ക്ക് പ്രസക്തിയുള്ളൂ. എന്നാൽ കൃഷ്ണൻതന്നെ 5.14 ശ്ലോകത്തിൽ ആർക്കും അങ്ങനെ കർമ്മങ്ങൾ വിഭജിച്ചു നൽകിയിട്ടില്ലെന്നു വ്യക്തമാക്കിയിട്ടുണ്ട്.

നാലാമത്, പരധർമ്മം എന്നത് മറ്റ് ആരുടെയെങ്കിലും ധർമ്മം എന്നാണെന്ന വ്യാഖ്യാനവും ശരിയല്ല. കാരണം ശ്ലോകം 5.14 തന്നെ.

ഇനി ഒരു കാര്യംകൂടിയുണ്ട്. സ്വധർമ്മത്തിൽ മരണം ഉണ്ടായാൽ അതും ശ്രേയസ്കരമാണെന്നു പറഞ്ഞിരിക്കുന്നത് എന്തുകൊണ്ട്? കാരണം, വിഗുണമായ ധർമ്മം രാഗദ്വേഷങ്ങളെ നിരോധിക്കുന്നവയായതിനാൽ ദോഷരഹിതമാണ്. ബന്ധനങ്ങളുണ്ടാക്കാത്ത അവ ചെയ്യുമ്പോൾ മരണംതന്നെ സംഭവിക്കുകയാണെങ്കിലും അതിൽ വ്യാകുലപ്പെടേണ്ടതില്ല. മരണഭയം മൂലം അതിനെ ഉപേക്ഷിച്ച് ഹീനമായ ഗുണകർമ്മങ്ങളിൽ വ്യാപരിക്കരുത്.

ഗുണകർമ്മം ഭയപ്പെടേണ്ടവ തന്നെയാണ്. അവ നമ്മെ ഭൗതിക ഭോഗങ്ങളിൽ തളച്ചിടും. അതിൽത്തന്നെ മുഴുകി ജീവിച്ചാൽ ലൗകിക വ്യഥകളിൽനിന്ന് ഒരിക്കലും മോചനമുണ്ടാവില്ല. ഗുണകർമ്മങ്ങൾ ഭയമുണ്ടാക്കുന്നവയാണെന്നു പറയാനുള്ള കാരണവും ഇതുതന്നെ.

രാഗദ്വേഷങ്ങളുണ്ടാക്കാത്ത വിഗുണ കർമ്മങ്ങളാണ് അഭിലഷണീയം എന്നു ചൂണ്ടിക്കാണിച്ചപ്പോൾ അർജുനന് ഒരു സംശയം. പിന്നെന്തുകൊണ്ടാണ് ആളുകൾ പാപജന്യമായ ഗുണകർമ്മങ്ങളിൽ വ്യാപരിക്കുന്നത്? ഇഷ്ടമില്ലെങ്കിലും ആരോ ബലമായി നിയോഗിക്കുന്നതുപോലെ ജനങ്ങൾ ഗുണകർമ്മങ്ങളിൽ പ്രവർത്തിക്കുന്നു. ഇതെന്തുകൊണ്ട്? (3.36)

കൃഷ്ണന്റെ മറുപടി ഇങ്ങനെ:

'ത്രിഗുണങ്ങളിൽ ഒന്നായ രജസ്സ് ആണ് അതിനു കാരണം. കാമവും അതുവഴി ക്രോധവും ഉണ്ടാക്കുന്നത് അതാണ്. ഒരിക്കലും

അണയാത്ത അഗ്നി പോലെ കാമം നമ്മുടെ വിവേകത്തെ ആവരണം ചെയ്തിരിക്കുന്നു. ഇന്ദ്രിയങ്ങളെയും മനസ്സിനെയും ആധാരമാക്കിക്കൊണ്ട് അത് മനുഷ്യരെ മോഹിപ്പിക്കുന്നു. അതിനാൽ നീ അവയെ നിയന്ത്രിച്ച് ജ്ഞാനനാശിനിയായ കാമത്തെ ഉപേക്ഷിക്കുക'. (3.37 മുതൽ 3.41 വരെ)

തുടർന്ന് കൃഷ്ണൻ കർമ്മയോഗം എന്ന മൂന്നാം അദ്ധ്യായം ഉപസംഹരിച്ചുകൊണ്ട് ഇപ്രകാരം പറയുന്നു (3.42, 3.43):

'ഇന്ദ്രിയാണി പരാണ്യാഹുഃ ഇന്ദ്രിയേഭ്യഃ പരം മനഃ;
മനസസ്തു പരാ ബുദ്ധിഃ യോ ബുദ്ധേഃ പരതസ്തു സഃ.' (3.42)

വാഗർത്ഥം: (3.42) ഇന്ദ്രിയാണി പരാണ്യാഹുഃ - ഇന്ദ്രിയാണി പരാണി ആഹുഃ - ഇന്ദ്രിയങ്ങൾ ശ്രേഷ്ഠമാണെന്നു (സൂക്ഷ്മമാണെന്ന്) പറയപ്പെടുന്നു; ഇന്ദ്രിയേഭ്യഃ ഇന്ദ്രിയങ്ങളെക്കാൾ; പരം - ശ്രേഷ്ഠം (സൂക്ഷ്മം); മനഃ - മനസ്സ് ആകുന്നു; മനസസ്തു - മനസഃ തു - എന്നാൽ മനസ്സിനെക്കാൾ; പരാ ബുദ്ധിഃ - ശ്രേഷ്ഠം (സൂക്ഷ്മം) ബുദ്ധിയാണ്. യോ ബുദ്ധേഃ പരതസ്തു സഃ - യഃ ബുദ്ധേഃ പരതഃ തു സഃ - എന്നാൽ ബുദ്ധിയെക്കാൾ ശ്രേഷ്ഠമായിട്ടുള്ളത് (സൂക്ഷ്മമായിട്ടുള്ളത്) അവൻ (പുരുഷൻ - ആത്മാവ്) ആകുന്നു.

ശ്ലോകാർത്ഥം: ഇന്ദ്രിയങ്ങൾ ശരീരത്തെക്കാൾ സൂക്ഷ്മമാണെന്നു പറയപ്പെടുന്നു. ഇന്ദ്രിയങ്ങളെക്കാൾ സൂക്ഷ്മം മനസ്സും മനസ്സിനെക്കാൾ സൂക്ഷ്മം ബുദ്ധിയും ബുദ്ധിയെക്കാൾ സൂക്ഷ്മം ആത്മാവായ പുരുഷനുമാകുന്നു.

ഈ ശ്ലോകം കഠോപനിഷത്തിന്റെ 3.10, 3.11, 6.7, 6.8 എന്നീ മന്ത്രങ്ങളുടെ ആശയസംഗ്രഹമാണ്. സ്ഥൂലമായ ശരീരത്തിൽനിന്ന് ഉള്ളിലേക്ക് പോകുന്തോറും സൂക്ഷ്മത ഏറിയേറി വരുന്നു. ഏറ്റവും സൂക്ഷ്മമായിട്ടുള്ളത് ആത്മാവാണ്. സർവതും ഉണ്ടായിവന്നതും നിലനിൽക്കുന്നതും ആത്മചൈതന്യത്താലാണ്. അവസാനം സർവതും വിലയം കൊള്ളുന്നതും ആത്മാവിൽത്തന്നെ.

'ഏവം ബുദ്ധേഃ പരം ബുദ്ധ്വാ സംസ്തഭ്യാത്മാനമാത്മനാ;
ജഹി ശത്രും മഹാബാഹോ കാമരൂപം ദുരാസദം.' (3.43)

വാഗർത്ഥം: (3.43) ഏവം - ഇപ്രകാരം; ബുദ്ധേഃ പരം - ബുദ്ധിയെക്കാൾ സൂക്ഷ്മമായതിനെ; ബുദ്ധ്വാ - അറിഞ്ഞ്; സംസ്തഭ്യാത്മാനമാത്മനാ - സംസ്തഭ്യ ആത്മാനം ആത്മനാ - തന്നെത്തന്നെ ഏകാഗ്രമാക്കിയിട്ട്; ജഹി ശത്രും - ശത്രുവിനെ ജയിക്കുക; മഹാബാഹോ - ഹേ, അർജുനാ; കാമരൂപം ദുരാസദം - ജയിക്കാൻ പ്രയാസമുള്ള കാമമാകുന്ന ശത്രുവിനെ.

ശ്ലോകാർത്ഥം: ഇപ്രകാരം ബുദ്ധിയേക്കാൾ സൂക്ഷ്മമായ ആത്മാവിനെ അറിഞ്ഞ്, ഏകാഗ്രത കൈവരിച്ച് കാമമെന്ന ദുർജ്ജയമായ ശത്രുവിനെ ജയിക്കുക.

ഈ ശ്ലോകവും ചില ദുർവ്യാഖ്യാതാക്കളുടെ വളച്ചൊടിക്കലിനു വിധേയമായിട്ടുള്ള ഒന്നാണ്. അർജ്ജുനൻറെ ശത്രുവായി ഗീതാകാരൻ പറയുന്നത് കാമമാണെന്നും സ്വജനങ്ങളായ കൗരവന്മാരോ അവരെ സഹായിക്കുന്നവരോ അല്ലെന്നുമാണ് അവർ അഭിപ്രായപ്പെടുന്നത്. ഗീത ഹിംസാപരമായ യുദ്ധം ചെയ്യാൻ ഉപദേശിക്കുന്നില്ലെന്നു വരുത്തിത്തീർക്കാനാണ് ഇവരുടെ ശ്രമം. യുദ്ധം ചെയ്യുന്നത് എന്തോ മോശമായ കാര്യമാണെന്ന ധാരണയിലാണ് ഇത്തരം വെള്ളപൂശൽ പരിശ്രമം നടത്തുന്നത്.

അഹിംസ നല്ല കാര്യം തന്നെ. പക്ഷേ, അധർമ്മത്തിൽ മുഴുകി അന്യായ പ്രവൃത്തികൾ ചെയ്തുകൂട്ടുന്നവരെ തടയേണ്ടത് ധർമ്മ രക്ഷയ്ക്ക് അത്യാവശ്യമാണ്. അതിനായി അവരെ നിഗ്രഹിക്കേണ്ടി വന്നാൽ അതും ചെയ്യണം. അതുകൊണ്ടാണ് കൃഷ്ണൻ ഗീതയിൽ യുദ്ധം ചെയ്യൂ എന്ന് പലയാവൃത്തി അർജ്ജുനനോട് ആവശ്യപ്പെടുന്നത്. 2.18, 2.36, 2.37, 3.30, 8.7, 11.34 എന്നീ ശ്ലോകങ്ങളിൽ ഈ ആവശ്യം ആവർത്തിച്ചിട്ടുണ്ട്. കാമത്തെ ശത്രുവായി ഈ 3.43 ശ്ലോകത്തിൽ കാണുന്നത് വ്യക്തികളുടെ ആന്തരിക ശക്തിയെ അത് നശിപ്പിക്കും എന്നതുകൊണ്ടാണ്.

ഇതോടെ കർമ്മയോഗം എന്ന മൂന്നാം അദ്ധ്യായം സമാപിക്കുന്നു. ലൗകിക ജീവിതത്തിൽ കർമ്മങ്ങളുടെ അനിവാര്യതയെ ചൂണ്ടിക്കാണിച്ചുകൊണ്ട്, കർമ്മാനുഷ്ഠാനം എങ്ങനെ വേണമെന്നു നിഷ്കർഷിക്കുകയാണ് ഈ അദ്ധ്യായത്തിൽ ചെയ്തിട്ടുള്ളത്. യജ്ഞാർത്ഥമായിട്ടുവേണം കർമ്മം ചെയ്യാനെന്നും അങ്ങനെയായാൽ കർമ്മബന്ധനം ഉണ്ടാകില്ലെന്നും ഇതിൽ ചൂണ്ടിക്കാണിക്കുന്നു. എന്നു മാത്രമല്ല, വിഗുണമായ കർമ്മങ്ങളാണു ശ്രേഷ്ഠമെന്നും ഗുണകർമ്മങ്ങൾ എത്ര നേട്ടങ്ങളുണ്ടാക്കുമെന്നുവന്നാലും അവ അവരമാണെന്നും ഉദ്ബോധിപ്പിക്കുകയും ചെയ്തിട്ടുണ്ട്, ഇതിൽ. വിഗുണകർമ്മങ്ങളിൽ ആഭിമുഖ്യം ഉണ്ടാകാനായി ആത്മചൈതന്യത്തെ അറിഞ്ഞ് കാമമെന്ന ശത്രുവിനെ കീഴടക്കണമെന്ന ഉപദേശത്തോടെയാണ് അദ്ധ്യായം ഉപസംഹരിക്കുന്നത്.

നാല്

ജ്ഞാനകർമ്മസന്ന്യാസ യോഗം

ജ്ഞാനകർമ്മസന്ന്യാസ യോഗമെന്ന നാലാം അദ്ധ്യായത്തിലേക്കാണ് നാമിനി പ്രവേശിക്കുന്നത്. ആകെ 42 ശ്ലോകങ്ങളുള്ള ഈ അദ്ധ്യായത്തിൽ ജ്ഞാനത്തെയും കർമ്മസന്ന്യാസത്തെയും പറ്റി പറയുന്നു. ഇതിലെ ശ്ലോകങ്ങളിലേക്ക് കടക്കുന്നതിനു മുൻപ് ഒരു കാര്യം ഒരിക്കൽക്കൂടി വ്യക്തമാക്കുകയാണ്. ഇതൊരു സാധാരണ ഗീതാവ്യാഖ്യാനമല്ല. ഗീതയ്ക്ക് വ്യാഖ്യാനങ്ങളുടെ ഒരു കുറവുമില്ലല്ലോ? എന്നാൽ, അവയിലൊക്കെ വ്യാഖ്യാതാക്കൾ അവലംബിച്ചുപോരുന്ന രീതിയിലുള്ള വിശ്വാസപരമായ ഒരു വിചിന്തനമല്ല ഈ ഉദ്യമത്തിൽ നടത്തുന്നത്. ആധുനിക കാലത്തെ ശാസ്ത്രയുക്തിക്കു നിരക്കുന്ന രീതിയിൽ ഗീതാസന്ദേശത്തെ പുനരവലോകനം ചെയ്യാനാണ് ഇവിടത്തെ ശ്രമം. ആ യുക്തിക്കു മുന്നിൽ തകർന്നു പോകുന്നതല്ല ഗീതാസന്ദേശമെന്ന കണ്ടെത്തലിന്റെ വെളിച്ചമാണ് ഈ ശ്രമത്തെ മുന്നോട്ടു കൊണ്ടുപോകുന്നത്. ഈയൊരു ധാരണയോടെ നമുക്ക് നാലാം അദ്ധ്യായത്തിലേക്ക് കടക്കാം.

കർമ്മം ചെയ്യേണ്ടതിനുള്ള മാർഗ്ഗദർശനമാണ് കഴിഞ്ഞ അദ്ധ്യായത്തിൽ നൽകിയത്. ഗുണങ്ങളാണ് കർമ്മങ്ങളെ അനിവാര്യമാക്കിത്തീർക്കുന്നതെന്നും എന്നാൽ ഗുണങ്ങളുണ്ടാക്കുന്ന രാഗദേഷാദി വികാരങ്ങൾക്ക് അടിമപ്പെടാതെവേണം കർമ്മങ്ങൾ ചെയ്യേണ്ടതെന്നും അതിൽ ഉപദേശിക്കപ്പെട്ടു. ഗുണങ്ങളുടെ പ്രേരണയ്ക്കു വിധേയമായി ചെയ്യുന്ന കർമ്മങ്ങൾ ഗുണകർമ്മങ്ങളാണെന്ന് നാം അവിടെ കണ്ടു. അങ്ങനെയുള്ള കർമ്മങ്ങൾ ചെയ്യുന്നവരെ നാലു വർണ്ണങ്ങളായി തരം തിരിച്ചിട്ടുണ്ടെന്നുള്ളതാണ് ഈ നാലാം അദ്ധ്യായത്തിലെ ഒരു പ്രധാന ആശയം. യോഗയുക്തനായി കർമ്മം ചെയ്യുന്നവൻ ക്രമേണ ജ്ഞാനത്തെ പ്രാപിക്കുമെന്നും അതുവഴി പരമമായ ശാന്തി അനുഭവിക്കുമെന്നും ഉള്ളതാണ് മറ്റൊരാശയം.

കഴിഞ്ഞ അദ്ധ്യായത്തിൽ അവതരിപ്പിക്കപ്പെട്ട കർമ്മയോഗം

ആദ്യമായിട്ടല്ല ലോകത്ത് ഉപദേശിക്കപ്പെടുന്നതെന്നു സൂചിപ്പിച്ചു കൊണ്ടാണ് നാലാം അദ്ധ്യായം ആരംഭിക്കുന്നത്.

താനിത് പണ്ട് വിവസ്വാന് ഉപദേശിച്ചുവെന്നും വിവസ്വാൻ സ്വപുത്രനായ മനുവിനും മനു തന്റെ പുത്രൻ ഇക്ഷ്വാകുവിനും നൽകിയെന്നും കൃഷ്ണൻ വ്യക്തമാക്കുന്നു. ഇക്ഷ്വാകുവിൽനിന്ന് രാജർഷിമാർക്കു കിട്ടിയ ഈ യോഗം കാലക്രമേണ വിസ് മരിക്കപ്പെട്ടു (ശ്ലോകം 4.1, 4.2). ആ അറിവുതന്നെയാണ് താനിപ്പോൾ അർജ്ജുനനായി ഉപദേശിക്കുന്നതെന്ന് കൃഷ്ണൻ പറഞ്ഞപ്പോൾ (4.3) അർജ്ജുനൻ ഒരു സംശയം ഉന്നയിച്ചു:

'അങ്ങ് ഇപ്പോൾ ജീവിച്ചിരിക്കുന്ന ആളല്ലേ? വിവസ്വാനാകട്ടെ പണ്ടെങ്ങോ ജീവിച്ച ആളും. അതിനാൽ, അങ്ങ് ഇത് വിവസ്വാനായി ഉപദേശിച്ചു എന്നത് എങ്ങനെ ശരിയാകും?' (4.4)

കൃഷ്ണന്റെ മറുപടി ഇപ്രകാരം:

''ബഹൂനി മേ വ്യതീതാനി ജന്മാനി തവ ചാർജ്ജുന;
താന്യഹം വേദ സർവാണി ന ത്വം വേത്ഥ പരന്തപ.'' (4.5)

വാഗർത്ഥം: ബഹൂനി - വളരെയേറെ; വ്യതീതാനി മേ ജന്മാനി - എന്റെ ജന്മങ്ങൾ കഴിഞ്ഞുപോയിരിക്കുന്നു; തവ ച അർജ്ജുന - നിന്റെയും, ഹേ, അർജ്ജുനാ; താന്യഹം വേദ സർവാണി - താനി അഹം വേദ സർവാണി - ഞാൻ അവയെ എല്ലാം അറിയുന്നു; ന ത്വം വേത്ഥ പരന്തപ - ഹേ, അർജ്ജുനാ, നീ അതൊന്നും അറിയുന്നില്ല.

ശ്ലോകാർത്ഥം: ഹേ, അർജ്ജുനാ, എന്റെയും നിന്റെയും അനേകം ജന്മങ്ങൾ കടന്നുപോയിരിക്കുന്നു. എനിക്ക് അവയെല്ലാം അറിയാം, എന്നാൽ നീ ഒന്നും അറിയുന്നില്ല.

ജനനവും മരണവും ഇല്ലെന്നു പറഞ്ഞിട്ട് പിന്നെന്തുകൊണ്ടാണ് ഇപ്പോൾ അനേകം ജന്മങ്ങൾ കഴിഞ്ഞിരിക്കുന്നു എന്നു പറയുന്നത്? തൊട്ടടുത്ത ശ്ലോകത്തിൽത്തന്നെ ജന്മമില്ലാത്തവൻ എന്ന് കൃഷ്ണൻ തന്നെപ്പറ്റി പറയുന്നുമുണ്ട്. ഇതൊരു വൈരുദ്ധ്യമല്ലേ? എന്താണു സത്യമെന്നു നമുക്കു നോക്കാം.

ആത്മാവിന്റെ വിവിധ രൂപത്തിലുള്ള ഭൗതിക പ്രകടനമാണ് ഓരോ ജീവിയുമെന്ന് ശ്ലോകം 2.22-ൽനിന്ന് നാം മനസ്സിലാക്കിയിട്ടുണ്ട്. അതായത്, നാമെല്ലാവരും ഏകമായ ആത്മാവുതന്നെ; ഓരോ കാലത്ത് ഓരോരോ പ്രത്യേക രൂപത്തിൽ പ്രത്യക്ഷമാകുന്നു എന്നേയുള്ളൂ. ഒരു രൂപം ജീർണ്ണിച്ച്, ആ രൂപത്തിലുള്ള നിലനിൽപ്പ് സാധ്യമല്ലാതെ വന്ന്, അത് ഇല്ലാതാകുമ്പോൾ ആ രൂപത്തോടു കൂടിയ ജീവി മരിച്ചു എന്നു കണക്കാക്കുന്നു. എന്നാൽ ആത്മാവ് അവ്യയമായി നിലനിൽക്കുന്നു; വീണ്ടും വീണ്ടും പുതിയ രൂപങ്ങൾ

സ്വീകരിക്കുന്നു. പുതിയ രൂപമെടുക്കലിനെ ജന്മമായിട്ടാണ് ഇവിടെ കണക്കാക്കിയിട്ടുള്ളത്. അതാണ് അനേകം ജന്മങ്ങൾ എന്ന ഇവിടത്തെ പരാമർശത്തിന്റെ പൊരുൾ. വസ്ത്രം മാറുന്നതുപോലെ എന്ന് 2.22 ശ്ലോകത്തിൽ പറഞ്ഞിട്ടുള്ളതും ഇങ്ങനെതന്നെ.

താൻ ആത്മാവു തന്നെ എന്ന ബോധം നേടിയിട്ടുള്ളവർക്ക് തന്റെ തന്നെ പുതിയ പുതിയ ജന്മങ്ങളായിട്ടേ ഓരോ ജീവിയെയും കാണാൻ കഴിയൂ. കൃഷ്ണന് ആ ബോധമുണ്ട്; ആയത് അടുത്ത ശ്ലോകത്തിലും 10.20 ശ്ലോകത്തിലും കൃഷ്ണൻതന്നെ വ്യക്തമാക്കിയിട്ടുണ്ട്. എന്നാൽ അർജുനന് താൻ ആത്മാവാണെന്ന ബോധം ഇനിയും ഉണ്ടായിട്ടില്ല. അതിനാൽ അയാൾക്ക് ആത്മാവിന്റെ പുതിയ രൂപങ്ങളെ തന്റെ ജന്മങ്ങളായി കാണാൻ കഴിയില്ല.

പക്ഷേ, ഇവിടെ കൃഷ്ണന്റെയും അർജുനന്റെയും ജന്മങ്ങളെ പ്രത്യേകമായിട്ടാണ് പറഞ്ഞിരിക്കുന്നത്. അതിന്റെ പൊരുൾ എന്താണ്? എന്തെന്നാൽ, ആത്മജ്ഞാനത്തിൽ തന്നോളം ഉന്നതരായവർ ആത്മചൈതന്യത്തിന്റെ രൂപപ്രകടനങ്ങളായി മുൻപും ഉണ്ടായിട്ടുണ്ടെന്നാണ് തന്റെ 'മുൻ ജന്മങ്ങൾ' എന്നതുകൊണ്ട് കൃഷ്ണൻ ഉദ്ദേശിക്കുന്നത്.

അതുപോലെ യുദ്ധവീര്യത്തിൽ അർജുനനോളം ഔന്നത്യം നേടിയവരും ആത്മാവിന്റെ ഭൗതികരൂപ പ്രകടനങ്ങളായി മുൻപ് ഉണ്ടായിട്ടുണ്ട്; അവരെയാണ് അർജുനന്റെ 'മുൻ ജന്മങ്ങൾ' ആയി പരാമർശിക്കുന്നത്.

ഇവിടെ ഒരു കാര്യം പ്രത്യേകം ശ്രദ്ധിക്കേണ്ടതായുണ്ട്. കാമങ്ങൾക്കു കീഴ്പ്പെടുന്നതാണ് മരണം എന്നതിന്റെ തത്ത്വചിന്താപരമായ അർത്ഥമെന്ന് നാം മനസ്സിലാക്കിയിട്ടുണ്ടല്ലോ. എന്നാൽ വ്യാവഹാരിക അർത്ഥത്തിൽ അത് ദേഹനാശം എന്ന പ്രക്രിയയാണ്. രണ്ടും പ്രത്യേകമായി നാം മനസ്സിലാക്കണം. ഗീതയിൽ ഈ രണ്ട് അർത്ഥത്തിലും മരണത്തെ കാണുന്നുണ്ട്.

തനിക്ക് അനേകം ജന്മങ്ങളുണ്ടായിട്ടുണ്ടെന്നു പറഞ്ഞ കൃഷ്ണൻ ആ ജന്മങ്ങൾ എങ്ങനെയാണുണ്ടായതെന്ന് അടുത്ത ശ്ലോകത്തിൽ വിശദമാക്കുന്നു. മറ്റു ചില സുപ്രധാന വെളിപ്പെടുത്തലുകളും പ്രസ്തുത ശ്ലോകത്തിൽ അടങ്ങിയിട്ടുണ്ട്. ശ്ലോകം ഇതാണ്:

'അജോ/പി സന്നവ്യയാത്മാ ഭൂതാനാമീശ്വരോ/പി സൻ;
പ്രകൃതിം സ്വാമധിഷ്ഠായ സംഭവമ്യാത്മമായയാ'. (4.6)

വാഗർത്ഥം: അജോ/പി സന്നവ്യയാത്മാ - അജഃ അപി സൻ അവ്യയാത്മാ - ജനനമില്ലാത്ത അവ്യയനായ ആത്മാവാണെങ്കിലും; ഭൂതാനാമീശ്വരോ/പി സൻ - ഭൂതാനാം ഈശ്വരഃ അപി സൻ - ഭൂതങ്ങളുടെ ഈശ്വരൻ ആണെങ്കിലും; പ്രകൃതിം സ്വാമധിഷ്ഠായ പ്രകൃതിം

സ്വാം അധിഷ്ഠായ - സ്വന്തം പ്രകൃതിയെ ഉപയോഗിച്ച്; സംഭവമ്യാത്മമായയാ - സംഭവാമി ആത്മമായയാ - എന്റെ മായാശക്തിയാൽ ഞാൻ വിവിധഭാവങ്ങൾ സ്വീകരിക്കുന്നു (അവതരിക്കുന്നു).

ശ്ലോകാർത്ഥം: ഞാൻ ജനനമില്ലാത്ത, അവ്യയനായ ആത്മാവും ഭൂതങ്ങളുടെ ഈശ്വരനും ആണെന്നാലും എന്റെ ശക്തിയായ പ്രകൃതിയെ ഉപയോഗിച്ച് മായയാൽ ഞാൻ സ്വയം അവതരിപ്പിക്കുന്നു.

ആത്മാവിന് ജനനമോ മരണമോ ഇല്ലെന്ന് രണ്ടാം അദ്ധ്യായത്തിൽനിന്ന് നാം മനസ്സിലാക്കി. അവ്യയൻ എന്നാൽ വ്യയം അഥവാ നാശം ഇല്ലാത്തവൻ എന്നാണർത്ഥം. ആത്മാവ് അപ്രകാരമുള്ളതാണെന്നും നമുക്കറിയാം. എന്നാൽ താൻ ഈശ്വരനാണെന്നു കൂടി കൃഷ്ണൻ പ്രഖ്യാപിച്ചിരിക്കുന്നു. ആത്മാവാണ് ഭാരതീയ ആത്മീയ തത്ത്വചിന്തയിലെ ഈശ്വരൻ. ഉപനിഷത്തുകൾ ഈ വസ്തുത ആവർത്തിച്ചു വ്യക്തമാക്കിയിട്ടുണ്ട്. ബൃഹദാരണ്യകം 4.4.22, മാണ്ഡൂക്യം 5, 6, ശ്വേതാശ്വതരം 3.7, 3.11, 6.11 എന്നിവയിൽ ആത്മാവ് സർവേശ്വരനാണെന്ന് പറഞ്ഞിരിക്കുന്നു. ബൃഹദാരണ്യകം 3.7.15, 3.8.9, കഠം 5.15, 6.3, തൈത്തിരീയം 2.8.1 തുടങ്ങിയ വാക്യങ്ങളിൽ / മന്ത്രങ്ങളിൽ ആത്മാവ് സർവ ഭൂതങ്ങളുടെയും ആന്തരിക നിയന്താവ് ആണെന്ന് വ്യക്തമാക്കിയിട്ടുണ്ട്. അദ്ധ്യാത്മ രാമായണത്തിൽ ഉമാമഹേശ്വര സംവാദം മുതൽ പല ആവൃത്തി ശ്രീരാമൻ ആത്മാവാണെന്ന് പ്രസ്താവിച്ചിരിക്കുന്നതു കാണാം. ഗീതയിൽ ഈ ശ്ലോകത്തിലും 10.20 ശ്ലോകത്തിലും ഇക്കാര്യം നേരേതന്നെ പറയുകയും മറ്റു പലയിടത്തും അപ്രകാരമുള്ള സൂചനകൾ നൽകുകയും ചെയ്തിട്ടുണ്ട്.

പലതായി പ്രകടനമാകാനുള്ള ആത്മാവിന്റെ ശക്തിയും മാധ്യമവുമാണ് പ്രകൃതി അഥവാ മായ. പ്രകൃതി തന്നെയാണ് മായ എന്നും മായാവി ഈശ്വരനാണെന്നും ശ്വേതാശ്വതര ഉപനിഷത്തിൽ 4.10 മന്ത്രത്തിൽ കാണാം. പലതായി പ്രകടമാകാനുള്ള ശക്തിയായി പ്രവർത്തിക്കുമ്പോൾ മായ എന്നും അതിനുള്ള മാധ്യമമായി പ്രവർത്തിക്കുമ്പോൾ പ്രകൃതി എന്നും അറിയപ്പെടുന്നു. പ്രകൃതി എന്നത് ഭൗതികോർജ്ജം തന്നെ. ഈ ശക്തി ആത്മാവിൽ ഉള്ളടങ്ങിയിരിക്കുന്നു. ആവശ്യമുള്ളപ്പോൾ ഈ ശക്തിയെ ആത്മാവ് ഉണർത്തുന്നു. അങ്ങനെ പ്രകൃതിയെ ഉണർത്തിനിൽക്കുന്ന ആത്മാവാണ് പുരുഷൻ. ഈ ഉണർത്തലോടുകൂടിയാണ് പുരുഷ-പ്രകൃതി ദ്വന്ദ്വം ഉണ്ടാകുന്നത്. അതാണ് ബ്രഹ്മം. ബ്രഹ്മം വികസിച്ച് പ്രപഞ്ചമായി ഭവിക്കുന്നു (മുണ്ഡകം 1.1.8, 1.1.9).

ഭൗതികോർജ്ജത്തെ ഉപയോഗിച്ചാണ് ആത്മാവ് സ്വയം പലതായി, പല നാമരൂപങ്ങളായി, പ്രകടിപ്പിക്കുന്നത്. സയൻസ് പറയുന്നു,

ആകെ ഭൗതികോർജ്ജത്തിന്റെ അളവ് പൂജ്യമാണെന്ന്. അതായത്, യഥാർത്ഥത്തിൽ അതിന് സ്വന്തമായ അസ്തിത്വമില്ല. പൂജ്യമായ ഭൗതികോർജ്ജം സച്ചിദാനന്ദമായ ആത്മാവിൽ 'സത്തി'ന്റെ ഭാഗമായി ഉള്ളടങ്ങിയിരിക്കുന്നു. ഈ പൂജ്യത്തെ തുല്യ അളവിലുള്ള കണികകളായി വിപരീത ചാർജ്ജുകളോടെ പിരിച്ചിട്ടാണ് ആറ്റങ്ങളും അവ ഉപയോഗിച്ച് പ്രപഞ്ചവും അവതരിപ്പിക്കപ്പെട്ടിട്ടുള്ളത്. ആകെ അളവ് എപ്പോഴും പൂജ്യം തന്നെ ആയിരിക്കും. സംഖ്യാശ്രേണിയിലെ പൂജ്യത്തെ (−1, +1), (−2, +2) എന്നിങ്ങനെ അനന്ത സംഖ്യകളായി പിരിച്ച് എഴുതുന്നതുപോലെയുള്ള ഒരു പ്രവൃത്തിയാണിത്. അതിനാൽ ഈ പ്രപഞ്ചംതന്നെ വെറുമൊരു പ്രകടനമാണ്. പൂജ്യം ഭൗതികോർജ്ജത്തെ അനന്ത രൂപങ്ങളായി അവതരിപ്പിച്ചിരിക്കുന്ന ഒരു മഹാ പ്രകടനമാണ് ഈ പ്രപഞ്ചം. പൂജ്യം ഊർജ്ജത്തെ ഇങ്ങനെ വിപരീതങ്ങളായി പിരിക്കാനും അവയെ ഓരോ അണുവിലും സദാ നിലനിർത്താനും ആത്മാവല്ലാതെ മറ്റൊന്നും ആദിയിൽ ഉണ്ടായിരുന്നില്ല എന്നത് എടുത്തുപറയേണ്ട കാര്യമില്ലല്ലോ? ആത്മാവ് അനാദിയും സർവവ്യാപിയും ആണെന്ന് അതിൽനിന്നു തെളിയുന്നു. സത്-ചിത്-ആനന്ദമായി (സച്ചിദാനന്ദമായി) ആത്മാവ് എന്നും നിലനിൽക്കുന്നു.

സ്വപ്രകൃതിയെ അവലംബിച്ച് താൻ മായാശക്തിയാൽ അവതരിക്കുന്നു എന്ന ഭഗവദ് വാക്യത്തിന്റെ പൊരുൾ ഇതാണ്. ആ ആത്മാവതാരണം എന്തിനുവേണ്ടി, എപ്പോഴൊക്കെ എന്നാണ് അടുത്ത രണ്ടു ശ്ലോകങ്ങളിൽ വിശദീകരിക്കുന്നത്. ഒരുപക്ഷേ, ഗീതയിലെ ഏറ്റവും പ്രസിദ്ധങ്ങളായ ശ്ലോകങ്ങളാണിവ.

> ''യദാ യദാ ഹി ധർമസ്യ ഗ്ലാനിർഭവതി ഭാരത;
> അഭ്യുത്ഥാനമധർമസ്യ തദാത്മാനം സൃജാമ്യഹം.'' (4.7)

> ''പരിത്രാണായ സാധൂനാം വിനാശായ ച ദുഷ്കൃതാം;
> ധർമസംസ്ഥാപനാർത്ഥായ സംഭവാമി യുഗേ യുഗേ.'' (4.8)

വാഗർത്ഥം: (4.7) യദാ യദാ ഹി - എപ്പോഴൊക്കെയാണോ; ധർമസ്യ - ധർമ്മത്തിന്; ഗ്ലാനിർഭവതി - ഗ്ലാനിഃ ഭവതി - ഗ്ലാനി (ക്ഷീണം) സംഭവിക്കുന്നത്; ഭാരത - ഹേ, അർജുനാ; അഭ്യുത്ഥാനമധർമസ്യ - അഭ്യുത്ഥാനം അധർമസ്യ - അധർമ്മത്തിന് ഉയർച്ച (സംഭവിക്കുന്നത്); തദാത്മാനം - തദാ ആത്മാനം - അപ്പോൾ എന്നെത്തന്നെ; സൃജാമ്യഹം - സൃജാമി അഹം - ഞാൻ സ്വയം അവതരിപ്പിക്കുന്നു.

വാഗർത്ഥം: (4.8) പരിത്രാണായ സാധൂനാം - നീതിമതികളെ രക്ഷിക്കുവാനും; വിനാശായ ച ദുഷ്കൃതാം - ദുഷ്കർമ്മികളെ

നശിപ്പിക്കുവാനും; ധർമസംസ്ഥാപനാർത്ഥായ - ധർമ്മം സ്ഥാപി ക്കുവാനും; സംഭവാമി - ഞാൻ അവതരിക്കുന്നു; യുഗേ യുഗേ - ഓരോ യുഗത്തിലും.

ശ്ലോകാർത്ഥം: (4.7) ധർമ്മത്തിനു ഗ്ലാനിയും അധർമ്മത്തിന് ഉയർച്ചയും എപ്പോഴൊക്കെ സംഭവിക്കുന്നുവോ അപ്പോഴൊക്കെ ഞാൻ എന്നെത്തന്നെ അവതരിപ്പിക്കുന്നു.

ശ്ലോകാർത്ഥം: (4.8) നീതിമതികളെ രക്ഷിക്കാനും ദുഷ്കർമ്മികളെ നശിപ്പിക്കാനും ധർമ്മം പുനഃസ്ഥാപിക്കാനുമായി ഓരോ യുഗത്തിലും ഞാൻ അവതരിക്കുന്നു.

നിലനിർത്തുന്നതും സംരക്ഷിക്കുന്നതുമായത് എന്തോ അതാണ് ധർമ്മം. സച്ചിദാനന്ദമയമായ ആത്മാവിലെ സത് ആണ് നില നില്പിന്റെ തത്ത്വം എന്ന് നാം 2.16 ശ്ലോകത്തിൽ കണ്ടല്ലോ? അപ്പോൾ, സത്തിന് അനുരൂപമായ പ്രവൃത്തികളാണ് ധർമ്മം എന്നു വരുന്നു; അതായത്, ആത്മതത്ത്വത്തിനു നിരക്കുന്ന കർമ്മങ്ങൾ.

പ്രപഞ്ചത്തെ നിലനിർത്തുന്ന ശക്തിയായ ആത്മാവിനെ ആർക്കും നശിപ്പിക്കാനാകില്ല എന്നു നാം മനസ്സിലാക്കിയിട്ടുള്ളതാണ് (2.17). അതിനാൽ ആത്മതത്ത്വത്തിനു വിരുദ്ധമായുണ്ടാകുന്ന പ്ര വൃത്തികൾ സ്ഥായിയായി നിൽനിൽക്കില്ല; അവ തിരുത്തപ്പെടുക തന്നെ ചെയ്യും. ആത്മചൈതന്യം അതിനുള്ള തിരുത്തൽ ശക്തിയായി, യുക്തമായ രൂപത്തിൽ ഉടലെടുക്കും. ആ തിരുത്തൽ പ്രക്രിയയിൽ വിരുദ്ധശക്തികൾ അപ്പാടെ തകർന്നുപോകും. ഈ വസ്തുതയാണ്, രണ്ടു ശ്ലോകങ്ങളിലായി ഇവിടെ വ്യഞ്ജിപ്പിച്ചിരിക്കുന്നത്.

ഒഴുക്കുവെള്ളത്തെ ചിറകെട്ടി തടഞ്ഞുനിർത്തിയാൽ ഒരു പരിധി കഴിയുമ്പോൾ ആ ചിറകൾ തകർത്തുകൊണ്ട് വെള്ളം ശക്തമായി ഒഴുകിപ്പോകില്ലേ? അതുപോലെ തന്നെയാണ് ലോകത്തിന്റെ സ്വാഭാ വിക അവസ്ഥയിലും ഗമനത്തിലും ദുഷ്ടശക്തികൾ ഉണ്ടാക്കുന്ന വിഘ്നങ്ങളെ ആത്മചൈതന്യം യുക്തമായ രൂപം കൈക്കൊണ്ട് തിരുത്തുന്നതും പൂർവാവസ്ഥ വീണ്ടെടുക്കുന്നതും.

ധർമ്മ സംസ്ഥാപനത്തിനായി താൻ യുഗം തോറും തന്നെത്തന്നെ അവതരിപ്പിക്കുന്നു എന്ന് ഭഗവാൻ പ്രസ്താവിക്കുകയുണ്ടായല്ലോ? എന്നിട്ട് തുടർന്നു പറയുകയാണ്:

'ജന്മകർമ്മ ച മേ ദിവ്യം ഏവം യോ വേത്തി തത്ത്വതഃ;
ത്യക്ത്വാ ദേഹം പുനർജന്മ നൈതി മാമേതി സോഽർജുന.' (4.9)

വാഗർത്ഥം: അർജുന - ഹേ, അർജുനാ; ജന്മകർമ്മ ച മേ ദിവ്യം - എന്റെ ദിവ്യമായ ജന്മവും കർമ്മവും; ഏവം - ഇപ്രകാരമുള്ള;

യഃ വേത്തി തത്ത്വതഃ - തത്ത്വപരമായി ഏവൻ അറിയുന്നുവോ; സഃ - അവൻ; ത്യക്ത്വാ ദേഹം - ദേഹം ത്യജിച്ചിട്ട്; പുനർജന്മ ന ഏതി - പുനർജന്മത്തെ പ്രാപിക്കുന്നില്ല; മാം ഏതി - എന്നെയാണു പ്രാപിക്കുന്നത്.

ശ്ലോകാർത്ഥം: ഇപ്രകാരമുള്ള എന്റെ ദിവ്യമായ ജന്മകർമ്മങ്ങളെ തത്ത്വപരമായി അറിയുന്നയാൾ ദേഹം ത്യജിച്ചിട്ട് എന്നെ പ്രാപിക്കുന്നു; പുനർജന്മത്തെയല്ല അയാൾ പ്രാപിക്കുന്നത്.

'ദേഹം ത്യജിച്ചിട്ട്' എന്നതിന് 'ദേഹത്തോടും ദേഹബന്ധിയായ സുഖഭോഗങ്ങളോടുമുള്ള ആഭിമുഖ്യം വിട്ടിട്ട്' എന്നു വിവക്ഷ. അതായത്, കാമങ്ങളിൽനിന്ന് മുക്തനായിട്ട് അയാൾ ആത്മതത്ത്വത്തെ പ്രാപിക്കുന്നു, അഥവാ ഈശ്വര സാക്ഷാത്കാരം നേടുന്നു. കാമങ്ങളെ ഉപേക്ഷിക്കുന്നവൻ അമരത്വം പ്രാപിക്കുന്നുവെന്ന് നാം 2.55, 2.70 എന്നീ ഗീതാശ്ലോകങ്ങളിൽ കണ്ടുകഴിഞ്ഞു. ഇതേ കാര്യം കഠോപനിഷത് 6.14, 6.15 തുടങ്ങിയ ഉപനിഷത് വചനങ്ങളിലുണ്ടെന്നും നാം മനസ്സിലാക്കിയല്ലോ?

ഇക്കാര്യം അടുത്ത ശ്ലോകത്തിൽ (4.10) ഒന്നുകൂടി വിശദീകരിച്ചിരിക്കുന്നു. രാഗഭയക്രോധങ്ങളെ ഉപേക്ഷിച്ച് ഭക്തിപൂർവം ഈശ്വരനെ ആശ്രയിക്കുന്നവർ ജ്ഞാന തപസ്സിനാൽ പരിശുദ്ധരായി ഈശ്വരഭാവത്തെ പ്രാപിക്കുന്നു എന്നാണ് അതിൽ പറയുന്നത്. ജ്ഞാന തപസ്സിനാൽ പരിശുദ്ധരാകുമ്പോഴാണ് ആത്മസാക്ഷാത്കാരം സിദ്ധിക്കുന്നതെന്ന വാചകം ശ്രദ്ധിക്കുക. ജ്ഞാനമാണ് ആത്മസാക്ഷാത്കാരത്തിന്റെ വഴി എന്നാണ് ഇതു സൂചിപ്പിക്കുന്നത്.

തുടർന്ന്, ഏതു ഭാവത്തോടുകൂടിയാണോ നാം ഈശ്വരനെ ആശ്രയിക്കുന്നത് ആ ഭാവത്തിൽത്തന്നെ ഈശ്വരചൈതന്യം നമ്മിലേക്ക് എത്തുന്നു എന്ന ഒരു പൊതുതത്ത്വം അടുത്ത ശ്ലോകത്തിൽ ആവിഷ്കരിക്കുന്നു. ശ്ലോകം കാണുക:

യേ യഥാ മാം പ്രപദ്യന്തേ താംസ്തഥൈവ ഭജാമ്യഹം;
മമ വർത്മാനുവർതന്തേ മനുഷ്യാഃ പാർത്ഥ സർവശഃ (4.11)

അർത്ഥം: യേ യഥാ - ആരൊക്കെ എങ്ങനെ; മാം പ്രപദ്യന്തേ - എന്നെ ആശ്രയിക്കുന്നുവോ; താംസ്തഥൈവ - താൻ തഥാ ഏവ - അവരെ അങ്ങനെതന്നെ; ഭജാമ്യഹം - ഭജാമി അഹം - ഞാൻ സ്വീകരിക്കുന്നു; മമ - എന്റെ ; വർത്മാനുവർതന്തേ - വർത്മാ അനുവർത്തന്തേ - മാർഗ്ഗം പിന്തുടരുന്നു; മനുഷ്യാഃ - മനുഷ്യർ; സർവശഃ - സർവ പ്രകാരത്തിലും; പാർത്ഥ - അല്ലയോ, അർജുനാ.

ശ്ലോകാർത്ഥം: അല്ലയോ അർജുനാ, ആരെല്ലാം എന്നെ എങ്ങനെയൊക്കെ ആശ്രയിക്കുന്നുവോ, അവരെയെല്ലാം ഞാൻ അപ്രകാരം

തന്നെ സ്വീകരിക്കുന്നു. സർവ മനുഷ്യരും അനുവർത്തിക്കുന്നത് എന്റെ മാർഗ്ഗത്തെത്തന്നെയാണ്. (ആർക്കും മറ്റു മാർഗ്ഗങ്ങളില്ലെന്നു സാരം).

ആത്മാവായ ഈശ്വരനാണു താനെന്നു കൃഷ്ണൻ 4.6-ൽ പറഞ്ഞിട്ടുള്ളത് ഓർക്കുക. സത്, ചിത്, ആനന്ദമാണല്ലോ ആത്മാവ്? സത് നിലനിൽക്കാനും ചിത് അറിയാനും അറിയിക്കാനും ആനന്ദം സുഖം തേടാനും ഉള്ള പ്രേരണകളായി സകല ഭൂതങ്ങളിലും പ്രവർത്തിക്കുന്നു. സകലരുടെയും സകലകർമ്മങ്ങളും ഈ മൂന്ന് പ്രേരണകളിൽ ഒന്നോ അതിൽക്കുടുതലോ ചേർന്നുള്ള പ്രവർത്തനം മൂലമാണ് ചെയ്യപ്പെടുന്നത്. അതായത്, ഏത് കർമ്മം ആര് എങ്ങനെ ചെയ്താലും അതിന്റെ ഊർജ്ജമായിട്ടുള്ളത് ആത്മാവാണ്. ഏതു കർമ്മം എങ്ങനെ ചെയ്യണമെന്നു തീരുമാനിക്കുന്നത് അതതു വ്യക്തികളാണ്. വ്യക്തികളുടെ അധികാരമാണത് (കർമണ്യേവാധികാരസ്തേ ....ശ്ലോകം 2.47). ആ അധികാരം അവർ ഉപയോഗിക്കുന്നത് ആത്മചൈതന്യം നൽകുന്ന ശക്തിയാലാണ്. ആർക്കും ആശ്രയിക്കാൻ മറ്റൊരു ശക്തിയുമില്ല. ഇതാണ് സർവരും ആത്മാവിന്റെ മാർഗ്ഗത്തെതന്നെ പിന്തുടരുന്നു എന്നതിന്റെ പൊരുൾ. ഏതു കർമ്മം ചെയ്യണമെന്നു വിചാരിച്ച് ഒരാൾ ആത്മചൈതന്യത്തെ ആശ്രയിക്കുന്നുവോ ആ കർമ്മം ചെയ്യാനുള്ള ശക്തിയായി ആത്മാവ് അയാളിലേക്ക് എത്തുന്നു. ഇതാണ് 'യേ യഥാ മാം പ്രപദ്യന്തേ.. എന്നു തുടങ്ങുന്ന ആദ്യ ഭാഗത്തിന്റെ വ്യംഗ്യം.

ആറ്റം ബോംബ് ഉണ്ടാക്കാനും വൈദ്യുതി ഉത്പാദിപ്പിക്കാനും ഉപയോഗിക്കുന്നത് ന്യൂക്ലിയർ ശക്തിയെ ആണല്ലോ? ബോംബ് ഉണ്ടാക്കാനായി നാം സമീപിക്കുമ്പോൾ അതിനായും വൈദ്യുതി ഉത്പാദിപ്പിക്കാനായി സമീപിക്കുമ്പോൾ അതിനായും ആ ശക്തി നമുക്ക് ഉപയോഗപ്പെടുന്നു. തീരുമാനം നമ്മുടേതാണ്, അതിനാൽ അതിന്റെ പരിണതഫലത്തിന് ഉത്തരവാദികളും നാം തന്നെയാകുന്നു എന്നു മാത്രം.

മനുഷ്യർ ഏതു പ്രകാരത്തിലായാലും ഈശ്വരനെത്തന്നെ ആശ്രയിക്കുന്നു എന്നു പറഞ്ഞല്ലോ? എന്നാൽ, ഇതു മനസ്സിലാക്കാതെ കർമ്മഫലത്തിൽ ആസക്തി മൂലം അവർ പലവിധ ദേവതകളെ പൂജിക്കുന്നു. അതിനെപ്പറ്റിയാണ് അടുത്ത ശ്ലോകം.

'കാംക്ഷന്തഃ കർമ്മണാം സിദ്ധിം യജന്ത ഇഹ ദേവതാഃ;
ക്ഷിപ്രം ഹി മാനുഷേ ലോകേ സിദ്ധിർഭവതി കർമജാ.' (4.12)

വാഗർത്ഥം: കാംക്ഷന്തഃ - കാംക്ഷിക്കുന്നവർ; കർമ്മണാം സിദ്ധിം - കർമ്മങ്ങളുടെ ഫലം; യജന്ത ഇഹ ദേവതാഃ - ഇവിടെ

ദേവതകളെ യജിക്കുന്നു (ഭജിക്കുന്നു); ക്ഷിപ്രം ഹി - പെട്ടെന്നു തന്നെ; മാനുഷേ ലോകേ - മനുഷ്യ ലോകത്തിൽ (ഇവിടെ); സിദ്ധിഃ ഭവതി കർമജാ - കർമ്മത്താലുണ്ടാകുന്ന സിദ്ധി, അതായത് കർമ്മഫലം ഉണ്ടാവുന്നു.

ശ്ലോകാർത്ഥം: കർമ്മഫലം കാംക്ഷിക്കുന്നവർ ദേവതകളെ ഭജിക്കുന്നു; കർമ്മജന്യമായ സിദ്ധി ഈ ലോകത്ത് പെട്ടെന്നുതന്നെ ലഭ്യമാകുന്നു.

കർമ്മഫലസിദ്ധി പെട്ടെന്നുണ്ടാകുന്നു എന്നു പറഞ്ഞതിനു കാരണം പെട്ടെന്നു നേടാൻ കഴിയാത്ത മറ്റൊരു സിദ്ധി ഉണ്ടെന്നതാണ്. ദുർലഭമായ ആ സിദ്ധിയാണ് നൈഷ്കർമ്യസിദ്ധി. ഇതിനെപ്പറ്റി 3.4 ശ്ലോകത്തിൽ പറഞ്ഞിട്ടുണ്ട്. ആത്മസാക്ഷാത്കാരത്തിലേക്കുള്ള വാതിൽ തുറക്കുന്നത് ഈ സിദ്ധി കരസ്ഥമാക്കുമ്പോഴാണ് (18.49). അതു കിട്ടാൻ വലിയ പ്രയാസമാകുന്നു.

പ്രകൃതിഗുണങ്ങൾക്ക് വശംവദരായവർ ഭോഗസുഖങ്ങൾ എന്ന കർമ്മഫലത്തിൽ ആസക്തിയോടുകൂടി കർമ്മം ചെയ്യുന്നു. അങ്ങനെ ഗുണങ്ങൾക്കു വിധേയരായി അവർ ചെയ്യുന്ന കർമ്മങ്ങളെ ഗുണ കർമ്മങ്ങൾ എന്നാണ് വിളിക്കുന്നത്. അക്കാര്യം നാം 3.29 ശ്ലോകം പഠിച്ചപ്പോൾ കണ്ടതാണല്ലോ? ഗുണകർമ്മങ്ങളുടെ വിഭാഗത്താലാണ് മനുഷ്യവർഗത്തെ നാലു വർണ്ണങ്ങളായി തിരിച്ചിട്ടുള്ളത്. അക്കാര്യ മാണ് അടുത്ത ശ്ലോകത്തിലെ വിഷയം. പ്രസിദ്ധമായ ആ ശ്ലോകം ഇതാ:

'ചാതുർവർണ്യം മയാ സൃഷ്ടം ഗുണകർമ വിഭാഗശഃ;
തസ്യ കർത്താരമപി മാം വിദ്ധ്യകർതാരമവ്യയം.' (4.13)

വാഗർത്ഥം: ചാതുർവർണ്യം - ചതുർവർണ വ്യവസ്ഥ, മനുഷ്യരെ നാലു വർണ്ണങ്ങളായി തരം തിരിക്കുന്ന സമ്പ്രദായം; മയാ - എന്നാൽ (ഈശ്വരനാൽ); സൃഷ്ടം - സൃഷ്ടിക്കപ്പെട്ടിട്ടുള്ളതാണ്; ഗുണകർമ വിഭാഗശഃ - ഗുണകർമ്മങ്ങളുടെ വിഭാഗത്താൽ, ഗുണകർമ്മങ്ങളെ അടിസ്ഥാനമാക്കി; തസ്യ കർത്താരമപി - അതിന്റെ കർത്താവാ ണെങ്കിലും; മാം - എന്നെ; വിദ്ധ്യകർതാരമവ്യയം - വിദ്ധി അകർതാരം അവ്യയം - അവ്യയനായ അകർത്താവെന്ന് അറിയുക.

ശ്ലോകാർത്ഥം: ചതുർവർണ വ്യവസ്ഥ എന്റെ സൃഷ്ടിയാണ്. ഗുണകർമ്മങ്ങളെ വിഭാഗം ചെയ്താണ് (തരംതിരിച്ചാണ്) ഞാനത് ചെയ്തിട്ടുള്ളത്. ഞാനാണ് അതു ചെയ്തതെങ്കിലും എന്നെ അവ്യയനായ അകർത്താവെന്നു മനസ്സിലാക്കുക.

ഗുണകർമ വിഭാഗശഃ എന്നുള്ളതിനെ ഗുണങ്ങളുടെയും കർമ്മ ങ്ങളുടെയും വിഭാഗത്താൽ (അവയുടെ അടിസ്ഥാനത്തിൽ) എന്ന്

പലരും പഠിപ്പിക്കുന്നു. അങ്ങനെ ഗുണങ്ങളെയും കർമ്മങ്ങളെയും രണ്ടായി പറയണമെങ്കിൽ വിഭാഗശഃ എന്നല്ല വിഭാഗയോഃ എന്നാണു വേണ്ടത് (ഉദാഹരണം 3.28 ശ്ലോകം). ഗുണകർമ്മം, വിഗുണകർമ്മം എന്നിങ്ങനെ രണ്ടുതരം കർമ്മ വിഭാഗങ്ങളെപ്പറ്റി ഓർക്കാത്തതാണ് ദുർവ്യാഖ്യാനത്തിനു കാരണം.

എന്തുകൊണ്ട് ഗുണകർമ്മങ്ങളുടെ അടിസ്ഥാനത്തിൽ വർണ്ണ സൃഷ്ടി നടത്തി? വിഗുണ കർമ്മങ്ങൾ എന്തുകൊണ്ടു പരിഗണിക്കുന്നില്ല? ഗുണകർമ്മങ്ങൾ ഗുണങ്ങൾക്കു വഴങ്ങി ചെയ്യുന്നവയാണ്. എന്നാൽ വിഗുണകർമ്മങ്ങൾ ഗുണങ്ങൾക്ക് അതീതമായി നിന്നുകൊണ്ട് ചെയ്യുന്ന കർമ്മങ്ങളാണ്. ഗുണങ്ങളെ അതിവർത്തിക്കുന്നവർ സർവ ദ്വന്ദ്വാനുഭവങ്ങളിൽനിന്നും മുക്തരായി അമരന്മാരാവുകയും ബ്രഹ്മത്തെ പ്രാപിക്കുകയും ചെയ്യുന്നുവെന്ന് ഗീതയിൽത്തന്നെ 14.20, 14.26 എന്നീ ശ്ലോകങ്ങളിൽ ചൂണ്ടിക്കാണിച്ചിട്ടുണ്ട്. അങ്ങനെയുള്ളവർക്ക് വർണ്ണ വിഭജനം ബാധകമല്ല. കാരണം, ബ്രഹ്മത്തെ പ്രാപിക്കുന്നവർ വർണാതീതരാണ്. ബ്രഹ്മത്തിനു വർണമില്ല.

ഉപനിഷത്തുകളിൽ ഈ വസ്തുതകളെപ്പറ്റി പറഞ്ഞിട്ടുള്ളത് കാണാം. ബ്രഹ്മത്തെ പ്രാപിക്കുന്നവർ ബ്രഹ്മംതന്നെ ആയിത്തീരുന്നുവെന്ന് മുണ്ഡകം 3.2.9, തൈത്തിരീയം 2.1.1 എന്നീ ഉപനിഷത് മന്ത്രങ്ങൾ ഉദ്ബോധിപ്പിക്കുന്നു. ഗീതയിൽത്തന്നെ 7.18 ശ്ലോകം സൂചിപ്പിക്കുന്നതും ഇതുതന്നെ. ജ്ഞാനികൾ ആത്മാവുതന്നെയാണെന്നാണ് അതിൽ പറയുന്നത്. അങ്ങനെയുള്ളവർ വർണരഹിതരാണ്, വർണങ്ങൾക്ക് അതീതരാണ്. കാരണം, ബ്രഹ്മം അവർണമാണ് (മുണ്ഡകം 1.1.6).

'ചാതുർവർണ്യം മയാസൃഷ്ടം' എന്ന ഗീതാ വചനം നാം കണ്ടല്ലോ? എന്താണീ ചതുർവർണ വ്യവസ്ഥ?

ഹിന്ദുമതത്തെ ആക്ഷേപിക്കാൻ വലിയൊരു ആയുധമായി എതിരാളികൾ ചതുർവർണ വ്യവസ്ഥയെ ഉപയോഗിക്കുന്നു. ഹിന്ദുക്കളിൽത്തന്നെ പണ്ഡിതമാനികളായ ഒരു വിഭാഗം വേദവിരുദ്ധമായി മറ്റുള്ളവരെ അകറ്റി നിർത്താനും നിന്ദിക്കാനും ഈ വ്യവസ്ഥയെ ഉപയോഗിച്ചു. അത് ചരിത്രമാണ്. ഋഗ്വേദം (പുരുഷസൂക്തം), ബൃഹദാരണ്യകോപനിഷത്, ഭഗവദ്ഗീത തുടങ്ങിയ അടിസ്ഥാന ഗ്രന്ഥങ്ങളിൽ ചാതുർവർണ്യത്തെപ്പറ്റി എഴുതിയിട്ടുള്ള കാര്യങ്ങൾ വേണ്ടവണ്ണം ഗ്രഹിക്കാത്തതുകൊണ്ടാണ് ഈ ആക്ഷേപങ്ങളും ദുർന്നടപടികളും.

പുരുഷസൂക്തത്തിലെ മന്ത്രം 12 (ഋഗ്വേദം 10.90.12), ബൃഹദാരണ്യകോപനിഷത് 1.4.11 മുതൽ 1.4.14 വരെയുള്ള വാക്യങ്ങൾ, ഭഗവദ്ഗീത

4.13, 18.42 , 18.43, 18.44 ശ്ലോകങ്ങൾ എന്നിവയിലാണ് പ്രധാനമായും ചാതുർവർണ്യ സൃഷ്ടിയെപ്പറ്റി പ്രതിപാദിച്ചിട്ടുള്ളത്.

മനുഷ്യസമൂഹത്തിന്റെ നിലനിൽപ്പിനും അഭിവൃദ്ധിക്കും വേണ്ടിയാണ് വർണ്ണ സൃഷ്ടി നടത്തിയിട്ടുള്ളതെന്ന് ബൃഹദാരണ്യകോപനിഷത് സൂചിപ്പിക്കുന്നു. മനുഷ്യരെല്ലാവരും ഒന്നിനൊന്നു വ്യത്യാസമില്ലാത്ത തനിപ്പകർപ്പുകൾ മാത്രമായാൽ സമൂഹത്തിന്റെ നിലനിൽപ്പോ പുരോഗതിയോ സാധ്യമല്ലെന്നതു സംശയാതീതമാണല്ലോ? ഒരു നിശ്ചലാവസ്ഥയാവും അപ്പോൾ ഉണ്ടാവുക. ഭൗതികാസ്തിത്വത്തിന്റെ അനിവാര്യതയാണ് വൈവിദ്ധ്യം.

മനുഷ്യന്റെ അഭിവൃദ്ധിക്ക് ബ്രാഹ്മണർ മാത്രം പോരാ എന്നു കണ്ടതിനാൽ ക്ഷത്രിയനെ സൃഷ്ടിച്ചു. എന്നിട്ടും ഉദ്ദേശിച്ച ഫലം ഇല്ലെന്നതിനാൽ വൈശ്യനെയും തുടർന്ന് ശൂദ്രനെയും സൃഷ്ടിച്ചു. അവസാനമായി ധർമ്മം എന്ന നിയമവ്യവസ്ഥ കൂടി കൊണ്ടുവന്നു. ഇങ്ങനെയാണ് ബൃഹദാരണ്യകം മേൽ സൂചിപ്പിച്ച വാക്യങ്ങളിൽ പറയുന്നത്. ധർമ്മമാണ് അഭിവൃദ്ധിക്ക് ഏറ്റവും അവശ്യമെന്നുകൂടി ഉപനിഷത് കൂട്ടിച്ചേർത്തിരിക്കുന്നു.

വർണ്ണ വിഭജനം ഹിന്ദുക്കൾക്കോ ഇന്ത്യക്കോ മാത്രം ബാധകമായ ഒന്നല്ല. അത് മനുഷ്യ സമൂഹത്തിനാകെ ബാധകമായ വ്യവസ്ഥയാണ്. ബ്രാഹ്മണൻ, ക്ഷത്രിയൻ, വൈശ്യൻ, ശൂദ്രൻ എന്നിങ്ങനെ നാലു വർണ്ണങ്ങളല്ലാതെ അഞ്ചാമതൊരു വർണ്ണമില്ല; വർണ്ണത്തിനു വെളിയിലും ആരുമില്ല; അതായത്, അവർണരായിട്ട് ആരുമില്ല. ലോകത്തുള്ള മുഴുവൻ മനുഷ്യരും നാലു വർണ്ണങ്ങളിൽ ഏതെങ്കിലും ഒന്നിൽ പെടുന്നവരാണ്. അവർണ്ണമായിട്ടുള്ളത് ബ്രഹ്മം മാത്രമാണ് (മുണ്ഡകോപനിഷത് 1.1.6).

മനുഷ്യ സമൂഹത്തെ ഒറ്റ വ്യക്തിയായി പരിഗണിച്ചാൽ മുഖം (വായ്) ബ്രാഹ്മണനും ബാഹുക്കൾ ക്ഷത്രിയനും ഊരുക്കൾ വൈശ്യനും പാദങ്ങൾ ശൂദ്രനുമാകുന്നു എന്നാണ് പുരുഷസൂക്തം നൽകുന്ന സൂചന. വർണ്ണ വിഭജനത്തെപ്പറ്റിയുള്ള ഏറ്റവും പുരാതനമായ പരാമർശം ഇതാണ്. പുരുഷസൂക്തം എന്ന ഋഗ്വേദ സൂക്തത്തിനും മുൻപുതന്നെ നാലു വർണ്ണങ്ങൾ നിലനിന്നിരുന്നു എന്നൊരു സൂചനകൂടി ഈ സൂക്തം നൽകുന്നുണ്ട്.

ശരീരത്തിലെ ഒരവയവവും ഹീനമല്ല. പാദസ്ഥാനീയൻ അതിനാൽ ഹീനനല്ല. പാദമില്ലെങ്കിൽ സമൂഹത്തിന്റെ പ്രയാണം അസാദ്ധ്യമാണെന്നു വ്യക്തമാണല്ലോ? എന്നുമാത്രമല്ല, 'പാദാരവിന്ദങ്ങൾ നമിക്കുന്നു' എന്നു പ്രാർത്ഥിക്കുന്നവൻ പാദങ്ങളെ ഹീനമായി കാണുന്നത് മൂഢത്വമല്ലേ? എല്ലാ അവയവങ്ങളും ചേർന്ന

മനുഷ്യകുലം അവയുടെ കൂട്ടായ പ്രവർത്തനങ്ങളിലൂടെ അഭിവൃദ്ധി യിലേക്ക് ചരിക്കുന്നു എന്നതാണ് സങ്കല്പം.

വർണ്ണ വിഭജനം ഗുണകർമ്മങ്ങളുടെ അടിസ്ഥാനത്തിലാണെ ന്നാണ് ഗീത പറയുന്നത് (4.13). ഓരോ വർണ്ണത്തിലും പെട്ടവരുടെ സ്വാഭാവിക കർമ്മങ്ങൾ 18.42, 43, 44 ശ്ലോകങ്ങളിൽ വിവരിച്ചിരിക്കുന്നു. എന്നാൽ ഓരോ വർണ്ണത്തിന്റെയും സ്വാഭാവിക കർമ്മങ്ങൾ ചെയ്യുന്നവർ ആ വർണ്ണത്തിൽ സ്വഭാവേന ഉൾപ്പെടണമെന്നില്ല. അതായത്, ബ്രാഹ്മണന്റെ സ്വാഭാവിക കർമ്മങ്ങൾ ചെയ്യുന്നവരെല്ലാം ബ്രാഹ്മണരായിക്കൊള്ളണമെന്നില്ല.

വർണ്ണം ജന്മസിദ്ധമോ പരമ്പരാഗതമോ അല്ല. പാരമ്പര്യവാദം മനുസ്മൃതി പോലും സമ്മതിക്കുന്നില്ല. വേദഗ്രാഹ്യമില്ലാത്തവൻ ബ്രാഹ്മണനാകില്ല, അവൻ ശൂദ്രനായിത്തീരും എന്ന് മനു പറയുന്നു (2.168). ബ്രാഹ്മണന്റെ സന്തതികൾ ബ്രാഹ്മണരാകണമെന്നില്ല. ഛാന്ദോഗ്യ ഉപനിഷത് 6.1.1-ൽനിന്നു വ്യക്തമാകുന്നത് അതാണ്. ശൂദ്രന്റെ മകൻ ബ്രാഹ്മണനോ ക്ഷത്രിയനോ വൈശ്യനോ ആയേക്കാം. അതിനാൽ ഒരു വീട്ടിൽത്തന്നെ നാലു വർണ്ണങ്ങളിലും പെട്ടവർ ഉണ്ടായേക്കാം.

ഒരു ഡോക്ടറുടെ മകൻ ഡോക്ടർതന്നെ ആകണമെന്നില്ലല്ലോ? മകന് അതിനുള്ള ജന്മസിദ്ധമായ കഴിവുണ്ടാകണം; അതു മാത്രം പോരാ, അയാൾ ആ കഴിവ് ഉപയോഗിച്ച് പഠിക്കുകയും പരീക്ഷകൾ പാസ്സാകുകയും ചെയ്യണം. എങ്കിലേ അയാൾ ഡോക്ടർ ആവുക യുള്ളൂ. ഇതുതന്നെയാണ് വർണ്ണത്തിന്റെ കാര്യവും. ഒരു ബ്രാഹ്മണന്റെ മകൻ ബ്രാഹ്മണനാകണമെങ്കിൽ ഒന്നാമത് അയാൾക്ക് അതിനുള്ള കഴിവുണ്ടാകണം, രണ്ടാമത് അയാൾ ആ കഴിവുപയോഗിച്ച് അറിവു നേടണം. കഴിവില്ലാത്തവൻ എന്തെങ്കിലും പഠിക്കാൻ നോക്കിയാൽ അത് ഫലവത്താവുകയില്ല. പഠിക്കാതെ പൂണൂലുമിട്ടു നടന്നിട്ട് കാര്യവുമില്ല. ഇങ്ങനെയുള്ളവരെ മനുസ്മൃതി പറയുന്നത് തടി കൊണ്ടുള്ള ആനയോ തുകൽകൊണ്ടുള്ള മാനോ ഒക്കെയാണെന്നാണ് (2.157). അതുകൊണ്ടാണ് ഗുണങ്ങൾ ഉണ്ടായാൽ മാത്രം പോരാ, അവയനുസരിച്ച് കർമ്മങ്ങളുമുണ്ടാവണമെന്നും അങ്ങനെ ഗുണാ നുസരണമുള്ള കർമ്മങ്ങളുടെ അടിസ്ഥാനത്തിലാണ് വർണ്ണവിഭജന മെന്നും പറഞ്ഞിട്ടുള്ളത്.

അതുപോലെ ഒരേ ജാതിയിലുള്ളവരുടെ വർണ്ണം ഒന്നുതന്നെ യാകണമെന്നില്ല. ജാതികളെ വിവിധ വർണ്ണങ്ങളിലായി തരംതിരി ക്കുന്ന ആധികാരിക പ്രമാണങ്ങളൊന്നുമില്ല. ഏതെങ്കിലും ജാതി യിൽ പിറന്നവർ ആ ജന്മം മൂലം തങ്ങൾ ബ്രാഹ്മണരാണെന്നോ

ക്ഷത്രിയരാണെന്നോ അവകാശപ്പെടുന്നത് വേദവിരുദ്ധമാണ്. അതേ രീതിയിൽ ആരെയെങ്കിലും മറ്റ് വർണ്ണങ്ങളിൽ പെടുത്തുന്നതും തെറ്റാണ്. ബ്രാഹ്മണ ജാതി, ക്ഷത്രിയ ജാതി എന്നിങ്ങനെ ഒന്നും ഇല്ല. അങ്ങനെയൊക്കെ അവകാശപ്പെടുന്നത് കബളിപ്പിക്കലാണ്.

വർണ്ണം ജാതിയല്ല. നാലാണ് വർണ്ണങ്ങൾ; ആയിരക്കണക്കാണ് ജാതികൾ. വർണ്ണത്തെ caste എന്നു തർജമ ചെയ്ത് വർണ്ണത്തെയും ജാതിയെയും കുട്ടിക്കുഴച്ചിരിക്കുന്നു. ഈ തർജമ വലിയ തെറ്റിദ്ധാരണകളാണ് ആദ്ധ്യാത്മിക ചിന്തയിലും സാമൂഹിക ശാസ്ത്രത്തിലും ഉണ്ടാക്കിയിട്ടുള്ളത്. യഥാർത്ഥത്തിൽ ജാതിക്ക് ഭാരതീയ ആത്മീയ ചിന്തയിൽ യാതൊരു സ്ഥാനവുമില്ല. മുഖ്യ ഉപനിഷത്തുകളിലോ മനുസ്മൃതിയിൽപ്പോലുമോ ജാതി ഒരു വിഷയമല്ല. ഗീതയിലും അർജുനൻ ജാതിധർമ്മങ്ങൾ നശിക്കുമല്ലോ എന്ന് ഉത്കണ്ഠപ്പെടുന്ന 1.43 ശ്ലോകത്തിലല്ലാതെ ജാതി പരാമർശിക്കപ്പെടുന്നില്ല. അർജുനന്റെ ജാതിധർമ്മ പരാമർശത്തെ കൃഷ്ണൻ അംഗീകരിക്കുന്നുമില്ല. അത്തരം ധർമ്മങ്ങളെയെല്ലാം ഉപേക്ഷിച്ച് താൻ പറഞ്ഞ കാര്യങ്ങളിൽ മാത്രം ശരണം പ്രാപിക്കുക എന്ന് കൃഷ്ണൻ 18.66 എന്ന ഉപസംഹാര ശ്ലോകത്തിൽ പറഞ്ഞിട്ടുള്ളതിൽനിന്ന് ഇതു വ്യക്തം.

ചാതുർവർണ്യത്തിന്റെ കർത്താവാണെങ്കിലും തന്നെ അവ്യയനായ അകർത്താവായി മനസ്സിലാക്കണമെന്ന് ശ്ലോകം 4.13-ൽ ഭഗവാൻ കൃഷ്ണൻ പറയുകയുണ്ടായല്ലോ? അതിനുള്ള കാരണമാണ് അടുത്ത ശ്ലോകത്തിൽ വ്യക്തമാക്കിയിരിക്കുന്നത്. ശ്ലോകം ഇതാണ്:

'ന മാം കർമ്മാണി ലിംപന്തി ന മേ കർമഫലേ സ്പൃഹാ;
ഇതി മാം യോ/ഭിജാനാതി കർമഭിർന സ ബധ്യതേ.' (4.14)

വാഗർത്ഥം: ന മാം കർമ്മാണി ലിംപന്തി - എന്നെ കർമ്മങ്ങൾ മലിനപ്പെടുത്തുന്നില്ല; ലിംപതി - മലിനപ്പെടുത്തുക, ബാധിക്കുക; ന മേ കർമഫലേ സ്പൃഹാ - എനിക്ക് കർമ്മഫലങ്ങളിൽ ആസക്തിയില്ല; സ്പൃഹാ - ആർത്തി, ആസക്തി; ഇതി - ഇപ്രകാരം; മാം - എന്നെ; യോ/ഭിജാനാതി - യോ അഭിജാനാതി - ആർ അറിയുന്നുവോ; കർമഭിർന സ ബധ്യതേ - കർമഭിഃ ന സ ബധ്യതേ - കർമ്മങ്ങളാൽ അയാൾ ബന്ധിക്കപ്പെടുന്നില്ല.

ശ്ലോകാർത്ഥം: എന്നെ കർമ്മങ്ങൾ മലിനപ്പെടുത്തുന്നില്ല. കാരണം, എനിക്ക് കർമ്മഫലങ്ങളിൽ ആർത്തിയില്ല. ഇപ്രകാരം എന്നെ ആർ അറിയുന്നുവോ (എന്റെ ഈ തത്ത്വം ആരറിയുന്നുവോ) അയാൾ കർമ്മങ്ങളാൽ ബന്ധിക്കപ്പെടുന്നില്ല.

വിഷണ്ണനും ഇതികർത്തവ്യതാമൂഢനുമായ അർജുനൻ യുദ്ധത്തിൽനിന്നു പിൻവാങ്ങാൻ ഒരുങ്ങിയത് ബന്ധുക്കളെ കൊന്നാൽ തനിക്കേൽക്കാവുന്ന പാപങ്ങളെപ്പറ്റി ചിന്തിച്ചിട്ടാണ്. ആ പാപചിന്ത അസ്ഥാനത്താണെന്നു ചൂണ്ടിക്കാണിച്ചുകൊണ്ട്, എങ്ങനെ പാപമേൽക്കാതെ കർമ്മം ചെയ്യാം എന്ന് ഉപദേശിക്കുകയാണ് കൃഷ്ണൻ ചെയ്തത്. ഈ ഉപദേശമാണ് ഗീതാസന്ദേശത്തിന്റെ സാരവും ലക്ഷ്യവും.

ശ്ലോകം 2.47 മുതൽ തുടങ്ങിയ ഈ ഉപദേശത്തിൽ ആവർത്തിച്ചു പറഞ്ഞുകൊണ്ടിരിക്കുന്നത് ഒരേ ഒരു കാര്യമാണ്. എന്താണത്? കർമ്മത്തിൽ സംഗമില്ലാതെ, കർമ്മഫലത്തിൽ ആസക്തിയില്ലാതെ, സുഖദുഃഖങ്ങളെയും ജയാപജയങ്ങളെയും തുല്യമായി കണ്ട് കർമ്മം ചെയ്യുക എന്നതാണത്. ഇങ്ങനെയുള്ള കർമ്മങ്ങൾ സ്വാഭാവികമായും ലോകനന്മയ്ക്കുവേണ്ടി ഉള്ളതായിരിക്കും. അതായത്, ധർമ്മാനുസരണമുള്ളതായിരിക്കും അവ. അതിനാൽ അവയിലൂടെ ആരും ബന്ധിക്കപ്പെടുകയില്ല, പാപികളായി ഭവിക്കുകയില്ല. ഈ വസ്തുത പല രീതിയിൽ പറഞ്ഞ് അർജുനന്റെ മനസ്സിൽ ഉറപ്പിക്കാനാണ് കൃഷ്ണന്റെ ശ്രമം. ഇവിടെയും അതുതന്നെയാണു ചെയ്യുന്നത്.

കർമ്മഫലത്തിൽ ആർത്തിയില്ലാത്തതിനാൽ തന്നെ കർമ്മങ്ങൾ ബന്ധനത്തിൽ പെടുത്തുന്നില്ല എന്നാണല്ലോ കൃഷ്ണൻ ഇവിടെ വ്യക്തമാക്കിയിട്ടുള്ളത്? ഇതു തന്റെ മാത്രം കാര്യമല്ല, ഈ രഹസ്യം മനസ്സിലാക്കി കർമ്മം ചെയ്യുന്നവർ ആരുംതന്നെ കർമ്മത്താൽ ന്ധിക്കപ്പെടുകയില്ല എന്നുകൂടി കൃഷ്ണൻ ഉറപ്പു പറയുന്നു. അവരെ കർമ്മം പാപപങ്കിലരാക്കുകയില്ല എന്നർത്ഥം.

തുടർന്ന്, പണ്ടുള്ളവർ ഈ രഹസ്യം അറിഞ്ഞിട്ടാണ് കർമ്മങ്ങൾ ചെയ്തിട്ടുള്ളതെന്നും അർജുനനും അപ്രകാരം ചെയ്യണമെന്നും ഉപദേശിക്കുന്നു (4.15). അങ്ങനെയുള്ള കർമ്മങ്ങൾ ഏവ, അങ്ങനെയല്ലാത്ത കർമ്മങ്ങൾ (അകർമ്മം) ഏവ, നിഷിദ്ധമായ കർമ്മങ്ങൾ (വികർമ്മം) ഏവ എന്നീ കാര്യങ്ങളെ സംബന്ധിച്ച് വിജ്ഞാനികൾക്കു പോലും നിശ്ചയമുണ്ടാവില്ല. അവയെപ്പറ്റിയെല്ലാം അറിഞ്ഞിരിക്കേണ്ടത് അത്യാവശ്യമാണ്; എങ്കിൽ മാത്രമേ അശുഭങ്ങളിൽനിന്ന് മുക്തനായി ഭവിക്കുകയുള്ളു (4.16, 4.17).

ഉത്തമമായ കർമ്മങ്ങളുടെ സ്വഭാവമെന്തെന്ന വിശദീകരണമാണ് തുടർന്നുള്ള ശ്ലോകങ്ങളിൽ നൽകപ്പെടുന്നത്..

ഉത്തമമായ കർമ്മങ്ങളുടെ സ്വഭാവത്തെപ്പറ്റിയുള്ള ഒരു പൊതു നിരീക്ഷണമാണ് അടുത്ത ശ്ലോകത്തിൽ നടത്തിയിരിക്കുന്നത്.

തുടർന്നുള്ള ഏതാനും ശ്ലോകങ്ങളിൽ അതിനുള്ള വിശദീകരണങ്ങളും കാണാം. ആദ്യം നമുക്ക് ശ്ലോകം 4.18 നോക്കാം.

'കർമണ്യകർമ യഃ പശ്യേത് അകർമണി ച കർമ യഃ;
സ ബുദ്ധിമാൻ മനുഷ്യേഷു സ യുക്തഃ കൃത്സ്നകർമകൃത്.' (4.18)

വാഗർത്ഥം: കർമണ്യകർമ - കർമണി അകർമ - കർമ്മത്തിൽ അകർമ്മത്തെ; യഃ പശ്യേത് - ആര് കാണുന്നുവോ; അകർമണി ച കർമ - അകർമ്മത്തിൽ കർമ്മത്തെയും; യഃ - ആര് (കാണുന്നുവോ); സ - അയാൾ; ബുദ്ധിമാൻ മനുഷ്യേഷു - മനുഷ്യരിൽവച്ച് ബുദ്ധിമാൻ ആകുന്നു; സ യുക്തഃ - അയാൾ യോഗയുക്തനാണ്, കർമ്മയോഗത്തെ പ്രാപിച്ചവനാണ്; കൃത്സ്നകർമകൃത് - എല്ലാ കർമ്മങ്ങളും ചെയ്യുന്നവനാണ്; കൃത്സ്നം - മുഴുവൻ, നിശ്ശേഷം.

ശ്ലോകാർത്ഥം: കർമ്മത്തിൽ അകർമ്മത്തെയും അകർമ്മത്തിൽ കർമ്മത്തെയും ആർ കാണുന്നുവോ അയാൾ മനുഷ്യരിൽവച്ച് ബുദ്ധിമാനാകുന്നു. അയാൾ യോഗയുക്തനും പാപപങ്കിലനാകാതെ സർവകർമ്മങ്ങളും ചെയ്യാൻ കഴിയുന്നവനുമാകുന്നു.

അകർമ്മം എന്നാൽ ചെയ്യേണ്ടാത്ത കർമ്മം, ഒരാൾക്ക് ചെയ്യേണ്ടതില്ലാത്ത കർമ്മം. അപ്പോൾ, കർമ്മത്തിൽ അകർമ്മത്തെ കാണണം എന്നു പറഞ്ഞാൽ ഏതു കർമ്മത്തെയും തനിക്കു ചെയ്യേണ്ടാത്ത കർമ്മമായി കാണണം എന്നർത്ഥം. അതായത്, ആ കർമ്മം ചെയ്യാൻ താൻ നിർബദ്ധനാകുന്നില്ല; കർമ്മത്തിൽ സംഗം ഇല്ലാത്ത അവസ്ഥയിലാണ് ഇതുണ്ടാകുന്നത്. അതിനാൽ കർമ്മത്തിൽ അകർമ്മത്തെ കാണണം എന്നു പറഞ്ഞാൽ കർമ്മത്തിൽ സംഗം പാടില്ലെന്നർത്ഥം.

ഇതുപോലെ, അകർമ്മത്തിൽ കർമ്മം കാണുക എന്നതിന് തനിക്കു ചെയ്യേണ്ടാത്ത കർമ്മം ആണെങ്കിലും ലോകനന്മയ്ക്കായി തനിക്കതു ചെയ്യേണ്ടിയിരിക്കുന്നു എന്ന ബോധം വേണമെന്നർത്ഥം. അതായത്, കർമ്മഫലത്തെ ലോകനന്മയ്ക്കായി സമർപ്പിക്കണമെന്ന്.

താനൊന്നും ചെയ്യുന്നില്ല എന്ന ഭാവത്തോടെ, അവശ്യമായ കർമ്മങ്ങളെല്ലാം ചെയ്യുക എന്നതാണ് ഇവിടെ പറഞ്ഞതിന്റെ സാരം. അങ്ങനെ ചെയ്യുന്നവർ ബുദ്ധിമാന്മാരാണെന്നാണ് ഗീത വ്യക്തമാക്കുന്നത്; എന്നു മാത്രമല്ല, അവർ യോഗത്തെ പ്രാപിച്ചവരാണെന്നും പറഞ്ഞിരിക്കുന്നു. അവർ എന്തു കർമ്മം ചെയ്താലും അവർക്ക് യാതൊരു ബന്ധനങ്ങളും ഉണ്ടാകുന്നില്ലെന്നു താത്പര്യം.

ഇതേ രീതിയിലുള്ള വിശദീകരണങ്ങളാണ് 4.23 വരെയുള്ള ശ്ലോകങ്ങളിലുള്ളത്. ജ്ഞാനാഗ്നിയിൽ സ്ഫുടം ചെയ്ത, കാമമുക്തമായ കർമ്മങ്ങൾ ചെയ്യുന്നവൻ പണ്ഡിതൻ ആണെന്നാണ് 4.19-ലെ

പ്രഖ്യാപനം. കർമ്മഫലത്തിൽ ആസക്തിയില്ലാതെ, ഒന്നിലും ആശയില്ലാതെ, എന്നാൽ തികച്ചും സംതൃപ്തനായി കർമ്മം ചെയ്യുന്നവൻ യഥാർത്ഥത്തിൽ എന്തെങ്കിലും ചെയ്യുന്നതായി കണക്കാക്കപ്പെടുന്നില്ല (4.20). തന്റെ സമ്പത്തുകളെല്ലാം ഉപേക്ഷിച്ച് ഒന്നിലും ആശയില്ലാതെ ആത്മനിയന്ത്രണത്തോടുകൂടി ശാരീരികമായി മാത്രം കർമ്മം ചെയ്യുന്നവൻ പാപത്തെ പ്രാപിക്കുന്നില്ല (4.21). സകല ദ്വന്ദ്വാനുഭവങ്ങൾക്കും അതീതനായി, എന്തു കിട്ടുന്നുവോ അതുകൊണ്ട് തൃപ്തിപ്പെട്ട് കർമ്മനിരതനാകുന്നവൻ പാപത്താൽ ബന്ധിക്കപ്പെടുകയില്ല (4.22). സംഗമില്ലാതെ, സർവ കാമങ്ങളിൽനിന്നും മോചിതനായി, ജ്ഞാനത്തിൽ ഉറച്ച മനസ്സോടുകൂടി ചെയ്യുന്ന കർമ്മങ്ങൾ സ്വയമേവ ക്ഷയിച്ചുപോകുന്നു (4.23); എന്നുവച്ചാൽ അവ യാതൊരു തരത്തിലും തത്കർത്താവിനെ ബാധിക്കുന്നില്ല.

തുടർന്ന്, ഭഗവാൻ കൃഷ്ണൻ പറയുന്നു:

'ബ്രഹ്മാർപ്പണം ബ്രഹ്മഹവിഃ ബ്രഹ്മാഗ്നൗ ബ്രഹ്മണാ ഹുതം;
ബ്രഹ്മൈവ തേന ഗന്തവ്യം ബ്രഹ്മകർമ്മ സമാധിനാ.' (4.24)

വാഗർത്ഥം: ബ്രഹ്മാർപ്പണം - ബ്രഹ്മ അർപ്പണം - (ഹോമവേളയിൽ) അഗ്നിയിൽ വസ്തുക്കൾ അർപ്പിക്കുന്നതിനുള്ള ഉപകരണം ബ്രഹ്മം (ആകുന്നു); ബ്രഹ്മഹവിഃ - അർപ്പിക്കപ്പെടുന്ന വസ്തുവും (ഹവിസ്) ബ്രഹ്മം തന്നെ; ബ്രഹ്മാഗ്നൗ - ബ്രഹ്മമാകുന്ന അഗ്നിയിലാണ് ഇങ്ങനെ സമർപ്പണം നടക്കുന്നത്; ബ്രഹ്മണാ ഹുതം - ബ്രഹ്മമാകുന്ന ആളിനാലാണ് അർപ്പണം നടക്കുന്നത്; ബ്രഹ്മൈവ തേന ഗന്തവ്യം - അയാൾക്ക് പ്രാപിക്കാനുള്ളതും ബ്രഹ്മം തന്നെ; ബ്രഹ്മകർമ്മ സമാധിനാ - ബ്രഹ്മകർമ്മത്തിൽ ഏകാഗ്രചിത്തനായിരിക്കുന്ന അയാൾക്ക് (പ്രാപിക്കാനുള്ളത്).

ശ്ലോകാർത്ഥം: ഹോമപ്രക്രിയയിൽ കർമ്മം ചെയ്യുന്ന ആളും, അതിനായുള്ള അഗ്നി, ഹവിസ്, ഹോമിക്കാനുള്ള ഉപകരണം, ഹോമത്തിന്റെ ഉദ്ദേശ്യം, ഹോമകർമ്മം എന്നിവയെല്ലാം ബ്രഹ്മം ആകുന്നു; ബ്രഹ്മകർമ്മത്തിൽ ഏകാഗ്രചിത്തനായിട്ടാണ് അയാൾ ഹോമം ചെയ്യുന്നത്.

സർവം ബ്രഹ്മമയം എന്നു ചുരുക്കം. പക്ഷേ, എന്താണീ ബ്രഹ്മകർമ്മം? കാമ സങ്കല്പങ്ങളില്ലാതെ, ഫലാസക്തി ഇല്ലാതെ, കിട്ടുന്നതുകൊണ്ട് തൃപ്തിപ്പെടുന്ന മനോഭാവത്തോടെ, ദ്വന്ദ്വാതീതനായി, വിപരീത ദ്വന്ദ്വങ്ങളോട് സമത്വബോധത്തോടെ കർമ്മം ചെയ്യുന്നവർ യാതൊരു ബന്ധനങ്ങളിലും പെടുന്നില്ല എന്ന് 4.18 മുതൽ 4.23 വരെയുള്ള ശ്ലോകങ്ങളിൽ പറഞ്ഞുകഴിഞ്ഞല്ലോ? ഇപ്രകാരം ചെയ്യപ്പെടുന്ന കർമ്മങ്ങളാണ് ബ്രഹ്മകർമ്മങ്ങൾ. കാരണം, ബ്രഹ്മം

നിർദ്ദോഷവും സമവുമാണ് (5.19). പണ്ഡിതന്മാർ നാനാത്വത്തിൽ ഏകത്വം കാണുന്ന സമദർശികളാണെന്നും ഗീത പറയുന്നു (5.18). ശ്ലോകം 4.19-ൽ നാമിപ്പോൾ കണ്ട പണ്ഡിതർ അവർതന്നെ. അവർ എല്ലാറ്റിലും ബ്രഹ്മത്തെ കാണുന്നു, ബ്രഹ്മകർമ്മങ്ങൾ ചെയ്യുന്നു. എല്ലാവിധ വൈജാത്യങ്ങളെയും അതിജീവിച്ചവരായതുകൊണ്ടാണ് അവർ ബ്രഹ്മഭൂതന്മാരാണെന്നു പറയപ്പെടുന്നത്.

ബ്രഹ്മഭൂതനായ ഒരാൾ എങ്ങനെയാണ് കർമ്മം ചെയ്യുന്നതെന്നു ശ്ലോകം 4.24-ൽനിന്നു നാം മനസ്സിലാക്കിയല്ലോ? അയാൾ ലോക നന്മയ്ക്കായി കർമ്മം ചെയ്യുന്നു, തന്റെ കർമ്മങ്ങളുടെ ഫലം ലോകത്തിനായി സമർപ്പിക്കുന്നു; എന്നിട്ട് അതിലൊരു പങ്കുകൊണ്ട് തൃപ്തിപ്പെടുന്നു. ഇത്തരം കർമ്മമാണ് യജ്ഞം. യജ്ഞത്തിൽ, നാം 3.9-ൽ മനസ്സിലാക്കിയതുപോലെ, ത്യാഗം അന്തർഭവിച്ചിരിക്കുന്നു.

ലോകത്ത് പലവിധമായ യജ്ഞങ്ങൾ പറയപ്പെട്ടിട്ടുണ്ട്. ഇന്ദ്രിയ ങ്ങളെ സംയമമാകുന്ന അഗ്നിയിൽ ഹോമിക്കുകയാണ് ചിലർ ചെയ്യുന്നത്. മറ്റുചിലരാകട്ടെ, ശബ്ദാദികളായ വിഷയങ്ങളെ ഇന്ദ്രിയാ ഗ്നിയിൽ ഹോമിക്കുന്നു (4.26). എന്നുവച്ചാൽ ഇന്ദ്രിയങ്ങൾ ക്കപ്പുറത്തേക്ക് വിഷയങ്ങളെ കടത്തിവിടുന്നില്ല. ഇന്ദ്രിയങ്ങളെ നിയ ന്ത്രിച്ചു നിർത്തുകയും ചെയ്യുന്നു. വേറേ ചിലരാകട്ടെ, പ്രാണായാമ ത്തിലൂടെ ആത്മനിയന്ത്രണം നടത്തുന്നു. ഇങ്ങനെ പലവിധമായ യജ്ഞങ്ങൾവഴി ആളുകൾ പാപബന്ധനത്തെ ആത്മസംയമനത്തി ലൂടെ ഒഴിവാക്കുന്നു (4.27 മുതൽ 4.30 വരെ).

യജ്ഞഫലം ലോകത്തിനായി സമർപ്പിച്ചിട്ട് ലോകത്തിന്റെ ഭാഗമെന്ന നിലയിൽ അതിൽ ഒരു പങ്ക് സ്വീകരിക്കുന്ന ഉത്തമമായ രീതി പിന്തുടരുകയാണെങ്കിൽ ആർക്കും ബ്രഹ്മത്തെ പ്രാപിക്കാ മെന്ന് 4.31 ഉറപ്പു ചെയ്യുന്നു.

പലവിധ യജ്ഞങ്ങൾ പറയപ്പെട്ടിട്ടുണ്ടെങ്കിലും ജ്ഞാനയജ്ഞ മാണ് ഏറ്റവും ശ്രേഷ്ഠമായിട്ടുള്ളത്. കാരണം, ജ്ഞാനം കർമ്മ ങ്ങളുടെ ബന്ധനശക്തിയെ ഇല്ലാതാക്കും. അതായത് ജ്ഞാനിയെ കർമ്മങ്ങൾ ബാധിക്കുന്നില്ല (4.33). ശ്ലോകം കാണുക:

'ശ്രേയാൻ ദ്രവ്യമയാദ്യജ്ഞാത് ജ്ഞാനയജ്ഞഃ പരന്തപ;
സർവം കർമാഖിലം പാർത്ഥ ജ്ഞാനേ പരിസമാപ്യതേ.' (4.33)

വാഗർത്ഥം: ശ്രേയാൻ ദ്രവ്യമയാത് യജ്ഞാത് - ദ്രവ്യമയമായ യജ്ഞത്തെക്കാൾ ശ്രേഷ്ഠം; ജ്ഞാനയജ്ഞഃ - ജ്ഞാനയജ്ഞം (ആകുന്നു); പരന്തപ - ഹേ, അർജുനാ; സർവം കർമാഖിലം -

എല്ലാ കർമ്മങ്ങളും പൂർണ്ണമായി; പാർത്ഥ - ഹേ, അർജുനാ; ജ്ഞാനേ പരിസമാപ്യതേ - ജ്ഞാനത്തോടെ ഇല്ലാതാവുന്നു (ജ്ഞാനം ലഭിക്കുന്നതോടെ അസ്തമിക്കുന്നു).

ശ്ലോകാർത്ഥം: ദ്രവ്യമയമായ യജ്ഞത്തെക്കാൾ ശ്രേഷ്ഠം ജ്ഞാനയജ്ഞമാകുന്നു. എല്ലാ കർമ്മങ്ങളും ജ്ഞാനമുണ്ടാകുന്ന തോടെ പൂർണ്ണമായി ഇല്ലാതാവുന്നു (ജ്ഞാനം ലഭിക്കുന്നതോടെ അസ്തമിക്കുന്നു).

ജ്ഞാനമുണ്ടാകുമ്പോൾ കർമ്മങ്ങൾ നശിക്കുമോ? മുഴുവൻ കർമ്മങ്ങളും അല്പംപോലും അവശേഷിക്കാതെ നശിക്കുമെന്നാണ് ഇവിടെ പറയുന്നത്. എങ്ങനെയാണത്? ഇവിടെ ജ്ഞാനം എന്നു ദ്ദേശിക്കുന്നത് ആത്മജ്ഞാനത്തെയാണ്. പ്രപഞ്ച സത്തയായ ആത്മാ വിനെ അറിയുമ്പോൾ അയാൾ ആത്മാവുതന്നെയായി മാറുന്നു. പഞ്ചസാര മധുരമുള്ളതാണെന്ന് അതിനെപ്പറ്റി കേട്ടിട്ടുള്ള ആർക്കും അറിയാം. എന്നാൽ അതുകൊണ്ട് പഞ്ചസാരയെ അറിഞ്ഞു എന്നു പറയാൻ കഴിയില്ല. പഞ്ചസാര തിന്നുനോക്കണം. അതുപോലെ ആത്മാവ് എന്താണെന്ന് കേട്ടിട്ടുള്ളവർക്കൊക്കെ അറിയാം. അതു കൊണ്ടുമാത്രം ആത്മജ്ഞാനം ലഭിച്ചുവെന്ന് പറയാനാകില്ല. ആത്മസാക്ഷാത്കാരം നേടണം. താൻ ആത്മാവുതന്നെ എന്ന ചിന്തയിൽ സ്വയം ഉറയ്ക്കണം. അങ്ങനെ ആത്മജ്ഞാനം നേടിയാൽ അയാളെ ദ്വന്ദ്വാനുഭവങ്ങൾ ബാധിക്കുകയില്ല. അനുഭവങ്ങൾ സുഖത്തെ ഉണ്ടാക്കുന്നതായാലും ദുഃഖത്തെ ഉണ്ടാക്കുന്നതായാലും അയാൾ അവയെ സമമായി സ്വീകരിക്കും. അങ്ങനെയാണ് കർമ്മ ബന്ധനം അയാളിൽനിന്ന് ഒഴിഞ്ഞുപോകുന്നത്. അഥവാ, അങ്ങനെ യാണ് അയാളുടെ കർമ്മങ്ങൾ നശിക്കുന്നത്.

ഇതുമാത്രമല്ല, കർമ്മങ്ങൾ ബന്ധനങ്ങളുണ്ടാക്കുന്നത് അവ കാമ ത്താൽ പ്രേരിതമായി ചെയ്യപ്പെടുമ്പോഴാണ്. ജ്ഞാനി കാമങ്ങൾ ഒഴിഞ്ഞവനാണ്. അതുകൊണ്ട് കർമ്മങ്ങൾ അയാളെ ബാധിക്കുക യില്ല.

ജ്ഞാനം നേടാനുള്ള മാർഗ്ഗം തത്ത്വദർശികളെ ആശ്രയിച്ച് അറിഞ്ഞുകൊള്ളണമെന്ന് ശ്ലോകം 4.34-ൽ നിർദ്ദേശിക്കുന്നു. 'ഉത്തി ഷ്ഠത, ജാഗ്രത; പ്രാപ്യ വരാൻ നിബോധത' എന്ന കഠോപനിഷത് മന്ത്രത്തിലെ (3.14) ഉപദേശം തന്നെയാണിത്.

ജ്ഞാനം നേടിയ വ്യക്തി സർവഭൂതങ്ങളെയും തന്നിലും ആത്മാവായ ഈശ്വരനിലും കാണുന്നു; തന്നിൽനിന്ന് അന്യമായി അയാൾ ഒന്നിനെയും കാണുന്നില്ല. അതിനാൽ അയാൾക്ക് കാമ ങ്ങളുണ്ടാകുന്നില്ല. അതായത്, കാമങ്ങൾ ഇല്ലാതാക്കുന്നതാണ്

ജ്ഞാനം (4.35). (സർവഭൂതങ്ങളെയും തന്നിൽത്തന്നെ കാണുന്നവൻ യാതൊന്നും മോഹിക്കുകയില്ലെന്ന് ഈശാവാസ്യ ഉപനിഷത്തിലെ മന്ത്രം 7-ൽ വെളിപ്പെടുത്തിയിരിക്കുന്നു).

തുടർന്നുള്ള മൂന്നു ശ്ലോകങ്ങളിലും ജ്ഞാനത്തിന്റെ മഹത്ത്വത്തെപ്പറ്റിത്തന്നെയാണു പറയുന്നത്. കൊടുംപാപങ്ങൾ ചെയ്യുന്നവനാണെങ്കിൽക്കൂടി അവയെല്ലാം ജ്ഞാനം കൊണ്ട് തരണം ചെയ്യാം എന്നാണ് ശ്ലോകം 4.36-ൽ പറയുന്നത്. എരിയുന്ന തീ വിറകിനെ ഭസ്മമാക്കുന്നതുപോലെ ജ്ഞാനമാകുന്ന അഗ്നി സർവ കർമ്മങ്ങളെയും ഭസ്മമാക്കുന്നു (4.37). അതിനുള്ള വിശദീകരണമാണ് മുകളിൽ 4.33 ശ്ലോകത്തിന്റെ വിശദീകരണത്തിൽ പറഞ്ഞിട്ടുള്ളത്. ജ്ഞാനത്തെപ്പോലെ ശുദ്ധീകരണ ശക്തിയുള്ള യാതൊന്നുമില്ലെന്നാണ് 4.38-ലെ പ്രഖ്യാപനം. ആ ശ്ലോകം കാണുക:

'ന ഹി ജ്ഞാനേന സദൃശം പവിത്രമിഹ വിദ്യതേ;
തത് സ്വയം യോഗസംസിദ്ധഃ കാലേനാത്മനി വിന്ദതി.' (4.38)

വാഗർത്ഥം: ജ്ഞാനേന സദൃശം - ജ്ഞാനത്തെപ്പോലെ; പവിത്രമിഹ - പവിത്രം ഇഹ - പവിത്രമാക്കുന്നതായി (ശുദ്ധീകരിക്കുന്നതായി) ഇവിടെ; ന ഹി വിദ്യതേ (യാതൊന്നും) ലഭ്യമല്ലതന്നെ; തത് - അത് (ജ്ഞാനം); യോഗസംസിദ്ധഃ - കർമ്മയോഗ യുക്തനായ ആൾ; കാലേനാത്മനി - കാലേന ആത്മനി - കാലക്രമത്തിൽ തന്നിൽ; സ്വയം - സ്വയം; വിന്ദതി - അറിയുന്നു.

കർമ്മയോഗത്തെ ആശ്രയിച്ച് കർമ്മം ചെയ്യുന്ന വ്യക്തി കാലക്രമത്തിൽ മേൽപ്പറഞ്ഞ ജ്ഞാനം നേടുന്നു എന്നാണ് ശ്ലോകത്തിന്റെ അവസാന പകുതി പറയുന്നത്. കാമത്തെ ഇല്ലാതാക്കുന്നതാണല്ലോ ഇപ്പറയുന്ന ജ്ഞാനം. കർമ്മയോഗം കൊണ്ടു നേടുന്നതും കാമത്തിൽനിന്നുള്ള മോചനം തന്നെ. കർമ്മത്തിൽ സംഗമില്ലാതെ, കർമ്മഫലത്തിൽ അധികാരം പ്രയോഗിക്കാതെ, ലാഭനഷ്ടങ്ങൾ നോക്കാതെ കർമ്മം ചെയ്യണമെന്ന കർമ്മയോഗ നിഷ്ഠയിൽ കാമത്തിനു സ്ഥാനമില്ലല്ലോ. അപ്പോൾ ആ നിഷ്ഠയിൽ കർമ്മം ചെയ്യുന്നതു തുടർന്നാൽ കാമമില്ലാതാക്കാനുള്ള ശക്തി ലഭിക്കും. അതാണ് ആ ജ്ഞാനം കാലക്രമേണ സ്വയം നേടുമെന്നു പറയുന്നതിന്റെ പൊരുൾ.

അപ്പോൾ, ഇതുവരെ ചെയ്ത പാപകർമ്മങ്ങളുടെ സ്ഥിതി എന്താകും? അവ തീർച്ചയായും ഫലത്തെ ഉണ്ടാക്കും. എന്നാൽ ജ്ഞാനിയെ അവയൊന്നും ബാധിക്കുകയില്ല. അനുഭവങ്ങൾ എത്ര വിരുദ്ധമായാലും അയാൾ അതൊക്കെ അചഞ്ചലനായി നേരിടും. സമബുദ്ധി ജ്ഞാനിക്കു സഹജമാണല്ലോ? അതുകൊണ്ടാണ്, അയാളുടെ പാപങ്ങൾ അഗ്നിയിൽ വിറകെന്ന പോലെ ഭസ്മമാകുമെന്ന്

4.37-ൽ പറഞ്ഞിരിക്കുന്നത്.

ജ്ഞാനത്തിന്റെ സവിശേഷത എന്തെന്നും അതു നേടുന്നതെങ്ങനെയെന്നും നേടിയാലുള്ള ഗുണം എന്തെന്നും മറ്റും പറഞ്ഞു കഴിഞ്ഞു. ജ്ഞാനത്തിൽ തത്പരനും സംയമിയുമായ ഭക്തനു ജ്ഞാനം ലഭിക്കുമെന്നും ജ്ഞാനം ലഭിച്ചാൽ പരമമായ ശാന്തിയെ പ്രാപിക്കുമെന്നും ഭഗവാൻ കൃഷ്ണൻ ഉറപ്പിച്ചുപറയുന്നു (4.39). അജ്ഞാനികൾ നാശത്തിലേക്കു പോകുമെന്നും അവർക്ക് ഇവിടെയോ ഭാവിയിലോ യാതൊരു സുഖവും ഉണ്ടാവില്ലെന്നും കൃഷ്ണൻ വ്യക്തമാക്കുന്നു (4.40). തുടർന്ന്, ഈ അദ്ധ്യായത്തിൽ പറഞ്ഞ കാര്യങ്ങളുടെ സംക്ഷേപമായി അദ്ദേഹം 4.41 ശ്ലോകത്തിൽ വലിയൊരു പ്രസ്താവന നടത്തുകയാണ്.

'യോഗസംന്യസ്ത കർമ്മാണം ജ്ഞാനസഞ്ഛിന്നസംശയം;
ആത്മവന്തം ന കർമ്മാണി നിബധ്നന്തി ധനഞ്ജയ.' (4.41)

വാഗർത്ഥം: യോഗസംന്യസ്ത കർമ്മാണം - യോഗം കൊണ്ട് കർമ്മങ്ങളെ സംന്യസിച്ച; ജ്ഞാനസഞ്ഛിന്നസംശയം - ജ്ഞാനം കൊണ്ട് സംശയങ്ങളെ നശിപ്പിച്ച; ആത്മവന്തം - വിവേകികളെ; ന കർമ്മാണി നിബധ്നന്തി - കർമ്മങ്ങൾ ബന്ധിപ്പിക്കുന്നില്ല; ധനഞ്ജയ - ഹേ, അർജ്ജുനാ.

അതായത്, കർമ്മങ്ങളെ കർമ്മയോഗം കൊണ്ട് സംന്യസിച്ചതോ സംശയങ്ങളെ ജ്ഞാനംകൊണ്ട് ദൂരീകരിച്ചതോ ആയ വിവേകിക്ക് കർമ്മങ്ങൾ ബന്ധനമാകില്ല.

ഇവിടെ മനസ്സിലാക്കേണ്ട കാര്യങ്ങൾ ഇവയാണ്: ഒന്ന്, കർമ്മങ്ങൾ ചെയ്യാതിരിക്കുകയല്ല കർമ്മസംന്യാസം, കർമ്മയോഗത്തെ ആശ്രയിച്ച് കർമ്മങ്ങൾ ചെയ്യലാണ്. കർമ്മങ്ങൾ ജീവിതത്തിന് അനിവാര്യമാണെന്ന് മൂന്നാം അദ്ധ്യായത്തിൽ പറഞ്ഞിട്ടുള്ളത് നാം കണ്ടു (3.8). തുടർന്നിങ്ങോട്ടും അതുതന്നെ ഉറപ്പിച്ചു പറഞ്ഞു കൊണ്ടിരിക്കുന്നു. അങ്ങനെ കർമ്മം ചെയ്യുന്ന ആൾക്ക് കാലക്രമേണ ജ്ഞാനോദയം ഉണ്ടാകും.

രണ്ട്, തത്ത്വദർശികളെ സമീപിച്ച് ഉപദേശങ്ങൾ സ്വീകരിക്കുകയും അവർ നിർദ്ദേശിക്കുന്ന മാർഗ്ഗങ്ങളിലൂടെ ജ്ഞാനം നേടുകയും ചെയ്യുക. ജ്ഞാനം കൊണ്ട് എല്ലാ സംശയങ്ങളെയും ദൂരീകരിച്ച് മനസ്സ് ഏകാഗ്രവും ദൃഢവുമാക്കി കാമമുക്തനായി കർമ്മങ്ങൾ ചെയ്യുക. ഈ രണ്ടു മാർഗ്ഗങ്ങളും കർമ്മബന്ധനത്തെ ഒഴിവാക്കും.

അതിനായി ഉദ്യമിക്കുക എന്ന് അർജ്ജുനനെ ആഹ്വാനം ചെയ്തുകൊണ്ട് നാലാം അദ്ധ്യായം അവസാനിക്കുന്നു.

അഞ്ച്

കർമ്മസന്ന്യാസ യോഗം

യോഗം കൊണ്ട് കർമ്മത്തെ സന്ന്യസിക്കണമെന്നാണല്ലോ നാലാം അദ്ധ്യായത്തിന്റെ അവസാനം പറഞ്ഞിട്ടുള്ളത്? ഇതെങ്ങനെ ചെയ്യാനാണ് എന്നൊരു സംശയം അർജ്ജുനനുണ്ടായി. കർമ്മം ചെയ്യണോ അതോ അതിനെ സന്ന്യസിക്കണോ? അർജ്ജുനന്റെ ഈ ചോദ്യത്തോടെയാണ് അഞ്ചാം അദ്ധ്യായം തുടങ്ങുന്നത്. അർജ്ജുനൻ ചോദിക്കുന്നു:

'സന്ന്യാസം കർമണാം കൃഷ്ണ പുനര്യോഗം ച ശംസസി;
യച്ഛ്രേയ ഏതയോരേകം തന്മേ ബ്രൂഹി സുനിശ്ചിതം.' (5.1)

വാഗർത്ഥം: കൃഷ്ണ - അല്ലയോ, കൃഷ്ണാ; സന്ന്യാസം കർമണാം പുനഃ യോഗം ച ശംസസി - കർമ്മങ്ങളുടെ സന്ന്യാസത്തെയും പിന്നെ യോഗത്തെയും അങ്ങ് പ്രശംസിക്കുന്നു; യത് ശ്രേയഃ ഏതയോഃ ഏകം (യച്ഛ്രേയ - യത് ശ്രേയഃ); - ഈ രണ്ടിൽ ഏതൊന്നാണ് മെച്ചപ്പെട്ടത്; തത് സുനിശ്ചിതം മേ ബ്രൂഹി - സുനിശ്ചിതമായ അത് എനിക്കു പറഞ്ഞുതരൂ.

ശ്ലോകാർത്ഥം: 'ഹേ, കൃഷ്ണ, അങ്ങ് സന്ന്യാസത്തെ സ്തുതിക്കുന്നു, ഒപ്പം യോഗത്തെയും സ്തുതിക്കുന്നു. ഇവയിൽ ഏതാണ് ശ്രേയസ്കരമായിട്ടുള്ളതെന്ന് നിശ്ചയിച്ചു പറഞ്ഞുതന്നാലും'.

കൃഷ്ണന്റെ മറുപടി ഇങ്ങനെ:

'സന്ന്യാസഃ കർമയോഗശ്ച നിഃശ്രേയസകരാവുഭൗ;
തയോസ്തു കർമസന്ന്യാസാത് കർമയോഗോ വിശിഷ്യതേ.' (5.2)

'ജ്ഞേയഃ സ നിത്യസന്ന്യാസീ യോ ന ദ്വേഷ്ടി ന കാംക്ഷതി;
നിർദ്വന്ദ്വോ ഹി മഹാബാഹോ സുഖം ബന്ധാത് പ്രമുച്യതേ.' (5.3)

വാഗർത്ഥം: (5.2) സന്ന്യാസഃ കർമയോഗശ്ച - സന്ന്യാസവും കർമ്മയോഗവും; സന്ന്യാസം - സർവവും വേണ്ടെന്നു വയ്ക്കുന്ന അവസ്ഥ; നിഃശ്രേയസകരാവുഭൗ - നിഃശ്രേയസകരൗ ഉഭൗ - രണ്ടും

ശ്രേയസ്സിനെ (മോക്ഷത്തെ) നൽകുന്നതാണ്; തയോസ്തു - തയോഃ തു - എന്നാൽ അവയിൽ രണ്ടിൽ വച്ച്; കർമസന്ന്യാസാത് - കർമ്മ സന്ന്യാസത്തേക്കാൾ (സർവവും ഉപേക്ഷിക്കുന്ന കൂട്ടത്തിൽ കർമ്മത്തെക്കൂടി ഉപേക്ഷിക്കുന്നതിനേക്കാൾ); കർമയോഗഃ - കർമ്മയോഗം; വിശിഷ്യതേ - മെച്ചപ്പെട്ടതാകുന്നു.

(5.3) യഃ - ആരാണോ; ന ദ്വേഷ്ടി ന കാംക്ഷതി - ദ്വേഷിക്കുകയും കാംക്ഷിക്കുകയും ചെയ്യാത്തത്; സഃ - അവൻ; നിത്യസന്ന്യാസീ - എന്നെന്നും സന്ന്യാസി (എന്ന്); ജ്ഞേയഃ - അറിയപ്പെടുന്നു; നിർദ്വന്ദ്വഃ ഹി സുഖം ബന്ധാത് പ്രമുച്യതേ - ദ്വന്ദ്വാതീതൻ ബന്ധനത്തിൽ നിന്ന് നിഷ്പ്രയാസം മോചിതനാവുകതന്നെ ചെയ്യും; മഹാബാഹോ - ഹേ, അർജ്ജുനാ.

സന്ന്യാസം എന്നത് കർമ്മങ്ങളെ വേണ്ടെന്നു വയ്ക്കലല്ല എന്നും നിർദ്വന്ദ്വത്വം കൈവരിക്കലാണെന്നുമാണ് ഇവിടെ വ്യക്തമാക്കുന്നത്. സന്ന്യാസത്തിന്റെ പേരിൽ കർമ്മങ്ങളെ ഉപേക്ഷിക്കുന്നതിനേക്കാൾ കർമ്മയോഗമാണ് നല്ലത് എന്നാണ് 5.2 ശ്ലോകത്തിന്റെ താത്പര്യം. ശരീരയാത്രയ്ക്കുപോലും കർമ്മം കൂടിയേ കഴിയൂ എന്നും അതിനാൽ കർമ്മം ചെയ്തേ പറ്റൂ എന്നുമുള്ള 3.8 ശ്ലോകത്തിലെ ഉപദേശത്തിന്റെ പശ്ചാത്തലത്തിൽ ഇതിനെ കാണണം.

നിർദ്വന്ദ്വത്വം നേടുക എന്നുള്ളതാണ് എല്ലാ ബന്ധനങ്ങളിൽ നിന്നും മോചിതനായി നിത്യമായ ശാന്തിയും ആനന്ദവും നേടുന്നതിനുള്ള മാർഗ്ഗം. സുഖ-ദുഃഖാദി ദ്വന്ദ്വങ്ങളാൽ മഥിക്കപ്പെടാത്ത (അനുഭവങ്ങൾ എങ്ങനെയുള്ളതായാലും അചഞ്ചലനായി അവയെ നേരിടാൻ ശക്തിയാർജ്ജിച്ച) അവസ്ഥയാണ് നിർദ്വന്ദ്വത്വം. സുഖദുഃഖാദി ദ്വന്ദ്വങ്ങൾ ആരെ മഥിക്കുന്നില്ലയോ അയാൾ അമൃതത്വം പ്രാപിക്കുമെന്ന് 2.15 ശ്ലോകത്തിൽ പറഞ്ഞിട്ടുള്ളത് ഇവിടെ ഓർക്കാം.

കർമ്മങ്ങളെ മുഴുവൻ ഉപേക്ഷിക്കുന്നവനല്ല, മറിച്ച് കാംക്ഷിക്കുകയോ ദ്വേഷിക്കുകയോ ചെയ്യാത്തവനാണ് യഥാർത്ഥ സന്ന്യാസി എന്നാണല്ലോ 5.3 ശ്ലോകത്തിൽ പറഞ്ഞത്? കാംക്ഷിക്കുകയോ ദ്വേഷിക്കുകയോ ചെയ്യാത്ത നിർദ്വന്ദ്വത്വം എന്ന അവസ്ഥതന്നെയാണ് കർമ്മയോഗത്തിലൂടെയും കിട്ടുക. ഇതാണ് അടുത്ത ശ്ലോകത്തിൽ പറയുന്നത്. രണ്ടാം അദ്ധ്യായത്തിലെ ശ്ലോകം 47 മുതൽ നാം കണ്ടുവരുന്നത് ഇതേ കാര്യമാണ്. സ്ഥിതപ്രജ്ഞന്റെ ലക്ഷണമായി 2.56-ൽ ഇതുതന്നെ പറഞ്ഞിരിക്കുന്നു. നമുക്കു ശ്ലോകത്തിലേക്കു കടക്കാം.

'സാംഖ്യയോഗൗ പൃഥക് ബാലാഃ പ്രവദന്തി ന പണ്ഡിതാഃ;
ഏകമപ്യാസ്ഥിതഃ സമ്യഗ് ഉഭയോർവിന്ദതേ ഫലം.' (5.4)

വാഗർത്ഥം: സാംഖ്യയോഗൗ - സാംഖ്യവും യോഗവും; പൃഥക് - വ്യത്യസ്തം (ആണെന്ന്); ബാലാഃ - അപക്വബുദ്ധികൾ; പ്രവദന്തി - പറയുന്നു; ന പണ്ഡിതാഃ - പണ്ഡിതർ അല്ല (വിജ്ഞാനികൾ അങ്ങനെ പറയില്ല); ഏകമപ്യാസ്ഥിതഃ സമ്യഗ് - ഏകം അപി ആസ്ഥിതഃ സമ്യക് - ഒരെണ്ണത്തെ നന്നായി ആശ്രയിച്ചാൽത്തന്നെ; ഉഭയോർ വിന്ദതേ ഫലം - രണ്ടിന്റെയും ഫലം നേടാം.

അതായത്, സാംഖ്യവും യോഗവും ലക്ഷ്യപ്രാപ്തിയുടെ കാര്യത്തിൽ വ്യത്യസ്തങ്ങളല്ല. ഏതിലൂടെ പോയാലും ചെന്നെത്തുന്നത് ഒരിടത്തുതന്നെ. അവയെ രണ്ടിനെയും വ്യത്യസ്തമായി കാണുന്നത് അറിവില്ലായ്മയാണ്. വിജ്ഞാനികൾ അതു ചെയ്യില്ല. ഓരോരുത്തരുടെ താത്പര്യമനുസരിച്ച് രണ്ടിൽ ഏതെങ്കിലും ഒന്ന് തിരഞ്ഞെടുക്കുന്നു എന്നേയുള്ളൂ.

സാംഖ്യയോഗങ്ങൾ ഒന്നുതന്നെ എന്ന് അടുത്ത ശ്ലോകത്തിൽ (5.5) ഉറപ്പിച്ചു പറയുന്നു. സന്ന്യാസത്തിൽ കർമ്മയോഗം ഉള്ളടങ്ങിയിരിക്കുന്നുവെന്നാണ് ശ്ലോകം 5.6-ലെ പ്രഖ്യാപനം. ശ്ലോകം ഇതാണ്:

'സന്ന്യാസസ്തു മഹാബാഹോ ദുഃഖമാപ്തുമയോഗതഃ;
യോഗയുക്തോ മുനിർബ്രഹ്മ നചിരേണാധിഗച്ഛതി.' (5.6)

വാഗർത്ഥം: സന്ന്യാസഃ തു - സന്ന്യാസമാകട്ടെ; മഹാബാഹോ - ഹേ, അർജുനാ; ദുഃഖമാപ്തുമയോഗതഃ - ദുഃഖം ആപ്തും അയോഗതഃ - യോഗി അല്ലാത്തയാൾക്ക് പ്രാപിക്കാൻ ബുദ്ധിമുട്ടാണ്; യോഗയുക്തഃ മുനിഃ - യോഗയുക്തനായ മുനി; ബ്രഹ്മ നചിരേണ അധിഗച്ഛതി - താമസമില്ലാതെ ബ്രഹ്മത്തെ പ്രാപിക്കുന്നു.

കർമ്മയോഗി അല്ലാത്ത ആൾക്ക് സന്ന്യാസം ബുദ്ധിമുട്ടാണെന്നാണ് ഇവിടെ പറയുന്നത്. എന്താണ് അതിന്റെ അർത്ഥം? സംഗരഹിതനായി, ഫലത്തിൽ ആസക്തിയില്ലാതെ, ലാഭാലാഭങ്ങളെയും സുഖദുഃഖങ്ങളെയും സമമായി കണ്ട് കർമ്മം ചെയ്യുന്നതാണല്ലോ കർമ്മയോഗം. സന്ന്യാസിയും ഇതുപോലെ എല്ലാം സമമായി കാണുന്നവനാണ്. നിർദ്വന്ദ്വത്വം എന്നു പറഞ്ഞാൽ അതാണല്ലോ. നിർദ്വന്ദ്വനായി ഭവിച്ചാലേ സന്ന്യാസിയാകൂ; നിർദ്വന്ദ്വനായി ഭവിക്കണമെങ്കിൽ യോഗസ്ഥനായിട്ടു കർമ്മം ചെയ്യണം; കർമ്മയോഗത്തെ പ്രാപിച്ചിരിക്കണം. അപ്പോൾ, സന്ന്യാസിയാകണമെങ്കിൽ യോഗി ആയിരിക്കണമെന്നുവരുന്നു. അതാണ് യോഗിയല്ലാത്തവന് സന്ന്യാസിയാകുക എന്നത് ബുദ്ധിമുട്ടാണെന്ന് ശ്ലോകത്തിൽ പറഞ്ഞിരിക്കുന്നത്.

ജനങ്ങൾക്കായി എന്തെങ്കിലും സേവനം ചെയ്യുന്നവർ അത് തങ്ങളാണ് ചെയ്തതെന്നും അതിനുള്ള കടപ്പാടും സ്നേഹവും

തങ്ങൾക്കു കിട്ടണമെന്നും ജനങ്ങളെ ബോദ്ധ്യപ്പെടുത്താൻ വലിയ പ്രചാരണങ്ങൾ നടത്തുക പതിവാണല്ലോ? ഇത്തരം പ്രചാരണങ്ങളെ അധാർമ്മികവും അപഹാസ്യവുമായേ സാമാന്യബോധമുള്ളവർ കാണുകയുള്ളൂ. എന്നാൽ, ഇങ്ങനെ സൽപ്പേര് ആഗ്രഹിക്കാത്ത ചിലരുണ്ട്. അവർ ആരുടെയും ശ്രദ്ധയ്ക്കായി കാത്തുനിൽക്കാതെ ജനനന്മയ്ക്കായി പ്രവർത്തിക്കുന്നു. അവരെ നാം ഉത്തമ മാതൃകകളായി ചൂണ്ടിക്കാണിക്കാറുമുണ്ട്. കർമ്മഫലത്തിന്മേൽ ആസക്തിയില്ലാത്തതുകൊണ്ടാണ് അവർ ഇങ്ങനെ മൗനമായി പ്രവർത്തിക്കുന്നത്. അവർ കർമ്മങ്ങൾ ചെയ്യുന്നത് തങ്ങൾക്കുവേണ്ടിയല്ലതാനും. ജനനന്മയ്ക്ക് ഉതകുമെന്നു കണ്ടതുകൊണ്ട് ആ കർമ്മം ചെയ്യുന്നു എന്നേയുള്ളൂ. അതായത് അവർക്ക് കർമ്മത്തിൽ സംഗമില്ല. സംഗമോ ഫലാസക്തിയോ ഇല്ലാതെ ലോകനന്മയ്ക്കായി കർമ്മം ചെയ്യുന്നതിനാൽ അവർ കർമ്മയോഗത്തെ ആശ്രയിച്ചു കർമ്മം ചെയ്യുന്നവരാണ്. അങ്ങനെയുള്ളവർക്ക് കർമ്മബന്ധനം ഉണ്ടാകുന്നില്ല, കർമ്മങ്ങളാൽ അവർ ബാധിക്കപ്പെടുന്നില്ല.

ഇതിനോടകം പലയാവൃത്തി പറഞ്ഞിട്ടുള്ള ഈ കാര്യം ഇവിടെ 5.7 ശ്ലോകത്തിൽ ആവർത്തിച്ചിരിക്കുന്നു. അവരുടെ ഈ നിസ്സംഗത ശാരീരിക പ്രവർത്തനങ്ങളിൽപ്പോലും പ്രകടമാണെന്ന് 5.8, 5.9 ശ്ലോകങ്ങളിൽ ചൂണ്ടിക്കാണിച്ചിരിക്കുന്നു. കാണുകയും കേൾക്കുകയും രുചിക്കുകയും മണക്കുകയും മറ്റും ചെയ്യുന്നത് ഇന്ദ്രിയങ്ങൾ ഇന്ദ്രിയാർത്ഥങ്ങളിൽ പ്രവർത്തിക്കുന്നതുമൂലം സംഭവിക്കുന്നതാണെന്നും താൻ അതിലൊന്നും പങ്കാളിയാകുന്നില്ലെന്നുമുള്ള മനോഭാവമാണ് യോഗയുക്തരായ അവർക്കുള്ളത്.

കർമ്മങ്ങളെ ബ്രഹ്മത്തിൽ അർപ്പിച്ച് സംഗമില്ലാതെ കർമ്മനിർവഹണം നടത്തുന്നവരെ പാപം ബാധിക്കുന്നില്ല. താമരയില വെള്ളത്തിൽ വർത്തിക്കുന്നുവെങ്കിലും വെള്ളം അതിൽ പറ്റിപ്പിടിക്കാത്തതുപോലെ, കർമ്മത്തിൽ നിമഗ്നരാണെങ്കിലും കർമ്മസ്വഭാവമായ പാപബന്ധനം അവർക്ക് ഉണ്ടാകുന്നില്ല (5.10). ശ്ലോകം ഇതാണ്:

'ബ്രഹ്മണ്യാധായ കർമാണി സംഗം ത്യക്ത്വാ കരോതി യഃ;
ലിപ്യതേ ന സ പാപേന പദ്മപത്രമിവാംഭസാ.' (5.10)

വാഗർത്ഥം: യഃ - ആരാണോ; കർമാണി - കർമ്മങ്ങളെ; ബ്രഹ്മണി ആധായ - ബ്രഹ്മത്തിൽ സമർപ്പിച്ചും; സംഗം ത്യക്ത്വാ - സംഗത്തെ ഉപേക്ഷിച്ചും; കരോതി - നിർവഹിക്കുന്നത്; സഃ - അവൻ; ലിപ്യതേ ന പാപേന - പാപത്താൽ ബാധിക്കപ്പെടുന്നില്ല; പദ്മപത്രം ഇവ അംഭസാ - വെള്ളത്താൽ താമരയില എന്നപോലെ.

അങ്ങനെയുള്ള യോഗികൾ മനസ്സും ശരീരവും ഇന്ദ്രിയങ്ങളു മൊക്കെ ഉപയോഗിച്ച് ആത്മശുദ്ധിക്കായി കർമ്മം ചെയ്യുന്നു (5.11). യോഗയുക്തരായ അവർ ശാശ്വതമായ ശാന്തിയെ പ്രാപിക്കുന്നു എന്നാണ് ശ്ലോകം 5.12- ലെ പ്രഖ്യാപനം. ശ്ലോകം ഇങ്ങനെ:

'യുക്തഃ കർമഫലം ത്യക്ത്വാ ശാന്തിമാപ്നോതി നൈഷ്ഠികീം;
അയുക്തഃ കാമകാരേണ ഫലേ സക്തോ നിബദ്ധ്യതേ.' (5.12)

വാഗർത്ഥം: യുക്തഃ - യോഗയുക്തൻ; കർമഫലം ത്യക്ത്വാ - കർമ്മഫലം ത്യജിച്ചിട്ട്; ശാന്തിമാപ്നോതി നൈഷ്ഠികീം - നിത്യ മായ ശാന്തിയെ പ്രാപിക്കുന്നു; അയുക്തഃ - യോഗത്തെ ആശ്രയി ക്കാത്തവൻ; കാമകാരേണ - കാമം മൂലം; ഫലേ സക്തഃ - ഫല ത്തിൽ ആസക്തിയുള്ളവനായി; നിബദ്ധ്യതേ - പാപബദ്ധനാകുന്നു.

ശ്ലോകാർത്ഥം വളരെ വ്യക്തമാണല്ലോ. ഇത് നാം പല തവണ കണ്ട കാര്യം തന്നെയാണ്. വീണ്ടും പറയുന്നത് പാപബന്ധനത്തെ പ്പറ്റിയുള്ള അർജ്ജുനന്റെ ഭീതി അകറ്റാനാണ്. യോഗയുക്തനായി കർമ്മം ചെയ്യാൻ അർജ്ജുനനെ ഉദ്ബോധിപ്പിക്കുകയാണ്, ഭഗവാൻ കൃഷ്ണൻ.

'എല്ലാം ദൈവത്തിന്റെ ഇച്ഛ', 'ദൈവനിയോഗം ഞാൻ അനുസരിച്ചു എന്നേയുള്ളൂ', 'ഇതു ഞാൻ ചെയ്യണമെന്നാണ് ദൈവനിശ്ചയം' തുടങ്ങിയ പല്ലവികൾ നാം പതിവായി കേൾക്കുന്നതാണല്ലോ? താൻ ചെയ്യുന്നതിന്റെയെല്ലാം ഉത്തരവാദിത്തം ദൈവത്തിന്റെ തലയിൽ കെട്ടിവയ്ക്കാനുള്ള ഒരു ശ്രമമാണ്, അറിവില്ലായ്മ മൂലമാണെങ്കിലും ആളുകൾ ഇവയിലൂടെ നടത്തുന്നത്. ഈ പല്ലവികൾ അർത്ഥശൂന്യ മാണെന്നാണ് ഇനിയുള്ള ഏതാനും ശ്ലോകങ്ങളിലൂടെ ഗീത പഠിപ്പി ക്കുന്നത്.

കർമ്മം അവനവന്റെ അധികാരത്തിൽപ്പെട്ടതാണെന്നൊരു പ്രഖ്യാ പനം നാം നേരത്തേ 2.47 ശ്ലോകത്തിൽ കണ്ടുവല്ലോ? ദേഹി (ശരീര ത്തോടുകൂടിയ ആത്മാവ്) ഒന്നും ചെയ്യാതെയും ചെയ്യിക്കാതെയും നവദ്വാരങ്ങളുള്ള പുരത്തിൽ (ദേഹത്തിൽ) സ്ഥിതിചെയ്യുന്നു എന്ന് ശ്ലോകം 5.13-ൽ പറയുന്നു. തുടർന്നുള്ള രണ്ടു ശ്ലോകങ്ങളിൽ ഇതിനെ കൂടുതൽ വിശദീകരിക്കുന്നു.

'ന കർതൃത്വം ന കർമാണി ലോകസ്യ സൃജതി പ്രഭുഃ;
ന കർമ്മഫല സംയോഗം സ്വഭാവസ്തു പ്രവർതതേ.' (5.14)

'നാദത്തേ കസ്യചിത് പാപം ന ചൈവ സുകൃതം വിഭുഃ;
അജ്ഞാനേനാവൃതം ജ്ഞാനം തേന മുഹ്യന്തി ജന്തവഃ.' (5.15)

വാഗർത്ഥം: (5.14) പ്രഭുഃ - ഈശ്വരൻ; ന കർതൃത്വം ന കർമാണി സൃജതി - കർതൃത്വവും കർമ്മങ്ങളും സൃഷ്ടിക്കുന്നില്ല; ലോകസ്യ -

ലോകത്തിന്; ന കർമ്മഫല സംയോഗം - കർമ്മഫലം എത്തിച്ചു കൊടുക്കുന്നുമില്ല; സ്വഭാവസ്തു പ്രവർതതേ - സ്വഭാവഃ തു പ്രവർ തതേ - സ്വഭാവമാണ് പ്രവർത്തിക്കുന്നത്; സ്വഭാവം - ഈശ്വരൻ ഈ പ്രപഞ്ചമായും അതിലെ ജീവികളും വസ്തുക്കളുമായും ഭവിച്ചിരിക്കുന്നത് എങ്ങനെയോ അത്. (പ്രകൃതിയിൽ നിബന്ധിക്ക പ്പെട്ടിരിക്കുന്ന നിയമമനുസരിച്ച് എല്ലാം നടക്കും എന്നർത്ഥം. അതാ യത് ഓരോ കർമ്മത്തിന്റെയും കാര്യത്തിൽ ഈശ്വരൻ പ്രത്യേകമായ ഒരു ഇടപെടലും നടത്തുന്നില്ല).

വാഗർത്ഥം: (5.15) നാദത്തേ - ന ആദത്തേ - സ്വീകരിക്കുന്നില്ല; കസ്യചിത് പാപം - ആരുടെയും പാപത്തെ; ന ചൈവ സുകൃതം - സുകൃതവും സ്വീകരിക്കുന്നില്ല; വിഭുഃ - ഈശ്വരൻ; അജ്ഞാനേ നാവൃതം - അജ്ഞാനേന ആവൃതം - അജ്ഞാനം കൊണ്ട് ആവൃത മാണ്; ജ്ഞാനം - ജ്ഞാനം (അറിവ്); തേന - അതിനാൽ; മുഹ്യന്തി ജന്തവഃ - ജന്തുക്കൾ (ജീവികൾ) മോഹത്തിൽ പെടുന്നു (തെറ്റിദ്ധ രിച്ചിരിക്കുന്നു).

ഏതെങ്കിലും ഒരു കർമ്മം ചെയ്യുന്നതിന് ഏതെങ്കിലും പ്രത്യേക വ്യക്തിയെ ഈശ്വരൻ നിയോഗിക്കുന്നില്ല; ചെയ്യുന്ന കർമ്മങ്ങൾ വിലയിരുത്തി അവയ്ക്കുള്ള ഫലം നൽകുന്ന ജോലിയും ഈശ്വര നില്ല. ഈ പ്രകൃതിയിൽ ഈശ്വരൻ ആദിയിൽത്തന്നെ നിബന്ധി ച്ചിട്ടുള്ള സവിശേഷതകളും ഈ ലോകഗതിക്കായി ഏർപ്പെടുത്തി യിട്ടുള്ള നിയമവും ആണ് എല്ലാ പ്രവർത്തനങ്ങളുടെയും കർമ്മ ങ്ങളുടെയും ആധാരം. അവയനുസരിച്ചാണ് എല്ലാ കാര്യങ്ങളും സംഭവിക്കുന്നത്. ഈ പ്രവർത്തന സംവിധാനത്തിനു വിധേയമായി ട്ടാണ് എല്ലാ കർമ്മങ്ങളും ഫലങ്ങളും ഉണ്ടാകുന്നത്. അതിൽ ഈശ്വരൻപോലും ഒരു സമയത്തും ഇടപെടൽ നടത്തുന്നില്ല എന്നു സാരം. ഇങ്ങനൊരു ചക്രത്തിന്റെ പ്രവർത്തനത്തെപ്പറ്റി 3.16 ശ്ലോക ത്തിൽ പരാമർശിച്ചിട്ടുണ്ട്. ആയത് മൂന്നാം അദ്ധ്യായത്തിന്റെ ചർച്ച യിൽ കാണാവുന്നതാണ്.

കർമ്മങ്ങൾ ചെയ്യാൻ നിയോഗിക്കുന്നത് ദൈവമല്ലെങ്കിൽ അവ യ്ക്കുള്ള ഫലം നൽകാനുള്ള ഉത്തരവാദിത്തവും ദൈവത്തിനി ല്ലല്ലോ? അതുകൊണ്ടാണ് പുണ്യവും പാപവുമൊക്കെ കണക്കിൽ വരവു വയ്ക്കുന്ന ഏർപ്പാട് ദൈവത്തിനില്ലെന്നും മറിച്ചു ധരിക്കുന്നു ണ്ടെങ്കിൽ അത് അജ്ഞാനം കൊണ്ടാണെന്നും 5.15-ൽ പറഞ്ഞി രിക്കുന്നത്.

പുണ്യപാപങ്ങൾക്ക് അർഹമായ പ്രതിഫലം ഈശ്വരൻ തരുന്നി ല്ലെങ്കിൽ പിന്നെന്തിനാണ് നാം അവയെ വേർതിരിച്ചു കാണുന്നതും

പ്രവർത്തിക്കുന്നതും? അപ്പോഴപ്പോൾ പ്രത്യേകമായി ഇടപെടുന്നില്ലെങ്കിലും ഈശ്വരൻ പ്രകൃതിയെ ചിട്ടപ്പെടുത്തിയിരിക്കുന്നത് പ്രതിഫലം കർമ്മകർത്താക്കൾക്ക് ലഭിക്കുമാറാകുന്ന നിയമപാലന സംവിധാനത്തോടെയാണ്. 'സ്വഭാവസ്തു പ്രവർത്തതേ' എന്നു പറഞ്ഞിരിക്കുന്നതിന്റെ പൊരുൾ അതാണ്. ആ സംവിധാനം ഈശ്വര നിയമത്തെ, അതായത് ധർമ്മത്തെ, സദാ പ്രവർത്തിപ്പിച്ചുകൊണ്ടിരിക്കുന്നു. അതിനു വിരുദ്ധമായ കർമ്മം അധർമ്മമെന്നും പാപമെന്നും വിളിക്കപ്പെടുന്നു; അതിനനുരൂപമായത് പുണ്യമെന്നും. അധർമ്മം ഈശ്വരനിയമത്തിനു വിരുദ്ധമാകയാൽ നെടുനാൾ നിലനിൽക്കുകയില്ല. അതിനുള്ള ശിക്ഷ അതേ നിയമത്തിന്റെ പ്രവർത്തനഫലമായി ക്രമേണ വന്നുകൊള്ളും, ഇന്നല്ലെങ്കിൽ നാളെ; അതോടൊപ്പം അധർമ്മം തിരുത്തപ്പെടുകയും ചെയ്യും. 'സംഭവാമി യുഗേ യുഗേ'' എന്നു പറഞ്ഞിട്ടുള്ള 4.8 ശ്ലോകം ഇത്തരുണത്തിൽ ഓർമ്മിക്കുക.

ഈശ്വരൻ കർമ്മങ്ങൾ ചെയ്യിക്കുന്നു, എന്നിട്ട് അതിനുള്ള ഫലം നൽകുന്നു എന്നും മറ്റുമുള്ള ചിന്ത അജ്ഞാനംമൂലം ഉണ്ടാകുന്നതാണെന്നും എല്ലാം ഈശ്വരന്റെ ഭൗതിക പ്രകടനമായ ഈ ലോകത്തിന്റെ സ്വാഭാവിക സവിശേഷതകൾക്കനുസരിച്ച് നടക്കുന്ന കാര്യങ്ങളാണെന്നുമാണ് നാം കഴിഞ്ഞ രണ്ടു ശ്ലോകങ്ങളിൽ കണ്ടത്. ഈ അജ്ഞാനത്തെ ജ്ഞാനം കൊണ്ടു നശിപ്പിക്കുന്നവനിൽ ഈശ്വരതത്ത്വം പ്രകാശിതമാകുന്നു എന്ന് 5.16 ശ്ലോകത്തിൽ പറയുന്നു. ആ തത്ത്വത്തെത്തന്നെ ആശ്രയിച്ചും അതിൽ സ്വയം അർപ്പിച്ചും വർത്തിക്കുന്ന അയാൾ പുനരാവർത്തിക്കുന്നില്ല എന്നാണ് 5.17 ശ്ലോകത്തിലെ പ്രഖ്യാപനം. പുനരാവർത്തിക്കുന്നില്ല എന്നതിനർത്ഥം അയാൾ മാറ്റങ്ങളില്ലാതെ, ഒരു അവസ്ഥയിൽനിന്ന് മറ്റൊരവസ്ഥയിലേക്ക് പരിവർത്തിപ്പിക്കാതെ, ഒരേ സ്ഥിതിയിൽത്തന്നെ തുടരുന്നു എന്നാണ്. അതായത്, അയാൾ സർവ പ്രകാരത്തിലും സമബുദ്ധിയെ പ്രാപിക്കുന്നു. സുഖദുഃഖാദി ദ്വന്ദ്വഭാവങ്ങളോ ഉച്ചനീചത്വ വികാരങ്ങളോ അയാൾക്കുണ്ടാകില്ല. ഇങ്ങനെയുള്ളവർ അമരത്വത്തെ പ്രാപിക്കുന്നു എന്ന് 2.15 ശ്ലോകത്തിൽ പറഞ്ഞിട്ടുള്ളത് നാം കണ്ടതാണല്ലോ? സമബുദ്ധിയുടെ സവിശേഷതകളെപ്പറ്റിയാണ് അടുത്ത മൂന്നു ശ്ലോകങ്ങളിൽ വിശദീകരിക്കുന്നത്.

'വിദ്യാവിനയസമ്പന്നേ ബ്രാഹ്മണേ ഗവി ഹസ്തിനി;
ശുനി ചൈവ ശ്വപാകേ ച പണ്ഡിതാഃ സമദർശിനഃ.' (5.18)

'ഇഹൈവ തൈർജിതഃ സർഗോ യേഷാം സാമ്യേ സ്ഥിതം മനഃ;
നിർദ്ദോഷം ഹി സമം ബ്രഹ്മ തസ്മാദ്ബ്രഹ്മണി തേ സ്ഥിതാഃ.' (5.19)

'ന പ്രഹൃഷ്യേത് പ്രിയം പ്രാപ്യ നോദ്വിജേത് പ്രാപ്യ ചാപ്രിയം;
സ്ഥിരബുദ്ധിരസമ്മൂഢോ ബ്രഹ്മവിദ് ബ്രഹ്മണി സ്ഥിതഃ.' (5.20)

വാഗർത്ഥം: (5.18): വിദ്യാവിനയസമ്പന്നേ ബ്രാഹ്മണേ - വിദ്യാവിനയ സമ്പന്നനായ ബ്രാഹ്മണനിലും; ഗവി - പശുവിലും; ഹസ്തിനി - ആനയിലും; ശുനി ചൈവ - നായയിലും; ശ്വപാകേ ച - നായയെ പാകംചെയ്ത് ഭക്ഷിക്കുന്നവനിലും; പണ്ഡിതാഃ - പണ്ഡിതന്മാർ, ജ്ഞാനികൾ; സമദർശിനഃ - സമദർശികളാകുന്നു.

(5.19): ഇഹൈവ - ഇവിടെത്തന്നെ; തൈഃ ജിതഃ സർഗഃ - ആ വ്യക്തികളാൽ ഇഹലോകം ജയിക്കപ്പെട്ടിരിക്കുന്നു (അവർ ഇഹലോക ജീവിതത്തെ ജയിച്ചിരിക്കുന്നു); യേഷാം മനഃ - ആരുടെ മനസ്സാണോ; സാമ്യേ സ്ഥിതം - സമാവസ്ഥയിൽ നിൽക്കുന്നത്; നിർദ്ദോഷം ഹി സമം ബ്രഹ്മ - ബ്രഹ്മം ദോഷരഹിതവും സമത്വമുള്ളതുമാകുന്നു; തസ്മാദ്ബ്രഹ്മണി - അതിനാൽ ബ്രഹ്മത്തിൽ; തേ - അവർ; സ്ഥിതാഃ - സ്ഥിതി ചെയ്യുന്നു.

(5.20): ന പ്രഹൃഷ്യേത് - ഹർഷിക്കുന്നില്ല; പ്രിയം പ്രാപ്യ - പ്രിയമായതിനെ പ്രാപിച്ചാൽ; ന ഉദ്വിജേത് - വ്യാകുലപ്പെടുന്നില്ല; പ്രാപ്യ ച അപ്രിയം - അപ്രിയം പ്രാപിച്ചാൽ; സ്ഥിരബുദ്ധിഃ അസമ്മൂഢഃ - ഉറച്ച ബുദ്ധിയുള്ള വിവേകിയായ; ബ്രഹ്മവിദ് - ബ്രഹ്മജ്ഞാനി; ബ്രഹ്മണി - ബ്രഹ്മത്തിൽ; സ്ഥിതഃ - സ്ഥിതി ചെയ്യുന്നു.

സമദർശികളാണ് പണ്ഡിതന്മാർ. അവർക്ക് വിദ്യയുള്ളവനെന്നോ ഇല്ലാത്തവനെന്നോ ബ്രാഹ്മണനെന്നോ ശൂദ്രനെന്നോ ആനയെന്നോ പട്ടിയെന്നോ ഉള്ള വ്യത്യാസമില്ല. സർവതിലും അവർ കാണുന്നത് ഒന്നുമാത്രം. രൂപഭാവ വൈവിദ്ധ്യങ്ങൾക്കപ്പുറം എല്ലാവരിലും വിരാജിക്കുന്ന സച്ചിദാനന്ദ ചൈതന്യത്തെയാണ് അവർ എവിടെയും കാണുന്നത്.

സൃഷ്ടമായിട്ടുള്ള പ്രകൃതിയിലെങ്ങും സമാവസ്ഥയില്ല; എവിടെയും രൂപഭാവവൈവിദ്ധ്യമാണുള്ളത്. സമാവസ്ഥയിലുള്ളത് ബ്രഹ്മമാണ്. ആ ബ്രഹ്മം വികസിക്കുമ്പോഴാണ് വിവിധങ്ങളായ നാമരൂപങ്ങൾ ഉണ്ടാവുന്നത്. വികസിക്കണമെങ്കിൽ രൂപങ്ങൾ വേണം. രൂപങ്ങൾ ഒരേ തത്ത്വത്തിന്റെ (ആത്മതത്ത്വത്തിന്റെ) സാധ്യതകളുടെ പ്രകടനമാണ്. ആ സാധ്യതകൾ അനന്തമായതിനാൽ രൂപങ്ങളും അനന്തമായിരിക്കും. അങ്ങനെയാണ് വൈവിദ്ധ്യമില്ലാത്ത ബ്രഹ്മം വൈവിദ്ധ്യമുള്ള പ്രപഞ്ചത്തെ പ്രകടിപ്പിക്കുന്നത്. ബ്രഹ്മം സമാവസ്ഥയിലുള്ളതായതിനാൽ, സമബുദ്ധി നേടിയവന്റെ ഭാവം ബ്രഹ്മത്തിന്റെ ഭാവമാണ്. അവൻ ബ്രഹ്മത്തിലാണ് വർത്തിക്കുന്നത്. കാരണം, അവന് എല്ലാം ഒന്നാകയാൽ തന്നിൽനിന്ന് അന്യമായി

ഒന്നിനെയും അവൻ കാണുന്നില്ല; അന്യമായ ഒന്നുമില്ലാത്തതിനാൽ അവന് കാമങ്ങളില്ല. കാമങ്ങളില്ലാത്തതിനാൽ അവൻ അമരനാണ്. ഈ സമാവസ്ഥയാണ് മോക്ഷം. അതായത്, ഗീത പറയുന്നു, മോക്ഷം ഇവിടെത്തന്നെ കിട്ടുമെന്ന്. അത് മരിച്ചിട്ടു കിട്ടുന്ന ഒരു സമ്മാനമല്ല എന്നർത്ഥം. മരിച്ചാൽ, അതായത് ദേഹം വിട്ടാൽ, നാം ആത്മാവു തന്നെ. ആത്മാവിനെന്തു മോക്ഷം?

പ്രിയമായതു കിട്ടുമ്പോൾ ഹർഷിക്കുകയും അപ്രിയമായതിനെ പ്രാപിക്കുമ്പോൾ ദുഃഖിക്കുകയും ചെയ്യാത്ത സമബുദ്ധിയായ ബ്രഹ്മജ്ഞാനി ബ്രഹ്മത്തിൽ സ്ഥിതി ചെയ്യുന്നു. ബ്രഹ്മത്തെ അറിയുന്നവൻ ബ്രഹ്മംതന്നെയെന്നാണ് മുണ്ഡകോപനിഷത് 3.2.9, തൈത്തിരീയം 2.1.1 എന്നിവയിലെ പ്രഖ്യാപനം.

ശ്ലോകങ്ങൾ 2.47, 2.48 എന്നിവകളിൽ അവതരിപ്പിക്കപ്പെട്ട ആശയമാണ് ഗീതാ സന്ദേശത്തിന്റെ ഹൃദയം. അതിനെ പല രീതിയിൽ, പല രൂപത്തിൽ ആവർത്തിച്ചുറപ്പിക്കുന്ന കാഴ്ചയാണ് നാം കണ്ടുകൊണ്ടിരിക്കുന്നത്. ഗീത ശ്രദ്ധിച്ചു വായിക്കുന്നവർക്ക് ഇത് കൃത്യമായി മനസ്സിലാക്കാൻ സാധിക്കും.

പ്രിയമായത് സംഭവിച്ചാൽ ഹർഷിക്കുകയും അപ്രിയമായതാണെങ്കിൽ സംഭ്രമിക്കുകയും ചെയ്യാത്ത സ്ഥിരബുദ്ധിയായവൻ ബ്രഹ്മത്തെ പ്രാപിക്കുന്നുവെന്നാണല്ലോ ശ്ലോകം 5.20-ൽ നാം കണ്ടത്? ബ്രഹ്മത്തെ പ്രാപിച്ചവൻ സുഖദുഃഖങ്ങളെ അനുഭവിക്കുന്നില്ലെന്നാണോ ഇതിനർത്ഥം? അല്ല. ലോകം വിപരീതങ്ങളിൽ നിലനിൽക്കുന്നതായതിനാൽ അതിൽനിന്നുണ്ടാവുന്ന അനുഭവങ്ങളും വിപരീതമായിരിക്കും. എന്നാൽ ബ്രഹ്മജ്ഞാനി ആ വിപരീതാനുഭവങ്ങളാൽ ചഞ്ചലനാകുന്നില്ല. ഇതാണ് അയാളുടെ സവിശേഷത. അയാൾ അനുഭവിക്കുന്നത് സുഖദുഃഖങ്ങൾക്കപ്പുറമുള്ള ആനന്ദത്തെയാണ്. എന്താണത്? സുഖം-ദുഃഖം എന്ന വിപരീതങ്ങൾ പരസ്പരം റദ്ദു ചെയ്താൽ ഉണ്ടാവുന്ന ദ്വന്ദ്വാതീതമായ അനുഭവമാണ് ആ ആനന്ദം. അതിന്റെ ദ്വന്ദ്വഭാവങ്ങളാണ് സുഖവും ദുഃഖവും. ബാഹ്യവിഷയങ്ങളിൽ ആസക്തിയില്ലാത്തവർ അനുഭവിക്കുന്നത് ഈ ആനന്ദമാണ്. ബ്രഹ്മത്തിൽ ലയിച്ചവർക്ക് ഈ ആനന്ദം അനുഭവിക്കാൻ ബാഹ്യവിഷയങ്ങളുടെ ആവശ്യമില്ല. കാരണം, ആനന്ദത്തിന്റെ ഉറവിടംതന്നെ ബ്രഹ്മമാകുന്നു. അതിനാൽ അവർ ആനന്ദം സദാ അനുഭവിച്ചുകൊണ്ടിരിക്കുന്നു. ഇക്കാര്യങ്ങളാണ് ശ്ലോകം 21 നമ്മോട് പറയുന്നത്.

'ബാഹ്യസ്പർശേഷ്വസക്താത്മാ വിന്ദത്യാത്മനി യത്സുഖം;
സ ബ്രഹ്മയോഗയുക്താത്മാ സുഖമക്ഷയമശ്നുതേ.' (5.21)

വാഗർത്ഥം: ബാഹ്യസ്പർശേഷു - ബാഹ്യസ്പർശങ്ങളിൽ (ഭൗതികഭോഗാനുഭവങ്ങളിൽ); അസക്താത്മാ - (അവയിൽ) ആസക്തിയില്ലാത്ത ആൾ; വിന്ദതി ആത്മനി യത് സുഖം - എന്തു സുഖമാണോ ഉള്ളിൽ അനുഭവിക്കുന്നത്; സ ബ്രഹ്മയോഗയുക്താത്മാ - ബ്രഹ്മത്തിൽ ലയിച്ച അയാൾ; സുഖം അക്ഷയം അശ്നുതേ - അക്ഷയമായ സുഖത്തെ അനുഭവിക്കുന്നു.

ഭൗതികഭോഗങ്ങളിൽ ആസക്തിയില്ലാത്തവർ അവയിൽനിന്ന് എന്തു സുഖമാണോ അനുഭവിക്കുന്നത്, അത് ബ്രഹ്മത്തിൽ ലയിച്ച വൻ അക്ഷയമായി അനുഭവിക്കുന്നു എന്നർത്ഥം. അയാളുടെ സുഖാനുഭവത്തിന് ഒരിക്കലും മങ്ങൽ സംഭവിക്കുന്നില്ല. കൂടുതൽ വിശദീകരണം മുകളിൽ കൊടുത്തിട്ടുള്ളതിനാൽ ആവർത്തിക്കുന്നില്ല.

ഭൗതികഭോഗങ്ങൾവഴി കിട്ടുന്ന സുഖം നശ്വരമാണ്. ഭൗതിക വസ്തുക്കൾതന്നെ നശ്വരമാണെന്നതാണ് കാരണം. അവ നമ്മുടെ അനുഭവത്തിൽ എത്തുമ്പോൾ മുതൽ നശിച്ചിട്ടോ അല്ലാതെയോ കൈവിട്ടുപോകുന്നതുവരെയുള്ള സുഖാനുഭവമേ നമുക്ക് അവയിൽ നിന്നു കിട്ടുകയുള്ളൂ. അതിനാൽ വിവേകികൾ അവയിൽ നിമഗ്ന രാകുന്നില്ല (ശ്ലോകം 5.22). കാമങ്ങളും തജ്ജന്യമായ ക്രോധവും ആവേഗവുമെല്ലാം ജീവിച്ചിരിക്കുമ്പോൾത്തന്നെ ത്യജിക്കുവാൻ കഴിയുന്നവൻ ആനന്ദവാനായിത്തീരുന്നു എന്ന് 5.23 ശ്ലോകത്തിൽ വ്യക്തമാക്കിയിരിക്കുന്നു.

'ശക്നോതീഹൈവ യഃ സോഢും പ്രാക്ശരീരവിമോക്ഷണാത്;
കാമക്രോധോദ്ഭവം വേഗം സ യുക്തഃ സ സുഖീ നരഃ.' (5.23)

വാഗർത്ഥം: യഃ - ആരാണോ; ഇഹ ഏവ - ഇവിടെത്തന്നെ; സോഢും ശക്നോതി - ത്യജിക്കാൻ ശക്തനാകുന്നത്; പ്രാക് ശരീര വിമോക്ഷണാത് - ശരീരമോചനത്തിനു മുൻപ് (മരണത്തിനുമുൻപ്); കാമക്രോധോദ്ഭവം വേഗം - കാമം, ക്രോധം എന്നിവ മൂലമുണ്ടാകുന്ന ആവേഗത്തെ; സ യുക്തഃ - അയാൾ യോഗയുക്തനാകുന്നു; സ സുഖീ നരഃ - അയാൾ സുഖിയായ മനുഷ്യനാകുന്നു (അയാൾക്ക് ആനന്ദം ലഭിക്കുന്നു).

കാമം മൂലമാണ് ക്രോധമുണ്ടാകുന്നതെന്ന് നാം 2.62-ൽ പഠിച്ച താണല്ലോ? അതിനാൽ, ഇവിടെ പറയുന്നത് കാമത്തെ ഉപേക്ഷി ക്കുന്നവൻ ആനന്ദത്തെ പ്രാപിക്കുന്നു എന്നാണ്. ദുഃഖങ്ങളിൽ നിന്നുള്ള ഈ സ്ഥായിയായ മോചനം ജീവിച്ചിരിക്കുമ്പോൾത്തന്നെ യാണ് സാധ്യമാകുന്നതെന്നും ഇവിടെ പറയുന്നു. അതായത്, മോക്ഷം ജീവിച്ചിരിക്കുമ്പോൾ കിട്ടുന്നതാണ്, അല്ലാതെ ശരീരനാശം എന്ന മരണത്തിനുശേഷം ലഭ്യമാകുന്ന ഒരു അനുഗ്രഹമല്ല.

കാമക്രോധങ്ങളെ ത്യജിക്കുന്നവർ ജീവിച്ചിരിക്കുമ്പോൾത്തന്നെ ആനന്ദത്തെ പ്രാപിക്കുന്നു എന്നത് കണ്ടല്ലോ? അപ്രകാരം അകമേ ആനന്ദവും ജ്ഞാനദീപ്തിയും നേടി ബാഹ്യമായ സുഖങ്ങളെയെല്ലാം ഉപേക്ഷിക്കുന്ന ബ്രഹ്മഭൂതനായ യോഗി ബ്രഹ്മനിർവാണത്തെ പ്രാപിക്കുന്നു എന്ന് 5.24-ൽ പറയുന്നു. ബ്രഹ്മഭൂതൻ എന്നാൽ ബ്രഹ്മത്തിൽ പ്രവേശിച്ചവൻ എന്നർത്ഥം. ഭൗതികമായ സകല ഗുണവിശേഷങ്ങളും, സ്വന്തം വ്യക്തിത്വംതന്നെ, എന്നന്നേക്കുമായി ഉപേക്ഷിച്ച് ബ്രഹ്മം മാത്രമായിത്തീരുന്നതാണ് ബ്രഹ്മനിർവാണം.

എല്ലാ ദ്വന്ദ്വഭാവങ്ങളും അസ്തമിച്ച് പരിശുദ്ധനും സംയമചിത്തനുമായ ഋഷി ബ്രഹ്മനിർവാണം പ്രാപിക്കുന്നു എന്നാണ് 5.25-ലെ പ്രഖ്യാപനം. ആയത് അടുത്ത ശ്ലോകത്തിൽ കുറെക്കൂടി വിശദമാക്കുന്നു. ശ്ലോകം കാണുക:

'കാമക്രോധവിയുക്താനാം യതീനാം യതചേതസാം;
അഭിതോ ബ്രഹ്മനിർവാണം വർതതേ വിദിതാത്മനാം.' (5.26)

വാഗർത്ഥം: കാമക്രോധവിയുക്താനാം - കാമക്രോധങ്ങളിൽ നിന്ന് വിമുക്തരും; യതചേതസാം - യതചിത്തന്മാരും (മനോനിയന്ത്രണം സാധിച്ചവരും); വിദിതാത്മനാം - ജ്ഞാനികളുമായ; യതീനാം - മുനിമാർക്ക്; അഭിതഃ - പെട്ടെന്നുതന്നെ; ബ്രഹ്മനിർവാണം വർതതേ - ബ്രഹ്മനിർവാണം സംഭവിക്കുന്നു.

ബാഹ്യവിഷയങ്ങളിൽനിന്ന് മനസ്സിനെ നിവർത്തിപ്പിച്ച്, കാമക്രോധഭയങ്ങളെ ഇല്ലാതാക്കി ഏകാഗ്രനായിരിക്കുന്ന മോക്ഷപരായണനായ മുനി സദാ മുക്തനായി ഭവിക്കുന്നു എന്നാണ് 5.27, 28 ശ്ലോകങ്ങളിലൂടെ വ്യക്തമാക്കുന്നത്. തുടർന്ന്, സർവലോകങ്ങളുടെയും നിയന്താവായിരിക്കുന്ന ആത്മതത്ത്വത്തെ അറിയുന്നവൻ ശാന്തിയെ പ്രാപിക്കുന്നുവെന്ന് പ്രഖ്യാപിച്ചുകൊണ്ട് (5.29) കർമ്മസന്ന്യാസയോഗമെന്ന അഞ്ചാം അദ്ധ്യായം അവസാനിക്കുന്നു.

ആറ്

ആത്മസംയമ യോഗം

കഴിഞ്ഞ അദ്ധ്യായത്തിന്റെ അവസാന ഭാഗത്ത് വ്യക്തമാക്കിയ ഒരു കാര്യം കാമക്രോധഭയങ്ങളെ ഇല്ലാതാക്കി ഏകാഗ്രനായിരിക്കുന്ന മോക്ഷപരായണനായ മുനി സദാ മുക്തനായി ഭവിക്കുന്നു എന്നാണല്ലോ? ഈ ഏകാഗ്രത എങ്ങനെയാണ് പരിശീലിക്കേണ്ടത്, അതിനുള്ള സാധന എങ്ങനെയാണു നടത്തേണ്ടത് തുടങ്ങിയ കാര്യങ്ങളാണ് ആത്മസംയമ യോഗം എന്ന ആറാം അദ്ധ്യായത്തിൽ പ്രതിപാദിക്കുന്നത്. ധ്യാനയോഗം എന്നും ഈ അദ്ധ്യായം അറിയപ്പെടുന്നു. ആകെ 47 ശ്ലോകങ്ങളാണ് ഇതിലുള്ളത്. പുതിയ ചില കാര്യങ്ങൾ ഇവിടെ അവതരിപ്പിക്കുന്നുണ്ടെങ്കിലും, കഴിഞ്ഞ അദ്ധ്യായത്തിൽ പറഞ്ഞ കാര്യങ്ങൾ ഓർമ്മിപ്പിച്ചുകൊണ്ടാണ് തുടക്കം. ആദ്യ രണ്ട് ശ്ലോകങ്ങൾ നോക്കുക:

'അനാശ്രിതഃ കർമഫലം കാര്യം കർമ കരോതി യഃ;
സ സന്ന്യാസീ ച യോഗീ ച ന നിരഗ്നിർന ചാക്രിയഃ.' (6.1)

'യം സന്ന്യാസമിതി പ്രാഹുഃ യോഗം തം വിദ്ധി പാണ്ഡവ;
ന ഹ്യസന്ന്യസ്ത സങ്കല്പോ യോഗീ ഭവതി കശ്ചന.' (6.2)

വാഗർത്ഥം: (6.1): അനാശ്രിതഃ കർമഫലം - കർമ്മഫലത്തെ ആശ്രയിക്കാതെ; കാര്യം കർമ - ചെയ്യേണ്ടതായ കർമ്മം; കരോതി യഃ - ആരു ചെയ്യുന്നുവോ; സഃ - അവൻ; സന്ന്യാസീ ച യോഗീ ച സന്ന്യാസിയുമാണ്, യോഗിയുമാണ്; ന നിരഗ്നിഃ - അഗ്നിയെ ഉപേക്ഷിച്ചവനല്ല (കർമ്മത്തെ ഉപേക്ഷിച്ചവനല്ല); ന ചാക്രിയഃ - കർമ്മം ചെയ്യാതിരിക്കുന്നവനുമല്ല.

(6.2): യം സന്ന്യാസമിതി പ്രാഹുഃ - ഏതിനെയാണോ സന്ന്യാസം എന്ന് പറയുന്നത്; യോഗം തം വിദ്ധി പാണ്ഡവ - ഹേ, പാണ്ഡവ, അത് യോഗം തന്നെ എന്ന് അറിയുക; അസന്ന്യസ്ത സങ്കല്പഃ - സങ്കല്പങ്ങളെ (കാമങ്ങളെ) ഉപേക്ഷിക്കാത്തവൻ; കശ്ചന - ആരായാലും; യോഗീ ന ഹി ഭവതി - (അവൻ) യോഗി ആയിത്തീരുകയില്ലതന്നെ.

വിഹിതമായ കർമ്മം ഫലത്തിൽ ആസക്തിയില്ലാതെ ചെയ്യുന്നവൻ സന്ന്യാസിയും യോഗിയും ആകുന്നു എന്നാണ് ശ്ലോകം 6.1-ൽ പറഞ്ഞിരിക്കുന്നത്. കർമ്മങ്ങളെ പാടേ ഉപേക്ഷിച്ചവനും അങ്ങനെ ഉപേക്ഷിക്കാതെതന്നെ കർമ്മത്തിൽനിന്ന് വിട്ടുനിൽക്കുന്നവനും സന്ന്യാസിയോ യോഗിയോ അല്ല. നിരഗ്നി എന്നാൽ കർമ്മങ്ങളെ ഉപേക്ഷിച്ചവൻ എന്നർത്ഥം. കർമ്മങ്ങൾ ആരംഭിക്കുന്നത് അഗ്നിയെ സാക്ഷി നിർത്തിയായതുകൊണ്ടാണ് അഗ്നിയെ ഉപേക്ഷിക്കുന്നവൻ കർമ്മത്തെ ഉപേക്ഷിച്ചവനായിത്തീരുന്നത്. അക്രിയൻ എന്നാൽ കർമ്മങ്ങളെ ഉപേക്ഷിച്ചിട്ടില്ലെങ്കിലും ചെയ്യാതിരിക്കുന്നവൻ എന്നു വിവക്ഷ.

കാമങ്ങളെ ഉപേക്ഷിച്ചവനു മാത്രമേ ഫലങ്ങളിൽ ആസക്തിയില്ലാതെ കർമ്മം ചെയ്യാൻ കഴിയൂ. അങ്ങനെ കർമ്മം ചെയ്യുന്നവനാണ് യോഗി. അപ്രകാരം കർമ്മം ചെയ്യുന്നവന് കർമ്മഫലത്തെ പ്രതി ദ്വേഷം ഉണ്ടാകുന്നില്ല. സന്ന്യാസിയുടെ ലക്ഷണവും ഇതുതന്നെയാകുന്നു. കാമവും ദ്വേഷവും ഇല്ലാത്തവനാണ് സന്ന്യാസി എന്ന് 5.3 ശ്ലോകത്തിൽ പറഞ്ഞിട്ടുള്ളത് ഓർക്കുക.

സർവ സങ്കല്പങ്ങളെയും (കാമങ്ങളെയും) ത്യജിക്കുന്നവനേ യോഗിയാകാൻ കഴിയൂ എന്നാണല്ലോ 6.2 ശ്ലോകത്തിൽ പറഞ്ഞിട്ടുള്ളത്? യോഗത്തെ പ്രാപിക്കാനുള്ള ചര്യകളും നിഷ്ഠകളും എന്തൊക്കെയാണ്? യോഗി ആയിക്കഴിഞ്ഞാൽ അതേ അവസ്ഥയിൽ തുടരാൻ എന്താണു ചെയ്യേണ്ടത്? യോഗിയായെന്ന് എപ്പോഴാണ് പറയാൻ കഴിയുക? ഇതിനൊക്കെയുള്ള ഉത്തരങ്ങൾ അടുത്ത രണ്ടു ശ്ലോകങ്ങളിലായി നൽകപ്പെടുന്നു. ശ്ലോകങ്ങൾ ഇവയാണ്:

'ആരുരുക്ഷോർമുനേര്യോഗം കർമ കാരണമുച്യതേ;
യോഗാരൂഢസ്യ തസ്യൈവ ശമഃ കാരണമുച്യതേ.' (6.3)

'യദാ ഹി നേന്ദ്രിയാർത്ഥേഷു ന കർമസ്വനുഷജ്ജതേ;
സർവസങ്കല്പസന്ന്യാസീ യോഗാരുഢസ്തദോച്യതേ.' (6.4)

വാഗർത്ഥം: (6.3) ആരുരുക്ഷോഃ മുനേഃ യോഗം - യോഗത്തെ പ്രാപിക്കാൻ ഇച്ഛിക്കുന്ന മുനിക്ക്; ആരുരുക്ഷു - ആഗ്രഹിക്കുന്നവൻ, ഇച്ഛിക്കുന്നവൻ; കർമ - കർമ്മം; കാരണമുച്യതേ - കാരണമാണെന്നു പറയപ്പെടുന്നു; യോഗാരൂഢസ്യ തസ്യ ഏവ - യോഗാരൂഢനായ അയാൾക്കുതന്നെ; ശമഃ - ശമം (ബാഹ്യവിഷയങ്ങളിൽ വ്യാപരിക്കുന്നതിൽനിന്ന് മനസ്സിനെ നിവർത്തിപ്പിക്കുന്ന പ്രക്രിയ); കാരണം ഉച്യതേ - കാരണമാണെന്നു പറയപ്പെടുന്നു.

(6.4): യദാ ഹി - എപ്പോഴാണോ; ഇന്ദ്രിയാർത്ഥേഷു - ഇന്ദ്രിയാർത്ഥങ്ങളിൽ; കർമസു - കർമ്മങ്ങളിൽ; ന അനുഷജ്ജതേ - ഉത്സാഹപ്പെടാതിരിക്കുന്നത്, ആസക്തനാകാതിരിക്കുന്നത്; സർവസങ്കല്പ

സന്ന്യാസീ - എല്ലാ കാമങ്ങളെയും ത്യജിച്ച അയാൾ; യോഗാരുഢഃ - യോഗാരൂഢൻ (എന്ന്); തദാ - അപ്പോൾ; ഉച്യതേ - പറയപ്പെടുന്നു.

ആന്തരോന്മുഖനായ വ്യക്തിയെയാണ് മുനി എന്നു വിളിക്കുന്നത്. അങ്ങനെയുള്ളയാൾ യോഗത്തെ പ്രാപിക്കണമെന്ന് ആഗ്രഹിക്കുവാൻ കാരണം കർമ്മം ആണെന്നാണ് 6.3-ൽ പറയുന്നത്. കർമ്മത്തെ ഉപേക്ഷിക്കാൻ ശ്രമിക്കാത്ത അയാൾ കർമ്മം ചെയ്യുന്നതു വഴി തന്നിൽ പാപം വന്നു പതിക്കാൻ പാടില്ലെന്നു ചിന്തിക്കുന്നു. ആ നിഷ്കർഷയാണ് യോഗാരൂഢനാകാൻ (യോഗപ്രാപ്തനാകാൻ) അയാളെ പ്രേരിപ്പിക്കുന്നത്. ഇതാണ് വിവക്ഷ. ഇനി അയാൾ യോഗപ്രാപ്തനായാലോ? അതിൽത്തന്നെ അയാൾ നിലനിൽക്കുന്നതിനുള്ള കാരണം ശമം ആണ്. ഇത്രയുമാണ് 6.3 ശ്ലോകത്തിന്റെ താത്പര്യം.

അടുത്ത ശ്ലോകത്തിലാകട്ടെ, യോഗം പ്രാപിച്ചു എന്നതിന്റെ ലക്ഷണങ്ങളെ വിവരിക്കുകയാണ്. യോഗസിദ്ധിക്കായി ഉദ്യമിക്കുന്ന ഒരാൾ ഇന്ദ്രിയ വിഷയങ്ങളിലും കർമ്മങ്ങളിലും ആസക്തനാകാത്ത വണ്ണം സകല കാമങ്ങളെയും ഉപേക്ഷിച്ചതായി കാണുമ്പോൾ അയാൾ യോഗപ്രാപ്തനായി എന്ന് നിശ്ചയിക്കാം. ഇതാണ് ശ്ലോകം 6.4-ൽ വ്യക്തമാക്കിയിട്ടുള്ളത്.

കർമ്മമാർഗ്ഗത്തിൽ ചരിക്കുന്നവർ യോഗത്തെ പ്രാപിക്കേണ്ടതാണെന്നും അതിനുള്ള മാർഗ്ഗം എന്താണെന്നും സൂചിപ്പിച്ചതിനു ശേഷം ഗീത പറയുന്നത് തന്നെത്തന്നെ ഉന്നമിപ്പിക്കാൻ സർവരും ശ്രമിക്കണമെന്നാണ്. എല്ലാവരും യോഗസിദ്ധിക്കായി പ്രയത്നിക്കണമെന്നർത്ഥം. രണ്ടു ശ്ലോകങ്ങളിലായി ഈ സന്ദേശം ഗീത അവതരിപ്പിക്കുന്നു:

'ഉദ്ധരേദാത്മനാത്മാനം നാത്മാനം അവസാദയേത്;
ആത്മൈവ ഹ്യാത്മനോ ബന്ധുഃ ആത്മൈവ രിപുരാത്മനഃ.' (6.5)

'ബന്ധുരാത്മാത്മനസ്തസ്യ യേനാത്മൈവാത്മനാ ജിതഃ;
അനാത്മനസ്തു ശത്രുത്വേ വർതേതാത്മൈവ ശത്രുവത്.' (6.6)

വാഗർത്ഥം: (6.5) ഉദ്ധരേദാത്മനാത്മാനം - ഉദ്ധരേത് ആത്മനാ ആത്മാനം - തന്നെ താൻതന്നെ ഉദ്ധരിക്കണം (ഉയർത്തിക്കൊണ്ടു വരണം); നാത്മാനം അവസാദയേത് - ന ആത്മാനം അവസാദയേത് - തന്നെത്തന്നെ ക്ഷീണിപ്പിക്കരുത്; ആത്മൈവ ഹി - ആത്മാ ഏവ ഹി - തീർച്ചയായും താൻതന്നെയാണ്; ആത്മനോ ബന്ധുഃ - ആത്മനഃ ബന്ധുഃ - തന്റെ ബന്ധു; ആത്മൈവ - ആത്മാ ഏവ - താൻതന്നെയാണ്; രിപുരാത്മനഃ - രിപുഃ ആത്മനഃ - തന്റെ ശത്രു.

(6.6) യേനാത്മൈവാത്മനാ ജിതഃ - യേന ആത്മാ ഏവ ആത്മനാ ജിതഃ - ആരാണോ തന്നെത്തന്നെ ജയിച്ചവൻ; തസ്യ - അയാൾക്ക്; ബന്ധുരാത്മാത്മനഃ - ബന്ധുഃ ആത്മാ ആത്മനഃ - താൻതന്നെ (ആണ്) തന്റെ ബന്ധു; അനാത്മനസ്തു - അനാത്മനഃ തു - പക്ഷേ, ക്ഷീണോത്സാഹനായവന് (ആത്മബലമില്ലാത്തവന്); ശത്രുത്വേ വർതേത് - ശത്രുത്വമുള്ളതായി വർത്തിക്കുന്നു; ആത്മൈവ ശത്രുവത് -താൻതന്നെ ശത്രുവിനെപ്പോലെ.

തന്നെത്തന്നെ കൈവിടാതെ ഏവരും സ്വയം ശക്തിപ്പെടുത്തണമെന്നാണ് 6.5 ശ്ലോകത്തിലെ ഉപദേശം. ആർക്കും ആരെയും നന്നാക്കാനോ ചീത്തയാക്കാനോ കഴിയില്ലെന്നും അവരവർതന്നെയാണ് അത് ചെയ്യുന്നതെന്നുമാണ് വിവക്ഷ. ഏതൊരുവന്റെയും മിത്രവും ശത്രുവും അവനവൻതന്നെയാണെന്ന് തുടർന്നു പറയുന്നു. സ്വയം മിത്രമാകുന്നതെങ്ങനെ? സ്വയം ശത്രുവാകുന്നതെങ്ങനെ? ഈ രണ്ടു ചോദ്യങ്ങൾക്കുള്ള ഉത്തരമാണ് അടുത്ത ശ്ലോകത്തിൽ (6.6ൽ) കൊടുത്തിട്ടുള്ളത്.

ഒരാൾ തന്റെ നിയന്ത്രണത്തിലാണെങ്കിൽ അയാൾക്ക് അയാൾ തന്നെ മിത്രമാകും, അല്ലെങ്കിൽ ശത്രുവും. സ്വയം നിയന്ത്രിക്കാൻ കഴിയാത്തവൻ തനിക്കുതന്നെ ഒരു ശത്രുവിനെപ്പോലെ ദോഷം ചെയ്തുകൊണ്ടിരിക്കും.

എങ്ങനെയാണ് ആത്മനിയന്ത്രണം നേടുന്നത്? സ്വന്തം മനസ്സിനെയും ഇന്ദ്രിയങ്ങളെയും നിയന്ത്രിക്കാൻ പരിശീലിക്കുന്നതിലൂടെയാണ് ഒരാൾക്ക് ആത്മനിയന്ത്രണം കൈവരുന്നത്.

ആത്മനിയന്ത്രണം നേടിയവൻ പരമാത്മാവുമായി യോജിക്കുന്നു. ഇതിനെയാണ് ആത്മസാക്ഷാത്കാരം എന്നു വിളിക്കുന്നത്. അയാൾ ശീതോഷ്ണങ്ങളിലും സുഖദുഃഖങ്ങളിലും മാനാപമാനങ്ങളിലും സമബുദ്ധിയോടെ വർത്തിക്കുന്നു (6.7). അയാൾക്ക് സ്വർണ്ണവും കല്ലും മണ്ണും എല്ലാം ഒരുപോലെയാണ് (6.8). അതുപോലെ, മിത്രവും ശത്രുവും തമ്മിലോ ബന്ധുവും വിരോധിയും തമ്മിലോ സാധുവും പാപിയും തമ്മിലോ യാതൊരു ഭേദവും അയാൾ കല്പിക്കുന്നില്ല. എല്ലാവരെയും അയാൾ ഒരുപോലെ കാണുന്നു (6.9). ഈ വ്യത്യാസങ്ങൾക്കെല്ലാം അപ്പുറത്തുള്ള ഏകത്വത്തെയാണ് അയാൾ ദർശിക്കുന്നത്.

ആത്മസാക്ഷാത്കാരത്തിനുള്ള ധ്യാന പരിശ്രമത്തെപ്പറ്റിയാണ് 10 മുതൽ 17 വരെയുള്ള ശ്ലോകങ്ങളിൽ വിശദീകരിക്കുന്നത്. സർവ ആഗ്രഹങ്ങളും സ്വകീയ വസ്തുക്കളും ത്യജിച്ച് മനസ്സിനെ നിയന്ത്രിച്ച സാധകൻ ഏകാന്തമായ സ്ഥലത്തിരുന്ന് ഏകാകിയായി ആത്മാവിൽ

ത്തന്നെ ശ്രദ്ധയൂന്നി അതിനോടു ചേരാൻ പരിശീലിക്കണം. ശുചിയായ സ്ഥലം അതിനായി തിരഞ്ഞെടുക്കണം. അവിടെ അധികം പൊക്കമില്ലാത്ത ഒരു ഇരിപ്പിടം കുശപ്പുല്ല്, തോൽ, തുണി എന്നിവ മേൽക്കുമേൽ ഇട്ട് ഒരുക്കണം. അതിന്മേൽ ഇരുന്ന് മനസ്സിനെ ഏകാഗ്രമാക്കി, ഇന്ദ്രിയങ്ങളെ നിയന്ത്രിച്ച് ആത്മവിശുദ്ധിക്കായി യോഗം അഭ്യസിക്കണം. ആ ഇരിപ്പും ഭാവവും എങ്ങനെയായിരിക്കണമെന്നാണ് അടുത്ത രണ്ടു ശ്ലോകങ്ങളിൽ വിശദീകരിക്കുന്നത്:

'സമം കായശിരോഗ്രീവം ധാരയന്നചലം സ്ഥിരഃ;
സംപ്രേക്ഷ്യ നാസികാഗ്രം സ്വം ദിശശ്ചാനവലോകയൻ.' (6.13)

'പ്രശാന്താത്മാ വിഗതഭീഃ ബ്രഹ്മചാരിവ്രതേ സ്ഥിതഃ;
മനഃ സംയമ്യ മച്ചിത്തഃ യുക്ത ആസീത മത്പരഃ.' (6.14)

വാഗർത്ഥം: (6.13): കായശിരോഗ്രീവം - ശരീരവും കഴുത്തും തലയും; സമം ധാരയൻ അചലം - നേരേ ഒരുപോലെ ചലിക്കാതെ നിർത്തിക്കൊണ്ട്; സ്ഥിരഃ - സ്ഥിരബുദ്ധിയായി; നാസികാഗ്രം സ്വം - സ്വന്തം നാസികാഗ്രത്തിൽ (മൂക്കിന്റെ തുടക്കത്തിൽ); സംപ്രേക്ഷ്യ - ശ്രദ്ധ കേന്ദ്രീകരിച്ചുകൊണ്ട്; ദിശശ്ചാനവലോകയൻ - ദിശഃ ച അനവലോകയൻ - അങ്ങുമിങ്ങും നോക്കാതെ;

(6.14) പ്രശാന്താത്മാ - മനഃസമാധാനത്തെ പ്രാപിച്ചവനായി; വിഗതഭീഃ - എല്ലാ ആശങ്കകളും ഒഴിഞ്ഞവനായി; ബ്രഹ്മചാരിവ്രതേ സ്ഥിതഃ - ബ്രഹ്മചാരി വ്രതത്തിൽ നിന്നുകൊണ്ട്; മനഃ - മനസ്സ്; സംയമ്യ - വിഷയങ്ങളിൽനിന്ന് നിവർത്തിപ്പിച്ച്; മച്ചിത്തഃ - മത് ചിത്തഃ - എന്നിൽ ചിത്തത്തെ ഉറപ്പിച്ച്; യുക്ത - യോഗി; ആസീത മത്പരഃ - എന്നെ പ്രാപിക്കാനായി ഇരിക്കേണ്ടതാകുന്നു.

ആത്മസാക്ഷാത്കാരത്തിനായി എങ്ങനെയിരുന്നുകൊണ്ടാണ് ധ്യാനം ചെയ്യേണ്ടതെന്ന് ഈ രണ്ടു ശ്ലോകങ്ങളിൽ വിശദീകരിക്കുന്നു. ഇരിക്കേണ്ട രീതിയും പാലിക്കേണ്ട ചര്യകളും ഇവിടെ ഒന്നൊന്നായി പറഞ്ഞിരിക്കുന്നു. ഇതിൽ വിശദീകരിക്കേണ്ടതായ ഒരു കാര്യമേ ഉള്ളൂ. നാസികാഗ്രത്തിൽ ശ്രദ്ധിക്കണം എന്ന നിർദ്ദേശമാണത്. സംപ്രേക്ഷതേ എന്ന സംസ്കൃത വാക്കിന് നിരീക്ഷിക്കുക, അറിയുക, ദർശിക്കുക, നോക്കുക എന്നൊക്കെ അർത്ഥമുണ്ട്. സാധാരണ ഗതിയിൽ നോക്കണം എന്ന അർത്ഥമാണ് നൽകിപ്പോരുന്നത്. ഇതു ശരിയല്ല. കാരണം, അങ്ങനെ നോക്കുക ദുഷ്കരമാണ്. ശ്രദ്ധിക്കുക, മനസ്സിനെ കേന്ദ്രീകരിക്കുക എന്നൊക്കെയുള്ള അർത്ഥമാണ് ഇവിടെ ചേരുന്നത്.

അതുപോലെ നാസികാഗ്രം എന്നതിന് മൂക്കിന്റെ തുമ്പ്, അറ്റം എന്നിങ്ങനെ അർത്ഥം നൽകുന്നു. മൂക്കിന്റെ അറ്റത്തിന് എന്താണിത്ര

പ്രാധാന്യം? ഒന്നുമില്ല. 'അഗ്ര' എന്ന വാക്കിന് ഉദ്ഭവം, ആരംഭം, അറ്റം, മേലറ്റം തുടങ്ങിയവയാണ് അർത്ഥങ്ങൾ. ഉദ്ഭവം അഥവാ ആരംഭം എന്ന അർത്ഥമാണ് ഇവിടെ എടുക്കേണ്ടത്. അപ്പോൾ നാസികാഗ്രം എന്നതിന് പുരികങ്ങളുടെ മദ്ധ്യം (ഭ്രൂമദ്ധ്യം) എന്ന അർത്ഥമാകും കിട്ടുക. ആ സ്ഥാനത്തിന് ആത്മീയ തത്ത്വചിന്തയിൽ പ്രത്യേകമായ പ്രസക്തിയുണ്ട്. അതിനു പിന്നിലോട്ട് ഒരു നേർരേഖ വരച്ചാൽ അത് ബോധകേന്ദ്രമായ തലാമസിൽ ചെന്നെത്തും. ആ തലാമസ് ആണ് ശരീരത്തിലെ ആത്മചൈതന്യത്തിന്റെ കേന്ദ്രസ്ഥാനം. സെന്റർ ഓഫ് ഗ്രാവിറ്റി എന്നൊക്കെ പറയുന്നതു പോലെയുള്ള ഒരു കേന്ദ്രം. ആത്മാവ് ഹൃദയത്തിലാണെന്ന് ഗീതയിലും ഉപനിഷത്തുകളിലുമുള്ള പ്രസ്താവത്തിലെ ഹൃദയം ഈ കേന്ദ്രമാണ്. അതാണ്, ഭ്രൂമദ്ധ്യത്തിനുള്ള പ്രാധാന്യം. അവിടെ ശ്രദ്ധ കേന്ദ്രീകരിക്കണമെന്നു പറയുന്നതിന്റെ അർത്ഥം ആത്മചൈതന്യത്തിൽ മനസ്സ് ഏകാഗ്രമാക്കണം എന്നാണ്.

ഭ്രൂമദ്ധ്യത്തിൽ ശ്രദ്ധിക്കണമെന്നുള്ള പരാമർശം ഗീതയിൽ 5.27 ശ്ലോകത്തിലും കാണാം. മറ്റൊന്ന്, പരമശിവന്റെ മൂന്നാം കണ്ണിന്റെ സ്ഥാനവും ഇതുതന്നെ. ആ കണ്ണുതുറന്ന് കാമദേവനെ ഭസ്മമാക്കി എന്നതിനർത്ഥം ആത്മജ്ഞാനത്താൽ സർവ കാമങ്ങളെയും നശിപ്പിച്ചു എന്നാണ്.

ഇതുവരെ നിർദ്ദേശിച്ച രീതിയിൽ ആത്മാവിനെ ധ്യാനിച്ചിരിക്കുന്ന യോഗി ദേഹാതീതമായ പരമാനന്ദത്തെ പ്രാപിക്കുന്നു എന്ന് ശ്ലോകം 6.15-ൽ പറയുന്നു. ശ്ലോകം ഇതാ:

'യുഞ്ജന്നേവം സദാത്മാനം യോഗീ നിയതമാനസഃ;
ശാന്തിം നിർവാണപരമാം മത്സംസ്ഥാമധിഗച്ഛതി.' (6.15)

വാഗർത്ഥം: യുഞ്ജന്നേവം സദാത്മാനം - യുഞ്ജൻ ഏവം സദാ ആത്മാനം - ഇപ്രകാരം തന്നെ സദാ (ആത്മാവുമായി) യോജിപ്പിക്കുകവഴി (തന്റെ ശ്രദ്ധ മുഴുവൻ ആത്മാവിൽ അർപ്പിക്കുകവഴി); യോഗീ നിയതമാനസഃ - മനസ്സിനെ നിയന്ത്രിച്ച യോഗി; മത് സംസ്ഥാം ശാന്തിം നിർവാണപരമാം - എന്നിലുള്ള നിർവാണപരമായ ശാന്തിയെ; (നിർവാണപരം - ശരീരാപേക്ഷിതമല്ലാത്ത, ശരീരത്തിന് അതീതമായ); അധിഗച്ഛതി - പ്രാപിക്കുന്നു.

അതായത്, ഇതുവരെ പറയപ്പെട്ട പ്രകാരം ആത്മപരായണമായ ധ്യാനം അനുഷ്ഠിക്കുന്ന യോഗി ആത്മാവിൽ മാത്രം ലഭ്യമായ പരമമായ ശാന്തിയെ പ്രാപിക്കും. ആ ശാന്തി നിർവാണപരമാണ്; അതായത്, ശരീരത്തെ ആശ്രയിച്ചുള്ളതല്ല, അതിനതീതമാണ്. ('ഞാൻ' എന്നു കൃഷ്ണൻ ഇവിടെ പരാമർശിക്കുന്നത് ആത്മാവിനെയാണ്.

താൻ ആത്മാവ് ആണെന്ന് 4.6, 10.20 എന്നീ ശ്ലോകങ്ങളിൽ കൃഷ്ണൻ തന്നെ വെളിപ്പെടുത്തിയിട്ടുണ്ട്).

ആത്മാവ് സ്ഥിരമായ ശാന്തിയുടെ ഇരിപ്പിടമാകുന്നുവെന്നും ആത്മാവിനോടു ചേരുന്നവർ ആ ശാന്തിയെ അനുഭവിക്കുന്നു വെന്നും ആണല്ലോ ഈ ശ്ലോകത്തിൽ പറഞ്ഞിരിക്കുന്നത്? ആത്മാവ് സ്ഥിരമായ ശാന്തിയുടെ ഇരിപ്പിടമാണെന്നു പറയാൻ എന്താണു കാരണം? ഭൗതിക ലോകത്തിനു സഹജമായ സർവ വൈവിദ്ധ്യങ്ങളും സർവ ദ്വന്ദ്വാനുഭവങ്ങളും അസ്തമിക്കുന്ന ഇടമാണ് ആത്മാവ് (മാണ്ഡൂക്യോപനിഷത് മന്ത്രം 12); ദ്വന്ദ്വാതീതമാണത്. ആഗ്രഹിക്കാനോ സ്വന്തമാക്കാനോ മറ്റൊന്നും ഇല്ലാത്തതിനാൽ അവിടെ അശാന്തി എന്നൊന്നില്ല. കാരണം, സകല അശാന്തിക്കും കാരണം ആഗ്രഹങ്ങളാണ്, അല്ലെങ്കിൽ അനുഭവങ്ങളുടെ വിപരീത സ്വഭാവമാണ്. ആത്മാവ് ഭൗതികാതീതമായതിനാൽ ഈ പരമമായ ശാന്തിയെ നിർവാണപരം എന്നു വിളിക്കുന്നു.

ആത്മസാക്ഷാത്കാരം നേടിയ യോഗി ശരീരാവബോധത്തെ ത്യജിച്ച് ആത്മാവിൽ ലയിക്കുന്നു എന്നുള്ളതുകൊണ്ടാണ് നിർവാണപരമായ ശാന്തി അവർക്കു ലഭ്യമാകുന്നത്. അങ്ങനെയുള്ളവർ ശരീരത്തെ ഉപേക്ഷിക്കുന്നു എന്നാണ് ശ്വേതാശ്വതര ഉപനിഷത് 5.14-ൽ പ്രഖ്യാപിച്ചിട്ടുള്ളത്. ആത്മഹത്യ ചെയ്യുക എന്നല്ല ഇതിനർത്ഥം, ശരീരാവബോധം തീർത്തും ഉപേക്ഷിക്കുന്നു എന്നാണ്. ഗീതയിൽ ഇവിടെയും 4.9-ലും ഇതുതന്നെ സൂചിപ്പിച്ചിരിക്കുന്നു. ആദി ശങ്കരന്റെ നിർവാണഷട്കം എന്നൊരു രചനയുണ്ട്. 'മനോബുദ്ധ്യഹങ്കാരചിത്താനി നാഹം' എന്നു തുടങ്ങുന്ന അതിൽ ഇപ്രകാരമുള്ള നിർവാണാവസ്ഥയെ ആചാര്യർ കൃത്യമായി ആവിഷ്കരിച്ചിരിക്കുന്നു.

അതിഭക്ഷണക്കാരനും അല്പംപോലും ഭക്ഷിക്കാത്തവനും ഇപ്രകാരം യോഗത്തെ പ്രാപിക്കാൻ കഴിയില്ലെന്ന് ശ്ലോകം 6.16-ൽ പറയുന്നു. അതുപോലെ, സകലതിലും ഇടപെടുന്നവനും ഇത് ലഭ്യമാകുന്നതല്ല, ഒന്നിലും താത്പര്യമില്ലാത്തവനും ഇത് ലഭ്യമാകുന്നതല്ല. ചര്യകളിൽ മിതത്വം പാലിക്കുന്നവനു മാത്രമേ ദുഃഖവിനാശിയായ ഈ യോഗത്തെ പ്രാപിക്കാൻ കഴിയൂ (6.17).

ഒരാൾ പരമ തത്ത്വമായ ആത്മാവിൽ ചേർന്നുവെന്ന് എപ്പോഴാണ് പറയാൻ കഴിയുക? ശ്ലോകം 6.18 ഇതിനുള്ള ഉത്തരം നൽകുന്നു:

'യദാ വിനിയതം ചിത്തം ആത്മന്യേവാവതിഷ്ഠതേ;
നിഃസ്പൃഹഃ സർവകാമേഭ്യഃ യുക്ത ഇത്യുച്യതേ തദാ.' (6.18)

വാഗർത്ഥം: യദാ - എപ്പോൾ; വിനിയതം ചിത്തം - നിയന്ത്രിക്കപ്പെട്ട മനസ്സ്; ആത്മന്യേവാവതിഷ്ഠതേ - ആത്മനി ഏവ അവതിഷ്ഠതേ - ആത്മാവിൽത്തന്നെ സ്ഥിതി ചെയ്യുന്നത്; നിഃസ്പൃഹഃ

സർവകാമേഭ്യഃ - എല്ലാ കാമങ്ങളിൽനിന്നും പിൻവാങ്ങിയവൻ; യുക്ത ഇത്യുച്യതേ തദാ - അപ്പോൾ യുക്തൻ എന്നു പറയപ്പെടുന്നു; യുക്തഃ - ആത്മാവിനോടു യോജിച്ചവൻ (ചേർന്നവൻ).

അതായത്, മനസ്സിനെ നിയന്ത്രിച്ച് ആത്മാവിൽത്തന്നെ ഏകാഗ്രമാക്കി, സർവ കാമങ്ങളിൽനിന്നും പിൻവാങ്ങി നിൽക്കുമ്പോഴാണ് ഒരാൾ യോഗയുക്തനായി എന്നു പറയുന്നത്.

സർവ കാമങ്ങളിൽനിന്നും മുക്തനായ വ്യക്തി അമരനായിത്തീരുന്നുവെന്നും അയാൾ ബ്രഹ്മത്തെ പ്രാപിക്കുന്നുവെന്നും കഠ ഉപനിഷത്തിൽ 6.14-ലും ബൃഹദാരണ്യക ഉപനിഷത്തിൽ 4.4.7-ലും പറഞ്ഞിരിക്കുന്നു. ഇവിടെ യോഗയുക്തനാവുക എന്നതിന്റെ അർത്ഥവും അതുതന്നെ. കാരണം, കാമങ്ങളിൽനിന്ന് മുക്തനായി ആത്മതത്ത്വത്തോട് ചേരുന്ന പ്രക്രിയയെ ആണല്ലോ ഇവിടെ യോഗമെന്നു വിശേഷിപ്പിക്കുന്നത്?

കർമ്മം ചെയ്യുമ്പോൾ പുലർത്തേണ്ടതായി 2.48 തുടങ്ങിയ ശ്ലോകങ്ങളിൽ പറയുന്ന യോഗമല്ല ഇത്. അതിനുമപ്പുറമുള്ള ഒരു അവസ്ഥയാണ് ഇവിടെ പറയപ്പെട്ടിട്ടുള്ളത്. കർമ്മത്തിൽ സംഗവും കർമ്മഫലങ്ങളിൽ ആസക്തിയും പാടില്ലെന്നേ കർമ്മയോഗത്തിൽ നിഷ്കർഷയുള്ളൂ. എന്നാൽ ആ യോഗനിഷ്ഠയിൽ വർത്തിച്ചുകൊണ്ട് കൂടുതൽ സിദ്ധികൾ കൈവരിച്ച അവസ്ഥയാണ് ഇവിടത്തെ യോഗാവസ്ഥ. ഈ യോഗത്തിന്റെ സ്വഭാവത്തെപ്പറ്റി കൂടുതൽ വിവരങ്ങൾ 6.20 മുതൽ 6.23 വരെയുള്ള ശ്ലോകങ്ങളിൽ പറഞ്ഞിട്ടുണ്ട്. അത് വഴിയേ നാം കാണുന്നതാണ്.

ഈ യോഗം പ്രാപിച്ചവർ കാറ്റില്ലാത്ത സ്ഥലത്ത് കത്തിച്ചുവച്ച ദീപത്തിന്റെ നാളം പോലെ അചഞ്ചലരായിരിക്കും എന്ന് 6.19 ശ്ലോകത്തിൽ ഉപമിച്ചിരിക്കുന്നു. ലോകാനുഭവങ്ങൾ എന്തുതന്നെയായാലും അവർ സദാ സമബുദ്ധിയോടെ വർത്തിക്കുന്നു എന്നു സാരം. കർമ്മനിർവഹണത്തിൽ മാത്രമല്ല, മറ്റ് എല്ലാ അനുഭവങ്ങളിലും ഇത് അവരുടെ അവസ്ഥ ഇതുതന്നെ. അങ്ങനെയുള്ളവർ അമരന്മായിത്തീരുന്നുവെന്ന് 2.15-ലും ശാന്തിയെ പ്രാപിക്കുന്നതായി 2.70-ലും പറഞ്ഞിട്ടുണ്ടല്ലോ? യോഗികളായ ഇവർ ഭൗതികാതീതമായ ആത്മശാന്തിയെ പ്രാപിക്കുന്നതായി ഈ അദ്ധ്യായത്തിൽ പതിനഞ്ചാം ശ്ലോകത്തിൽ (6.15) പറഞ്ഞിട്ടുള്ളത് നാം കണ്ടുകഴിഞ്ഞതാണല്ലോ?

ആത്മസാക്ഷാത്കാരമാകുന്ന ഈ യോഗത്തിന്റെ സ്വഭാവമെന്തെന്നാണ് അടുത്ത നാലു ശ്ലോകങ്ങളിൽ പറയുന്നത്.

'യത്രോപരമതേ ചിത്തം നിരുദ്ധം യോഗസേവയാ;
യത്ര ചൈവാത്മനാത്മാനം പശ്യന്നാത്മനി തുഷ്യതി.' (6.20)

സുഖമാത്യന്തികം യത്തത് ബുദ്ധിഗ്രാഹ്യമതീന്ദ്രിയം;
വേത്തി യത്ര ന ചൈവായം സ്ഥിതശ്ചലതി തത്ത്വതഃ. (6.21)

യം ലബ്ധ്വാ ചാപരം ലാഭം മന്യതേ നാധികം തതഃ;
യസ്മിൻസ്ഥിതോ ന ദുഃഖേന ഗുരുണാപി വിചാല്യതേ. (6.22)

തം വിദ്യാദ് ദുഃഖസംയോഗവിയോഗം യോഗസംജ്ഞിതം;
സ നിശ്ചയേന യോക്തവ്യോ യോഗോ/നിർവിണ്ണചേതസാ. (6.23)

അർത്ഥം: (10 മുതൽ 15 വരെയുള്ള ശ്ലോകങ്ങളിൽ) യോഗ പ്രാപ്തിക്കായി പറഞ്ഞിരിക്കുന്ന പരിശീലനത്താൽ നിയന്ത്രിക്കപ്പെട്ട മനസ്സ് എപ്പോഴാണോ വിഷയങ്ങളിൽനിന്ന് വിരമിക്കുന്നത്, എപ്പോ ഴാണോ തന്നിൽത്തന്നെ ആത്മചൈതന്യത്തെ ദർശിച്ച് ആനന്ദി ക്കുന്നത്, എപ്പോഴാണോ ബുദ്ധിയാൽ ഗ്രഹിക്കപ്പെടുന്ന പരമമായ ആനന്ദത്തെ അറിഞ്ഞ് ആത്മതത്ത്വത്തിൽത്തന്നെ അചഞ്ചലനായി വർത്തിക്കുന്നത്, എന്തു ലഭിക്കുമ്പോഴാണോ അതിനെക്കാൾ വലു തായി മറ്റൊന്നുമില്ലെന്നു കരുതുകയും എത്ര വലിയ ദുഃഖത്തിലും അചഞ്ചലനായിരിക്കുകയും ചെയ്യുന്നത്, സകല ദുഃഖങ്ങളിൽ നിന്നുമുള്ള പൂർണ്ണ വിമുക്തിയായ ആ അവസ്ഥയാണ് യോഗമെന്ന് അറിയപ്പെടുന്നത്. അതിനെ പ്രാപിക്കാനായി തളരാത്ത മനസ്സോടെ നിശ്ചയമായും യത്നിക്കേണ്ടതാകുന്നു.

ദുഃഖങ്ങളിൽനിന്നുള്ള പൂർണ്ണ വിമുക്തിയെയാണ് ഇവിടെ യോഗം എന്നു വിളിക്കുന്നത്. ഇത് ആത്മസാക്ഷാത്കാരം തന്നെയാണ്. അതു നേടിയ ആളിന്റെ ലക്ഷണങ്ങളാണ് ഒന്നൊന്നായി ഇവിടെ വിവരിച്ചിട്ടുള്ളത്. അയാളുടെ മനസ്സ് സകല ബാഹ്യവിഷയങ്ങളിൽ നിന്നും പിൻവാങ്ങി തന്നിൽത്തന്നെ കേന്ദ്രീകരിക്കുന്നു. ബാഹ്യ വസ്തുക്കളുടെ സഹായമില്ലാതെ, അന്യമായ ഒന്നിനെയും ആശ്രയി ക്കാതെ തന്റെ ഉള്ളിൽത്തന്നെ അയാൾ ആനന്ദം അനുഭവിക്കുന്നു. പരമമായ ആനന്ദം ഉള്ളിൽത്തന്നെയാണുള്ളത്. അത് അനുഭവിച്ചു കൊണ്ട് അതിന്റെ ഉറവിടമായി തന്നിൽ പ്രകാശിക്കുന്ന ആത്മ ചൈതന്യത്തിൽത്തന്നെ അയാൾ ഏകാഗ്രനായി വർത്തിക്കുന്നു. തനിക്ക് അതിൽ കൂടുതലായി എന്തെങ്കിലും വേണമെന്ന് അയാൾ ആഗ്രഹിക്കുന്നതേയില്ല. അയാളെ മഥിക്കാൻ ബാഹ്യമായ എത്ര വലിയ ദുഃഖത്തിനും സാധ്യമല്ല. ഇപ്രകാരം സർവ ദുഃഖങ്ങളിൽ നിന്നുമുള്ള വിടുതിയാണ് യോഗം. ഇതിനായി നിശ്ചയമായും ശ്രമിക്കേണ്ടതാണെന്നാണ് ഇവിടെ നൽകപ്പെടുന്ന ഉപദേശം.

മനസ്സിലെ കാമങ്ങൾ നിശ്ശേഷം നീക്കി, ഇന്ദ്രിയങ്ങളെ നിയന്ത്രിച്ച്, മനസ്സ് സ്വാധീനത്തിലാക്കി, ഏകാഗ്രചിത്തനായി പരിശ്രമിക്കുന്ന യോഗി ബ്രഹ്മഭൂതനായി ഭവിക്കുന്നു; അങ്ങനെ അത്യന്തസുഖം

അനുഭവിക്കുന്നു. ഇതാണ് 24 മുതൽ 28 വരെയുള്ള ശ്ലോകങ്ങളിൽ വിവരിക്കുന്നത്.

ആത്മസാക്ഷാത്കാരം എന്ന യോഗം പ്രാപിച്ചവരുടെ അവസ്ഥ യെപ്പറ്റിയാണ് 29 മുതൽ 32 വരെയുള്ള നാലു ശ്ലോകങ്ങളിൽ പറയു ന്നത്.

'സർവഭൂതസ്ഥമാത്മാനം സർവഭൂതാനി ചാത്മനി;
ഈക്ഷതേ യോഗയുക്താത്മാ സർവത്ര സമദർശനഃ.' (6.29)

വാഗർത്ഥം: സർവഭൂതസ്ഥമാത്മാനം - സർവഭൂതങ്ങളിലും ഇരിക്കുന്നതായി ആത്മാവിനെയും; സർവഭൂതാനി ചാത്മനി - ആത്മാവിൽ ഇരിക്കുന്നതായി സർവഭൂതങ്ങളെയും; ഈക്ഷതേ - ദർശിക്കുന്നു; യോഗയുക്താത്മാ - (ഇപ്പറഞ്ഞതായ) യോഗം പ്രാപിച്ച വ്യക്തി; സർവത്ര സമദർശനഃ - എല്ലാറ്റിലും സമത്വം കാണുന്നയാൾ.

അതായത്, സമദർശിയായ യോഗപ്രാപ്തൻ ആത്മാവിനെ സർവഭൂതങ്ങളിലും ഭൂതങ്ങളെ നിശ്ശേഷം ആത്മാവിലും കാണുന്നു. ആത്മസാക്ഷാത്കാരം നേടിയ യോഗി എവിടെയും എല്ലാറ്റിലും ആത്മചൈതന്യത്തെതന്നെ കാണുന്നു എന്നർത്ഥം. ഇങ്ങനെ എല്ലാറ്റിലും ഒന്നിനെത്തന്നെ കാണുന്നതാണ് സമദർശിത്വം. ആത്മാവ് സർവവ്യാപിയാണെന്നുള്ള തത്ത്വത്തിന്റെ ഒരു വെളി പ്പെടുത്തൽകൂടിയാണിത്. ഇതേ ആശയം ഗീത 9.4, 9.5 എന്നീ ശ്ലോക ങ്ങളിലൂടെയും പറയുന്നുണ്ട്. ആത്മാവ് സർവവ്യാപിയാണെന്ന് ഉപനിഷത്തുകൾ ആവർത്തിച്ചാവർത്തിച്ചു പ്രസ്താവിക്കുന്നു. ഉദാ: ബൃഹദാരണ്യകം 3.7.15, ഛാന്ദോഗ്യം 8.1.3, ഈശാവാസ്യം 5, മുണ്ഡകം 1.1.6, തുടങ്ങിയവ.

'യോ മാം പശ്യതി സർവത്ര സർവം ച മയി പശ്യതി;
തസ്യാഹം ന പ്രണശ്യാമി സ ച മേ ന പ്രണശ്യതി.' (6.30)

അർത്ഥം: യോ - യഃ - ആരാണോ; മാം - എന്നെ (ആത്മാവിനെ); പശ്യതി സർവത്ര - എല്ലായിടത്തും കാണുന്നത്; സർവം ച മയി പശ്യതി - സർവതിനെയും എന്നിലും (ആത്മാവിലും) കാണുന്നത്; തസ്യ അഹം - അയാൾക്ക് ഞാൻ (ആത്മാവ്); ന പ്രണശ്യാമി - നഷ്ടപ്പെടുന്നില്ല; സ ച മേ ന പ്രണശ്യതി - എനിക്ക് (ആത്മാവിന്) അയാളും നഷ്ടപ്പെടുന്നില്ല.

അതായത്, എല്ലായിടത്തും ആത്മാവിനെയും ആത്മാവിൽ എല്ലാറ്റിനെയും കാണുന്നവൻ സദാ ആത്മാവിൽത്തന്നെ സ്ഥിതി ചെയ്യുന്നു. ഞാൻ എന്നത് ഇവിടെ കൃഷ്ണനെയാണല്ലോ സൂചി പ്പിക്കുന്നത്? താൻ ആത്മാവാണെന്ന് കൃഷ്ണൻ 4.6-ലും 10.20-ലും

വ്യക്തമാക്കിയിട്ടുണ്ട്. അതിനാൽ 'ഞാൻ' എന്നതിനെ ആത്മാവ് എന്ന് ധരിക്കേണ്ടതാകുന്നു.

കഴിഞ്ഞ ശ്ലോകത്തിൽ സൂചിപ്പിച്ച സമദർശിയായ വ്യക്തി സദാ ആത്മാവിൽ സ്ഥിതിചെയ്യുന്നു എന്നാണ് ഇവിടെ പറഞ്ഞിട്ടുള്ളത്.

ആത്മാവിലെ ഈ സ്ഥിതി അയാൾ അന്യഥാ വ്യാപൃതനായിട്ടിരുന്നാലും അതേപോലെ തുടരും എന്നാണ് അടുത്ത ശ്ലോകത്തിൽ (6.31) വ്യക്തമാക്കിയിരിക്കുന്നത്. അതായത്, ആത്മസ്ഥിതനായാൽ പിന്നെ അവിടെനിന്ന് മാറിപ്പോകുന്ന പ്രശ്നമില്ല; അയാൾ എന്നും അവിടെത്തന്നെ തുടരും.

സുഖമായാലും ദുഃഖമായാലും സർവതിലും ആത്മാവിനെ ദർശിച്ച് സമത്വവീക്ഷണത്തോടെയിരിക്കുന്ന യോഗി ശ്രേഷ്ഠനാകുന്നു എന്ന് ശ്ലോകം 6.32 പറയുന്നു. ഇത് മുൻ ശ്ലോകത്തിന്റെ (6.31) ഒരു വിശദീകരണമാണ്. ഏതു കാര്യത്തിൽ വ്യാപൃതനായാലും സമത്വദർശനനായ വ്യക്തി ആത്മാവിൽത്തന്നെ സ്ഥിതി ചെയ്യും എന്നാണല്ലോ അതിൽ പറഞ്ഞിട്ടുള്ളത്? അങ്ങനെ വ്യാപൃതനാകുന്നത് സുഖത്തിലായാലും ദുഃഖത്തിലായാലും ആ യോഗി ആത്മാവിൽ സ്ഥിതി ചെയ്യുമെന്നും അതുകൊണ്ടുതന്നെ ശ്രേഷ്ഠനായിരിക്കുമെന്നും ആണ് ഇവിടത്തെ വിവക്ഷ.

ആത്മസാക്ഷാത്കാരം എന്ന യോഗത്തെ പ്രാപിച്ചവരുടെ വിശേഷങ്ങളെപ്പറ്റി പറഞ്ഞപ്പോൾ അർജുനന് അങ്ങനെ ആയാൽ കൊള്ളാമെന്നു തോന്നി. എന്നാലും തന്റെ മനസ്സിന്റെ ചഞ്ചലാവസ്ഥ കാരണം തനിക്കതു കഴിയില്ലല്ലോ എന്നായി അയാളുടെ പരിദേവനം (6.33, 6.34).

അപ്പോൾ കൃഷ്ണൻ ഇങ്ങനെ പറഞ്ഞു: മനസ്സിനെ നിയന്ത്രണത്തിലാക്കാഞ്ഞാൽ ഈ യോഗം പ്രാപിക്കുക അസാധ്യം തന്നെ. മനസ്സിനെ നിയന്ത്രിക്കാൻ വലിയ പ്രയാസമാണെന്നുള്ളതു ശരിയാണ്; എന്നാൽ അഭ്യാസം കൊണ്ടും വൈരാഗ്യം കൊണ്ടും അത് സാധിക്കും. (6.35, 6.36). തനിക്കതു കഴിയും, താൻ അതിനായി ശ്രമിക്കും എന്നൊന്നുമല്ല അർജുനൻ തുടർന്നു ചിന്തിച്ചത്. മനസ്സിനെ നിയന്ത്രിക്കാൻ പറ്റാത്ത ഒരാൾ ശ്രദ്ധയോടെ അതിനായി ശ്രമിച്ചാൽ അയാളുടെ ഗതി എന്താകും എന്ന് ചോദിക്കുകയാണ് ചെയ്തത്. നല്ല കാര്യങ്ങൾ ചെയ്യുന്നതുവഴി ആർക്കും നാശം സംഭവിക്കില്ലെന്നായിരുന്നു കൃഷ്ണന്റെ ഉത്തരം (6.40). പിന്നെ എന്താണ് അയാൾക്കു സംഭവിക്കുക? കൃഷ്ണൻ പറയുന്നു:

'പ്രാപ്യ പുണ്യകൃതാം ലോകാൻ ഉഷിത്വാ ശാശ്വതീഃ സമാഃ;
ശുചീനാം ശ്രീമതാം ഗേഹേ യോഗഭ്രഷ്ടോഽഭിജായതേ.' (6.41)

വാഗർത്ഥം: പ്രാപ്യ - പ്രാപിച്ചിട്ട്; പുണ്യകൃതാം ലോകാൻ - പുണ്യം ചെയ്യുന്നവരുടെ ലോകങ്ങൾ; ഉഷിത്വാ - താമസിച്ചിട്ട്, ചെലവഴിച്ചിട്ട്; ശാശ്വതീഃ സമാഃ - വളരെ വർഷങ്ങൾ; ശുചീനാം ശ്രീമതാം - തേജസ്സികളും ഐശ്വര്യവാന്മാരുമായവരുടെ; ഗേഹേ - പാർപ്പിടത്തിൽ; യോഗഭ്രഷ്ടഃ - യോഗം പ്രാപിക്കാൻ കഴിയാത്തവൻ; അഭിജായതേ - ജനിക്കുന്നു.

യോഗത്തെ പ്രാപിക്കാനുള്ള ശ്രമത്തിൽ പരാജയപ്പെട്ടവർ, അവർ ചെയ്ത നന്മകളുടെ ഫലമായി, പുണ്യവാന്മാരുടേതായ ലോകങ്ങളെ പ്രാപിക്കും; വളരെ വർഷങ്ങൾ അവിടെ ചെലവഴിച്ചിട്ട് അവർ മടങ്ങുന്നു. അപ്പോഴും അവർ എത്തുന്നത് തേജസ്വികളുടെയും ഐശ്വര്യവാന്മാരുടേതുമായ കൂട്ടത്തിലാണ്. ഇത്രയുമാണ് 6.41 ശ്ലോകത്തിൽ പറയുന്നത്. തേജസ്വികളുടെ വീട്ടിൽ ജനിക്കുന്നു എന്നതിനർത്ഥം അയാൾ മുന്നേയുണ്ടായിരുന്ന ശരീരം വെടിഞ്ഞ് പുതുതായി ജന്മമെടുക്കുന്നു എന്നല്ല. ആ അർത്ഥം തത്ത്വവിരുദ്ധമായ ഒന്നാണ്. കാരണം, ശരീരം പോകുന്നതോടുകൂടി ഒരാളുടെ വ്യക്തി പരമായ സകല സവിശേഷതകളും നഷ്ടപ്പെടുന്നു; അയാളുടെ ശരീരം വിഘടിച്ച് മഹാഭൂതങ്ങളിൽ ലയിക്കുന്നു (ബൃഹദാരണ്യക ഉപനിഷത് 2.4.12). ആത്മാവിന് ഒന്നും സംഭവിക്കുന്നുമില്ല. അതി നാൽ ഒരേ ആൾ വീണ്ടും അതേ വ്യക്തിത്വത്തോടുകൂടി ജനിക്കുന്നു എന്നത് അസംഭവ്യമാണ്. ആയതുകൊണ്ട്, തേജസ്വികളുടെ വീട്ടിൽ ജനിക്കുന്നു എന്നതിനെ അയാൾ തേജസ്വികളുടെ കൂട്ടത്തിൽ എത്തിച്ചേരുന്നുവെന്നോ അല്ലെങ്കിൽ തേജസ്വികളിൽ ഒരാളായി മാറുന്നുവെന്നോ ആണ് മനസ്സിലാക്കേണ്ടത്. അതുപോലെ പുണ്യ വാന്മാരുടെ ലോകങ്ങളെ പ്രാപിക്കുക എന്നുവച്ചാൽ പുണ്യകർമ്മ ങ്ങൾ അനുഷ്ഠിക്കുന്നവർക്കു ലഭിക്കുന്ന അനുഭവങ്ങൾ അയാൾക്കു ണ്ടാകും എന്നാണർത്ഥം.

'അഥവാ യോഗിനാമേവ കുലേ ഭവതി ധീമതാം;
ഏതദ്ധി ദുർലഭതരം ലോകേ ജന്മ യദീദൃശം.' (6.42)

വാഗർത്ഥം: (6.42) അഥവാ - അഥവാ, അങ്ങനെയല്ലെങ്കിൽ; ധീമതാം യോഗിനാം ഏവ കുലേ - ധീമാന്മാരായ യോഗികളുടെ കുലത്തിൽ; ഭവതി - ഭവിക്കുന്നു, എത്തിപ്പെടുന്നു; ; ഏതദ്ധി - ഏതത് ഹി - ഇതാവട്ടെ; ദുർലഭതരം - വളരെ ദുർലഭമായ കാര്യ മാണ്; ലോകേ - ലോകത്തിൽ; ജന്മ - ജന്മം; യദീദൃശം - യത് ഈദൃശം - ഇത്തരത്തിലുള്ള.

ശ്ലോകം 6.41-ൽ പറഞ്ഞപോലെ തേജസ്വികളുടെ ലോകത്തി ലല്ലെങ്കിൽ യോഗഭൃഷ്ടരായ അവർ എത്തിപ്പെടുന്നത് യോഗികളുടെ

കൂട്ടത്തിൽത്തന്നെയാവും. ഇങ്ങനെ എത്തുന്നത് ദുർലഭമായ കാര്യമാണ്. ഇതാണ് ഇവിടെ പറയുന്നത്. ജനിക്കുക എന്നൊക്കെ പറഞ്ഞിരിക്കുന്നത് വിശ്വാസപരമായ ആവിഷ്കാരം മാത്രമാണ്. അതിനെ വാച്യാർത്ഥത്തിൽ എടുക്കുന്നതു ശരിയല്ല. കാരണം മുൻപു സൂചിപ്പിച്ചതുപോലെ തത്ത്വവിരുദ്ധത തന്നെ.

ഈ രണ്ടു സ്ഥലങ്ങളിൽ എവിടെ എത്തിപ്പെട്ടാലും പണ്ടു നിന്നുപോയ യോഗസാധന വീണ്ടും തുടരും. പിന്നെയും അയാൾ പരാജയപ്പെട്ടെന്നുവരാം. ഈ പ്രക്രിയ അങ്ങനെ പലയാവൃത്തി തുടരുന്നു. ഇതിനെ പല ജന്മങ്ങൾ കഴിയുന്നു എന്നാണ് ഗീത വിശേഷിപ്പിക്കുന്നത്. സ്വപ്രയത്നം കൊണ്ട് പാപങ്ങളെല്ലാം നശിപ്പിക്കുന്നവർ അവസാനം യോഗത്തെ പ്രാപിക്കുന്നു (6. 43, 44, 45 ശ്ലോകങ്ങൾ).

തപസ്വി, ജ്ഞാനി, കർമ്മി എന്നിവരെക്കാളൊക്കെ ശ്രേഷ്ഠതയുള്ളത് യോഗിക്കാണെന്നും അർജുനൻ യോഗി ആകാൻ ശ്രമിക്കണമെന്നുമാണ് 6.46-ലെ ഉപദേശം. ജഗദീശ്വരനായ ആത്മാവിൽ മനസ്സ് അർപ്പിച്ച് ഭക്തിയോടെ ആരാധിക്കുന്ന യോഗിയാണ് യോഗികളിൽവച്ച് സർവോത്തമൻ എന്ന് വ്യക്തമാക്കിക്കൊണ്ട് ആത്മസംയമ യോഗം എന്ന ആറാം അദ്ധ്യായം ഉപസംഹരിക്കുന്നു.

ഏഴ്

ജ്ഞാനവിജ്ഞാന യോഗം

ആത്മസംയമനവും അതുവഴി യോഗവും പ്രാപിക്കുന്നതെങ്ങനെയെന്നാണ് ആറാം അദ്ധ്യായത്തിൽ നാം കണ്ടത്. ആത്മീയ തപസ്യയുടെ പരമലക്ഷ്യം ആത്മസാക്ഷാത്കാരമാകുന്നു. ആത്മതത്ത്വത്തെ അറിഞ്ഞ് അതുമായി താദാത്മ്യം പ്രാപിക്കുക എന്നതാണ് ആത്മസാക്ഷാത്കാരം.

ആത്മതത്ത്വം എങ്ങനെയുള്ളതാണ്, അതിന്റെ ഉള്ളടക്കം എന്താണ് എന്നിങ്ങനെയുള്ള കാര്യങ്ങളാണ് അദ്ധ്യായം 7-ൽ ഉള്ളത്. അതുകൊണ്ടുതന്നെ 'ജ്ഞാനവിജ്ഞാന യോഗം' എന്നാണ് ഈ അദ്ധ്യായത്തിനു നൽകിയിരിക്കുന്ന പേര്. ശുദ്ധമായ അറിവ്, അതായത്, വസ്തുനിബദ്ധമല്ലാത്ത അറിവ്, ആണ് ജ്ഞാനം; വിജ്ഞാനമാകട്ടെ ആപേക്ഷികമായ അറിവ്, വസ്തുക്കളെ ആസ്പദിച്ചുള്ള അറിവ്, ആകുന്നു.

ഈ അദ്ധ്യായത്തിന്റെ ഒരു പ്രത്യേകത അർജ്ജുനന്റെ ചോദ്യങ്ങളോ സഞ്ജയന്റെ വിവരണങ്ങളോ ഇതിലില്ല എന്നതാണ്. കൃഷ്ണന്റെ വാക്കുകൾ മാത്രമാണ് ഇതിലുള്ളത്. ഇതുപോലുള്ള മറ്റ് അദ്ധ്യായങ്ങൾ 9, 13, 15, 16 എന്നിവയാണ്.

ആത്മാവായ തന്നെ എങ്ങനെയെല്ലാമാണ് യോഗപ്രാപ്തനായ ഒരാൾ അറിയുന്നതെന്ന് ഇവിടെ കൃഷ്ണൻ വിവരിക്കുന്നു. ആദ്യ ശ്ലോകം അതിനുള്ള ആമുഖമാണ്. അത് ഇങ്ങനെ:

'മയ്യാസക്തമനാഃ പാർത്ഥ യോഗം യുഞ്ജൻ മദാശ്രയഃ;
അസംശയം സമഗ്രം മാം യഥാ ജ്ഞാസ്യസി തച്ഛൃണു.' (7.1)

വാഗർത്ഥം: മയ്യാസക്തമനാഃ - എന്നിൽ അത്യന്ത താത്പര്യമുള്ളവനായി; പാർത്ഥ - ഹേ, അർജുന; യോഗം യുഞ്ജൻ മദാശ്രയഃ - എന്നെ ആശ്രയമായി കണ്ട് യോഗം അഭ്യസിക്കുന്നതുവഴി; അസംശയം - സംശയമൊന്നും ഇല്ലാതെ, സംശയങ്ങൾ ഇല്ലാതാക്കി; സമഗ്രം മാം - എന്നെ പൂർണ്ണമായും; യഥാ - ഏതു രീതിയിൽ;

ജ്ഞാസ്യസി - നീ അറിയുമോ; തച്ഛൃണു - തത് ശൃണു - അത് കേട്ടുകൊള്ളൂ.

'ഹേ, അർജുനാ, എന്നെ പ്രാപിക്കണമെന്ന ആഗ്രഹത്തോടുകൂടി യോഗം അഭ്യസിച്ചാൽ നീ എന്നെപ്പറ്റി അറിയാൻ പോകുന്നതെന്താണോ, അത് കേട്ടുകൊള്ളൂ' എന്ന് അർത്ഥം.

പറയാൻ പോകുന്ന കാര്യങ്ങളുടെ സവിശേഷതകൾ ചൂണ്ടിക്കാണിച്ചുകൊണ്ടുള്ളതാണ് അടുത്ത ശ്ലോകം. താൻ അവതരിപ്പിക്കാൻ പോകുന്ന ജ്ഞാനവിജ്ഞാനങ്ങളെപ്പറ്റി കൃഷ്ണൻ പറയുന്നു:

'ജ്ഞാനം തേ/ഹം സവിജ്ഞാനം ഇദം വക്ഷ്യാമ്യശേഷതഃ;
യജ്ജ്ഞാത്വാ നേഹ ഭൂയോ/ന്യത് ജ്ഞാതവ്യമവശിഷ്യതേ.' (7.2)

അർത്ഥം: ജ്ഞാനം സവിജ്ഞാനം - ജ്ഞാനവും ഒപ്പം വിജ്ഞാനവും; തേ/ഹം - നിന്നോട് ഞാൻ; ഇദം വക്ഷ്യാമി അശേഷതഃ - ഇപ്പോൾ പൂർണ്ണമായും പറയാം; യജ്ജ്ഞാത്വാ - യത് ജ്ഞാത്വാ - ഏത് അറിഞ്ഞിട്ട്; ഭൂയോ/ന്യത് ജ്ഞാതവ്യം - ഭൂയഃ അന്യത് ജ്ഞാതവ്യം - കൂടുതൽ അറിയേണ്ടതായി യാതൊന്നും; നേഹ അവശിഷ്യതേ - ന ഇഹ അവശിഷ്യതേ - ഇവിടെ അവശേഷിക്കില്ല.

'അറിയേണ്ടതെല്ലാം ഞാനിപ്പോൾ നിന്നോട് പറയാം. അതറിഞ്ഞാൽ പിന്നീട് കൂടുതലായി അറിയാൻ മറ്റൊന്നും ഇവിടെ ഉണ്ടാവില്ല' എന്നു ചുരുക്കം.

ആയിരങ്ങളിൽ ഒരുവൻ മാത്രമേ സിദ്ധിക്കായി (നൈഷ്കർമ്യ സിദ്ധിക്കായി) പ്രയത്നിക്കാറുള്ളൂ എന്നും അങ്ങനെ സിദ്ധിയെ പ്രാപിച്ചവരിൽത്തന്നെ ചുരുക്കം ചിലരേ ആത്മതത്ത്വത്തെ അറിയുകയുള്ളു എന്നും ചൂണ്ടിക്കാണിച്ചുകൊണ്ട് താൻ പറയാൻ പോകുന്ന അറിവിന്റെ അമൂല്യതയെ കൃഷ്ണൻ വാഴ്ത്തുന്നു (ശ്ലോകം 7.3):

'മനുഷ്യാണാം സഹസ്രേഷു കശ്ചിത് യതതി സിദ്ധയേ;
യതതാമപി സിദ്ധാനാം കശ്ചിത് മാം വേത്തി തത്ത്വതഃ' (7.3)

വാഗർത്ഥം: മനുഷ്യാണാം സഹസ്രേഷു - ആയിരക്കണക്കിനു മനുഷ്യരിൽ; കശ്ചിത് - ഏതെങ്കിലും ഒരാൾ; യതതി സിദ്ധയേ - സിദ്ധിക്കായി (നൈഷ്കർമ്മ്യ സിദ്ധിക്കായി) യത്നിക്കുന്നു; യതതാമപി സിദ്ധാനാം കശ്ചിത് - സിദ്ധി നേടിയവരിൽത്തന്നെ ഏതെങ്കിലും ഒരാൾ (അപൂർവം ചിലർ); മാം വേത്തി തത്ത്വതഃ - എന്നെ തത്ത്വപരമായി അറിയുന്നു. (തത്ത്വപരമായി അറിയുക എന്നാൽ എന്റെ തത്ത്വത്തെ അറിയുക എന്നർത്ഥം).

ശ്ലോകാർത്ഥം ആദ്യം സൂചിപ്പിച്ചതുതന്നെ. ഇവിടെ സിദ്ധി എന്നു പറയുന്നത് മോക്ഷമോ മറ്റെന്തെങ്കിലും ഫലം ലഭിക്കുന്നതോ അല്ല, നൈഷ്കർമ്യസിദ്ധിയാണ്. ആത്മതത്ത്വത്തെ അറിഞ്ഞ് അതിനെ പ്രാപിക്കാനുള്ള സാധനയുടെ ആദ്യപടിയാണ് നൈഷ്കർമ്യസിദ്ധി. ഇക്കാര്യം 18.49, 18.50 ശ്ലോകങ്ങളിൽ വളരെ വ്യക്തമായി പറഞ്ഞിട്ടുണ്ട്. മാത്രമല്ല, ഈ ശ്ലോകത്തിൽത്തന്നെ സിദ്ധന്മാരിൽ അപൂർവം ചിലർ മാത്രമേ എന്റെ തത്ത്വം അറിയുന്നുള്ളൂ എന്നു പറഞ്ഞിരിക്കുന്നുമുണ്ട്.

അടുത്ത രണ്ടു ശ്ലോകങ്ങളിൽ ആത്മാവായ കൃഷ്ണൻ തന്റെ പ്രകൃതിയെക്കുറിച്ചു പറയുന്നു. പ്രകൃതി അഥവാ മായ എന്നത് പലതായി പ്രകടമാകാനുള്ള ആത്മാവിന്റെ ശക്തിയാണ്. ഈ ശക്തി ഉപയോഗിച്ചാണ് ആത്മാവ് ഭൗതികപ്രപഞ്ചത്തിന്റെയും ജീവിലോകത്തിന്റെയും അവതാരണം നടത്തിയിട്ടുള്ളത്.

അപകൃഷ്ടം, പ്രകൃഷ്ടം എന്നിങ്ങനെ രണ്ടു തരത്തിലാണ് പ്രകൃതിയെന്നും അവയിൽ അപകൃഷ്ടമായിട്ടുള്ളത് എട്ടു വിധത്തിലാണെന്നും ശ്ലോകം 7.4ൽ വിശദീകരിച്ചിരിക്കുന്നു.

'ഭൂമിരാപോഽനലോ വായുഃ ഖം മനോബുദ്ധിരേവ ച;
അഹംകാര ഇതീയം മേ ഭിന്നാ പ്രകൃതിരഷ്ടധാ.' (7.4)

വാഗർത്ഥം: ഭൂമിരാപോഽനലോ ഭൂമിഃ ആപഃ അനലഃ - ഭൂമി, ജലം, അഗ്നി; വായുഃ - വായു; ഖം - ആകാശം; മനോബുദ്ധിരേവ ച - മനഃ ബുദ്ധിഃ ഏവ ച - മനസ്സ്, ബുദ്ധി എന്നിവയും; അഹംകാര - അഹംകാരം, അഹം എന്ന ബോധം (അന്തഃകരണങ്ങളിൽ ഒന്ന്); ഇതീയം - ഇതി ഇയം - ഇപ്രകാരം ഈ; മേ - എന്റെ; ഭിന്നാ - വിഭാഗിക്കപ്പെട്ട; പ്രകൃതിരഷ്ടധാ - പ്രകൃതിഃ അഷ്ടധാ - പ്രകൃതി എട്ടു വിധം.

ആത്മാവിന്റെ പ്രകൃതി രണ്ടു തരമാണെന്ന് പറഞ്ഞല്ലോ? അവയിൽ ആദ്യത്തേതിനെപ്പറ്റിയാണ് ഇവിടെ പ്രതിപാദിച്ചിരിക്കുന്നത്. അത് പഞ്ചഭൂതങ്ങളും നാല് അന്തഃകരണങ്ങളിൽ മനസ്സ്, ബുദ്ധി, അഹങ്കാരം എന്നിവയും ചേർന്നതാണ്. ഇതിൽ ഉൾപ്പെടാത്ത നാലാമത്തെ അന്തഃകരണം ചിത്തമാണ്. അതിനെപ്പറ്റി അടുത്ത ശ്ലോകത്തിൽ പറയുന്നുണ്ട്.

പഞ്ചഭൂതങ്ങൾ എന്നുവച്ചാൽ സ്ഥൂലമായ ഭൂമിയും മറ്റുമാണെന്നല്ല മനസ്സിലാക്കേണ്ടത്. അവയുടെ സൂക്ഷ്മ തന്മാത്രകളാണ് ഇവിടെ വിവക്ഷിക്കപ്പെടുന്നത്. ഈ അഞ്ചു തന്മാത്രകളും വിവിധ അനുപാതങ്ങളിൽ കൂടിച്ചേർന്നാണ് ഈ പ്രപഞ്ചത്തിലെ സർവ വസ്തുക്കളും ഉണ്ടായിട്ടുള്ളത്. ഇങ്ങനെ അഞ്ചു തന്മാത്രകളിലേക്ക് ആത്മീയ

ചിന്ത എത്തിച്ചേരാൻ കാരണം ജ്ഞാനേന്ദ്രിയങ്ങൾ അഞ്ച് ആയതാണ്. ഈ അഞ്ച് ഇന്ദ്രിയങ്ങൾ കൊണ്ട് അറിയാവുന്ന വസ്തുക്കളാണ് ഭൗതിക ലോകത്തുള്ളത്. ഇന്ദ്രിയ ഗോചരമല്ലാത്തവയെ നാം അറിയുന്നത് അവയുടെ പ്രതിഫലനങ്ങളിൽനിന്നാണ്. ഉദാഹരണത്തിന്, വൈദ്യുതി ഇന്ദ്രിയങ്ങൾകൊണ്ട് അറിയാൻ സാധിക്കുകയില്ല. എന്നാൽ വൈദ്യുതിയുടെ സാന്നിധ്യത്തെ അതുണ്ടാക്കുന്ന പ്രകാശം, ചൂട്, ആഘാതം എന്നിവയിൽക്കൂടി നാം അറിയുന്നു. ഊർജവും ഭൗതിക വസ്തുക്കളും പരസ്പര പൂരകമായതിനാൽ ഊർജവും ഈ തന്മാത്രകളുടെ ഒരു പ്രകടനമായിത്തന്നെ കാണാം.

ഇവിടെ വിവരിച്ചത് ഭൗതിക പ്രകൃതിയാണ്. ഇതാണ് അപരാ പ്രകൃതി. മറ്റേത് പരാ പ്രകൃതി, അതായത് ശ്രേഷ്ഠമായ പ്രകൃതി. അതിനെപ്പറ്റി അടുത്ത ശ്ലോകത്തിൽ വിവരിക്കുന്നു. ശ്ലോകം 7.5 നോക്കുക:

'അപരേയമിതസ്ത്വന്യാം പ്രകൃതിം വിദ്ധി മേ പരാം;
ജീവഭൂതാം മഹാബാഹോ യയേദം ധാര്യതേ ജഗത്.' (7.5)

വാഗർത്ഥം: അപരേയമിതസ്ത്വന്യാം - അപരാ ഇയം ഇതഃ തു അന്യാം - ഇത് അപരാ (പ്രകൃതി) ആണ്, ഇതിൽനിന്ന് വ്യത്യസ്തമായ; പ്രകൃതിം വിദ്ധി മേ പരാം - എന്റെ പ്രകൃതിയെ പരാ എന്നറിയുക; ജീവഭൂതാം - ജീവികൾക്ക് കാരണഭൂതമായ; മഹാബാഹോ - ഹേ, അർജുനാ; യയേദം ജഗത് - യയാ ഇദം ജഗത് - എന്തിനാലാണോ ഈ ലോകം; ധാര്യതേ - ധരിക്കപ്പെടുന്നത്.

അതായത്, മുൻശ്ലോകത്തിൽ പറഞ്ഞത് അപരാ പ്രകൃതിയെപ്പറ്റിയാണ്. അതിൽനിന്ന് അന്യമാണ് പരാ പ്രകൃതി. ജീവികൾക്കു കാരണഭൂതമായതും ഈ ജീവലോകത്തിനെ താങ്ങി നിർത്തുന്നതുമായ പ്രകൃതിയാണത്.

ശ്ലോകം 7.4-ൽ അപരാ പ്രകൃതിയെപ്പറ്റി പറഞ്ഞപ്പോൾ അവിടെ അന്തഃകരണങ്ങളിൽ ഒന്നായ ചിത്തത്തെ ഒഴിവാക്കിയിരുന്നു. അറിവുകളും വിവരങ്ങളും ശേഖരിക്കപ്പെടുന്ന ഇടമാണ് ചിത്തം. അന്തഃകരണങ്ങൾ മനസ്സ്, ബുദ്ധി, ചിത്തം, അഹങ്കാരം എന്നിങ്ങനെ നാലെണ്ണമുണ്ടെന്ന് നേരത്തേ പറഞ്ഞുവല്ലോ? ഇവയെല്ലാംതന്നെ മസ്തിഷ്ക പ്രവർത്തനങ്ങളാണ്. പാശ്ചാത്യർ മസ്തിഷ്ക പ്രവർത്തനങ്ങളെയാകെ മനസ്സ് എന്ന ഒറ്റ പദത്തിൽ ഒതുക്കുമ്പോൾ ഭാരതീയർ ആ പ്രവർത്തനങ്ങളെ നാലായി തരംതിരിച്ചിരിക്കുന്നു. കാര്യങ്ങൾ നന്നായി ഗ്രഹിക്കുന്നതിന് ഇത് വളരെയധികം സഹായിക്കുന്നു. മനസ്സ് ഇന്ദ്രിയങ്ങളുടെ പ്രവർത്തനങ്ങളെ നിയന്ത്രിക്കുകയും ക്രോഡീകരിക്കുകയും ചെയ്യുന്ന ഭാഗമാകുന്നു. ചിന്തയ്ക്കും

ഓർമ്മയ്ക്കും കാരണമാകുന്നതും മനസ്സ് തന്നെ. മനസ്സിന്റെ ഈ പ്രവർത്തനങ്ങളെ ക്രമീകരിക്കുകയും അവയ്ക്ക് മേൽനോട്ടം വഹിക്കുകയും ചെയ്യുന്നത് ബുദ്ധിയാണ്. ചിത്തമാകട്ടെ, വിവര ശേഖരണ കേന്ദ്രമാണ്. എല്ലാ അറിവുകളും വിവരങ്ങളും രേഖപ്പെടുത്തി സൂക്ഷിക്കുന്ന ജോലിയാണ് അതിനുള്ളത്. ഓരോ വ്യക്തിക്കും തന്നെപ്പറ്റിയുള്ള ധാരണയാണ് അഹങ്കാരം. അന്തഃകരണങ്ങളെപ്പറ്റിയുള്ള കൂടുതൽ വിശദാംശങ്ങളിലേക്ക് തത്കാലം പോകുന്നില്ല.

അപരാ പ്രകൃതിയിൽ ഉൾപ്പെടുത്തിയിട്ടുള്ള പഞ്ചഭൂതങ്ങൾ ഭൗതിക വസ്തുക്കളാണ്. മസ്തിഷ്കവും ഒരു ഭൗതിക വസ്തുവായതിനാൽ അതിന്റെ പ്രവർത്തനങ്ങളെല്ലാം അപരാ പ്രകൃതിയിൽ വരേണ്ടതായിരുന്നു. എന്നാൽ അതിൽനിന്ന് ചിത്തത്തെ ഒഴിവാക്കിയിരിക്കുകയാണ്. ചിത്തത്തെ പരാ പ്രകൃതിയിലാണ് ഉൾപ്പെടുത്തിയിട്ടുള്ളത്. ഇതിനെന്താണു കാരണം? അത് അറിവിന്റെ ശേഖരമായതുകൊണ്ടാണ്. അറിവ് ഭൗതിക വസ്തുവല്ലല്ലോ?

ജീവികളെ ഭൗതികവസ്തുക്കളിൽനിന്ന് വ്യത്യസ്തമാക്കുന്നത് പ്രഥമമായും ജീവനാണ്. യഥാർത്ഥത്തിൽ ജീവൻ മാത്രമല്ല. അറിവും കൂടിയാണ്. ഓരോ ജീവിയും അതിന്റെ ജീവിതം ആരംഭിക്കുന്നത് ഒരൊറ്റ കോശമായിട്ടാണല്ലോ? ആ കോശത്തിൽ ജീവനു പുറമേ ആ ജീവിയുടെ സവിശേഷതകളെ സംബന്ധിച്ച വിവരങ്ങളും അടങ്ങിയിട്ടുണ്ട്. ജീവി വളർന്ന് ഏതു രൂപത്തെ പ്രാപിക്കണം, പരമാവധി ആയുസ്സ് എത്രയാണ്, അവയവങ്ങൾ ഏതെല്ലാം രീതിയിൽ പ്രവർത്തിക്കണം തുടങ്ങിയ വിവരങ്ങൾ അതിലുണ്ടാവും. ഈ വിവര സഞ്ചയമാണ് അതിന്റെ ചിത്തത്തിന്റെ ആദി രൂപം. ഈ വിവരങ്ങൾക്ക് ആധുനികന്മാർ ജീനോം എന്നാണ് പേരിട്ടിരിക്കുന്നത്.

വിവരങ്ങൾ അഥവാ അറിവുകൾ ആത്മചൈതന്യമായ സത്-ചിത്-ആനന്ദത്തിലെ ചിത്തിന്റെ, അതായത്, ശുദ്ധ ബോധത്തിന്റെ, പ്രകടിത രൂപമാണ്. പ്രകടിത രൂപമായതിനാൽ അവയും പ്രകൃതി തന്നെ. എന്നാൽ ഭൗതികമല്ല, അതിനേക്കാൾ ഉത്കൃഷ്ടമായതും ജീവികളെ നിലനിർത്തുന്നതുമാകുന്നു. ഇതാണ് ഈ ശ്ലോകത്തിലൂടെ നൽകപ്പെടുന്ന ആശയം.

തന്റെ ഇപ്പറഞ്ഞ രണ്ടു പ്രകൃതികളാണ് സകല ജീവികളുടെയും വസ്തുക്കളുടെയും ഉറവിടമെന്നും അതിനാൽ അവയുടെയെല്ലാം ഉദ്ഭവത്തിനു കാരണം താനാണെന്നും കൃഷ്ണൻ വ്യക്തമാക്കുന്നു (7.6). ഇങ്ങനെയുണ്ടാകുന്ന എല്ലാ ഭൂതങ്ങളും അവസാനം ചെന്നു

ചേരുന്നതും ഈ പ്രകൃതികളിൽത്തന്നെയായതിനാൽ അവയുടെയെല്ലാം പ്രലയത്തിനു കാരണവും താൻ തന്നെ. തുടർന്ന്, ഒരു വലിയ പ്രഖ്യാപനം നടത്തുകയാണ് കൃഷ്ണൻ. നോക്കുക:

'മത്തഃ പരതരം നാന്യത് കിഞ്ചിദസ്തി ധനഞ്ജയ;
മയി സർവമിദം പ്രോതം സൂത്രേ മണിഗണാ ഇവ.' (7.7)

വാഗർത്ഥം: മത്തഃ - എന്നേക്കാൾ; പരതരം - ശ്രേഷ്ഠതരമായി, അതീതമായി; നാന്യത് കിഞ്ചിദസ്തി - ന അന്യത് കിഞ്ചിത് അസ്തി - മറ്റൊന്നുംതന്നെ ഇല്ല; ധനഞ്ജയ - ഹേ, അർജുനാ; മയി - എന്നിൽ; സർവമിദം - ഇവിടെയുള്ള സർവവും; സൂത്രേ മണിഗണാ ഇവ - ചരടിൽ രത്നങ്ങൾ എന്നപോലെ; പ്രോതം - കൊരുക്കപ്പെട്ടിരിക്കുന്നു.

അതായത്, ചരടിൽ കോർക്കപ്പെട്ട മണികൾപോലെ ഇവിടെയുള്ള സർവതും ആത്മാവിനാൽ വഹിക്കപ്പെടുന്നു. ഏറ്റവും പരമമായ തത്ത്വം ആത്മാവാകുന്നു; സർവതും ഈ ഭൗതിക പ്രപഞ്ചം മുഴുവൻ, അതിനെ ആശ്രയിച്ചാണ് നിലനിൽക്കുന്നത്. സർവതിനെയും നിലനിർത്തുന്ന അന്തർധാരയായി, അന്തശ്ചൈതന്യമായി ആത്മാവ് വർത്തിക്കുന്നു. അന്തർധാരയായുള്ള ഈ നിലയെയാണ് ചരട് എന്ന് ശ്ലോകത്തിൽ പറഞ്ഞിരിക്കുന്നത്.

സർവഭൂതങ്ങളും ആത്മാവിനെ ആശ്രയിച്ചാണ് നിലനിൽക്കുന്നതെന്ന് കഠോപനിഷത് 5.8, 6.1 എന്നീ മന്ത്രങ്ങൾ പ്രഖ്യാപിക്കുന്നു. ഇതേ ആശയം മുണ്ഡകോപനിഷത് 2.1.3-ലും കാണാം. ആത്മാവിൽ നിന്നാണ് സകല ഭൂതങ്ങളും ഉണ്ടായിവന്നതെന്ന് ബൃഹദാരണ്യകോപനിഷത് 1.4.7, 2.1.20, മുണ്ഡകോപനിഷത് 1.1.6, 2.1.1, പ്രശ്നം 2.2, 2.3 തുടങ്ങി പല മന്ത്രങ്ങളിലും/വാക്യങ്ങളിലും വ്യക്തമാക്കിയിട്ടുണ്ട്. രഥചക്രത്തിന്റെ ആരക്കാലുകൾ അതിന്റെ നാഭിയിൽ ഉറപ്പിച്ചിരിക്കുന്നത് എപ്രകാരമാണോ അതേപോലെ സർവ ഭൂതങ്ങളും സർവ ലോകങ്ങളും സർവ ദേവകളും സർവ പ്രാണങ്ങളും ആത്മാവിൽ സമർപ്പിതമായിരിക്കുന്നു എന്ന് ബൃഹദാരണ്യകോപനിഷത് 2.5.15-ൽ പ്രഖ്യാപിച്ചിട്ടുണ്ട്. ഈ ഉപനിഷദ് ദർശനങ്ങളുടെ ഒരു പരാവർത്തനമാണ് 7.6, 7.7 എന്നീ ശ്ലോകങ്ങളിലുള്ളത്.

പ്രപഞ്ചത്തിലുള്ള സർവതിനെയും ബന്ധിപ്പിക്കുന്ന ചരടാണ് താൻ എന്നു പ്രഖ്യാപിച്ചതിനു ശേഷം കൃഷ്ണൻ അത് കൂടുതൽ വിശദീകരിക്കുന്നു. പഞ്ചഭൂതങ്ങളെ താൻ ശബ്ദ-സ്പർശ-രൂപ-രസ-ഗന്ധങ്ങളായ ചരടുകൊണ്ടാണ് കോർത്തിരിക്കുന്നതെന്ന് അദ്ദേഹം വ്യക്തമാക്കുന്നു. ജീവികളെ ജീവൻകൊണ്ടും നരന്മാരെ പുരുഷത്വം കൊണ്ടും ബുദ്ധിമാന്മാരെ ബുദ്ധികൊണ്ടും ബന്ധിപ്പിച്ചിരിക്കുന്നു. എല്ലാ ജീവികളിലും ധർമ്മാനുരൂപമായ അഭിലാഷങ്ങളായി വർത്തിക്കുന്നതും താൻതന്നെ. (ശ്ലോകങ്ങൾ 7.8 മുതൽ 7.11 വരെ).

ഇങ്ങനെ താൻ പലപ്രകാരത്തിൽ ബന്ധിപ്പിച്ചിരിക്കുന്നവയെല്ലാം തന്നിലെ പ്രകൃതിഗുണങ്ങളുടെ വിവിധഭാവങ്ങളാണെന്ന് കൃഷ്ണൻ അടുത്ത ശ്ലോകത്തിൽ വ്യക്തമാക്കുന്നു.

'യേ ചൈവ സാത്ത്വികാ ഭാവാ രാജസാസ്താമസാശ്ച യേ;
മത്ത ഏവേതി താൻവിദ്ധി ന ത്വഹം തേഷു തേ മയി.' (7.12)

വാഗർത്ഥം: യേ - ഏവയാണോ; ച ഏവ സാത്ത്വികാഃ ഭാവാഃ - സാത്ത്വിക ഭാവങ്ങൾ (ആയിട്ടുള്ളത്); രാജസാസ്താമസാശ്ച യേ - രാജസാഃ താമസാഃ ച യേ - ഏവയാണോ രാജസവും താമസവുമായ (ഭാവങ്ങളായിട്ടുള്ളത്) ; മത്തഃ ഏവ താൻ വിദ്ധി - എന്നിൽ നിന്ന് ഉള്ളവ തന്നെയാണെന്ന് അറിയുക; ന തു അഹം തേഷു - ഞാൻ അവയിൽ ഇരിക്കുകയല്ല; തേ മയി - അവ എന്നിലാണ് ഇരിക്കുന്നത്.

മുകളിൽ പറഞ്ഞ പഞ്ചഭൂതാദികളെല്ലാം പ്രകൃതിയുടെ ഗുണങ്ങളായ സത്ത്വം, രജസ്സ്, തമസ്സ് എന്നിവയിൽനിന്ന് ഉണ്ടായവയാണ്. തന്നിൽ ഉള്ളടങ്ങിയിട്ടുള്ള പ്രകൃതിശക്തിയെ ആത്മാവ് ഉദ്ദീപിപ്പിക്കുന്നതു വഴിയാണ് ത്രിഗുണാത്മകമായ ഭൗതിക പ്രപഞ്ചം ഉദ്ഭൂതമാകുന്നത്. അതിനാൽ പ്രപഞ്ച വസ്തുക്കളെല്ലാം ത്രിഗുണങ്ങളുടെ വിവിധ ഭാവങ്ങളാണെന്നു പറയപ്പെടുന്നു. അവയിൽ മണികളെ കോർക്കുന്ന ചരടെന്നപോലെ ഒരു അന്തർദ്ധാരയായി ആത്മാവ് വർത്തിക്കുന്നു. ഇതിനർത്ഥം ആത്മാവ് അവയിൽ സ്ഥിതി ചെയ്യുന്നു എന്നല്ല; യഥാർത്ഥത്തിൽ അവയെല്ലാം ആത്മാവിലാണ് സ്ഥിതി ചെയ്യുന്നത്. അതെങ്ങനെ? ഒരു ജല പ്രവാഹത്തിൽപ്പെട്ടു സഞ്ചരിക്കുന്ന വസ്തുക്കളെപ്പോലെ ആത്മചൈതന്യത്തിന്റെ പ്രവാഹത്തിൽ ഗമിക്കുകയാണ് സർവ ഭൂതങ്ങളും. ആ പ്രവാഹത്തെ ഭൂതങ്ങളെല്ലാം ആശ്രയിക്കുന്നു, എന്നാൽ പ്രവാഹം സ്വയം ഒഴുകുന്നു.

ആത്മാവിൽ സർവതും സമാഹിതമായിരിക്കുന്നു എന്ന് ഛാന്ദോഗ്യോപനിഷത് 8.1.3-ൽ പ്രഖ്യാപിച്ചിട്ടുണ്ട്. അതുപോലെ ആത്മാവ് എല്ലാറ്റിന്റെയും അകത്തും പുറത്തും സ്ഥിതിചെയ്യുന്നു എന്ന് ഈശാവാസ്യോപനിഷത് മന്ത്രം 5-ൽ കാണാം. മുണ്ഡകം 3.1.7 പറയുന്നത് ആത്മാവ് എല്ലാറ്റിന്റെയും ദൂരത്തും ചാരത്തും ഉള്ളിലും വർത്തിക്കുന്നു എന്നാണ്. ആത്മാവ് സർവവ്യാപിയാണെന്നും അതിനാൽ സർവഭൂതങ്ങളും ആത്മാവിൽ സ്ഥിതി ചെയ്യുന്നു എന്നുമാണ് ഇവയിലൂടെയെല്ലാം വ്യക്തമാക്കപ്പെടുന്ന വസ്തുത. ഗീതയിൽത്തന്നെ 9.4, 13.15 ശ്ലോകങ്ങളിൽ ഇതേ കാര്യം പറയുന്നുണ്ട്.

ദൃശ്യ പ്രപഞ്ചം ത്രിഗുണങ്ങളുടെ വിവിധ ഭാവങ്ങളാണെന്നു പറഞ്ഞു കഴിഞ്ഞല്ലോ? ഇന്ദ്രിയഗോചരങ്ങളായ ഇവയിൽ നിമഗ്ന രായിപ്പോകുന്ന മനുഷ്യർ അവയ്ക്ക് ആധാരമായി വർത്തിക്കുന്ന അവ്യയമായ ശക്തിയെ അറിയുന്നില്ല. ഇക്കാര്യമാണ് ശ്ലോകം 7.13-ൽ വെളിപ്പെടുത്തിയിരിക്കുന്നത്.

'ത്രിഭിർഗുണമയൈർഭാവൈഃ ഏഭിഃ സർവമിദം ജഗത്;
മോഹിതം നാഭിജാനാതി മാമേഭ്യഃ പരമവ്യയം.' (7.13)

വാഗർത്ഥം: ത്രിഭിർഗുണമയൈർഭാവൈഃ ഏഭിഃ - ത്രിഗുണ മയമായ ഈ ഭാവങ്ങളാൽ; സർവമിദം ജഗത് - ഈ ലോകമെല്ലാം; മോഹിതം - മോഹിക്കപ്പെട്ടിരിക്കുന്നു; നാഭിജാനാതി - ന അഭിജാ നാതി - അറിയുന്നില്ല; മാം ഏഭ്യഃ പരം അവ്യയം - ഇവയെക്കാൾ ശ്രേഷ്ഠവും സനാതനവുമായ എന്നെ.

എല്ലാറ്റിനും ആധാരമായി വർത്തിക്കുന്ന പരമമായ ശക്തിയെ അറിയുക വളരെ ദുഷ്കരമാണെന്ന് ഉപനിഷത്തുകൾ ആവർത്തിച്ചു പറയുന്നുണ്ട്. കത്തി അതിന്റെ ഉറയിൽ പൂർണ്ണമായും ആവൃതമായി രിക്കുന്നതെങ്ങനെയോ അതുപോലെ ആത്മാവ് ഈ പ്രപഞ്ചത്തിൽ അദൃശ്യമായിരിക്കുന്നുവെന്ന് ബൃഹദാരണ്യകം 1.4.7-ൽ പറഞ്ഞിരി ക്കുന്നു. ആത്മാവിന്റെ പ്രകടനങ്ങൾ മാത്രമേ ഇന്ദ്രിയ ഗോചരമാകു ന്നുള്ളൂവെന്നും ആത്മോപാസന ചെയ്യുന്നവർക്കു മാത്രമേ ആത്മാ വിനെ അറിയാൻ കഴിയൂ എന്നും ആ വാക്യത്തിൽ പറയുന്നുണ്ട്. ആത്മാവിലേക്കുള്ള പാത കത്തിയുടെ വായ്ത്തല പോലെ നിശിത മാണെന്നാണ് കഠോപനിഷത് 3.14-ലെ പ്രഖ്യാപനം. അപക്വമതി കളും സംശയാലുക്കളും വിത്തമോഹത്താൽ മൂഢരുമായവർ ദൃശ്യ പ്രപഞ്ചത്തിനപ്പുറം എന്തെങ്കിലുമുണ്ടെന്നു കരുതുന്നതേയില്ല എന്നാണ് കഠത്തിൽത്തന്നെ 2.6-ൽ പറഞ്ഞിട്ടുള്ളത്. അങ്ങനെ മോഹത്തിൽ വീണവർ ആത്മാന്വേഷണം നടത്തുന്ന കാര്യമേ ഉദിക്കുന്നില്ലല്ലോ? ഗീതയിൽ ഈ അദ്ധ്യായത്തിൽത്തന്നെ ഇക്കാര്യം ഉറപ്പിച്ചു പറയുന്നുണ്ട്. നാമത് പിന്നാലേ കാണുന്നതാണ്.

ത്രിഗുണമയമായ തന്റെ മായാ പ്രകൃതിയെ അതിക്രമിക്കുക ദുഷ്കരമാണെന്നും തന്നെ മാത്രം ആശ്രയിച്ച് ഉപാസിക്കുന്നവർക്കു മാത്രമേ അത് കഴിയൂ എന്നും ശ്ലോകം 7.14-ൽ കൃഷ്ണൻ പ്രസ്താവി ച്ചിരിക്കുന്നു. ഇത് മുകളിൽ സൂചിപ്പിച്ചതുപോലെ ബൃഹദാരണ്യകം 1.4.7 വാക്യത്തിലുള്ള കാര്യം തന്നെ. (കൃഷ്ണൻ ആത്മാവാണെന്ന് ഓർക്കുക). ശ്ലോകം ഇതാണ്:

'ദൈവീ ഹ്യേഷാ ഗുണമയീ മമ മായാ ദുരത്യയാ;
മാമേവ യേ പ്രപദ്യന്തേ മായാമേതാം തരന്തി തേ.' (7.14)

വാഗർത്ഥം: മമ - എന്റെ; ഏഷാ ഗുണമയീ - ഈ ഗുണമയമായ; മായാ - മായാ; ദൈവീ ഹി ദുരത്യയാ - ദിവ്യവും അതിക്രമിക്കാൻ ബുദ്ധിമുട്ടുള്ളതും ആകുന്നു; മാം ഏവ - എന്നെത്തന്നെ; യേ പ്രപദ്യന്തേ - ഏവരാണോ ആശ്രയിക്കുന്നത്, സമീപിക്കുന്നത്; തേ - അവർ; മായാം ഏതാം - ഈ മായയെ; തരന്തി - തരണം ചെയ്യുന്നു.

അതായത്, ഏകാശ്രയമായി ആത്മാവിനെ കണ്ട് അതിൽത്തന്നെ സ്വയം അർപ്പിച്ച് ഉപാസിക്കുന്നവർക്കു മാത്രമേ മായയായ പ്രകൃതിയെ അതിക്രമിച്ച് ആത്മാവിനെ പ്രാപിക്കാൻ കഴിയൂ.

ഇങ്ങനെ ഉപദേശിച്ച ശേഷം കൃഷ്ണൻ പറയുന്നത് മൂഢന്മാരും ദുഷ്കർമ്മികളും ആസുരചിത്തന്മാരും ആയവർ തന്നെ ഉപാസിക്കുകയില്ലെന്നാണ് (7.15). എന്നാൽ സുകൃതികളായ ജനങ്ങൾ ആത്മാവിനെ ആശ്രയിക്കുന്നു; അവർ ആർത്തന്മാർ, ജിജ്ഞാസുക്കൾ, ധനമോഹികൾ, ജ്ഞാനികൾ എന്നിങ്ങനെ നാലു തരത്തിൽപ്പെട്ടവരാണ് (7.16). തുടർന്നു കൃഷ്ണൻ പറയുന്നത് ഇങ്ങനെ:

'ഇവരിൽ വിശേഷപ്പെട്ടത് ജ്ഞാനിയാണ്; അയാൾ എനിക്കും ഞാൻ അയാൾക്കും പ്രിയപ്പെട്ടവനാകുന്നു (7.17). അയാൾ ആത്മാവു തന്നെ എന്നാണ് എന്റെ പക്ഷം. യോഗയുക്തനായ അയാൾ എന്നെത്തന്നെ പരമ ഗതിയായി കാണുന്നു.' (7.18) എന്നിട്ട്, കൃഷ്ണൻ ഇങ്ങനെ തുടരുന്നു:

> 'ബഹൂനാം ജന്മനാമന്തേ ജ്ഞാനവാൻ മാം പ്രപദ്യതേ;
> വാസുദേവഃ സർവമിതി സ മഹാത്മാ സുദുർലഭഃ.' (7.19)

വാഗർത്ഥം: ബഹൂനാം ജന്മനാം അന്തേ - അനേകം ജന്മങ്ങളുടെ അവസാനം (അനേകം ജന്മങ്ങളിലൂടെ); ജ്ഞാനവാൻ - ജ്ഞാനം നേടിയവൻ; മാം - എന്നെ; പ്രപദ്യതേ - പ്രാപിക്കുന്നു; വാസുദേവഃ സർവം ഇതി - സർവവും വാസുദേവനാണെന്ന് (അറിഞ്ഞ്); സ മഹാത്മാ - ആ മഹാത്മാവ് (അങ്ങനെയുള്ള ഉത്തമ വ്യക്തികൾ); സുദുർലഭഃ - വളരെ ദുർലഭമാണ്, അപൂർവമാണ്.

അതായത് ജ്ഞാനവാനായ ആൾ അനേകം ജന്മങ്ങളിലൂടെ വാസുദേവനാണ് സർവവും എന്ന ബോദ്ധ്യം നേടി (വാസുദേവനായ) എന്നെ പ്രാപിക്കുന്നു; അങ്ങനെയുള്ളവർ വളരെ അപൂർവമാണ്.

ഒരാൾ ജ്ഞാനിയായിത്തീരുന്നത് നിരന്തരമായ പരിശ്രമങ്ങളിലൂടെയാണ്. ജ്ഞാനം ഒരു ദിവസംകൊണ്ടു ലഭിക്കുന്നതല്ല. അതുകൊണ്ടാണ് അനേകം ജന്മങ്ങളിലൂടെ അതു നേടുന്നു എന്ന് ഇവിടെ പറഞ്ഞിരിക്കുന്നത്. ഇത് ഒരു ആലങ്കാരിക പ്രയോഗം മാത്രമാണ്.

ഒരാൾ തന്റെ ശരീരനാശത്തിനുശേഷം വീണ്ടും അതേ വ്യക്തിയായി പുനർജ്ജനിക്കുന്നു എന്നല്ല ഇവിടത്തെ വിവക്ഷ.

അങ്ങനെയാകാൻ തരമില്ല. ഗീതയും ഉപനിഷത്തുകളും നൽകുന്ന സന്ദേശം അതാണു സൂചിപ്പിക്കുന്നത്. അതതു ശരീരത്താൽ പരിമിതമാക്കപ്പെട്ട ആത്മചൈതന്യമാണ് ഓരോ വ്യക്തിയും എന്നാണ് അവയിലെ പ്രഖ്യാപനം. ആത്മാവിന് ജനനവും മരണവുമില്ല. കഠോപനിഷത്തിലെ 2.18 മന്ത്രവും അതിന്റെ പുനപ്രഖ്യാപനമായ ഗീത- 2.20 ശ്ലോകവും ഇതാണു പറയുന്നത്.

ശരീരം നഷ്ടമായാൽപ്പിന്നെ വ്യക്തിസ്വത്വം ഇല്ലാതാകുന്നു എന്ന് ബൃഹദാരണ്യകം 2.4.12, 2.4.13 വാക്യങ്ങളിൽ തറപ്പിച്ചു പറയുന്നുണ്ട്. അതായത്, ശരീരമാണ് വ്യക്തിത്വത്തിന്റെ അടിസ്ഥാന ഘടകം. അതു നഷ്ടപ്പെട്ടാൽ പിന്നെ അങ്ങനെയൊരു വ്യക്തിയില്ല. അയാളുടെ ഭൗതികാംശം പഞ്ച മഹാഭൂതങ്ങളിൽ ലയിച്ച് അവയായി തീരുകയും ആത്മാവ് സർവവ്യാപിയും നിർമ്മലവുമായി തുടരുകയും ചെയ്യും. നദികൾ സമുദ്രത്തിൽ പതിക്കുമ്പോൾ എന്നപോലെ അയാൾക്ക് ഐഡന്റിറ്റി ഇല്ലാതാകുന്നു.

ആത്മീയ തത്ത്വചിന്തയിൽ മരണം എന്നു പറയുന്നത് കാമങ്ങൾക്കു വശപ്പെടുന്നതിനെയാണ് (ഗീത 2.62, 2.63, കഠോപനിഷത് 6.14, 6.15 തുടങ്ങിയവ). പല വിധ കാമങ്ങളാൽ നീതരായി പലവിധ ജീവിതങ്ങൾ മനുഷ്യർ നയിക്കുന്നു. അവയിലൂടെയെല്ലാം കടന്നു പോയി ആദ്ധ്യാത്മിക ചിന്തയിലേക്ക് ചിലരൊക്കെ എത്തിപ്പെടും. പിന്നീടും അതുപോലെ പല ജീവിതങ്ങളും കടന്ന് അവരിൽ ചിലർ ജ്ഞാനം നേടിയേക്കാം. അങ്ങനെയുള്ളവർ ഇവിടെയുള്ള സർവവും ആത്മാവ് ആണെന്നു മനസ്സിലാക്കി ആത്മസാക്ഷാത്കാരം നേടുന്നു. ഇതാണ് 7.19 ശ്ലോകത്തിന്റെ താത്പര്യം.

ജ്ഞാനിയുടെ ഗതിയെപ്പറ്റിയാണല്ലോ ശ്ലോകം 7.19-ൽ പറഞ്ഞത്? തുടർന്ന്, ജ്ഞാനം നേടാൻ കഴിയാതെ കാമങ്ങളിൽപ്പെട്ട് ഉഴലുന്നവരുടെ അവസ്ഥയെപ്പറ്റി അടുത്ത മൂന്നു ശ്ലോകങ്ങളിൽ പറയുന്നു. അതിൽ ഒന്നാമത്തെ ശ്ലോകം ഇതാ:

> 'കാമൈസ്തൈസ്തൈർഹൃതജ്ഞാനാഃ പ്രപദ്യന്തേ/ന്യദേവതാഃ;
> തം തം നിയമമാസ്ഥായ പ്രകൃത്യാ നിയതാഃ സ്വയാ.' (7.20)

വാഗർത്ഥം: (7.20) കാമൈഃ തൈഃ തൈഃ ഹൃതജ്ഞാനാഃ - അറിവ് കാമങ്ങളാൽ ഹരിക്കപ്പെട്ടവർ, കാമങ്ങൾ മൂലം അറിവു നഷ്ടമായവർ; പ്രകൃത്യാ നിയതാഃ സ്വയാ - തന്നിലെ പ്രകൃതിയാൽ നീതനായി, പ്രപദ്യന്തേ - ആശ്രയിക്കുന്നു; അന്യദേവതാഃ - അന്യദേവതകളെ (അവർ ആത്മതത്ത്വത്തെ ആശ്രയിക്കുന്നില്ല എന്നർത്ഥം); തം തം നിയമം ആസ്ഥായ - അതതു നിയമത്തെ അനുസരിച്ച്, അതതു ദേവതകളെ ഉപാസിക്കുന്നതിനുള്ള ചര്യകൾ പാലിച്ച്.

കാമങ്ങൾക്ക് വശപ്പെട്ടു ജീവിക്കുന്നവർ സ്വകാമങ്ങൾ സാധിച്ചു കിട്ടുന്നതിനായി അന്യദേവതകളെ ആശ്രയിക്കുന്നു. സർവരിലും പ്രകൃതിയുടെ അംശവുമുണ്ട്, ആത്മാവുമുണ്ട്. പ്രകൃതിയെ നില നിർത്തിക്കൊണ്ട് വർത്തിക്കുന്ന ആത്മാവാണ് പുരുഷൻ എന്ന് അറിയപ്പെടുന്നത്. പ്രകൃതി-പുരുഷ ദ്വന്ദ്വമാണ് സർവവും. ഈ ദ്വന്ദ്വ ഭാവത്തിലെ ആത്മാവിനെ പ്രാപിക്കാനാണ് വിവേകികൾ ശ്രമിക്കു ന്നത്. എന്നാൽ അവിവേകികളാകട്ടെ ആത്മചൈതന്യത്തെ അവഗ ണിച്ച് ഭൗതിക സുഖങ്ങൾക്കായി തന്നിലെ പ്രകൃതിയുടെ അംശത്തെ ആശ്രയിക്കുന്നു. അതിനായി അവർ ഓരോരോ ദേവതയെ ആശ്രയി ക്കുന്നു. ഇതാണ് ഈ ശ്ലോകത്തിലൂടെ നൽകപ്പെടുന്ന സന്ദേശം.

കാമങ്ങൾക്കു വശപ്പെട്ടവർ ആത്മാവിനെ വിട്ട് അന്യദേവതകളെ ആശ്രയിക്കുന്നു എന്നു പറഞ്ഞല്ലോ. അവരുടെ സ്ഥിതിയെപ്പറ്റിയുള്ള ശേഷിക്കുന്ന രണ്ടു ശ്ലോകങ്ങൾ ഇവയാണ്:

'യോ യോ യാം യാം തനും ഭക്തഃ ശ്രദ്ധയാർച്ചിതുമിച്ഛതി;
തസ്യ തസ്യാചലാം ശ്രദ്ധാം താമേവ വിദധാമ്യഹം.' (7.21)

'സ തയാ ശ്രദ്ധയാ യുക്തഃ തസ്യാരാധനമീഹതേ;
ലഭതേ ച തതഃ കാമാൻ മയൈവ വിഹിതാൻ ഹി താൻ.' (7.22)

വാഗർത്ഥം: (7.21) യോ യോ ഭക്തഃ - ഏതേതു ഭക്തൻ; യാം യാം തനും - ഏതേതു രൂപങ്ങളെ; ശ്രദ്ധയാ - ശ്രദ്ധയോടുകൂടി; അർച്ചിതും ഇച്ഛതി - പൂജിക്കാൻ ഇച്ഛിക്കുന്നുവോ; തസ്യ തസ്യ - അതതു ഭക്തന്; അചലാം ശ്രദ്ധാം താം ഏവ - ദൃഢമായ ആ ശ്രദ്ധയെത്തന്നെ; വിദധാമി അഹം - ഞാൻ സംഭവിപ്പിക്കുന്നു.

വാഗർത്ഥം: (7.22) സഃ - അയാൾ; തയാ ശ്രദ്ധയാ യുക്തഃ - ആ ശ്രദ്ധയോടു ചേർന്നുകൊണ്ട്; തസ്യ ആരാധനം ഈഹതേ - ആ ദേവന്റെ ആരാധനയ്ക്കായി പരിശ്രമിക്കുന്നു; ലഭതേ ച തതഃ കാമാൻ - അതുവഴി ആഗ്രഹിച്ച കാര്യങ്ങൾ നേടുന്നു; മയാ ഏവ വിഹിതാൻ ഹി താൻ - ഞാൻ വിഹിതമാക്കിയവയാണ് അവ യെല്ലാം.

അതായത്, ഒരാൾ ഏതു ദേവതയെ ശ്രദ്ധയോടെ ആരാധിക്കാൻ ഇച്ഛിച്ചാലും അയാൾക്ക് അതിനുള്ള ശ്രദ്ധ ലഭിക്കുന്നത് ആത്മ ചൈതന്യത്തിൽനിന്നു തന്നെയാണ് (7.21). തുടർന്ന് 7.22-ൽ പ റയുന്നു, അന്യദേവതകളുടെ ആരാധനയിലൂടെ അയാൾക്കു സാധിച്ചു കിട്ടുന്ന കാമങ്ങൾ യഥാർത്ഥത്തിൽ ആത്മചൈതന്യത്തിൽ നിന്നു വരുന്നതാണെന്നാണ്. അതായത്, ആത്മാവാണ് എല്ലാ ഭൗതി കാനുഭവങ്ങളുടെയും ആത്യന്തിക ഉറവിടം. എല്ലാം ലഭിക്കുന്നത്

ആത്മശക്തിയിൽനിന്നുതന്നെ. ഏതെങ്കിലും ദേവത തന്നു എന്നു നാം ചിന്തിക്കുന്നത് അബദ്ധമാണ്, തെറ്റിദ്ധാരണയാണ്.

പരമമായ ആനന്ദം പ്രതിഷ്ഠിതമായിരിക്കുന്നത് ആത്മാവിലാണ്; അത് ഭൗതികോപാധികളിൽക്കൂടി ലഭ്യമാകുമ്പോൾ പരിമിതമാക്കപ്പെടുന്നു. ഭൗതിക വസ്തുക്കൾ കാലത്തിനും പരിണാമത്തിനും വിധേയമാകയാൽ അവയിലൂടെ ലഭിക്കുന്ന സുഖഭോഗങ്ങളും അങ്ങനെയായിത്തീരുക സ്വാഭാവികം. കേവലമായ ആനന്ദം പ്രതിഷ്ഠിക്കപ്പെട്ടിരിക്കുന്നത് ആത്മാവിലായതിനാൽ, പരിമിതികളില്ലാത്ത ആനന്ദാനുഭവത്തിന് ആത്മാവിനെത്തന്നെ ഉപാസിക്കണം. ആത്മാവിനെ ഉപാസിക്കുന്നവർ ആത്മാവിനെ പ്രാപിക്കുന്നു. മറിച്ച് ദേവന്മാരെ ഉപാസിക്കുന്നവർ പ്രാപിക്കുന്നത് ദേവന്മാരെയാണ്. ഇതാണ് 7.23 ശ്ലോകത്തിൽ പറഞ്ഞിട്ടുള്ളത്. അതായത്, ആത്മാവിനെ ഉപാസിക്കുന്നവർ നിത്യമായ പരമാനന്ദത്തിലേക്കു പോകുന്നു. എന്നാൽ ഭൗതിക സുഖഭോഗങ്ങൾക്കായി മറ്റു ദേവന്മാരെ ആശ്രയിക്കുന്നവർ ഭൗതിക വസ്തുക്കളാൽ പരിമിതമാക്കപ്പെട്ട ആനന്ദത്തിലേക്കാവും എത്തുക. ശ്ലോകം 7.23 ഇതാണ്:

'അന്തവത്തു ഫലം തേഷാം തദ്ഭവത്യല്പമേധസാം;
ദേവാൻ ദേവയജോ യാന്തി മദ്ഭക്താ യാന്തി മാമപി.' (7.23)

വാഗർത്ഥം: തു - എന്നാൽ; അന്തവത് തേഷാം ഫലം - അവയുടെ (ദേവന്മാരെ ഭജിക്കുന്നതിന്റെ) ഫലം പരിമിതമാണ്, അവസാനിക്കുന്നതാണ്; തത് ഭവതി അല്പമേധസാം - അല്പബുദ്ധികൾക്ക് അതാണു ലഭിക്കുക; ദേവാൻ ദേവയജഃ യാന്തി - ദേവന്മാരെ ഭജിക്കുന്നവർ ദേവന്മാരെ പ്രാപിക്കുന്നു; മദ്ഭക്താ യാന്തി മാമപി - എന്നെ (ആത്മാവിനെ) ഭജിക്കുന്നവർ എന്നെ പ്രാപിക്കുന്നു.

ദേവതാ പൂജനത്തിനുള്ള ശ്രദ്ധയും അതിൽനിന്നു കിട്ടുന്ന ഫലങ്ങളും യഥാർത്ഥത്തിൽ ആത്മശക്തിയിൽനിന്ന് വരുന്നതാണെന്ന സത്യം അവതരിപ്പിച്ച ശേഷം കൃഷ്ണൻ പറയുന്നു, തന്നെയും ആളുകൾ ഒരു വ്യക്തിയായിട്ടാണ് കാണുന്നതെന്ന്. ശ്ലോകം നോക്കുക:

'അവ്യക്തം വ്യക്തിമാപന്നം മന്യന്തേ മാമബുദ്ധയഃ;
പരം ഭാവമജാനന്തോ മമാവ്യയമനുത്തമം.' (7.24)

വാഗർത്ഥം: അബുദ്ധയഃ - ബുദ്ധിശൂന്യർ; മാം അവ്യക്തം അവ്യക്ത സ്വരൂപനായ എന്നെ; വ്യക്തിമാപന്നം - വ്യക്തിം ആപന്നം - പ്രത്യേക രൂപത്തെ പ്രാപിച്ചവനായി; മന്യന്തേ - മനസ്സിലാക്കുന്നു; മമാവ്യയമനുത്തമം - മമ അവ്യയം അനുത്തമം -

എന്റെ അവിനാശിയും അത്യുത്കൃഷ്ടവുമായ; പരം ഭാവമജാനന്തോ – പരം ഭാവം അജാനന്തഃ – ശ്രേഷ്ഠ ഭാവത്തെ അറിയാതെ.

അവ്യക്ത ചൈതന്യമായ തന്നെ ബുദ്ധിയില്ലാത്തവർ കേവല മൊരു വ്യക്തിയായി കാണുന്നുവെന്നും അവർ തന്റെ അവിനാശിയും അത്യുത്കൃഷ്ടവുമായ ശ്രേഷ്ഠ ഭാവത്തെ കാണുന്നില്ലെന്നുമാണ് കൃഷ്ണൻ ഇവിടെ പ്രസ്താവിച്ചിരിക്കുന്നത്.

ഇത് വളരെ പ്രധാനപ്പെട്ട ഒരു പ്രഖ്യാപനമാണ്. കൃഷ്ണ ഭക്ത ന്മാർ അദ്ദേഹത്തെ ഒരു പ്രത്യേക ശരീരത്തോടുകൂടിയവനായിട്ടാണ് കാണുന്നത്. ആ ശരീരത്തിന്റെ സവിശേഷതകളെ ആരാധനയുടെ ഭാഗമായി വർണ്ണിച്ച് അവർ മഹത്ത്വവത്കരിക്കുന്നു. അതു ശരി യല്ലെന്നാണ് കൃഷ്ണൻ പറയുന്നത്. ബുദ്ധിയില്ലായ്മകൊണ്ടാണ് ആളുകൾ അങ്ങനെ ചെയ്യുന്നതെന്ന് ആക്ഷേപിക്കുകയാണ് അദ്ദേഹം. അതോടൊപ്പം, തന്റെ ശരിയായ ഭാവം അവ്യയവും ശ്രേഷ്ഠവു മാണെന്ന് വെളിവാക്കുകയും ചെയ്യുന്നു. താൻ ആത്മാവാണെന്ന് 4.6, 10.20 ശ്ലോകങ്ങളിൽ കൃഷ്ണൻതന്നെ പറഞ്ഞിട്ടുള്ളതും ശ്രദ്ധിക്കുക.

അവ്യക്തവും അവ്യയവുമാണ് ആത്മാവ്. ആദിയിൽ ആത്മാവ് അവ്യാകൃതമായിരുന്നുവെന്നും പിന്നീട് നാമങ്ങളും രൂപങ്ങളുമായി വ്യാകൃതമാവുകയായിരുന്നുവെന്നും ബൃഹദാരണ്യകം 1.4.7 വാക്യ ത്തിൽ പറഞ്ഞിരിക്കുന്നു. വ്യാകൃതം എന്നാൽ വെളിപ്പെടൽ; വിവിധ നാമങ്ങളും രൂപങ്ങളുമായി വെളിപ്പെടുന്നതിനു മുൻപുള്ള അവസ്ഥ യെയാണ് അവ്യാകൃതം എന്നു പറയുന്നത്. അത് ആത്മചൈതന്യ ത്തിന്റെ ശുദ്ധമായ ഭാവമാകുന്നു. താൻ അതാണെന്നും വ്യാകൃത മായ ഒരു രൂപമല്ലെന്നുമാണ് കൃഷ്ണൻ ഇവിടെ വിശദീകരിക്കുന്നത്.

ആത്മാവിന്റെ ഈ അവ്യക്തഭാവത്തെപ്പറ്റി കഠോപനിഷത്തിൽ 3.10, 3.11, 6.7, 6.8 എന്നീ മന്ത്രങ്ങളിലും ഗീതയിൽത്തന്നെ 2.25, 2.28, 8.20, 8.21 എന്നീ ശ്ലോകങ്ങളിലും പരാമർശിക്കുന്നുണ്ട്.

ലോകാവതാരണത്തിനായി ആത്മാവ് തന്റെ മായാശക്തിയായ പ്രകൃതിയെ ഉദ്ദീപിപ്പിച്ച് നിൽക്കുമ്പോഴുള്ള ആത്മഭാവമാണ് അവ്യക്തം. ഇവിടെ ഉദ്ധരിച്ച കഠോപനിഷത് മന്ത്രങ്ങളിൽ ഈ അവ്യക്താവസ്ഥയെയാണ് സൂചിപ്പിച്ചിട്ടുള്ളത്. ഭൂതങ്ങളൊന്നും ഉദ്ഭൂതമാകാത്ത അവസ്ഥയാണത്. ഭൂതങ്ങളുണ്ടായിത്തുടങ്ങുമ്പോൾ അത് വ്യക്തിഭാവമാകുന്നു. ആത്മാവിന്റെ വ്യക്തിഭാവങ്ങളാണ് സർവ ഭൂതങ്ങളും. അതായത് ആത്മാവ് പ്രകൃതിയിലൂടെ തന്റെ ചൈതന്യത്തെ പ്രകടിപ്പിക്കുന്ന അവസ്ഥ. പ്രകൃതിയുടെ പരിമിത സ്വഭാവം കാരണം ഒരു ഭൂതത്തിനും, ജീവിയായാലും അല്ലെങ്കിലും,

ആത്മചൈതന്യത്തെ പൂർണ്ണമായും പ്രകടിപ്പിക്കാനാകില്ല. പ്രകാശത്തിന്റെ പ്രസരണം ഭിന്ന സുതാര്യതയുള്ള സ്ഫടികങ്ങളിലൂടെ വ്യത്യസ്ത രീതിയിലേ സംഭവിക്കൂ എന്നതുപോലെയാണിത്.

ലോകരിൽ മൂഢന്മാരായവരുടെ തെറ്റിദ്ധാരണയെപ്പറ്റി സൂചിപ്പിച്ചതിനുശേഷം, കൃഷ്ണൻ തുടർന്നു പറയുന്നത് മായയാൽ മറയ്ക്കപ്പെട്ടിരിക്കുന്ന തന്നെ അത്തരം ആളുകൾക്ക് ഒരിക്കലും അറിയാൻ കഴിയില്ലെന്നാണ്.

'നാഹം പ്രകാശഃ സർവസ്യ യോഗമായാ സമാവൃതഃ;
മൂഢോ/യം നാഭിജാനാതി ലോകോ മാമജമവ്യയം.' (7.25)

വാഗർത്ഥം: യോഗമായാ സമാവൃതഃ - യോഗമായയാൽ മൂടപ്പെട്ട; നാഹം പ്രകാശഃ സർവസ്യ - ന അഹം പ്രകാശഃ സർവസ്യ - ഞാൻ എല്ലാവർക്കും പ്രത്യക്ഷനല്ല, (ചിലർക്കു മാത്രമേ എന്നെ അറിയാൻ കഴിയൂ എന്നർത്ഥം); മാമജമവ്യയം - മാം അജം അവ്യയം - അജനും അവ്യയനുമായ എന്നെ, ജനനമോ മാറ്റമോ ഇല്ലാത്ത എന്നെ; മൂഢോ/യം ലോകോ - മൂഢഃ അയം ലോകഃ - ഈ മൂഢ ജനം; നാഭിജാനാതി - ന അഭിജാനാതി - അറിയുന്നില്ല;

അതായത്, ആത്മാവിനെ അറിയാനോ പ്രാപിക്കാനോ എല്ലാവർക്കും കഴിയില്ല. കാരണം ആത്മാവ് മായയാൽ മറയ്ക്കപ്പെട്ടിരിക്കുന്നു; എന്നു മാത്രമല്ല, ആ മായയെ അതിക്രമിച്ച് അജനും അവ്യയനുമായ ആത്മാവിനെ അറിയാൻ തക്കവണ്ണമുള്ള കഴിവ് എല്ലാവർക്കുമില്ല. (അജൻ എന്നാൽ ജനനമില്ലാത്തവൻ, അതായത്, എന്നും ഉള്ളവൻ. അവ്യയൻ എന്നാൽ വ്യയം ഇല്ലാത്തവൻ, ക്ഷയം സംഭവിക്കാത്തവൻ).

ആത്മാവ് ഈ വിശ്വത്തെ മുഴുവൻ ബാഹ്യാവരണമാക്കിയിരിക്കുന്നതിനാൽ അത് ഇന്ദ്രിയ ഗോചരമല്ലെന്ന് ബൃഹദാരണ്യകോപനിഷത് 1.4.7-ൽ പറഞ്ഞിട്ടുണ്ട്. സർവഭൂതങ്ങളിലും അന്തര്യാമിയായി വർത്തിക്കുന്ന അമരമായ ആത്മാവിനെ ആർക്കും കാണാനോ കേൾക്കാനോ അറിയാനോ കഴിയില്ലെന്ന് ആ ഉപനിഷത്തിൽത്തന്നെ 3.7.15-ൽ പ്രസ്താവിച്ചിരിക്കുന്നു. ആത്മാവ് അവ്യയനും നിത്യനുമാണെന്നാണ് മുണ്ഡകോപനിഷത് 1.1.6-ൽ പറഞ്ഞിട്ടുള്ളത്. ഇന്ദ്രിയങ്ങൾകൊണ്ട് ആത്മാവിനെ അറിയാൻ കഴിയില്ലെന്ന് ഉപനിഷത്തുകൾ ആവർത്തിച്ച് പ്രഖ്യാപിക്കുന്നു. ഉദാ: മുണ്ഡകം 3.1.8, ഈശം 4 എന്നീ മന്ത്രങ്ങൾ. ഗീതയിൽത്തന്നെ 2.20, 4.6 തുടങ്ങിയ ശ്ലോകങ്ങളിൽ ആത്മാവ് അജനാണെന്നും അവ്യയനാണെന്നും പറഞ്ഞിട്ടുള്ളത് നാം കണ്ടതാണല്ലോ?

തന്നെ ആരും അറിയുന്നില്ലെന്ന് ഈ ശ്ലോകത്തിൽ പറഞ്ഞ കൃഷ്ണൻ അടുത്തതിൽ ഒരു കാര്യം കൂട്ടിച്ചേർക്കുന്നു. കഴിഞ്ഞുപോയതും ഇപ്പോഴുള്ളതും ഇനി വരാനിരിക്കുന്നതുമായ എല്ലാറ്റിനെയും തനിക്ക് അറിയാമെന്നാണ് അദ്ദേഹം വിശദീകരിക്കുന്നത്. കൃഷ്ണൻ എന്നാൽ ആത്മാവ് ആണെന്ന് ഓർക്കുക.

ആത്മാവിനെ ആർക്കും അറിയാൻ കഴിയില്ല എന്നതുകൊണ്ട് വിവക്ഷിക്കുന്നത് ഇന്ദ്രിയങ്ങളാൽ അറിയാൻ കഴിയില്ല എന്നാണ്. ബാഹ്യവിഷയങ്ങളിൽ ആമഗ്നമാകുന്നതിൽനിന്ന് ഇന്ദ്രിയങ്ങളെ നിയന്ത്രിച്ച് ചിത്തം നിർമ്മലമാക്കുന്ന ആൾക്ക് ആന്തരിക ബോധത്താൽ ആത്മാവ് അറിയപ്പെടുന്നതാണ് (മുണ്ഡകം 3.1.8, ബൃഹദാരണ്യകം 4.4.7, കഠം 2.23, 6.14).

ആത്മാവിനെ അറിയാൻ ആർക്കും കഴിയുന്നില്ലെന്ന് പ്രസ്താവിച്ചതിനുശേഷം അതിനുള്ള കാരണമാണ് അടുത്ത ശ്ലോകത്തിൽ വെളിപ്പെടുത്തുന്നത്. ശ്ലോകം കാണുക:

'ഇച്ഛാദ്വേഷ സമുത്ഥേന ദ്വന്ദ്വമോഹേന ഭാരത;
സർവഭൂതാനി സമ്മോഹം സർഗേ യാന്തി പരന്തപ.' (7.27)

വാഗർത്ഥം: ഇച്ഛാദ്വേഷ സമുത്ഥേന - ഇച്ഛയ്ക്കും ദ്വേഷത്തിനും അടിപ്പെടുന്നതുവഴി ഉണ്ടാകുന്ന; ദ്വന്ദ്വമോഹേന - സുഖദുഃഖാദി ദ്വന്ദ്വങ്ങളെപ്പറ്റിയുള്ള മോഹം മൂലം; ഭാരത, പരന്തപ - ഹേ, അർജുനാ; സർവഭൂതാനി - സർവഭൂതങ്ങളും; സമ്മോഹം - സമ്മോഹത്തെ; സർഗേ - ആദിയിൽത്തന്നെ; യാന്തി - പ്രാപിക്കുന്നു.

വസ്തുക്കളോടോ വ്യക്തികളോടോ ഉണ്ടാകുന്ന ഇഷ്ടവും അനിഷ്ടവുമാണ് ഇച്ഛയും ദ്വേഷവും. ഇഷ്ടപ്പെടുന്നതു കിട്ടിയാൽ സുഖമുണ്ടാകുമെന്നും അല്ലാത്തതുമൂലം ദുഃഖമുണ്ടാകുമെന്നും നാം മോഹിക്കുന്നു. ഇതൊരു പ്രതീക്ഷ മാത്രമാണ്. അങ്ങനെതന്നെ സംഭവിക്കുമെന്ന് യാതൊരു ഉറപ്പുമില്ല. ഇഷ്ടഭക്ഷണം ലഭിച്ചാൽ സുഖം കിട്ടുമെന്ന് നാം വിചാരിക്കുന്നു. എന്നാൽ, കഴിക്കാൻ പറ്റാത്ത ഒരവസ്ഥയിലാണ് അതു കിട്ടുന്നതെങ്കിലോ? അതായത്, കാര്യങ്ങൾ എങ്ങനെ സംഭവിക്കും എന്നതിനെപ്പറ്റി നമുക്ക് ഒരു നിശ്ചയവുമില്ല. എങ്കിലും അവയൊക്കെ നാം വിചാരിക്കുന്നതുപോലെതന്നെ വരും എന്ന് നമ്മൾ ഉറച്ചു വിശ്വസിക്കുന്നു. അതുമൂലം സംഭവങ്ങളെയും സാഹചര്യങ്ങളെയും പൂർണ്ണമായി വിലയിരുത്താൻ, വിവേചിച്ചറിയാൻ, നമുക്ക് കഴിയാതെ വരുന്നു. ഈ കഴിവില്ലായ്മയാണ് സമ്മോഹം. സമ്മോഹം വന്നാൽ പിന്നെ എന്താണുണ്ടാവുക എന്ന് 2.63 ശ്ലോകത്തിൽ നാം കണ്ടതാണല്ലോ? ഈ സമ്മോഹബാധ നമുക്കു

സഹജമായി കിട്ടിയിട്ടുള്ളതാണ്. ഇപ്രകാരം വിവേചന ശക്തി നഷ്ട മാവുന്നതിനാലാണ് ആത്മജ്ഞാനം അപ്രാപ്യമായിരിക്കുന്നത്.

ഈ ദ്വന്ദ്വമോഹങ്ങളെ നശിപ്പിക്കാൻ കഴിയുന്ന പുണ്യ കർമ്മാക്കൾ ആത്മസാക്ഷാത്കാരത്തിനായി പരിശ്രമിക്കുന്നു (7.28). അവർ ക്രമേണ ബ്രഹ്മജ്ഞാനികളായി മാറുമെന്ന് തുടർന്നു പ റയുന്നു.

പാപങ്ങളെല്ലാം നശിച്ച പുണ്യകർമ്മാക്കൾ ദൃഢവ്രതന്മാരായി ഈശ്വരനായ ആത്മാവിനെ ഭജിച്ച് ബ്രഹ്മജ്ഞാനികളായി മാറുന്നു വെന്നാണ് അടുത്ത രണ്ടു ശ്ലോകങ്ങളിൽ വിശദീകരിച്ചിട്ടുള്ളത്.

'ജരാമരണ മോക്ഷായ മാമാശ്രിത്യ യതന്തി യേ;
തേ ബ്രഹ്മ തദ്വിദുഃ കൃത്സ്നം അധ്യാത്മം കർമ ചാഖിലം.' (7.29)

'സാധിഭൂതാധിദൈവം മാം സാധിയജ്ഞം ച യേ വിദുഃ;
പ്രയാണകാലേഽപി ച മാം തേ വിദുര്യുക്തചേതസഃ.' (7.30)

അർത്ഥം: (7.29) ജരാമരണ മോക്ഷായ - ജരാമരണങ്ങളിൽ നിന്നുള്ള മോക്ഷത്തിനായി, അമൃതത്വം നേടുന്നതിനായി; മാം ആശ്രിത്യ - എന്നെ ആശ്രയിച്ച്; യതന്തി യേ - ആര് പരിശ്രമി ക്കുന്നുവോ; തേ - അവർ; ബ്രഹ്മ തദ്വിദുഃ കൃത്സ്നം അധ്യാത്മം - അധ്യാത്മമായ ആ ബ്രഹ്മത്തെ നിശ്ശേഷം അറിയുന്നു; കർമ ച അഖിലം - കർമ്മത്തെപ്പറ്റിയും എല്ലാം അറിയുന്നു.

അർത്ഥം: (7.30) സാധിഭൂതാധിദൈവം സാധിയജ്ഞം ച - അധിഭൂതത്തോടും അധിദൈവത്തോടും അധിയജ്ഞത്തോടും കൂടിയുള്ള; മാം - എന്നെ; യേ വിദുഃ - ആര് അറിയുന്നുവോ; പ്രയാണകാലേ അപി ച - പ്രയാണ കാലത്തുംകൂടി; മാം - എന്നെ; തേ യുക്തചേതസഃ - യോഗയുക്തന്മാരായ അവർ; വിദുഃ - അറി യുന്നു.

അമൃതത്വം നേടുന്നതിനായി ആരാണോ ആത്മാവിനെ ആശ്രയിച്ച് യത്നിക്കുന്നത്, അവർ അധ്യാത്മമായ ബ്രഹ്മത്തെ പൂർണ്ണമായും അറിയുന്നതാണ്. കർമ്മത്തോടും അധിഭൂതത്തോടും അധി യജ്ഞത്തോടും കൂടി വർത്തിക്കുന്ന ആ ബ്രഹ്മത്തെ ഇപ്രകാരം അറിയുന്നവർ കാലക്രമേണ എന്നെ (ആത്മാവിനെ) അറിയും (7.29, 7.30 ശ്ലോകങ്ങൾ). കർമ്മത്തോടും അധിഭൂതത്തോടും അധി യജ്ഞത്തോടും കൂടി വർത്തിക്കുന്ന അധ്യാത്മമായ ബ്രഹ്മം എന്താ ണെന്നും മറ്റുമുള്ള കാര്യങ്ങൾ അടുത്ത അദ്ധ്യായത്തിൽ വിശദീ കരിക്കുന്നുണ്ട്.

ഇതോടെ 30 ശ്ലോകങ്ങളുള്ള ജ്ഞാനവിജ്ഞാന യോഗം എന്ന ഏഴാം അദ്ധ്യായം അവസാനിക്കുന്നു.

എട്ട്

അക്ഷരബ്രഹ്മ യോഗം

കഴിഞ്ഞ അദ്ധ്യായത്തിന്റെ അവസാനത്തിൽ കൃഷ്ണൻ സൂചിപ്പിച്ച അധ്യാത്മമായ ബ്രഹ്മവും കർമ്മം, അധിഭൂതം, അധിദൈവം, അധിയജ്ഞം എന്നിവയുമൊക്കെ എന്താണെന്ന അർജുനന്റെ ചോദ്യത്തോടെയാണ് 28 ശ്ലോകങ്ങളുള്ള എട്ടാം അദ്ധ്യായം ആരംഭിക്കുന്നത്. അക്ഷരമായ ബ്രഹ്മത്തെപ്പറ്റി പറഞ്ഞുകൊണ്ട് തുടങ്ങുന്നതിനാൽ ഈ അദ്ധ്യായത്തിന് അക്ഷരബ്രഹ്മ യോഗം എന്നാണ് പേര്. അർജ്ജുനന്റെ ചോദ്യങ്ങൾക്ക് കൃഷ്ണൻ ഇങ്ങനെ മറുപടി പറയുന്നു:

'അക്ഷരം ബ്രഹ്മ പരമം സ്വഭാവോഽധ്യാത്മമുച്യതേ;
ഭൂതഭാവോദ്ഭവകരോ വിസർഗഃ കർമസംജ്ഞിതഃ.' (8.3)

വാഗർത്ഥം: അക്ഷരം ബ്രഹ്മ പരമം - അക്ഷരമായ ബ്രഹ്മം പരമമാണ് (പരമാവധിയായിട്ടുള്ളത് അതാണെന്നും അതിനപ്പുറം ഒന്നുമില്ലെന്നും അർത്ഥം); സ്വഭാവോഽധ്യാത്മമുച്യതേ - സ്വഭാവഃ അധ്യാത്മം ഉച്യതേ - ഭൗതിക വസ്തുക്കളിലെ/ജീവികളിലെ അതിന്റെ ഭാവം (സ്വഭാവം) അധ്യാത്മം എന്ന് അറിയപ്പെടുന്നു; ഭൂതഭാവോദ്ഭവകരോ വിസർഗഃ - ഭൂതഭാവോദ്ഭവകരഃ വിസർഗഃ - ഭൂതഭാവങ്ങളെ ഉണ്ടാക്കുന്ന വിസർഗം; വിസർഗം - പ്രയത്നം, സ്വശക്തിയെ വിനിയോഗിക്കുന്ന പ്രക്രിയ; കർമസംജ്ഞിതഃ - കർമ്മം എന്ന പേരിൽ അറിയപ്പെടുന്നു.

ശ്ലോകാർത്ഥം: അക്ഷരമായ ബ്രഹ്മം പരമമാണ്; അതിനപ്പുറം ഒന്നുമില്ല. ഭൗതിക വസ്തുക്കളിലെ/ജീവികളിലെ അതിന്റെ ഭാവം (സ്വഭാവം) ആണ് അധ്യാത്മം. ഭൂതഭാവങ്ങളെ ഉണ്ടാക്കുന്നതിനായി സ്വശക്തിയെ വിനിയോഗിക്കുന്ന പ്രക്രിയ കർമ്മം എന്ന പേരിൽ അറിയപ്പെടുന്നു.

ബ്രഹ്മത്തിന് രണ്ടു രൂപങ്ങളുണ്ടെന്ന് ബൃഹദാരണ്യകോപനിഷത് 2.3.1-ൽ പറയുന്നു; മൂർത്തവും മർത്യവുമായ ഒന്നും അമൂർത്തവും

അമൃതവുമായ മറ്റൊന്നും. ('ദ്വേ വാവ ബ്രഹ്മണോ രൂപേ, മൂർത്തം ചൈവാമൂർത്തം ച മർത്യം ചാമൃതം ച...'). അതായത്, ഒന്ന് ക്ഷരമാണ്, മറ്റേത് അക്ഷരമാണ്. ക്ഷരമായ രൂപം ഭൗതികാംശമാകുന്നു; അക്ഷരമായത് ആത്മാംശവും. ഇവ രണ്ടും ചേർന്നതാണ് ബ്രഹ്മം. അങ്ങനെയാണ് ബ്രഹ്മത്തിന് 'സത്യം' എന്ന പേരു വന്നത് ('തസ്യ ഹ വാ ഏതസ്യ ബ്രഹ്മണോ നാമ സത്യമിതി' - ഛാന്ദോഗ്യം 8.3.4). 'സത്യം' എന്നാൽ സത്തിനാൽ നിലനിർത്തപ്പെടുന്ന അസത്.

ക്ഷരമായിട്ടുള്ളത് അക്ഷരമായതിനെ ആശ്രയിച്ചാണ് നിലനിൽക്കുന്നത് (ഛാന്ദോഗ്യം 8.3.5). അതിനാൽ അക്ഷരമായിട്ടുള്ളത് ശ്രേഷ്ഠമാണ്, പരമമാണ്. അതിനപ്പുറം ഒന്നുമില്ല, അത് സ്വന്തമായി നിലനിൽക്കുന്നതും നിത്യവുമാണ്. ഈ പശ്ചാത്തലത്തിലാണ് ഇവിടെ അക്ഷരമായ ബ്രഹ്മം (അതായത്, ബ്രഹ്മത്തിലെ അക്ഷരമായ അംശം) പരമമാണെന്നു പറഞ്ഞിട്ടുള്ളത്. ആ അംശം ആത്മാവു തന്നെ. അതായത്, അക്ഷരമായ ബ്രഹ്മം ആത്മാവ് ആകുന്നു. ആവരണമില്ലാത്ത, പ്രത്യക്ഷമായ, ബ്രഹ്മം (സാക്ഷാത് അപരോക്ഷാത് ബ്രഹ്മ) ആത്മാവാണെന്ന് ബൃഹദാരണ്യക ഉപനിഷത് 3.4.1, 3.4.2 എന്നിവയിൽ വ്യക്തമാക്കുന്നു.

ക്ഷരമായ ഭൗതിക വസ്തുക്കളെ നിലനിർത്തിക്കൊണ്ട് അവയിൽ അക്ഷരമായ ആത്മാവ് വർത്തിക്കുമ്പോഴുള്ള ആത്മഭാവത്തെയാണ് അധ്യാത്മം എന്നു പറയുന്നത്. അധ്യാത്മചിന്ത എന്നാൽ ഈ ഭാവത്തിലുള്ള ആത്മാവിനെപ്പറ്റി ചിന്തിക്കുക എന്നാണ്.

ഭൂതഭാവങ്ങളെ ഉണ്ടാക്കാനുള്ള സ്വശക്തി വിനിയോഗമാണ് കർമ്മങ്ങൾ എന്നാണല്ലോ ശ്ലോകത്തിൽ പറഞ്ഞിട്ടുള്ളത്? ഭൂതഭാവങ്ങൾ എന്തൊക്കെയെന്ന് 10.4, 10.5 ശ്ലോകങ്ങളിൽ പറയുന്നുണ്ട്. ക്ഷമ, സത്യം, ദമം, ശമം, ജ്ഞാനം, സുഖം, ദുഃഖം, ഭയം, അഭയം തുടങ്ങി ആ ഭാവങ്ങളെയെല്ലാം അവിടെ എണ്ണിയെണ്ണി പറയുന്നുണ്ട്. നമ്മുടെ കർമ്മങ്ങൾ അവയെ ഉണ്ടാക്കുന്നവയാണ് എന്നർത്ഥം.

അക്ഷരബ്രഹ്മം, അധ്യാത്മം, കർമ്മം എന്നിവ എന്തെന്ന് പറഞ്ഞു കഴിഞ്ഞു. അർജുനൻ ചോദിച്ച മറ്റ് സംജ്ഞകളെ വിശദീകരിക്കുകയാണ് അടുത്ത ശ്ലോകത്തിൽ. ശ്ലോകം നോക്കുക:

'അധിഭൂതം ക്ഷരോ ഭാവഃ പുരുഷശ്ചാധിദൈവതം;
അധിയജ്ഞോഽഹമേവാത്ര ദേഹേ ദേഹഭൃതാം വര.' (8.4)

വാഗർത്ഥം: അധിഭൂതം ക്ഷരോ ഭാവഃ - അധിഭൂതം എന്നാൽ ക്ഷരമായ (നശിക്കുന്ന) ഭാവമാണ്; പുരുഷഃ ച അധിദൈവതം - അധിദൈവതം എന്നാൽ പുരുഷൻ ആകുന്നു; അധിയജ്ഞഃ അഹം

ഏവ - അധിയജ്ഞൻ ഞാൻ തന്നെയാണ്; അത്ര ദേഹേ - ഈ ദേഹത്തിൽ; ദേഹഭൃതാം വര - ദേഹത്തെ ധർക്കുന്നവരിൽ ശ്രേഷ്ഠ നായവനേ (ഹേ, ശ്രേഷ്ഠ വ്യക്തിയായ അർജുനാ).

ശ്ലോകാർത്ഥം: ഈ ദേഹത്തിൽ അധിഭൂതം എന്നാൽ ക്ഷരമായ (നാശമുള്ള) ഭാവം. പുരുഷൻ ആണ് അധിദൈവതം. അധിയജ്ഞൻ ഞാൻ (കൃഷ്ണൻ - ആത്മാവ്) തന്നെയാണ്.

പ്രകൃതി-പുരുഷ ദ്വന്ദ്വമാണ് ബ്രഹ്മം. ഇതിലെ പ്രകൃതി എന്ന ക്ഷരാംശത്തെ അധിഭൂതം എന്നു വിളിക്കുന്നു.

അധിദൈവതം എന്നാൽ ഭൗതിക രൂപങ്ങളിലെ ഈശ്വരാംശം അഥവാ ആത്മാംശം എന്നർത്ഥം. അതിനെ പുരുഷൻ എന്നാണു വിളിക്കുന്നത്. പുരുഷശ്ചാധിദൈവതം എന്നതിന്റെ പൊരുൾ ഇതാണ്.

അധിഭൂതം എന്നറിയപ്പെടുന്നത് ബ്രഹ്മത്തിലെ ക്ഷരമായ അംശ മാണെന്നു നാം കണ്ടു. ആത്മാവ് തന്റെ മായാശക്തിയാൽ അവ തരിപ്പിച്ചു നിലനിർത്തുന്ന പ്രകൃതിയാണ് ഈ ക്ഷരാംശം. അക്ഷര മായത് ആത്മാവ് തന്നെ. അതായത്, ക്ഷരവും അക്ഷരവുമായ ഭാവങ്ങളുടെ ഉറവിടം ആത്മാവാകുന്നു. അങ്ങനെ രണ്ടിനെയും ഭരിക്കുന്ന അന്തര്യാമിയായ ആത്മാവിനെയാണ് അധിയജ്ഞൻ എന്നു വിളിക്കുന്നത്. യജ്ഞങ്ങളുടെ ശക്തിസ്രോതസ്സ് ആത്മാവ് ആയതിനാലാണ് അങ്ങനെ വിളിക്കുന്നത്.

ബ്രഹ്മവും ആത്മാവും തമ്മിലുള്ള ബന്ധത്തെപ്പറ്റിയാണ് 8.3, 8.4 എന്നീ ശ്ലോകങ്ങൾ വിശദീകരിക്കുന്നതെന്ന് വ്യക്തമായല്ലോ? ആത്മാവ് പരമമായ ചൈതന്യമാണ്. അത് തന്നിൽ ലീനമായിരുന്ന പ്രകൃതിയെ ഉണർത്തി പുരുഷ-പ്രകൃതി ദ്വന്ദ്വരൂപമായി മാറി പ്രത്യ ക്ഷമാകുന്ന അവസ്ഥയാണ് ബ്രഹ്മം. ആത്മാവ് ബ്രഹ്മത്തിന്റെ ഉറ വിടമാണെന്ന് പല ഉപനിഷദ്വാക്യങ്ങളും ഗീതയിലെ ശ്ലോകങ്ങളും പ്രഖ്യാപിക്കുന്നുണ്ട്. (ഉദാ: മുണ്ഡകം 1.1.9, 3.1.3, ശ്വേതാശ്വതരം 5.6, 6.18, ഗീത 3.15, 14.27)

ബ്രഹ്മത്തെ അറിഞ്ഞ യുക്തചേതസ്സായവർ പ്രയാണ കാലത്താ യാലും ആത്മാവിനെ അറിയുന്നതാണെന്ന് 7.30-ൽ ഉപദേശിച്ചു വല്ലോ? അപ്രകാരം പ്രയാണ കാലത്തുപോലും ആത്മാവിനെ അറിയുന്നതെങ്ങനെ എന്നൊരു ചോദ്യംകൂടി അർജുനൻ ഈ അദ്ധ്യായത്തിന്റെ ആദ്യം ഉന്നയിച്ചിട്ടുണ്ട്. കൃഷ്ണൻ അതിനുള്ള മറുപടി പറയുന്നു:

'അന്തകാലേ ച മാമേവ സ്മരന്മുക്ത്വാ കളേവരം;
യഃ പ്രയാതി സ മദ്ഭാവം യാതി നാസ്ത്യത്ര സംശയഃ.' (8.5)

വാഗർത്ഥം: അന്തകാലേ ച - അന്ത്യസമയത്തുംകൂടി; മാമേവ - മാം ഏവ - എന്നെത്തന്നെ; സ്മരൻ മുക്ത്വാ കളേവരം - സ്മരിച്ചു കൊണ്ട് ദേഹത്തെ ത്യജിച്ചിട്ട്; യഃ പ്രയാതി - ആര് പോകുന്നുവോ; സ - അയാൾ; മദ്ഭാവം - എന്റെ സ്വരൂപത്തെ, എന്റെ തത്ത്വത്തെ; യാതി - പ്രാപിക്കുന്നു; നാസ്തി അത്ര സംശയഃ - ഇതിൽ ഒരു സംശയവുമില്ല.

'എന്നെത്തന്നെ സ്മരിച്ചുകൊണ്ട് ദേഹത്തെ ത്യജിക്കുന്നവൻ എന്റെ തത്ത്വത്തെ പ്രാപിക്കും' എന്നതാണ് ഈ ശ്ലോകത്തിലെ കേന്ദ്ര ആശയം. അങ്ങനെ 'എന്നെത്തന്നെ സ്മരിച്ചുകൊണ്ട് ദേഹത്തെ ത്യജിക്കുന്നത്' അന്ത്യസമയത്തായാൽപ്പോലും 'എന്റെ സ്വരൂപത്തെ പ്രാപിക്കും' എന്നാണ് 'അന്ത്യകാലേ ച' എന്നതുകൊണ്ട് അർത്ഥമാക്കുന്നത്. എന്നെത്തന്നെ സ്മരിച്ചുകൊണ്ട് ദേഹത്തെ ത്യജിക്കുക എന്നതിനർത്ഥം എന്നെ പ്രാപിക്കുന്നതിനായി ദേഹവും അതിലെ സകല കഴിവുകളും സമർപ്പിക്കുക എന്നാണ്. അതായത്, ദേഹോന്മുഖമായ, ദേഹപ്രധാനമായ, ചിന്തകളെ വിടുക. അതാണ് ഇവിടത്തെ ദേഹത്യാഗം; അല്ലാതെ ശരീരത്തെ ഇല്ലാതാക്കുകയല്ല.

ദേഹത്തെ ബോധപൂർവം വിടുക എന്നാണ് ഇവിടെ ഉദ്ദേശിച്ചിരിക്കുന്നത്. അതുകൊണ്ടാണ് അന്ത്യകാലത്തുകൂടി ദേഹത്തെ ത്യജിക്കുന്ന കാര്യം പറയുന്നത്. മരണമായി നാം സാധാരണ വ്യവഹരിക്കുന്ന പ്രക്രിയയിൽ സ്വേച്ഛാനുസരണം ദേഹം ഉപേക്ഷിക്കുകയോ ദേഹത്തിൽനിന്ന് മുക്തനാവുകയോ അല്ല; മറിച്ച് ദേഹനഷ്ടം നമ്മുടെ അറിവോ സമ്മതമോ ഇല്ലാതെ നടക്കുകയാണ്. ഇവ രണ്ടും വ്യത്യസ്തമാണെന്നത് അവിതർക്കിതമാണല്ലോ?

ഭാവങ്ങളിലൂടെമാത്രം അറിയപ്പെടുന്നവനും അശരീരിയുമായ ആത്മാവിനെ അറിയുന്ന വ്യക്തി ദേഹത്തെ ത്യജിക്കുന്നു എന്ന് ശ്വേതാശ്വതരം 5.14 മന്ത്രം പ്രഖ്യാപിക്കുന്നു. ആത്മ സ്വരൂപത്തെ പ്രാപിക്കാനായി ദേഹത്തെ ത്യജിക്കുന്നു എന്ന് വിവക്ഷ. ഇവിടെ ഗീത പറഞ്ഞിരിക്കുന്നതും അതുതന്നെയാണ്.

ആത്മതത്ത്വത്തെ പ്രാപിക്കുന്നതിന് അതിനെത്തന്നെ സ്മരിച്ചുകൊണ്ട് ദേഹത്തെ ത്യജിക്കണമെന്ന് 8.5 ശ്ലോകത്തിൽ പറഞ്ഞതിനെ ഒരു പൊതു നിരീക്ഷണംകൊണ്ട് അടുത്ത ശ്ലോകത്തിൽ കൃഷ്ണൻ ശക്തിപ്പെടുത്തുന്നു. ശ്ലോകം ഇങ്ങനെ:

'യം യം വാപി സ്മരൻ ഭാവം ത്യജത്യന്തേ കലേവരം;
തം തം ഏവൈതി കൗന്തേയ സദാ തദ്ഭാവഭാവിതഃ.' (8.6)

വാഗർത്ഥം: യം യം വാ അപി സ്മരൻ ഭാവം - ഏതേതു ഭാവം സ്മരിച്ചുകൊണ്ടാണോ; ത്യജതി അന്തേ കലേവരം - അവസാനം

ശരീരത്തെ ത്യജിക്കുന്നത്; തം തം ഏവ ഏതി - അതതു ഭാവത്തെ ത്തന്നെ പ്രാപിക്കുന്നു; കൗന്തേയ - ഹേ, അർജുനാ; സദാ തദ്ഭാവ ഭാവിതഃ - ആ ഭാവത്തെത്തന്നെ സദാ സങ്കല്പിച്ചുകൊണ്ടിരിക്കു ന്നവൻ (ചിന്തിച്ചുകൊണ്ടിരിക്കുന്നവൻ).

ഒരു ഭാവത്തെത്തന്നെ സദാ സങ്കല്പിച്ചുകൊണ്ടിരിക്കുന്നയാൾ അതിനെ സ്മരിച്ചുകൊണ്ട് ദേഹം ത്യജിക്കുകയാണെങ്കിൽ അയാൾ ആ ഭാവത്തെത്തന്നെ പ്രാപിക്കും എന്നർത്ഥം. അതായത്, തന്റെ ദേഹശക്തികളെ സർവതിനെയും ഏതു ഭാവത്തിനായി സ്വയം സമർപ്പിക്കുന്നുവോ ആ ഭാവത്തെ അയാൾ പ്രാപിക്കും. ഭാവങ്ങൾ എന്തൊക്കെയെന്ന് 8.3 ശ്ലോകം പഠിച്ചപ്പോൾ വ്യക്തമാക്കിയിട്ടുണ്ട്.

ഇതിൽ മറ്റൊരു വലിയ സന്ദേശംകൂടി ഉള്ളടങ്ങിയിട്ടുണ്ട്. ഏതെ ങ്കിലും ഒരു കാര്യത്തിനായി നാം നമ്മുടെ സർവ കഴിവുകളും പരി ശ്രമങ്ങളും പൂർണ്ണമായി സമർപ്പിച്ചാൽ ആ കാര്യം നാം നേടുക തന്നെ ചെയ്യും എന്നതാണത്. സമ്പൂർണ്ണമായ ആത്മാർപ്പണമുണ്ടെ ങ്കിൽ ലക്ഷ്യം നേടാം എന്നർത്ഥം.

'ത്യജതി അന്തേ' അഥവാ, അവസാനം ത്യജിക്കുന്നു എന്നു പറഞ്ഞാൽ ജീവിതാവസാനം എന്നല്ല അർത്ഥം. ഒരു വിഷയത്തെ പ്പറ്റി നിരന്തരമായി ചിന്തിച്ചുകൊണ്ടിരിക്കുന്നതിന്റെ അവസാനം എന്നാണ് അതിന് അർത്ഥമെടുക്കേണ്ടത്. കാരണം, മുൻ ശ്ലോക ത്തിന്റെ കാര്യത്തിൽ ചൂണ്ടിക്കാണിച്ചതുപോലെ ദേഹത്യാഗം ഒരാൾ ഉത്തമബോധ്യത്തോടെ സ്വയമേവ ചെയ്യുന്നതാണ്. ജീവിതാവസാന മാണെങ്കിൽ ആരുടെയും ഇച്ഛയ്ക്കനുസരിച്ചല്ല സംഭവിക്കുന്നത്. മാത്രമല്ല, ശരീരം നശിച്ചാൽ പിന്നെ അവശേഷിക്കുന്ന ആത്മാവിന് ആ ഭാവങ്ങൾകൊണ്ട് ഒരു കാര്യവുമില്ല, അവ ആത്മാവിനെ ബാധി ക്കുകയുമില്ല.

ചിത്തത്തിലുള്ളത് എന്താണോ അത് ആദ്യം പ്രാണനിലും പിന്നീട് അന്തഃകരണങ്ങളിലും എത്തുന്നുവെന്നും ആത്മശക്തിയു മായി ചേർന്ന് സങ്കല്പിക്കപ്പെട്ട ലക്ഷ്യത്തിലേക്ക് അത് നയിക്കു ന്നുവെന്നും പ്രശ്നോപനിഷത് 3.10-ൽ പറഞ്ഞിരിക്കുന്നു. അതിന്റെ പുനരവതാരണമാണ് ഈ ശ്ലോകത്തിലുള്ളത്.

ഇപ്രകാരം അവതരിപ്പിച്ച കാര്യങ്ങളുടെ പശ്ചാത്തലത്തിൽ കൃഷ്ണൻ പറയുന്നു, തന്നിൽ (ആത്മാവിൽ) മനോബുദ്ധികളെ അർപ്പിച്ചിരിക്കുന്നവൻ തീർച്ചയായും തന്നെത്തന്നെ (ആത്മാവിനെ ത്തന്നെ) പ്രാപിക്കുന്നു എന്ന്. അതിനാൽ സദാ തന്നെ (ആത്മാ വിനെ) മനസ്സിൽ ധ്യാനിച്ചുകൊണ്ട് യുദ്ധം ചെയ്യാനാണ് അർജുനനു നൽകുന്ന ഉപദേശം (8.7). ഏകാഗ്രമായ ചിന്ത കൊണ്ടും അഭ്യാസം

കൊണ്ടും പരമ പുരുഷനെ പ്രാപിക്കാമെന്ന് അടുത്ത ശ്ലോകത്തിൽ പറയുന്നു (8.8).

ആത്മസാക്ഷാത്കാരത്തെപ്പറ്റി 8.5 മുതൽ 8.8 വരെയുള്ള ശ്ലോകങ്ങളിൽ പറഞ്ഞ കാര്യങ്ങൾ ഒരിക്കൽക്കൂടി പറഞ്ഞുറപ്പിക്കുകയാണ് തുടർന്നുള്ള രണ്ടു ശ്ലോകങ്ങളിൽ. സർവജ്ഞനും സർവ നിയന്താവും അതിസൂക്ഷ്മ ചൈതന്യവുമായ പരമ പുരുഷനെ അചഞ്ചലമായ മനസ്സോടുകൂടി ഭക്തിപൂർവം ഉപാസിക്കുന്നവനു പ്രാപിക്കാൻ കഴിയുമെന്നാണ് 8.9, 8.10 എന്നീ ശ്ലോകങ്ങളിൽ വിശദീകരിച്ചിരിക്കുന്നത്. തുടർന്ന് കൃഷ്ണൻ പറയുന്നു:

'യദക്ഷരം വേദവിദോ വദന്തി
വിശന്തി യദ്യതയോ വീതരാഗാഃ;
യദിച്ഛന്തോ ബ്രഹ്മചര്യം ചരന്തി
തത്തേ പദം സംഗ്രഹേണ പ്രവക്ഷ്യേ.' (8.11)

വാഗർത്ഥം: യദക്ഷരം - യത് അക്ഷരം - ഏതിനെയാണോ നാശമില്ലാത്തതെന്ന്; വേദവിദഃ - വേദജ്ഞർ; വദന്തി - പറയുന്നത്; യത് യതയഃ വീതരാഗാഃ - ഏതിനെയാണോ വൈരാഗികളായ യതിമാർ അഥവാ സന്ന്യാസിമാർ; വിശന്തി - പ്രാപിക്കുന്നത്; യദിച്ഛന്തോ - യത് ഇച്ഛന്തഃ - ഏതിനെ ഇച്ഛിച്ചിട്ടാണോ; ബ്രഹ്മചര്യം ചരന്തി - ബ്രഹ്മചര്യം അനുഷ്ഠിക്കുന്നത് (യമാദി നിഷ്ഠകളോടെ വേദാധ്യയനം നടത്തുന്നത്); തത്തേ പദം - തത് തേ പദം - ആ പദത്തെപ്പറ്റി (ചൈതന്യത്തെപ്പറ്റി) നിനക്ക്; സംഗ്രഹേണ പ്രവക്ഷ്യേ - ഞാൻ ചുരുക്കമായി പറഞ്ഞുതരാം.

വേദജ്ഞാനികൾ അക്ഷരമെന്നു വിശേഷിപ്പിക്കുന്നതും വൈരാഗികളായ സന്ന്യാസിമാർ എത്തിച്ചേരുന്നതും ബ്രഹ്മചര്യാനുഷ്ഠാനത്തിലൂടെ ലക്ഷ്യമിടുന്നതുമായ ആ പരമപദത്തെപ്പറ്റി അർജ്ജുനനു പറഞ്ഞുകൊടുക്കാം എന്നാണ് കൃഷ്ണൻ ഇവിടെ പറയുന്നത്. ആ പരമ പദം ഓംകാരമായ ആത്മാവു തന്നെ.

ഈ ശ്ലോകം കഠോപനിഷത്തിലെ 2.15 മന്ത്രത്തെ അനുവർത്തിച്ചുള്ള ഒന്നാണ്. ആ മന്ത്രം ഇങ്ങനെയാണ്:

'സർവേ വേദാ യത്പദമാമനന്തി തപാംസി സർവാണി ച യദ്വദന്തി;

യദിച്ഛന്തോ ബ്രഹ്മചര്യം ചരന്തി തത്തേ പദം സംഗ്രഹേണ ബ്രവീമ്യോമിത്യേതത്.' (കഠം 2.15)

വാഗർത്ഥം: ആമനന്തി - ഉദ്ഘോഷിക്കുന്നു; ബ്രവീമി - ഞാൻ

പറയാം; ഓമിത്യേതത് - ഓം ഇതി ഏതത്; (ബാക്കിയെല്ലാം മുകളിൽ ഉണ്ടല്ലോ?)

പരമ തത്ത്വമായ ആത്മാവിനെ പ്രാപിക്കുന്നതെങ്ങനെ എന്ന വിശദീകരണം തുടർന്നുള്ള 3 ശ്ലോകങ്ങളിലായി തുടരുന്നു. ആദ്യ പടിയായി എല്ലാ ഇന്ദ്രിയങ്ങളെയും പ്രാണങ്ങളെയും വശത്താക്കി യോഗാവസ്ഥയിൽ എത്തണമെന്ന് ശ്ലോകം 8.12-ൽ പറയുന്നു അടുത്ത പടി എന്തെന്നാണ് 8.13-ൽ വിവരിക്കുന്നത്.

'ഓമിത്യേകാക്ഷരം ബ്രഹ്മ വ്യാഹരൻ മാമനുസ്മരൻ;
യഃ പ്രയാതി ത്യജൻദേഹം സ യാതി പരമാം ഗതിം.' (8.13)

വാഗർത്ഥം: ഓമിത്യേകാക്ഷരം ബ്രഹ്മ - ഓം ഇതി ഏകാക്ഷരം ബ്രഹ്മ - ബ്രഹ്മമായ ഓം എന്ന ഏക അക്ഷരത്തെ; വ്യാഹരൻ - ഉരുവിട്ടുകൊണ്ട്; മാമനുസ്മരൻ - എന്നെ സ്മരിച്ചുകൊണ്ട്; യഃ - ആരാണോ; ത്യജൻദേഹം - ദേഹം ത്യജിച്ചിട്ട്; പ്രയാതി - മുന്നോട്ടു പോകുന്നത്; സ - അയാൾ; യാതി പരമാം ഗതിം - പരമമായ ഗതിയെ പ്രാപിക്കുന്നു.

ഓം എന്നതിനെ ബ്രഹ്മത്തിന്റെ അക്ഷര പ്രതീകമായിട്ടാണ് ഇവിടെ അവതരിപ്പിച്ചിരിക്കുന്നത്. ആ അക്ഷരത്തെ ഉരുവിട്ടുകൊണ്ടും ആത്മചൈതന്യത്തെ സ്മരിച്ചുകൊണ്ടും ആരാണോ സാധന ചെയ്യുന്നത് അയാൾ ദേഹത്തെ ത്യജിച്ച് പരമഗതിയായ ആത്മാവിനെ പ്രാപിക്കും എന്നാണ് ഈ ശ്ലോകം പറയുന്നത്. പല ശ്ലോകങ്ങളിലായി ആവർത്തിച്ചു പറഞ്ഞുകൊണ്ടിരിക്കുകയാണ് ഇക്കാര്യം. ശ്ലോകം 8.14-ലും ഇതുതന്നെ കാണാം. ഒരു കാര്യം പല വീക്ഷണകോണുകളിലൂടെ അവതരിപ്പിച്ച് ശ്രോതാവിന്റെ മനസ്സിൽ അതിനെ ഉറപ്പിക്കുന്ന രീതിയാണിത്. ഗീതയിൽ ഉടനീളം ഇതു കാണാം.

ദേഹം ത്യജിക്കുക എന്നതിന്റെ ആന്തരികാർത്ഥം നേരത്തേ തന്നെ പറഞ്ഞിട്ടുള്ളത് നോക്കുക. ദേഹം ത്യജിച്ച് ആത്മാവിനെ പ്രാപിച്ചവർക്ക് പുനർജന്മം ഉണ്ടാകുന്നതല്ല എന്നാണ് 8.15-ൽ പറഞ്ഞിട്ടുള്ളത്. ഒരു വലിയ ആത്മീയ തത്ത്വത്തെ സാധാരണ മനസ്സുകൾക്ക് പ്രാപ്യമാകത്തക്കവണ്ണം സാധാരണ ജീവിത സംഭവങ്ങളെ ഉപജീവിച്ച് വിശദമാക്കുന്ന രീതിയാണ് ഈ പ്രസ്താവനയിൽ അവലംബിച്ചിട്ടുള്ളത്.

മരണത്തിന്റെ താത്ത്വികമായ വിവക്ഷ കാമത്തിനു കീഴടങ്ങുക എന്നാണ്. ബൃഹദാരണ്യകത്തിലെ 1.2.1 വാക്യത്തിലും കഠത്തിലെ 6.14 മന്ത്രത്തിലും ഇത് വ്യക്തമാക്കിയിട്ടുണ്ട്. കാമത്തിന്റെ പിടിയിൽ നിന്ന് മുക്തനാകുന്നതാണ് പുനർജന്മം. ഈ ചക്രം നിരന്തരമായി

ആവർത്തിക്കുന്നു. അങ്ങനെ പോകുമ്പോൾ എപ്പോഴെങ്കിലും ഇവിടെ വിവരിച്ചിരിച്ചിട്ടുള്ള മാർഗ്ഗങ്ങളിലൂടെ ആത്മാവിനെ പ്രാപിക്കാൻ കഴിഞ്ഞാൽ പിന്നെ കാമത്തിനു വിധേയനാകുന്നതല്ല. അതിനെയാണ് പുനർജന്മം ഉണ്ടാകില്ല എന്ന് ഇവിടെ പറഞ്ഞിരിക്കുന്നത്. അയാളുടെ അവസ്ഥ 2.70-ൽ നാം കണ്ടിട്ടുള്ളതുപോലെയാണ്.

ആത്മാവിനെ പ്രാപിക്കുന്നവർക്ക് പുനർജന്മം ഉണ്ടാകുന്നില്ല എന്ന പ്രസ്താവം 8.16 ശ്ലോകത്തിലും ആവർത്തിക്കുന്നു. ബ്രഹ്മലോകം മുതലുള്ള സകല ലോകങ്ങളും പുനരാവർത്തനമുള്ളതാണെന്നും എന്നാൽ ആത്മാവിനെ പ്രാപിക്കുന്നവർക്ക് പുനരാവർത്തനമില്ലെന്നും ആണ് ആ ശ്ലോകത്തിൽ പറഞ്ഞിരിക്കുന്നത്. ആത്മസാക്ഷാത്കാരത്തിന്റെ മഹിമ അങ്ങനെ വാഴ്ത്തപ്പെടുന്നു.

തുടർന്ന് 8.18, 8.19 ശ്ലോകങ്ങളിലായി വലിയൊരു പ്രഖ്യാപനമാണ് ഗീത നടത്തുന്നത്. അതിനു പ്രാരംഭമായി 8.17-ൽ ബ്രഹ്മാവിന്റെ പകലിന്റെയും രാത്രിയുടെയും ദൈർഘ്യത്തെപ്പറ്റി പറയുന്നു. ഓരോന്നും ആയിരം യുഗം വീതം ദൈർഘ്യമുള്ളതാണെന്നാണ് പ്രസ്താവം.

മനുസ്മൃതി 1.69 മുതൽ 1.73 വരെയുള്ള ശ്ലോകങ്ങളിൽ നൽകുന്ന കണക്കനുസരിച്ച് ബ്രഹ്മാവിന്റെ ഒരു പകൽ 1752 കോടി മനുഷ്യ വർഷങ്ങളാണ്. രാത്രിക്കും അത്രയും ദൈർഘ്യമുണ്ട്. രണ്ടു സന്ധ്യകളുൾപ്പെടെയുള്ള ദൈർഘ്യമാണിത്. യുഗം എന്നത് വളരെ വലിയൊരു കാലദൈർഘ്യമാണെന്ന് അറിയുക. ആയത് പലയിടത്തും പല രീതിയിൽ പറഞ്ഞിരിക്കുന്നു. മനുസ്മൃതിയിലെ കണക്കു വച്ചു നോക്കിയാൽ ദേവന്മാരുടെ ഒരു യുഗം 4380000 മനുഷ്യവർഷങ്ങളാണ്. ഇങ്ങനെ നാലു യുഗങ്ങളുണ്ടെന്നു വിചാരിച്ചാൽ ആകെ 1,75,20,000 മനുഷ്യ വർഷങ്ങളുള്ള ഒരു ദേവ ചതുർയുഗം എന്നു കിട്ടും. ഇങ്ങനെയുള്ള 1000 ചതുർയുഗങ്ങൾ എന്നാൽ 1752 കോടി മനുഷ്യ വർഷങ്ങൾ വരും.

ഇനി, പ്രപഞ്ചം ഉണ്ടാവുകയും പൊലിയുകയും ചെയ്യുന്ന കാലയളവിനെപ്പറ്റി ഗീതയിൽ എന്താണു പറയുന്നതെന്നു നോക്കാം.

ശ്ലോകം 8.18 നോക്കുക:

'അവ്യക്താദ്വ്യക്തയഃ സർവാഃ പ്രഭവന്ത്യഹരാഗമേ;
രാത്ര്യാഗമേ പ്രലീയന്തേ തത്രൈവാവ്യക്തസംജ്ഞകേ.' (8.18)

വാഗർത്ഥം: അവ്യക്താത് - അവ്യക്തത്തിൽനിന്ന്; വ്യക്തയഃ സർവാഃ - വ്യക്തമായിട്ടുള്ളവയെല്ലാം; പ്രഭവന്തി അഹഃ ആഗമേ - പകൽ വരുമ്പോൾ ഉണ്ടായിവരുന്നു; രാത്ര്യാഗമേ - രാത്രി ആഗമേ -

രാത്രി വരുമ്പോൾ; പ്രലീയന്തേ - ലയിക്കുന്നു; തത്ര ഏവ അവ്യക്ത സംജ്ഞകേ - അതേ അവ്യക്തം എന്നതിൽ (അവ്യക്തമായ ബ്രഹ്മത്തിൽ).

അതായത്, ബ്രഹ്മാവിന്റെ പകൽ തുടങ്ങുമ്പോൾ ഭൂതങ്ങളെല്ലാം അവ്യക്തമായ ബ്രഹ്മത്തിൽനിന്ന് ഉണ്ടായിവരുകയും ആയിരം യുഗങ്ങൾ കഴിയുമ്പോൾ രാത്രി ആരംഭിക്കുന്നതോടെ അവയെല്ലാം തിരികെ അവ്യക്തമായ ബ്രഹ്മത്തിൽ ലയിക്കുകയും ചെയ്യും.

പ്രകൃതി ഭൗതികോർജ്ജമാണ്. ഭൗതികോർജ്ജവും ആത്മചൈതന്യവും ചേർന്നതാണ് എല്ലാ ഭൂതങ്ങളും. ക്ഷേത്രവും ക്ഷേത്രജ്ഞനും ചേർന്നതാണ് സ്ഥാവരജംഗമങ്ങളായ സകലതും എന്ന് ഗീതതന്നെ 13.26-ൽ വ്യക്തമാക്കിയിട്ടുണ്ട്. ആത്മാവിനാൽ നിലനിർത്തപ്പെടുന്ന ഭൗതികോർജ്ജം ആദിയിൽ ഏറ്റവും സൂക്ഷ്മമായ അവസ്ഥയിലായിരുന്നു. അന്ന് അതിന് പ്രത്യേക രൂപമൊന്നും ഉണ്ടായിരുന്നില്ല, അതായത്, അത് അവ്യക്തമായിരുന്നു. ഈ അവ്യക്തത ആയിരുന്നു ബ്രഹ്മത്തിന്റെ പ്രാഥമിക അവസ്ഥ. തുടർന്ന് അവ്യക്തമായ ഈ ബ്രഹ്മം വികസിച്ച് ഭൂതങ്ങൾ ഉദ്ഭവിച്ചു. ബ്രഹ്മം വികസിച്ചാണ് പ്രപഞ്ചമുണ്ടായതെന്ന് മുണ്ഡകം 1.1.8-ൽ പറയുന്നു. ബ്രഹ്മത്തിന്റെ ആദിയിലെ ഈ സൂക്ഷ്മാവസ്ഥ ബിഗ് ബാങ്ങ് സിദ്ധാന്തത്തിലെ പ്രൈമീവൽ ആറ്റം ആണ്.

പ്രപഞ്ചം ഉണ്ടായിട്ട് 1380 കോടി വർഷമായെന്നാണ് ബിഗ് ബാങ്ങ് സിദ്ധാന്തം പറയുന്നത്. പ്രൈമീവൽ ആറ്റം എന്നു പേരിട്ടു വിളിക്കുന്ന ഒരേ ഒരു ആറ്റത്തിൽ തുടങ്ങി ക്രമേണയുള്ള വികാസത്തിലൂടെ ഇന്നത്തെ അവസ്ഥയിൽ എത്തിയിരിക്കുന്നു എന്നാണ് സിദ്ധാന്തം. ഇപ്പോഴും വികാസം തുടരുന്നു. ഒരുനാൾ വികാസം നിലയ്ക്കുമെന്നും എന്നിട്ട് സങ്കോചത്തിലൂടെ ആദിരൂപം കൈവരിക്കുമെന്നുമാണ് സിദ്ധാന്തത്തിന്റെ പ്രവചനം. ഇവിടെ ഗീത പറയുന്നത് ആയിരം യുഗങ്ങൾ വികാസം തുടരുമെന്നാണ്. അതിനു ശേഷം ആയിരം യുഗങ്ങൾ സങ്കോചം. ഈ പ്രക്രിയ ആവർത്തിച്ചുകൊണ്ടിരിക്കും എന്നാണ് ഗീത അഭിപ്രായപ്പെടുന്നത്. അടുത്ത ശ്ലോകത്തിലും (8.19) ഇക്കാര്യങ്ങൾതന്നെ വിശദീകരിക്കപ്പെട്ടിരിക്കുന്നു. പകലാവുമ്പോൾ ഭൂതങ്ങളുണ്ടാവുകയും രാത്രിയാകുമ്പോൾ ഇല്ലാതാവുകയും ചെയ്യുന്ന പ്രക്രിയ ആവർത്തിച്ചുകൊണ്ടിരിക്കുന്നു എന്നാണ് അതിൽ പറയുന്നത്.

ഭൂതങ്ങൾ ഉല്പന്നമാകുന്നതും വിലയം പ്രാപിക്കുന്നതുമായ അവ്യക്താവസ്ഥയ്ക്കും അപ്പുറം ഒരു സത്തയുണ്ടെന്നും അത് ഭൂതങ്ങളൊക്കെ നശിച്ചാലും നശിക്കാതെ സനാതനമായി വർത്തിക്കുന്ന

ഒന്നാണെന്നും 8.20 ശ്ലോകത്തിൽ വെളിപ്പെടുത്തുന്നു. ശ്ലോകം ഇങ്ങനെ:

'പരസ്തസ്മാത്തു ഭാവോ$/$ന്യോ$/$വ്യക്തോ$/$വ്യക്താത്സനാതനഃ;
യഃ സ സർവേഷു ഭൂതേഷു നശ്യത്സു ന വിനശ്യതി.' (8.20)

വാഗർത്ഥം: പരസ്തസ്മാത്തുഭാവോ$/$ന്യോ$/$വ്യക്തോ$/$വ്യക്താത്സനാതനഃ - പരഃ തസ്മാത് തു ഭാവഃ അന്യഃ അവ്യക്തഃ അവ്യക്താത് സനാതനഃ; തു - എന്നാൽ; പരഃ തസ്മാത് - അതിനെക്കാൾ ശ്രേഷ്ഠമായ; ഭാവഃ അന്യഃ അവ്യക്തഃ - മറ്റൊരു അവ്യക്ത ഭാവം (ഉണ്ട്); യഃ - ആരാണോ; സർവേഷു ഭൂതേഷു നശ്യത്സു - നശിക്കുന്നതായ സർവഭൂതങ്ങളിലും; ന വിനശ്യതി - നശിക്കാതെ നിൽക്കുന്നത്; സ - അവൻ.

അതായത്, ഇതുവരെ പറഞ്ഞുവന്ന അവ്യക്തഭാവത്തിനേക്കാൾ അവ്യക്തവും ഒപ്പം സനാതനവുമായ ഒരു ഭാവമുണ്ട്. ആ ഭാവം ഭൂതങ്ങളിൽ നാശമില്ലാതെ വർത്തിക്കുന്നു.

നേരത്തേ പരാമർശിച്ചിട്ടുള്ളതുപോലെ, ക്ഷേത്രവും ക്ഷേത്രജ്ഞനും ചേർന്നുണ്ടാകുന്നതാണ് ഭൂതങ്ങളെല്ലാം (ശ്ലോകം 13.26). അവയിൽ ക്ഷേത്രജ്ഞന്റെ കാര്യമാണ് ഈ ശ്ലോകത്തിൽ അവതരിപ്പിക്കുന്നത്. ക്ഷേത്രജ്ഞൻ എന്ന പുരുഷൻ അവ്യക്തമാണെന്നു മാത്രമല്ല, സനാതനനുമാണ്. ക്ഷേത്രം എന്ന പ്രകൃതി അവ്യക്തമാണെങ്കിലും സനാതനമല്ല. അത് അന്ത്യത്തിൽ ആത്മാവിലേക്ക് പിൻവലിക്കപ്പെടുന്നു. അപ്പോൾ പ്രപഞ്ചം ഇല്ലാതാകുന്നു. ഈ അവസ്ഥയെ 'പ്രപഞ്ചോപശമം' എന്നാണ് മാണ്ഡൂക്യോപനിഷത് വിശേഷിപ്പിക്കുന്നത് (മന്ത്രം 12). പ്രപഞ്ചോപശമമായ അവസ്ഥയിൽ നിലനിൽക്കുന്നത് ആത്മാവു മാത്രം.

അവ്യക്തവും അക്ഷരവുമായ ആ പുരുഷനാണ് പ്രാപിക്കപ്പെടേണ്ട പരമമായ സത്തയെന്നും ആയത് തന്റെ പരമമായ സ്വരൂപമാണെന്നും അതിനെ പ്രാപിച്ചാൽ പിന്നെ തിരിച്ചുപോക്കില്ലെന്നും 8.21 ശ്ലോകത്തിൽ കൃഷ്ണൻ വ്യക്തമാക്കുന്നു.

സർവവ്യാപിയും ഭൂതഭൃത്തും അന്തര്യാമിയുമായ ആ പരമപുരുഷനെ പ്രാപിക്കാൻ ഏകാഗ്രമായ ഭക്തി വേണമെന്നാണ് 8.22 ശ്ലോകത്തിൽ പറഞ്ഞിരിക്കുന്നത്. ശ്ലോകം ഇങ്ങനെ:

'പുരുഷഃ സ പരഃ പാർഥ ഭക്ത്യാ ലഭ്യസ്ത്വനന്യയാ;
യസ്യാന്തഃസ്ഥാനി ഭൂതാനി യേന സർവമിദം തതം.' (8.22)

വാഗർത്ഥം: യസ്യ അന്തഃസ്ഥാനി ഭൂതാനി - ഭൂതങ്ങൾ ആരുടെ അകമേയാണോ സ്ഥിതിചെയ്യുന്നത്; യേന സർവമിദം തതം - ഇവിടം

മുഴുവൻ ആരാലാണോ വ്യാപിക്കപ്പെട്ടിരിക്കുന്നത്; പുരുഷഃ സ പരഃ - ആ ശ്രേഷ്ഠനായ പുരുഷൻ; പാർഥ - ഹേ, അർജുനാ; ഭക്ത്യാ ലഭ്യഃ തു അനന്യയാ - ഏകാഗ്രമായ ഭക്തികൊണ്ടു മാത്രമേ പ്രാപിക്കപ്പെടുകയുള്ളൂ.

കാമങ്ങളെ വെടിഞ്ഞ് ജ്ഞാനം നേടുന്നവർ ബ്രഹ്മത്തെ പ്രാപിച്ച് അമരന്മായി ഭവിക്കുമെന്നും എന്നാൽ, കാമോപാസകർ മൃത്യുവിന് ആവർത്തിച്ചു കീഴ്പ്പെട്ടുകൊണ്ടിരിക്കുമെന്നും ഉള്ള സുവിദിതമായ കാര്യങ്ങൾ കാലചക്ര ഭ്രമണത്തെ ആസ്പദമാക്കി പ്രതീകാത്മകമായി അവതരിപ്പിക്കുകയാണ് അടുത്ത ഏതാനും ശ്ലോകങ്ങളിൽ.

ഏതു കാലത്ത് ദേഹം ത്യജിച്ചാൽ മോക്ഷം കിട്ടുമെന്നും ഏതു കാലത്തായാൽ പുനർജന്മം സംഭവിക്കുമെന്നും പറയാം എന്ന ആമുഖത്തോടെ (8.23) കൃഷ്ണൻ ആ കാലങ്ങളെക്കുറിച്ച് വിശദീകരിക്കുന്നു:

'അഗ്നിർജ്യോതിരഹഃ ശുക്ലഃ ഷണ്മാസാ ഉത്തരായണം;
തത്ര പ്രയാതാ ഗച്ഛന്തി ബ്രഹ്മ ബ്രഹ്മവിദോ ജനാഃ.' (8.24)

വാഗർത്ഥം: അഗ്നിർജ്യോതിരഹഃ ശുക്ലഃ - അഗ്നിഃ ജ്യോതിഃ അഹഃ ശുക്ലഃ - അഗ്നി, പ്രകാശം, പകൽ, ശുക്ലപക്ഷം (എന്നിവയോടുകൂടിയ); ഷണ്മാസാ - ആറു മാസം; ഉത്തരായണം - ഉത്തരായണം (ആകുന്നു); തത്ര പ്രയാതാഃ - ആ കാലത്ത് വിട്ടുപോകുന്നവരായ; ബ്രഹ്മവിദഃ ജനാഃ - ബ്രഹ്മത്തെ അറിയുന്നവരായ ജനങ്ങൾ; ബ്രഹ്മ ഗച്ഛന്തി - ബ്രഹ്മത്തെ പ്രാപിക്കുന്നു.

അഗ്നി, പ്രകാശം, പകൽ, ശുക്ലപക്ഷം, ഉത്തരായണ കാലം എന്നിവയെല്ലാം വെളിച്ചത്തെ സൂചിപ്പിക്കുന്നവയാണ്; വെളിച്ചമാകട്ടെ ജ്ഞാനത്തിന്റെ പ്രതീകവുമാണ്. ബ്രഹ്മജ്ഞാനികൾ അങ്ങനെയുള്ള കാലത്തിലൂടെ ബ്രഹ്മത്തെ പ്രാപിക്കുന്നു എന്നാണ് ഇവിടെ പറയുന്നത്. അതിനർത്ഥം ജ്ഞാനമാണ് ബ്രഹ്മത്തിലേക്കുള്ള വഴി എന്നാണ്.

ഉത്തരായണ കാലം ദേവകളുടെ പകൽ സമയമാണെന്നാണ് വിശ്വാസം (മനുസ്മൃതി 1.67). അതായത്, ദേവകൾ ജാഗ്രത്തായിരിക്കുന്ന കാലം. ഒരു ഗൃഹത്തിലേക്ക് കയറിച്ചെല്ലാൻ ഏറ്റവും നല്ല സമയം പകൽ ആണെന്നതുപോലെ, ദേവകളുടെ ആവാസ സ്ഥാനത്തേക്കു ചെല്ലാൻ ഭൂമിയിലെ ഉത്തരായണ കാലം നല്ലതാണെന്ന് കരുതപ്പെടുന്നു.

ഇതിനു നേരേ വിപരീതമായി പുക, ഇരുൾ, കൃഷ്ണപക്ഷം, ദക്ഷിണായനം എന്നിവ അജ്ഞാനത്തിന്റെ പ്രതീകങ്ങളാണ്.

അജ്ഞാനത്തിന്റെ വഴി പുനർജന്മത്തിലേക്കു നയിക്കുന്നു എന്നാണ് 8.25 ശ്ലോകം വ്യക്തമാക്കുന്നത്. ദക്ഷിണായനം ഭാരതത്തിൽ സൂര്യ പ്രകാശം കുറഞ്ഞുവരുന്ന കാലമാണല്ലോ? ഇങ്ങനെ വെളിച്ച ത്തിന്റെയും ഇരുളിന്റെയും ആയ രണ്ടു കാലങ്ങളിൽ ഒന്ന് വിമുക്തി യിലേക്കും മറ്റേത് ബന്ധനത്തിലേക്കും നയിക്കുന്നുവെന്ന് 8.26 ശ്ലോകം ആവർത്തിക്കുന്നു.

വിപരീത ലക്ഷ്യങ്ങളിലേക്കു നയിക്കുന്ന രണ്ടു മാർഗ്ഗങ്ങളെപ്പറ്റി അറിയുന്നതുകൊണ്ട് യോഗികൾ മോഹത്തിൽ പെടുന്നില്ല. ഏതു മാർഗ്ഗത്തിലൂടെ മുന്നോട്ടു പോകണമെന്ന് അവർക്ക് നല്ല നിശ്ചയ മുണ്ട്. അതിനാൽ അർജുനൻ സദാ യോഗയുക്തനായിരിക്കണ മെന്നാണ് 8.27-ലെ ഉപദേശം. യോഗത്തിന്റെ സ്വഭാവം 6.23 ശ്ലോക ത്തിൽ വിവരിച്ചിട്ടുണ്ട്.

തുടർന്ന് അക്ഷരബ്രഹ്മ യോഗം എന്ന ഈ അദ്ധ്യായം ഉപസം ഹരിച്ചുകൊണ്ട് കൃഷ്ണൻ ഇപ്രകാരം പറയുന്നു:

'വേദേഷു യജ്ഞേഷു തപഃസു ചൈവ
ദാനേഷു യത്പുണ്യഫലം പ്രദിഷ്ടം;
അത്യേതി തത്സർവമിദം വിദിത്വാ
യോഗീ പരം സ്ഥാനമുപൈതി ചാദ്യം.' (8.28)

അർത്ഥം: വേദേഷു യജ്ഞേഷു തപഃസു ചൈവ ദാനേഷു - വേദങ്ങളിലും യജ്ഞങ്ങളിലും തപസ്സുകളിലും ദാനങ്ങളിലും; യത്പുണ്യഫലം പ്രദിഷ്ടം - ഏതെല്ലാം പുണ്യഫലങ്ങളാണോ വിധിക്കപ്പെട്ടിട്ടുള്ളത്; അത്യേതി തത്സർവം - അവയെയെല്ലാം അതി ക്രമിച്ച്; ഇദം വിദിത്വാ - ഇവിടെ പറഞ്ഞ തത്ത്വങ്ങൾ അറിഞ്ഞ്; യോഗീ - യോഗി; പരം ആദ്യം സ്ഥാനം - ശ്രേഷ്ഠമായ ആദി ചൈതന്യസ്ഥാനത്തെ; ഉപൈതി ച - പ്രാപിക്കുകതന്നെ ചെയ്യു ന്നു.

തത്ത്വജ്ഞാനമാണ് പരമപദ പ്രാപ്തിക്കുള്ള ഏകാശ്രയം. മറ്റെല്ലാ നിഷ്ഠകളിലൂടെയും ലഭിക്കുന്ന ഫലങ്ങൾക്കും അപ്പുറമാ ണത്. ഇതാണ് ഈ ശ്ലോകത്തിലെ പ്രഖ്യാപനം.

ഒമ്പത്

രാജവിദ്യാരാജഗുഹ്യ യോഗം

നാമിപ്പോൾ ഒൻപതാം അദ്ധ്യായത്തിലേക്കു കടക്കുകയാണ്. എട്ടാം അദ്ധ്യായത്തിൽ പറഞ്ഞു നിർത്തിയത് അതിൽ വിവരിച്ചതായ ജ്ഞാനം ലഭിച്ചയാൾ പരമമായ ആദിമ ചൈതന്യത്തെ പ്രാപിക്കുമെന്നാണ്. പരമമായ ആ ചൈതന്യത്തെപ്പറ്റിയാണ് ഇവിടെ, ഒൻപതാം അദ്ധ്യായത്തിൽ വിശദീകരിക്കുന്നത്.

അനുവർത്തിക്കാൻ വളരെ എളുപ്പമുള്ളതും പവിത്രവുമായ ഈ ജ്ഞാനം ലഭിച്ചാൽ സകലവിധമായ അശുഭങ്ങളിൽനിന്നും മോചിപ്പിക്കപ്പെടും. ഇത് ഏറ്റവും രഹസ്യവും ശ്രേഷ്ഠവുമാകുന്നു (ശ്ലോകം 1,2). അതീവ രഹസ്യമായതിനാൽ ഈ ജ്ഞാനത്തെ രാജഗുഹ്യ ജ്ഞാനം എന്നു വിളിക്കുന്നു. നിഗൂഢതയിൽ അത് രാജാവാണെന്നു താത്പര്യം. ഉള്ളടക്കത്തിൽ അത്യുത്തമമായതിനാൽ വിദ്യകളുടെ രാജാവ് എന്ന അർത്ഥത്തിൽ അത് രാജവിദ്യ എന്നും പരാമർശിക്കപ്പെടുന്നു. ആയതിനാൽ, ഈ യോഗത്തെ രാജവിദ്യാ രാജഗുഹ്യ യോഗം എന്നാണ് വിളിക്കുന്നത്. ഗീതയിലെ സുപ്രധാന അദ്ധ്യായങ്ങളിലൊന്നായ ഇതിൽ ആകെയുള്ളത് 34 ശ്ലോകങ്ങളാണ്.

ഈ വിദ്യയിൽ താത്പര്യമോ വിശ്വാസമോ ഇല്ലാത്തവർ ആത്മസാക്ഷാത്കാരം നേടാനാവാതെ എന്നെന്നും മൃത്യുവിന്റെ പാതയിൽത്തന്നെ തുടരുമെന്ന മുന്നറിയിപ്പുകൂടി കൃഷ്ണൻ നൽകുന്നു (ശ്ലോകം 3). എന്നിട്ട് അദ്ദേഹം ആ അത്യുത്തമ വിദ്യയെ അനാവരണം ചെയ്യുകയാണ്:

'മയാ തതമിദം സർവം ജഗദവ്യക്തമൂർത്തിനാ;
മത്സ്ഥാനി സർവഭൂതാനി ന ചാഹം തേഷ്വവസ്ഥിതഃ.' (9.4)

വാഗർത്ഥം: ഇദം സർവം ജഗത് - ഈ ജഗത് മുഴുവൻ; അവ്യക്തമൂർത്തിനാ മയാ തതം - അവ്യക്തമൂർത്തിയായ എന്നാൽ (ഞാനായ അവ്യക്തമൂർത്തിയാൽ) വ്യാപിക്കപ്പെട്ടിരിക്കുന്നു ; മത്

സ്ഥാനി സർവഭൂതാനി - ഭൂതങ്ങളെല്ലാം എന്നിൽ സ്ഥിതിചെയ്യുന്ന വയാണ്; ന ച അഹം തേഷു അവസ്ഥിതഃ - ഞാൻ അവയിലല്ല സ്ഥിതിചെയ്യുന്നത്.

'അവ്യക്തമൂർത്തി' എന്നുവച്ചാൽ നാമരൂപങ്ങൾക്ക് അതീതമായ സ്വത്വം. അവ്യക്തമൂർത്തിയായ ഞാൻ (ആത്മാവ്) ഈ ജഗത് (പ്രപഞ്ചം) മുഴുവൻ വ്യാപിച്ചു സ്ഥിതിചെയ്യുന്നു. ഭൂതങ്ങളുടെ ഉള്ളിൽ ഞാൻ സ്ഥിതിചെയ്യുന്നു എന്നല്ല അതിനർത്ഥം; അവയെല്ലാം എന്നിലാണ് വർത്തിക്കുന്നത്'. ഇതാണ് ശ്ലോകത്തിന്റെ താത്പര്യം.

ഭൂതങ്ങൾ തന്നിൽ ഉള്ളടങ്ങി നിൽക്കുന്നു എന്നാണ് കൃഷ്ണൻ (ആത്മാവ്) ഇവിടെ വ്യക്തമാക്കുന്നത്. നാം നിലനിൽക്കുന്നത് ചുറ്റിനും വ്യാപിച്ചിരിക്കുന്ന വായുവിലാണല്ലോ? അതുപോലെ ഒര വസ്ഥയാണ് ഇവിടെ വിവരിച്ചിരിക്കുന്നതും. ആത്മാവിന്റെ മഹത്ത്വ വും അപരിമേയത്വവുമാണ് ചൂണ്ടിക്കാണിച്ചിരിക്കുന്നത്. ഇവിടെ തിരുത്തപ്പെടുന്നത് നമ്മുടെ ഒരു വലിയ തെറ്റിദ്ധാരണയാണ്. 'എന്റെ ആത്മാവ്' എന്നും 'എന്നിലെ ആത്മാവ്' എന്നും മറ്റും നാം സാധാരണ പരാമർശിക്കാറുണ്ടല്ലോ? നമ്മുടെ ഉള്ളിൽ പരിമിതമായ ഒരു ഇടത്തിലാണ് ആത്മാവ് സ്ഥിതിചെയ്യുന്നതെന്ന ഈ ധാരണ ശരിയല്ല. നമ്മുടെ ഉള്ളിലും പുറത്തും, എല്ലായിടത്തും, വ്യാപിച്ച് അഖണ്ഡമായി നിലനിൽക്കുന്ന ഒരു ചൈതന്യമാണ് ആത്മാവ്. ദൃശ്യ പ്രപഞ്ചത്തെയും കവിഞ്ഞാണ് അതിന്റെ വ്യാപ്തി (പുരുഷ സൂക്തം 1 - ഋഗ്വേദം 10.90.1). ഭൂതങ്ങളെല്ലാം അതിൽ ഉണ്ടായി പൊലിയുന്ന ഭൗതികരൂപങ്ങൾ മാത്രം. ഓരോ ഭൂതത്തിന്റെയും രൂപപരിധിയിൽ വരുന്ന ആത്മാംശത്തെ ആ ഭൂതത്തിന്റെ ആത്മാവ് എന്ന് സൗകര്യത്തിനുവേണ്ടി വ്യവഹരിച്ചുപോരുന്നു എന്നു മാത്രം. ആത്മാവ് അതതു രൂപത്തിന്റെ ഭൗതിക സവിശേഷതകളെ പ്രകാശിപ്പിക്കുന്നു. വിദ്യുച്ഛക്തി ബൾബിൽ പ്രകാശവും തേപ്പുപെട്ടിയിൽ ചൂടും ഉണ്ടാക്കുന്നതുപോലെയാണിത്.

ആത്മാവ് ഹൃദയത്തിൽ സ്ഥിതിചെയ്യുന്നു എന്ന് ഗീത ഉൾപ്പെടെയുള്ള ആത്മീയ ഗ്രന്ഥങ്ങളിൽ പരാമർശിക്കപ്പെടുന്നുണ്ട്. അതിനർത്ഥം ആത്മാവ് ഒരു കേന്ദ്രത്തിൽ മാത്രമായി പരിമിതപ്പെട്ടിരിക്കുന്നു എന്നല്ല; ആ കേന്ദ്രത്തെ ആസ്പദമാക്കിയാണ് ആ ഭൂതത്തിൽ ആത്മാവ് പ്രവർത്തിക്കുന്നത് എന്നാണ്. ഗുരുത്വാകർഷണം വസ്തുവിന്റെ എല്ലാ ബിന്ദുക്കളിലും പ്രവർത്തിക്കുന്നുണ്ടെങ്കിലും ഗുരുത്വകേന്ദ്രം എന്ന ഒന്നുള്ളതുപോലെയാണിത്.

ആത്മാവ് സർവവ്യാപിയാണെന്നാണല്ലോ മുകളിൽ കണ്ട 9.4 ശ്ലോകത്തിന്റെ ആദ്യ പാദത്തിലെ പ്രഖ്യാപനം? ആ പ്രഖ്യാപനത്തിന്റെ വിശദീകരണമാണ് രണ്ടാം പാദത്തിൽ നൽകിയിരിക്കുന്നത്.

സർവവ്യാപി എന്നതിനർത്ഥം ആത്മാവ് ഭൂതങ്ങളിൽ സ്ഥിതി ചെയ്യുന്നു എന്നല്ലെന്നും യഥാർത്ഥത്തിൽ ഭൂതങ്ങൾ ആത്മാവിലാണ് സ്ഥിതിചെയ്യുന്നതെന്നും വിശദീകരിച്ചിരിക്കുന്നു. അടുത്ത ശ്ലോക ത്തിൽ വിശദീകരണം തുടരുന്നു.

'ന ച മത്സ്ഥാനി ഭൂതാനി പശ്യ മേ യോഗമൈശ്വരം;
ഭൂതഭൃത് ന ച ഭൂതസ്ഥോ മമാത്മാ ഭൂതഭാവനഃ.' (9.5)

വാഗർത്ഥം: ന ച മത് സ്ഥാനി ഭൂതാനി - ഭൂതങ്ങൾ സ്ഥിതി ചെയ്യു ന്നത് എന്നിലല്ലതാനും; പശ്യ - കാണുക; മേ യോഗം ഐശ്വരം - എന്റെ ഐശ്വരമായ (ഈശ്വരീയമായ, ദിവ്യമായ) യോഗത്തെ; (ഇവിടെ യോഗം ഭൂതങ്ങളും ആത്മശക്തിയുമായുള്ള ബന്ധത്തെ യാണു സൂചിപ്പിക്കുന്നത്. ഏതു രീതിയിലാണ് രണ്ടും തമ്മിൽ ബന്ധിക്കപ്പെട്ടിരിക്കുന്നത് എന്നതാണ് യോഗംകൊണ്ട് വിവക്ഷിക്കു ന്നത്); ഭൂതഭൃത് - (ഞാൻ) ഭൂതങ്ങളെ വഹിക്കുന്നവനാണ്; ന ച ഭൂതസ്ഥഃ - ഭൂതങ്ങളിൽ ഇരിക്കുന്നവനല്ല; മമാത്മാ - എന്റെ സ്വത്വം, സ്വരൂപം; ഭൂതഭാവനഃ - ഭൂതങ്ങളെ ഭാവിക്കുന്ന ഒന്നാണ്, അതായത്, ഭൂതങ്ങളുടെ രൂപഘടനകളുടെ ശേഖരമാണ്, ഭൂതങ്ങൾ എപ്രകാര മെന്നു നിർവചിക്കുന്ന കേന്ദ്രമാണ്.

വാച്യാർത്ഥം വ്യക്തമാണല്ലോ? ഭൂതങ്ങളും ആത്മാവും തമ്മി ലുള്ള യോഗത്തെയാണ് (ബന്ധത്തെയാണ്) 9.4, 9.5 ശ്ലോകങ്ങൾ അവതരിപ്പിക്കുന്നത്. ഭൂതങ്ങൾ ആത്മാവിൽ സ്ഥിതി ചെയ്യുന്നു വെന്ന് 9.4-ൽ പറഞ്ഞു. എന്നാൽ ഇവിടെ വ്യക്തമാക്കുന്നുത്, അത് കൃത്യമായി അങ്ങനെതന്നെന്നു പറയാനാവില്ലെന്നാണ്. ആത്മാവും ഭൂതങ്ങളും തമ്മിലുള്ള യോജിക്കൽ ദിവ്യമായ ഒന്നാണെന്നാണ് വെളിപ്പെടുത്തൽ. അതിനെ ഭാഷയിലൂടെ സൂക്ഷ്മമായി പ്രകടിപ്പി ക്കുക ദുഷ്കരം എന്നാണ് വിവക്ഷ. ഒരു കാര്യം തീർത്തുപറഞ്ഞിരി ക്കുന്നു, ആത്മാവ് ഭൂതങ്ങളെ വഹിക്കുകയാണ് ചെയ്യുന്നത്. എന്നു മാത്രമല്ല, ഭൂതങ്ങളുടെ സ്വരൂപ നിശ്ചയം ചെയ്യുന്നതും ആത്മാവു തന്നെയാണ്.

ഭൂതങ്ങളുടെ സ്വരൂപനിശ്ചയം ആത്മാവ് നിർവഹിക്കുന്നു എന്ന പ്രസ്താവത്തെ വളരെ സൂക്ഷ്മമായി മനസ്സിലാക്കേണ്ടതുണ്ട്. താൻ നിർമ്മിക്കുന്ന കെട്ടിടങ്ങളുടെയെല്ലാം രൂപരേഖ ഒരു സിവിൽ എഞ്ചി നീയറുടെ മനസ്സിൽ കേവലം അറിവിന്റെ രൂപത്തിൽ ഉണ്ടായിരിക്കും. അതാണ് അയാൾ കടലാസിലേക്കും പിന്നെ കെട്ടിട നിർമ്മിതിയി ലേക്കും പകർത്തുന്നത്. ഒരിക്കൽ എഞ്ചിനീയറുടെ മനസ്സിൽ അഗോചരമായ അറിവായി നിന്നിരുന്ന ഒന്ന് അവസാനം ഇന്ദ്രിയ

ഗോചരമായ ഭൗതിക നിർമ്മിതിയായി രൂപാന്തരപ്പെടുന്നു. കല്ലും മണ്ണും സിമന്റും കമ്പിയുമെല്ലാം അതിനുള്ള ഉപാധികൾ മാത്രം. അതുപോലെ ഭൂതങ്ങൾ കേവലം അറിവായി അഭൗതികമായ ആത്മാവിൽ ഉള്ളടങ്ങിയിരിക്കുന്നു. ആ അറിവാണ് പ്രകൃതി എന്ന ഉപാധിയിലൂടെ ഭൗതിക വസ്തുക്കളായും ജീവികളായും രൂപപ്പെട്ടു വരുന്നത്. ഭൂതഭാവനൻ എന്നതിന്റെ വിവക്ഷ ഇങ്ങനെയാണ്. ഇത്തരത്തിൽ അതിനെ മനസ്സിലാക്കിയിട്ടില്ലെങ്കിൽപ്പോലും ഈ പ്രപഞ്ചത്തിന് ഒരു മഹാശില്പി (ഗ്രാൻഡ് ഡിസൈനർ) ഉണ്ടെന്നു ബോദ്ധ്യമുള്ളവരായി ധാരളം പേരുണ്ട്. ആ ബോദ്ധ്യം ശരിവയ്ക്കുന്നതാണ് ഭഗവദ് ഗീതയിലെ ഈ വെളിപ്പെടുത്തൽ. ഈ ലോകത്ത് ഇപ്പോഴുള്ളതും മുൻപ് ഉണ്ടായിരുന്നതും ഇനി ഉണ്ടാകാനിരിക്കുന്നതുമായ സർവ വസ്തുക്കളുടെയും ജീവികളുടെയും അടിസ്ഥാനഘടന അറിവിന്റെ ഒരു കണമായി ആത്മാവിൽ ഉള്ളടങ്ങിയിരിക്കുന്നു. വ്യത്യസ്തമായ പരിസ്ഥിതി സ്വഭാവങ്ങൾക്കു ചേരുന്ന ജീവികളെ പ്രകൃതി എന്ന തന്റെ ഉപാധിയിലൂടെ 3-ഡി പ്രിന്റിംഗ് രീതി പോലെ ആത്മാവ് അവതരിപ്പിക്കുകയാണു ചെയ്യുന്നതെന്ന് അനുമാനിക്കാം.

ഭൂതങ്ങൾ ആത്മാവിൽ സ്ഥിതിചെയ്യുന്നതിനെ വായുവിന്റെ ആകാശത്തിലെ നിലയോട് ഉപമിച്ചുകൊണ്ട് 9.6 ശ്ലോകത്തിൽ കൂടുതൽ വ്യക്തമാക്കിയിരിക്കുന്നു. ആകാശം വായുവിനാൽ ഒരു തരത്തിലും കളങ്കപ്പെടുന്നില്ല എന്നത് ഓർക്കുക.

ആത്മാവ് സർവവ്യാപിയാണെന്നും അത് ഭൂതങ്ങളുടെ അകത്തും പുറത്തും അഖണ്ഡമായി വർത്തിക്കുന്നുവെന്നും പറഞ്ഞുകഴിഞ്ഞു. ആത്മാവ് ഭൂതങ്ങളെ പ്രകടിപ്പിക്കുന്നതെങ്ങനെ എന്നാണ് അടുത്ത ചില ശ്ലോകങ്ങളിൽ പറയുന്നത്. ആദ്യം ശ്ലോകം 9.7 കാണുക:

'സർവഭൂതാനി കൗന്തേയ പ്രകൃതിം യാന്തി മാമികാം;
കല്പക്ഷയേ പുനസ്താനി കല്പാദൗ വിസൃജാമ്യഹം.' (9.7)

വാഗർത്ഥം: സർവഭൂതാനി - സർവഭൂതങ്ങളും; കൗന്തേയ - ഹേ, അർജ്ജുനാ; പ്രകൃതിം യാന്തി മാമികാം - എന്റെ പ്രകൃതിയെ പ്രാപിക്കുന്നു; കല്പക്ഷയേ - കല്പത്തിന്റെ അവസാനത്തിൽ; പുനസ്താനി - പുനഃ താനി - വീണ്ടും അവയെ; കല്പാദൗ - കല്പത്തിന്റെ ആദ്യത്തിൽ; വിസൃജാമ്യഹം - വിസൃജാമി അഹം - ഞാൻ പ്രകാശിപ്പിക്കുന്നു (അവതരിപ്പിക്കുന്നു, പുറത്തേക്കു വിടുന്നു).

ഭൂതങ്ങളുടെ ഉത്പത്തിയും ലയവും കല്പംതോറും സംഭവിക്കുന്നു എന്നാണ് ഇവിടെ പറഞ്ഞിട്ടുള്ളത്. കല്പാന്ത്യത്തിൽ ഭൂതങ്ങൾ ആത്മാവിന്റെ പ്രകൃതിയിൽ ലയിക്കുന്നു; കല്പാരംഭത്തിൽ

അവയെ വീണ്ടും ആത്മാവ് പ്രകാശിപ്പിക്കുന്നു. ഇങ്ങനെ പ്രകാശിപ്പിക്കുന്നതും പ്രകൃതി വഴിയാണ്. തുടർന്നുള്ള ശ്ലോകങ്ങളിൽ നമുക്കതു കാണാം.

കല്പം എന്നാൽ വലിയൊരു കാലയളവാണ്. ആയിരം യുഗങ്ങൾ എന്ന് എട്ടാം അദ്ധ്യായത്തിൽ പറഞ്ഞിട്ടുള്ള കാലയളവുതന്നെയാണിത്. രണ്ട് അദ്ധ്യായങ്ങളിലുമായി വ്യക്തമാക്കപ്പെട്ട കാര്യങ്ങളനുസരിച്ച് കല്പത്തിന്റെ ആരംഭത്തിൽ ഭൂതങ്ങൾ ഉണ്ടാവുകയും അത്രയും കാലം നിലനിന്നിട്ട് അവ പ്രലയത്തെ പ്രാപിക്കുകയും ചെയ്യുന്നു. ഈ ലയാവസ്ഥയുടെ ദൈർഘ്യവും ഒരു കല്പംതന്നെ. അതുകഴിഞ്ഞാൽ വീണ്ടും ഭൂതോല്പത്തിയും ലയവും ആവർത്തിക്കുന്നു. ഈ ചക്രം അവിരാമം തുടരുന്നു.

പ്രകൃതിയെ ഉപാധിയാക്കിക്കൊണ്ടാണ് ആത്മാവ് ഭൂതങ്ങളെ പ്രകാശിപ്പിക്കുന്നതെന്ന് 9.8 ശ്ലോകത്തിൽ വിശദമാക്കുന്നു.

'പ്രകൃതിം സ്വാമവഷ്ടഭ്യ വിസൃജാമി പുനഃപുനഃ;
ഭൂതഗ്രാമമിമം കൃത്സ്നം അവശം പ്രകൃതേർവശാത്.' (9.8)

വാഗർത്ഥം: പ്രകൃതിം സ്വാം - സ്വന്തം പ്രകൃതിയെ; അവഷ്ടഭ്യ - ഉപയോഗിച്ച്; വിസൃജാമി - വിസർജ്ജിക്കുന്നു, (എന്നിൽ ഗുപ്തമായിരുന്നതിനെ പ്രകാശിപ്പിക്കുന്നു); പുനഃപുനഃ - വീണ്ടും വീണ്ടും; ഭൂതഗ്രാമം ഇമം - ഈ ഭൂതസഞ്ചയം; കൃത്സ്നം - മുഴുവൻ; അവശം - അവശമാണ്, പരിമിതിയുള്ളവയാണ്; പ്രകൃതേഃ വശാത് - പ്രകൃതിമൂലമാണത്.

പ്രകൃതിയുടെ സ്വാധീനം ഭൂതങ്ങളെ പരിമിതപ്പെടുത്തിയിരിക്കുന്നു. അവയ്ക്ക് ആത്മചൈതന്യത്തെ പൂർണ്ണമായി പ്രകാശിപ്പിക്കാൻ പ്രകൃതിയുടെ രൂപങ്ങളാകുന്ന മറവു കാരണം സാധിക്കുന്നില്ല.

ഈ രണ്ടു ശ്ലോകങ്ങളിലും ഉപയോഗിച്ചിട്ടുള്ള 'വിസൃജാമി' എന്ന പദത്തിന് 'ഞാൻ വിസർജിക്കുന്നു, പുറത്തേക്കു വിടുന്നു, സ്വതന്ത്രമാക്കുന്നു, മോചിതമാക്കുന്നു, പ്രകാശിപ്പിക്കുന്നു' തുടങ്ങിയ അർത്ഥങ്ങളാണുള്ളത്. ഇല്ലാത്ത ഒന്നിനെ പുതുതായി ഉണ്ടാക്കിയെടുക്കുന്ന സൃഷ്ടിയല്ല ഇവിടെ ഉദ്ദേശിക്കപ്പെട്ടിരിക്കുന്നത്. ഇല്ലാത്തതൊന്നും ഒരിക്കലും ഉണ്ടായിവരുകയില്ല എന്നാണല്ലോ ഗീതയുടെതന്നെ അഭിപ്രായം (ശ്ലോകം 2.16). നിലവിലുള്ളതിന് രൂപപരിണാമം വരുക എന്നതാണ് പ്രപഞ്ച നിർമ്മിതിയിൽ നടക്കുന്നത്. സൃഷ്ടിയും സംഹാരവുമൊന്നും പൊതുവിൽ ധരിക്കപ്പെടുന്നതുപോലെ നടക്കുന്നില്ല എന്നർത്ഥം. അതൊക്കെ ഭാവനാ

വിലാസത്തിലൂടെ തത്ത്വങ്ങളെ അവതരിപ്പിക്കുന്നതിന് അവലംബിച്ചിട്ടുള്ള ഉപായങ്ങൾ മാത്രം.

എങ്ങനെയാണ് താൻ ഭൂതങ്ങളെ അവതരിപ്പിക്കുന്നതെന്നു വിവരിച്ചതിനുശേഷം കൃഷ്ണൻ പറയുന്നു, തന്നെ ആ പ്രവൃത്തി ഒരിക്കലും ബാധിക്കുകയില്ലെന്ന് (9.9). കാരണം, തനിക്ക് അതിൽ യാതൊരു സംഗവുമില്ല; സിദ്ധി-അസിദ്ധികളിൽ താൻ ഉദാസീനനാണ്. സംഗമോ കർമ്മഫലത്തിൽ ആസക്തിയോ ഇല്ലാതെ ചെയ്യുന്ന കർമ്മങ്ങൾ ആരെയും ബന്ധനത്തിൽ പെടുത്തുകയില്ലെന്ന ഈ തത്ത്വം 4.14, 4.20 തുടങ്ങിയ ശ്ലോകങ്ങളിൽ നേരത്തേ തന്നെ വ്യക്തമാക്കപ്പെട്ടിട്ടുള്ളതാണ്. ശ്ലോകം താഴെ കൊടുക്കുന്നു:

'ന ച മാം താനി കർമാണി നിബധ്നന്തി ധനഞ്ജയ;
ഉദാസീനവദാസീനം അസക്തം തേഷു കർമസു.' (9.9)

വാഗർത്ഥം: ധനഞ്ജയ - ഹേ, അർജുനാ; താനി കർമാണി - ഈ കർമ്മങ്ങൾ (ഭൂതങ്ങളെ വിസർജിക്കുന്ന കർമ്മങ്ങൾ); ന ച മാം നിബധ്നന്തി - എന്നെ ബന്ധനത്തിലാക്കുന്നില്ല; ഉദാസീനവത് ആസീനം അസക്തം തേഷു കർമസു - കാരണം, ഞാൻ ഈ കർമ്മങ്ങളിൽ സംഗമില്ലാതെ (അസക്തം), മറ്റു താത്പര്യങ്ങളില്ലാതെ (ഉദാസീനനായി) വർത്തിക്കുന്നു.

ശ്ലോകാർത്ഥം വളരെ വ്യക്തമായിക്കാണുമല്ലോ? സംഗമില്ലാതെയും ഫലങ്ങളിൽ ഉദാസീനതയോടെയും കർമ്മങ്ങൾ ചെയ്യുന്നതിനാൽ താൻ അവയാൽ ബന്ധിക്കപ്പെടുന്നില്ല എന്നാണ് കൃഷ്ണൻ ഇവിടെ വ്യക്തമാക്കുന്നത്.

ഈ പ്രപഞ്ചം നിരന്തര മാറ്റങ്ങൾക്കു വിധേയമായിക്കൊണ്ടിരിക്കുന്നത് എന്തുകൊണ്ടെന്ന് അടുത്ത ശ്ലോകത്തിൽ വിശദീകരിക്കുന്നു:

'മയാധ്യക്ഷേണ പ്രകൃതിഃ സൂയതേ സചരാചരം;
ഹേതുനാനേന കൗന്തേയ ജഗദ്വിപരിവർതതേ.' (9.10)

വാഗർത്ഥം: മയാദ്ധ്യക്ഷേണ - മയാ അധ്യക്ഷേണ - എന്റെ അദ്ധ്യക്ഷതയിൽ; പ്രകൃതിഃ - പ്രകൃതി; സൂയതേ - ഉദ്ഭവിപ്പിക്കുന്നു, ഉത്പാദിപ്പിക്കുന്നു; സചരാചരം - ചരാചരങ്ങളോടുകൂടിയ, ചരാചരാത്മകമായ (പ്രപഞ്ചത്തെ); ഹേതുനാ അനേന - ഈ കാരണത്താൽ; കൗന്തേയ - ഹേ, അർജുനാ; ജഗദ്വിപരിവർതതേ - ജഗത് വിപരിവർതതേ - ജഗത്ത് മാറ്റങ്ങൾക്കു വിധേയമായിക്കൊണ്ടിരിക്കുന്നു.

പ്രപഞ്ചാവതരണത്തിൽ ആത്മാവിന്റെ പങ്ക് ആ പ്രക്രിയയ്ക്ക് അദ്ധ്യക്ഷനായിരിക്കുക മാത്രമാണെന്നാണ് ഇവിടെ വ്യക്തമാക്കിയിരിക്കുന്നത്. കാര്യങ്ങൾ ശരിയായി നടത്തുന്നതിൽ മേൽനോട്ടം വഹിക്കുകയും അതിനുള്ള നിർദ്ദേശങ്ങൾ നൽകുകയുമാണല്ലോ അദ്ധ്യക്ഷന്റെ പങ്ക്? പ്രവർത്തന പ്രക്രിയയിൽ അദ്ധ്യക്ഷന് നേരിട്ടൊരു പങ്കുമില്ല. ഇവിടെ ധ്വനിപ്പിക്കുന്നതും അതുതന്നെ. ചരാചരങ്ങളെ ഉത്പാദിപ്പിച്ച് പ്രപഞ്ച നിർമ്മാണം നടത്തുന്നത് പ്രകൃതിയാണ്. ആത്മാവ് അചഞ്ചലവും അവ്യയവുമാണെങ്കിൽ പ്രകൃതി രൂപപരിണാമങ്ങൾക്ക് വിധേയമാണ്. അങ്ങനെയാണ് അത് (പ്രകൃതി) പൂജ്യമായ ഭൗതികോർജ്ജത്തെ ആത്മ ചൈതന്യത്തിന്റെ പ്രഭാവത്താൽ പ്രപഞ്ചമായി പരിണമിപ്പിക്കുന്നത്. ഇപ്രകാരം സംഭൂതമാകുന്നതുകൊണ്ടാണ് പ്രപഞ്ചം നിരന്തരം മാറിക്കൊണ്ടിരിക്കുന്നത്. ഇതാണ് ഈ ശ്ലോകത്തിന്റെ സന്ദേശം.

അവ്യക്ത ചൈതന്യമായ തന്നെ വെറുമൊരു വ്യക്തിയായി മൂഢന്മാർ കരുതുന്നുവെന്ന് 7.24 ശ്ലോകത്തിൽ പറഞ്ഞ കാര്യം മറ്റൊരു രീതിയിൽ 9.11 ശ്ലോകത്തിൽ അവതരിപ്പിച്ചിരിക്കുന്നു:

'അവജാനന്തി മാം മൂഢാ മാനുഷീം തനുമാശ്രിതം;
പരം ഭാവമജാനന്തോ മമ ഭൂതമഹേശ്വരം.' (9.11)

വാഗർത്ഥം: മൂഢാഃ - മൂഢന്മാർ; അവജാനന്തി മാം - എന്നെ അവമതിക്കുന്നു; മാനുഷീം തനുമാശ്രിതം - മനുഷ്യശരീരത്തെ എടുത്തവനായി; ഭൂതമഹേശ്വരം - ഭൂതങ്ങളുടെ ഈശ്വരനായ; മമ പരം ഭാവം അജാനന്തഃ - എന്റെ ശ്രേഷ്ഠമായ ഭാവത്തെ അറിയാതെ.

ശ്ലോകാർത്ഥം: എന്റെ ശ്രേഷ്ഠമായ ഭാവത്തെ മനസ്സിലാക്കാതെ ഭൂതങ്ങളുടെ ഈശ്വരനായ എന്നെ മനുഷ്യ ശരീരത്തോടു കൂടിയവനാണെന്ന് മൂഢന്മാർ അവമതിക്കുന്നു.

കൃഷ്ണൻ തുടരുന്നു: 'അവർ നിസ്സാരമായ ചിന്തയും അറിവും കർമ്മങ്ങളും ഉള്ളവരും ഭൗതിക സുഖങ്ങളിൽ ആമഗ്നരും ആസുരഭാവങ്ങളോടുകൂടിയവരും ആകുന്നു' (9.12). 'എന്നാൽ എന്നെ അവ്യയമായ ആദിതത്ത്വമായി അറിയുന്നവർ പല പ്രകാരത്തിലും എന്നെ ഉപാസിക്കുന്നു' (9.13 മുതൽ 9.15 വരെ).

ഈ പ്രപഞ്ചത്തിന്റെ ആധാരവും ആശ്രയവും താനാണെന്ന് ആത്മാവായ കൃഷ്ണൻ തുടർന്നുള്ള നാലു ശ്ലോകങ്ങളിലൂടെ വെളിപ്പെടുത്തുന്നു. ശ്ലോകങ്ങൾ ഇവയാണ്:

'അഹം ക്രതുരഹം യജ്ഞഃ സ്വധാഹമഹമൗഷധം;
മന്ത്രോ/ഹമഹമേവാജ്യം അഹമഗ്നിരഹം ഹുതം. (9.16)

പിതാഹമസ്യ ജഗതഃ മാതാ ധാതാ പിതാമഹഃ;
വേദ്യം പവിത്രമോങ്കാരഃ ഋക്സാമയജുരേവ ച. (9.17)

ഗതിർഭർതാ പ്രഭുഃ സാക്ഷീ നിവാസഃ ശരണം സുഹൃത്;
പ്രഭവഃ പ്രലയഃ സ്ഥാനം നിധാനം ബീജമവ്യയം. (9.18)

തപാമ്യഹമഹം വർഷം നിഗൃഹ്ണാമ്യുത്സൃജാമി ച;
അമൃതം ചൈവ മൃത്യുശ്ച സദസച്ചാഹമർജുന.' (9.19)

വാഗർത്ഥം: (9.16) അഹം - ഞാൻ; ക്രതുഃ - നിശ്ചയം, സങ്കല്പം, കർമ്മ നിർവഹണത്തിനുള്ള തീരുമാനം; യജ്ഞഃ - യജ്ഞം, ത്യാഗത്തോടുകൂടിയ കർമ്മം; സ്വധാഹം - യജ്ഞത്തിൽ അർപ്പിക്കപ്പെടുന്ന വസ്തു; ഔഷധം - സസ്യങ്ങൾ (ഇവിടെ യജ്ഞത്തിൽ ഉപയോഗിക്കുന്ന ഇലകളും പൂക്കളും മറ്റും); മന്ത്രഃ - മന്ത്രം; ആജ്യം - ഹോമത്തിനുപയോഗിക്കുന്ന നെയ്യ്; അഗ്നിഃ - അഗ്നി; ഹുതം - ഹോമിക്കപ്പെടുന്ന വസ്തു.

(9.17) പിതാഹമസ്യ ജഗതഃ - ഈ ജഗത്തിന്റെ പിതാവ് ഞാനാകുന്നു; മാതാ ധാതാ പിതാമഹഃ - മാതാവും ധാതാവും പിതാമഹനും (ഞാനാകുന്നു); ധാതാവ് - പോറ്റുന്നവൻ; വേദ്യം പവിത്രമോങ്കാരഃ - അറിയേണ്ടതായ പവിത്രമായ ഓംകാരവും ഞാൻ തന്നെ; ഋക് സാമ യജുഃ ഏവ ച - മൂന്നു വേദങ്ങളും ഞാനാണ്.

(9.18) ഗതിഃ - അഭയസ്ഥാനം, ലക്ഷ്യസ്ഥാനം, ചെന്നെത്തേണ്ട ഇടം; ഭർതാ - ഭരിക്കുന്നവൻ; പ്രഭുഃ - നാഥൻ; സാക്ഷീ - സാക്ഷി, സർവതും വീക്ഷിക്കുന്നവൻ; നിവാസഃ - വാസസ്ഥാനം; ശരണം - ആശ്രയം; സുഹൃത് - സുഹൃത്ത്, നല്ല മനസ്സുള്ളവൻ; പ്രഭവഃ പ്രലയഃ സ്ഥാനം - തുടങ്ങുന്നതും ഒടുങ്ങുന്നതുമായ ഇടം; നിധാനം ബീജമവ്യയം - ഭൂതങ്ങളുടെ അക്ഷയഖനി; നിധാനം - ഖനി, കലവറ.

(9.19) തപാമി അഹം - ഞാൻ ചൂടു നൽകുന്നു; അഹം വർഷം - മഴയും ഞാൻ തന്നെ; നിഗൃഹ്ണാമി ഉത്സൃജാമി ച - പിൻവലിക്കുന്നതും പ്രകാശിപ്പിക്കുന്നതും ഞാനാകുന്നു; അമൃതം ചൈവ മൃത്യുഃ ച - മരണവും അമരത്വവും; സത് അസത് ച - സത്തും അസത്തും; അഹം അർജുന - ഹേ, അർജുനാ, ഞാനാകുന്നു.

യജ്ഞങ്ങളുടെ ഭാഗമായ സകലതും ആത്മാവാണെന്നാണ് 9.16-ൽ പറയുന്നത്. യജ്ഞ തീരുമാനവും പ്രക്രിയയും ഉപയോഗിക്കുന്ന വസ്തുക്കളും മന്ത്രങ്ങളും എല്ലാമെല്ലാം ആത്മാവുതന്നെ. അനുഷ്ഠാനാത്മകമായ യജ്ഞങ്ങളുടെ കാര്യമാണു സൂചിപ്പിക്കുന്നതെങ്കിലും ഈ ലോകത്ത് മനുഷ്യൻ ചെയ്യേണ്ടതായ എല്ലാ

യജ്ഞങ്ങൾക്കും ഇത് ബാധകമാകുന്നുവെന്ന് മനസ്സിലാക്കണം. യജ്ഞാർത്ഥമായി ചെയ്യുന്ന കർമ്മങ്ങളാണ് അഭികാമ്യം എന്ന പാഠം നാം 3.9 ശ്ലോകത്തിൽനിന്നു പഠിച്ചിട്ടുള്ളതാണ്. അങ്ങനെയുള്ള എല്ലാ യജ്ഞങ്ങളിലും യജ്ഞഘടകങ്ങളായി ഉൾക്കൊണ്ടിരിക്കുന്നത് ഈശ്വരനായ ആത്മാവിന്റെ പ്രകടനങ്ങളാണെന്ന ബോധ്യം നമുക്കുണ്ടായിരിക്കണം.

അതുപോലെ, ജന്മം നൽകി നമ്മെ പോറ്റുന്നതും അറിവു നൽകി ഉന്നമിപ്പിക്കുന്നതും ആത്മാവാണെന്നാണ് 9.17-ലെ വെളിപ്പെടുത്തൽ. അതായത്, നമ്മുടെയെല്ലാം അസ്തിത്വത്തിന്റെ മൂല കാരണം ആത്മാവാകുന്നു. ശ്ലോകം 9.18-ൽ പറയുന്നത് നമ്മുടെ പ്രഭവസ്ഥാനവും പ്രലയസ്ഥാനവും ആത്മാവുതന്നെ എന്നാണ്. അതായത്, നാമെല്ലാം ഉണ്ടായിവരുന്നത് ആത്മാവിൽനിന്നാണ്; അതുപോലെ അന്ത്യത്തിൽ ചെന്നുചേരുന്നതും ആത്മാവിൽത്തന്നെ. എന്നു മാത്രമല്ല, ഭൂതബീജങ്ങളുടെ അക്ഷയമായ കലവറയും ഭൂതങ്ങളുടെ ആശ്രയസ്ഥാനവും നിലനില്പിനുള്ള ഇടവും എല്ലാമെല്ലാം ആത്മാവാണ്. അതായത്, ലോകത്തുള്ളതും ഉണ്ടായി നശിച്ചുപോയതും ഉണ്ടാകാനിരിക്കുന്നതുമായ സർവ ഭൂതങ്ങളുടെയും ബീജങ്ങൾ അഥവാ സൂക്ഷ്മ ജനിതക വിവരങ്ങൾ ആത്മാവിൽ അടങ്ങിയിരിക്കുന്നു. ഉചിത സമയത്ത് ഓരോന്നും പ്രകൃതിയുടെ മായാ പ്രവർത്തനത്താൽ സംഭൂതമാകുന്നു.

ഇതു മാത്രമല്ല, ചൂടും വർഷവുമുൾപ്പെടെ ദ്വന്ദ്വാത്മകമായ സർവതും ഉണ്ടാക്കുന്നതും ഇല്ലാതാക്കുന്നതും ആത്മാവാണെന്ന് 9.19-ൽ വ്യക്തമാക്കിയിരിക്കുന്നു. സ്വയം അമരനായി വർത്തിച്ചുകൊണ്ട് മർത്ത്യമായ ഭൂതങ്ങളായി അവതരിക്കുന്നതും ആത്മാവുതന്നെ. സർവോപരി ഈ പ്രപഞ്ചത്തിന് ആധാരമായിട്ടുള്ള സത്, അസത് എന്നിവയും ആത്മാവാകുന്നു. ചുരുക്കത്തിൽ, ഇക്കാണുന്നതെല്ലാം ആത്മാവിന്റെ മായാവിലാസങ്ങൾ മാത്രം.

ആളുകൾ ഈശ്വരാരാധന നടത്തുന്നത് ഒന്നുകിൽ ഭോഗസുഖങ്ങൾക്കായിട്ട്; അല്ലെങ്കിൽ ഇഹലോക ബന്ധനങ്ങളിൽനിന്നുള്ള നിത്യമായ മോചനത്തിനായിട്ട്. ഭോഗസുഖങ്ങൾ നശ്വരങ്ങളാണ്, എന്നാൽ ഈശ്വര സാക്ഷാത്കാരത്തിലൂടെ ലഭിക്കുന്ന ആനന്ദം നിത്യമാണ്. ഈ വ്യത്യാസത്തെ ചൂണ്ടിക്കാണിക്കുകയാണ് അടുത്ത ഏതാനും ശ്ലോകങ്ങളിൽ.

വേദപ്രോക്തങ്ങളായ യജ്ഞങ്ങളിലൂടെ സ്വർഗ്ഗപ്രാപ്തിക്കായി യത്നിക്കുന്നവർക്ക് സ്വർഗ്ഗസുഖം ലഭിക്കുമെങ്കിലും ചെയ്ത പുണ്യകർമ്മങ്ങൾക്ക് അറുതി വരുമ്പോൾ അവർ വീണ്ടും സുഖദുഃഖങ്ങളുടെ നശ്വരലോകത്തിലേക്ക് എത്തിപ്പെടും (9.20, 9.21). അതായത്,

ഭൗതിക വസ്തുക്കൾ മൂലമുണ്ടാകുന്ന സുഖങ്ങൾ കാലത്തിനും അളവിനും വിധേയമാണ്. എന്നാൽ, അങ്ങനെയുള്ള ഫലാപേക്ഷകളൊന്നുമില്ലാതെ ഈശ്വരനെ ഉപാസിക്കുന്നവർക്ക് നിത്യമായ ജീവിതസുഖങ്ങൾ ഈശ്വരൻതന്നെ ഉറപ്പുവരുത്തുന്നതാണെന്ന് 9.22 ശ്ലോകം പ്രഖ്യാപിക്കുന്നു. ശ്ലോകം കാണുക:

'അനന്യാശ്ചിന്തയന്തോ മാം യേ ജനാഃ പര്യുപാസതേ;
തേഷാം നിത്യാഭിയുക്താനാം യോഗക്ഷേമം വഹാമ്യഹം.' (9.22)

വാഗർത്ഥം: അനന്യാശ്ചിന്തയന്തഃ - മറ്റു ചിന്തകളൊന്നുമില്ലാതെ; മാം - എന്നെ; യേ ജനാഃ - ഏതു ജനങ്ങളാണോ; പര്യുപാസതേ - ഉപാസിക്കുന്നത്, സമീപിക്കുന്നത്, ആശ്രയിക്കുന്നത്; തേഷാം നിത്യാഭിയുക്താനാം - മങ്ങാത്ത അർപ്പണ ഭാവത്തോടെയിരിക്കുന്ന അവരുടെ; യോഗക്ഷേമം - സ്വസ്തി, സുഖ ജീവിതം; വഹാമി അഹം - ഞാൻ വഹിക്കുന്നു.

'സ്വർഗ്ഗത്തെയും മറ്റും പറ്റിയുള്ള മോഹചിന്തകളില്ലാതെ നിത്യമായ അർപ്പണ ഭാവത്തോടെ എന്നെ സമീപിക്കുന്നവർക്ക് ഞാൻ നിത്യമായ സുഖ ജീവിതം ലഭ്യമാക്കുന്നു' എന്നർത്ഥം. ഭൗതിക ഭോഗ സമൃദ്ധിയാണ് സുഖത്തിനു നിദാനമെന്നു കരുതുന്നവർക്കുള്ള ഒരു മുന്നറിയിപ്പാണിത്. സുഖം കിട്ടുമെന്ന പ്രതീക്ഷയോടെ അവർ ഏതു വിധേനയും സമ്പത്തും മറ്റും ആവോളം വലിച്ചുകൂട്ടി വയ്ക്കുന്നു. ചില ജീവിത സൗകര്യങ്ങൾ അവ പ്രദാനം ചെയ്യുമെന്നത് നിശ്ചയമാണ്. ഇതിനെ സ്വർഗ്ഗമായി കണ്ടിട്ട് അതു ലഭിക്കാനായിട്ടാണ് ആളുകൾ സമ്പത്തിനു പിന്നാലെ പായുന്നത്.

എന്നാൽ, ഈ സൗകര്യങ്ങൾ സുഖം നൽകുമെന്നു പറയാവതല്ല. കാരണം, സുഖം ഭൗതിക വസ്തുക്കളിൽനിന്നു വരുന്നതല്ല. അത് നമ്മുടെ ഉള്ളിൽനിന്നു വരുന്നതാണ്. ഉള്ളിൽ നിത്യമായുള്ള ആ സുഖം, ഉള്ളിലേക്ക് ശ്രദ്ധ കേന്ദ്രീകരിച്ച് ആത്മശക്തിയെ ഉപാസിക്കുന്നവർക്ക് എന്നന്നേക്കും ലഭിക്കുമെന്ന ഉറപ്പാണ് ഈ ശ്ലോകത്തിൽ നൽകപ്പെട്ടിരിക്കുന്നത്.

ഭൗതിക ഭോഗവസ്തുക്കൾ ഒരു ഉപാധി മാത്രമാണ്. അവയൊന്നുമില്ലെങ്കിലും നമുക്ക് സുഖം അനുഭവിക്കാൻ കഴിയും. എല്ലാ ഭൗതിക വസ്തുക്കളും അധീനത്തിൽ ഉണ്ടായിട്ടല്ലല്ലോ നാം ജീവിതത്തിൽ സുഖം അനുഭവിക്കുന്നത്? ലോകത്തിലെ ഏറ്റവും വലിയ സമ്പന്നനും തെരുവിൽ കുടിൽകെട്ടി കഴിയുന്നവനും സുഖം അനുഭവിക്കുന്നുണ്ട്. എത്ര സമ്പത്തുണ്ടായാലും ഒരു ശരീരത്തിനു വേണ്ട പോഷകങ്ങളും വായുവും വെള്ളവും ഉറങ്ങാനുള്ള ഇടവും

മാത്രമേ ഒരാൾക്ക് വേണ്ടതുള്ളൂ; അത്രയും മാത്രമേ അയാൾ എടുക്കുന്നുമുള്ളൂ. ഉറങ്ങിക്കഴിഞ്ഞാൽപ്പിന്നെ, കിടക്കുന്നത് പട്ടുമെത്തയിലോ കീറത്തുണിയിലോ എന്നത് നാം അറിയുന്നില്ല. ഭൗതിക വസ്തുക്കളെ അപേക്ഷിക്കാതെ ഗാഢ നിദ്രയിൽ നാം അനുഭവിക്കുന്ന ഈ ആന്തരിക സുഖമാണ് ഭഗവാൻ ഇവിടെ സൂചിപ്പിക്കുന്ന യോഗക്ഷേമം.

ഇവിടെ നാം കണ്ട ശ്ലോകത്തിന്റെ അവസാന ഭാഗമാണ് എൽ.ഐ.സി. അതിന്റെ ആദർശ സൂക്തമായി സ്വീകരിച്ചിട്ടുള്ളത്.

ഭൗതിക ഭോഗങ്ങൾ മോഹിച്ച് മറ്റു ദേവതകളെ ഉപാസിക്കുന്നവർ ബോധപൂർവമല്ലെങ്കിലും യഥാർത്ഥത്തിൽ ഉപാസിക്കുന്നത് ആത്മാവിനെത്തന്നെയാണെന്ന് ശ്ലോകം 9.23-ൽ വ്യക്തമാക്കിയിരിക്കുന്നു. ഇക്കാര്യം 7.21, 7.22 ശ്ലോകങ്ങളിൽ പറഞ്ഞിട്ടുള്ളതുതന്നെയാണ്.

ഭൗതിക സുഖങ്ങൾക്കായി മറ്റു ദേവതകളെ ഭജിക്കുന്നവരും തന്നെത്തന്നെയാണ് ഉപാസിക്കുന്നതെന്നു 9.23-ൽ വ്യക്തമാക്കിയ കൃഷ്ണൻ തുടർന്ന് അതിനുള്ള ന്യായവും വെളിവാക്കുന്നു:

'അഹം ഹി സർവ യജ്ഞാനാം ഭോക്താ ച പ്രഭുരേവ ച;
ന തു മാം അഭിജാനന്തി തത്ത്വേനാതശ്ച്യവന്തി തേ.' (9.24)

വാഗർത്ഥം: അഹം ഹി – ഞാൻ തന്നെയാണ്; സർവ യജ്ഞാനാം – സർവ യജ്ഞങ്ങളുടെയും; ഭോക്താ ച പ്രഭുഃ ഏവ ച – ഭോക്താവും പ്രഭുവും; ന തു മാം അഭിജാനന്തി – എന്നാൽ എന്നെ അറിയുന്നില്ല; തത്ത്വേന – തത്ത്വപരമായി; അതഃ – അതിനാൽ; ച്യവന്തി – അധഃപതിക്കുന്നു; തേ – അവർ.

അതായത്, 'ഞാൻ യജ്ഞങ്ങളുടെയെല്ലാം ഭോക്താവും പ്രഭുവും ആണെന്ന എന്റെ തത്ത്വം അറിയാത്തവർ അധഃപതിക്കുന്നു'. അവർക്ക് നിത്യമായ ആനന്ദം ലഭ്യമാവുകയില്ലെന്നും അവർ ഭോഗസുഖങ്ങളിൽ ഭ്രമിച്ച് സുഖദുഃഖാദി ദ്വന്ദ്വാനുഭവങ്ങളിൽ വീണ് നശിക്കുന്നു എന്നും അർത്ഥം. യജ്ഞത്തിന്റെ ഭോക്താവ് എന്നാൽ യജ്ഞത്തിൽ അർപ്പിക്കപ്പെടുന്ന വസ്തുക്കൾ ആരിലേക്കാണോ ചെന്നെത്തുന്നത്, അയാൾ. യജ്ഞത്തിന്റെ പ്രഭു എന്നാൽ ആരുടെ ശക്തിയാലാണോ യജ്ഞം ചെയ്യാൻ കഴിയുന്നത്, അയാൾ. ഇവിടെ രണ്ടും ആത്മാവുതന്നെ എന്നാണ് വ്യക്തമാക്കിയിട്ടുള്ളത്.

നാം നടത്തുന്ന എല്ലാ പ്രാർത്ഥനകളും അർച്ചനകളും മറ്റും യഥാർത്ഥത്തിൽ ചെന്നെത്തുന്നത് ആത്മാവിലേക്കാണെന്നാണ്

ഈ ശ്ലോകത്തിലൂടെ ഉപദേശിക്കപ്പെട്ടിരിക്കുന്നത്. കാരണം, സർവ തിന്റെയും സർവരുടെയും ചാലക ശക്തി സർവവ്യാപിയായ ആത്മാവാണ്. കൃഷ്ണനോ രാമനോ ശിവനോ വിഷ്ണുവോ മറ്റ് ആരെങ്കിലും ആകട്ടെ, അവരൊക്കെ പ്രതിനിധാനം ചെയ്യുന്നത് ആത്മശക്തിയെയാണ്. അവരിലെല്ലാം ദീപ്തമായി വർത്തിക്കുന്നത് ആത്മശക്തിതന്നെയാണ്. നമ്മിലും ആ ശക്തിയാണെന്ന തിരിച്ചറി വുണ്ടാകുമ്പോൾ പ്രാർത്ഥനകൾ പുറത്തേക്കല്ല, അകത്തേക്കാണ് വേണ്ടതെന്നു ബോദ്ധ്യമാവും. അതാണ് ഉചിതവും യാഥാർത്ഥ്യവും.

നമ്മുടെ പ്രാർത്ഥനകൾ സ്വാധീനം ചെലുത്തുന്നത് നമ്മിൽ ത്തന്നെയാണ്. അവ ഉള്ളിലെ ആത്മശക്തിയെ ഉണർത്തുകയും അതുവഴി നമ്മുടെ കഴിവുകളെ ഉദ്ദീപിപ്പിക്കുകയും ലക്ഷ്യത്തിലേക്ക് കേന്ദ്രീകരിക്കുകയും ചെയ്യുന്നു. ഉദ്ദിഷ്ട കാര്യം സാധിക്കുന്നതിന് ഈ ശക്തികേന്ദ്രീകരണമാണ് പ്രാർത്ഥനയിലൂടെ നാം നേടിയെടു ക്കുന്നത്. പിന്നീട് ഈ ശക്തി ഉപയോഗിച്ച് നാം ഉദ്ദിഷ്ട കാര്യം സാധിച്ചെടുക്കാൻ യത്നിക്കുന്നു. പ്രകൃതി നിയമങ്ങൾക്കു വിധേയ മായ കാര്യങ്ങൾ സാധിച്ചെടുക്കാൻ ആ ശക്തിയും പ്രയത്നവും നമ്മെ കൂടുതൽ അർഹരാക്കും. അതല്ലാതെ, നമ്മുടെ പ്രാർത്ഥന കേട്ട് മറ്റൊരാൾ എവിടെയെങ്കിലുമിരുന്ന് അനുഗ്രഹങ്ങൾ നൽകുക യല്ല. സർവ ഫലങ്ങളും ലഭ്യമാകുന്നത് പ്രകൃതിസ്വഭാവമനുസരിച്ചാ ണെന്നതും ഓർക്കുക (5.14). എത്ര ശക്തിയുള്ള ദേവനാണെന്നു പറഞ്ഞാലും മണലിനെ സ്വർണ്ണത്തരികളാക്കി തരാൻ സാധിക്കുക യില്ല എന്നത് അതിനു തെളിവാണ്. എന്ത് ഉദ്ദേശിച്ചാണോ നാം യത്നിക്കുന്നത് അതിലേക്കാവും അവസാനം നാം ചെന്നെത്തുന്നത്. ദേവന്മാരെ പ്രാപിക്കാൻ ശ്രമിച്ചാൽ അതാണു സംഭവിക്കുക, ആത്മാവിനെയാണെങ്കിൽ അതാവും സംഭവിക്കുന്നത്. ഇക്കാര്യം 7.23, 8.6 എന്നീ ശ്ലോകങ്ങളിൽ പറഞ്ഞിട്ടുള്ളതാണ്. അതുതന്നെ ഇവിടെ 9.25-ലും പറഞ്ഞിരിക്കുന്നു.

ലക്ഷ്യം ആത്മസാക്ഷാത്കാരമാവുമ്പോഴും മുകളിൽ പറഞ്ഞ പ്രക്രിയ തന്നെ സംഭവിക്കുന്നു. ഗീത 9.26 മുതൽ 9.28 വരെയുള്ള ശ്ലോകങ്ങളിൽ ഉപദേശിക്കുന്നത് ഇതുതന്നെയാണ്. എന്തു ചെയ്താലും ആത്മാർപ്പണപരമായി ചെയ്താൽ ആത്മസാക്ഷാത്കാരത്തിലേക്ക് നയിക്കപ്പെടും എന്നാണ് ആ ശ്ലോകങ്ങളിലൂടെ വ്യക്തമാക്കിയിട്ടു ള്ളത്.

തുടർന്ന് ഒരു വലിയ പ്രഖ്യാപനം നടത്തുകയാണ്, ഗീത. ഈശ്വര ചൈതന്യം സർവതിലും, സർവരിലും സമമായിട്ടാണ് സ്ഥിതി ചെയ്യുന്നതെന്നും ആരോടും ദേഷ്യമോ പ്രിയമോ ഇല്ലെന്നുമാണ് ആ പ്രഖ്യാപനം. ശ്ലോകം 9.29 നോക്കുക:

'സമോ/ഹം സർവഭൂതേഷു ന മേ ദ്വേഷ്യോ/സ്തി ന പ്രിയഃ;
യേ ഭജന്തി തു മാം ഭക്ത്യാ മയി തേ തേഷു ചാപ്യഹം.' (9.29)

വാഗർത്ഥം: സമോ/ഹം - സമഃ അഹം - ഞാൻ ഒരുപോലെയാണ്; സർവഭൂതേഷു - സർവഭൂതങ്ങളിലും; ന മേ ദ്വേഷ്യഃ അസ്തി - എനിക്കു ദ്വേഷ്യമില്ല, വെറുപ്പില്ല; ന പ്രിയഃ - പ്രീതിയുമില്ല; യേ ഭജന്തി തു മാം ഭക്ത്യാ - എന്നാൽ ആരാണോ എന്നെ ഭക്തിപൂർവം ഭജിക്കുന്നത്; മയി തേ - അവർ എന്നിൽ വർത്തിക്കുന്നു; തേഷു ച അപി അഹം - ഞാൻ അവരിലും വർത്തിക്കുന്നു. (പരസ്പരം ഉള്ളിൽ സ്ഥിതിചെയ്യുന്നു എന്നുവച്ചാൽ അവർ രണ്ടും ഒന്നാകുന്നു എന്നർത്ഥം. ആത്മാവായ ഈശ്വരനെ ഭക്തിപൂർവം ഭജിക്കുന്നവർ ഈശ്വരനിൽ ലയിക്കുന്നു, ഈശ്വര സാക്ഷാത്കാരം നേടുന്നു എന്നു വിവക്ഷ).

അതായത്, ഈശ്വര ചൈതന്യം എല്ലാവരിലും ഒരുപോലെയാണ് പ്രകാശിക്കുന്നത്. ഒരാളിൽ കൂടുതൽ അളവിലോ കൂടുതൽ പ്രീതിയിലോ വിലസുകയും മറ്റൊരാളിൽ നേരേ വിപരീതമാവുകയും ചെയ്യുന്നില്ല. എല്ലാവരിലും ഒരേ ചൈതന്യം തുല്യശക്തിയോടെ തുല്യ ഭാവത്തോടെയാണ് നിലകൊള്ളുന്നത്. എങ്കിൽ, പിന്നെങ്ങനെയാണ് ആളുകൾതമ്മിൽ ഇത്രയും വൈജാത്യം സംഭവിക്കുന്നത്. അതിനു കാരണം സ്വാഭാവികമായും ഓരോരുത്തരുടെയും ശാരീരിക പ്രത്യേകതകളാണ്. ഭൗതിക ശരീരവും അതിനെ നിലനിർത്തുന്ന അഭൗതിക ഊർജമായ ഈശ്വര ചൈതന്യവും ചേർന്ന ദ്വന്ദ്വ സ്വത്വമാണ് സർവ ഭൂതങ്ങളും. (ഇക്കാര്യം ഗീതയിൽ ത്തന്നെ 13.26-ൽ പറഞ്ഞിട്ടുണ്ട്. ഈശ്വരൻ എല്ലാവരിലും ഒരുപോലെയാണു സ്ഥിതിചെയ്യുന്നതെന്ന് 13.27-ലും പറഞ്ഞിരിക്കുന്നു).

ഈശ്വര ചൈതന്യത്തിൽ ഏറ്റക്കുറച്ചിലില്ലെങ്കിൽപ്പിന്നെ വ്യക്തികൾ തമ്മിലുള്ള വൈജാത്യത്തിനു കാരണം ഭൗതിക ശരീരം തന്നെയാണ്. ഒരാളെ മറ്റൊരാളിൽനിന്നു വ്യത്യസ്തനാക്കുന്നത് അയാളുടെ ശാരീരിക പ്രത്യേകതകളും ആ പ്രത്യേകതകൾകൊണ്ട് അയാൾ ചെയ്യുന്ന പ്രവൃത്തികളുടെ ഫലങ്ങളുമാണ്. നല്ലതു ചെയ്യുന്നവൻ നല്ലവനും ചീത്തതു ചെയ്യുന്നവൻ ചീത്തവനുമായി മാറുന്നു. ഈശ്വരചൈതന്യത്തെ ഭക്തിപൂർവം ഉപാസിച്ചാൽ അയാൾ ഈശ്വരനിൽ വിലയംകൊണ്ട് അമരനായിത്തീരുന്നു.

ചുറ്റിനും നാം കാണുന്നതെല്ലാം ഈ ശ്ലോകത്തിൽ പറയുന്നതുപോലുള്ള സമത്വാവസ്ഥകളാണ്. അന്തരീക്ഷത്തിലെ വായുവും കടലിലെ ജലവും സൂര്യചന്ദ്രാദികളുടെ പ്രകാശവുമെല്ലാം എല്ലായിടത്തും സമമായി വ്യാപിച്ചിരിക്കുന്നു. ഏതെങ്കിലും ഒരു ഭാഗത്തോ

ഒരു വ്യക്തിക്കോ അധികമായോ കുറവായോ നൽകപ്പെടുന്നില്ല. അല്ലെങ്കിലും സർവവ്യാപിയായ ഒരു ചൈതന്യം ഒരിടത്ത് കൂടിയും മറ്റൊരിടത്ത് കുറഞ്ഞും നിൽക്കുക എന്നത് സ്വാഭാവികമല്ല.

സകല മനുഷ്യരും ഭൗതികാതീതമായ ആന്തര ചൈതന്യത്താൽ നിലനിർത്തപ്പെടുന്ന ഭൗതിക സ്വത്വങ്ങളാണെന്നത് ഇതിനോടകം പലയാവൃത്തി നാം കണ്ടതാണല്ലോ? ആന്തരചൈതന്യം സർവ രിലും ഒരേപോലെയാണ് സ്ഥിതിചെയ്യുന്നതെന്നും നാം മനസ്സി ലാക്കി. മനുഷ്യരെ വ്യത്യസ്തരാക്കുന്നത് ഭൗതികാംശമാണെന്ന് അങ്ങനെ വ്യക്തമാകുകയും ചെയ്തു.

ബാഹ്യമായ ഭൗതിക ശരീരത്തോടുള്ള പ്രിയവും പ്രതിപത്തിയും മൃഗങ്ങൾക്ക് പൊതുവേയുള്ള ജന്മസ്വഭാവമാകുന്നു. അതിൽനിന്ന് മനുഷ്യത്വത്തിലേക്ക് മനുഷ്യൻ ഉയരുന്നത് അവൻ ആർജിക്കുന്ന അറിവിന്റെ വ്യാപ്തിയും ആഴവും കൊണ്ടാണ്. ബോധസ്വരൂപമായ ആന്തര ചൈതന്യത്തിന്റെ വർദ്ധിതമായ വിനിയോഗംകൊണ്ടാണ് അവൻ ഇതു സാധിക്കുന്നത്. അതിനർത്ഥം, പ്രതിപത്തി ബാഹ്യ ശരീരത്തിൽനിന്ന് പിൻവലിച്ച് ആന്തര ചൈതന്യത്തിലേക്ക് തിരി ക്കുന്നതുവഴി മനുഷ്യൻ സ്വയം ഉന്നമിപ്പിക്കുന്നു എന്നാണ്.

ഒരുവൻ ബാഹ്യശരീരത്തോടുള്ള അമിത പ്രതിപത്തി മൂലം ദുർവൃത്തികൾ ധാരാളം ചെയ്തവനാണെങ്കിൽക്കൂടി അതിൽ നിന്നൊക്കെ മാറി ശ്രദ്ധ ഉള്ളിലേക്ക് തിരിച്ചാൽ അവൻ ശരിയായ പാതയിലേക്കു തിരിഞ്ഞിരിക്കുന്നതായി മനസ്സിലാക്കാം. ഇക്കാര്യ മാണ് അടുത്ത ശ്ലോകത്തിൽ അവതരിപ്പിച്ചിട്ടുള്ളത്. ശ്ലോകം കാണുക:

'അപി ചേത് സുദുരാചാരോ ഭജതേ മാമനന്യഭാക്;
സാധുരേവ സ മന്തവ്യഃ സമ്യഗ്വ്യവസിതോ ഹി സഃ.' (9.30)

വാഗർത്ഥം: അപി സുദുരാചാരഃ - തീർത്തും ദുർവൃത്തനായ ഒരുവൻ പോലും; ചേത് ഭജതേ മാം - എന്നെ ഭജിക്കുകയാണെ ങ്കിൽ; അനന്യഭാക് - മറ്റൊന്നും ശ്രദ്ധിക്കാതെ, ഏകാഗ്രമായി; സാധുഃ ഏവ സ മന്തവ്യഃ - അയാൾ ധർമ്മപരനാണെന്നു കരുതേണ്ട താകുന്നു; സമ്യക് വ്യവസിതഃ ഹി സഃ - എന്തെന്നാൽ അയാൾ ശരിയായ നിശ്ചയത്തോടുകൂടിയവനാകുന്നു.

ഇവിടെ ഒരാൾ കാമോത്പന്നമായ ദുർവൃത്തിയിൽനിന്ന് നേരേ തിരിഞ്ഞ് നിത്യാനന്ദത്തിന്റെ ഉറവയായ ഈശ്വര ചൈതന്യത്തെ പ്രാപിക്കാനുള്ള ദൃഢനിശ്ചയം ചെയ്തിരിക്കുന്നു; അതുകൊണ്ടാണ് അയാളുടെ തീരുമാനം ശരിയാണെന്നും അയാൾ ധർമ്മപരനാ ണെന്നും പറഞ്ഞിരിക്കുന്നത്. കൂടുതൽ വിശദീകരണം മുകളിൽ ത്തന്നെ നൽകിയിട്ടുണ്ട്.

അങ്ങനെയുള്ള ആൾ പെട്ടെന്നുതന്നെ ശാശ്വതമായ ശാന്തിയെ പ്രാപിക്കുന്നുവെന്നും ഇത് എല്ലാ ആത്മോപാസകർക്കും ലഭിക്കുന്ന അനുഗ്രഹമാണെന്നും ശ്ലോകം 9.31-ൽ കൃഷ്ണൻ അർജുനനെ ഉദ്ബോധിപ്പിക്കുന്നു. അർജുനൻ ഈ മാർഗം സ്വീകരിക്കാനുള്ള പ്രേരണയാണ് ഇങ്ങനെ നൽകപ്പെടുന്നത്.

ദുർവൃത്തികൾ വെടിഞ്ഞ് ആത്മചൈതന്യോന്മുഖരായി മാറുന്ന അത്യന്ത ഹീനന്മാർപോലും ശാശ്വതശാന്തിയെ പ്രാപിക്കുമെന്നു പ്രഖ്യാപിച്ചതിനുശേഷം കൃഷ്ണൻ പറയുന്നു:

'മാം ഹി പാർത്ഥ വ്യപാശ്രിത്യ യേഽപി സ്യുഃ പാപയോനയഃ;

സ്ത്രിയോ വൈശ്യാസ്തഥാ ശൂദ്രാഃ തേഽപി യാന്തി പരാം ഗതിം.' (9.32)

വാഗർത്ഥം: പാർത്ഥ - ഹേ, അർജുനാ; മാം ഹി വ്യപാശ്രിത്യ- എന്നെത്തന്നെ അവലംബിച്ച്, ആശ്രയിച്ച്; യേ അപി സ്യുഃ പാപ യോനയഃ -ഏതെല്ലാം നീച ജന്മങ്ങളുണ്ടോ അവരും; പാപയോനയഃ - നീചജന്മങ്ങൾ; സ്ത്രിയഃ - സ്ത്രീകൾ; വൈശ്യഃ - വൈശ്യർ; തഥാ - അതുപോലെ; ശൂദ്രാഃ - ശൂദ്രർ; തേ അപി - അവരും; യാന്തി- പ്രാപി ക്കുന്നു; പരാം ഗതിം - പരമമായ സ്ഥാനത്തെ.

ആത്മചൈതന്യത്തെ ആശ്രയിച്ചാൽ ആരായാലും പരമഗതിയെ, ഉത്തമമായ സ്ഥാനത്തെ പ്രാപിക്കും എന്നാണ് ഇവിടത്തെ സന്ദേശം. നീചജന്മങ്ങളായാലും സ്ത്രീകളോ വൈശ്യരോ ശൂദ്രരോ ആയാലും അവർക്കെല്ലാം അത് സാധ്യമാണെന്നാണ് കൃഷ്ണൻ പറയുന്നത്.

എന്താണ് പാപയോനികൾ അഥവാ നീച ജന്മങ്ങൾ? ശൂദ്രന്മാ രാണോ? അല്ല. കാരണം, ശൂദ്രന്മാരെ പ്രത്യേകമായി പറയുന്നുണ്ട്. ജന്മനാ തന്നെ ഹീനത്വം ഉള്ളവരായി ചിലരുണ്ടെന്നുള്ളത് നമ്മുടെ അനുഭവമാണല്ലോ? അങ്ങനെയുള്ളവർ 9.30-ൽ സൂചിപ്പിച്ചിട്ടുള്ള തുപോലെ സുദുരാചാരർ ആയിരിക്കും. ഇക്കൂട്ടർ ബ്രാഹ്മണ, ക്ഷത്രി യവേഷം പേറി നടക്കുന്ന കപടന്മാരിലും കണ്ടേക്കാം. അതുകൊ ണ്ടാണ് അവരെ ഒരു വിഭാഗമായി എടുത്തുപറഞ്ഞത്.

ഇനി സ്ത്രീകൾ, വൈശ്യർ, ശൂദ്രർ എന്നിവരുടെ കാര്യം. അവ രൊന്നും ആത്മോപാസനയ്ക്കും മോക്ഷത്തിനും അർഹരല്ല എന്നാ യിരുന്നു അക്കാലത്തെ സമൂഹം കരുതിയിരുന്നത്. തത്ത്വങ്ങൾ ആ ധാരണയെ അംഗീകരിക്കുന്നില്ലെങ്കിലും അറിവില്ലായ്മ മൂലം സമൂഹത്തിൽ അതു തടസ്സമില്ലാതെ വ്യാപിച്ചിരുന്നു. ആ ധാരണയെ തിരുത്തുന്ന ഒരു പ്രഖ്യാപനമാണ് ഇത്.

പാപയോനികൾക്കുകൂടി സാധ്യമാകുന്ന ഒരു കാര്യം അങ്ങനെ യല്ലാത്ത യഥാർത്ഥ ബ്രാഹ്മണർക്കും ക്ഷത്രിയർക്കും സാധിക്കാ തിരിക്കുകയില്ലല്ലോ? സാധിക്കുമെന്ന ദൃഢ പ്രഖ്യാപനമാണ് 9.33-ൽ

നടത്തിയിരിക്കുന്നത്. എന്നാൽ, അവർ പുണ്യകൃത്തുക്കളും ഭക്തരുമായിരിക്കണം. അങ്ങനെയുള്ള ആർക്കും അത് സാധ്യമാണല്ലോ! പിന്നെന്തിന് എടുത്തു പറയുന്നു എന്നു ചോദിച്ചാൽ, ഒരു ക്ഷത്രിയനായ അർജ്ജുനനെ ആ മാർഗ്ഗത്തിലേക്കു കൊണ്ടുവരാനുള്ള ഒരു പ്രേരണ എന്ന നിലയിലാണ് അത് ചെയ്തിട്ടുള്ളത്.

കൃഷ്ണൻ അവിടം കൊണ്ടു നിർത്തുന്നില്ല. അദ്ദേഹം പറയുന്നു, 'എന്നെത്തന്നെ ചിന്തിച്ച്, എന്നിൽ ഭക്തിയുള്ളവനായി എന്നെ നമസ്കരിച്ച് ഉപാസിക്കുക; അങ്ങനെ എന്നിൽ സ്വയം അർപ്പിച്ചാൽ നീ തീർച്ചയായും എന്നെ പ്രാപിക്കും' (9.34). ബ്രാഹ്മണനോ ക്ഷത്രിയനോ ആയതുകൊണ്ടു മാത്രം കാര്യമില്ലെന്നർത്ഥം.

ഇതോടെ 34 ശ്ലോകങ്ങളുള്ള രാജവിദ്യാ രാജഗുഹ്യയോഗം എന്ന ഒൻപതാം അദ്ധ്യായം സമാപിക്കുന്നു.

പത്ത്

വിഭൂതിയോഗം

ശ്രേഷ്ഠവും ഗൂഢവുമായ അറിവാണ് ഒൻപതാം അദ്ധ്യായത്തിൽ പങ്കുവച്ചത്. അതിന്റെ തുടർച്ചയാണ് വിഭൂതിയോഗം എന്നറിയപ്പെടുന്ന 42 ശ്ലോകങ്ങളുള്ള പത്താം അദ്ധ്യായം. വിഭൂതി എന്നാൽ വികാസം, ആധിക്യം, പ്രകടനം എന്നൊക്കെയാണ് ഇവിടെ അർത്ഥം. ആത്മശക്തി ഏതെല്ലാം രീതിയിൽ പ്രകടിതമായിരിക്കുന്നു എന്നുള്ളതാണ് അദ്ധ്യായത്തിന്റെ വിഷയം.

ആത്മശക്തിപ്രകടനത്തിന്റെ രണ്ടു വിഭാഗങ്ങളാണ് രൂപപ്രകടനവും ഭാവപ്രകടനവും. വിവിധ രൂപങ്ങളും വിവിധ ഭാവങ്ങളുമായാണ് ആത്മാവ് തന്റെ ശക്തിയെ ഭൗതികോപാധിയിലൂടെ പ്രകടിപ്പിച്ചിട്ടുള്ളത്. അവ രണ്ടും എണ്ണിയാൽ ഒടുങ്ങാത്തത്ര അധികമാണ്. അതിനാൽ അവയിൽ കുറെ എണ്ണത്തെ മാത്രമാണ് ഇവിടെ തിരഞ്ഞെടുത്ത് അവതരിപ്പിച്ചിട്ടുള്ളത്. നാല്, അഞ്ച് ശ്ലോകങ്ങളിൽ ഭാവങ്ങളെപ്പറ്റി സാമാന്യമായി പറയുന്നു. ശ്ലോകങ്ങൾ കാണുക:

'ബുദ്ധിർജ്ഞാനമസമ്മോഹഃ ക്ഷമാ സത്യം ദമഃ ശമഃ;
സുഖം ദുഃഖം ഭവോഽഭാവോ ഭയം ചാഭയമേവ ച.' (10.4)

'അഹിംസാ സമതാ തുഷ്ടിഃ തപോ ദാനം യശോഽയശഃ;
ഭവന്തി ഭാവാ ഭൂതാനാം മത്ത ഏവ പൃഥഗ്വിധാഃ.' (10.5)

ശ്ലോകാർത്ഥം: ബുദ്ധി, ജ്ഞാനം, അസമ്മോഹം (സമ്മോഹം = മതിഭ്രമം), ക്ഷമാ, സത്യം, ദമഃ (ബാഹ്യേന്ദ്രിയങ്ങളെ അടക്കൽ), ശമഃ (അന്തഃകരണങ്ങളെ അടക്കൽ), സുഖം, ദുഃഖം, ഭവഃ (ഭവിക്കൽ - ഉണ്ടാകൽ), അഭാവഃ (ഇല്ലാതാകൽ), ഭയം, ഭയമില്ലായ്മ, അഹിംസാ, സമതാ (സമത്വബോധം), തുഷ്ടി (സംതൃപ്തി), തപസ്സ്, ദാനം, യശസ്സ്, അയശസ്സ് എന്നിവയെല്ലാം ഭൂതങ്ങളിൽ വിവിധ തരത്തിൽ കാണപ്പെടുന്ന ഭാവങ്ങളാണ്. അവയെല്ലാം എന്നിൽനിന്നാണ് (ആത്മാവിൽനിന്നാണ്) ഉണ്ടായിട്ടുള്ളത്.

ഭാവപ്രകടനങ്ങളെപ്പറ്റി എണ്ണിപ്പറഞ്ഞതിനുശേഷം തന്റെ ശക്തിയുടെ രൂപപ്രകടനങ്ങളെപ്പറ്റി കൃഷ്ണൻ പറഞ്ഞുതുടങ്ങുന്നു:

'മഹർഷയഃ സപ്ത പൂർവേ ചത്വാരോ മനവസ്തഥാ;
മദ്ഭാവാ മാനസാ ജാതാ യേഷാം ലോക ഇമാഃ പ്രജാഃ.' (10.6)

വാഗർത്ഥം: യേഷാം - ആരുടെയാണോ; ലോക ഇമാഃ പ്രജാഃ - ഈ ലോകവും പ്രജകളും; മഹർഷയഃ സപ്ത പൂർവേ - (ആ) പുരാതനരായ സപ്തർഷികളും (അത്രി, ഭരദ്വാജൻ, ആദിയായവർ); ചത്വാരഃ മനവഃ തഥാ - അതുപോലെ നാലു മനുക്കളും; മദ്ഭാവാ മാനസാ ജാതാ - എന്റെ ദിവ്യശക്തിയാൽ എന്നിൽനിന്നുണ്ടായവരാണ്.

ഈ ലോകവും അതിലെ പ്രജകളും സപ്തർഷികളുടെയും നാലു മനുക്കളുടെയും ആണെന്നാണ് ഇവിടെ പറഞ്ഞിരിക്കുന്നത്. അതിനർത്ഥം, പലരും തെറ്റിദ്ധരിച്ചിരിക്കുന്നതുപോലെ, സപ്തർഷികളാലും മനുക്കളാലും സൃഷ്ടിക്കപ്പെട്ടതാണെന്നല്ല. ലോകത്തെ ഈ അവസ്ഥയിൽ എത്തിച്ചിരിക്കുന്നത് അവരാണെന്നാണ്. അശോകന്റെ ഭാരതം, ശിവജിയുടെ ഭാരതം എന്നൊക്കെ പറയുന്നതുപോലെയുള്ള അർത്ഥമേ ഇവിടെയുള്ളു. അടുത്തുവരുന്ന ശ്ലോകങ്ങളിൽ അത് വ്യക്തമാണ്. 'എന്നിൽനിന്നാണ് സകലതും ഉണ്ടായത്, എന്നാലാണ് സകലതും നിലനിൽക്കുന്നത്' എന്നിങ്ങനെ 10.8 ശ്ലോകത്തിൽ പറഞ്ഞിട്ടുണ്ട്.

മറ്റൊന്ന് മനുക്കളുടെ എണ്ണത്തെപ്പറ്റിയുള്ളതാണ്. മനുക്കൾ ആകെ പതിന്നാലാണല്ലോ, പിന്നെന്താണ് ഇവിടെ നാലുപേരെ മാത്രം പരാമർശിക്കുന്നത്? ഈ ശ്ലോകത്തിന്റെ ആദ്യത്തെ വരി പല പണ്ഡിതന്മാരും പല രീതിയിൽ ഒടിച്ചുമടക്കി വ്യാഖ്യാനിച്ചിട്ടുണ്ട്. ചിലർ 'പൂർവേ ചത്വാരോ' എന്നു മുറിച്ചെടുത്ത് പൂർവന്മാരായ നാലുപേർ എന്നു വ്യാഖ്യാനിക്കുകയും ആ നാലുപേർ കുമാരന്മാരാണെന്നും മറ്റും പറയുകയും ചെയ്തിരിക്കുന്നു. ഇത് സന്ദർഭവുമായി യാതൊരു യോജിപ്പുമുള്ളതല്ല. മറ്റു ചിലർ നാലു പേർ സപ്തർഷികൾക്കും മുൻപുള്ള ചില മഹർഷിമാരാണെന്നു പറഞ്ഞിരിക്കുന്നു. എന്നാൽ ശങ്കരാചാര്യർ നാലു മനുക്കൾ എന്നുതന്നെ പറഞ്ഞിട്ടുണ്ട്. എന്നിട്ടും എന്തുകൊണ്ട് നാല് എന്ന് അദ്ദേഹവും വ്യക്തമാക്കിയിട്ടില്ല.

അതിനെപ്പറ്റി ചിന്തിച്ചാൽ വ്യക്തമാകുന്ന വസ്തുത ശ്രീകൃഷ്ണൻ ജീവിച്ചിരുന്ന ദ്വാപരയുഗം നാലാം മനുവിന്റെ കാലമായിരുന്നു എന്നതാണ്. അതായത്, അന്നോളം നാലു മനുക്കളാണ് സൃഷ്ടിക്കപ്പെട്ടിരുന്നത്. അതുകൊണ്ടാണ് നാലു മനുക്കൾ തന്നിൽ

നിന്ന് (ആത്മാവിൽനിന്ന്) ജാതന്മാരായി എന്ന് കൃഷ്ണൻ പറയുന്നത്.

ഏഴു മഹർഷിമാരും നാലു മനുക്കളും ആദിയിൽ ഉണ്ടായെന്നും അവരുടെ ശിക്ഷണത്തിലാണ് ഇന്നു കാണുന്ന ലോകവും പ്രജകളും ഇപ്പോഴത്തെ അവസ്ഥയിൽ എത്തിയിരിക്കുന്നതെന്നും ആണ് 10.6 ശ്ലോകത്തിൽ പറഞ്ഞിരിക്കുന്നത്. ഈ വിഭൂതികളെയും അവയോടുള്ള തന്റെ യോഗത്തെയും പറ്റി തത്ത്വപരമായി അറിയുന്നവർ ആ യോഗത്തോട് നിത്യമായ താദാത്മ്യം പ്രാപിക്കുന്നുവെന്ന് കൃഷ്ണൻ വ്യക്തമാക്കുന്നു (10.7). അതായത്, അവർ ആത്മസാക്ഷാത്കാരം നേടുന്നു. തുടർന്ന്, കുറെക്കൂടി വ്യക്തമായ രീതിയിൽ ഈ രണ്ടു ശ്ലോകങ്ങളിലെ സന്ദേശം ആവർത്തിച്ചുറപ്പിക്കുകയാണ് അടുത്ത ശ്ലോകത്തിൽ. ശ്ലോകം കാണുക:

'അഹം സർവസ്യ പ്രഭവോ മത്തഃ സർവം പ്രവർതതേ;
ഇതി മത്വാ ഭജന്തേ മാം ബുധാ ഭാവസമന്വിതാഃ.' (10.8)

വാഗർത്ഥം: അഹം - ഞാൻ; സർവസ്യ - സർവതിന്റെയും; പ്രഭവഃ - ഉദ്ഭവ സ്ഥാനം; മത്തഃ - എന്നാൽ, ഞാൻ മൂലം; സർവം - സർവതും; പ്രവർതതേ - പ്രവർത്തിക്കുന്നു; ഇതി മത്വാ - ഇപ്രകാരം അറിഞ്ഞിട്ട്; ഭജന്തേ മാം - എന്നെ ഭജിക്കുന്നു; ബുധാഃ - വിജ്ഞാനികൾ, ബുദ്ധിയുള്ളവർ; ഭാവസമന്വിതാഃ - ഭാവങ്ങളെ അധീനതയിലാക്കിയ, ഭാവങ്ങളെ അടക്കിയ.

ഈ പ്രപഞ്ചം ഉണ്ടായതും നിലനിൽക്കുന്നതും ആത്മശക്തിയാലാണെന്നതാണ് ഇവിടത്തെ മുഖ്യ സന്ദേശം. ഇത് അറിയാവുന്ന വിജ്ഞാനികളായവർ ഭാവങ്ങളെ അധീനതയിലാക്കി ആ ശക്തിയെ ഉപാസിക്കുന്നു. ഭാവങ്ങളെ അധീനതയിലാക്കുക എന്നാൽ നിരന്തരമായി മാറിക്കൊണ്ടിരിക്കുന്ന ഭാവങ്ങൾക്ക് വിധേയമാകാതിരിക്കുക, അചഞ്ചലനായി വർത്തിക്കുക, എന്നർത്ഥം.

അപ്രകാരമുള്ളവർ എന്നെപ്പറ്റി മറ്റുള്ളവരെ ബോധിപ്പിക്കുന്നതിൽ സന്തോഷിക്കുന്നു. അവരുടെ അജ്ഞാനത്തെ നശിപ്പിച്ച് അവർക്ക് എന്നെ പ്രാപിക്കാനുള്ള ജ്ഞാനത്തെ ഞാൻ പ്രദാനം ചെയ്യുന്നു (10.9, 10.10, 10.11).

തന്റെ രൂപ-ഭാവ പ്രകടനങ്ങളെപ്പറ്റി കൃഷ്ണൻ പറഞ്ഞപ്പോൾ അർജുനൻ ഒരപേക്ഷ മുന്നോട്ടു വയ്ക്കുന്നു. അത് ഇങ്ങനെയാണ്:

'അങ്ങ് പരബ്രഹ്മവും പരമ പവിത്രനും പുരുഷനും സർവവ്യാപിയും അജനും ആദിദേവനുമാണെന്നെല്ലാം സകല ഋഷിമാരും പറയുന്നു. ദേവർഷിയായ നാരദനും ഋഷിമാരായ അസിതനും

ദേവലനും വ്യാസനുമെല്ലാം അപ്രകാരംതന്നെ വിശേഷിപ്പിക്കുന്നു. അങ്ങ് സ്വയം പറയുന്നതും അതുതന്നെ. ഇതെല്ലാം സത്യമാണെന്നു ഞാൻ വിശ്വസിക്കുന്നു. അങ്ങയെ അങ്ങേയ്ക്കു മാത്രമേ കൃത്യമായി അറിഞ്ഞുകൂടൂ. ദേവന്മാർക്കോ ദാനവന്മാർക്കോ അറിയില്ല' (10.12 മുതൽ 10.15 വരെയുള്ള ശ്ലോകങ്ങൾ). 'അതിനാൽ അങ്ങുതന്നെ അങ്ങയുടെ വിഭൂതികളെപ്പറ്റി എനിക്കു പൂർണ്ണമായും പറഞ്ഞു തരണം' (10.16):

'വക്തുമർഹസ്യശേഷേണ ദിവ്യാ ഹ്യാത്മവിഭൂതയഃ;
യാഭിർവിഭൂതിഭിർലോകാൻ ഇമാംസ്ത്വം വ്യാപ്യ തിഷ്ഠസി.' (10.16)

വാഗർത്ഥം: വക്തുമർഹസ്യശേഷേണ - വക്തും അർഹസി അശേഷേണ - പൂർണ്ണമായി പറഞ്ഞുതരാൻ അങ്ങ് അർഹനാണ്; ദിവ്യാ ഹി - ദിവ്യങ്ങളായ; ആത്മവിഭൂതയഃ - സ്വവിഭൂതികളെപ്പറ്റി; യാഭിർവിഭൂതിഭിർലോകാൻ ഇമാൻ - യാഭിഃ വിഭൂതിഭിഃ ലോകാൻ ഇമാൻ - ഈ ലോകങ്ങളെ ഏതെല്ലാം വിഭൂതികളാൽ; ത്വം വ്യാപ്യ തിഷ്ഠസി - വ്യാപിച്ചുകൊണ്ട് അങ്ങ് വർത്തിക്കുന്നു.

കൃഷ്ണനു മാത്രമേ കൃഷ്ണനെപ്പറ്റി പൂർണ്ണമായി അറിയൂ എന്നതിനാൽ സ്വവിഭൂതികളെപ്പറ്റി വിസ്തരിച്ചു പറഞ്ഞുകൊടുക്കണമെന്ന് അർജുനൻ അദ്ദേഹത്തോട് അഭ്യർത്ഥിക്കുകയാണ്. ഏതെല്ലാം വിഭൂതികളിലൂടെയാണ് ലോകങ്ങളിലെല്ലാം ആത്മാവ് വ്യാപിച്ചു നിൽക്കുന്നതെന്നാണ് ചോദ്യം.

തുടർന്ന്, ഏതെല്ലാം വിഭൂതികളിലൂടെയാണോ കൃഷ്ണനെപ്പറ്റി ചിന്തിക്കേണ്ടത് ആ വിഭൂതികളെയെല്ലാം പറ്റി വിസ്തരിച്ചു പറഞ്ഞു കൊടുക്കണമെന്ന് അർജുനൻ അപേക്ഷിക്കുന്നു (10.17, 10.18).

അർജുനന്റെ ചോദ്യത്തിനും അപേക്ഷയ്ക്കും യുക്തമായ രീതിയിൽ ഭഗവാൻ കൃഷ്ണൻ മറുപടി പറഞ്ഞുതുടങ്ങുന്നു:

'എന്റെ ദിവ്യമായ വിഭൂതികളിൽ പ്രധാനപ്പെട്ടവയെപ്പറ്റി ഞാൻ നിനക്കു പറഞ്ഞുതരാം. വിസ്തരിച്ചു പറഞ്ഞാൽ ഒരിക്കലും തീരില്ല' (10.19).

ഇത്രയും ആമുഖമായി പറഞ്ഞിട്ട്, കൃഷ്ണൻ തുടരുന്നു:

'അഹമാത്മാ ഗുഡാകേശ സർവഭൂതാശയസ്ഥിതഃ;
അഹമാദിശ്ച മധ്യം ച ഭൂതാനാമന്ത ഏവ ച.' (10.20)

വാഗർത്ഥം: അഹമാത്മാ - അഹം ആത്മാ - ഞാൻ ആത്മാവാകുന്നു; ഗുഡാകേശ - ഹേ, അർജുനാ; സർവഭൂത ആശയസ്ഥിതഃ - സർവഭൂതങ്ങളുടെയും ഹൃദയത്തിൽ സ്ഥിതി ചെയ്യുന്നവൻ; അഹം -

ഞാൻ; ആദിഃ ച മധ്യം ച - ആദിയും മധ്യവും ആകുന്നു; ഭൂതാനാം അന്തഃ ഏവ ച - ഭൂതങ്ങളുടെ അന്തവും ഞാൻ തന്നെ.

ശ്ലോകാർത്ഥം വ്യക്തമാണല്ലോ? 'ഞാൻ ആത്മാവാകുന്നു; സർവ ഭൂതങ്ങളുടെയും ആദിയും മധ്യവും അന്തവും ഞാനാണ്; അവരുടെ ഹൃദയസ്ഥാനത്താണ് ഞാൻ സ്ഥിതി ചെയ്യുന്നത്' എന്നിങ്ങനെയാണ് കൃഷ്ണൻ ഈ ശ്ലോകത്തിൽ പറയുന്നത്. സുപ്രധാനമായ ഒരു പ്രഖ്യാപനമാണ് ഭഗവാൻ കൃഷ്ണൻ ഇവിടെ നടത്തിയിരിക്കുന്നത്. ഒരുപാട് അർത്ഥതലങ്ങളുണ്ട് ഇതിന്. സമാനമായൊരു പ്രഖ്യാപനം 4.6 ശ്ലോകത്തിൽ കാണാമെങ്കിലും ഇത്ര സുവ്യക്തമായി, വിശദമായി, അർത്ഥശങ്കയ്ക്കിടയില്ലാത്ത രീതിയിൽ ഒരു വെളിപ്പെടുത്തൽ മറ്റെങ്ങുമില്ല.

വിഭൂതികളെപ്പറ്റി ചോദിച്ച അർജുനനോട് ആദ്യം പറയുന്നത് തന്റെ യഥാർത്ഥ സ്വരൂപം എന്താണെന്നാണ്. പിന്നീടാണ് പ്രധാനപ്പെട്ട വിഭൂതികളെപ്പറ്റി പറഞ്ഞുതുടങ്ങുന്നത്. താൻ ആത്മാവാണെന്ന് കൃഷ്ണൻ പ്രഖ്യാപിക്കുന്നു. ആത്മാവാണെന്ന ഈ ബോധ്യമാണ് കൃഷ്ണനെ ഭഗവാനാക്കുന്നത്. ഭാരതീയ ആത്മീയ ചിന്തയനുസരിച്ച് ആത്മാവാണ് ഈശ്വരൻ. മുഖ്യ ഉപനിഷത്തുകളെല്ലാം ഈ തത്ത്വം ആവർത്തിച്ചു പ്രഖ്യാപിക്കുന്നുണ്ട്. ബൃഹദാരണ്യകോപനിഷത് 4.4.22, മാണ്ഡൂക്യം 5, 6, ശ്വേതാശ്വതരം 3.11, 6.11 എന്നീ വാക്യങ്ങൾ/മന്ത്രങ്ങൾ ആത്മാവാണ് ഈശ്വരൻ എന്നു പ്രഖ്യാപിച്ചിരിക്കുന്നു. ആത്മാവ് സർവഭൂതങ്ങളിലും സ്ഥിതിചെയ്തുകൊണ്ട് അവയെ ആന്തരികമായി നിയന്ത്രിക്കുന്ന ശക്തിയാണെന്ന്, അതായത് ഈശ്വരനാണെന്ന്, ബൃഹദാരണ്യകത്തിൽ 3.7.15-ൽ പറയുന്നുണ്ട്. സർവഭൂതങ്ങളെയും ഉൾക്കൊള്ളുന്നതും അവയിൽ ഗൂഢമായി വർത്തിക്കുന്നതുമായ ഏക ശക്തിയാണ് ഈശ്വരനെന്ന് ശ്വേതാശ്വതരം 3.11-ൽ കാണാം. ആത്മാവാണ് ഈ വിശ്വത്തിന്റെ ഉദ്ഭവവും സ്ഥിതിയും ലയവുമെല്ലാം പ്രചോദിപ്പിക്കുന്ന ശക്തി. ആത്മാവിൽനിന്നാണ് സർവ ദേവന്മാരും സർവ ഭൂതങ്ങളും സർവ ലോകങ്ങളും ഉണ്ടായി വന്നതെന്ന് ബൃഹദാരണ്യകം 1.4.6, 1.4.7, 2.1.20, 2.4.6, തുടങ്ങിയ വാക്യങ്ങളിൽ പറയുന്നു. ഇതേ ആശയം മുണ്ഡകത്തിലും ശ്വേതാശ്വതരത്തിലും കാണാം. രാമനെ ഈശ്വരനായി കാണുന്ന അദ്ധ്യാത്മ രാമായണത്തിൽ അദ്ദേഹം ആത്മാവാണെന്ന് പലവുരു പലരാലും വിശേഷിപ്പിക്കപ്പെടുന്നുണ്ട്. ഗീതയിൽ കൃഷ്ണൻ ഇതാ സ്വയം അക്കാര്യം വ്യക്തമാക്കിയിരിക്കുന്നു.

ഈശ്വരൻ ആകാശങ്ങളിലെവിടെയോ ഇരുന്ന് എല്ലാം നിയന്ത്രിക്കുന്ന ശക്തിയാണെന്നല്ല ഭാരതീയ ആത്മീയ സിദ്ധാന്തം

പറയുന്നത്. ഇവിടെ കൃഷ്ണൻ പറയുന്നു, ഈശ്വരൻ സർവ ഭൂതങ്ങളുടെയും ഉള്ളിൽ വർത്തിക്കുന്നുവെന്ന്. കൃഷ്ണൻ എന്നത് മനുഷ്യരൂപം പൂണ്ട ഒരു വ്യക്തിയല്ലെന്ന് നേരത്തേ വ്യക്തമാക്കിയിട്ടുള്ളതാണ്. സർവ ഭൂതങ്ങളുടെയും ഉള്ളിൽ വർത്തിക്കുന്ന ആത്മാവായ ശക്തിയാണ്.

ചരാചരങ്ങളായ സർവ ഭൂതങ്ങളിലെയും ആന്തരിക ചൈതന്യം ആത്മാവാണ്. അതുകൊണ്ടാണ് ഹിന്ദു ആത്മീയ ചിന്ത സർവതിലും, തൂണിലും തുരുമ്പിലും, ഈശ്വരനെ കാണുന്നതും ആരാധിക്കുന്നതും. ഈശ്വരൻ ഏതെങ്കിലും പ്രത്യേക ഭൗതിക നിർമ്മിതികളിൽ പ്രതിഷ്ഠിക്കപ്പെട്ട വിഗ്രഹങ്ങളിൽ ഒതുങ്ങുന്ന ഒരു ശക്തിയല്ല എന്നർത്ഥം. ചില പ്രത്യേക വ്യക്തികളോ രൂപങ്ങളോ അല്ല; സർവ രൂപങ്ങൾക്കും അതീതമായിട്ടുള്ള ചൈതന്യമാണ്. ഈശ്വരൻ എവിടെയുമുണ്ട്. എവിടെയും സമമായി സ്ഥിതിചെയ്യുന്നുവെന്ന പ്രഖ്യാപനം നാം 9.29-ൽ കണ്ടതാണല്ലോ? അതിനാൽ ഈശ്വരാരാധനയ്ക്ക് വെളിയിലുള്ള ക്ഷേത്രങ്ങളിൽ പോകണമെന്നില്ല. സ്വശരീരംതന്നെയാണ് ക്ഷേത്രമെന്ന മഹാ പ്രഖ്യാപനം നാം ഗീതയിലെ അദ്ധ്യായം 13-ൽ കാണുന്നതാണ്.

തുടർന്ന്, തന്റെ വിഭൂതികളിൽ ചിലതിനെപ്പറ്റി കൃഷ്ണൻ പറഞ്ഞുതുടങ്ങുന്നു. പന്ത്രണ്ട് ആദിത്യന്മാരിൽ വിഷ്ണു എന്ന ആദിത്യനും ജ്യോതിസ്സുകളിൽ അംശുമാനായ രവിയും മരുത്തുക്കളിൽ മരീചിയും നക്ഷത്രങ്ങളിൽ ചന്ദ്രനും താനാകുന്നു എന്നു പറഞ്ഞുകൊണ്ടാണ് വിഭൂതി വർണ്ണനയുടെ തുടക്കം (10.21). ഈ വർണ്ണന തത്ത്വപ്രധാനമായ ഒന്നല്ല. എങ്കിലും ഗീതയിലെ ഉള്ളടക്കം എന്തൊക്കെ എന്ന ഒരു ധാരണ ഉണ്ടാകാനായി അതെല്ലാം സ്പർശിച്ചു പോവുകയാണ് നാമിവിടെ ചെയ്യുന്നത്. ആഴത്തിൽ അറിയാനുള്ള കാര്യങ്ങളൊന്നും ഈ ഭാഗത്തില്ല എന്നത് വ്യക്തമാണല്ലോ?

ഇതൊക്കെയാണെങ്കിലും ചിലർ ഈ ഭാഗത്തെ ചില പരാമർശങ്ങൾ അന്ധവിശ്വാസം പ്രചരിപ്പിക്കുന്നു എന്ന ആക്ഷേപം ഉന്നയിക്കാറുണ്ട്. അതിന് അവർ ചൂണ്ടിക്കാണിക്കുന്ന ഒരു കാര്യം 'നക്ഷത്രങ്ങളിൽ ചന്ദ്രൻ ഞാനാകുന്നു' എന്ന പ്രസ്താവനയാണ്. ചന്ദ്രൻ ഒരു നക്ഷത്രമാണെന്ന അന്ധത ഈ പ്രസ്താവന പ്രചരിപ്പിക്കുന്നു എന്നാണ് അവരുടെ വാദം. ഇതു ശരിയല്ല. നക്ഷത്രങ്ങളുടെ കൂട്ടത്തിൽ വലുപ്പത്തിലും പ്രകാശത്തിലും ചന്ദ്രൻ നിൽക്കുന്നു എന്ന അനുഭവം സൂചിപ്പിച്ചുകൊണ്ടുള്ള ഒരു പ്രസ്താവമായി മാത്രം ഇതിനെ കണ്ടാൽ മതി. ആദിത്യന്മാരുടെയും മറ്റും കാര്യത്തിൽ അവരിൽ ഒരാളെയാണ് സൂചിപ്പിക്കുന്നതെങ്കിലും ഈ വിഭൂതി

വർണ്ണനയിൽ എല്ലായിടത്തും അങ്ങനെയല്ല ഉദ്ദേശിച്ചിട്ടുള്ളത്. ഉദാഹരണത്തിന് തൊട്ടടുത്ത ശ്ലോകത്തിൽ (10.22) 'ഇന്ദ്രിയങ്ങളിൽ മനസ്സും ഭൂതങ്ങളിൽ ചൈതന്യവും ഞാനാണ്' എന്ന് പറഞ്ഞിരിക്കുന്നു. മനസ്സ് ഇന്ദ്രിയങ്ങളിൽ ഒന്നല്ലല്ലോ? അത് ഇന്ദ്രിയങ്ങളെ നിയന്ത്രിക്കുന്നതും അവ നൽകുന്ന സൂചനകളെ വസ്തുതയായി തിരിച്ചറിയുന്നതുമായ ഏജന്റ് ആണ്. അതുപോലെ ഭൂതങ്ങളിൽ ഒന്നല്ല ചൈതന്യം; ഭൂതങ്ങളെ നിലനിർത്തുന്ന ശക്തിയാണ്.

അങ്ങനെ ശങ്കരനും ബൃഹസ്പതിയും സ്കന്ദനും ഹിമാലയവും നാരദനും ഐരാവതവും ഗരുഡനും കാമധേനുവും പരശുരാമനും ഗംഗയും മറ്റും മറ്റും താൻതന്നെ എന്ന് കൃഷ്ണൻ വെളിപ്പെടുത്തുന്നു. 'വൃഷ്ണികളിൽ വാസുദേവനും പാണ്ഡവന്മാരിൽ അർജുനനും മുനിമാരിൽ വ്യാസനും കവികളിൽ ഉശനാ കവിയും ഞാനാകുന്നു. സർവ ഭൂതങ്ങളുടെയും ബീജം ഞാനാണ്. ഞാനില്ലാത്ത ഒരു ഭൂതവുമില്ല.' (10.22 മുതൽ 10.40 വരെയുള്ള ശ്ലോകങ്ങൾ)

തന്റെ വിഭൂതികൾ ഇങ്ങനെ അവസാനമില്ലാതെ നീണ്ടുപോകുമെന്നും അവയുടെ ഏകദേശ അവതാരണമാണ് താൻ നടത്തിയതെന്നും പറഞ്ഞുകൊണ്ട് അദ്ധ്യായത്തിന്റെ സന്ദേശം ഒരു ശ്ലോകത്തിലൂടെ കൃഷ്ണൻ ഇങ്ങനെ അവതരിപ്പിക്കുന്നു:

'യദ്യദ്വിഭൂതിമത് സത്ത്വം ശ്രീമദൂർജിതമേവ വാ;
തത്തദേവാവഗച്ഛ ത്വം മമ തേജോംഽശസംഭവം.' (10.41)

അർത്ഥം: യദ്യദ്വിഭൂതിമത് സത്ത്വം - യത് യത് വിഭൂതിമത് സത്ത്വം - (എന്റെ) ഭൗതിക രൂപ പ്രകടനമായ ഏതൊക്കെ രൂപങ്ങളുണ്ടോ; ശ്രീമദൂർജിതമേവ വാ - ശ്രീമത് ഊർജിതം ഏവ വാ - ശക്തിയോ ദീപ്തിയോ ഉള്ളവ; തത്തദേവാവഗച്ഛ ത്വം - തത് തത് ഏവ അവഗച്ഛ ത്വം - അവയെയൊക്കെ നീ അറിയുക; മമ തേജഃ അംശഃ സംഭവം - എന്റെ തേജസ്സിന്റെ അംശത്താലുണ്ടായവയാണെന്ന്.

'വിഭൂതികളെല്ലാം എന്റെ തേജസ്സിന്റെ അംശത്താൽ ഉണ്ടായിട്ടുള്ളവയാണ്; ശക്തിയോ ദീപ്തിയോ ഉള്ളവയാണ് അവയെല്ലാം' എന്നർത്ഥം.

'എന്റെ ഒരംശത്താൽ ഞാൻ ഈ പ്രപഞ്ചം മുഴുവൻ വ്യാപിച്ചു സ്ഥിതിചെയ്യുന്നു. കൂടുതൽ പറയേണ്ട ആവശ്യമില്ല' എന്ന് അഭിപ്രായപ്പെട്ടുകൊണ്ട് കൃഷ്ണൻ 42 ശ്ലോകങ്ങളുള്ള വിഭൂതിയോഗം എന്ന ഈ അദ്ധ്യായം ഉപസംഹരിക്കുന്നു.

പതിനൊന്ന്

വിശ്വരൂപദർശന യോഗം

അടുത്തത് അദ്ധ്യായം 11 ആണ്. വിശ്വരൂപദർശനയോഗം എന്ന ഈ അദ്ധ്യായത്തിൽ 55 ശ്ലോകങ്ങളാണുള്ളത്. ഭഗവാൻ തന്റെ അനേകങ്ങളായ വിഭൂതികളിൽ ചിലതിനെപ്പറ്റി തന്നോട് വിവരിച്ച തിനെത്തുടർന്ന് അവയൊക്കെ ഒന്നു കാണണമെന്ന് അർജുനന് ആഗ്രഹമുദിച്ചു.

അർജുനൻ പറഞ്ഞു: 'ആത്മവിഭൂതികളെപ്പറ്റി അങ്ങ് പറഞ്ഞതു കേട്ട് ഞാൻ മോഹനിവൃത്തനായി. അങ്ങയുടെ ദിവ്യമായ ആ വിഭൂതികളെ എനിക്കൊന്നു കാണണമെന്നുണ്ട്. എന്റെ കണ്ണുകൾക്ക് അതിനുള്ള ശക്തിയുണ്ടെങ്കിൽ അവയെല്ലാം അങ്ങ് എനിക്കു കാണിച്ചു തരുക.' (11.1 മുതൽ 11.4 വരെയുള്ള ശ്ലോകങ്ങൾ)

അർജുനന്റെ അപേക്ഷ മാനിച്ചുകൊണ്ട് കൃഷ്ണൻ പറയുന്നു:

'പശ്യ മേ പാർഥ രൂപാണി ശതശോ/ഥ സഹസ്രശഃ;
നാനാവിധാനി ദിവ്യാനി നാനാവർണാകൃതീനി ച.' (11.5)

വാഗർത്ഥം: പാർഥ - ഹേ, അർജുനാ; പശ്യ മേ രൂപാണി - എന്റെ രൂപങ്ങൾ കാണുക; ശതശഃ അഥ സഹസ്രശഃ - നൂറുകണ ക്കിനും ആയിരക്കണക്കിനുമായ; നാനാവിധാനി - നാനാ വിധ ങ്ങളായ; ദിവ്യാനി - ദിവ്യങ്ങളായ; നാനാവർണാകൃതീനി ച - നാനാ വർണ്ണങ്ങളും ആകൃതികളുമുള്ള.

'എന്റെ രൂപങ്ങൾ ആയിരക്കണക്കിനുള്ളതാണ്. പല വിധ ത്തിലും വർണ്ണങ്ങളിലും ആകൃതികളിലുമുള്ള ദിവ്യങ്ങളായ ആ രൂപങ്ങളെ നീ കാണുക' എന്നർത്ഥം.

ആദിത്യന്മാർ, വസുക്കൾ, തുടങ്ങി മുൻപു കണ്ടിട്ടില്ലാത്ത ആശ്ചര്യ രൂപങ്ങളെയും കാണാം എന്ന് അടുത്ത ശ്ലോകത്തിൽ (11.6) തുടർന്നു പറയുന്നു. ഇവിടെ വളരെ ശ്രദ്ധിക്കേണ്ടതായ ഒരു കാര്യമുണ്ട്. വിഭൂതികളെല്ലാം ആത്മാവിന്റെ രൂപങ്ങളാണെന്ന വെളിപ്പെടുത്ത ലാണത്. രൂപങ്ങൾ എന്നാൽ ഭൗതിക രൂപങ്ങൾ. അതായത്, ഈ

പ്രപഞ്ചത്തിലുള്ള ഓരോ വസ്തുവും ജീവിയും ആത്മശക്തിയുടെ ഭൗതിക രൂപപ്രകടനമാണ്. ഭൂതങ്ങളെല്ലാം ആത്മാവായ മഹേശ്വരന്റെ അവയവങ്ങളാണെന്ന് ശ്വേതാശ്വതര ഉപനിഷത് 4.10 മന്ത്രം പറയുന്നു. 'പ്രകൃതിയെ മായ എന്നും മഹേശ്വരനെ മായാവിയെന്നും അറിയുക; ആ മഹേശ്വരന്റെ അവയവങ്ങളാൽ ഈ ജഗത് വ്യാപിക്കപ്പെട്ടിരിക്കുന്നു' എന്നാണ് മന്ത്രത്തിൽ. സകല ഭൂതങ്ങളും ആത്മാവിന്റെ ശരീരമാണെന്ന് ബൃഹദാരണ്യക ഉപനിഷത്തിൽ 3.7.15 വാക്യത്തിൽ പറഞ്ഞിരിക്കുന്നു.

ഇതിനെയെല്ലാം ധ്വനിപ്പിക്കുന്ന ഒരു പ്രസ്താവനയാണ് ഇനി വരുന്ന 11.7 ശ്ലോകത്തിലുള്ളത്. ശ്ലോകം കാണുക:

'ഇഹൈകസ്ഥം ജഗത്കൃത്സ്നം പശ്യാദ്യ സചരാചരം;
മമ ദേഹേ ഗുഡാകേശ യച്ചാന്യദ്ദ്രഷ്ടുമിച്ഛസി.' (11.7)

വാഗർത്ഥം: ഗുഡാകേശ - ഹേ, അർജുനാ; ഇഹ ഏകസ്ഥം - ഇവിടെ ഒരേ സ്ഥലത്ത്; മമ ദേഹേ - എന്റെ ശരീരത്തിൽ; ജഗത് കൃത്സ്നം - ലോകത്തെ നിശ്ശേഷം; പശ്യ അദ്യ സചരാചരം - സകല ചരാചരങ്ങളോടുംകൂടി ഇപ്പോൾ കാണുക; യത് ച അന്യത് ദ്രഷ്ടും ഇച്ഛസി - നീ ആഗ്രഹിക്കുന്ന മറ്റ് സർവതും കൂടി (കാണാം).

'എന്റെ ഈ ശരീരത്തിൽ ചരാചരങ്ങളോടുകൂടിയ ജഗത് മുഴുവൻ ഇപ്പോൾത്തന്നെ നീ കാണുക; കാണാൻ മറ്റ് എന്തെല്ലാം ഇച്ഛിക്കുന്നുവോ അവയും നിനക്കു കാണാം' എന്നർത്ഥം.

സ്വനേത്രങ്ങൾകൊണ്ട് അർജുനന് ഇവയൊന്നും കാണാൻ കഴിയില്ലെന്നതിനാൽ കൃഷ്ണൻ അയാൾക്ക് ദിവ്യദൃഷ്ടി നൽകുന്നു (11.8). എന്നിട്ട്, തന്റെ വിശ്വരൂപം പ്രകടിപ്പിക്കുകയായി. തുടർന്നുള്ള കുറെ ശ്ലോകങ്ങളിൽ വിശ്വരൂപത്തിന്റെ വർണ്ണന സഞ്ജയൻ നിർവ്വഹിക്കുന്നു.

ഭഗവാന്റെ വിശ്വരൂപ പ്രകടനത്തെ സഞ്ജയൻ വിവരിക്കുന്നത് ഇപ്രകാരം: 'അനേക വക്ത്രങ്ങളും നയനങ്ങളുമുള്ള, ദിവ്യങ്ങളായ ആഭരണങ്ങളും ആയുധങ്ങളും പൂമാലകളും വസ്ത്രങ്ങളും ധരിച്ച, ദിവ്യഗന്ധങ്ങൾ പൂശിയ അനന്തവും ആശ്ചര്യമയവുമായ രൂപം സകല ദിക്കിലും നിറഞ്ഞു കാണായി.' (11.9, 11.10, 11.11).

സഞ്ജയൻ തുടരുന്നു:

'ദിവി സൂര്യസഹസ്രസ്യ ഭവേദ്യുഗപദുത്ഥിതാ;
യദി ഭാഃ സദൃശീ സാ സ്യാത് ഭാസസ്തസ്യ മഹാത്മനഃ.' (11.12)

വാഗർത്ഥം: ദിവി - ആകാശത്ത്; സൂര്യസഹസ്രസ്യ - ആയിരം സൂര്യന്മാരുടെ; ഭവേത് യുഗപത് ഉത്ഥിതാ - ഒന്നിച്ചുള്ള ഉദയം

ഉണ്ടായാൽ; യദി ഭാഃ - എത്ര തേജസ്സുണ്ടാകുമോ; സദൃശീ സാ സ്യാത് - ആ തേജസ്സിനു തുല്യമാണ്; ഭാസഃ തസ്യ മഹാത്മനഃ - ആ മഹാത്മാവിന്റെ തേജസ്സ്.

അതായത്, ആകാശത്ത് ആയിരം സൂര്യന്മാർ ഒരുമിച്ച് ഉദിച്ചുയർന്നാൽ എത്ര തേജസ്സുണ്ടാകുമോ അത്രയുമാണ് വിശ്വരൂപത്തെ പ്രദർശിപ്പിച്ചുനിൽക്കുന്ന കൃഷ്ണന്റെ തേജസ്സ്. ആ ദിവ്യ ശരീരത്തിൽ പല പ്രകാരത്തിൽ വ്യത്യസ്തതകളോടുകൂടിയ ഈ ജഗത് മുഴുവൻ അർജുനൻ കണ്ടു. എല്ലാം കണ്ട് വിസ്മയഭരിതനായി, രോമാഞ്ചം കൊണ്ട അർജുനൻ നമ്രശിരസ്കനായി, കൂപ്പുകൈകളോടെ ഭഗവാനോട് ഇപ്രകാരം പറഞ്ഞു: 'ഹേ, ദേവാ, സർവ ദേവന്മാരെയും സർവ ഭൂത വൈവിദ്ധ്യങ്ങളെയും ബ്രഹ്മാവ്, ഋഷിമാർ തുടങ്ങിയവരെയും ദിവ്യങ്ങളായ ഉരഗങ്ങളെയും അങ്ങയുടെ ശരീരത്തിൽ ഞാൻ കാണുന്നു. ആദിമദ്ധ്യാന്തരഹിതമായി, അനന്തമായി വ്യാപിച്ചുനിൽക്കുന്ന അനേകം ശരീരങ്ങളോടുകൂടിയ അങ്ങയെ ഞാൻ കാണുന്നു. അങ്ങ് ഈ വിശ്വത്തിന്റെ അക്ഷരമായ ആശ്രയസ്ഥാനവും ശാശ്വതമായ ധർമ്മത്തിന്റെ പാലകനും അവ്യയനായ സനാതന പുരുഷനുമാണെന്ന് ഞാൻ മനസ്സിലാക്കുന്നു. നാലുപാടും വ്യാപിച്ച് സ്വതേജസ്സാൽ അങ്ങ് വിശ്വത്തെ മുഴുവൻ തപിപ്പിക്കുന്നു.' (11.13 മുതൽ 11.20 വരെ).

തുടർന്ന് മഹർഷിമാരും ഗന്ധർവ-യക്ഷ-സുര-സിദ്ധ സംഘങ്ങളും ഭഗവാനെ സ്തുതിക്കുന്നത് അയാൾ കണ്ടു. ഭയങ്കരങ്ങളായ ദംഷ്ട്രങ്ങളും അനേക ശരീരങ്ങളുമെല്ലാം കണ്ട് താൻ വ്യഥിതചിത്തനായി മാറിയെന്ന് അർജുനൻ ബോധിപ്പിക്കുന്നു. എല്ലാം കണ്ട് അയാളുടെ ദിശാബോധവും സമാധാനവും നഷ്ടപ്പെട്ടു. ധാർത്തരാഷ്ട്രന്മാരും ഭീഷ്മരും ദ്രോണരും മറ്റു രാജാക്കന്മാരും തങ്ങളുടെ പക്ഷത്തുള്ളവരും കൂടി ആ മഹാരൂപത്തിന്റെ അഗ്നിജ്വാലയോടുകൂടി വിടർന്നിരിക്കുന്ന വക്ത്രങ്ങളിലേക്ക് വലിച്ചെടുക്കപ്പെടുന്നതായി അയാൾ അപ്പോൾ കണ്ടു. നദികൾ അതിവേഗത്തിൽ സമുദ്രത്തിലേക്കു ചെന്നുചേരുന്നതുപോലെയും ഈയാമ്പാറ്റകൾ സ്വനാശത്തിനായി അഗ്നിയിലേക്ക് പറന്നു വീഴുന്നതുപോലെയും ഈ വീരന്മാരെല്ലാം ആ വിടർന്ന വക്ത്രങ്ങളിലേക്ക് പ്രവേശിക്കുന്നതായി അയാൾ കണ്ടു (11.21 മുതൽ 11.30 വരെ)

വിശ്വരൂപം കണ്ട് സംഭീതനായ അർജുനൻ ചോദിക്കുകയാണ്: 'ഹേ, ദേവശ്രേഷ്ഠ, ഈ ഉഗ്രരൂപിയായ ഭവാൻ യഥാർത്ഥത്തിൽ ആരാണ്? അങ്ങയുടെ പ്രവൃത്തികളെപ്പറ്റി എനിക്ക് ഒരു പിടിയും കിട്ടുന്നില്ല. ദയവായി എന്നിൽ പ്രസാദിച്ച് മറുപടി നൽകുക.' (11.31).

ഭഗവാന്റെ മറുപടി ഇങ്ങനെ:

'കാലോ/സ്മി ലോകക്ഷയകൃത്പ്രവൃദ്ധോ
ലോകാൻ സമാഹർത്തുമിഹ പ്രവൃത്തഃ;
ഋതേ/പി ത്വാം ന ഭവിഷ്യന്തി സർവേ
യേ/വസ്ഥിതാഃ പ്രത്യനീകേഷു യോദ്ധാഃ.' (11.32)

വാഗർത്ഥം: കാലഃ അസ്മി ലോകക്ഷയകൃത് പ്രവൃദ്ധഃ - ഞാൻ ലോകക്ഷയത്തെ ചെയ്യുന്ന ശക്തമായ കാലമാകുന്നു; ലോകാൻ സമാഹർത്തും ഇഹ പ്രവൃത്തഃ - ലോകങ്ങളെ സംഹരിക്കാനായി ഇവിടെ പ്രവർത്തിക്കുന്നു; ഋതേ അപി ത്വാം - നിന്നെക്കൂടാതെ തന്നെ, നീ ഇല്ലെങ്കിലും; ന ഭവിഷ്യന്തി സർവേ - ആരും അവശേഷിക്കില്ല; പ്രത്യനീകേഷു = പ്രതി+അനീകേഷു - ഓരോരോ സൈന്യത്തിലും, ഇരുസൈന്യങ്ങളിലും; യേ അവസ്ഥിതാഃ യോദ്ധാഃ - ഇവിടെ സന്നിഹിതരായ യോദ്ധാക്കൾ.

അതായത്, ലോകങ്ങളെ സംഹരിക്കാൻ പ്രവർത്തിക്കുന്ന മഹത്തായ കാലമാണ് താനെന്നും അർജുനന്റെ ഇടപെടൽ ഇല്ലെങ്കിൽപ്പോലും ഇരുസൈന്യങ്ങളിലുമുള്ള യോദ്ധാക്കളാരും അവശേഷിക്കില്ലെന്നും കൃഷ്ണൻ വെളിപ്പെടുത്തുന്നു.

ഭീഷ്മരും ദ്രോണരും ജയദ്രഥനും ഉൾപ്പെടെയുള്ള സർവരും താൻ മൂലം വധിക്കപ്പെട്ടു കഴിഞ്ഞുവെന്ന് കൃഷ്ണൻ പറയുന്നു. എന്നുവച്ചാൽ അവരുടെ വധം നിശ്ചയിക്കപ്പെട്ട കാര്യമാണെന്ന്. അർജുനൻ ഒരു നിമിത്തം മാത്രമാവുകയേ വേണ്ടൂ എന്നും അതിനാൽ എഴുന്നേറ്റ് യുദ്ധം ചെയ്ത് രാജ്യം നേടുകയാണു വേണ്ടതെന്നും അയാളോട് കൃഷ്ണൻ പറയുന്നു. (11.33, 11.34)

കൃഷ്ണൻ പറഞ്ഞതു കേട്ട അർജുനൻ ഭീതനായി പ്രണമിച്ചിട്ട് കൈകൾ കൂപ്പി ഗദ്ഗദത്തോടെ കൃഷ്ണനെ സ്തുതിക്കുന്നു (11.35). ദേവേശൻ, ജഗന്നിവാസൻ, ആദിദേവൻ, വിശ്വത്തിന്റെ പരമമായ ആശ്രയസ്ഥാനം, സർവവ്യാപി, അനന്തവീര്യൻ, അമിതവിക്രമൻ എന്നും മറ്റും പറഞ്ഞുകൊണ്ടാണ് സ്തുതി. (11.36 മുതൽ 11.40 വരെ)

ഇങ്ങനെയൊക്കെ സ്തുതിച്ചതിനു ശേഷം അർജുനൻ ഒരു ക്ഷമാപണം നടത്തുകയാണ്. കൃഷ്ണന്റെ മഹത്ത്വം അറിയാതെ, സുഹൃത്ത് എന്ന് കരുതി 'ഹേ, കൃഷ്ണ, യാദവ, സഖാവേ' എന്നൊക്കെ വിളിച്ച് സന്തോഷം കൊണ്ടും പ്രമാദംകൊണ്ടും പറഞ്ഞിട്ടുള്ള എന്തെങ്കിലും വാക്കുകൾ ബുദ്ധിമുട്ടുണ്ടാക്കിയിട്ടുണ്ടെങ്കിൽ അതൊക്കെ ക്ഷമിക്കണമെന്നാണ് അർജുനൻ അപേക്ഷിക്കുന്നത്. (11.41).

മാപ്പ് ചോദിച്ചുകൊണ്ടുള്ള അർജുനന്റെ വാക്കുകൾ ഇങ്ങനെ:

'യച്ചാവഹാസാർഥമസത്കൃതോ/സി
വിഹാരശയ്യാസനഭോജനേഷു;
ഏകോ/ഥവാപ്യച്യുത തത്സമക്ഷം
തത്ക്ഷാമയേ ത്വാമഹമപ്രമേയം.' (11.42)

വാഗർത്ഥം: യത് ച അവഹാസാർഥം - കളിയാക്കുന്നതിനായി; അസത്കൃതഃ അസി - അങ്ങ് സത്കരിക്കപ്പെടാതിരുന്നിട്ടുള്ളത്; വിഹാരശയ്യാസനഭോജനേഷു - കളിക്കുമ്പോഴും ശയിക്കുമ്പോഴും ഇരിക്കുമ്പോഴും ഭക്ഷണം കഴിക്കുമ്പോഴുമെല്ലാം; ഏകഃ അഥവാ അപി തത്സമക്ഷം - ഒറ്റയ്ക്കും മറ്റുള്ളവരുമായും; അച്യുത - ഹേ, കൃഷ്ണാ; തത്ക്ഷാമയേ - അതെല്ലാം പൊറുക്കണമെന്ന് അപേക്ഷിക്കുന്നു; ത്വാം അപ്രമേയം - അപ്രമേയനായ അങ്ങയോട്; അഹം - ഞാൻ.

കൃഷ്ണനെ കളിയാക്കാനായി പലയിടങ്ങളിലുംവച്ച് പലതും പറഞ്ഞിട്ടും ചെയ്തിട്ടുമുണ്ട്. അതൊക്കെ പൊറുക്കണമെന്നാണ് അപേക്ഷ. മാപ്പ് അപേക്ഷിച്ചതിനുശേഷം ഒരു സ്തുതികൊണ്ട് അർജുനൻ അതിനെ ബലപ്പെടുത്തുന്നു:

'പിതാസി ലോകസ്യ ചരാചരസ്യ
ത്വമസ്യ പൂജ്യശ്ച ഗുരുർഗരീയാൻ;
ന ത്വത്സമോ/സ്ത്യഭ്യധികഃ കുതോ/ന്യോ
ലോകത്രയേ/പ്യപ്രതിമപ്രഭാവ.' (11.43)

വാഗർത്ഥം: അസ്യ ലോകസ്യ ചരാചരസ്യ - ഈ ലോകത്തിലെ ചരാചരങ്ങളുടെ; പിതാ അസി - പിതാവ് അങ്ങ് ആകുന്നു; ത്വം - അങ്ങ്; പൂജ്യഃ ച ഗുരുഃ ഗരീയാൻ - പൂജ്യനും ഗുരുവും അതിനെക്കാൾ മഹത്ത്വമുള്ളവനുമാകുന്നു; ലോകത്രയേ/പ്യപ്രതിമപ്രഭാവ - ലോകത്രയേ അപി അപ്രതിമപ്രഭാവ - ഹേ, നിസ്തുല പ്രഭാവമുള്ളവനേ, മൂന്നു ലോകങ്ങളിലും കൂടി; ന ത്വത് സമഃ അസ്തി - അങ്ങേയ്ക്കു തുല്യനായി ആരുമില്ല; അഭ്യധികഃ കുതഃ അന്യഃ - അങ്ങയെക്കാൾ ഉയർന്നവനായി പിന്നെ ആരുണ്ടാവാൻ!

'പൂജ്യനും ഗുരുവും നിസ്തുല പ്രഭാവത്തോടുകൂടിയവനുമായ അങ്ങാണ് ഈ ചരാചരങ്ങളുടെയെല്ലാം പിതാവ്; അങ്ങേയ്ക്ക് സമനായോ അങ്ങയെക്കാൾ ഉയർന്നവനായോ മൂന്നു ലോകങ്ങളിലും ആരുമില്ല' എന്നർത്ഥം. ആത്മാവിനു തുല്യമായോ ഉപരിയായോ യാതൊന്നുമില്ലെന്ന പ്രസ്താവം ശ്വേതാശ്വതര ഉപനിഷത് 6.8 മന്ത്രത്തിലുള്ളതാണ്.

കൃഷ്ണൻ ചരാചരങ്ങളുടെയെല്ലാം പിതാവ് ആയതിനാൽ പിതാവു പുത്രനോടെന്നപോലെ തന്റെ തെറ്റുകൾ പൊറുക്കണമെന്ന് അർജുനൻ

അപേക്ഷിക്കുന്നു (11.44). വിശ്വരൂപം കണ്ട് തനിക്ക് സന്തോഷവും തൃപ്തിയുമായെന്ന് അറിയിക്കുന്നതോടൊപ്പം തനിക്ക് ഭയമുണ്ടെന്നും മനസ്സ് വ്യഥിതമായിട്ടുണ്ടെന്നും വെളിപ്പെടുത്തുകയും ചെയ്യുന്നു, അർജുനൻ. അതിനാൽ വിശ്വരൂപത്തെ പിൻവലിച്ച് കൃഷ്ണൻ പഴയ സ്വന്തം രൂപം കാണിക്കണമെന്നാണ് അർജുനൻ അവസാനമായി അപേക്ഷിക്കുന്നത് (11.44 – 11.46).

ഇപ്പോൾ താൻ കാണിച്ച ആ വിശ്വരൂപം അർജുനനല്ലാതെ മറ്റാരും മുൻപു കണ്ടിട്ടില്ലെന്നും കാണാൻ പൊതുവേ വളരെ പ്രയാസമുള്ളതാണ് അതെന്നും കൃഷ്ണൻ പറയുന്നു (11.47). വേദാദ്ധ്യയനം കൊണ്ടോ തപസ്സ്, ദാനം, യജ്ഞങ്ങൾ എന്നിവകൊണ്ടോ ആ രൂപത്തെ ദർശിക്കാൻ മനുഷ്യർക്കാർക്കും കഴിയില്ല എന്നാണ് അദ്ദേഹം തുടർന്നു വ്യക്തമാക്കുന്നത് (11.48). അതിനു ശേഷം അർജുനന്റെ ഭീതി അകറ്റാനായി കൃഷ്ണൻ തന്റെ പഴയ രൂപം വീണ്ടും സ്വീകരിച്ച് അയാളെ ആശ്വസിപ്പിക്കുന്നു (11.49, 11.50).

കൃഷ്ണന്റെ സൗമ്യമായ മനുഷ്യരൂപം വീണ്ടും കണ്ട് അർജുനൻ ആശ്വാസം പ്രകടിക്കുന്നു (11.51). തുടർന്ന് കൃഷ്ണൻ പറയുകയാണ്: 'എന്റെ ഈ വിശ്വരൂപം കാണാൻ അത്ര എളുപ്പമല്ല. ദേവന്മാർ പോലും അതു കാണാൻ എന്നും ആഗ്രഹിക്കുന്നുണ്ട്. വേദജ്ഞാനം കൊണ്ടോ തപസ്സുകൊണ്ടോ ദാനം കൊണ്ടോ ഒന്നും എന്റെ ഈ രൂപം കാണാൻ സാധിക്കില്ല.' (11.52, 53). പിന്നെങ്ങനെയാണ് ആ രൂപം കാണാൻ സാധിക്കുക? കൃഷ്ണൻ പറയുന്നു:

'ഭക്ത്യാ ത്വനന്യയാ ശക്യ അഹം ഏവംവിധോഽർജുന;
ജ്ഞാതും ദ്രഷ്ടും ച തത്ത്വേന പ്രവേഷ്ടും ച പരന്തപ.' (11. 54)

വാഗർത്ഥം: അർജുന, പരന്തപ – ഹേ, അർജുനാ; അഹം – ഞാൻ; ഭക്ത്യാ തു അനന്യയാ – ഏകാഗ്രമായ ഭക്തിയാൽ; ; ഏവം വിധഃ – ഈ വിധത്തിൽ; തത്ത്വേന – തത്ത്വപരമായി; ജ്ഞാതും ദ്രഷ്ടും ച – അറിയാനും കാണാനും; പ്രവേഷ്ടും ച – പ്രവേശിക്കുന്നതിനും, സക്ഷാത്കരിക്കുന്നതിനും; ശക്യഃ – സാധിക്കുന്നവനാകുന്നു.

അതായത്, വിശ്വരൂപമായി പ്രകടിതമായ ഈശ്വരന്റെ തത്ത്വത്തെ ഏകാഗ്രമായ ഭക്തികൊണ്ടാണ് യഥാർത്ഥ രൂപത്തിൽ അറിയാൻ കഴിയുക.

'സംഗമില്ലാതെ, ഒരു ജീവിയോടും വൈരമില്ലാതെ, കർമ്മങ്ങൾ എന്നിൽ അർപ്പിച്ച് ചെയ്യുന്നവനായ ഭക്തൻ എന്നെ പ്രാപിക്കും' (11.55) എന്നു പ്രഖ്യാപിച്ചുകൊണ്ട് അൻപത്തഞ്ചു ശ്ലോകങ്ങളുള്ള വിശ്വരൂപദർശനയോഗം എന്ന പതിനൊന്നാം അദ്ധ്യായം കൃഷ്ണൻ ഉപസംഹരിക്കുന്നു.

പന്ത്രണ്ട്

ഭക്തിയോഗം

ഏകാഗ്രമായ ഭക്തികൊണ്ടാണ് തന്റെ യഥാർത്ഥരൂപം അറിയാൻ കഴിയുക എന്നാണല്ലോ കൃഷ്ണൻ കഴിഞ്ഞ അദ്ധ്യായത്തിൽ (ശ്ലോകം 11.54) പറഞ്ഞത്? യഥാർത്ഥ ഭക്തി എന്താണെന്നാണ് ഇവിടെ തുടർന്നു വിവരിക്കുന്നത്. ഈ അദ്ധ്യായം ഭക്തിയെക്കുറിച്ച് പറയുന്നതാണ്. ഉത്തമനായ ഒരു ഭക്തന്റെ ലക്ഷണം എന്തൊക്കെയാണ്, അയാൾക്കു കിട്ടുന്ന അനുഗ്രഹം എന്ത് എന്നിത്യാദി കാര്യങ്ങളാണ് ഇതിലെ പ്രതിപാദ്യം. ഗീതയിലെ ഏറ്റവും ചെറിയ അദ്ധ്യായങ്ങളിലൊന്നാണിത്. ആകെ 20 ശ്ലോകങ്ങൾ മാത്രമേ ഉള്ളൂ. വിഷയം ഭക്തി ആയതിനാൽ ഈ അദ്ധ്യായം ഭക്തിയോഗം എന്ന് അറിയപ്പെടുന്നു.

സകലകർമങ്ങളും തന്നിൽ അർപ്പിച്ച് തന്നെത്തന്നെ ഭജിക്കുന്നവർ തന്നെ പ്രാപിക്കുമെന്ന് കഴിഞ്ഞ അദ്ധ്യായത്തിൽ കൃഷ്ണൻ പറഞ്ഞുനിർത്തിയപ്പോൾ, അതിന്റെ തുടർച്ചയായി അർജുനൻ ഒരു സംശയം ഉന്നയിക്കുന്നു. 'അങ്ങനെ അങ്ങയെത്തന്നെ ഉപാസിക്കുന്നവരാണോ, അതോ അക്ഷരവും അവ്യക്തവുമായതിനെ ഉപാസിക്കുന്നവരാണോ ഈശ്വരപ്രാപ്തിക്കുള്ള മാർഗ്ഗത്തെപ്പറ്റി ശരിയായ അറിവുള്ളവർ?' (12.1). കൃഷ്ണൻ അതിന് ഇങ്ങനെ മറുപടി നൽകുന്നു:

'മയ്യാവേശ്യ മനോ യേ മാം നിത്യയുക്താ ഉപാസതേ;
ശ്രദ്ധയാ പരയോപേതാ തേ മേ യുക്തതമാ മതാഃ.' (12.2)

അർത്ഥം: മയി ആവേശ്യ മനഃ നിത്യയുക്താഃ യേ - എന്നിൽ ഏകാഗ്രമാക്കിയ മനസ്സോടുകൂടിയവരും സകലതും എന്നിൽ അർപ്പിച്ചവരുമായ ഏവരാണോ; ശ്രദ്ധയാ പരയാ ഉപേതാ - അത്യന്തം ഭക്തിയോടെ; മാം ഉപാസതേ - എന്നെ ഭജിക്കുന്നത്; തേ - അവർ; യുക്തതമാഃ - ഏറ്റവും യോഗ്യരായവർ, എന്നിൽ ഏറ്റവും അനുരക്തരായവർ; മേ മതാഃ - എന്ന് എനിക്ക് അഭിപ്രായമുള്ളവരാകുന്നു.

അതായത്, അർജുനൻ ചൂണ്ടിക്കാണിച്ച രണ്ടു കൂട്ടരിൽ ഏറ്റവും ഉത്തമർ കൃഷ്ണനെ ആശ്രയിക്കുന്നവരാണ്. അക്ഷരവും അവ്യക്തവും സർവവ്യാപിയും സർവതിന്റെയും ആന്തരോർജവുമായ ശക്തിയെ ആശ്രയിക്കുന്നവരും തന്നെത്തന്നെയാണു പ്രാപിക്കുന്നതെന്ന് അടുത്ത രണ്ടു ശ്ലോകങ്ങളിൽ (12.3, 12.4) കൃഷ്ണൻ വ്യക്തമാക്കിയിരിക്കുന്നു. പക്ഷേ, ഈ രണ്ടാമത്തെ മാർഗ്ഗത്തിന് ക്ലേശം അധികമാണെന്നും ദേഹാഭിമാനികളായവർക്ക് അത് ദുഷ്കരമാണെന്നുമാണ് 12.5 ശ്ലോകത്തിൽ പറയുന്നത്.

ഇവിടെ നൽകപ്പെടുന്ന സന്ദേശം ഇതാണ്: 'ഭൗതിക രൂപങ്ങളെയെല്ലാം വിട്ട് ശുദ്ധമായ ആത്മസ്വരൂപത്തെ ഉപാസിക്കുക എന്നത് അത്ര എളുപ്പമല്ല. അതിനാൽ ഭൗതികരൂപ പ്രകടനത്തോടെയിരിക്കുന്ന ആത്മാവിനെ ഭജിക്കുന്നതാണ് അഭികാമ്യം. അത് നമ്മുടെ ഉപാസനയെയും ലക്ഷ്യപ്രാപ്തിയെയും വേഗത്തിലാക്കുന്നു.'

ഈ പ്രപഞ്ചത്തിലുള്ള സകലതിലൂടെയും പ്രകാശിക്കുന്നത് ആത്മാവാണെന്ന ബോധത്തോടെ അവയിൽ ഏതെങ്കിലും രൂപത്തെ ഉപാധിയാക്കി ആത്മോപാസന നടത്തുന്നതിനെ പ്രോത്സാഹിപ്പിക്കുകയാണ് ഇവിടെ ചെയ്തിരിക്കുന്നത്. എന്നാൽ ഇതിനർത്ഥം ഏതെങ്കിലും രൂപത്തെ, ഉദാഹരണത്തിന് കൃഷ്ണ വിഗ്രഹത്തെ, ഉപാസിക്കുക എന്നല്ല, രൂപവും വിഗ്രഹവും പ്രതിനിധാനം ചെയ്യുന്ന ചൈതന്യത്തെ അവയിലൂടെ ഉപാസിക്കുക എന്നാണ്. ഈ വ്യത്യാസം അറിഞ്ഞിരിക്കണം. ശരീരം തന്നെയാണു ക്ഷേത്രമെന്നും അതിനെ പ്രവർത്തിപ്പിച്ചുകൊണ്ട് ആന്തരമായി വർത്തിക്കുന്ന ചൈതന്യമാണ് ക്ഷേത്രജ്ഞൻ എന്ന ഈശ്വരനെന്നും അടുത്ത അദ്ധ്യായത്തിൽ വിശദീകരിച്ചിട്ടുണ്ടെന്നുകൂടി അറിയുക.

ഈശ്വര സാക്ഷാത്കാരത്തിന് അക്ഷരവും അവ്യക്തവുമായ ചൈതന്യത്തെ ആശ്രയിക്കുന്ന മാർഗ്ഗം ക്ലേശകരമാണെന്നും ഈശ്വര ചൈതന്യ പ്രകടനമായ ഒരു രൂപത്തെ ഉപാധിയാക്കിയുള്ള ഉപാസനയാണ് എളുപ്പമായ വഴിയെന്നും പറഞ്ഞല്ലോ? ആ എളുപ്പവഴിയെപ്പറ്റിയുള്ള വിശദീകരണങ്ങളാണ് അടുത്ത മൂന്നു ശ്ലോകങ്ങളിൽ (6, 7, 8) നൽകപ്പെട്ടിരിക്കുന്നത്. ആ ശ്ലോകങ്ങൾ ഇതാ:

'യേ തു സർവാണി കർമാണി മയി സന്ന്യസ്യ മത്പരാഃ;
അനന്യേനേവ യോഗേന മാം ധ്യായന്ത ഉപാസതേ.' (12.6)

'തേഷാമഹം സമുദ്ധർത്താ മൃത്യുസംസാര സാഗരാത്;
ഭവാമി നചിരാത് പാർത്ഥ മയ്യാവേശിതചേതസാം.' (12.7)

'മയ്യേവ മന ആധത്സ്വ മയി ബുദ്ധിം നിവേശയ;
നിവസിഷ്യസി മയ്യേവ അത ഊർധ്വം ന സംശയഃ.' (12.8)

അർത്ഥം: (12.6) യേ തു സർവാണി കർമാണി - എന്നാൽ, ആരാണോ സർവ കർമ്മങ്ങളും; മയി സന്ന്യസ്യ മത്പരാഃ - എന്നിൽ അർപ്പിച്ച് എന്നെത്തന്നെ പരമ ലക്ഷ്യമായി കാണുകയും; അനന്യേ നേവ യോഗേന - എന്നിൽത്തന്നെ ഏകാഗ്ര ശ്രദ്ധ വയ്ക്കുകയും; മാം ധ്യായന്ത ഉപാസതേ - ധ്യാനത്തോടെ എന്നെ ഉപാസിക്കുകയും ചെയ്യുന്നവർ;

(12.7) മയി ആവേശിതചേതസാം തേഷാം - എന്നിൽ നിമഗ്ന മായ ബോധത്തോടുകൂടിയ അവരുടെ; മൃത്യുസംസാര സാഗരാത് സമുദ്ധർത്താ - നശ്വരമായ സംസാര സാഗരത്തിൽനിന്നുള്ള രക്ഷക നായി; അഹം ഭവാമി നചിരാത് പാർത്ഥ - ഹേ, അർജുന, താമസം വിനാ ഞാൻ ഭവിക്കുന്നതാണ്;

(12.8) മയി ഏവ മനഃ ആധത്സ്വ - എന്നിൽത്തന്നെ മനസ്സിനെ ഉറപ്പിക്കൂ; മയി ബുദ്ധിം നിവേശയ - ബുദ്ധി എന്നിൽ നിവേശിപ്പിക്കൂ; അതഃ ഊർധ്വം - അതിനു ശേഷം, കാലക്രമേണ; നിവസിഷ്യസി മയി ഏവ - നീ എന്നിൽത്തന്നെ വസിക്കും, നിലനിൽക്കും; ന സംശയഃ - ഒരു സംശയവുമില്ല.

ഈശ്വര ചൈതന്യത്തിന്റെ ഭൗതിക രൂപ പ്രകടനങ്ങളിൽ ഒന്നിനെ ഉപാധിയാക്കി ഈശ്വര സാക്ഷാത്കാരത്തിനായി ചെയ്യേണ്ട കാര്യങ്ങളാണ് ഈ മൂന്നു ശ്ലോകങ്ങളിലായി വിവരിച്ചിരിക്കുന്നത്. ഇതൊക്കെ നാം ഇതിനോടകം മനസ്സിലാക്കിയിട്ടുള്ളവതന്നെയാണ്. ശരീരത്തോടുകൂടിയിരിക്കുന്ന കൃഷ്ണൻ ആത്മചൈതന്യത്തിന്റെ ഒരു പ്രകടനമാണല്ലോ? അതിനാൽ ആ കൃഷ്ണരൂപത്തെ ഉപാധി യാക്കി അദ്ദേഹം പ്രതിനിധാനം ചെയ്യുന്ന സർവവ്യാപിയായ ചൈത ന്യത്തെ ഉപാസിക്കുന്നവർ ക്രമേണ ആ ചൈതന്യത്തിൽ എത്തി ച്ചേരും. മറ്റു രൂപപ്രകടനങ്ങളെയും ഈ രീതിയിൽ ഉപാധിയാക്കാ വുന്നതേയുള്ളൂ.

ഇവിടെ നിർദ്ദേശിച്ചതുപോലെ മനസ്സ് ഏകാഗ്രമാക്കി വയ്ക്കാൻ പറ്റുന്നില്ലെങ്കിൽ അഭ്യാസംകൊണ്ട് അത് സാധിക്കണമെന്നു തുടർന്നു പറയുന്നു (12.9). അതിനും കഴിയുന്നില്ലെങ്കിൽ കർമ്മങ്ങൾ ഈശ്വ രാർപ്പണമായി ചെയ്യാൻ ശീലിക്കണം (12.10). അതുപോലും സാധി ക്കാതെ വന്നാൽ, കർമ്മഫലങ്ങളെല്ലാം ത്യജിക്കുകയാണ് ചെയ്യേ ണ്ടത് (12.11).

തുടർന്ന്, ഇതിനെയെല്ലാം ഒറ്റ ശ്ലോകത്തിൽ സംഗ്രഹിച്ച് അവ തരിപ്പിക്കുന്നു:

'ശ്രേയോ ഹി ജ്ഞാനമഭ്യാസാത് ജ്ഞാനാദ്ധ്യാനം വിശിഷ്യതേ;
ധ്യാനാത്കർമഫലത്യാഗഃ ത്യാഗാച്ഛാന്തിരനന്തരം.' (12.12)

അർത്ഥം: ശ്രേയഃ ഹി ജ്ഞാനം അഭ്യാസാത് - അഭ്യാസത്തെക്കാൾ ജ്ഞാനമാണ് ശ്രേയസ്കരം; ജ്ഞാനാത് ധ്യാനം വിശിഷ്യതേ - ജ്ഞാനത്തെക്കാൾ ധ്യാനം വിശിഷ്ടമാകുന്നു; ധ്യാനാത് കർമഫലത്യാഗഃ - ധ്യാനത്തെക്കാൾ കർമ്മഫലത്യാഗം (വിശിഷ്ടമാകുന്നു); ത്യാഗാത് ശാന്തിഃ അനന്തരം - (കർമ്മഫല)ത്യാഗത്തുത്തുടർന്ന് ശാന്തി ലഭിക്കുന്നു.

കേവലം യാന്ത്രികമായ പ്രവൃത്തികൾകൊണ്ട് ആത്മസാക്ഷാത്കാരം എന്ന വിഷയത്തിൽ ഒരു പ്രയോജനവുമില്ല. അവ കൊണ്ട് ജ്ഞാനവും ഉണ്ടാകില്ല. എന്നാൽ ജ്ഞാനമുണ്ടായിട്ടും കാര്യമില്ല. ആ ജ്ഞാനം ഉപയോഗിച്ച് ലക്ഷ്യത്തിനായി യത്നിക്കണം. ധ്യാനം അതിനുള്ളതാണ്. എന്നാൽ വെറുതെ ധ്യാനിച്ചുകൊണ്ടിരുന്നിട്ടും ഗുണമില്ല. ധ്യാനവും ചെയ്യും സകല ഭോഗങ്ങളും വാരിക്കൂട്ടുകയും ചെയ്യും എന്ന സ്ഥിതിയായാൽ എന്തു ഗുണം? ആത്യന്തികമായി വേണ്ടത് സർവകർമ്മഫലത്യാഗമാണ്. അഭ്യാസവും ജ്ഞാനവും ധ്യാനവുമെല്ലാം അതിലേക്ക് എത്തിക്കുന്നില്ലെങ്കിൽ അവ നിഷ്ഫലം തന്നെ. ആ ത്യാഗം ഉണ്ടെങ്കിലേ നിത്യമായ ശാന്തി ലഭിക്കുകയുള്ളൂ.

ഈ അദ്ധ്യായത്തിൽ തുടർന്നുവരുന്ന 13 മുതൽ 20 വരെയുള്ള എട്ട് ശ്ലോകങ്ങളിൽ പ്രതിപാദിക്കുന്നത് ഒരു ഉത്തമ ഭക്തനു വേണ്ട സവിശേഷതകളെപ്പറ്റിയാണ്.

കഴിഞ്ഞ ശ്ലോകത്തിൽ സർവകർമ്മ ഫലത്യാഗത്തെ നിത്യമായ ശാന്തി ലഭിക്കുന്നതിനുള്ള ഉപാധിയായി പറഞ്ഞുവല്ലോ? ഇനി വരുന്ന എട്ടു ശ്ലോകങ്ങളിലും ആ ത്യാഗത്തെ ഉയർത്തിക്കാണിക്കുന്ന ഉപദേശങ്ങളാണുള്ളത്. 'അമൃതാഷ്ടകം' എന്ന പേരിലാണ് ഉത്തമഭക്തന്റെ ലക്ഷണങ്ങൾ വിവരിക്കുന്ന ഈ എട്ട് ശ്ലോകങ്ങൾ അറിയപ്പെടുന്നത്. ഓർക്കുക, ഭക്തി എന്നത് ദൈവത്തിൽനിന്ന് ഭൗതികാശ്വര്യങ്ങൾ നേടിയെടുക്കുന്നതിനുള്ള ഉപാധിയല്ല; മറിച്ച്, കൈവശമുള്ള ഭോഗങ്ങളെല്ലാം ത്യജിച്ച് ആത്മശാന്തി നേടാനുള്ള മാർഗ്ഗമാണ്. ആദ്യത്തെ രണ്ടു ശ്ലോകങ്ങൾ ഇതാ:

'അദ്വേഷ്ടാ സർവഭൂതാനാം മൈത്രഃ കരുണ ഏവ ച;
നിർമമോ നിരഹങ്കാരഃ സമദുഃഖസുഖഃ ക്ഷമീ.' (12.13)

'സന്തുഷ്ടഃ സതതം യോഗീ യതാത്മാ ദൃഢനിശ്ചയഃ;
മയ്യർപിതമനോബുദ്ധിഃ യോ മദ്ഭക്തഃ സ മേ പ്രിയഃ.' (12.14)

അർത്ഥം: (12.13) അദ്വേഷ്ടാ സർവഭൂതാനാം - ഭൂതങ്ങളെയൊന്നും ദ്വേഷിക്കാത്തവനും; മൈത്രഃ കരുണ ഏവ ച - എന്നാൽ മൈത്രിയും കരുണയും നൽകുന്നവനും; നിർമമഃ നിരഹങ്കാരഃ – 'എന്റെ' എന്നോ

'ഞാൻ' എന്നോ ഉള്ള ഭാവമില്ലാത്തവനും; സമദുഃഖസുഖഃ - സുഖ ദുഃഖങ്ങളെ സമമായി കാണുന്നവനും; ക്ഷമീ - ക്ഷമയുള്ളവനും;

(12.14) സന്തുഷ്ടഃ സതതം - സദാ സന്തുഷ്ടനും (എന്തെങ്കിലും ഇനിയും വേണം എന്ന ചിന്തയില്ലാത്തവൻ); യോഗിൻ - യോഗി; യതാത്മാ ദൃഢനിശ്ചയഃ - ആത്മനിയന്ത്രണം നേടിയവനും ദൃഢ നിശ്ചയമുള്ളവനും (ഈശ്വരോപാസനയിൽ ഉറച്ച മനസ്സുള്ളവനും); മയ്യർപിതമനോബുദ്ധിഃ - മയി അർപ്പിത മനോബുദ്ധിഃ - എന്നിൽ സമർപ്പിതമായ മനസ്സും ബുദ്ധിയുമുള്ളവനും ആയ; യഃ മദ്ഭക്തഃ - എന്റെ ഭക്തൻ ആരാണോ; സ മേ പ്രിയഃ - അയാൾ എനിക്ക് പ്രിയ പ്പെട്ടവനാകുന്നു.

അടുത്ത രണ്ടു ശ്ലോകങ്ങൾ:

'യസ്മാന്നോദ്വിജതേ ലോകഃ ലോകാന്നോദ്വിജതേ ച യഃ;
ഹർഷാമർഷഭയോദ്വേഗൈഃ മുക്തോ യഃ സ ച മേ പ്രിയഃ.' (12.15)

'അനപേക്ഷഃ ശുചിർദക്ഷ ഉദാസീനോ ഗതവ്യഥഃ;
സർവാരംഭ പരിത്യാഗീ യോ മദ്ഭക്തഃ സ മേ പ്രിയഃ.' (12.16)

അർത്ഥം: (12.15) 'യസ്മാത് ന ഉദ്വിജതേ ലോകഃ - ആരാലാണോ ലോകം ക്ഷോഭിക്കപ്പെടാത്തത്; ലോകാത് ന ഉദ്വിജതേ ച യഃ - ആരാണോ ലോകത്താൽ ക്ഷോഭിക്കപ്പെടാത്തത്; ഹർഷാമർഷഭ യോദ്വേഗൈഃ മുക്തഃ യഃ - ആരാണോ ഹർഷം, അമർഷം, ഭയം, ക്ഷോഭം എന്നിവയിൽനിന്ന് മുക്തനായിട്ടുള്ളവൻ; സ ച മേ പ്രിയഃ - അയാളും എനിക്ക് പ്രിയപ്പെട്ടവനാകുന്നു

(12.16) അനപേക്ഷഃ - ഒന്നും അപേക്ഷിക്കാത്തവനും; ശുചിഃ - അകത്തും പുറത്തും ശുചിത്വം പാലിക്കുന്നവനും ദക്ഷഃ - ഉത്സാഹ ശീലനും; ഉദാസീനഃ - ഒന്നിലും സംഗമില്ലാത്തവനും; ഗതവ്യഥഃ - വ്യഥകളില്ലാത്തവനും; സർവാരംഭ പരിത്യാഗീ - സർവ ഉദ്യമങ്ങളും ത്യജിച്ചവനും (ഭൗതിക മോഹങ്ങളില്ലാത്തതിനാൽ അതിനായുള്ള പരിശ്രമങ്ങളെ ഉപേക്ഷിച്ചവനും) ആയ; യഃ മദ്ഭക്തഃ - എന്റെ ഭക്തൻ ആരാണോ; സ മേ പ്രിയഃ - അയാൾ എനിക്ക് പ്രിയപ്പെട്ടവനാകുന്നു.

ശ്ലോകങ്ങളുടെ അർത്ഥം വളരെ വ്യക്തമാണല്ലോ? എട്ടു ശ്ലോക ങ്ങളും കണ്ടിട്ട് കൂടുതൽ പരിശോധന നടത്താം.

ഉത്തമ ഭക്തന്റെ സവിശേഷതകൾ വിവരിക്കുന്നത് തുടരുന്നു:

'യോ ന ഹൃഷ്യതി ന ദ്വേഷ്ടി ന ശോചതി ന കാംക്ഷതി;
ശുഭാശുഭ പരിത്യാഗീ ഭക്തിമാൻ യഃ സ മേ പ്രിയഃ.' (12.17)

അർത്ഥം: യഃ ന ഹൃഷ്യതി ന ദ്വേഷ്ടി ന ശോചതി ന കാംക്ഷതി - ആരാണോ ഹർഷിക്കുകയും ദ്വേഷിക്കുകയും ശോചിക്കുകയും

കാംക്ഷിക്കുകയും ചെയ്യാത്തത്; ശുഭാശുഭ പരിത്യാഗീ ഭക്തിമാൻ - ശുഭാശുഭങ്ങളെ പരിത്യജിച്ച ഭക്തൻ; യഃ - ആരാണോ; സഃ - അയാൾ; മേ പ്രിയഃ - എനിക്കു പ്രിയപ്പെട്ടവനാകുന്നു.

'സമഃ ശത്രൗ ച മിത്രേ ച തഥാ മാനാപമാനയോഃ;
ശീതോഷ്ണ സുഖദുഃഖേഷു സമഃ സംഗവിവർജിതഃ.' (12.18)

'തുല്യനിന്ദാസ്തുതിർമൗനീ സന്തുഷ്ടോ യേന കേനചിത്;
അനികേതഃ സ്ഥിരമതിഃ ഭക്തിമാൻ മേ പ്രിയോ നരഃ.' (12.19)

അർത്ഥം: (12.18) സമഃ ശത്രൗ ച മിത്രേ ച - ശത്രുവിനെയും മിത്രത്തെയും ഒരുപോലെ കാണുന്നവനും; തഥാ - അതുപോലെ; മാനാപമാനയോഃ - മാനാപമാനങ്ങളിലും; ശീതോഷ്ണ സുഖ ദുഃഖേഷു സമഃ - ശീതോഷ്ണങ്ങളിലും സുഖദുഃഖങ്ങളിലും ഒരേപോലെ വർത്തിക്കുന്നവനും; സംഗവിവർജിതഃ - സംഗത്തെ വർജിച്ചവനും.

(12.19) തുല്യനിന്ദാസ്തുതിഃ - നിന്ദയും സ്തുതിയും തുല്യമായി കാണുന്നവനും; മൗനീ - വാക്കിനെ അടക്കിയവനും; സന്തുഷ്ടഃ യേന കേനചിത് - കിട്ടുന്നതുകൊണ്ട് സന്തുഷ്ടനാകുന്നവനും; അനികേതഃ - വീടില്ലാത്തവനും (സ്ഥിരമായി ഒരിടത്തു താമസിക്കാത്തവനും); സ്ഥിരമതിഃ - സ്ഥിരചിത്തനുമായ; ഭക്തിമാൻ - ഭക്തൻ; മേ - എനിക്ക്; പ്രിയഃ നരഃ - പ്രിയപ്പെട്ട മനുഷ്യനാകുന്നു.

ഉത്തമ ഭക്തിയുടെ ലക്ഷണങ്ങളായി ഇവിടെ വിവരിച്ചിട്ടുള്ള കാര്യങ്ങൾ ഇപ്രകാരം സംഗ്രഹിക്കാം:

ഭൂതങ്ങളോട് ദ്വേഷമില്ലാതിരിക്കുക, പകരം കരുണയും സ്നേഹവും ഉണ്ടായിരിക്കുക, നിർമ്മമനും നിരഹങ്കാരനും സുഖദുഃഖാദി ദ്വന്ദ്വങ്ങളിൽ സമത്വമുള്ളവനുമായിരിക്കുക (12.13);

സദാ സന്തുഷ്ടനായിരിക്കുക, ആത്മനിയന്ത്രണവും ദൃഢനിശ്ചയവുമുള്ളവനായിരിക്കുക, ഈശ്വരനിൽ മനസ്സും ബുദ്ധിയും അർപ്പിച്ചവനായിരിക്കുക (12.14);

ജനങ്ങളെ ക്ഷോഭിപ്പിക്കാതിരിക്കുക, അവർ മൂലം ക്ഷുഭിതനാകാതിരിക്കുക, ഹർഷാമർഷാദികളിൽനിന്ന് മുക്തനായിരിക്കുക (12.15);

ഒന്നിനുംവേണ്ടി അപേക്ഷിക്കാതിരിക്കുക, ശുചിത്വവും ഉത്സാഹവുമുള്ളവനായിരിക്കുക, സംഗവും വ്യഥകളും ഉപേക്ഷിക്കുക (12.16);

സുഖദുഃഖാദി ദ്വന്ദ്വങ്ങളെ അതിജീവിക്കുക, ശുഭാശുഭങ്ങളെ ത്യജിക്കുക (12.17);

ശത്രുമിത്രങ്ങളിലും മാനാപമാനങ്ങളിലും ശീതോഷ്ണങ്ങളിലും സുഖദുഃഖങ്ങളിലും സമനായിരിക്കുക, ഒന്നിലും സംഗമില്ലാത്തവനായിരിക്കുക (12.18);

സ്തുതിയിലും നിന്ദയിലും ഒരുപോലെ വർത്തിക്കുക, കിട്ടുന്നതുകൊണ്ട് തൃപ്തനായിരിക്കുക, എവിടെയും സ്ഥിരതാമസമില്ലാതിരിക്കുക, എന്നാൽ ചിന്തയിൽ ചാഞ്ചല്യമില്ലാതിരിക്കുക (12.19);

എന്നിവയാണ് ഉത്തമഭക്തിയുടെ അഥവാ ഉത്തമ ഭക്തന്റെ ലക്ഷണങ്ങളായി ഇവിടെ വിവരിച്ചിട്ടുള്ളത്. ഇവയിലെല്ലാംകൂടി നൽകപ്പെടുന്ന സന്ദേശം ഇതാണ്: 'ഒരു നല്ല ഭക്തൻ ഈശ്വരസേവ നടത്തുന്നത് ഈശ്വരനിൽനിന്ന് എന്തെങ്കിലും ഇരന്നു വാങ്ങാനല്ല. അവൻ എല്ലാം ത്യജിക്കുന്നവനും എല്ലാ ദ്വന്ദ്വങ്ങൾക്കും അതീതനുമാണ്. പരസ്പര വിരുദ്ധങ്ങളായ ജീവിതാനുഭവങ്ങളോട് അവൻ ഒരുപോലെയാണ് പ്രതികരിക്കുക. ക്ഷോഭിക്കുകയോ അന്യർക്ക് ക്ഷോഭമുണ്ടാക്കുകയോ ദുഃഖിക്കുകയോ ദ്വേഷിക്കുകയോ ഒന്നും ചെയ്യുന്നില്ല. കിട്ടിയതുകൊണ്ട് തൃപ്തിപ്പെടുന്ന സ്ഥിരചിത്തനാണ് യഥാർത്ഥ ഭക്തൻ.'

ഇനി അവസാനത്തെ ശ്ലോകം നോക്കാം. അത് ഇങ്ങനെയാണ്:

'യേ തു ധർമ്മ്യാമൃതമിദം യഥോക്തം പര്യുപാസതേ;
ശ്രദ്ദധാനാ മത്പരമാ ഭക്താസ്തേ/തീവ മേ പ്രിയാഃ.' (12.20)

അർത്ഥം: യേ തു - ഏവരാണോ; ധർമ്മ്യാമൃതം ഇദം യഥോക്തം - അനുഷ്ഠിക്കേണ്ടതായ ഇപ്പറയപ്പെട്ട സവിശേഷതകളെ; പര്യുപാസതേ - അനുവർത്തിക്കുന്നത്; ശ്രദ്ദധാനാഃ മത്പരമാഃ - എന്നിൽ ശ്രദ്ധയുള്ളവരും എന്നെ പരമ ലക്ഷ്യമായി കാണുന്നവരുമായ; ഭക്താഃ തേ - ആ ഭക്തന്മാർ; അതീവ മേ പ്രിയാഃ - എനിക്ക് അത്യന്തം പ്രിയമുള്ളവരാകുന്നു.

അങ്ങനെ, ഭക്തന്റെ ഗുണങ്ങളും അവ സ്വജീവിതത്തിൽ അനുഷ്ഠിക്കുന്നതിന്റെ മേന്മയും ചൂണ്ടിക്കാണിച്ചുകൊണ്ട് 20 ശ്ലോകങ്ങളുള്ള ഭക്തിയോഗം എന്ന പന്ത്രണ്ടാം അദ്ധ്യായം സമാപിക്കുന്നു.

പതിമ്മൂന്ന്

ക്ഷേത്രക്ഷേത്രജ്ഞവിഭാഗയോഗം

എല്ലായിടവും വ്യാപിച്ചും എല്ലാറ്റിലും ആന്തരികമായും സ്ഥിതി ചെയ്യുന്ന അവ്യക്തവും അക്ഷരവുമായ ചൈതന്യത്തെ ഉപാസിക്കുന്നത് ക്ലേശകരമാണെന്നും അതിനേക്കാൾ അഭികാമ്യമായിട്ടുള്ളത് തന്നിൽത്തന്നെയുള്ള അതേ ചൈതന്യത്തെ ഉപാസിക്കുന്നതാണെന്നും പന്ത്രണ്ടാം അദ്ധ്യായത്തിന്റെ ആരംഭത്തിൽ കൃഷ്ണൻ വിശദീകരിക്കുകയുണ്ടായല്ലോ? ആ വിശദീകരണത്തിന്റെ തത്ത്വചിന്താ സാധൂകരണമാണ് പതിമൂന്നാം അദ്ധ്യായം. ശരീരംതന്നെയാണ് ക്ഷേത്രമെന്നും അതിനെ അറിയുന്നവനായി അതിനുള്ളിൽ വർത്തിക്കുന്ന ശക്തിയാണ് ക്ഷേത്രജ്ഞനെന്നും ഈ അദ്ധ്യായം ഉദ്ബോധിപ്പിക്കുന്നു. എല്ലാ ക്ഷേത്രങ്ങളിലുമുള്ള ക്ഷേത്രജ്ഞൻ ഒന്നുതന്നെയാണെന്നും അത് ആത്മാവാണെന്നുംകൂടി ഇതിൽ വ്യക്തമാക്കിയിട്ടുണ്ട്. ഇക്കാര്യങ്ങൾ ബോദ്ധ്യമായാൽ ഈശ്വരോപാസനയ്ക്കുള്ള ക്ഷേത്രങ്ങളെന്ന നിലയിൽ അന്യശരീരങ്ങളെയോ ഭൗതിക നിർമ്മിതികളെയോ ആശ്രയിക്കേണ്ട കാര്യമില്ല.

ക്ഷേത്രങ്ങളെയും ക്ഷേത്രജ്ഞനെയും പറ്റി പ്രതിപാദിക്കുന്ന അദ്ധ്യായമായതിനാൽ ഇതിനെ ക്ഷേത്രക്ഷേത്രജ്ഞവിഭാഗയോഗം എന്നു വിളിക്കുന്നു. ഇതിൽ 34 ശ്ലോകങ്ങളാണുള്ളത്. ക്ഷേത്രം, ജ്ഞാനം, ജ്ഞേയം, പുരുഷൻ, പ്രകൃതി, ആത്മാവ്, പരമാത്മാവ് എന്നിവയെയെല്ലാം സംബന്ധിച്ച ഉപദേശങ്ങൾ ഈ അദ്ധ്യായത്തിലുണ്ട്. അതിനാൽത്തന്നെ ഇതൊരു സുപ്രധാനമായ അദ്ധ്യായമാണ്.

ആദ്യ ശ്ലോകത്തിൽത്തന്നെ വിഷയം അവതരിപ്പിച്ചിരിക്കുന്നു. ശ്ലോകം ഇതാ:

'ഇദം ശരീരം കൗന്തേയ ക്ഷേത്രമിത്യഭിധീയതേ;
ഏതത് യോ വേത്തി തം പ്രാഹുഃ ക്ഷേത്രജ്ഞ ഇതി തദ്വിദഃ.' (13.1)

വാഗർത്ഥം: ഇദം ശരീരം കൗന്തേയ - ഹേ, അർജുനാ, ഈ ശരീരം; ക്ഷേത്രം ഇതി അഭിധീയതേ - ക്ഷേത്രം എന്ന് പറയപ്പെടുന്നു;

ഏതത് - ഇതിനെ; യഃ വേത്തി - ആര് അറിയുന്നുവോ; തം - അയാളെ; ക്ഷേത്രജ്ഞഃ ഇതി പ്രാഹുഃ - ക്ഷേത്രജ്ഞൻ എന്നു പറയുന്നു; തത് വിദഃ - അതിനെപ്പറ്റി അറിവുള്ളവർ.

ശരീരം ക്ഷേത്രമെന്നും അതിനുള്ളിൽ അറിയുന്നവനായി വർത്തിക്കുന്ന ശക്തിയെ ക്ഷേത്രജ്ഞനെന്നും വിളിക്കുന്നു എന്നർത്ഥം.

അടുത്ത ശ്ലോകംകൂടി കാണുക:

'ക്ഷേത്രജ്ഞം ചാപി മാം വിദ്ധി സർവക്ഷേത്രേഷു ഭാരത;
ക്ഷേത്രക്ഷേത്രജ്ഞയോർജ്ഞാനം യത്തജ്ജ്ഞാനം മതം മമ.' (13.2)

വാഗർത്ഥം: ഭാരത - ഹേ, അർജുനാ; സർവക്ഷേത്രേഷു - സർവ ക്ഷേത്രങ്ങളിലും; ക്ഷേത്രജ്ഞം ച അപി മാം വിദ്ധി - ഞാനാണ് ക്ഷേത്രജ്ഞൻ എന്നുകൂടി അറിയുക; ക്ഷേത്രക്ഷേത്രജ്ഞയോഃ ജ്ഞാനം യത് - ക്ഷേത്രം, ക്ഷേത്രജ്ഞൻ എന്നിവ രണ്ടിനെയും പറ്റിയുള്ള ജ്ഞാനം ഏതോ; തത് ജ്ഞാനം മതം മമ - ജ്ഞാനം എന്നാൽ അതാണെന്നാണ് എന്റെ അഭിപ്രായം.

'സർവ ശരീരങ്ങളും ക്ഷേത്രങ്ങളാകുന്നു, ആ ക്ഷേത്രങ്ങളിലെയെല്ലാം ക്ഷേത്രജ്ഞൻ ഞാനാകുന്നു'; ഇതാണ് കൃഷ്ണൻ പറയുന്നത്. കൃഷ്ണൻ ആത്മാവാണെന്ന് നാം മനസ്സിലാക്കിയിട്ടുണ്ടല്ലോ? സർവ ശരീരങ്ങളുടെയും ഉള്ളിൽ അവയെ അറിയുന്നവനായി ആത്മാവ് സ്ഥിതി ചെയ്യുന്നു എന്നു സാരം.

ബൃഹദാരണ്യകോപനിഷത് 2.4.14, 3.7.23, 3.8.11 വാക്യങ്ങളിൽ പറയുന്നു, ആത്മാവല്ലാതെ അറിയുന്നവനായി മറ്റ് ആരുമില്ലെന്ന്. അതായത്, സർവതിലും അറിയുന്നവനായി വർത്തിക്കുന്നത് ആത്മാവാകുന്നു.

ക്ഷേത്രജ്ഞൻ എന്ന ആത്മാവിനെപ്പറ്റിയും ആത്മാവിനാൽ അറിയപ്പെടുന്ന ക്ഷേത്രം എന്ന പ്രകൃതിയെപ്പറ്റിയും അറിഞ്ഞാൽ എല്ലാം അറിഞ്ഞുകഴിഞ്ഞു. അറിയാനായി മറ്റൊന്നുംതന്നെ ഈ പ്രപഞ്ചത്തിൽ ഇല്ല. ക്ഷേത്രത്തോടുകൂടിയിരിക്കുന്ന ക്ഷേത്രജ്ഞനാണ് ബ്രഹ്മം. ബ്രഹ്മത്തെ അറിയുന്നവൻ ബ്രഹ്മംതന്നെ ആയിത്തീരുന്നുവെന്ന് മുണ്ഡകം 3.2.9 പ്രഖ്യാപിക്കുന്നു. ആത്മാവിനെ അറിയുന്നവൻ അമരനായിത്തീരുമെന്നാണ് കഠം 3.15, 6.9 തുടങ്ങിയ മന്ത്രങ്ങളിലെ ഉദ്ബോധനം.

ക്ഷേത്രം എന്തെന്നാണ് തുടർന്നു വിശദീകരിക്കുന്നത്. ഋഷിമാരും വേദങ്ങളും ബ്രഹ്മസൂത്രവുമൊക്കെ പറഞ്ഞിട്ടുള്ളതുപ്രകാരമാണ് ക്ഷേത്രത്തിന്റെ സവിശേഷതൾ വിവരിക്കുന്നതെന്ന് 13.3, 13.4 ശ്ലോകങ്ങളിൽ പറയുന്നു. ആ വിവരണം ഇപ്രകാരമാണ്:

'മഹാഭൂതാന്യഹങ്കാരോ ബുദ്ധിരവ്യക്തമേവ ച;
ഇന്ദ്രിയാണി ദശൈകം ച പഞ്ച ചേന്ദ്രിയഗോചരാഃ.' (13.5)

'ഇച്ഛാദ്വേഷഃ സുഖം ദുഃഖം സംഘാതശ്ചേതനാ ധൃതിഃ;
ഏതത്ക്ഷേത്രം സമാസേന സവികാരമുദാഹൃതം.' (13.6)

വാഗർത്ഥം: (13.5) മഹാഭൂതാനി - പഞ്ചമഹാഭൂതങ്ങൾ (ആകാശം, വായു, അഗ്നി, ജലം, ഭൂമി എന്നിങ്ങനെയുള്ള അഞ്ച് എണ്ണം. അവയുടെ സൂക്ഷ്മതന്മാത്രകൾ എന്ന് വിവക്ഷ, അവ ചേർന്നാണ് ശരീരമുണ്ടാകുന്നത് എന്നതിനാൽ); അഹങ്കാരഃ - ഞാൻ എന്ന ബോധം; ബുദ്ധിഃ - അന്തഃകരണങ്ങളിൽ ഒന്ന്, വിവേചനാ ശക്തി; അവ്യക്തം ഏവ ച - അവ്യക്തമായ ഇവയും (വ്യക്തിരൂപങ്ങളായി പരിണമിക്കാത്ത പ്രകൃതിശക്തിയാണ് അവ്യക്തം); ഇന്ദ്രിയാണി ദശൈകം ച - പത്ത് ഇന്ദ്രിയങ്ങളും മനസ്സും ചേർന്ന പതിനൊന്ന് എണ്ണം; പഞ്ച ച ഇന്ദ്രിയഗോചരാഃ - ഇന്ദ്രിയങ്ങൾകൊണ്ട് ഗ്രഹിക്കാൻ പറ്റുന്നവ, ശബ്ദസ്പർശരൂപരസഗന്ധങ്ങൾ;

(13.6) ഇച്ഛാ ദ്വേഷഃ സുഖം ദുഃഖം സംഘാതഃ - ഇച്ഛാ, ദ്വേഷം, സുഖം, ദുഃഖം എന്നിവയുടെ കൂട്ടം (ഇവിടെ എണ്ണിപ്പറഞ്ഞവ മാത്രമല്ല, ഇവയെപ്പോലുള്ള എല്ലാ വികാരങ്ങളും ഇതിൽ ഉൾപ്പെടുന്നു എന്നർത്ഥം); ചേതനാ - തിരിച്ചറിയാനുള്ള കഴിവ് (ഇവിടെ അർത്ഥം ജീവിയുടെ സവിശേഷതകൾ സംബന്ധിച്ച അറിവ് എന്നാകുന്നു. ആ അറിവിനനുസരിച്ചാണ് ജീവി വളർന്ന് പൂർണ്ണ രൂപത്തിലാകുന്നത്); ധൃതിഃ - സ്ഥൈര്യം; ഏതത് ക്ഷേത്രം - ഇത് ക്ഷേത്രമാകുന്നു എന്ന്; സമാസേന - സംക്ഷേപമായി; സവികാരം - അതിന്റെ വിവിധ രൂപവ്യത്യാസങ്ങളോടുകൂടി; ഉദാഹൃതം - പറയപ്പെട്ടിരിക്കുന്നു.

ശ്ലോകാർത്ഥം: (13.5) പഞ്ചമഹാഭൂതങ്ങളായ ആകാശം, വായു, അഗ്നി, ജലം, ഭൂമി (ഇവയുടെ സൂക്ഷ്മ തന്മാത്രകൾ ചേർന്നാണ് ശരീരമുണ്ടാകുന്നത്), അഹങ്കാരം അഥവാ ഞാൻ എന്ന ബോധം, അന്തഃകരണങ്ങളിൽ ഒന്നായ ബുദ്ധി അഥവാ വിവേചനാ ശക്തി, എന്നിങ്ങനെയുള്ള അവ്യക്ത ഘടകങ്ങളും അതിനോടൊപ്പം പത്ത് ഇന്ദ്രിയങ്ങളും മനസ്സും പിന്നെ ഇന്ദ്രിയഗോചരങ്ങളായ ശബ്ദസ്പർശ, രൂപ, രസ, ഗന്ധങ്ങളും ക്ഷേത്രത്തിന്റെ ഭാഗമാകുന്നു. (അവ്യക്തം എന്നാൽ വ്യക്തിരൂപങ്ങളായി പരിണമിക്കാത്ത അവസ്ഥയിലുള്ള ഘടകങ്ങൾ).

(13.6) (മുകളിൽ പറഞ്ഞവയോടൊപ്പം) ഇച്ഛാ, ദ്വേഷം, സുഖം, ദുഃഖം എന്നിങ്ങനെയുള്ള എല്ലാ വികാരങ്ങളും ജീവിയുടെ സവിശേഷതകൾ സംബന്ധിച്ച അറിവും (ഉള്ളിലുള്ള ഈ അറിവിനനുസരിച്ചാണ് ജീവി വളർന്ന് പൂർണ്ണരൂപത്തിലാകുന്നത്), സ്ഥൈര്യവും

(ഇവയെയെല്ലാം ഒന്നിച്ചു നിർത്താനുള്ള ശക്തി) ചേർന്നതാണ് വിവിധ രൂപവ്യത്യാസങ്ങളോടുകൂടിയ ക്ഷേത്രമെന്ന് സംക്ഷേപമായി പറയപ്പെട്ടിരിക്കുന്നു.

ശരീരമാണ് ക്ഷേത്രം എന്ന് ആദ്യം പറഞ്ഞതാണല്ലോ? അപ്പോൾ ഈ വിശദീകരണം ശരീരത്തിന്റെ ഉള്ളടക്കത്തെക്കുറിച്ചുള്ളതാണെന്ന് അനുമാനിക്കാം. മനുഷ്യശരീരത്തിൽ ഇത്രയുമൊക്കെയാണുള്ളതെന്നു സാരം. ക്ഷേത്രജ്ഞന്റെ ലക്ഷണങ്ങൾ പ്രത്യേകം എണ്ണിപ്പറയേണ്ടതില്ല. കാരണം എല്ലാ ക്ഷേത്രങ്ങളിലെയും ക്ഷേത്രജ്ഞൻ താനാണെന്ന് കൃഷ്ണൻ പറഞ്ഞുകഴിഞ്ഞു. തന്റെ തത്ത്വം എന്താണെന്ന് 4.6, 10.20 ശ്ലോകങ്ങളിൽ കൃഷ്ണൻ സ്പഷ്ടമാക്കിയിട്ടുമുണ്ട്.

അറിയേണ്ടതായ പരമമായ വസ്തു എന്താണെന്നും അതറിയാനുള്ള യോഗ്യത എന്താണെന്നുമാണ് ഇനി പറയാൻ പോകുന്നത്. ഈ യോഗ്യതയെപറ്റിയാണ് അടുത്ത അഞ്ചു ശ്ലോകങ്ങളിലായി പറയുന്നത്.

ബി.എ. പരീക്ഷ ജയിച്ചവർക്കേ എം.എ ക്ലാസ്സിലേക്കു പ്രവേശനമുള്ളെന്നു നമുക്ക് അറിയാമല്ലോ? എം.എ. ക്ലാസ്സിലെ പാഠങ്ങൾ മനസ്സിലാകണമെങ്കിൽ ഒരു മിനിമം വിജ്ഞാന നിലവാരം അത്യാവശ്യമാണെന്നതാണ് ഇതിനു കാരണം. ഇങ്ങനെയൊരു വിജ്ഞാന അടിത്തറ ഏതു കാര്യം മനസ്സിലാക്കാനാണെങ്കിലും അവശ്യമാണ്. പരബ്രഹ്മം എന്ന പരമമായ ജ്ഞേയവസ്തുവിനെ അറിയാനും അറിവിന്റെ ഇത്തരം ഒരു അടിത്തറ വേണം. ആ ജ്ഞാനത്തെയാണ് അടുത്ത അഞ്ചു ശ്ലോകങ്ങളിലായി അവതരിപ്പിക്കുന്നത്. ജ്ഞാനം എന്തെന്ന് നേരിട്ടു പറയുകയല്ല, ജ്ഞാനം ഉണ്ടാകുമ്പോഴുള്ള ലക്ഷണങ്ങളിലൂടെ അതിനെ വ്യഞ്ജിപ്പിക്കുകയാണ് ചെയ്തിട്ടുള്ളത്. പനി എന്താണെന്ന് അതിന്റെ ലക്ഷണങ്ങളിലൂടെ വിശദീകരിക്കുന്നതുപോലെയാണിത്. ജ്ഞാനത്തിന്റെ ആ ലക്ഷണങ്ങളെന്തെന്ന് ശ്ലോകങ്ങൾ ഓരോന്നായെടുത്ത് നമുക്കു പരിശോധിക്കാം. ആദ്യശ്ലോകം ഇതാ:

'അമാനിത്വമദംഭിത്വം അഹിംസാ ക്ഷാന്തിരാർജവം;
ആചാര്യോപാസനം ശൗചം സ്ഥൈര്യമാത്മവിനിഗ്രഹഃ.' (13.7)

വാഗർത്ഥം: അമാനിത്വം - താൻ എന്തോ വലിയ ആളാണെന്ന ഭാവം ഇല്ലാതിരിക്കുക; അദംഭിത്വം - കാപട്യമില്ലായ്മ; അഹിംസാ - പരദ്രോഹമില്ലായ്മ; ക്ഷാന്തിഃ - ക്ഷമ, സഹനം; ആർജവം - വക്രതയില്ലായ്മ; ആചാര്യോപാസനം - വിദ്യ ഉപദേശിക്കുന്ന ആചാര്യനെ

ശുശ്രൂഷിക്കുക, സേവിക്കുക; ശൗചം - ശരീരവും മനസ്സും ശുദ്ധമായി വയ്ക്കൽ; സ്ഥൈര്യം - സ്ഥിരഭാവം, സ്വനിശ്ചയത്തിൽ, മാർഗ്ഗത്തിൽ ഉറച്ചുനിൽക്കൽ; ആത്മവിനിഗ്രഹഃ - ആത്മനിയന്ത്രണം, മനസ്സും ശരീരവും നിയന്ത്രണത്തിൽ നിർത്തുക.

ശ്ലോകാർത്ഥം: അമാനിത്വം (താൻ എന്തോ വലിയ ആളാണെന്ന ഭാവം ഇല്ലാതിരിക്കുക), ആർജവം (കാപട്യമില്ലായ്മ); അഹിംസാ, ക്ഷമ, സഹനം; ആർജവം, ആചാര്യോപാസനം (വിദ്യ ഉപദേശിക്കുന്ന ആചാര്യനെ സേവിക്കുക), ശൗചം (ശരീരവും മനസ്സും ശുദ്ധമായി വയ്ക്കൽ), സ്ഥൈര്യം (സ്വനിശ്ചയത്തിൽ, മാർഗ്ഗത്തിൽ ഉറച്ചുനിൽക്കൽ), ആത്മനിയന്ത്രണം എന്നിവ ജ്ഞാനത്തിന്റെ ലക്ഷണങ്ങളാകുന്നു.

ഇനി അടുത്ത രണ്ടു ശ്ലോകങ്ങൾ നോക്കാം:

'ഇന്ദ്രിയാർത്ഥേഷു വൈരാഗ്യം അനഹങ്കാര ഏവ ച;
ജന്മമൃത്യുജരാവ്യാധിദുഃഖദോഷാനുദർശനം.' (13.8)

'അസക്തിരനഭിഷ്വംഗഃ പുത്രദാരഗൃഹാദിഷു;
നിത്യം ച സമചിത്തത്വം ഇഷ്ടാനിഷ്ടോപപത്തിഷു.' (13.9)

വാഗർത്ഥം: (13.8) ഇന്ദ്രിയാർത്ഥേഷു - ഇന്ദ്രിയാർത്ഥങ്ങളായ ശബ്ദ-സ്പർശ-രൂപ-രസ-ഗന്ധങ്ങളിൽ; വൈരാഗ്യം - രാഗമില്ലായ്മ; അനഹങ്കാര ഏവ ച - ഞാൻ, എന്റേത് എന്ന വിചാരംകൂടി ഇല്ലാതിരിക്കൽ; ജന്മമൃത്യുജരാവ്യാധിദുഃഖദോഷാനുദർശനം - ജന്മം, മൃത്യു, ജര, വ്യാധി എന്നിവയിലെ ദുഃഖവും ദോഷവും ചിന്തിക്കൽ;

വാഗർത്ഥം: (13.9) അസക്തിഃ - ലൗകിക വിഷയങ്ങളിൽ സംഗമില്ലായ്മ, നിസ്സംഗത്വം; അനഭിഷ്വംഗഃ പുത്രദാരഗൃഹാദിഷു - പുത്രൻ, ഭാര്യ, ഗൃഹം എന്നിവകളിൽ ആസക്തിയില്ലായ്മ; നിത്യം ച സമചിത്തത്വം ഇഷ്ടാനിഷ്ടോപപത്തിഷു - ഇഷ്ടമായത് വന്നുചേർന്നാലും അനിഷ്ടമായത് വന്നുചേർന്നാലും എന്നും സമചിത്തനായിട്ടിരിക്കുക.

ശ്ലോകാർത്ഥം: (13.8) ഇന്ദ്രിയാർത്ഥങ്ങളായ ശബ്ദ-സ്പർശ-രൂപ-രസ-ഗന്ധങ്ങളിൽ രാഗമില്ലായ്മ; അനഹങ്കാരം (ഞാൻ, എന്റേത് എന്ന വിചാരംകൂടി ഇല്ലാതിരിക്കൽ), ജന്മം, മൃത്യു, ജര, വ്യാധി എന്നിവയിലെ ദുഃഖവും ദോഷവും ചിന്തിക്കൽ;

വാഗർത്ഥം: (13.9) ലൗകിക വിഷയങ്ങളിൽ സംഗമില്ലായ്മ, പുത്രൻ, ഭാര്യ, ഗൃഹം എന്നിവകളിൽ ആസക്തിയില്ലായ്മ, ഇഷ്ടമായത് വന്നുചേർന്നാലും അനിഷ്ടമായത് വന്നുചേർന്നാലും എന്നും സമചിത്തനായിട്ടിരിക്കുക.

ജ്ഞാനത്തെപ്പറ്റിയുള്ള അവസാനത്തെ രണ്ടു ശ്ലോകങ്ങൾ ഇവയാണ്:

'മയി ചാനന്യയോഗേന ഭക്തിരവ്യഭിചാരിണീ;
വിവിക്തദേശ സേവിത്വം അരതിർജനസംസദി.' (13.10)

'അധ്യാത്മജ്ഞാന നിത്യത്വം തത്ത്വജ്ഞാനാർത്ഥദർശനം;
ഏതജ്ജ്ഞാനമിതി പ്രോക്തം അജ്ഞാനം യദതോ/ന്യഥാ.' (13.11)

വാഗർത്ഥം: (13.10) മയി - എന്നിൽ; ച അനന്യയോഗേന ഭക്തിഃ അവ്യഭിചാരിണീ - അചഞ്ചലവും ഏകാഗ്രവുമായ ഭക്തിയും; വിവിക്തദേശ സേവിത്വം - ഏകാന്തസ്ഥലത്തു താമസിക്കുന്ന ശീലം; അരതിർജനസംസദി - ആൾക്കൂട്ടങ്ങളോടൊപ്പം ചേരുന്നതിൽ താത്പര്യമില്ലായ്മ;

(13.11): അധ്യാത്മജ്ഞാന നിത്യത്വം - ആത്മവിഷയമായ ജ്ഞാനത്തിൽ നിരന്തര നിഷ്ഠ; തത്ത്വജ്ഞാനാർത്ഥദർശനം - തത്ത്വജ്ഞാനത്തിന്റെ ഗുണങ്ങളെപ്പറ്റി ബോധമുണ്ടാകൽ; ഏതത് - ഇത്, ഇവയെല്ലാം ചേർന്നത്; ജ്ഞാനം ഇതി പ്രോക്തം - ജ്ഞാനം എന്ന് പറയപ്പെടുന്നു; അജ്ഞാനം യത് അതഃ അന്യഥാ - അങ്ങനെയല്ലാത്തതെന്തോ അത് അജ്ഞാനം.

ശ്ലോകാർത്ഥം: (13.10) എന്നിൽ അചഞ്ചലവും ഏകാഗ്രവുമായ ഭക്തി, ഏകാന്തസ്ഥലത്തു താമസിക്കുന്ന ശീലം, ആൾക്കൂട്ടങ്ങളോടൊപ്പം ചേരുന്നതിൽ താത്പര്യമില്ലായ്മ;

(13.11): ആത്മവിഷയമായ ജ്ഞാനത്തിൽ നിരന്തര നിഷ്ഠ, തത്ത്വജ്ഞാനത്തിന്റെ ഗുണങ്ങളെപ്പറ്റി ബോധമുണ്ടാകൽ ഇവയെല്ലാം ചേർന്നതാണ് ജ്ഞാനം. അങ്ങനെയല്ലാത്തതെന്തോ അത് അജ്ഞാനം.

ഈ അഞ്ചു ശ്ലോകങ്ങളിൽ വിവരിക്കപ്പെട്ടിരിക്കുന്ന സവിശേഷതകൾ ഉള്ളവർ പരമമായ ജ്ഞേയ വസ്തുവിനെ അറിയാൻ യോഗ്യരാകുന്നു, അതിനുള്ള അടിസ്ഥാന ജ്ഞാനം നേടിയിട്ടുള്ളവരാകുന്നു എന്നാണ് വിവക്ഷ. ഈ സവിശേഷതകൾ ഏതിനാൽ സ്വായത്തമാക്കിയിരിക്കുന്നോ അതാണ് ജ്ഞാനം. അതുകൊണ്ടാണ് ഇവിടെ എണ്ണിയെണ്ണിപ്പറഞ്ഞ കാര്യങ്ങളുടെ സംഘാതം ജ്ഞാനമാണെന്ന് വിശേഷിപ്പിക്കപ്പെട്ടിട്ടുള്ളത്.

പരമമായ ജ്ഞേയ വസ്തു എന്തെന്നാണ് ഇനി വരുന്ന ആറ് ശ്ലോകങ്ങളിലായി പറയപ്പെടുന്നത്. ആ ജ്ഞേയം എന്തെന്നും അതിന്റെ സവിശേഷതകളെന്തെന്നും നമുക്കു നോക്കാം.

ജ്ഞേയ വസ്തുവിനെപ്പറ്റി കൃഷ്ണൻ പറഞ്ഞുതുടങ്ങുന്നത് ഇങ്ങനെയാണ്:

'ജ്ഞേയം യത്തത്പ്രവക്ഷ്യാമി യജ്ജ്ഞാത്വാമൃതമശ്നുതേ:
അനാദിമത് പരം ബ്രഹ്മ ന സത്തന്നാസദുച്യതേ.' (13.12)

വാഗർത്ഥം: ജ്ഞേയം യത് തത് പ്രവക്ഷ്യാമി - അറിയേണ്ടത് എന്തിനെയാണെന്ന് ഞാൻ പറയാം; യത് ജ്ഞാത്വാ അമൃതം അശ് നുതേ - ഏതിനെ അറിഞ്ഞാലാണോ അമരത്വം പ്രാപിക്കുന്നത് (അതിനെപ്പറ്റിയാണ് പറയുന്നത്): അനാദിമത് - ആദി ഇല്ലാത്ത, നിത്യമായ; പരം ബ്യഹ്മ - പരബ്രഹ്മം (ആണത്); ന സത് തത് ന അസത് ഉച്യതേ - അത് സത്തോ അസത്തോ അല്ലെന്നു പറയപ്പെടുന്നു.

അറിയേണ്ടത് പരബ്രഹ്മത്തെയാണെന്നാണ് ഇവിടെ പറയുന്നത്. അനാദിയും സത്-അസത് ദ്വന്ദ്വഭാവമില്ലാത്തതും ആയ അതിനെ അറിഞ്ഞാൽ അമരത്വം ലഭിക്കും എന്നും പറഞ്ഞിരിക്കുന്നു.

പലതായി പ്രകടമാകാനുള്ള ആത്മാവിന്റെ ശക്തിയും ഉപാധിയുമാണ് പ്രകൃതി. കേവലമായ അവസ്ഥയിൽ, പ്രപഞ്ചം പ്രകടിതമാകാത്ത ആദി അവസ്ഥയിൽ, ഈ പ്രകൃതി ആത്മാവിൽ ലീനമായിട്ടിരിക്കുന്നു. ഇത് പൂജ്യമായ ഭൗതികോർജ്ജംതന്നെയാണ്. ശാസ്ത്രജ്ഞർ പ്രപഞ്ചത്തിന്റെ നിർമ്മാണ വസ്തുവായ ഭൗതികോർജ്ജത്തിന്റെ ആകെ അളവ് പൂജ്യമാണെന്നാണല്ലോ പറയുന്നത്? പ്രപഞ്ചത്തെ പ്രകടിപ്പിക്കാനായി ആത്മാവ് പൂജ്യം മാത്രമായ ഭൗതികോർജ്ജത്തെ, അതായത് പ്രകൃതിയെ, ഉദ്ദീപിപ്പിക്കുന്നു. എങ്ങനെയാണ് ഈ ഉദ്ദീപനം, ഉണർത്തൽ, നടക്കുന്നത്? പൂജ്യത്തെ പോസിറ്റീവും നെഗറ്റീവും ഊർജകണങ്ങളായി വേർപിരിക്കുന്നു. ഒന്നായതിനെ രണ്ടായി മാറ്റുന്ന ഈ പ്രക്രിയ അങ്ങനെ പ്രപഞ്ചോത്പത്തിക്കു തുടക്കം കുറിക്കുന്നു. ഈ വിപരീത ചാർജ്ജുകൾ ഒന്നിച്ചുകൂടി വീണ്ടും പൂജ്യമായി മാറുന്നതിൽനിന്ന് അവയെ തടഞ്ഞ് പ്രപഞ്ചത്തെ നിലനിർത്തുന്നത് ആത്മശക്തിയല്ലാതെ മറ്റൊന്നുമല്ല. കാരണം, അവിടെ അപ്പോൾ ആ ശക്തിയല്ലാതെ മറ്റൊന്നുമില്ല. ഈ വിപരീത ചാർജ്ജുകളെ വേർപിരിച്ചു നിർത്തുന്ന ശക്തിയായി ഓരോ ആറ്റത്തിലും ആത്മാവ് നിലനിൽക്കേണ്ടത് അനിവാര്യമാണല്ലോ? അങ്ങനെ ഉദ്ദീപിപ്പിക്കപ്പെട്ട ഭൗതിക ശക്തിയോടുകൂടിയ ആത്മാവാണ് ബ്രഹ്മം. ഭൗതികശക്തിയുടെ യാഥാർത്ഥ അവസ്ഥ പൂജ്യമായതിനാൽ അത് നശ്വരമാണ്; എന്നാൽ അത് ആത്മാവിൽ ലീനമായ ശക്തിയായതിനാൽ അത് നിത്യവുമാണ്. (ഇതിനെപ്പറ്റി 13.19 ശ്ലോകത്തിൽ പരാമർശിക്കുന്നുണ്ട്). ബ്രഹ്മത്തിന് നശ്വരം, അനശ്വരം എന്നിങ്ങനെ രണ്ടു രൂപങ്ങളുണ്ടെന്ന് ബൃഹദാരണ്യക ഉപനിഷത്ത് 2.3.1-ൽ പറഞ്ഞിട്ടുണ്ട്. ഇതേ ആശയം ഛാന്ദോഗ്യത്തിലും (8.3.4)

തൈത്തിരീയത്തിലും (2.6.1) കാണാം. നശ്വരമായത് അസത്, അനശ്വരമായത് സത്. ബ്രഹ്മം ഇതിൽ ഏതെന്നു പറയുക സാധ്യമല്ല. കാരണം, അതിൽ രണ്ടുമുണ്ട്. യഥാർത്ഥത്തിൽ, സത്തിനാൽ നിലനിർത്തപ്പെടുന്ന അസത്താണതെന്ന് മുകളിലെ വിവരണത്തിൽനിന്ന് വ്യക്തമാണല്ലോ. ഇപ്രകാരം സത്തിനാൽ നിലനിർത്തപ്പെടുന്ന അസത്, അതായത് സത്-അസത് സംയുക്തം, സത്യം എന്ന് അറിയപ്പെടുന്നു. ഛാന്ദോഗ്യ ഉപനിഷത് 8.3.5 സത്യത്തെ ഇങ്ങനെയാണു നിർവചിച്ചിരിക്കുന്നത്. അതിനാൽ ബ്രഹ്മത്തെ സത്യം എന്ന് വിളിക്കുന്നു (ഛാന്ദോഗ്യം 8.3.4).

ഭൗതിക ശരീരത്തോടുകൂടിയിരിക്കുന്ന ഓരോരുത്തരും ബ്രഹ്മം തന്നെയെന്നാണ് 'അഹം ബ്രഹ്മാസ്മി', 'തത് ത്വം അസി' എന്നീ മഹാവാക്യങ്ങൾ പ്രഖ്യാപിക്കുന്നത്. പിന്നിലും മുന്നിലും മുകളിലും താഴെയും അപ്പുറവും ഇപ്പുറവും ഉള്ളതെല്ലാം ബ്രഹ്മമാണെന്ന് മുണ്ഡകം 2.2.11 മന്ത്രം വ്യക്തമാക്കുന്നു. ഇതേ കാര്യം ഛാന്ദോഗ്യം 3.14.1-ലും കാണാം. എന്നാൽ, വ്യക്തികളെ വിട്ട് പ്രപഞ്ചം മുഴുവനായി എടുക്കുമ്പോഴുള്ള ബ്രഹ്മത്തിന്റെ പേരാണ് പരബ്രഹ്മം എന്നത്. ബ്രഹ്മവും പരബ്രഹ്മവും ഫലത്തിൽ ഒന്നുതന്നെ. ലോകം മുഴുവൻ കൈകാലുകളും ഇന്ദ്രിയങ്ങളും മറ്റുമായി നിൽക്കുമ്പോൾ പരബ്രഹ്മം എന്നും ആ നില്പ് ഒരു വ്യക്തിയിലേക്കു ചുരുങ്ങുമ്പോൾ അത് ബ്രഹ്മം എന്നും വ്യവഹരിക്കപ്പെടുന്നു. അടുത്ത ശ്ലോകത്തിൽ ഇത് കൂടുതൽ വ്യക്തമായി പറയുന്നുണ്ട്.

ഇവിടെ കൃഷ്ണൻ പറയുന്നത്, പരബ്രഹ്മത്തെ അറിയണമെന്നാണ്. പ്രപഞ്ചം മുഴുവൻ നിറഞ്ഞ ഭൗതികാംശങ്ങളോടെ വർത്തിക്കുന്ന ആത്മാവിനെ അറിയുക എന്നാണ് അതിനർത്ഥം. ആത്മാവിനെ അറിഞ്ഞാൽ അമരത്വം എന്ന ഈശ്വരഭാവം പ്രാപിക്കുമെന്ന് 4.9, 7.18, 18.55 തുടങ്ങിയ ശ്ലോകങ്ങളിൽ ഗീത തന്നെ വ്യക്തമാക്കുന്നുണ്ട്. മുണ്ഡകം 3.2.9, ശ്വേതാശ്വതരം 3.10, 4.17, 4.20 തുടങ്ങിയ ഉപനിഷത് മന്ത്രങ്ങളും ഇതുതന്നെ പറയുന്നു.

ജ്ഞേയ വസ്തു പരബ്രഹ്മം ആണെന്നു പറഞ്ഞുകഴിഞ്ഞു. ഇനി ആ ജ്ഞേയവസ്തുവിന്റെ സവിശേഷതകളെപ്പറ്റിയാണ് പറയുന്നത്. ശ്ലോകം 13.13 നോക്കുക:

'സർവതഃ പാണിപാദം തത് സർവതോ/ക്ഷിശിരോമുഖം;
സർവതഃ ശ്രുതിമല്ലോകേ സർവമാവൃത്യ തിഷ്ഠതി.' (13.13)

വാഗർത്ഥം: സർവതഃ - എല്ലാ ഭാഗത്തും; പാണിപാദം - കൈകാലുകളോടുകൂടിയതും; സർവതഃ അക്ഷിശിരോമുഖം - എല്ലാ ദിക്കിലും കണ്ണും തലയും മുഖവുമുള്ളതും; സർവതഃ ശ്രുതിമത്

ലോകേ - ലോകത്ത് എല്ലായിടത്തും കാതുകളോടുകൂടിയതും ആയ അത് (ആ ജ്ഞേയ വസ്തു); സർവം ആവൃത്യ തിഷ്ഠതി - എല്ലാറ്റിനെയും ഉൾക്കൊണ്ടുകൊണ്ട് സ്ഥിതിചെയ്യുന്നു.

ഈ ലോകത്തുള്ള സർവ ശരീരങ്ങളെയും ഉൾക്കൊണ്ടു സ്ഥിതിചെയ്യുന്ന ഒന്നാണ് പരബ്രഹ്മം എന്ന ജ്ഞേയവസ്തു എന്നർത്ഥം. ഈ ശ്ലോകം ശ്വേതാശ്വതരോപനിഷത്തിലെ 3.16-ന്റെ തനി പകർപ്പാണ്.

സർവ ഭൂതങ്ങളും ആത്മാവിന്റെ ശരീരമാണെന്ന് ബൃഹദാരണ്യക ഉപനിഷത് 3.7.15, ശ്വേതാശ്വതര ഉപനിഷത് 4.10, ഛാന്ദോഗ്യം 8.12.1 എന്നീ ഉപനിഷത് വാക്യങ്ങൾ പറയുന്നു. അങ്ങനെയുള്ള ശരീരത്തോടുകൂടിയ ആത്മാവാണ് ബ്രഹ്മം. ഇനി അടുത്ത ശ്ലോകം:

'സർവേന്ദ്രിയഗുണാഭാസം സർവേന്ദ്രിയ വിവർജിതം;
അസക്തം സർവഭൃച്ചൈവ നിർഗുണം ഗുണഭോക്തൃ ച.' (13.14)

വാഗർത്ഥം: സർവേന്ദ്രിയഗുണാഭാസം - എല്ലാ ഇന്ദ്രിയങ്ങളുടെയും സവിശേഷതകളെ പ്രകാശിപ്പിക്കുന്നതും; സർവേന്ദ്രിയ വിവർജിതം - എന്നാൽ ഇന്ദ്രിയങ്ങളൊന്നുമില്ലാത്തതും; അസക്തം സർവഭൃത് ച ഏവ - എല്ലാറ്റിനെയും വഹിക്കുന്നതാണെങ്കിലും ഒന്നിലും സംഗമില്ലാത്തതും; നിർഗുണം - സത്ത്വരജസ്തമോഗുണരഹിതവും; ഗുണഭോക്തൃ ച - എന്നാൽ ഗുണങ്ങളുടെ ഭോക്താവുമായതാണ് (ഈ ജ്ഞേയവസ്തു അഥവാ പരബ്രഹ്മം).

ഈ ശ്ലോകം ശ്വേതാശ്വതരത്തിലെ 3.17-ന്റെ പരിഷ്കരിച്ച രൂപമാണ്. അർത്ഥം വ്യക്തമായതിനാൽ കൂടുതൽ വിശദീകരണം ആവശ്യമില്ല. ജ്ഞേയത്തിന്റെ സർവവ്യാപിത്വത്തെപ്പറ്റിയാണ് അടുത്ത ശ്ലോകം.

'ബഹിരന്തശ്ച ഭൂതാനാം അചരം ചരമേവ ച;
സൂക്ഷ്മത്വാത്തദവിജ്ഞേയം ദൂരസ്ഥം ചാന്തികേ ച തത്.' (13.15)

വാഗർത്ഥം: ബഹിഃ അന്തഃ ച ഭൂതാനാം - ഭൂതങ്ങളുടെ അകവും പുറവും നിറഞ്ഞതും; അചരം ചരമേവ ച - ചലനത്തോടുകൂടിയും ചലനമില്ലാതെയും വർത്തിക്കുന്ന; തത് - അത്; സൂക്ഷ്മത്വാത് അവിജ്ഞേയം - അതിസൂക്ഷ്മമായതിനാൽ (ഇന്ദ്രിയങ്ങൾകൊണ്ട്) ഗ്രഹിക്കാൻ കഴിയാത്തതുമാണ്; ദൂരസ്ഥം ച അന്തികേ ച - ദൂരത്തും ചാരത്തും ഉള്ളതുമാണ്; തത് - അത്.

പരബ്രഹ്മം സർവവ്യാപിയാണെന്നാണ് ഈ വാക്കുകളിലൂടെ പറയുന്നത്. അചരവും ചരവുമാണെന്ന പ്രസ്താവന മാത്രമാണ്

ഇതിൽ അല്പം വിശദീകരിക്കാനുള്ളത്. എല്ലായിടവും നിറഞ്ഞു നിൽക്കുന്ന ഒന്നിന് ഒരു സ്ഥലത്തുനിന്നു മറ്റൊരിടത്തേക്ക് സഞ്ചരിക്കുക എന്നത് അസാധ്യമാകുന്നു. അതിനാൽ അത് അചരമാണ്. എന്നാൽ ഭൂതങ്ങൾ വിവിധ രൂപങ്ങളായി മാറിക്കൊണ്ടിരിക്കുന്നത് അതിൽ ആന്തരികമായ ചലനമുണ്ടാക്കുകയാണ്. അതിനാൽ അത് ചരവുമാണ്.

ആത്മാവ് ദൂരത്തും ചാരത്തും ഉള്ളിലും സ്ഥിതിചെയ്യുന്നുവെന്ന് ഈശം 5-ലും മുണ്ഡകം 3.1.7-ലും പറയുന്നു. ആത്മാവ് സർവവ്യാപിയാണെന്ന് ഉപനിഷത്തുകൾ ആവർത്തിച്ചു പറയുന്നുണ്ട്. ഉദാഹരണം ബൃഹദാരണ്യകം 3.7.15, ഛാന്ദോഗ്യം 3.14.2, 8.1.3 എന്നിവ. ആത്മാവ് ഇന്ദ്രിയങ്ങൾകൊണ്ട് ഗ്രാഹ്യമല്ലെന്നും ഉപനിഷത്തുകൾ പ്രഖ്യാപിക്കുന്നുണ്ട്. ബൃഹദാരണ്യകം 1.4.7, 3.7.23, 3.8.11, ശ്വേതാശ്വതരം 3.19 തുടങ്ങിയവയിൽ നമുക്കതു കാണാം. അതുകൊണ്ട്, പരബ്രഹ്മവും അങ്ങനെതന്നെ. കാരണം, ഭൗതിക പ്രകടനത്തോടുകൂടി വർത്തിക്കുന്ന ആത്മാവാണല്ലോ, ബ്രഹ്മം!

ബ്രഹ്മം സർവവ്യാപിയാണെന്ന പ്രഖ്യാപനത്തിന്റെ അർത്ഥം അത് അഖണ്ഡമായ ഒരു സത്തയാണെന്നാണ്. ഓരോ ഭൂതവും വെവ്വേറെ അസ്തിത്വങ്ങളല്ല, ഒരേയൊരു സത്തയുടെ അംശങ്ങൾ മാത്രമാണ്. ഈ സത്യമാണ് അടുത്ത ശ്ലോകം വ്യക്തമാക്കുന്നത്. ശ്ലോകം കാണുക:

'അവിഭക്തം ച ഭൂതേഷു വിഭക്തമിവ ച സ്ഥിതം;
ഭൂതഭർതൃ ച തജ്ജ്ഞേയം ഗ്രസിഷ്ണു പ്രഭവിഷ്ണു ച.' (13.16)

വാഗർത്ഥം: അവിഭക്തം ച ഭൂതേഷു - ഭൂതങ്ങളിൽ വിഭജിക്കപ്പെടാതെ; വിഭക്തമിവ ച സ്ഥിതം - എന്നാൽ വിഭജിക്കപ്പെട്ടതുപോലെ സ്ഥിതി ചെയ്യുന്നു; ഭൂതഭർതൃ ച തജ്ജ്ഞേയം - തത് ജ്ഞേയം - ആ ജ്ഞേയവസ്തു ഭൂതങ്ങളെ ഭരിക്കുന്ന ശക്തിയാണ് (ഭൂതങ്ങളെ നിലനിർത്തുന്ന ശക്തിയാണ്); ഗ്രസിഷ്ണു പ്രഭവിഷ്ണു ച - അത് ഭൂതങ്ങളെ പുറപ്പെടുവിക്കുകയും വിലയം കൊള്ളിക്കുകയും ചെയ്യുന്നു.

ആത്മാവ് അഖണ്ഡമാണെന്ന് ഈശാവാസ്യോപനിഷത് മന്ത്രം 8-ൽ പറയുന്നു.

ഭൂതങ്ങളെ ഭരിക്കുക എന്നാൽ അവയുടെ നിലനില്പിനും പ്രവൃത്തികൾക്കുമുള്ള ഊർജ്ജമായി വർത്തിക്കുക എന്നാണ് അർത്ഥം. ഒരു വ്യക്തി എന്തു പ്രവൃത്തി ചെയ്യണമെന്ന് നിശ്ചയിച്ച് അയാളെക്കൊണ്ട് അതു ചെയ്യിപ്പിക്കുന്ന ശക്തിയല്ല, ബ്രഹ്മം അഥവാ പ്രകൃതിയോടുകൂടിയ ആത്മാവ്. നാം ഓരോ പ്രവൃത്തിയെ തിരഞ്ഞെടുക്കുന്നതും നമ്മുടേതായ രീതിയിൽ അത് ചെയ്യുന്നതും നമ്മുടെ

ശാരീരിക പ്രത്യേകതകളും അറിവും അടിസ്ഥാനമാക്കിയാണ്. അതിനുള്ള ഊർജം മാത്രമാണ് ആത്മശക്തിയിൽനിന്നു ലഭിക്കുന്നത്. എന്താണ് ആ ഊർജം? അത് സത്-ചിത്-ആനന്ദം ആകുന്നു. സത് നിലനില്പിനായുള്ള പ്രേരണയായും ചിത് അറിയാനും അറിയിക്കാനുമുള്ള ചോദനയായും ആനന്ദം സുഖാനുഭൂതിക്കുള്ള പ്രേരണയായും ഓരോരുത്തരുടെയും ഉള്ളിൽ പ്രവർത്തിക്കുന്നു. ഇതാണ് നമ്മുടെ കർമ്മങ്ങൾക്കുള്ള ഊർജം, അഥവാ അന്തശ്ചോദന. അതിനാൽത്തന്നെ നമ്മുടെ എല്ലാ കർമ്മങ്ങളും ഇതിൽ ഏതെങ്കിലും ഒന്നിനുവേണ്ടി ആയിരിക്കും. ഒന്നുകിൽ നിലനിൽക്കാൻവേണ്ടി, അല്ലെങ്കിൽ അറിയാനും അറിയിക്കാനും വേണ്ടി, അതുമല്ലെങ്കിൽ സുഖം അനുഭവിക്കാൻ വേണ്ടി.

ഓരോരുത്തർക്കും ഓരോ കർമ്മം നിശ്ചയിച്ചുകൊടുത്തിട്ട് അവരെക്കൊണ്ട് അതു ചെയ്യിക്കുക എന്നത് ആത്മാവിന്റെ പണിയല്ലെന്ന് ശ്ലോകം 5.14-ൽ വ്യക്തമാക്കിയിട്ടുണ്ടല്ലോ? നാം കർമ്മങ്ങൾക്ക് ഉത്തരവാദികളാകുന്നത് ഇതുകൊണ്ടാണ്.

അടുത്ത ഒരു ശ്ലോകത്തോടുകൂടി ജ്ഞേയത്തെപ്പറ്റിയുള്ള വിവരണം അവസാനിക്കുകയാണ്. ആ അവസാന ശ്ലോകം ഇങ്ങനെ:

'ജ്യോതിഷാമപി തജ്ജ്യോതിഃ തമസഃ പരമുച്യതേ;
ജ്ഞാനം ജ്ഞേയം ജ്ഞാനഗമ്യം ഹൃദി സർവസ്യ വിഷ്ഠിതം.' (13.17)

വാഗർത്ഥം: ജ്യോതിഷാം അപി തത് ജ്യോതിഃ - ജ്യോതിസ്സുകളുടെതന്നെ ജ്യോതിസ്സ് ആണ് അത്; തമസഃ പരമുച്യതേ - ഇരുളിൽ നിന്നു ഭിന്നമാണ്, (അത് തേജസ്സ് ആണെന്നർത്ഥം); ജ്ഞാനം ജ്ഞേയം ജ്ഞാനഗമ്യം - ജ്ഞാനവും ജ്ഞേയവും ജ്ഞാനം കൊണ്ട് നേടേണ്ടതും അതുതന്നെ; ഹൃദി സർവസ്യ വിഷ്ഠിതം - സർവരുടെയും ഹൃദയത്തിൽ സ്ഥിതിചെയ്യുന്നതുമാണ്.

സർവരുടെയും ഹൃദയത്തിൽ സ്ഥിതിചെയ്യുന്ന ആ പരമമായ ജ്യോതിസ്സാണ് ജ്ഞാനവും ജ്ഞേയവും ജ്ഞാനഗമ്യവുമായ ചൈതന്യമെന്നാണ് ഇവിടെ പറഞ്ഞിരിക്കുന്നത്.

ജ്യോതിസ്സ് എന്നാൽ സ്വയം പ്രകാശിക്കുന്നത്; അത് മറ്റുള്ളവയെ പ്രകാശിപ്പിക്കുന്നു. സൂര്യൻ സ്വയം പ്രകാശിക്കുന്നു. അത് സൗരയൂഥത്തിലെ സകലതിനെയും പ്രകാശിപ്പിക്കുന്നു. അതുപോലെ ആത്മാവ് എന്ന സ്വയംപ്രകാശിത സത്ത പ്രപഞ്ചത്തെ മുഴുവൻ പ്രകാശിപ്പിക്കുന്നു. എന്നുവച്ചാൽ പ്രപഞ്ചത്തെ മുഴുവൻ നിലനിർത്തുന്നു. സൂര്യൻ പ്രകാശിക്കുന്നിടത്തോളമേ സൗരയൂഥത്തിലെ മറ്റു വസ്തുക്കൾക്ക് നിലനില്പുള്ളൂ എന്നതുപോലെ ആത്മശക്തിയുടെ പ്രകാശമുള്ളിടത്തോളമേ പ്രപഞ്ചത്തിനു നിലനില്പുള്ളൂ.

ഈ വസ്തുത കഠോപനിഷത് 5.15, മുണ്ഡകം 2.2.10, ശ്വേതാശ്വതരം 6.14 എന്നീ മന്ത്രങ്ങളിൽ പ്രഖ്യാപിച്ചിരിക്കുന്നു.

ബ്രഹ്മത്തെ അറിയുന്നവർ അതുതന്നെയായി അമരത്വം പ്രാപിക്കുന്നുവെന്ന് ശ്വേതാശ്വതരം 5.6-ൽ പറയുന്നു. ആത്മാവ് സത്-ചിത്-ആനന്ദം ആണെങ്കിൽ ബ്രഹ്മം സത്യം-ജ്ഞാനം-അനന്തം ആകുന്നു. ആത്മാവിന്റെ പ്രകടിത രൂപമാണ് ബ്രഹ്മം. സത്തിന്റെ രൂപം സത്യം, ചിത്തിന്റെ രൂപം ജ്ഞാനം, ആനന്ദത്തിന്റെ രൂപം അനന്തം. അനന്തമെന്നാൽ ഒന്നല്ലാതെ മറ്റൊന്നുമില്ലാത്ത അവസ്ഥ. അവിടെ ആഗ്രഹങ്ങൾക്കോ അവ നേടാനുള്ള ശ്രമങ്ങൾക്കോ സാധ്യതയില്ല. അതിന്റെ ഫലം ആനന്ദംതന്നെ. ആയതിനാൽ, ജ്ഞാനവും ജ്ഞേയവും ജ്ഞാനംകൊണ്ട് എത്തേണ്ട സത്തയും ബ്രഹ്മം തന്നെ. ഇതാണ് ഈ ശ്ലോകത്തിന്റെ താത്പര്യം.

ക്ഷേത്രം, ജ്ഞാനം, ജ്ഞേയം എന്നിവകളെപ്പറ്റി ഇതുവരെ സംക്ഷിപ്തമായി പറഞ്ഞ കാര്യങ്ങളെല്ലാം മനസ്സിലാക്കിയ ഭക്തന്മാർ ആത്മഭാവത്തെ പ്രാപിക്കുന്നുവെന്ന് ശ്ലോകം 13.18-ൽ പ്രസ്താവിച്ചിരിക്കുന്നു. തുടർന്നുള്ള കുറെ ശ്ലോകങ്ങളിൽ പുരുഷൻ, പ്രകൃതി എന്നിവയെപ്പറ്റിയാണ് പ്രതിപാദിക്കുന്നത്. ഇതിനോടകം നാം മനസ്സിലാക്കിയ ക്ഷേത്രമാണ് യഥാർത്ഥത്തിൽ പ്രകൃതി. ക്ഷേത്രജ്ഞനായ ആത്മാവാണ് പുരുഷൻ. ഇത് വഴിയേ ബോദ്ധ്യപ്പെടുന്നതാണ്. ആദ്യ ശ്ലോകം നോക്കാം:

'പ്രകൃതിം പുരുഷം ചൈവ വിദ്ധ്യനാദീ ഉഭാവപി;
വികാരാംശ്ച ഗുണാംശ്ചൈവ വിദ്ധി പ്രകൃതിസംഭവാൻ.' (13.19)

വാഗർത്ഥം: പ്രകൃതിം പുരുഷം ച - പ്രകൃതിയും പുരുഷനും; ഉഭൗ അപി വിദ്ധി അനാദീ ഏവ - രണ്ടും അനാദികൾ തന്നെയെന്ന് അറിയുക; വികാരാൻ ച ഗുണാൻ ച - വികാരങ്ങളും ഗുണങ്ങളും; വികാരം - മാറ്റം; ഗുണം - ഭൂതങ്ങളുടെ സവിശേഷതകളായ ത്രിഗുണങ്ങൾ; വിദ്ധി പ്രകൃതിസംഭവാൻ ഏവ - പ്രകൃതിയിൽ നിന്നാണുണ്ടാകുന്നതെന്നും അറിയുക.

പ്രകൃതിയും പുരുഷനും അനാദികൾ ആകുന്നുവെന്നും പ്രകൃതിയിൽനിന്നാണ് ത്രിഗുണങ്ങളും അവ മൂലമുണ്ടാകുന്ന മാറ്റങ്ങളും ഉണ്ടാകുന്നതെന്നുമാണ് ഇവിടെ പറഞ്ഞിരിക്കുന്നത്.

പലതായി പ്രകടമാകാനുള്ള തന്റെ ശക്തിയായ പ്രകൃതിയെ ഉണർത്തി നിൽക്കുമ്പോൾ ആത്മാവിനെ പുരുഷൻ എന്നാണ് അറിയുക. അതായത്, പ്രകൃതിയോടുകൂടിയ ആത്മാവാണ് പുരുഷൻ. കാരണം, ഈ പുരുഷൻ പരമാത്മാവ് തന്നെയെന്ന് ഇവിടെ ശ്ലോകം

22-ൽ വിശദമാക്കിയിട്ടുണ്ട്. ആത്മാവ് അനാദിയാണെന്ന് നാം മനസ്സിലാക്കിയിട്ടുണ്ടല്ലോ? ആത്മാവായ പുരുഷൻ അനാദിയാണെങ്കിൽ പുരുഷന്റെ ശക്തിയായ പ്രകൃതിയും അനാദിതന്നെ. ഇതിൽ സംശയമില്ല. ആത്മാവിന് മാറ്റങ്ങളില്ല, അത് അവ്യയമാണ്. എന്നു മാത്രമല്ല, ആത്മാവ് നിർഗ്ഗുണനാണുതാനും. ഇക്കാര്യങ്ങൾ ഉപനിഷത്തുകളിലും ഗീതയിൽത്തന്നെയും ആവർത്തിച്ചു പറയുന്നുണ്ട്. ഇതിനോടകം നാമതു മനസ്സിലാക്കിയിട്ടുമുണ്ട്. അടുത്ത ശ്ലോകം ഇങ്ങനെ:

'കാര്യകരണകർതൃത്വേ ഹേതുഃ പ്രകൃതിരുച്യതേ;
പുരുഷഃ സുഖദുഃഖാനാം ഭോക്തൃത്വേ ഹേതുരുച്യതേ.' (13.20)

വാഗർത്ഥം: കാര്യകരണകർതൃത്വേ - കാര്യം, കരണം, കർതൃത്വം എന്നിവയിൽ, അതായത് കർമ്മത്തിൽ (ചെയ്യേണ്ടത് എന്തോ അതാണ് കാര്യം, ചെയ്യുന്ന പ്രവൃത്തിയാണ് കരണം, ചെയ്യുന്ന വ്യക്തിയാണ് കർത്താവ്. ഇവ മൂന്നും ചേർന്നാൽ കർമ്മം ആയി); ഹേതുഃ പ്രകൃതിഃ ഉച്യതേ - കാരണം പ്രകൃതിയാണെന്ന് പറയപ്പെടുന്നു; പുരുഷഃ - പുരുഷൻ; സുഖദുഃഖാനാം - സുഖദുഃഖങ്ങളുടെ; ഭോക്തൃത്വേ - ഭോക്താവായിരിക്കുന്നതിനുള്ള; ഹേതുഃ ഉച്യതേ - കാരണമെന്നു പറയപ്പെടുന്നു.

കർമ്മങ്ങൾക്കു കാരണം പ്രകൃതിയും കർമ്മഫലങ്ങളായ സുഖദുഃഖങ്ങളെ അനുഭവിക്കുന്നതിനു കാരണം പുരുഷനും ആകുന്നു എന്ന് സാരം. ഭൗതികലോകമാണ് കർമ്മങ്ങളെ ഉണ്ടാക്കുന്നത്. കാരണം, ഇവിടെ നിലനിൽക്കാനും അറിയുകയും അറിയിക്കുകയും ചെയ്യാനും സുഖം തേടാനുമാണ് എല്ലാ കർമ്മങ്ങളും ചെയ്യുന്നത്. ആത്മാവിന് ഇതിന്റെയൊന്നും ആവശ്യമില്ല; കാരണം, ആത്മാവ് സ്വയം നിലനില്പും (സത്) ബോധവും (ചിത്) പരമമായ സുഖവും (ആനന്ദം) ആകുന്നു, അതായത് സത്-ചിത്-ആനന്ദം. നമ്മുടെ ഭൗതികലോക ബന്ധമാണ് കർമ്മങ്ങളെ ഉണ്ടാക്കുന്നത്. ആത്മാവിന്റെ അംശമായ ബോധം (ചിത്) കൊണ്ടാണ് നാം സകലതിനെയും അറിയുന്നത്; സുഖദുഃഖങ്ങളെയും അങ്ങനെതന്നെ.

പ്രകൃതിയും പുരുഷനും തമ്മിലുള്ള ബന്ധത്തെപ്പറ്റി ഒന്നുകൂടി വിശദീകരിക്കുകയാണ് അടുത്ത ശ്ലോകത്തിൽ (13.21). ശ്ലോകം കാണുക:

'പുരുഷഃ പ്രകൃതിസ്ഥോ ഹി ഭുംഗ്തേ പ്രകൃതിജാൻ ഗുണാൻ;
കാരണം ഗുണസംഗോഽസ്യ സദസദ്യോനി ജന്മസു.' (13.21)

വാഗർത്ഥം: പുരുഷഃ - പുരുഷൻ; പ്രകൃതിസ്ഥഃ ഹി - പ്രകൃതിയിലിരുന്നുകൊണ്ട്; പ്രകൃതിജാൻ ഗുണാൻ - പ്രകൃതിയിൽ നിന്നുണ്ടാകുന്ന ഗുണങ്ങളെ; ഭുംഗ്തേ (भुङ्क्ते) - ഭുജിക്കുന്നു; കാരണം ഗുണസംഗഃ അസ്യ - അവന് (പുരുഷന്) ഗുണങ്ങളോട് സംഗം ഉണ്ടാകുന്നതുമൂലമാണ്; സത് അസത് യോനി ജന്മസു - ജന്മങ്ങളിൽ നല്ലതും ചീത്തതുമായ തരം തിരിവ് ഉണ്ടാകുന്നത്.

ഗുണങ്ങളുണ്ടാകുന്നത് പ്രകൃതിയിൽനിന്നാണെന്ന് പറയുകയുണ്ടായല്ലോ? നമുക്ക് പ്രാപഞ്ചികാനുഭവങ്ങൾ ഉണ്ടാകുന്നത് സത്ത്വരജസ്തമോഗുണങ്ങളിലൂടെയാണ്. ഓരോ ഗുണവും വ്യത്യസ്ത അനുഭവങ്ങളിലേക്കാണ് നമ്മെ നയിക്കുക. സത്ത്വഗുണം അറിവിലേക്കു നയിക്കുന്നു, രജോഗുണം കർമ്മോത്സുകതയുണ്ടാക്കുന്നു, തമസ്സ് അജ്ഞാനവും ആലസ്യവും മറ്റും ഉണ്ടാക്കുന്നു. അങ്ങനെ ഇവയാൽ പ്രചോദിതരായി അവയ്ക്കു കീഴ്പ്പെട്ട് ചെയ്യുന്ന കർമ്മങ്ങളെ ഗുണകർമ്മങ്ങൾ എന്നു വിളിക്കുന്നതായി നാം നാലാം അദ്ധ്യായത്തിൽ പഠിച്ചിട്ടുണ്ടല്ലോ? ഇങ്ങനെ കീഴ്പ്പെടുന്നതിനെയാണ് സംഗം എന്നു പറയുന്നത്. സംഗം ഉണ്ടായാൽ നാം ബന്ധനങ്ങളിലേക്കു വീഴുമെന്ന് 2.62, 2.63 ശ്ലോകങ്ങൾ വ്യക്തമാക്കുന്നു. സംഗവും ഫലാസക്തിയുമില്ലാതെ കർമ്മം ചെയ്താൽ ആ ബന്ധനത്തെ ഒഴിവാക്കി നമുക്ക് നിത്യമായ ശാന്തി നേടാം. ഇതാണ് ഗീത നൽകുന്ന സന്ദേശം. സംഗമുണ്ടെങ്കിൽ അസദ്യോനിയിൽ ജന്മം ഭവിക്കുന്നു, സംഗം ഇല്ലെങ്കിൽ സദ്യോനിയിൽ ജന്മം ഭവിക്കുന്നു; ''കാരണം ഗുണസംഗോഽസ്യ സദസദ്യോനി ജന്മസു'' എന്നതിന്റെ താത്പര്യം ഇതാണ്.

ജന്മം സംഭവിക്കുമെന്ന് ഇവിടെ പറയുന്നത് ശരീരനാശത്തിനു ശേഷം പുതിയൊരു ശരീരം നേടുന്ന പ്രക്രിയ അല്ല. ഒരേ ശരീരത്തിൽ സംഭവിക്കുന്നതാണ് അത്. കാമങ്ങൾക്കു കീഴടങ്ങുന്നതിനെയാണ് മരണമായി ഭാരതീയ ആത്മീയ തത്ത്വചിന്ത കരുതുന്നത്. ഇത് ബൃഹദാരണ്യകം 1.2.1 ('അശനായാ ഹി മൃത്യു' - വിശപ്പാണ് മരണം), ബൃഹദാരണ്യകം 4.4.7, കഠം 6.14 (കാമങ്ങളിൽനിന്നു മുക്തനാകുന്ന മനുഷ്യൻ അമരനാകുന്നു) തുടങ്ങി പല ഉപനിഷത് വാക്യങ്ങളും/മന്ത്രങ്ങളും പ്രസ്താവിച്ചിട്ടുണ്ട്. യോഗസൂത്രത്തിൽ പതഞ്ജലി മഹർഷി പറയുന്നത് ചിത്തവൃത്തികളെ നിരോധിച്ചാൽ സ്വരൂപ ദർശനം ഉണ്ടാകുമെന്നും അതല്ലെങ്കിൽ അപ്പോഴപ്പോഴുള്ള മനോവൃത്തിക്കനുസരണമായ സ്വത്വമാണുണ്ടാവുക എന്നുമാണ് (1.3, 1.4). മനോവൃത്തിക്കനുസരിച്ചുള്ള ഈ അവസ്ഥാ മാറ്റത്തെയാണ് മരണവും ജനനവും എന്നു വിവക്ഷിക്കുന്നത്. കോപത്തിനു വഴങ്ങിയാൽ കോപിഷ്ഠൻ എന്ന സ്വത്വം ലഭിക്കുന്നു. നിലവിലുള്ള

അവസ്ഥയിലിരിക്കുമ്പോൾ ഇങ്ങനെ വഴങ്ങുന്നത് മരണവും, കോപിഷ്ഠൻ എന്നത് പുനർജന്മവും ആകുന്നു. ഇങ്ങനെ അനേകം ജന്മങ്ങൾ സംഭവിക്കുന്നു. അനേകം ജന്മങ്ങളിലൂടെ ജ്ഞാനം നേടിയാൽ അയാൾ ആത്മാവിനെ പ്രാപിക്കും എന്ന് ഗീത 7.19-ൽ പറയുന്നതിന്റെ പൊരുളും ഇതുതന്നെ.

അടുത്ത ശ്ലോകത്തിൽ ഒരു വലിയ വെളിപ്പെടുത്തലാണു നടത്തിയിരിക്കുന്നത്. നാമിവിടെ മനസ്സിലാക്കിയ പുരുഷനും പരമാത്മാവും ഒന്നുതന്നെ എന്നതാണ് ആ വലിയ വെളിപ്പെടുത്തൽ. പുരുഷൻ ആത്മാവുതന്നെയാണെന്നും ശരീരത്തോടുകൂടിയിരിക്കുമ്പോഴാണ് ആത്മാവ് അങ്ങനെ പുരുഷൻ എന്നറിയപ്പെടുന്നതെന്നും നാം ഇതിനോടകം മനസ്സിലാക്കിയിട്ടുണ്ടല്ലോ? ആത്മാവു തന്നെയാണ് പരമാത്മാവും. പ്രപഞ്ചത്തിലാകെ വ്യാപിച്ച് എല്ലാറ്റിന്റെയും അന്തര്യാമിയായി വർത്തിക്കുന്ന അവസ്ഥയെ കുറിക്കാനാണ് പരമാത്മാവ് എന്ന പദം ഉപയോഗിക്കുന്നത്. ഒറ്റപ്പെട്ട ഭൂതങ്ങളെ മാത്രം എടുക്കുമ്പോൾ ആത്മാവ് എന്നു മാത്രം സൂചിപ്പിക്കുന്നു എന്നേയുള്ളൂ. ഇന്ത്യൻ മഹാസമുദ്രത്തിന്റെ ഭാഗങ്ങളാണല്ലോ അറേബ്യൻ കടലും ബംഗാൾ ഉൾക്കടലും? ഒരു നിശ്ചിത പരിധിക്കുള്ളിൽ നിൽക്കുന്ന ഇന്ത്യൻ മഹാസമുദ്രത്തിന്റെ ഭാഗങ്ങളെ ഇപ്രകാരം വിളിക്കുന്നതുപോലെയേ ഉള്ളൂ പരമാത്മാവ്, ആത്മാവ് എന്നീ സംജ്ഞകളുടെ ഉപയോഗവും. നമുക്ക് ശ്ലോകത്തിലേക്കു വരാം:

'ഉപദ്രഷ്ടാനുമന്താ ച ഭർതാ ഭോക്താ മഹേശ്വരഃ;
പരമാത്മേതി ചാപ്യുക്തോ ദേഹേഽസ്മിൻ പുരുഷഃ പരഃ.' (13.22)

വാഗർത്ഥം: ഉപദ്രഷ്ടാ - ഉപദ്രഷ്ടൃ - അടുത്തിരുന്നു കാണുന്നവൻ എന്നർത്ഥം, സാക്ഷി; അനുമന്താ - അനുമന്തൃ - അനുമതി, സമ്മതം കൊടുക്കുന്നവൻ എന്നർത്ഥം, ഇവിടെ കർമ്മങ്ങൾക്കുള്ള ഊർജ്ജമായി വർത്തിക്കുന്നവൻ എന്നാണു മനസ്സിലാക്കേണ്ടത്; ച ഭർതാ ഭോക്താ - ഭരിക്കുന്നവനും ഭോക്താവുമായവൻ; മഹേശ്വരഃ - മഹാ ഈശ്വരൻ, എല്ലാറ്റിന്റെയും ഈശ്വരൻ, എല്ലാറ്റിനെയും ഭരിക്കുന്നവൻ; പരമാത്മാ ഇതി ച അപി ഉക്തഃ - പരമാത്മാവെന്നും പറയപ്പെടുന്നവൻ; ദേഹേ അസ്മിൻ - ഈ ദേഹത്തിലെ; പുരുഷഃ പരഃ - ശ്രേഷ്ഠനായ പുരുഷൻ.

ഈ ദേഹത്ത് കുടികൊള്ളുന്ന പുരുഷൻ പരമാത്മാവ് എന്നും പറയപ്പെടുന്നു. ദേഹത്തെ അപേക്ഷിച്ചു ശ്രേഷ്ഠത്വമുള്ളവനും മഹേശ്വരനുമാണ് അവൻ. ഈ പ്രസ്താവനയാണ് ശ്ലോകത്തിന്റെ സവിശേഷത. മഹേശ്വരനായ പരമാത്മാവിന്റെ ഈ ദേഹത്തിലെ സ്ഥിതി എങ്ങനെയുള്ളതാണ്? പുരുഷൻ ആയിട്ടാണ് ദേഹത്ത്

വർത്തിക്കുന്നത്. ദേഹത്തിന്റെ സകല പ്രവൃത്തികൾക്കും ആന്തരിക ഊർജമായിരിക്കുന്നുവെങ്കിലും ആ പ്രവൃത്തികളിൽ സജീവമായി ഭാഗഭാക്കാകുന്നില്ല. വെറും സാക്ഷിയായിട്ടാണ് സ്ഥിതി. ഈ സാക്ഷിത്വത്തിനു കാരണം പുരുഷൻ എന്ന ആത്മാവിന് സ്വന്തമായി ഒന്നും നേടാനില്ല. അതിനാൽ കർമ്മത്തിന്റെ ആവശ്യമില്ല എന്നതാണ്.

ആത്മാവ് നൽകുന്ന സത്-ചിത്--ആനന്ദം എന്ന ഊർജ്ജമാണ് എല്ലാ കർമ്മങ്ങൾക്കും പിന്നിലെ ശക്തി. അതിനാൽ ഭരിക്കുന്നവ നാണ് ആത്മാവ് എന്നു പറയപ്പെടുന്നു. ചിത് എന്ന ബോധം കൊണ്ടാണ് സകലതും അറിയുന്നത്. അതിനാൽ ആത്മാവ് ഭോക്താ വാകുന്നു. ഇത്രയുമാണ് ഈ ശ്ലോകത്തിന്റെ താത്പര്യം.

ഇപ്രകാരം പ്രകൃതിയെയും പുരുഷനെയും അറിഞ്ഞ് ആ തത്ത്വ ങ്ങൾ ഉൾക്കൊണ്ട് ജീവിക്കുന്നവനാണെങ്കിൽ അയാൾ സർവ കാര്യ ങ്ങളിലും ഏർപ്പെടുന്നവനാണെങ്കിൽക്കൂടി മോക്ഷത്തെ പ്രാപി ക്കുമെന്ന് 13.23 ശ്ലോകം പറയുന്നു. സാംഖ്യയോഗം, കർമ്മയോഗം, ധ്യാനം തുടങ്ങി പല രീതിയിൽ ആളുകൾ ആത്മസാക്ഷാത്കാര ത്തിനായി ശ്രമിക്കുന്നുവെന്ന് ശ്ലോകം 13.24-ൽ പറഞ്ഞിരിക്കുന്നു. എന്നാൽ മറ്റു ചിലർ ഇതൊന്നും നേരിട്ടു പഠിക്കാതെ വിദ്വാന്മാരിൽ നിന്ന് കേട്ടറിഞ്ഞ് ഉപാസന നടത്തുന്നുണ്ട്. അവരും മോക്ഷം പ്രാപി ക്കുന്നതാണ് (13.25).

ശരീരം ക്ഷേത്രമാണെന്നും അതിലിരുന്ന് അറിയുന്നവനാണ് ക്ഷേത്രജ്ഞനെന്നും ഈ അദ്ധ്യായത്തിന്റെ ആദ്യം തന്നെ പറഞ്ഞു കഴിഞ്ഞല്ലോ? അതിനെ ഒന്നുകൂടി വിശദീകരിക്കുകയാണ് അടുത്ത ശ്ലോകത്തിൽ. കാണുക:

'യാവത്സംജായതേ കിഞ്ചിത്സത്ത്വം സ്ഥാവരജംഗമം;
ക്ഷേത്രക്ഷേത്രജ്ഞസംയോഗാത് തദ്വിദ്ധി ഭരതർഷഭ.' (13.26)

വാഗർത്ഥം: യാവത് സംജായതേ കിഞ്ചിത് സത്ത്വം സ്ഥാവര ജംഗമം - സ്ഥാവര ജംഗമങ്ങളായ എന്തെല്ലാം സത്ത്വങ്ങൾ ഉദ്ഭവി ക്കുന്നുണ്ടോ; ഭരതർഷഭ - ഹേ, അർജുനാ; ക്ഷേത്രക്ഷേത്രജ്ഞ സംയോഗാത് തത് വിദ്ധി --ക്ഷേത്രത്തിന്റെയും ക്ഷേത്രജ്ഞന്റെയും സംയോഗം കൊണ്ടാണ് അതെല്ലാം എന്ന് അറിയുക.

ഈ പ്രപഞ്ചത്തിലുള്ള സർവതും ക്ഷേത്രവും ക്ഷേത്രജ്ഞനും ചേർന്നുണ്ടായതാണെന്നു സാരം. എല്ലാ വസ്തുക്കളിലും ജീവി കളിലും ക്ഷേത്രവുമുണ്ട്, ക്ഷേത്രജ്ഞനുമുണ്ട്. അതായത്, പ്രകൃതി-പുരുഷ സംയുക്തമാണ് എല്ലാം. ഇതിൽ പുരുഷൻ ആത്മസ്വരൂപം തന്നെയാണെന്ന് നാമിപ്പോൾ മനസ്സിലാക്കിയതേയുള്ളൂ. അതായത് ക്ഷേത്രജ്ഞനായ പുരുഷൻ ഈശ്വരനാണ്.

അപ്പോൾ, എല്ലാ ഭൂതങ്ങളിലും ഈശ്വരൻ സ്ഥിതി ചെയ്യുന്നു. ഈശ്വര ചൈതന്യം പ്രകൃതിരൂപങ്ങളിലൂടെ പ്രകാശിതമാകുന്ന താണ് സർവഭൂതങ്ങളുടെയും ഉള്ളടക്കം. ഇതൊരു വലിയ തത്ത്വ മാണ്. ഉന്നതങ്ങളിൽ എവിടെയോ സിംഹാസനത്തിലിരുന്ന് സർവതും നിയന്ത്രിക്കുകയും അനുഗ്രഹങ്ങളും ശാപങ്ങളും വർഷിക്കുകയും ചെയ്യുന്ന ഒരു ശക്തിയായിട്ടല്ല ഈശ്വരനെ ഭാരതീയ ആത്മീയ ശാസ്ത്രം കാണുന്നത്. ഈശ്വരൻ സർവഭൂതങ്ങളിലും സ്ഥിതി ചെയ്യുന്നതായിട്ടാണ് ആ ശാസ്ത്രം പഠിപ്പിക്കുന്നത്. ആ സ്ഥിതി എങ്ങനെയെന്ന് അടുത്ത ശ്ലോകത്തിൽ വിശദീകരിക്കുന്നു.

'സമം സർവേഷു ഭൂതേഷു തിഷ്ഠന്തം പരമേശ്വരം;
വിനശ്യത്സ്വവിനശ്യന്തം യഃ പശ്യതി സ പശ്യതി.' (13.27)

വാഗർത്ഥം: സമം സർവേഷു ഭൂതേഷു - സർവ ഭൂതങ്ങളിലും സമമായി; തിഷ്ഠന്തം പരമേശ്വരം - ഇരിക്കുന്നവനായ പരമേ ശ്വരനെ; വിനശ്യത്സു അവിനശ്യന്തം - നാശമുള്ളവയിൽ നാശമില്ലാ ത്തവനായി; യഃ പശ്യതി - ആര് മനസ്സിലാക്കുന്നുവോ; സ പശ്യതി - അവനാണു (സത്യം) കാണുന്നത്.

സർവഭൂതങ്ങളിലും ഈശ്വരനായ ആത്മാവ് സമമായിട്ടാണ് സ്ഥിതിചെയ്യുന്നതെന്നും ഭൂതങ്ങൾ നശിച്ചാലും അത് നശിക്കാതെ നിൽക്കുമെന്നും അർത്ഥം. ഈ ആശയം നാം 9.29 ശ്ലോകത്തിൽ കണ്ടതായതിനാൽ ഇവിടെ കൂടുതൽ വിശദീകരിക്കുന്നില്ല.

ഈശ്വരൻ എല്ലായിടത്തും സമമായി സ്ഥിതിചെയ്യുന്നു എന്നു മനസ്സിലാക്കുന്നവൻ ഒരിക്കലും സ്വയം വിനാശമുണ്ടാക്കില്ല (13.28); അയാൾ സ്വയം കെട്ടുപോകാൻ അനുവദിക്കില്ല. ഉത്തമമായ രീതി യിൽ കർമ്മങ്ങൾ ചെയ്ത് അയാൾ സ്വയം ഉന്നമിപ്പിക്കുന്നു. അങ്ങനെ പരമമായ ഗതിയെ പ്രാപിക്കുന്നു.

കർമ്മങ്ങൾക്കു കാരണം പ്രകൃതിയാണെന്ന് 13.20-ൽ നാം കണ്ടല്ലോ? ഇതു മനസ്സിലാക്കുന്നവർ ആത്മാവ് കർമ്മം ചെയ്യുന്നി ല്ലെന്ന സത്യം ഗ്രഹിക്കും (13.29).

സർവ ഭൂതങ്ങളും ക്ഷേത്രത്തിന്റെയും ക്ഷേത്രജ്ഞന്റെയും സംയോഗംകൊണ്ടാണ് ഉണ്ടായിരിക്കുന്നതെന്ന് 13.26-ൽ നാം കണ്ടു. അതുപോലെ സർവഭൂതങ്ങളിലും ക്ഷേത്രജ്ഞനായ ആത്മാവ് തുല്യമായാണു സ്ഥിതി ചെയ്യുന്നതെന്നും നാം കണ്ടു. അപ്പോൾ ഭൂതങ്ങൾ തമ്മിലുള്ള വ്യത്യാസങ്ങൾക്ക് എന്താണ് കാരണം? ക്ഷേത്രമായ പ്രകൃതിയുടെ വൈവിദ്ധ്യ സ്വഭാവമാണ് അതിനു കാരണം. ആത്മാവിന്റെ രൂപഭാവ പ്രകടനങ്ങൾക്കുള്ള ഉപാധി മാത്ര മാണ് പ്രകൃതി. ആദിയിൽ ഈ പ്രകൃതി പൂജ്യം ഭൗതികോർജ്ജമായി

ആത്മാവിൽ വിലയം കൊണ്ടിരിക്കുകയായിരുന്നു. പിന്നീട്, അത് വിപരീത കണികകളായി അണുവായി പ്രത്യക്ഷമായി. അതാണ് ബ്രഹ്മം. ആ ബ്രഹ്മത്തിന്റെ വികസിത രൂപമാണ് നാം ഈ കാണുന്ന പ്രപഞ്ചം. ആത്മാവിന്റെ രൂപ-ഭാവ പ്രകടനം എന്നതുപോലെ ബ്രഹ്മത്തിന്റെ വികസിത രൂപവുമാണ് പ്രപഞ്ചം. അതായത്, ഏക മായ ബ്രഹ്മത്തിൽ അവ്യക്തമായി ഉള്ളടങ്ങിയിരുന്ന ഭൂതങ്ങളെ യാണ് നാമിപ്പോൾ ബ്രഹ്മത്തിന്റെ വികാസം മൂലം വ്യത്യസ്തമായി കാണുന്നത്. ഇക്കാര്യം നാം 2.28 ശ്ലോകത്തിലും കണ്ടതാണ്. സർവ ഭൂതങ്ങളും അവ്യക്തത്തിൽനിന്നുണ്ടായി വ്യക്തതയോടെ കുറെ കാലം നിലനിന്ന് തിരികെ അവ്യക്തത്തിലേക്കു മടങ്ങുന്നു എന്നാണ് അവിടെ പറഞ്ഞിട്ടുള്ളത്. ഭൂതങ്ങളുടെ ഈ വ്യതിരിക്താവസ്ഥയും എല്ലാം ഒന്നുചേർന്ന ഏകമായ അവസ്ഥയും ബ്രഹ്മംതന്നെയെന്ന് അറിയുന്നവൻ അതിനെ പ്രാപിക്കുന്നു എന്നാണ് അടുത്ത ശ്ലോക ത്തിൽ പറഞ്ഞിട്ടുള്ളത്. ശ്ലോകം ഇതാ:

'യദാ ഭൂതപൃഥക്ഭാവം ഏകസ്ഥമനുപശ്യതി;
തത ഏവ ച വിസ്താരം ബ്രഹ്മ സമ്പദ്യതേ തദാ.' (13.30)

വാഗർത്ഥം: യദാ - എപ്പോൾ; ഭൂതപൃഥക്ഭാവം - ഭൂതങ്ങളുടെ വ്യത്യസ്ത ഭാവങ്ങളെ; ഏകസ്ഥം അനുപശ്യതി - ഒരേ ഇടത്തിൽ ദർശിക്കുന്നുവോ; തതഃ ഏവ - അതുപോലെതന്നെ; ച വിസ്താരം - വിസ്താരമായും, വ്യത്യസ്തമായും; ബ്രഹ്മ സമ്പദ്യതേ തദാ - അപ്പോൾ ബ്രഹ്മത്തെ പ്രാപിക്കുന്നു.

വിശദീകരണം മുകളിൽ കൊടുത്തതു തന്നെ. സർവവ്യാപിയായ ആത്മാവിന്റെ സാന്നിദ്ധ്യം ഭൂതങ്ങളിൽ എപ്രകാരമാണെന്നാണ് ഇനി പറയുന്നത്.

'അനാദിത്വാത് നിർഗുണത്വാത് പരമാത്മായമവ്യയഃ;
ശരീരസ്ഥോ/പി കൗന്തേയ ന കരോതി ന ലിപ്യതേ.' (13.31)

വാഗർത്ഥം: അനാദിത്വാത് - അനാദിയായതിനാലും; നിർഗുണ ത്വാത് - നിർഗുണമായതിനാലും; പരമാത്മാ അയം - ഈ പരമാ ത്മാവ്; അവ്യയഃ - അവ്യയനാണ്, തേയ്മാനമില്ലാത്തവനാണ്, മാറ്റ മില്ലാത്തവനാണ്; ശരീരസ്ഥഃ അപി - ശരീരത്തോടുകൂടി ഇരുന്നാലും; കൗന്തേയ - ഹേ, അർജുനാ; ന കരോതി ന ലിപ്യതേ - കർമ്മം ചെയ്യുകയോ അതുവഴി കളങ്കപ്പെടുകയോ ചെയ്യുന്നില്ല.

ആത്മാവ് ശരീരങ്ങളെ പ്രവർത്തിപ്പിക്കുന്നുവെങ്കിലും അവയാൽ യാതൊരു തരത്തിലും ബാധിക്കപ്പെടുന്നില്ല എന്നർത്ഥം. ബൾബിനെ

വൈദ്യുതി പ്രകാശിപ്പിക്കുന്നുവെങ്കിലും ബൾബിന്റെ ദോഷങ്ങൾ അതിലേക്ക് പകരുന്നില്ലല്ലോ? അതുപോലെയാണ് ഇതും.

ശരീരം കൊണ്ട് നാം ചെയ്യുന്ന പ്രവൃത്തികളൊന്നും ആത്മാവിൽ ലേപനം ചെയ്യപ്പെടുന്നില്ല എന്ന വലിയൊരു സത്യമാണ് ഇവിടെ പങ്കുവച്ചിരിക്കുന്നത്. അങ്ങനെയാണെങ്കിൽ ഈ ജന്മത്തിലെ കർമ്മങ്ങളുടെ ഫലങ്ങൾ അടുത്ത ജന്മത്തിൽ അനുഭവിക്കുമെന്നൊക്കെ പ്രചരിപ്പിക്കുന്നത് തെറ്റാണ്. അതിനൊക്കെ കഥ എന്ന നിലയിലുള്ള പ്രസക്തിയേ ഉള്ളൂ. സത്യം മറ്റൊന്നാണ്. ദേഹനഷ്ടത്തോടെ വ്യക്തിത്വം ഇല്ലാതാകുകയാണ് ചെയ്യുന്നത്. പിന്നെ, അങ്ങനെയൊരു വ്യക്തിയില്ല. ഇക്കാര്യം ബൃഹദാരണ്യകോപനിഷത്തിൽ യാജ്ഞവൽക്യൻ മുനി 2.4.12-ൽ പറഞ്ഞിട്ടുണ്ട്.

ശരീരസ്ഥിതനായാൽപ്പോലും ആത്മാവ് എന്തെങ്കിലും ചെയ്യുകയോ കളങ്കപ്പെടുകയോ ചെയ്യുന്നില്ല എന്ന് കഴിഞ്ഞ ശ്ലോകത്തിൽ പറഞ്ഞുവല്ലോ? ആത്മാവിൽ ഒന്നും ആലേഖനം ചെയ്യപ്പെടുന്നില്ല എന്നാണ് അതിന്റെ അർത്ഥം. ഈ വസ്തുതയെ ഒന്നുകൂടി ഉറപ്പിക്കുന്നതാണ് അടുത്ത ശ്ലോകം (13.32).

'യഥാ സർവഗതം സൗക്ഷ്മ്യാത് ആകാശം നോപലിപ്യതേ;
സർവത്രാവസ്ഥിതോ ദേഹേ തഥാത്മാ നോപലിപ്യതേ.' (13.32)

വാഗർത്ഥം: യഥാ സർവഗതം ആകാശം - എല്ലായിടവും നിറഞ്ഞുനിൽക്കുന്ന ആകാശം എങ്ങനെയാണോ; സൗക്ഷ്മ്യാത് - സൂക്ഷ്മത്വം മൂലം; ന ഉപലിപ്യതേ - കളങ്കപ്പെടാതിരിക്കുന്നത്, ഒന്നിനാലും ബാധിക്കപ്പെടാതിരിക്കുന്നത്; തഥാ - അപ്രകാരം; സർവത്രാവസ്ഥിതോ ദേഹേ -ദേഹത്തിൽ എല്ലായിടവും നിറഞ്ഞുനിൽക്കുന്ന; ആത്മാ - ആത്മാവ്; ന ഉപലിപ്യതേ - (ആ ദേഹത്താൽ) കളങ്കപ്പെടുന്നില്ല, ബാധിക്കുന്നില്ല.

ആകാശം എന്നാൽ വസ്തുക്കൾക്ക് സ്ഥിതി ചെയ്യാനുള്ള ഇടം. ആകാശം അതിസൂക്ഷ്മമാണ്. എല്ലായിടവും നിറഞ്ഞുനില്ക്കുകയും ചെയ്യുന്നു. അതേപോലെതന്നെ ആത്മാവും വളരെ സൂക്ഷ്മമാണ്, ദേഹത്തിൽ സർവ ഇടത്തും നിറഞ്ഞുനിൽക്കുകയും ചെയ്യുന്നു. ആകാശത്തെയോ ആത്മാവിനെയോ അവ നിറഞ്ഞുനിൽക്കുന്ന വസ്തുക്കൾ ബാധിക്കുന്നില്ല.

ഈ ലോകത്തെ ഒരേയൊരു സൂര്യൻ പ്രകാശിപ്പിക്കുന്നതുപോലെ എല്ലാ ക്ഷേത്രങ്ങളെയും ക്ഷേത്രജ്ഞനായ ആത്മാവ് പ്രകാശിപ്പിക്കുന്നു എന്ന് ശ്ലോകം 13.33-ൽ പറയുന്നു. സൂര്യൻ പ്രകാശിപ്പിക്കുന്നു എന്നതിനർത്ഥം വെളിച്ചം നൽകുന്നു എന്നു മാത്രമല്ല,

അവയെയെല്ലാം നിലനിർത്തുന്നതും സൂര്യനാണെന്നുകൂടിയാണ്. അതുപോലെ, ക്ഷേത്രജ്ഞൻ പ്രകാശിപ്പിക്കുന്നു എന്നതിനർത്ഥം സർവ ക്ഷേത്രങ്ങളെയും നിലനിർത്തുന്നത് ക്ഷേത്രജ്ഞനായ ആത്മാവ് ആണെന്നാണ്. സൂര്യനും ഒരു ക്ഷേത്രമാണ്.

ഇതുവരെ പറയപ്പെട്ട പ്രകാരമുള്ള ക്ഷേത്ര-ക്ഷേത്രജ്ഞ ഭേദവും പ്രകൃതിയിൽനിന്നുള്ള വിടുതലും വിവേകബുദ്ധിയോടെ അറിയുന്ന വർ പരമഗതിയെ പ്രാപിക്കുന്നുവെന്ന് പ്രഖ്യാപിച്ചുകൊണ്ട് 34 ശ്ലോകങ്ങളുള്ള ക്ഷേത്രക്ഷേത്രജ്ഞവിഭാഗയോഗം എന്ന പതി മ്മൂന്നാം അദ്ധ്യായം ഉപസംഹരിക്കപ്പെടുന്നു.

പതിന്നാല്

ഗുണത്രയ വിഭാഗയോഗം

ഭഗവദ് ഗീതയുടെ പതിന്നാലാം അദ്ധ്യായം ത്രിഗുണങ്ങളെപ്പറ്റിയുള്ളതാണ്. ചാതുർവർണ്യ വ്യവസ്ഥയുടെ സൃഷ്ടിക്കും കർമ്മങ്ങൾക്കും കർമ്മബന്ധനങ്ങൾക്കും എല്ലാം കാരണം പ്രകൃതിയുടെ ഗുണങ്ങളാണെന്ന് നാം ഇതിനോടകം മനസ്സിലാക്കിയിട്ടുണ്ടല്ലോ? എന്താണീ ഗുണങ്ങൾ? അവയുടെ സവിശേഷതകൾ എന്തെല്ലാമാണ്? എങ്ങനെയാണ് അവ പ്രവർത്തിക്കുന്നത്? ഇതിനെല്ലാമുള്ള ഉത്തരങ്ങളാണ് ഗുണത്രയ വിഭാഗയോഗം എന്ന ഈ അദ്ധ്യായത്തിൽ നൽകപ്പെടുന്നത്. ആകെ 27 ശ്ലോകങ്ങളേ ഇതിലുള്ളൂ.

അവതരിപ്പിക്കാൻപോകുന്ന കാര്യത്തിന്റെ മാഹാത്മ്യത്തെ വാഴ്ത്തിക്കൊണ്ടാണ് ഭഗവാൻ കൃഷ്ണൻ അദ്ധ്യായം ആരംഭിക്കുന്നത്. ജ്ഞാനങ്ങളിൽവച്ച് ഉത്തമമായ ജ്ഞാനമാണിതെന്നും മുനിമാരൊക്കെ ഇതറിഞ്ഞിട്ടാണ് പരമമായ സിദ്ധിയെ പ്രാപിച്ചതെന്നും ഒന്നാം ശ്ലോകത്തിൽ പറയുന്നു. ഈ ജ്ഞാനത്തെ ലഭിക്കുന്നവർ തന്റെ അനശ്വരപദത്തെ പ്രാപിക്കുകയും അമരന്മാരായി മാറുകയും ചെയ്യുമെന്നാണ് ശ്ലോകം 2-ലെ പ്രശംസ.

ഭൂതങ്ങളുടെ ഉത്പത്തി എങ്ങനെയെന്ന് സൂചിപ്പിച്ചുകൊണ്ടാണ് അവയുടെ ഗുണങ്ങളിലേക്ക് കടക്കുന്നത്. ഉത്പത്തിയെപ്പറ്റിയുള്ള ആദ്യ ശ്ലോകം കാണുക:

'മമ യോനിർമഹദ്ബ്രഹ്മ തസ്മിൻ ഗർഭം ദധാമ്യഹം;
സംഭവഃ സർവഭൂതാനാം തതോ ഭവതി ഭാരത.' (14.3)

വാഗർത്ഥം: ഭാരത - അല്ലയോ അർജുനാ; മമ യോനിഃ - എന്റെ ബീജത്തെ സ്വീകരിക്കാനുള്ള ഇടം, എന്റെ ചൈതന്യാംശമുള്ള ഭൂതപരമ്പരകളെ ജനിപ്പിക്കാനുള്ള ഇടം; മഹത് ബ്രഹ്മ - മഹത് ബ്രഹ്മം ആകുന്നു; തസ്മിൻ - അതിൽ (മഹത് ബ്രഹ്മത്തിൽ); ഗർഭം ദധാമി അഹം - ഞാൻ ഗർഭത്തെ നൽകുന്നു, ബീജം നിക്ഷേപിക്കുന്നു;

സംഭവഃ സർവഭൂതാനാം - സർവഭൂതങ്ങളുടെയും ഉത്പത്തി; തതഃ ഭവതി - അതിൽനിന്ന് സംഭവിക്കുന്നു.

ശ്ലോകാർത്ഥം: അല്ലയോ അർജ്ജുനാ, എന്റെ ചൈതന്യാംശമുള്ള ഭൂതപരമ്പരകളെ ജനിപ്പിക്കാനുള്ള ഇടം മഹത് ബ്രഹ്മം ആകുന്നു. അതിൽ (മഹത് ബ്രഹ്മത്തിൽ) ഞാൻ ഗർഭത്തെ നൽകുന്നു, ബീജം നിക്ഷേപിക്കുന്നു; സർവഭൂതങ്ങളുടെയും ഉത്പത്തി അങ്ങനെ അതിൽനിന്ന് സംഭവിക്കുന്നു.

ഇവിടെ പറയുന്ന ഉത്പത്തിക്കാര്യം നാം കഴിഞ്ഞ അദ്ധ്യായത്തിൽ കണ്ടതുതന്നെയാണ്. സർവഭൂതങ്ങളും ക്ഷേത്ര-ക്ഷേത്രജ്ഞ സംയോഗംകൊണ്ടാണ് ഉണ്ടായിട്ടുള്ളതെന്ന് 13.26-ൽ പ്രഖ്യാപിച്ചിട്ടുണ്ടല്ലോ? ഇവ യഥാക്രമം പ്രകൃതിയും പുരുഷനുമാണെന്നും അവ രണ്ടും ചേർന്ന സ്വത്വമാണ് ബ്രഹ്മമെന്നും നാം മനസ്സിലാക്കുകയും ചെയ്തിട്ടുണ്ടല്ലോ? ബ്രഹ്മത്തിന് നശ്വരവും അനശ്വരവുമായ ഇരു ഭാഗങ്ങളുണ്ടെന്ന് ബൃഹദാരണ്യകോപനിഷത് 2.3.1-ൽ പറയുന്നതായി നാം മുൻപുതന്നെ കണ്ടിട്ടുമുണ്ട്. ബ്രഹ്മത്തിലെ നശ്വരഭാഗമായ പ്രകൃതി എന്ന ഭൗതികാംശത്തെയാണ് ഇവിടെ മഹത് ബ്രഹ്മം എന്നു പരാമർശിച്ചിരിക്കുന്നത്. മഹത് വലുപ്പത്തെ കുറിക്കുന്ന പദമാണ്. ബ്രഹ്മത്തിലെ നശ്വര ഭാഗമായ പ്രകൃതിയാണ് മാറ്റങ്ങൾക്ക് (വികാരങ്ങൾക്ക്) കാരണമായിട്ടുള്ളതെന്ന് 13.19-ൽ പറഞ്ഞിട്ടുള്ളത് ഓർക്കുക. ബ്രഹ്മത്തിലെ വലുതാകുന്ന ഭാഗമായ പ്രകൃതിയാണ് മഹദ്ബ്രഹ്മം എന്ന് അങ്ങനെ സിദ്ധമാകുന്നു.

അടുത്ത ഒരു ശ്ലോകംകൊണ്ട് ഉത്പത്തി വിവരണം പൂർണ്ണമാകുന്നു. ശ്ലോകം ഇതാ:

'സർവയോനിഷു കൗന്തേയ മൂർതയഃ സംഭവന്തി യാഃ;
താസാം ബ്രഹ്മ മഹദ്യോനിഃ അഹം ബീജപ്രദഃ പിതാ.' (14.4)

വാഗർത്ഥം: കൗന്തേയ - ഹേ, അർജ്ജുനാ; സർവയോനിഷു - വിവിധങ്ങളായ യോനികളിൽ (ഉത്പത്തിസ്ഥാനങ്ങളിൽ); മൂർതയഃ സംഭവന്തി യാഃ - ഏതൊക്കെ മൂർത്തികൾ (ഭൂതങ്ങൾ) ഉണ്ടാകുന്നുവോ; താസാം യോനിഃ - അവയുടെ യോനി, ഉത്പത്തിസ്ഥാനം; ബ്രഹ്മ മഹത് - മഹദ്ബ്രഹ്മം ആകുന്നു; അഹം ബീജപ്രദഃ പിതാ - ഞാൻ ബീജം നൽകുന്ന പിതാവാകുന്നു.

ശ്ലോകാർത്ഥം: സർവ ഉത്പത്തിസ്ഥാനങ്ങളിൽനിന്നും ഉണ്ടാകുന്ന മൂർത്തികളുടെയെല്ലാം (ഭൂതങ്ങളുടെയെല്ലാം) ഗർഭാധാന സ്ഥാനം മഹദ്ബ്രഹ്മവും ബീജദാതാവായ പിതാവ് ഞാനും ആകുന്നു.

ഇപ്രകാരം സംജാതമാകുന്ന ഭൂതങ്ങളിൽ ബീജദാതാവായ ആത്മാവിന്റെ ചൈതന്യം എങ്ങനെ പ്രകാശിതമാകുന്നു, എന്തെല്ലാം

പരിമിതികൾ ആ പ്രകാശനത്തിനുണ്ട് എന്നൊക്കെയുള്ളതാണ് തുടർന്നുള്ള ശ്ലോകങ്ങളിലെ വിഷയം. അതിനായിട്ടാണ് ത്രിഗുണങ്ങൾ എന്ന ആശയത്തെ അനാവരണം ചെയ്യുന്നത്.

ആത്മചൈതന്യത്തിന്റെ അംശം എന്ന ബീജത്തെ വിവിധ രൂപങ്ങളിലൂടെ അവതരിപ്പിക്കുന്നത് ബ്രഹ്മത്തിലെ പ്രകൃതിയാണെന്ന് രണ്ടു ശ്ലോകങ്ങളിലൂടെ വ്യക്തമാക്കുകയുണ്ടായല്ലോ? തുടർന്ന്, പ്രസ്തുത രൂപാവതാരണം മൂലം ആത്മചൈതന്യത്തിന്റെ പ്രകാശനത്തിന് എങ്ങനെയൊക്കെ പരിമിതി വന്നു ഭവിക്കുന്നു എന്ന് ഭഗവാൻ കൃഷ്ണൻ വിവരിക്കുന്നു:

'സത്ത്വം രജസ്തമ ഇതി ഗുണാഃ പ്രകൃതിസംഭവാഃ;
നിബധ്നന്തി മഹാബാഹോ ദേഹേ ദേഹിനമവ്യയം.' (14.5)

വാഗർത്ഥം: സത്ത്വം രജഃ തമഃ ഇതി - സത്ത്വം, രജസ്സ്, തമസ്സ് എന്നിങ്ങനെയുള്ള; ഗുണാഃ പ്രകൃതിസംഭവാഃ - പ്രകൃതിജന്യങ്ങളായ (പ്രകൃതിയിൽനിന്ന് ഉണ്ടായ) ഗുണങ്ങൾ ആകുന്നു; നിബധ്നന്തി - (അവ) ബന്ധിപ്പിക്കുന്നു; മഹാബാഹോ - അല്ലയോ, അർജുനാ; ദേഹേ - ദേഹത്തിൽ; ദേഹിനം അവ്യയം - അവ്യയമായ (നാശമില്ലാത്ത) ദേഹിയെ. (ദേഹിൻ അഥവാ ദേഹി എന്നാൽ ദേഹത്തോടുകൂടിയ, ദേഹത്തെ വഹിക്കുന്ന ആത്മാവ് എന്നർത്ഥം. അതായത്, ദേഹത്തെ പ്രകാശിപ്പിച്ചുനിൽക്കുന്ന ആത്മാവിനാണ് ദേഹി എന്നു പറയുന്നത്).

പ്രകൃതിയിൽനിന്നുണ്ടായ സത്ത്വം, രജസ്സ്, തമസ്സ് എന്നീ മൂന്നു ഗുണങ്ങൾ അവ്യയമായ ദേഹിയെ ദേഹത്തിൽ ബന്ധിപ്പിക്കുന്നു എന്നു സാരം.

ദേഹി ആത്മാവാണെന്നാണല്ലോ പറഞ്ഞത്? ആത്മാവാകട്ടെ, അവ്യയവും സർവവ്യാപിയുമാണ്. പിന്നെങ്ങനെയാണ് ത്രിഗുണങ്ങൾക്ക് അതിനെ ദേഹത്തിൽ ബന്ധിപ്പിക്കുവാൻ കഴിയുന്നത്? ദേഹിയെ ഗുണങ്ങൾ ദേഹത്തിൽ ബന്ധിപ്പിക്കുന്നു എന്നതിന്റെ പൊരുൾ എന്താണ്?

ബന്ധനം എന്നാൽ ചങ്ങലയിട്ട് എവിടെയെങ്കിലും ബന്ധിപ്പിക്കുന്നതു മാത്രമല്ലല്ലോ! ഒരാളെ ഒരു മുറിയിൽ, അല്ലെങ്കിൽ ഒരു വീട്ടിൽ, ജയിലിൽ അടച്ചിടുന്നതും ബന്ധനംതന്നെ. സ്വേച്ഛാനുസരണം പുറത്തേക്ക് സഞ്ചരിക്കാനുള്ള സൗകര്യം നിഷേധിക്കുകയാണ് ഇവിടെയെല്ലാം ചെയ്യുന്നത്. അങ്ങനെ അടച്ചിടാൻ പറ്റുന്ന ഒന്നാണോ ആത്മാവ്? അല്ല. അപ്പോൾ എന്താണ് യഥാർത്ഥത്തിൽ ഇവിടെ പ്പറയുന്ന ബന്ധനം? അത് സൂര്യനെ മേഘങ്ങൾ മറയ്ക്കുന്നതുപോലുള്ള ഒരു ഏർപ്പാടാണ്. സൂര്യ പ്രകാശം സർവവ്യാപിയാണ്. ഒരു പരിമിതമായ മേഘത്തിന് അതിനെ പൂർണ്ണമായി ബന്ധനത്തിൽ

വയ്ക്കാൻ കഴിയില്ല. എന്നാൽ ഭാഗികമായി ആ മേഘം അതു ചെയ്യുന്നുണ്ട്. അതേ, സൂര്യനെ മേഘങ്ങൾ മറയ്ക്കുന്നതുപോലെ ദേഹിയെ ദേഹം മറയ്ക്കുന്നു. ഈ മറയ്ക്കലിനെയാണ് 'ബന്ധിപ്പിക്കുന്നു' എന്ന് ഇവിടെ പരാമർശിച്ചിരിക്കുന്നത്.

അതായത്, ത്രിഗുണങ്ങൾ എന്നാൽ ആത്മചൈതന്യത്തെ മറയ്ക്കുന്ന അതാര്യതകളാണ്. അതാര്യതയുടെ തീവ്രത അനുസരിച്ച് ഇവയെ മൂന്നായി തരം തിരിച്ചിരിക്കുന്നു. അതാര്യത ഏറ്റവും കുറഞ്ഞത് സത്ത്വം, ഏറ്റവും കൂടിയത് തമസ്സ്, മദ്ധ്യത്തിൽ വരുന്നത് രജസ്സ്. അതായത്, ആത്മചൈതന്യത്തെ പ്രകാശിപ്പിക്കുന്നതിൽ സുതാര്യത ഏറ്റവും കൂടിയത് സത്ത്വവും ഏറ്റവും കുറഞ്ഞത് തമസ്സും രണ്ടിനുമിടയ്ക്കുള്ളത് രജസ്സും ആകുന്നു.

ഒരു വിളക്കിനു ചുറ്റും വ്യത്യസ്ത സുതാര്യതയും വ്യത്യസ്ത നിറങ്ങളുമുള്ള മൂന്നു കടലാസ്സുകൾ പിടിച്ചാൽ എങ്ങനെയാണോ അതുപോലെയാണ് ഈ ഗുണങ്ങൾ നടത്തുന്ന ബന്ധനം. ഏറ്റവും സുതാര്യതയുള്ള കടലാസ്സിൽക്കൂടി വെളിച്ചം കൂടുതൽ അളവിൽ പുറത്തേക്കു വരുന്നു; സുതാര്യത ഏറ്റവും കുറഞ്ഞ ഭാഗത്തുകൂടി ഏറ്റവും കുറഞ്ഞ പ്രകാശവും. സുതാര്യത കൂടിയ കടലാസ്സ് ആനുപാതികമായി കൂടുതൽ ഭാഗത്തുണ്ടെങ്കിൽ ആകെക്കൂടിയുള്ള പ്രകാശ ലഭ്യത ഏറിയിരിക്കും. എന്നാൽ സുതാര്യത ഏറ്റവും കുറഞ്ഞ കടലാസ്സ് ആണ് ആനുപാതികമായി കൂടുതലുള്ളതെങ്കിൽ വിളക്കിൽനിന്നുള്ള പ്രകാശവ്യാപനം വളരെ കുറഞ്ഞിരിക്കും. എന്നു മാത്രമല്ല, വ്യത്യസ്ത നിറത്തിലുള്ള പ്രകാശമായിരിക്കും പുറത്തേക്കു വരുക. ഇതുപോലെ, സത്ത്വഗുണം കൂടുതലുള്ള ദേഹം ആത്മചൈതന്യത്തെ കൂടുതൽ പ്രകാശിപ്പിക്കുന്നു. തമോഗുണം കൂടിയിരുന്നാൽ ആത്മചൈതന്യത്തെ ഏറ്റവും കുറഞ്ഞ അളവിലേ പ്രകാശിപ്പിക്കുകയുള്ളൂ.

മൂന്നു ഗുണങ്ങളുണ്ടെന്നും അവയുടെ വ്യത്യസ്തതയ്ക്കു കാരണമെന്തെന്നും പറഞ്ഞുകഴിഞ്ഞു. ഇനി ഓരോ ഗുണത്തിന്റെയും പ്രത്യേകതകൾ അവതരിപ്പിക്കുകയാണ്. നമുക്കത് ഓരോന്നായി കാണാം:

'തത്ര സത്ത്വം നിർമലത്വാത് പ്രകാശകമനാമയം;

സുഖസംഗേന ബധ്നാതി ജ്ഞാനസംഗേന ചാനഘ.' (14.6)

വാഗർത്ഥം: തത്ര - അവിടെ, അവയിൽ; സത്ത്വം - സത്ത്വഗുണം; നിർമലത്വാത് - നിർമ്മലത്വം മൂലം; പ്രകാശകം അനാമയം - പ്രകാശിക്കുന്നതും നിരുപദ്രവവും (ആകുന്നു); സുഖസംഗേന

ബധ്നാതി ജ്ഞാനസംഗേന ച - സുഖത്തോടും ജ്ഞാനത്തോടുമുള്ള സംഗത്താൽ ബന്ധിപ്പിക്കുന്നു; അനഘ - ഹേ, പാപമില്ലാത്തവനേ, അർജ്ജുനാ.

മൂന്നു ഗുണങ്ങളിൽവച്ച് ഏറ്റവും നിർമ്മലമായിട്ടുള്ളത് സത്ത്വഗുണമാകുന്നു. നിർമ്മലത്വം എന്നാൽ സുതാര്യത. ഈ സവിശേഷത മൂലം അത് കൂടുതലായി പ്രകാശിപ്പിക്കുന്നു. സത്-ചിത്-ആനന്ദമായ ആത്മചൈതന്യത്തിലെ ചിത് എന്ന ബോധം കൂടുതൽ പ്രസരിക്കുന്നതുകാരണം കൂടുതൽ അറിവിലേക്ക് വ്യക്തി നയിക്കപ്പെടുന്നു. അതുപോലെതന്നെ സുഖത്തിലേക്കും. അതിനാൽ, സുഖത്തോടും അറിവിനോടുമുള്ള താത്പര്യമാണ് ഈ ഗുണം ഉണ്ടാക്കുന്നത്.

അടുത്തത്, രജോഗുണമാണ്. അതിന്റെ ലക്ഷണങ്ങൾ ഏവയെന്നു നോക്കാം:

'രജോ രാഗാത്മകം വിദ്ധി തൃഷ്ണാസംഗസമുദ്ഭവം;
തന്നിബധ്നാതി കൗന്തേയ കർമസംഗേന ദേഹിനം.' (14.7)

വാഗർത്ഥം: രജഃ - രജസ്സ്, രജോഗുണം; രാഗാത്മകം വിദ്ധി - അഭിനിവേശത്തോടുകൂടിയതാണെന്ന് അറിയുക; തൃഷ്ണാസംഗസമുദ്ഭവം - തൃഷ്ണയും സംഗവും ഉണ്ടാക്കുന്നതാണ്; കൗന്തേയ - അല്ലയോ അർജ്ജുനാ; തത് നിബധ്നാതി - അത് ബന്ധിപ്പിക്കുന്നു; കർമസംഗേന - കർമ്മത്തോടുള്ള ആസക്തിയാൽ; ദേഹിനം - ദേഹികളെ.

അഭിനിവേശ സ്വഭാവത്തോടുകൂടിയാണ് രജസ്സ്. അതിൽനിന്ന് ഉണ്ടാകുന്നത് അദമ്യമായ ആഗ്രഹങ്ങളും ആസക്തിയുമാണ്. അവ മൂലം കർമ്മങ്ങളോടുള്ള ഔത്സുക്യം ജനിക്കുന്നു. ഇതാണ് രജസ്സുണ്ടാക്കുന്ന ബന്ധനം.

മൂന്നാമത്തെ ഗുണമായ തമസ്സിനെപ്പറ്റിയാണ് അടുത്ത ശ്ലോകം:

'തമസ്ത്വജ്ഞാനജം വിദ്ധി മോഹനം സർവദേഹിനാം;
പ്രമാദാലസ്യനിദ്രാഭിഃ തന്നിബധ്നാതി ഭാരത.' (14.8)

വാഗർത്ഥം: തമഃ തു അജ്ഞാനജം വിദ്ധി - എന്നാൽ തമസ്സ് അജ്ഞാനത്തിൽനിന്നുണ്ടായതാണെന്ന് അറിയുക; മോഹനം - മോഹിപ്പിക്കുന്നത്, ഭ്രാന്തിയെ ഉണ്ടാക്കുന്നത്, വിവേകത്തെ ഇല്ലാതാക്കുന്നത്; സർവദേഹിനാം - എല്ലാ ജീവികൾക്കും; പ്രമാദാലസ്യനിദ്രാഭിഃ - പ്രമാദം, ആലസ്യം, നിദ്ര എന്നിവയാൽ; തത് നിബധ്നാതി - അത് ബന്ധിപ്പിക്കുന്നു; ഭാരത - ഹേ, അർജ്ജുനാ.

തമസ്സ് എന്നാൽ ഇരുളാണല്ലോ? അതായത്, അറിവിന്റെ വെളിച്ചം അല്പമായി മാത്രം ഉള്ളത്. ആ പ്രത്യേകതയോടു കൂടിയതാണ് തമോഗുണം. അറിവില്ലാത്തതിനാൽ തിരിച്ചറിവ് ഉണ്ടാവില്ല. വിവേക ശൂന്യമായി പെരുമാറുന്നു, പ്രതികരിക്കുന്നു. പ്രമാദം (അശ്രദ്ധ, ഉപേക്ഷ), മടി, ഉറക്കം എന്നിവയാലാണ് അത് ദേഹിയെ ബന്ധിപ്പി ക്കുന്നത്.

ത്രിഗുണങ്ങളുടെ സ്വഭാവത്തെപ്പറ്റി ഇക്കഴിഞ്ഞ മൂന്നു ശ്ലോക ങ്ങളിൽ പറഞ്ഞ കാര്യങ്ങളുടെ ഒരു സംഗ്രഹമാണ് അടുത്ത ശ്ലോക ത്തിൽ.

'സത്ത്വം സുഖേ സഞ്ജയതി രജഃ കർമണി ഭാരത;
ജ്ഞാനമാവൃത്യ തു തമഃ പ്രമാദേ സഞ്ജയത്യുത.' (14.9)

വാഗർത്ഥം: സത്ത്വം - സത്ത്വഗുണം; സുഖേ - സുഖത്തിൽ, സുഖത്തോട്; സഞ്ജയതി - ബന്ധിപ്പിക്കുന്നു; രജഃ - രജസ്സ്, രജോ ഗുണം; കർമണി - കർമ്മത്തിൽ (ബന്ധിപ്പിക്കുന്നു); ഭാരത - ഹേ, അർജുനാ; ജ്ഞാനമാവൃത്യ തു - എന്നാൽ ജ്ഞാനത്തെ ആവരണം ചെയ്ത്, ജ്ഞാനത്തെ മറച്ച്; തമഃ - തമസ്സ്, തമോഗുണം; പ്രമാദേ സഞ്ജയതി ഉത - അശ്രദ്ധയോട് ബന്ധിപ്പിക്കുന്നു.

അതായത്, മൂന്നു പ്രധാന കാര്യങ്ങളിലൂടെയാണ് നാം ബന്ധി ക്കപ്പെടുന്നത്. ഒന്നാമത്തേത് സുഖാഭിനിവേശം. അതിനോടൊപ്പം ജ്ഞാനത്തോടുള്ള അഭിനിവേശവുമുണ്ട്. ഇവ രണ്ടും ബന്ധനങ്ങളാ കുന്നത് ശാരീരികമായ സുഖത്തോടും അതിനുവേണ്ടിയുള്ള അറി വിനോടും മാത്രമുള്ള അഭിനിവേശമായി അവ സങ്കോചിക്കുമ്പോ ഴാണ്. അപ്പോഴാണ് 'ഞാൻ, എന്റെ' എന്നുള്ള സ്വാർത്ഥചിന്ത ഉണ്ടാഗുന്നത്. അത് മറ്റുള്ളവരെ അവഗണിക്കുന്നതിലേക്ക് നയിക്കും. അങ്ങനെ അത് ഈ സമൂഹത്തിന്റെ സ്വസ്തിക്ക് തടസ്സമാകും. ഇത് ബന്ധനമായി മാറുന്നു. കർമ്മത്തിന്റെ കാര്യത്തിലും ഇതുതന്നെ യാണു സംഭവിക്കുന്നത്. രണ്ടിലും ഈ പിഴവു പറ്റുന്നത് അജ്ഞാനം മൂലമാണ്. അങ്ങനെ മൂന്നു ഗുണങ്ങളും സംയുക്തമായി ജീവി കൾക്ക് ബന്ധനം സൃഷ്ടിക്കുന്നു.

ഈ മൂന്നു ഗുണങ്ങളും എല്ലാവരിലും ഉണ്ട്. അവയുടെ അനു പാതത്തിൽ മാത്രമേ വ്യത്യാസമുള്ളൂ. ഓരോ വ്യക്തിയിലും ഈ അനുപാതം വ്യത്യസ്തമായിരിക്കും. അത് അയാൾക്കു മാത്രമാ യുള്ളതാണ്. ജീവിതത്തിലൊരിക്കലും അതിനു മാറ്റം സംഭവിക്കുക യുമില്ല. വിരലടയാളം പോലെ ഒരു തിരിച്ചറിയൽ അടയാളമായി ഓരോ വ്യക്തിക്കും അയാളുടേതായ ഒരു ഗുണാനുപാതം ഉണ്ടാകും.

അനുപാതം ഏതായാലും ഒരാൾ നിശ്ചയദാർഢ്യത്തോടെ നിരന്തരം അഭ്യസിച്ചാൽ അയാൾക്ക് അവയുടെ സ്വാധീനത്തിൽനിന്ന്, പിടിയിൽനിന്ന്, സ്വയം വിടുവിക്കാൻ കഴിയും. ഇത് വളരെ പ്രയാസമുള്ള കാര്യമാണ്. പല വ്യക്തികൾക്കും വ്യത്യസ്തമായ രീതിയിലായിരിക്കും ആ പ്രയാസം അനുഭവപ്പെടുക. എല്ലാ പ്രതിബന്ധങ്ങളെയും തരണം ചെയ്ത് ഗുണസ്വാധീനത്തെ അതിജീവിക്കുന്നവരെ ഗുണാതീതർ എന്നു വിളിക്കുന്നു. ആരാണ് ഗുണാതീതൻ എന്നത് ഈ അദ്ധ്യായത്തിലെ 22 മുതൽ 25 വരെയുള്ള ശ്ലോകങ്ങളിൽ നാം പഠിക്കുന്നതാണ്.

ത്രിഗുണങ്ങൾ ആവരണങ്ങളാണെന്നും ആ ആവരണങ്ങളിലൂടെയാണ് ഉള്ളിലെ വിളക്കായ ആത്മചൈതന്യം പ്രകാശിക്കുകയെന്നും നമുക്കറിയാമല്ലോ? ഒരു സമയം ഏത് ആവരണത്തിലാണോ നാം ശ്രദ്ധ കേന്ദ്രീകരിക്കുന്നത് അപ്പോൾ അതിലൂടെയാവും നമ്മുടെ സ്വത്വം പ്രകടിതമാകുക. അങ്ങനെ വ്യത്യസ്ത സന്ദർഭങ്ങളിൽ നാം വ്യത്യസ്ത സ്വത്വം പ്രകടിപ്പിക്കുന്നു. ഇങ്ങനെ പല സ്വത്വങ്ങളിലൂടെയും സ്വയം പ്രകടമാകുന്നുവെങ്കിലും ഓരോ വ്യക്തിക്കും സ്ഥായിയായ ഒരു സ്വത്വപ്രകടനം ഉണ്ടാവും. അത് അയാളിലെ ഗുണാനുപാതത്തിൽ ഏറ്റവും ഉയർന്നുനിൽക്കുന്ന ഗുണത്തിന് അനുരൂപമായിട്ടുള്ളതായിരിക്കും.

അത്യന്തം നികൃഷ്ട സ്വഭാവമുള്ളനാണെങ്കിലും അപൂർവം നിമിഷങ്ങളിൽ അയാളിൽ നന്മയുടെ ഒരു സ്ഫുലിംഗം ഉണ്ടായേക്കാം. നാം പല കുറി കേട്ടിരിക്കാനിടയുള്ള ഇത്തരം സംഭവങ്ങൾ മേൽപ്പറഞ്ഞ വ്യത്യസ്ത സ്വത്വ പ്രകടനത്തിന് ഒരു ഉദാഹരണമാണ്.

ഗുണാനുപാതം എങ്ങനെയായാലും സന്ദർഭമനുസരിച്ച് ഓരോ വ്യത്യസ്ത ഗുണത്തിലൂടെ സ്വത്വ പ്രകടനം സംഭവിക്കുന്നു എന്ന് മനസ്സിലാക്കിയല്ലോ? അത് എങ്ങനെയെന്നും എങ്ങനെ തിരിച്ചറിയാമെന്നുമാണ് അടുത്ത ശ്ലോകത്തിൽ പറയുന്നത്:

'രജസ്തമശ്ചാഭിഭൂയ സത്ത്വം ഭവതി ഭാരത;
രജഃ സത്ത്വം തമശ്ചൈവ തമഃ സത്ത്വം രജസ്തഥാ.' (14.10)

വാഗർത്ഥം: രജഃ തമഃ ച അഭിഭൂയ - രജസ്സിനെയും തമസ്സിനെയും അതിക്രമിച്ചിട്ട്; സത്ത്വം ഭവതി - സത്ത്വം ഭവിക്കുന്നു, സത്ത്വഗുണം പ്രകാശിക്കുന്നു; ഭാരത - ഹേ, അർജുനാ ; തഥാ - അപ്രകാരം; രജഃ സത്ത്വം തമഃ ച ഏവ - സത്ത്വത്തെയും തമസ്സിനെയും അതിക്രമിച്ച് രജസ്സും; തമഃ സത്ത്വം രജസ്സ് - സത്ത്വത്തെയും രജസ്സിനെയും അതിക്രമിച്ച് തമസ്സും (ഭവിക്കുന്നു).

കാര്യം വ്യക്തമാണല്ലോ? മുൻപ് വിശദമാക്കിയിട്ടുള്ളതായതിനാൽ ആവർത്തിക്കുന്നില്ല. ഇനി, ഏതു ഗുണമാണ് തെളിഞ്ഞുനിൽക്കുന്നതെന്ന് എങ്ങനെ നിശ്ചയിക്കാം? അതാണ് അടുത്ത മൂന്നു ശ്ലോകങ്ങളിലെ വിഷയം. ആളുകളുടെ മുഖവും വർത്തമാനവും ചലനങ്ങളും നോക്കി അവരുടെ അപ്പോഴത്തെ മനോനില എങ്ങനെയെന്ന് നാം ഊഹിച്ചെടുക്കാറുണ്ടല്ലോ? അതുപോലെ ഇക്കാര്യത്തിലും ചില സുചനകൾ ലഭ്യമാണ്. അവ എന്തൊക്കെയാണെന്നു നോക്കാം:

'സർവദ്വാരേഷു ദേഹേ/സ്മിൻ പ്രകാശ ഉപജായതേ;
ജ്ഞാനം യദാ തദാ വിദ്യാദ്വിവൃദ്ധം സത്ത്വമിത്യുത.' (14.11)

വാഗർത്ഥം: ദേഹേ അസ്മിൻ - ഈ ദേഹത്തിലെ; സർവദ്വാരേഷു - സർവദ്വാരങ്ങളിലും, (കണ്ണുകൾ, കാതുകൾ ആദിയായ); പ്രകാശ ഉപജായതേ - പ്രകാശം ഉണ്ടാവുന്നത്; ജ്ഞാനം - ജ്ഞാനം, വിവേകം (എന്ന പ്രകാശം); യദാ - എപ്പോഴാണോ; തദാ - അപ്പോൾ; വിദ്യാത് - അറിയുക; വിവൃദ്ധം സത്ത്വം ഇതി ഉത - സത്ത്വഗുണം ഉണർന്നിരിക്കുന്നു (തെളിഞ്ഞിരിക്കുന്നു) എന്ന്.

ആളിനെ കണ്ടാൽ ആകെക്കൂടി ഒരു തെളിച്ചമുണ്ടെങ്കിൽ അയാളിൽ അപ്പോൾ സത്ത്വഗുണം തെളിഞ്ഞിരിക്കുന്നു എന്നു മനസ്സിലാക്കാം. ആ തെളിച്ചം വിവേകത്തിന്റെ തെളിച്ചമാണ്. ഇതുപോലെ ഒരാൾ കർമ്മങ്ങളിൽ ആമഗ്നനായോ ലോഭമോഹങ്ങളിൽ ആകൃഷ്ടനായോ കാണപ്പെടുന്നുവെങ്കിൽ അയാളിൽ അപ്പോൾ രജോഗുണം തെളിഞ്ഞുനിൽക്കുന്നുവെന്നു കരുതണം (14.12). തമോഗുണം തെളിയുമ്പോഴാകട്ടെ സർവതിലും താത്പര്യമില്ലായ്മയും ആലസ്യവും കർമ്മവിമുഖതയുമൊക്കെ ഉണ്ടാവും (14.13).

ഒരാളിൽ തെളിഞ്ഞുനിൽക്കുന്നത് ഏതു ഗുണമാണെന്ന് അയാളുടെ ഭാവങ്ങളിൽനിന്നും പ്രവൃത്തികളിൽനിന്നും മനസ്സിലാക്കാൻ കഴിയുമെന്നാണല്ലോ, നാം ഇപ്പോൾ കണ്ടത്? തെളിഞ്ഞുനിൽക്കുന്ന സത്ത്വഗുണത്തിൽ ഒരാൾ സ്വയം ഉറപ്പിച്ചുനിർത്തിയാൽ അയാൾ എങ്ങോട്ടാണ് നയിക്കപ്പെടുക? അടുത്ത ശ്ലോകം അതിനെപ്പറ്റിയാണു പറയുന്നത്:

'യദാ സത്ത്വേ പ്രവൃദ്ധേ തു പ്രലയം യാതി ദേഹഭൃത്;
തദോത്തമവിദാം ലോകാൻ അമലാൻ പ്രതിപദ്യതേ.' (14.14)

വാഗർത്ഥം: യദാ സത്ത്വേ പ്രവൃദ്ധേ - സത്ത്വഗുണം തെളിഞ്ഞുനിൽക്കുമ്പോൾ; തു പ്രലയം യാതി - അതിൽത്തന്നെ വിലയം കൊള്ളുകയാണെങ്കിൽ അഥവാ അതിൽനിന്നു വിട്ടുപോകാതെ

അവിടെത്തന്നെ ഉറച്ചു നിൽക്കുകയാണെങ്കിൽ; ദേഹഭൃത് - ദേഹത്തോടുകൂടിയവൻ, (ഒരുവൻ ദേഹത്തിൽത്തന്നെ ഇരിക്കുമ്പോൾ എന്നർത്ഥം); തദാ - അപ്പോൾ; ഉത്തമവിദാൻ ലോകാൻ അമലാൻ - തത്ത്വജ്ഞാനികളുടെ നിർമ്മലമായ ലോകങ്ങളെ (അവസ്ഥകളെ), പ്രതിപദ്യതേ - പ്രാപിക്കുന്നു.

തന്നിൽ സത്ത്വഗുണം തെളിഞ്ഞുനിൽക്കുമ്പോൾ അതിൽത്തന്നെ ഉറച്ചുനിൽക്കാനും മറ്റു ഗുണങ്ങളിലേക്ക് സ്വയം കൈവിടാതെ സൂക്ഷിക്കാനും ഒരാൾക്കു കഴിയുന്നുവെങ്കിൽ അയാൾ ക്രമേണ ആ ഗുണത്തിനനുസരിച്ചുള്ള കർമ്മങ്ങൾ ചെയ്ത് ഉത്തമലോകങ്ങളെ പ്രാപിക്കും എന്നർത്ഥം.

ഇതുപോലെ രജോഗുണത്തിൽ ഉറച്ചുപോകുന്നവൻ കർമ്മങ്ങളോടുള്ള സംഗത്തിൽ വീഴുന്നു. തമസ്സിൽ ഉറയ്ക്കുന്നവൻ മൂഢനായി മാറുന്നു (14.15).

സത്ത്വഗുണ പ്രവൃത്തികളുടെ ഫലം സാത്ത്വികവും നിർമ്മലവുമായിരിക്കുമെന്നും രാജസ പ്രവൃത്തികൾ ദുഃഖത്തിലും താമസ പ്രവൃത്തികൾ അജ്ഞാനത്തിലും കലാശിക്കുമെന്നും തുടർന്നു പറയുന്നു (14.16). സത്ത്വത്തിൽനിന്ന് ജ്ഞാനവും രജസ്സിൽനിന്ന് ലോഭവും തമസ്സിൽനിന്ന് അജ്ഞാനത്തെക്കൂടാതെ ജാഗ്രതക്കുറവും വിഭ്രമവും ഉണ്ടാകുമെന്ന് ശ്ലോകം 14-17-ൽ വിശദീകരിക്കുന്നു. (ലോഭം എന്നാൽ കിട്ടുന്നതൊന്നുംകൊണ്ട് തൃപ്തി വരാത്ത അവസ്ഥയാണ്). ഓരോ ഗുണത്തിൽനിന്നും ഉണ്ടാകാവുന്ന ഫലങ്ങളെപ്പറ്റി വിവരിച്ചതിൽനിന്ന് ഒരു കാര്യം വ്യക്തം. സത്ത്വസ്ഥനായിരിക്കുന്ന ഒരാൾ ഔന്നത്യം പ്രാപിക്കും; താമസനായവൻ ഏറ്റവും നികൃഷ്ടനായിത്തീരും. ഇതിന്റെ രണ്ടിന്റേയും മദ്ധ്യത്തിലാണ് രാജസന്റെ സ്ഥാനം (14.18).

സർവ കർമ്മങ്ങൾക്കും കാരണം ഗുണങ്ങളുടെ സ്വാധീമാണെന്ന് നാം 3.27-ലും 13.19-ലും കാണുകയുണ്ടായി. അതായത്, ആത്മാവിന് കർമ്മങ്ങൾ ചെയ്യേണ്ട ആവശ്യമില്ല. ആത്മാവും പ്രകൃതിയും ചേർന്നതാണല്ലോ, ഓരോ വ്യക്തിയും. ഇപ്രകാരം ആത്മാവല്ല, പ്രകൃതിയുടെ ഗുണങ്ങളാണ് കർമ്മങ്ങൾക്ക് ആധാരം എന്ന അറിവ് ഈശ്വര സാക്ഷാത്കാരത്തിലേക്കു നയിക്കുമെന്നാണ് അടുത്ത ശ്ലോകത്തിൽ (14.19) പറയുന്നത്:

'നാന്യം ഗുണേഭ്യഃ കർതാരം യദാ ദ്രഷ്ടാനുപശ്യതി;
ഗുണേഭ്യശ്ച പരം വേത്തി മദ്ഭാവം സോഽധിഗച്ഛതി.' (14.19)

വാഗർത്ഥം: നാന്യം ഗുണേഭ്യഃ - ന അന്യം ഗുണേഭ്യഃ - ഗുണങ്ങളിൽനിന്ന് അന്യമല്ല; കർതാരം - (കർമ്മങ്ങളുടെ) കർത്താവ്

എന്ന്; യദാ ദ്രഷ്ടാ അനുപശ്യതി - എപ്പോൾ ദ്രഷ്ടാവ് മനസ്സിലാക്കുന്നുവോ; ദ്രഷ്ടാവ് - സത്യത്തെ ദർശിക്കുന്നവൻ, അറിവുള്ളവൻ; ഗുണേഭ്യഃ ച പരം വേത്തി - ഗുണങ്ങളെക്കാൾ ശ്രേഷ്ഠമായതിനെ, ഗുണങ്ങളിൽനിന്നു വ്യത്യസ്തമായതിനെ (ആത്മാവിനെ) എപ്പോൾ അറിയുകയും ചെയ്യുന്നുവോ; മദ്ഭാവം സഃ അധിഗച്ഛതി - (അപ്പോൾ) അവൻ എന്റെ ഭാവത്തെ പ്രാപിക്കുന്നു, അവൻ എന്നിൽ വിലയം കൊള്ളുന്നു.

കർമ്മങ്ങൾക്കു കാരണം ഗുണങ്ങളാണെന്നു തിരിച്ചറിഞ്ഞ്, ആ ഗുണങ്ങൾക്കപ്പുറമുള്ള ആത്മചൈതന്യത്തെ അറിയുന്നവൻ ഈശ്വര സാക്ഷാത്കാരം നേടുമെന്നു ചുരുക്കം.

ഇവിടെ പറഞ്ഞ കാര്യങ്ങൾ ആവർത്തിച്ചുറപ്പിക്കുകയാണ് അടുത്ത ശ്ലോകത്തിൽ. ശ്ലോകം ഇതാണ്:

'ഗുണാനേതാനതീത്യത്രീൻ ദേഹീ ദേഹസമുദ്ഭവാൻ;
ജന്മമൃത്യുജരാദുഃഖൈഃ വിമുക്തോഽമൃതമശ്നുതേ.' (14.20)

വാഗർത്ഥം: ഗുണാൻ ഏതാൻ അതീത്യ ത്രീൻ - ഏതാൻ ത്രീൻ ഗുണാൻ അതീത്യ - ഈ മൂന്നു ഗുണങ്ങളെയും അതിക്രമിച്ച്; ദേഹീ - ദേഹിൻ, ദേഹീ; ദേഹസമുദ്ഭവാൻ - ദേഹത്തിൽനിന്ന് ഉണ്ടായതായ; ജന്മമൃത്യുജരാദുഃഖൈഃ - ജന്മം, മൃത്യു, ജര, ദുഃഖം എന്നിവയിൽനിന്ന്; വിമുക്തഃ - വിമുക്തനായി; അമൃതം അശ്നുതേ - അമരത്വത്തെ, ശാശ്വതമായ പരമാനന്ദത്തെ, പ്രാപിക്കുന്നു.

ത്രിഗുണങ്ങളുടെ പിടിയിൽനിന്ന് സ്വയം വിടുവിക്കുന്നവൻ സുഖദുഃഖാദി ദ്വന്ദ്വാനുഭവങ്ങളെ അതിജീവിച്ച് അമരത്വത്തെ പ്രാപിക്കും എന്നാണ് ഇവിടെ പറഞ്ഞിരിക്കുന്നത്. ഈ ആശയം ഗീതയിലെ പല ശ്ലോകങ്ങളിലും അന്തർധാരയായി വർത്തിക്കുന്നുണ്ട്. 'ശ്രേയാൻ സ്വധർമോ വിഗുണഃ' എന്നു തുടങ്ങുന്ന 3.35-ലും കൂടാതെ 7.13, 7.14 തുടങ്ങിയ ശ്ലോകങ്ങളിലും നമുക്കതു കാണാം. കർമ്മങ്ങൾ ഉത്തമമാകുന്നത് അവ ഗുണസ്വാധീനത്തിനു വഴങ്ങാതെ, അവയ്ക്ക് അതീതമായി നിന്നുകൊണ്ട് ചെയ്യുമ്പോഴാണെന്ന 3.35-ലെ സന്ദേശം ഓർക്കുക. ഇവിടെ 14.20-ലും ഗുണങ്ങൾക്ക് അതീതമാകുന്ന അവസ്ഥയെക്കുറിച്ചു പറയുന്നു. ഗുണാതീതത്വം എന്നാൽ എന്തെന്നുള്ളതാണ് 14.22 മുതലുള്ള നാലു ശ്ലോകങ്ങളിൽ വിശദീകരിക്കുന്നത്.

ഗുണാതീതന്റെ ലക്ഷണങ്ങൾ എന്തൊക്കെയെന്ന അർജുനന്റെ ചോദ്യത്തിന് (14.21) ഭഗവാൻ കൃഷ്ണൻ നാലു ശ്ലോകങ്ങളിലൂടെ മറുപടി നൽകുന്നു. ആദ്യ ശ്ലോകം ഇങ്ങനെ:

'പ്രകാശം ച പ്രവൃത്തിം ച മോഹമേവ ച പാണ്ഡവ;
ന ദ്വേഷ്ടി സംപ്രവൃത്താനി നിവൃത്താനി ന കാംക്ഷതി.' (14.22)

വാഗർത്ഥം: പ്രകാശം ച പ്രവൃത്തിം ച മോഹം ഏവ ച പാണ്ഡവ - ഹേ, അർജ്ജുന! പ്രകാശം, പ്രവൃത്തി, മോഹം എന്നിവയിൽ ഏതായാലും; ന ദ്വേഷ്ടി സംപ്രവൃത്താനി - അതിൽ വ്യാപരിക്കുന്നതിനെ ദ്വേഷിക്കാതിരിക്കുക; നിവൃത്താനി ന കാംക്ഷതി - അതിൽനിന്ന് മുക്തമാകണമെന്ന് ആഗ്രഹിക്കാതിരിക്കുക.

ഇവിടെ രണ്ടു കാര്യങ്ങളാണ് പറയുന്നത്. പ്രകാശം എന്നത് സത്ത്വഗുണത്തെയും പ്രവൃത്തി രജോഗുണത്തെയും മോഹം തമോഗുണത്തെയുമാണ് കാണിക്കുന്നതെന്ന് നാം മനസ്സിലാക്കിയല്ലോ? അവയിൽ ഏത് നമ്മിൽ പ്രവർത്തിച്ചാലും അതിനെ ഗൗനിക്കാതിരിക്കണം; എന്നു മാത്രമല്ല, അവയിൽനിന്ന് സ്വയം വിടുവിക്കാൻ ശ്രമിക്കുകയുമരുത്. അവ വന്നിട്ടു പോകട്ടെ എന്നാവണം ചിന്ത. എന്തു വന്നാലും താൻ കുലുങ്ങില്ല എന്ന മനോഭാവം; അതാണു വേണ്ടത്. ഗുണങ്ങളുടെ പ്രവർത്തനത്തെപ്പറ്റി തെല്ലും ഗൗനിക്കാത്ത ഈ നിഷ്ഠ ഗുണാതീതത്വത്തിന്റെ ലക്ഷണമാകുന്നു. അടുത്ത ശ്ലോകങ്ങൾകൂടി നോക്കുക:

'ഉദാസീനവദാസീനം ഗുണൈര്യോ ന വിചാല്യതേ;
ഗുണാ വർതന്ത ഇത്യേവ യോഽവതിഷ്ഠതി നേംഗതേ.' (14.23)

'സമദുഃഖസുഖഃ സ്വസ്ഥഃ സമലോഷ്ടാശ്മകാഞ്ചനഃ;
തുല്യപ്രിയാപ്രിയോ ധീരഃ തുല്യനിന്ദാത്മസംസ്തുതിഃ.' (14.24)

'മാനാപമാനയോസ്തുല്യഃ തുല്യോ മിത്രാരിപക്ഷയോഃ;
സർവാരംഭ പരിത്യാഗീ ഗുണാതീത സ ഉച്യതേ.' (14.25)

വാഗർത്ഥം: (14.23) ഉദാസീനവത് ആസീനം - ഉദാസീനൻ എന്ന ഭാവത്തിലിരുന്നുകൊണ്ട്; ഗുണൈഃ യഃ - ആരാണോ ഗുണങ്ങളാൽ; ന വിചാല്യതേ - ചലിപ്പിക്കപ്പെടാത്തത്; ഗുണാഃ വർതന്തഃ ഇതി ഏവ - ഗുണങ്ങൾ അങ്ങനെ പ്രവർത്തിക്കുന്നു (എനിക്കതിൽ കാര്യമില്ല) എന്ന മട്ടിൽ; യഃ അവതിഷ്ഠതി - ആരാണോ വർത്തിക്കുന്നത്; ന ഇംഗതേ - അസ്വസ്ഥപ്പെടാത്തത് (അയാൾ)

ഗുണങ്ങളുടെ പ്രവർത്തനങ്ങളോട് ഉദാസീനനായും അവയാൽ ചലിപ്പിക്കപ്പെടാതെയും അവ മൂലം അസ്വസ്ഥപ്പെടാതെയും ഇരിക്കുന്നയാൾ ഗുണാതീതനാകുന്നു എന്നു വിവക്ഷ.

(14.24) സമദുഃഖസുഖഃ സ്വസ്ഥഃ - സുഖവും ദുഃഖവും തുല്യമായി കാണുന്നവനും സ്വസ്ഥനും; സമലോഷ്ടാശ്മകാഞ്ചനഃ -

ലോഷ്ടവും (മൺകട്ടയും) അശ്മവും (കല്ലും) കാഞ്ചനവും (സ്വർണ്ണവും) സമമായി കാണുന്നവനും; തുല്യപ്രിയാപ്രിയഃ ധീരഃ - പ്രിയമായാലും അപ്രിയമായാലും തുല്യമായി കാണുന്ന വിവേകിയും; തുല്യനിന്ദാത്മസംസ്തുതിഃ - നിന്ദയും സ്തുതിയും തുല്യമായി കാണുന്നവനും;

ഈ ശ്ലോകത്തിൽ പറയുന്നത് ഇതാണ്: സുഖദുഃഖങ്ങളെ സമമായി കാണുന്നവനും സ്വസ്ഥനും ആയവൻ ഗുണാതീതനാകുന്നു. അയാൾക്ക് മൺകട്ടയും കല്ലും സ്വർണ്ണവുമെല്ലാം തുല്യമായിരിക്കും. പ്രിയാപ്രിയങ്ങളെയും നിന്ദയെയും സ്തുതിയെയും അയാൾ തുല്യമായിട്ടു കാണുന്നു.

(14.25) മാനാപമാനയോഃ തുല്യഃ - മാനാപമാനങ്ങളെ തുല്യമായി കാണുന്നവനും; തുല്യഃ മിത്ര അരിപക്ഷയോഃ - മിത്രത്തെയും ശത്രുവിനെയും തുല്യമായി കാണുന്നവനും; സർവാരംഭ പരിത്യാഗീ - സർവ സമാരംഭങ്ങളെയും ത്യജിച്ചവനും (സ്വാർത്ഥം ഒട്ടും ഇല്ലാത്തവനും) ആയ; സഃ - അയാൾ; ഗുണാതീതഃ ഉച്യതേ - ഗുണാതീതൻ എന്ന് പറയപ്പെടുന്നു.

മാനാപമാനങ്ങളെയും ശത്രുമിത്രങ്ങളെയും തുല്യമായി കാണുന്ന സ്വാർത്ഥതയില്ലാത്തവനുമായ വ്യക്തി ഗുണാതീതനാകുന്നു എന്നർത്ഥം.

ഗുണാതീതന്റെ ലക്ഷണങ്ങളെപ്പറ്റിയാണ് ഇവിടെ പറഞ്ഞിരിക്കുന്നത്. ഒരാൾ ഗുണങ്ങൾക്ക് അതീതനായിരിക്കുന്നു എന്ന് ഈ ലക്ഷണങ്ങൾകൊണ്ട് തിരിച്ചറിയാം എന്നു ചുരുക്കം.

ഗുണാതീതനായിത്തീർന്നാൽ പിന്നെ എന്താണ് സംഭവിക്കുക? അടുത്ത ശ്ലോകം അതു വിശദീകരിക്കുന്നു:

'മാം ച യോഽവ്യഭിചാരേണ ഭക്തിയോഗേന സേവതേ;
സ ഗുണാൻസമതീത്യൈതാൻ ബ്രഹ്മഭൂയായ കല്പതേ.' (14.26)

അർത്ഥം: മാം ച - എന്നെത്തന്നെ; യഃ - ഏതൊരുവനാണോ; അവ്യഭിചാരേണ - അചഞ്ചലമായ; ഭക്തിയോഗേന - ഭക്തിയോടുകൂടി; സേവതേ - സേവിക്കുന്നത്; സ - അയാൾ; ഗുണാൻ ഏതാൻ സമതീത്യ - ഈ (മൂന്നു) ഗുണങ്ങളെ അതിക്രമിച്ചിട്ട്; ബ്രഹ്മഭൂയായ കല്പതേ - ബ്രഹ്മപ്രാപ്തിക്ക് യോഗ്യനായിത്തീരുന്നു.

ആത്മാവായ ഈശ്വരനിൽത്തന്നെ അചഞ്ചല ഭക്തിയോടെ സ്വയം അർപ്പിച്ച് ഏകാഗ്രനായിരിക്കുമ്പോൾ മറ്റു വിഷയങ്ങളിൽ താത്പര്യം ഇല്ലാതാവുകയും ക്രമേണ അയാൾ ബ്രഹ്മ പ്രാപ്തിക്ക് അർഹനായിത്തീരുകയും ചെയ്യും.

ഈ അദ്ധ്യായത്തിലെ അവസാനത്തെ ശ്ലോകമാണ് അടുത്തത്. ഒരു സുപ്രധാന പ്രഖ്യാപനം നമുക്ക് അതിൽ കാണാം. ശ്ലോകം ഇതാണ്:

'ബ്രഹ്മണോ ഹി പ്രതിഷ്ഠാഹം അമൃതസ്യാവ്യയസ്യ ച;
ശാശ്വതസ്യ ച ധർമസ്യ സുഖസ്യൈകാന്തികസ്യ ച.' (14.27)

അർത്ഥം: ബ്രഹ്മണഃ - ബ്രഹ്മത്തിന്റെ; ഹി പ്രതിഷ്ഠാ അഹം - ഇരിപ്പിടം ഞാൻതന്നെ ആകുന്നു; അമൃതസ്യ അവ്യയസ്യ ച - ഒരിക്കലും ക്ഷയിക്കാത്ത അമൃതത്വത്തിന്റെയും അതായത് അമരത്വത്തിന്റെ അഥവാ നിത്യത്വത്തിന്റെ (ഇരിപ്പിടവും ഞാനാകുന്നു); ശാശ്വതസ്യ ച ധർമസ്യ - അക്ഷരമായ ധർമ്മത്തിന്റെ (ഇരിപ്പിടവും ഞാനാകുന്നു); സുഖസ്യ ഐകാന്തികസ്യ ച - അഖണ്ഡമായ ആനന്ദത്തിന്റെ (ഇരിപ്പിടവും ഞാനാകുന്നു).

ബ്രഹ്മത്തിന്റെ ഇരിപ്പിടം ആത്മാവാകുന്നു എന്നതാണ് മുൻ സൂചിപ്പിച്ച ആ മഹാ പ്രഖ്യാപനം. ഈ സത്യം മുണ്ഡകോപനിഷത് 1.1.9, 3.1.3, ശ്വേതാശ്വതരം 5.6 തുടങ്ങിയ ഉപനിഷത് മന്ത്രങ്ങളിലുള്ളതാണ്.

അഖണ്ഡമായ ആനന്ദത്തിന്റെയും അമരത്വത്തിന്റെയും ഇരിപ്പിടവും ആത്മാവാകുന്നു എന്നു പ്രഖ്യാപിച്ചുകൊണ്ട് 27 ശ്ലോകങ്ങളുള്ള ഗുണത്രയവിഭാഗയോഗം എന്ന പതിന്നാലാം അദ്ധ്യായം അവസാനിക്കുന്നു.

പതിനഞ്ച്

പുരുഷോത്തമ യോഗം

പ്രകൃതിയെപ്പറ്റിയും പുരുഷനെപ്പറ്റിയും അദ്ധ്യായം 13-ൽ നാം കണ്ടു. ഇവയിൽ പ്രകൃതിയുടെ ഗുണങ്ങളെപ്പറ്റിയാണ് അദ്ധ്യായം 14-ൽ നാം പഠിച്ചത്. ഇനി അറിയാനുള്ളത് പുരുഷനെപ്പറ്റിയാണ്. അദ്ധ്യായം 15-ലെ പ്രതിപാദ്യം പുരുഷനാണ്. പുരുഷനെപ്പറ്റിയും ഉത്തമപുരുഷനെപ്പറ്റിയും 20 ശ്ലോകങ്ങളിലൂടെ പറയുന്ന ഈ അദ്ധ്യായത്തിന് പുരുഷോത്തമയോഗം എന്നാണ് പേര്.

സർവഭൂതങ്ങളുടെയും ഉദ്ഭവത്തിനുള്ള ബീജം നൽകുന്നത് ആത്മാവായ പുരുഷനാണെന്ന് നാം 14.3, 14.4 ശ്ലോകങ്ങളിൽനിന്നു മനസ്സിലാക്കിയല്ലോ? അതിനെ തുടർന്നാണ് ഗുണങ്ങൾ എന്തെന്നു നാം കണ്ടത്. അതുപോലെ ഇവിടെ പ്രകൃതി-പുരുഷ സംയുക്തമായ ബ്രഹ്മത്തെ പരാമർശിച്ചുകൊണ്ടാണ് തുടക്കം. ബ്രഹ്മം സനാതനമായ ഒരു അശ്വത്ഥമാണെന്ന് (അരയാൽ ആണെന്ന്) കഠോപനിഷത്തിൽ പറഞ്ഞിട്ടുണ്ട് (ഊർധ്വമൂലോ*f*വാക്ശാഖ ഏഷോ*f*ശ്വത്ഥഃ സനാതനഃ - 6.1 മന്ത്രം). ഇതിന്റെ ഒരു പരാവർത്തന ശ്ലോകവുമായാണ് ഈ അദ്ധ്യായം ആരംഭിക്കുന്നത്. ശ്ലോകം കാണുക:

> 'ഊർധ്വമൂലമധഃശാഖം അശ്വത്ഥം പ്രാഹുരവ്യയം;
> ഛന്ദാംസി യസ്യ പർണാനി യസ്തം വേദ സ വേദവിത്.' (15.1)

വാഗർത്ഥം: ഊർധ്വമൂലം - മുകളിലേക്ക് വേരുകളുള്ളത്; അധഃശാഖം - താഴോട്ട് ശാഖകളുള്ളത്; അശ്വത്ഥം - അരയാൽ; പ്രാഹുഃ അവ്യയം - അവ്യയം (മാറ്റമില്ലാത്തത്, ക്ഷയമില്ലാത്തത്) ആണെന്നു പറയപ്പെടുന്നു; ഛന്ദാംസി - വേദങ്ങൾ; യസ്യ പർണാനി - ഏതിന്റെ ഇലകളാണോ; യഃ തം വേദ സ വേദവിത് - അതിനെ അറിയുന്നവൻ വേദജ്ഞാനിയാണ്.

സാധാരണ വൃക്ഷങ്ങൾ താഴെ വേരുകളും മുകളിൽ ശാഖകളും ഉള്ളതാണല്ലോ? വേരുകൾ അതിനെ ആധാരവസ്തുവിൽ, ഭൂമിയിൽ, ഉറപ്പിച്ചുനിർത്തുന്നു. എന്നുമാത്രമല്ല, വൃക്ഷത്തിന്റെ നിലനില്പിനു

വേണ്ടതായ പോഷകങ്ങൾ ലഭ്യമാകുന്നതും ആ ആധാര വസ്തുവിൽനിന്നുതന്നെയാണ്. ഇവിടെയും അങ്ങനെതന്നെയാവണമല്ലോ? മുകളിലാണ് വേരുകൾ എന്നു പറയുമ്പോൾ ആധാരവസ്തുവിന്റെ സ്ഥാനം മുകളിലാണെന്നർത്ഥം. ഒരു മനുഷ്യനെ എടുത്താൽ ഒരു ജീവി എന്ന നിലയിലുള്ള അയാളുടെ നിലനില്പിനു കാരണം ബോധവും അതോടൊപ്പം മസ്തിഷ്കത്തിൽ ശേഖരിക്കപ്പെട്ടിട്ടുള്ള അറിവുമാണ്. ബോധപ്രവർത്തനത്തിന്റെ കേന്ദ്രം ഹൃദയം (തലാമസ്) എന്ന ബോധകേന്ദ്രമത്രേ. ഇവിടെനിന്ന് മുകളിൽ മസ്തിഷ്കത്തിലേക്കു പോകുന്ന നാഡികളിലൂടെയാണ് അവിടെയുള്ള അറിവിനനുസരണമായ നിർദ്ദേശങ്ങൾ ശരീരത്തിന്റെ വിവിധ ഭാഗങ്ങളിലേക്ക് യഥോക്തം എത്തിക്കപ്പെടുന്നത്. അവ ബോധകേന്ദ്രത്തിലെത്തുകയും അവിടെനിന്ന് പ്രത്യേക നാഡികൾ വഴി നിശ്ചിത ശരീരഭാഗങ്ങളിലേക്ക് എത്തുകയും ചെയ്യുന്നു. ബോധകേന്ദ്രത്തിൽനിന്ന് മുകളിലേക്കുള്ള നാഡികളെ വേരുകളായി കണക്കാക്കിയാൽ വേരുകൾ മുകളിലായുള്ള ഒരു വൃക്ഷമായി ആ മനുഷ്യൻ മാറും. ശാഖകൾ അയാളുടെ കൈകാലുകളും ശരീരം തായ്ത്തടിയുമാകും. അതായത്, അയാൾ തലകീഴായ ഒരു വൃക്ഷംതന്നെ.

വേരുകൾ ബോധ ഹൃദയത്തിൽ ഊന്നിയിരിക്കുന്നു. ബോധം ആത്മാവിന്റെ ചൈതന്യമാണ്. ശരീരത്തോടുകൂടി ഇരിക്കുന്നതിനാൽ ആത്മാവ് അറിയപ്പെടുന്നത് പുരുഷൻ എന്നാകുന്നു. പുരുഷൻ നിലനിർത്തുന്ന, പുരുഷനെ ആധാരമാക്കി വർത്തിക്കുന്ന പ്രകൃതി രൂപമാണ് ഓരോ ശരീരവും. പ്രകൃതി-പുരുഷ ദ്വന്ദ്വമായതിനാൽ ഓരോരുത്തരും ബ്രഹ്മം തന്നെ. അപ്പോൾ, ഇവിടത്തെ അശ്വത്ഥം പ്രതിനിധാനം ചെയ്യുന്നത് ബ്രഹ്മത്തെയാണെന്നു കാണാം.

വൃക്ഷത്തിന്റെ ഇലകൾ ആധാരവസ്തുവായ മണ്ണിൽനിന്നു ലഭിക്കുന്ന പോഷകങ്ങളെ പകൽവെളിച്ചത്തിന്റെ സഹായത്താൽ ആഹാരമാക്കി മാറ്റുന്ന ഇടങ്ങളാണ്. അതുപോലെ ഈ ബ്രഹ്മവൃക്ഷത്തിന്റെ ഇലകൾ ആധാരവസ്തുവായ പുരുഷനിൽനിന്നു കിട്ടുന്ന ബോധത്തെ അനുഭവങ്ങളുടെ വെളിച്ചത്തിൽ അറിവായി മാറ്റുന്നു. വേദം എന്നാൽ അറിവ്. അതുകൊണ്ടാണ് ഇലകൾ വേദങ്ങളാണെന്നു പറഞ്ഞിരിക്കുന്നത്.

അറിവുകൾ ഒന്നൊന്നായി നേടി അവസാനം ബ്രഹ്മത്തെ അറിയുന്നവൻ വേദജ്ഞാനിയായിരിക്കുമെന്ന് പറയാതെതന്നെ സിദ്ധമാണല്ലോ?

അശ്വത്ഥത്തിന്റെ വർണ്ണന തുടരുന്നു. അടുത്ത ശ്ലോകം കാണുക:

'അധശ്ചോർധ്വം പ്രസൃതാഃ തസ്യ ശാഖാഃ
ഗുണപ്രവൃദ്ധാ വിഷയപ്രവാളാഃ;

അധശ്ച മൂലാന്യനുസന്തതാനി
കർമാനുബന്ധീനി മനുഷ്യലോകേ.' (15.2)

വാഗർത്ഥം: അധഃ ച ഊർധ്വം - താഴെയും മുകളിലും; പ്രസൃതാഃ തസ്യ ശാഖാഃ - അതിന്റെ ശാഖകൾ നീണ്ടു പടർന്നിരിക്കുന്നു; ഗുണപ്രവൃദ്ധാ - ത്രിഗുണങ്ങളാൽ വളരുന്നതും; വിഷയപ്രവാളാഃ - വിഷയങ്ങളാകുന്ന തളിരുകളുള്ളതും (ആണ് അവ); അധഃ ച - താഴെയും; മൂലാനി അനുസന്തതാനി - വേരുകൾ പടർന്നിരിക്കുന്നു; കർമാനുബന്ധീനി - കർമ്മങ്ങളോട് ബന്ധിക്കുന്നവയായി; മനുഷ്യലോകേ - മനുഷ്യലോകത്തിൽ.

ശാഖകൾ താഴേക്കാണെങ്കിലും അവ മുകളിലോട്ടുകൂടി വളർന്ന് എല്ലായിടവും വ്യാപിച്ചിരിക്കുന്നു; അതുപോലെ മൂലങ്ങളും എല്ലായിടവും വ്യാപിച്ചിരിക്കുന്നു. ത്രിഗുണങ്ങളാണ് ശാഖകളുടെ വളർച്ചയ്ക്കു കാരണം. ശബ്ദസ്പർശാദി വിഷയങ്ങളാണ് ആ വളർച്ചയുടെ തളിരുകൾ. അതായത്, വിഷയങ്ങളിൽ ഗുണ സംബന്ധം ഉണ്ടാകുന്നതുവഴി പ്രകൃതി-പുരുഷ സംയുക്തത്തിലെ പ്രകൃതിഭാവത്തിനു വലുപ്പം വയ്ക്കുന്നു. അതിനെയെല്ലാം നിലനിർത്തുന്ന ശക്തിദായിനികളായി മൂലങ്ങളും താഴെയുംകൂടി പടർന്നിരിക്കുന്നു. മൂലങ്ങൾ നാഡികളാണെന്നു പറഞ്ഞുവല്ലോ? ആ മൂലങ്ങളിലൂടെയാണ് നിലനില്പിനുള്ള ഊർജ്ജം വിതരണം ചെയ്യപ്പെടുന്നത്. ആ ഊർജ്ജം അക്ഷരമായ പുരുഷശക്തിയാണെന്നത് ഓർക്കുക. ഈ ശക്തിയാണ് കർമ്മങ്ങൾ ചെയ്യുന്നതിനുള്ള ആന്തരിക ഊർജ്ജം പ്രദാനം ചെയ്യുന്നത്; അതായത്, അന്തഃകരണവൃത്തികളെ പ്രചോദിപ്പിക്കുന്നത്. അതുകൊണ്ടാണ് കർമ്മങ്ങളോട് ബന്ധിക്കുന്നവയായി വേരുകൾ പടർന്നിരിക്കുന്നു എന്നു പറയുന്നത്.

ബ്രഹ്മമാകുന്ന അശ്വത്ഥത്തിന്റെ ദ്വന്ദ്വാത്മകമായ രൂപത്തെപ്പറ്റി വിവരിച്ചതിനുശേഷം പറയുന്നു, ഈ രൂപത്തിൽ ഇത് എങ്ങും കാണപ്പെടുന്നില്ല എന്ന്. അതിന്റെ ആദിയോ അന്തമോ അവസ്ഥയോ ആർക്കും അറിയാൻ കഴിയില്ല. ശ്ലോകം 15.3 കാണുക:

'ന രൂപമസ്യേഹ തഥോപലഭ്യതേ
നാന്തോ ന ചാദിർന ച സംപ്രതിഷ്ഠാ;
അശ്വത്ഥമേനം സുവിരൂഢമൂലം
അസംഗശസ്ത്രേണ ദൃഢേന ഛിത്ത്വാ.' (15.3)

വാഗർത്ഥം: ന രൂപം അസ്യ ഇഹ തഥാ ഉപലഭ്യതേ - അതിന്റെ ഇപ്രകാരമുള്ള ഒരു രൂപം ഇവിടെ കാണപ്പെടുന്നില്ല; ന അന്തഃ ന ച ആദിഃ ന ച സംപ്രതിഷ്ഠാ - അന്ത്യമോ ആദിയോ ആസ്ഥാനമോ കാണപ്പെടുന്നില്ല; അശ്വത്ഥം ഏനം സുവിരൂഢമൂലം - സുസ്ഥിരമായ

ഈ അശ്വത്ഥത്തെ; അസംഗശസ്ത്രേണ - സംഗമില്ലായ്മ എന്ന അസ്ത്രംകൊണ്ട്; ദൃഢേന ഛിത്ത്വാ - ബലമായി ഛേദിച്ചിട്ട് (ബാക്കി അടുത്ത ശ്ലോകത്തിൽ)

ഒരു വൃക്ഷമായി ബ്രഹ്മത്തെ ആദ്യ രണ്ടു ശ്ലോകങ്ങളിൽ ചിത്രീകരിച്ചത് അതിന്റെ സ്വഭാവത്തെപ്പറ്റി ബോധിപ്പിക്കാനാണ്. ആ രൂപത്തിൽ ബ്രഹ്മത്തെ അന്വേഷിച്ചാൽ എവിടെയും കാണാൻ കഴിയില്ല. കാരണം, ബ്രഹ്മത്തിന് അങ്ങനെ പ്രത്യേകിച്ച് ഒരു രൂപവുമില്ല. ഈ പ്രപഞ്ചമാണ് അതിന്റെ രൂപം. അതുപോലെ, ബ്രഹ്മത്തിന് ആദിയും അന്തവും പ്രത്യേകിച്ച് ഒരു സ്ഥാനവും ഇല്ല. അത് അനാദിമദ്ധ്യാന്തമായി പ്രപഞ്ചം മുഴുവൻ വ്യാപിച്ചുനിൽക്കുന്നു.

സംഗമില്ലായ്മകൊണ്ട് അതിനെ ഛേദിക്കണമെന്നാണ് ഇവിടത്തെ നിർദ്ദേശം. എങ്ങനെയാണ് ബ്രഹ്മത്തെ ഛേദിക്കുക? അതു സാധ്യമല്ല. ബ്രഹ്മത്തിന്റെ ഭൗതിക രൂപങ്ങളോട് നമുക്കുള്ള ആസക്തി ഇല്ലാതാക്കുന്നതിനെയാണ് ഇവിടെ ഛേദിക്കൽ ആയി പറഞ്ഞിട്ടുള്ളത്. ഭൗതിക ഭോഗങ്ങളോടുള്ള ആർത്തിയാണല്ലോ നമ്മെ സംസാരദുഃഖത്തിൽ നിമഗ്നരാക്കുന്നത്! അങ്ങനെ ഭൗതികഭോഗങ്ങളോട് വൈരാഗ്യമുണ്ടാക്കിയിട്ട് ബ്രഹ്മത്തിലെ അക്ഷരാംശമായ പുരുഷനെ പ്രാപിക്കണമെന്നാണ് അടുത്ത ശ്ലോകം നിർദ്ദേശിക്കുന്നത്. ശ്ലോകം ഇതാ:

'തതഃ പദം തത്പരിമാർഗിതവ്യം
യസ്മിൻഗതാ ന നിവർതന്തി ഭൂയഃ;
തമേവ ചാദ്യം പുരുഷം പ്രപദ്യേ
യതഃ പ്രവൃത്തിഃ പ്രസൃതാ പുരാണീ.' (15.4)

വാഗർത്ഥം: തതഃ - എന്നിട്ട് (ഭൗതിക ഭോഗങ്ങളോടുള്ള ആർത്തി ഇല്ലാതാക്കിയിട്ട്); പദം തത്പരിമാർഗിതവ്യം - പ്രാപിക്കേണ്ടത് ആ പദത്തെയാണ്; യസ്മിൻഗതാ - ഏതിനെ പ്രാപിച്ചിട്ടാണോ; ന നിവർതന്തി ഭൂയഃ - പിന്നെ മടക്കമില്ലാത്തത്; തം ഏവ ച ആദ്യം പുരുഷം പ്രപദ്യേ - ആ ആദിപുരുഷനെത്തന്നെ അവലംബിക്കുക, ആശ്രയിക്കുക; യതഃ പ്രവൃത്തിഃ പ്രസൃതാ പുരാണീ - ആരിൽ നിന്നാണോ കർമ്മങ്ങൾ പണ്ടേ പ്രസരിക്കുന്നത്.

അതായത്, ബ്രഹ്മത്തിലെ നശ്വരാംശമായ ഭൗതികഭോഗങ്ങളെ വിട്ടിട്ട് അനശ്വര ചൈതന്യമായ ആദി പുരുഷനെ ആശ്രയിക്കണം. ആ പുരുഷനെ പ്രാപിച്ചാൽപ്പിന്നെ യാതൊരു ചഞ്ചലത്വവുമില്ലാതെ എന്നെന്നേക്കും അതിൽത്തന്നെ നിമഗ്നനായി, നിത്യമായ ആനന്ദത്തെ അനുഭവിക്കും. ഈ പുരുഷനിൽനിന്നാണ് പണ്ടുമുതലേ

കർമ്മങ്ങൾ ഉണ്ടായിക്കൊണ്ടിരിക്കുന്നത്. എന്നുവച്ചാൽ ഈ പുരുഷൻ നൽകുന്ന ബോധമയമായ ഊർജത്താലാണ് ഗുണങ്ങൾ കർമ്മത്തെ ചെയ്യിക്കുന്നത്.

ബ്രഹ്മത്തിന്റെ വികാസം കാരണമാണ് എന്നെന്നും കർമ്മങ്ങൾ ഉണ്ടാകുന്നതെന്നും ബ്രഹ്മം ഉണ്ടാകുന്നത് സർവജ്ഞനായ പുരുഷന്റെ ജ്ഞാനമയമായ തപസ്സിനാലാണെന്നും മുണ്ഡകോപനിഷത് 1.1.8, 1.1.9 എന്നീ മന്ത്രങ്ങളിൽ പറയുന്നുണ്ട്.

ആദിചൈതന്യമായ പുരുഷനെ പ്രാപിക്കുന്നതിനു ചില യോഗ്യതകളൊക്കെയുണ്ടെന്ന് അടുത്ത ശ്ലോകം പ്രസ്താവിക്കുന്നു. 'ഞാൻ, ഞാൻ' എന്ന ഭാവവും വ്യാമോഹങ്ങളും വിടണം, സംഗം ഉപേക്ഷിക്കണം, സദാ അദ്ധ്യാത്മചിന്തയിൽ മുഴുകണം, കാമങ്ങളിൽനിന്ന് മുക്തരാകണം, സുഖദുഃഖാദി ദ്വന്ദ്വാനുഭവങ്ങളിൽ വീഴാത്തവരാകണം - ഇത്രയൊക്കെ നേടിയ ജ്ഞാനികൾക്കു മാത്രമേ ആ പുരുഷന്റെ അവ്യയമായ പദത്തെ പ്രാപിക്കാൻ കഴിയൂ എന്നാണ് 15.5 ശ്ലോകത്തിലെ പ്രഖ്യാപനം.

ആ ശ്ലോകം ഇതാണ്:

'നിർമാനമോഹാ ജിതസംഗദോഷാ
അധ്യാത്മനിത്യാ വിനിവൃത്തകാമാഃ;
ദ്വന്ദ്വൈർവിമുക്താഃ സുഖദുഃഖസഞ്ജ്ഞൈഃ
ഗച്ഛന്ത്യമൂഢാഃ പദമവ്യയം തത്.' (15.5)

വാഗർത്ഥം: നിർമാനമോഹാഃ - മാനവും (അഹംഭാവവും) മോഹവും (വ്യാമോഹവും) ഇല്ലാത്ത; ജിതസംഗദോഷാഃ - സംഗം എന്ന ദോഷത്തെ അകറ്റിയ; അധ്യാത്മനിത്യാ - അധ്യാത്മചിന്തയിൽ സദാ മുഴുകിയ; വിനിവൃത്തകാമാഃ - കാമങ്ങളിൽനിന്നു മുക്തനായ; സുഖദുഃഖസഞ്ജ്ഞൈഃ ദ്വന്ദ്വൈഃ വിമുക്താഃ സുഖദുഃഖങ്ങളാകുന്ന ദ്വന്ദ്വത്വത്തെ അതിജീവിച്ച; അമൂഢാഃ - ബുദ്ധിശാലികൾ; ഗച്ഛന്തി പദം അവ്യയം തത് - അവ്യയമായ ആ പദത്തെ പ്രാപിക്കുന്നു.

പ്രാപിക്കേണ്ടതായ പദം ഏതെന്ന് നാലാം ശ്ലോകത്തിൽ പറഞ്ഞുവല്ലോ? എങ്ങനെയുള്ളവർക്കാണ് അതു പ്രാപിക്കാൻ കഴിയുക എന്ന് ഈ ശ്ലോകത്തിലും പറഞ്ഞു. ഇനി പറയാൻ പോകുന്നത്, പ്രാപിക്കേണ്ട പദത്തിന്റെ സവിശേഷതകളെപ്പറ്റിയാണ്. ശ്ലോകം 15.6 കാണുക:

'ന തദ്ഭാസയതേ സൂര്യോ ന ശശാങ്കോ ന പാവകഃ;
യദ്ഗത്വാ ന നിവർതന്തേ തദ്ധാമ പരമം മമ.' (15.6)

വാഗർത്ഥം: ന തത് ഭാസയതേ സൂര്യഃ - സൂര്യൻ അതിനെ പ്രകാശിപ്പിക്കുന്നില്ല; ന ശശാങ്കഃ ന പാവകഃ - ചന്ദ്രനും അഗ്നിയും (പ്രകാശിപ്പിക്കുന്നില്ല); യദ്ഗത്വാ ന നിവർതന്തേ - എവിടം പ്രാപിച്ചിട്ടാണോ പിന്നെ മടക്കം ഇല്ലാത്തത്; തത് ധാമ പരമം മമ - അത് എന്റെ പരമമായ, ശ്രേഷ്ഠമായ സങ്കേതം ആകുന്നു.

ബ്രഹ്മത്തിലെ നശ്വരമായ ഭൗതികാംശത്തിൽ വ്യാപരിക്കുന്നവർ ആ ഭൗതികാംശത്തിന്റെ മാറ്റങ്ങൾക്കനുസരിച്ച് മാറിക്കൊണ്ടിരിക്കും. എന്നാൽ സ്ഥായീഭാവമായ, അനശ്വരമായ പുരുഷനിൽ ആ മാറ്റങ്ങളില്ല. കാരണം പുരുഷൻ അവ്യയനാണ്. അതുകൊണ്ടാണ് പുരുഷനെ പ്രാപിച്ചാൽ പിന്നെ മടങ്ങിപ്പോകലില്ല എന്നു പറഞ്ഞിരിക്കുന്നത്. ബ്രഹ്മത്തിലെ പുരുഷൻ എന്ന ആ സ്ഥാനമാണ് ആത്മാവിന്റെ പരമമായ സ്ഥാനം. അതായത്, പുരുഷൻതന്നെ ആത്മാവ്.

അങ്ങനെയുള്ള ആത്മാവിനെ പ്രകാശിപ്പിക്കുന്നത് സൂര്യനോ ചന്ദ്രനോ അഗ്നിയോ അല്ല. അതായത് ആത്മാവ് സ്വയം പ്രകാശിക്കുന്ന ഒന്നാണ്. കഠോപനിഷത്തിലെ 5.15 മന്ത്രം ഇങ്ങനെ പറയുന്നു:

'ന തത്ര സൂര്യോ ഭാതി ന ചന്ദ്രതാരകം
നേമാ വിദ്യുതോ ഭാന്തി കുതോ/യമഗ്നിഃ;
തമേവ ഭാന്തം അനുഭാതി സർവം
തസ്യ ഭാസാ സർവമിദം വിഭാതി.' (കഠം 5.15)

അർത്ഥം: അവിടെ (ഈ പ്രപഞ്ചത്തിൽ) സൂര്യനോ ചന്ദ്രനോ നക്ഷത്രങ്ങളോ മിന്നലുകളോ അഗ്നിയോ (സ്വയം) പ്രകാശിക്കുന്നില്ല. സ്വയം പ്രകാശിക്കുന്നത് അത് (ആത്മാവ്) മാത്രമാണ്; ബാക്കിയെല്ലാം അതിന്റെ തേജസ്സിനാലാണ് പ്രകാശിക്കുന്നത്.

ഇതേ മന്ത്രം മുണ്ഡകോപനിഷത്തിൽ 2.2.10-ലും ശ്വേതാശ്വതരത്തിൽ 6.14-ലും ആവർത്തിച്ചിരിക്കുന്നു. അതുതന്നെയാണ് ഇവിടെയും പറഞ്ഞിരിക്കുന്നത്.

ബ്രഹ്മത്തിലെ നശ്വരമായ ഭൗതികാംശത്തെ നിലനിർത്തുന്ന ശക്തി ആത്മാവായ പുരുഷനാണെന്ന് പറഞ്ഞല്ലോ. ജീവികളിൽ ഈ ആത്മശക്തി എങ്ങനെ പ്രവർത്തിക്കുന്നു എന്നുള്ളതാണ് അടുത്തു വരുന്ന ഏതാനും ശ്ലോകങ്ങളിലെ പ്രതിപാദ്യം. ശ്ലോകം 15.7 ഇങ്ങനെയാണ്:

'മമൈവാംശോ ജീവലോകേ ജീവഭൂതഃ സനാതനഃ;
മനഃഷഷ്ഠാനീന്ദ്രിയാണി പ്രകൃതിസ്ഥാനി കർഷതി.' (15.7)

വാഗർത്ഥം: മമ ഏവ അംശഃ ജീവഭൂതഃ സനാതനഃ - ജീവൻ നൽകുന്നതും സനാതനവുമായ എന്റേതായ ഒരംശം; ജീവലോകേ - ജീവലോകത്തിൽ; മനഃ ഷഷ്ഠാനി ഇന്ദ്രിയാണി പ്രകൃതിസ്ഥാനി - പ്രകൃതിയുടെ ഭാഗമായ അഞ്ച് ഇന്ദ്രിയങ്ങളെയും ആറാമതായി മനസ്സിനെയും; കർഷതി - ആകർഷിക്കുന്നു, പ്രവർത്തിപ്പിക്കുന്നു.

ശ്ലോകത്തിൽ പറയുന്നത് ഇതാണ്: 'ജീവികളിൽ ജീവനു കാരണമായത് എന്നിലുള്ള (ആത്മാവിലുള്ള) ഒരംശമാണ്. ആ അംശത്താലാണ് ഇന്ദ്രിയങ്ങളും മനസ്സും പ്രവർത്തിക്കുന്നത്.'

ആത്മാവ് സത്-ചിത്-ആനന്ദം ആണെന്ന് നമുക്കറിയാം. ഇതിൽ ചിത് ശുദ്ധമായ ബോധമാണ്. ജീവികളെ മറ്റു വസ്തുക്കളിൽനിന്ന് വേർതിരിച്ചു നിർത്തുന്ന ഘടകം ബോധമാകുന്നു. അതായത്, ആത്മാവിന്റെ ചിത് എന്ന അംശമാണ് ജീവഭൂതമായിട്ടുള്ളതും ഇന്ദ്രിയങ്ങളെയും മനസ്സിനെയും പ്രവർത്തിപ്പിക്കുന്നതും.

ചിത്തിനു പ്രവർത്തിക്കാനുള്ള ഘടനാ സവിശേഷത ഉണ്ടെങ്കിലേ ശരീരത്തിൽ ജീവൻ നിലനിൽക്കുകയുള്ളൂ; ജീവനുണ്ടെങ്കിലേ ഇന്ദ്രിയങ്ങളും മറ്റും പ്രവർത്തിക്കുകയുള്ളൂ. ആ സവിശേഷത എപ്പോൾ ഇല്ലാതാകുന്നുവോ അപ്പോൾ ചിത് ആ ശരീരത്തിൽ ജീവനെ നിലനിർത്താതാകും. ഇക്കാര്യമാണ് അടുത്ത ശ്ലോകത്തിൽ.

'ശരീരം യദവാപ്നോതി യച്ചാപ്യുത്ക്രാമതീശ്വരഃ;
ഗൃഹീത്വൈതാനി സംയാതി വായുർഗന്ധാനിവാശയാത്.' (15.8)

വാഗർത്ഥം: ഈശ്വരഃ - ഈശ്വരൻ (ഇവിടെ ജീവഭൂതമായിട്ടുള്ള ആത്മാംശം എന്നർത്ഥം); ശരീരം യത് അവാപ്നോതി - ഏതു ശരീരത്തെ പ്രാപിക്കുന്നുവോ; യത് ച അപി ഉത്ക്രാമതി - ഏതു ശരീരത്തെ വിട്ടുപോകുന്നുവോ; ഗൃഹീത്വാ ഏതാനി സംയാതി - ഇവയെ (ഇന്ദ്രിയങ്ങളെയും മനസ്സിനെയും) ഗ്രഹിച്ചുകൊണ്ട് പോകുന്നു; വായുഃ ഗന്ധാൻ ഇവ ആശയാത് - വായു ഗന്ധങ്ങളെ അവയുടെ ഇരിപ്പിടത്തിൽനിന്ന് വഹിച്ചുകൊണ്ടു പോകുന്നതുപോലെ.

ജീവഭൂതമായ ആത്മാംശം ഒരു ശരീരത്തിൽ പ്രവേശിക്കുമ്പോൾ മനസ്സും ഇന്ദ്രിയങ്ങളും അതിൽ പ്രവർത്തിക്കുകയും ആത്മാംശം വിട്ടുപോകുമ്പോൾ അവ പ്രവർത്തിക്കാതാവുകയും ചെയ്യുന്നു എന്നു സാരം. ഇവിടെ മനസ്സിലാക്കേണ്ട കാര്യം ജീവഭൂതമായ അംശം ഒരു ശരീരത്തിൽ പ്രവേശിക്കുന്നത് ആ ശരീരത്തിൽ ജീവനു പ്രവർത്തിക്കാനുള്ള ഘടനാപരമായ സവിശേഷതകൾ നിലനിൽക്കുമ്പോൾ മാത്രമാണെന്നതാണ്. അതായത്, ആ ശരീരത്തിൽ ശ്വാസകോശങ്ങളും ശ്വാസനാളങ്ങളും ഹൃദയവും മറ്റും മറ്റും പ്രവർത്തനക്ഷമമായിരിക്കണം. ഒരു ബൾബ് വൈദ്യുതി കടന്നുപോകുമ്പോൾ

പ്രകാശിക്കുമെങ്കിലും ബൾബിന്റെ ഫിലമെന്റ് കേടായാൽ, പൊട്ടിപ്പോയാൽ, വൈദ്യുതി പ്രവാഹവും തടസ്സപ്പെടും; പ്രകാശം ഇല്ലാതാകുകയും ചെയ്യും. വൈദ്യുതി അപ്പോഴും അതിൽ നിലനിൽക്കുന്നുണ്ടെങ്കിലും അതിനു പ്രവർത്തിക്കാനുള്ള ഘടനാവിശേഷം തകരാറിലായതിനാൽ പ്രവാഹവും പ്രകാശവും അപ്രത്യക്ഷമാകുന്നു. ജീവഭൂതമായ ആത്മാംശം വൈദ്യുതിയും ബൾബ് ശരീരവുമാണെന്നു സങ്കല്പിച്ചാൽ ഈ ശ്ലോകത്തിലെ ആശയം വ്യക്തമാകും. ഈശ്വരൻ വരുന്നു, പോകുന്നു എന്നൊക്കെ പറയുന്നത് ജീവഭൂതാംശത്തിന്റെ പ്രവർത്തനം തുടങ്ങുകയും ഇല്ലാതാകുകയും ചെയ്യുന്നതിനെയാണ്.

വായു ഗന്ധങ്ങളെ കൊണ്ടുപോകുന്നതുപോലെ എന്ന ഉപമയിൽ വായു എപ്പോഴും അതേ സ്ഥലത്തുതന്നെ ഉണ്ടെന്നുള്ളത് ശ്രദ്ധിക്കണം. ഉറവിടത്തിൽ സുഗന്ധമുണ്ടെങ്കിൽ അത് വായുവിലൂടെ എല്ലായിടവും വ്യാപിക്കും. സുഗന്ധമില്ലെങ്കിൽ വായു യഥാസ്ഥാനത്തുണ്ടെങ്കിലും സുഗന്ധവ്യാപനം നടക്കില്ല. അതുപോലെ ഇന്ദ്രിയങ്ങൾ പ്രവർത്തനക്ഷമമെങ്കിൽ ജീവഭൂതാംശം അവയെ പ്രവർത്തിപ്പിക്കുകയും അതിന്റെ ഫലങ്ങൾ പ്രകടിക്കപ്പെടുകയും ചെയ്യും.

ഇന്ദ്രിയങ്ങളെയും മനസ്സിനെയും ഉപയോഗപ്പെടുത്തി ഈ ജീവഭൂതാംശം വിഷയങ്ങളെ അനുഭവിക്കുന്നതായി ശ്ലോകം 15.9-ൽ പറയുന്നു. ഇപ്രകാരം ശരീരത്തിൽ പ്രവർത്തിക്കുകയോ പ്രവർത്തനം നിറുത്തുകയോ വിഷയങ്ങളെ അനുഭവിക്കുകയോ ഒക്കെ ചെയ്യുന്ന ആ ചൈതന്യത്തെ ജ്ഞാനികൾക്കു മാത്രമേ അറിയാൻ കഴിയൂ (15.10). എത്ര കിണഞ്ഞു ശ്രമിച്ചാലും സംവേദന സാമർത്ഥ്യം ഇല്ലാത്ത മന്ദബുദ്ധികൾക്ക് അതു കഴിയുന്നതല്ല (15.11). ലോകം മുഴുവൻ പ്രകാശിപ്പിക്കുന്ന സൂര്യന്റെയും ചന്ദ്രന്റെയും അഗ്നിയുടെയുമെല്ലാം തേജസ്സ് ആത്മാവിൽനിന്നുള്ളതാണ് (15.12). സകല ഭൂതങ്ങളെയും നിലനിർത്തുന്നതും സസ്യജാലങ്ങളെ പോഷിപ്പിക്കുന്നതുമായ ശക്തിയും അതുതന്നെ (15.13). പ്രാണികളിൽ ജഠരാഗ്നിയായി ഭവിച്ച് അന്നത്തെ ദഹിപ്പിക്കുന്നതും ആ ശക്തിയാകുന്നു (15.14). അന്നം 4 വിധം: ഭക്ഷ്യം - പല്ലുകൊണ്ടു ചവച്ചരച്ചു കഴിക്കേണ്ടവ; ഭോജ്യം - ചവയ്ക്കാതെ കഴിക്കേണ്ടവ (പായസം പോലുള്ളവ); ലേഹ്യം - നാവിൽ വച്ച് രസമനുഭവിച്ച് കുറെശ്ശെയായി കഴിക്കേണ്ടവ (ഉദാ: ശർക്കര); ചോഷ്യം - ചവച്ച് രസം മാത്രം കഴിക്കേണ്ടവ (ഉദാ: കരിമ്പ്).

ഇപ്രകാരമുള്ള ജീവഭൂതാംശത്തോടുകൂടിയ ആത്മാവ് സർവരുടെയും ഹൃദയത്തിൽ സ്ഥിതിചെയ്യുന്നുവെന്നും മറ്റുമാണ് 15.15 ശ്ലോകത്തിൽ പറയുന്നത്. ശ്ലോകം ഇങ്ങനെ:

'സർവസ്യ ചാഹം ഹൃദി സന്നിവിഷ്ടോ
മത്തഃ സ്മൃതി ജ്ഞാനമപോഹനം ച;
വേദൈശ്ച സർവൈരഹമേവ വേദ്യോ
വേദാന്തകൃദ്വേദവിദേവ ചാഹം.' (15.15)

വാഗർത്ഥം: സർവസ്യ ച അഹം - ഞാൻ എല്ലാവരുടെയും; ഹൃദി സന്നിവിഷ്ടഃ - ഹൃദയത്തിൽ സ്ഥിതിചെയ്യുന്നു; മത്തഃ - എന്നിൽനിന്നാണ്; സ്മൃതി ജ്ഞാനമപോഹനം ച - ഓർമ്മയും ജ്ഞാനവും മറവിയുമൊക്കെ ഉണ്ടാകുന്നത്; വേദൈശ്ച സർവൈഃ - സർവ വേദങ്ങളാലും; അഹം ഏവ വേദ്യഃ - ഞാൻ തന്നെയാണ് അറിയപ്പെടേണ്ടതായിട്ടുള്ളത്; വേദാന്തകൃത് വേദവിത് ഏവ ച അഹം - വേദാന്തത്തിന്റെ കർത്താവും വേദത്തിലെ അറിവും ഞാൻ തന്നെയാണ്.

ആത്മാവ് ഹൃദയത്തിലിരിക്കുന്നു എന്നതിന്റെ താത്ത്വികമായ വിവക്ഷ എന്തെന്നു നാം നേരത്തേതന്നെ മനസ്സിലാക്കിയിട്ടുള്ള താണ്. ഏതെങ്കിലും ഒരു ബിന്ദുവല്ല ആത്മാവിന്റെ സ്ഥാനമെന്നും അത് സർവവ്യാപിയാണെന്നും നമുക്കറിയാം. ഹൃദയം എന്ന തലാ മസ്, ബോധകേന്ദ്രം, സെന്റർ ഓഫ് ഗ്രാവിറ്റി പോലൊരു സ്ഥാനമാ ണെന്നും നാം കാണുകയുണ്ടായി.

നാം ഈ അദ്ധ്യായത്തിൽ കണ്ട ജീവഭൂതാംശം എന്ന ചിത് ആണ് സകല അറിവുകളുടെയും ഉറവിടം. ശുദ്ധമായ ബോധ ത്തിന്റെ രൂപപ്രകടനങ്ങളാണ് അറിവുകൾ. അതുകൊണ്ടാണ് സ്മൃതിയും ജ്ഞാനവും അപോഹനവുമൊക്കെ ആത്മാവിൽനിന്ന് ഉണ്ടായതാണെന്നു പറഞ്ഞിരിക്കുന്നത്. വേദാന്തകൃത്തും വേദ വിത്തും ആണെന്നതിനും കാരണം അതുതന്നെ. എല്ലാ വേദങ്ങളും ആത്മചൈതന്യത്തിന്റെ വിവിധ ഭാവങ്ങളെപ്പറ്റിയാണു പറഞ്ഞി ട്ടുള്ളത് എന്നതിനാൽ വേദജ്ഞാനം നയിക്കുന്നത് ആത്മാവിലേ ക്കാണ്. സർവവേദങ്ങളെക്കൊണ്ടും അറിയേണ്ടവൻ ആത്മാവാകുന്നു എന്നു പറഞ്ഞിരിക്കുന്നതിന്റെ പൊരുൾ ഇതാണ്.

പ്രകൃതി-പുരുഷ ദ്വന്ദ്വമായ ബ്രഹ്മത്തെപ്പറ്റിയും അതിലെ പുരു ഷന്റെ സ്ഥിതിയെപ്പറ്റിയുമാണ് ഇതുവരെ പറഞ്ഞുവന്നത്. ഇനി ഈ അദ്ധ്യായത്തിന്റെ പ്രധാന പ്രതിപാദ്യ വിഷയമായ പുരുഷോ ത്തമനെപ്പറ്റിയാണ് പറയാൻ പോകുന്നത്. ആരാണു പുരുഷോ ത്തമൻ എന്ന് അടുത്ത രണ്ടു ശ്ലോകങ്ങളിലായി കാണാം. ആദ്യം ശ്ലോകം 15.16 കാണുക:

'ദ്വാവിമൗ പുരുഷൗ ലോകേ ക്ഷരശ്ചാക്ഷര ഏവ ച;
ക്ഷരഃ സർവാണി ഭൂതാനി കൂടസ്ഥോ/ക്ഷര ഉച്യതേ.' (15.16)

വാഗർത്ഥം: ദ്വൗ ഇമൗ പുരുഷൗ ലോകേ - ലോകത്ത് ഈ രണ്ട് പുരുഷന്മാരാണുള്ളത്; ക്ഷരഃ ച അക്ഷര ഏവ ച - ക്ഷരമായതും അക്ഷരമായതും; ക്ഷരഃ - ക്ഷരമായത്; സർവാണി ഭൂതാനി - സർവ ഭൂതങ്ങളുമാണ്; കൂടസ്ഥഃ - ആത്മാവ്; അക്ഷരഃ ഉച്യതേ - അക്ഷരമാണെന്നു പറയപ്പെടുന്നു.

ലോകത്തുള്ളത് രണ്ട് പുരുഷന്മാരാണെന്നും അവരിൽ ഒന്ന് ക്ഷരവും മറ്റേത് അക്ഷരവുമാണെന്നുമാണ് ഇവിടെ പറഞ്ഞിരിക്കുന്നത്.

ഈ അദ്ധ്യായം തുടങ്ങുന്നതുതന്നെ ബ്രഹ്മത്തെ അവതരിപ്പിച്ചുകൊണ്ടാണ്. ബ്രഹ്മത്തിലെ ക്ഷരമായ ഭൗതികാംശത്തെ വിട്ട് അക്ഷരമായ പുരുഷനെ പ്രാപിക്കണമെന്നാണ് നിർദ്ദേശം. ഇവിടെ ഭൂതങ്ങൾ ക്ഷരമായ പുരുഷൻ ആണെന്നു പറഞ്ഞിരിക്കുന്നു. ഈ പുരുഷൻ സൂചിപ്പിക്കുന്നത് ഭൂതങ്ങളുടെ ഭൗതിക രുപങ്ങളെയാണ്. എന്നാൽ, അവയുടെ ഉള്ളിൽ അവയെ നിലനിർത്തിക്കൊണ്ട് വർത്തിക്കുന്ന പുരുഷൻ ആത്മാവു തന്നെ. അക്കാര്യവും പറഞ്ഞിരിക്കുന്നു. ഇനി ഉത്തമ പുരുഷനെപ്പറ്റിയാണ് പറയാൻ പോകുന്നത്.

'ഉത്തമഃ പുരുഷസ്ത്വന്യഃ പരമാത്മേത്യുദാഹൃതഃ;
യോ ലോകത്രയമാവിശ്യ ബിഭർത്യവ്യയ ഈശ്വരഃ.' (15.17)

വാഗർത്ഥം: ഉത്തമഃ പുരുഷഃ തു അന്യഃ - എന്നാൽ, ഉത്തമ പുരുഷൻ ഇവരിൽനിന്ന് (ഈ രണ്ടു പുരുഷന്മാരിൽനിന്ന്) വ്യത്യസ്തനാണ്; പരമാത്മാ ഇതി ഉദാഹൃതഃ - പരമാത്മാവ് എന്നു വിളിക്കപ്പെടുന്നു; ലോകത്രയം ആവിശ്യ - മൂന്നു ലോകങ്ങളിലും നിറഞ്ഞുനിന്ന്; ബിഭർതി അവ്യയ ഈശ്വരഃ യഃ - പരിപാലിക്കുന്ന അവ്യയനായ ഈശ്വരൻ ആരാണോ (ആ പുരുഷൻ).

ഉത്തമ പുരുഷൻ ഓരോ ഭൂതത്തിലുമുള്ള ക്ഷരവും അക്ഷരവുമായ രണ്ടു പുരുഷന്മാരിൽനിന്ന് വ്യത്യാസപ്പെട്ടിരിക്കുന്നു എന്നും അവൻ മൂന്നു ലോകങ്ങളിലും നിറഞ്ഞുനിന്ന് എല്ലാറ്റിനെയും പാലിക്കുന്ന ഈശ്വരനാണെന്നുമാണ് ഇവിടെ പറഞ്ഞിരിക്കുന്നത്. ഓരോ ഭൂതത്തെയും എടുക്കുമ്പോൾ അതിൽ അതിനെ പാലിക്കുന്ന അക്ഷരമായ, അവ്യയമായ ഒരു പുരുഷനുണ്ടെന്നും അത് ആത്മാവു തന്നെയാണെന്നുമാണ് ആദ്യം പറഞ്ഞത്. ഓരോ ഭൂതത്തിനു പകരം ലോകത്രയം മുഴുവനുമായി എടുക്കുമ്പോഴും ആത്മാവിനു വ്യത്യാസമൊന്നും വരുന്നില്ല. ഓരോ ഭൂതത്തിലുമുള്ളതും മൂന്നു ലോകങ്ങളിലുമുള്ളതും ഒരേ ആത്മാവുതന്നെ. ക്ഷേത്രക്ഷേത്രജ്ഞയോഗം എന്ന അദ്ധ്യായത്തിൽ (13) നാം കണ്ടു, ഓരോ ശരീരവും ഒരു ക്ഷേത്രമാണെന്നും അതിനുള്ളിൽ ഒരു ക്ഷേത്രജ്ഞൻ സ്ഥിതി

ചെയ്യുന്നുവെന്നും; അതിനോടൊപ്പം പറഞ്ഞിട്ടുള്ളത് സർവക്ഷേത്ര ങ്ങളിലുമുള്ള ക്ഷേത്രജ്ഞൻ ആത്മാവു തന്നെയാണെന്നാണ്. ഓരോ ക്ഷേത്രത്തിലുമുള്ള ആത്മാവായ പുരുഷൻ പരമാത്മാവ് തന്നെയാണെന്ന് ആ അദ്ധ്യായത്തിൽത്തന്നെ 13.22 ശ്ലോകത്തിൽ പറഞ്ഞിട്ടുണ്ട്. എന്നുമാത്രമല്ല, ബൃഹദാരണ്യകോപനിഷത് 3.7.15 വാക്യത്തിൽ പറഞ്ഞിരിക്കുന്നത് സർവഭൂതങ്ങളിലുമുള്ള ആത്മാവ് ഒന്നുതന്നെ എന്നാണ്. അതായത്, അത് പരമാത്മാവാണെന്ന്. അതുതന്നെയാണിവിടെയും പറഞ്ഞിരിക്കുന്നത്. ഒരു ഭൂതത്തെ പരിഗണിക്കുന്നിടത്തെ പുരുഷൻ തന്നെയാണ് മൂന്നു ലോകങ്ങളെയും പരിഗണിക്കുമ്പോഴുള്ള ഉത്തമപുരുഷനും. എല്ലാം അഖണ്ഡമായ ആത്മാവുതന്നെ.

ബൃഹദാരണ്യകോപനിഷത് 3.4.1, 3.7.15 എന്നീ വാക്യങ്ങളിൽ പറയുന്നു, എല്ലാവരിലും ഒരേ ആത്മാവുതന്നെയാണു സ്ഥിതി ചെയ്യുന്നതെന്ന്. അതായത്, പരമാത്മാവ് എന്ന പേരിൽ പ്രത്യേക ഒരു ആത്മാവില്ല. ഇന്ത്യൻ മഹാസമുദ്രത്തിന്റെ നിശ്ചിത ഭാഗങ്ങൾക്ക് ബംഗാൾ ഉൾക്കടൽ എന്നും അറേബ്യൻ കടലെന്നും പേരുകൾ പറയുന്നുണ്ടെങ്കിലും എല്ലാം ഇന്ത്യൻ മഹാസമുദ്രംതന്നെ. ഇതു പോലെയേ ഉള്ളു, ഇവിടെ പുരുഷൻ, ഉത്തമ പുരുഷൻ അല്ലെങ്കിൽ ആത്മാവ്, പരമാത്മാവ് എന്നൊക്കെ പറയുന്നതും.

താൻ പുരുഷോത്തമനാണെന്ന് ഭഗവാൻ കൃഷ്ണൻ അടുത്ത ശ്ലോകത്തിൽ വെളിപ്പെടുത്തുന്നു. അതിനുള്ള കാരണവും വിശദീ കരിക്കുന്നു:

'യസ്മാത്ക്ഷരമതീതോഽഹം അക്ഷരാദപി ചോത്തമഃ;
അതോഽസ്മി ലോകേ വേദേ ച പ്രഥിതഃ പുരുഷോത്തമഃ.' (15.18)

വാഗർത്ഥം: യസ്മാത് ക്ഷരമതീതഃ അഹം - എന്തെന്നാൽ ക്ഷരാംശത്തിന് (ശ്ലോകം 16-ൽ പറഞ്ഞ), ക്ഷരമായ പുരുഷന്, അതീതൻ ആകുന്നു ഞാൻ; അക്ഷരാത് അപി ച ഉത്തമഃ - അക്ഷര മായ പുരുഷനുകൂടി അതീതനും ഉത്തമനും ആകുന്നു ഞാൻ; അതഃ അസ്മി ലോകേ വേദേ ച പ്രഥിതഃ പുരുഷോത്തമഃ - അതിനാലാണ് ഞാൻ ഈ ലോകത്തും വേദങ്ങളിലും പുരുഷോത്തമൻ എന്ന് അറി യപ്പെടുന്നത്.

അതായത്, നാം നേരത്തേ കണ്ട രണ്ടു വിധത്തിലുള്ള പുരുഷ ന്മാരെക്കാൾ വ്യത്യസ്തനാണു താനെന്നും അതിനാലാണ് തന്നെ പുരുഷോത്തമൻ എന്നു വിളിക്കുന്നതെന്നുമാണ് കൃഷ്ണൻ പ്രസ്താ വിക്കുന്നത്. താൻ ആത്മാവും ഈശ്വരനുമാണെന്ന് 4.6-ലും ആത്മാ വാണെന്ന് 10.20-ലും കൃഷ്ണൻ പറഞ്ഞത് നമുക്കറിയാമല്ലോ?

അതിനു പുറമേയാണ് എല്ലാ ശരീരങ്ങളിലുമുള്ള ക്ഷേത്രജ്ഞൻ താനാണെന്നുള്ള 13.2-ലെ പ്രഖ്യാപനം. എല്ലാറ്റിനുമുപരി താൻ സർവവ്യാപിയാണെന്ന് 9.4-ൽ പറഞ്ഞിട്ടുമുണ്ട്. ആത്മാവായ അതേ കൃഷ്ണൻ ഇവിടെ പറയുന്നു, താൻ പരമാത്മാവായ പുരുഷോത്തമ നാണെന്ന്. ഇതിൽനിന്നെല്ലാം വ്യക്തമാകുന്നത്, ആത്മാവും പരമാ ത്മാവും ഒന്നുതന്നെ എന്ന വസ്തുതയാണ്. വേദാന്ത ശാസ്ത്രം പറയുന്നതും ഇതുതന്നെ.

ഇപ്രകാരം പറയപ്പെട്ട ശാസ്ത്രം അറിയുന്നവൻ ജ്ഞാനിയും കൃതകൃത്യനുമായി ഭവിക്കുമെന്നും ആത്മാവായ തന്നെ പുരുഷോ ത്തമനായി കണ്ട് സർവ ഭാവത്തിലും ഭജിക്കുമെന്നും പ്രസ്താവിച്ചു കൊണ്ട് (15.19, 15.20) കൃഷ്ണൻ 20 ശ്ലോകങ്ങളുള്ള പുരുഷോത്തമ യോഗം എന്ന പതിനഞ്ചാം അദ്ധ്യായം ഉപസംഹരിക്കുന്നു.

പതിനാറ്

ദൈവാസുരസമ്പദ്വിഭാഗയോഗം

ദ്വന്ദ്വാത്മകമാണ് ഈ പ്രപഞ്ചമെന്ന് നാം മനസ്സിലാക്കിയിട്ടുള്ളതാണല്ലോ? ഭൗതികാസ്തിത്വത്തിന്റെ ഒരു അനിവാര്യതയാണ് ദ്വന്ദ്വത്വം. ഭൗതിക പ്രപഞ്ചത്തിന്റെ അടിസ്ഥാന ഘടകമായ ആറ്റംതന്നെ തുല്യ അളവിലുള്ള നെഗറ്റീവ്, പോസിറ്റീവ് ഊർജ്ജകണങ്ങളുടെ ഒരു സംഘാതമാണല്ലോ? കുന്നിനു കുഴിയും മലയ്ക്ക് താഴ്വാരവും ചൂടിനു തണുപ്പും സ്നേഹത്തിനു വെറുപ്പും സുഖത്തിനു ദുഃഖവുമെല്ലാം ഇരട്ടകളായി നിലനിൽക്കുന്നു. ഒന്നില്ലെങ്കിൽ അതിന്റെ ഇരട്ടയുമില്ല.

ഇപ്രകാരം ലോകത്ത് ഭൂതങ്ങളും രണ്ടു തരത്തിലുള്ള സവിശേഷതകളോടു കൂടിയവയാണ്. ഭൂതങ്ങളുടെ ഈ രണ്ടു സവിശേഷതകളുടെ വിഭജനത്തെപ്പറ്റിയാണ് പതിനാറാം അദ്ധ്യായത്തിൽ പറഞ്ഞിട്ടുള്ളത്. ദൈവം, ആസുരം എന്നിങ്ങനെയാണ് ആ രണ്ടു സവിശേഷതകൾ അറിയപ്പെടുന്നത്. ദൈവസമ്പത്ത്, ആസുരസമ്പത്ത് എന്നിങ്ങനെ ഇവ യഥാക്രമം പരാമർശിക്കപ്പെടുന്നു. ആകെ 24 ശ്ലോകങ്ങളുള്ള ഈ അദ്ധ്യായത്തിൽ ഭഗവാൻ കൃഷ്ണൻ മാത്രമാണ് സംസാരിക്കുന്നത്. ദൈവസമ്പത്തിനെ വിശദീകരിച്ചുകൊണ്ടാണ് തുടക്കം. ആദ്യ ശ്ലോകം കാണുക:

'അഭയം സത്ത്വസംശുദ്ധിഃ ജ്ഞാനയോഗവ്യവസ്ഥിതിഃ;
ദാനം ദമശ്ച യജ്ഞശ്ച സ്വാധ്യായസ്തപ ആർജവം.' (16.1)

വാഗർത്ഥം: അഭയം - ഭയമില്ലായ്മ; സത്ത്വസംശുദ്ധിഃ - അന്തഃകരണശുദ്ധി; ജ്ഞാനയോഗവ്യവസ്ഥിതിഃ - ആത്മതത്ത്വങ്ങൾ ഗ്രഹിക്കാനുള്ള യത്നത്തിൽ നിരന്തരം വ്യാപൃതനായിരിക്കുന്ന അവസ്ഥ; ദാനം - തനിക്കുള്ളതിനെ മറ്റുള്ളവരുമായി പങ്കുവയ്ക്കൽ; ദമഃ ച യജ്ഞഃ ച - ദമവും യജ്ഞവും; ദമം - ബാഹ്യേന്ദ്രങ്ങളുടെ നിയന്ത്രണം; സ്വാധ്യായഃ - വേദാദ്ധ്യയനം, വേദങ്ങൾ ഉരുവിട്ടു പഠിക്കൽ; തപഃ - ശാരീരം, വാങ്മയം, മാനസം എന്നിങ്ങനെയുള്ള മൂന്നു തരം തപസ്സ്; ആർജവം - ചിന്തയും വാക്കും പ്രവൃത്തിയും ഒരേപോലെ ആയിരിക്കൽ.

ഇവയെല്ലാം ദൈവീസമ്പത്തുകളാണ്. ഈ വിവരണം അടുത്ത ശ്ലോകത്തിലും തുടരുന്നു. ശ്ലോകം നോക്കാം:

'അഹിംസാ സത്യമക്രോധഃ ത്യാഗഃ ശാന്തിരപൈശുനം;
ദയാ ഭൂതേഷ്വലോലുപ്ത്വം മാർദ്ദവം ഹ്രീരചാപലം.' (16.2)

വാഗർത്ഥം: അഹിംസാ - അന്യരെ നോവിക്കാതിരിക്കുക; സത്യം - വാക്കിലും പ്രവൃത്തിയിലും സത്യനിഷ്ഠ പാലിക്കുക; അക്രോധഃ - പ്രകോപനമുണ്ടായാലും ദ്വേഷിക്കാതിരിക്കുക; ത്യാഗഃ - തനിക്കുള്ളതിനെ ലോകനന്മയ്ക്കായി വിട്ടുകൊടുക്കുക; ശാന്തിഃ - ആന്തരിക സ്വസ്ഥത, ബാഹ്യ സംഭവങ്ങൾ എങ്ങനെയായാലും അവയിലെല്ലാം അചഞ്ചലമായി വർത്തിക്കാൻ കഴിയുന്ന അവസ്ഥ; അപൈശുനം - അന്യരെ ദുഷിക്കാതിരിക്കൽ; പൈശുനം - ഒരാളിന്റെ ദോഷം മറ്റൊരാളിനോടു പറഞ്ഞ് ഏഷണിയുണ്ടാക്കുക; ദയാ ഭൂതേഷു - ഭൂതങ്ങളിൽ കാരുണ്യമുണ്ടാവുക; അലോലുപ്ത്വം - ഭൗതിക ഭോഗങ്ങളിൽ ആകർഷണം ഉണ്ടാവാതിരിക്കുക; മാർദ്ദവം - മറ്റുള്ളവരെ നോവിക്കാതെ ഇടപെടലുകളിൽ സൗമനസ്യം പാലിക്കാനുള്ള കഴിവ്; ഹ്രീഃ - ലജ്ജ, ഗർവില്ലായ്മ; അചാപലം - സ്വാവയവങ്ങൾ അകാരണമായി ചലിപ്പിക്കാതിരിക്കുക.

അടുത്ത ശ്ലോകത്തോടുകൂടി ദൈവീസമ്പത്തിന്റെ വിവരണം അവസാനിക്കുന്നു. ശ്ലോകം ഇങ്ങനെ:

'തേജഃ ക്ഷമാ ധൃതിഃ ശൗചം അദ്രോഹോ നാതിമാനിതാ;
ഭവന്തി സമ്പദം ദൈവീം അഭിജാതസ്യ ഭാരത.' (16.3)

വാഗർത്ഥം: തേജഃ - തേജസ്സ്, ജ്ഞാനംകൊണ്ടും സദ്വൃത്തികൊണ്ടും തെളിഞ്ഞ മനസ്സിന്റെ പ്രകാശം മുഖത്തു പ്രതിഫലിക്കുന്നത്; ക്ഷമാ - എന്തും ക്ഷമിക്കാനുള്ള ശക്തി, പ്രകോപനങ്ങളോട് പ്രതികരിക്കാതെ സമചിത്തത പാലിക്കാനുള്ള കഴിവ്; ധൃതിഃ - സ്ഥിരത, സ്വാഭിപ്രായങ്ങളിലും ധാരണകളിലും ഉറച്ചുനിൽക്കാനുള്ള കഴിവ്; ശൗചം - ആന്തരികവും ബാഹ്യവുമായ വൃത്തി; അദ്രോഹഃ - ദ്രോഹബുദ്ധിയില്ലായ്മ; ന അതിമാനിതാ - ഗർവം ഇല്ലാതിരിക്കൽ; ഭവന്തി സമ്പദം ദൈവീം അഭിജാതസ്യ - ദൈവസമ്പത്തുകളോടുകൂടി ജനിക്കുന്നവർക്ക് ഇതൊക്കെ ഭവിക്കുന്നു (അങ്ങനെയുള്ളവരിൽ ഈ സവിശേഷതകളെല്ലാം കാണുന്നു എന്നർത്ഥം); ഭാരത - അല്ലയോ അർജുനാ!

തുടർന്ന് ആസുരസമ്പത്തുകളെ അവതരിപ്പിക്കുന്നു. ആസുരസമ്പത്തുകൾ കൂടുതലായുള്ളവരുടെ സ്വഭാവത്തിലെ പ്രത്യേകതകളാണ് അവതരിപ്പിക്കുന്നത്. ശ്ലോകം 16.4 നോക്കുക:

'ദംഭോ ദർപോഽഭിമാനശ്ച ക്രോധഃ പാരുഷ്യമേവ ച;
അജ്ഞാനം ചാഭിജാതസ്യ പാർത്ഥ സമ്പദമാസുരീം.' (16.4)

അർത്ഥം: ദംഭഃ - കാപട്യം, കുടിലത; ദർപഃ - ദർപ്പം, ധാർഷ്ട്യം, ഔദ്ധത്യം; അഭിമാനഃ ച - ഗർവവും; ക്രോധഃ - ക്രോധം; പാരുഷ്യം ഏവ ച - പരുഷമായ പെരുമാറ്റം എന്നിവയും; അജ്ഞാനം ച - അജ്ഞാനവും; പാർത്ഥ - ഹേ, അർജുനാ; അഭിജാതസ്യ സമ്പദമാസുരീം - അസുരഗുണങ്ങളോടെ ജനിക്കുന്നവർക്ക് (സംഭവിക്കുന്നു).

അസുരഗുണപ്രധാനന്മാരായി ജനിക്കുന്നവരുടെ സാമാന്യമായ ലക്ഷണങ്ങളാണ് ഇവിടെ പറഞ്ഞത്. അങ്ങനെയുള്ളവരെപ്പറ്റി വിശദമായി തുടർന്നു പറയുന്നതാണ്.

ഇപ്പറഞ്ഞ ദൈവസമ്പത്തുകൾ മോക്ഷത്തിലേക്കു നയിക്കുന്നവയും ആസുരസമ്പത്തുകൾ ബന്ധനത്തെ ഉണ്ടാക്കുന്നവയും ആണെന്ന് 16.5 ശ്ലോകത്തിൽ വ്യക്തമാക്കിയിരിക്കുന്നു. ഭൂതങ്ങളുടെ സൃഷ്ടി ദൈവം, ആസുരം എന്നിങ്ങനെ രണ്ടു തരത്തിലാണെന്നും അർജുനൻ ദൈവ സമ്പത്തോടുകൂടിയവനാണെന്നുമാണ് 16.6 ശ്ലോകത്തിൽ പറയുന്നത്.

ദൈവം, ആസുരം എന്നിങ്ങനെയുള്ള രണ്ടു തരം ഭൂതങ്ങളുടെ നിരന്തരമായ സ്പർദ്ധയെപ്പറ്റി ബൃഹദാരണ്യക ഉപനിഷത് ഒന്നാം അദ്ധ്യായം മൂന്നാം ബ്രാഹ്മണത്തിൽ വിവരിച്ചിട്ടുണ്ട് (1.3). അതിന്റെ ഒരു ചെറിയ രൂപമാണ് ഈ അദ്ധ്യായത്തിൽ അവതരിപ്പിച്ചിട്ടുള്ളത്.

രണ്ടു സമ്പത്തുകളുള്ളതിൽ ദൈവസമ്പത്തിനെപ്പറ്റി വിശദീകരിച്ചു കഴിഞ്ഞല്ലോ? ആസുര സമ്പത്തുകളെപ്പറ്റിയാണ് ഇനി വിശദീകരിക്കാനുള്ളത്. ആ വിശദീകരണം 16.7-ൽ ആരംഭിക്കുന്നു. ശ്ലോകം നോക്കുക:

'പ്രവൃത്തിം ച നിവൃത്തിം ച ജനാ ന വിദുരാസുരാഃ;
ന ശൗചം നാപി ചാചാരഃ ന സത്യം തേഷു വിദ്യതേ.' (16.7)

വാഗർത്ഥം: പ്രവൃത്തിം ച നിവൃത്തിം ച - എന്തു ചെയ്യണം, എന്തു ചെയ്യരുത് എന്നുള്ള വിവേകം; ജനാ ന വിദുഃ ആസുരാഃ - ആസുര സമ്പത്തോടുകൂടി ജനിച്ചവർക്ക് അറിയില്ല; ന ശൗചം - ആന്തരികമോ ബാഹ്യമോ ആയ വൃത്തി അവർക്കില്ല; ന അപി ച ആചാരഃ - സമൂഹത്തിൽ പാലിക്കേണ്ട ചിട്ടകൾ അവർ അനുസരിക്കാറുമില്ല; ന സത്യം തേഷു വിദ്യതേ - അവരിൽ സത്യം കാണുകയില്ല, അവർ സത്യത്തിന് വില കൽപ്പിക്കുന്നില്ല.

വിവരണം തുടരുന്നു. ശ്ലോകം 16.8 കാണുക:

'അസത്യമപ്രതിഷ്ഠം തേ ജഗദാഹുരനീശ്വരം;
അപരസ്പര സംഭൂതം കിമന്യത്കാമഹൈതുകം.' (16.8)

വാഗർത്ഥം: അസത്യം അപ്രതിഷ്ഠം - അസത്യവും അപ്രതിഷ്ഠവുമാണെന്ന് (അസത്യം - സത്യമല്ലാത്തത്. ഛാന്ദോഗ്യം 8.3.5 പറയുന്നത് സത്തിനാൽ നിലനിർത്തപ്പെടുന്ന അസത് ആണ് സത്യം എന്നാണ്. ബ്രഹ്മം അതാണ്; അതിനാൽ അതിന്റെ വികസിത രൂപമായ ഈ ജഗത്തും അതാണ്. സത് ആത്മാവും അസത് ഭൗതികോർജ്ജവുമാകുന്നു. എന്നാൽ ജഗത് അങ്ങനെ സത്യമല്ല എന്നാണ് ആസുരഗുണ സമ്പത്തുകാരുടെ അഭിപ്രായം. എന്നുമാത്രമല്ല, അത് മറ്റൊന്നിനെയും ആശ്രയിച്ചല്ല നിൽക്കുന്നത് എന്നും അവർ പറയുന്നു. അതായത് അപ്രതിഷ്ഠമാണെന്ന്. പ്രതിഷ്ഠം എന്നാൽ മറ്റൊന്നിലുള്ള നിലനിൽക്കൽ); തേ - അവർ (ആസുരസമ്പത്തുകാർ); ജഗത് ആഹുഃ അനീശ്വരം - ജഗത്തിന് ഒരു നിയന്താവ് ഇല്ലെന്നും അവർ പറയുന്നു (ജഗത് ഏതൊന്നിന്റെ ചൈതന്യത്താൽ നിലനിൽക്കുകയും ചരിക്കുകയും ചെയ്യുന്നോ അതാണ് നിയന്താവ് അഥവാ ഈശ്വരൻ. അങ്ങനെ ഒരു ശക്തിയുമില്ല എന്നാണ് അനീശ്വരം എന്നതിന്റെ വിവക്ഷ); അപരസ്പര സംഭൂതം - ജീവികളോ വസ്തുക്കളോ തമ്മിൽ ഒരു ബന്ധവുമില്ലെന്നും എവിടെനിന്നെങ്കിലും ഉണ്ടായി വന്നവയല്ല അവയെന്നുമുള്ള ധാരണ; കിം അന്യത് കാമഹൈതുകം - എല്ലാം ഉപഭോഗവസ്തുക്കളല്ലാതെ മറ്റെന്താണ്?

ഇപ്രകാരം ചിന്തിച്ചുകൊണ്ട് അല്പബുദ്ധികൾ ലോകക്ഷയമുണ്ടാക്കുന്ന ഭീകര കർമ്മങ്ങൾ ചെയ്യുന്നു (16.9). ഒരിക്കലും ശമിക്കാത്ത കാമം കാരണം അശുചികളായ അവർ വിദ്വേഷ പ്രവർത്തനങ്ങളിൽ വിഹരിക്കുന്നു (16.10). എന്നുമാത്രമല്ല, ഭോഗങ്ങളിൽ മാത്രം മുഴുകി, അവയെപ്പറ്റിത്തന്നെ സദാ ചിന്തിച്ചുകൊണ്ടിരിക്കുന്ന അത്തരക്കാർ അന്യായമായി സമ്പത്തുകൾ വാരിക്കൂട്ടുന്നു (16.11, 16.12).

അന്യായമായി സമ്പത്തുകൾ വാരിക്കൂട്ടുന്നവരുടെ മൂഢ ചിന്തകളാണ് അടുത്ത മൂന്നു ശ്ലോകങ്ങളിൽ കാണുന്നത്. ശ്ലോകങ്ങൾ ഇതാ:

'ഇദമദ്യ മയാ ലബ്ധം ഇമം പ്രാപ്സ്യേ മനോരഥം;
ഇദമസ്തീദമപി മേ ഭവിഷ്യതി പുനർധനം.' (16.13)

'അസൗ മയാ ഹതഃ ശത്രുഃ ഹനിഷ്യേ ചാപരാനപി;
ഈശ്വരോഽഹമഹം ഭോഗീ സിദ്ധോഽഹം ബലവാൻസുഖീ.' (16.14)

'ആഢ്യോഽഭിജനവാനസ്മി കോഽന്യോഽസ്തി സദൃശോ മയാ;
യക്ഷ്യേ ദാസ്യാമി മോദിഷ്യ ഇത്യജ്ഞാനവിമോഹിതാഃ.' (16.15)

വാഗർത്ഥം: (16.13) ഇദം - ഇത്, ഇക്കാര്യം, ഈ ദ്രവ്യം; അദ്യ - ഇന്ന്, ഇപ്പോൾ; മയാ ലബ്ധം - എന്നാൽ പ്രാപിക്കപ്പെട്ടു, എനിക്കു

ലഭ്യമായി; ഇമം മനോരഥം പ്രാപ്സ്യേ - ഈ മനോരഥം (ഇപ്പോൾ മനസ്സിലുള്ള ആഗ്രഹം) ഞാൻ പ്രാപിക്കും; ഇദം അസ്തി - ഇതുണ്ട്, ഇത്രയും ധനം ഇപ്പോൾ എനിക്കുണ്ട്; ഇദം അപി മേ ഭവിഷ്യതി പുനർധനം - ഇത്രയും കൂടി ഞാൻ വീണ്ടും നേടും.

'ഇത്രയൊക്കെ കാര്യങ്ങളും ധനവും മറ്റും എനിക്ക് ഇപ്പോഴുണ്ട്, ഇനി ആഗ്രഹിക്കുന്നവയും ഞാൻ നേടും' എന്നർത്ഥം.

(16.14): അസൗ ശത്രുഃ മയാ ഹതഃ - ഈ ശത്രു എന്നാൽ കൊല്ലപ്പെട്ടു (ഈ ശത്രുവിനെ ഞാൻ വധിച്ചു); ഹനിഷ്യേ ച അപരാൻ അപി - മറ്റു ശത്രുക്കളെക്കൂടി ഞാൻ വധിക്കും; ഈശ്വരഃ അഹം - ഞാൻ ഈശ്വരനാകുന്നു; സർവരുടെയും അധിപനാകുന്നു; അഹം ഭോഗീ - ഞാൻ ഭോഗങ്ങളെ ആസ്വദിക്കുന്നവനാകുന്നു; സിദ്ധഃ അഹം - ഞാൻ എല്ലാം നേടിയവനാകുന്നു; ബലവാൻ സുഖീ - ബലവാനും സുഖിയുമാകുന്നു.

(16.15): ആഢ്യഃ - (ഞാൻ) സമ്പന്നൻ, ആഢ്യൻ; അഭിജനവാൻ അസ്മി - ഞാൻ കുലീനനാകുന്നു; കഃ അന്യഃ അസ്തി സദൃശഃ മയാ - എന്നെപ്പോലെ മറ്റ് ആരാണുള്ളത്?; യക്ഷ്യേ - ഞാൻ യജ്ഞം ചെയ്യും; ദാസ്യാമി - ദാനം ചെയ്യും; മോദിഷ്യ - മോദിഷ്യേ - ഞാൻ ഉല്ലസിക്കും, ആഹ്ലാദിക്കും; ഇതി അജ്ഞാനവിമോഹിതാഃ - ഇവ്വിധം അജ്ഞാനംകൊണ്ട് മോഹിതരായവർ (ആസുരസമ്പത്തുകാർ) പറയുന്നു.

മേൽപ്പറഞ്ഞ രീതിയിൽ ആസുരസമ്പത്തുകാർ അഹമ്മതിയോടെ ചിന്തിക്കുന്നുവെന്ന് സാരം. നോക്കുക, ഈ രീതിയിൽ ചിന്തിക്കുന്ന ധിക്കാരികളും ഉദ്ധതന്മാരുമായ അനേകം പേരെ സമൂഹത്തിൽ നമുക്കിന്നു കാണാൻ കഴിയും. രാഷ്ട്രീയത്തിലും ഔദ്യോഗിക പദവികളിലും വിഹരിക്കുന്നവരുടെ പൊതു സ്വഭാവംതന്നെ ഇതായിരിക്കുന്നു. അന്ധകാരത്തിൽ നക്ഷത്രങ്ങൾ എന്നപോലെ ഈ അവിവേകികളുടെ ഇടയിൽ അങ്ങിങ്ങായി മനുഷ്യത്വവും ധർമ്മദീക്ഷയുമുള്ള ചില വ്യക്തികൾ പ്രകാശം ചൊരിഞ്ഞു നിൽക്കുന്നുണ്ട്. അവർ ചൊരിയുന്ന പ്രകാശത്തിലാണ് സമൂഹം മുന്നോട്ടു ഗമിച്ചുകൊണ്ടിരിക്കുന്നത്.

അജ്ഞാനത്താൽ മോഹിതരായവരുടെ അവസ്ഥ എങ്ങനെയായിരിക്കുമെന്ന് അടുത്ത മൂന്നു ശ്ലോകങ്ങളിലായി വിവരിക്കുന്നു.

'അനേകചിത്തവിഭ്രാന്താ മോഹജാലസമാവൃതാഃ;
പ്രസക്താഃ കാമഭോഗേഷു പതന്തി നരകേ/ശുചൗ.' (16.16)

'ആത്മസംഭാവിതാഃ സ്തബ്ധാ ധനമാനമദാന്വിതാഃ;
യജന്തേ നാമയജ്ഞൈസ്തേ ദംഭേനാവിധിപൂർവകം.' (16.17)

'അഹംകാരം ബലം ദർപ്പം കാമം ക്രോധം ച സംശ്രിതാഃ;
മാമാത്മപരദേഹേഷു പ്രദ്വിഷന്തോ/ഭ്യസൂയകാഃ.' (16.18)

വാഗർത്ഥം: (16.16): അനേകചിത്തവിഭ്രാന്താഃ - അനേകം ദുഃസങ്കല്പങ്ങളോടുകൂടി; മോഹജാലസമാവൃതാഃ - മോഹവലയത്തിൽ വീണ്; പ്രസക്താഃ കാമഭോഗേഷു - കാമഭോഗങ്ങളിൽ മാത്രം താത്പര്യമുള്ളവരായി; പതന്തി നരകേ അശുചൗ - (അവർ) ഹീനമായ നരകത്തിൽ പതിക്കുന്നു.

(16.17): ആത്മസംഭാവിതാഃ - ആത്മപ്രശംസയുള്ളവരും; സ്തബ്ധാ - വിനയമില്ലാത്തവരും; ധനമാനമദാന്വിതാഃ - ധനത്തിന്റെ പേരിൽ ദുരഭിമാനവും മദവും കൊണ്ടുനടക്കുന്നവരും ആയവർ; ദംഭേന - കാപട്യത്തോടെ; അവിധിപൂർവകം - യജ്ഞവിധികൾ അനുസരിക്കാതെ; നാമയജ്ഞൈഃ - പേരിനുമാത്രമുള്ള യജ്ഞം കൊണ്ട്; തേ യജന്തേ - അവർ യജിക്കുന്നു.

(16.18): 'അഹംകാരം ബലം ദർപ്പം കാമം ക്രോധം ച സംശ്രിതാഃ - അഹങ്കാരം, ബലം, ദർപ്പം (കാപട്യം), കാമക്രോധങ്ങൾ എന്നിവയെ ആശ്രയിച്ച്; മാം ആത്മപരദേഹേഷു - തന്റെയും മറ്റുള്ളവരുടെയും ദേഹത്ത് ചൈതന്യമായി വർത്തിക്കുന്ന എന്നെ; പ്രദ്വിഷന്തഃ അഭ്യസൂയകാഃ - ദുഷിക്കുന്നവരും അവമതിക്കുന്നവരും ആകുന്നു.

'ഇങ്ങനെ ക്രൂരന്മാരും വെറുപ്പോടുകൂടിയവരുമായ നരാധിപന്മാരെ ഞാൻ ആസുര ജന്മത്തിലേക്ക് തള്ളിവിടുന്നു. മൂഢന്മാരായ അവർ എന്നെ പ്രാപിക്കാൻ കഴിയാതെ അധമഗതികളായി അനേകം ജന്മങ്ങൾ കഴിച്ചുകൂട്ടുന്നു' എന്നിങ്ങനെ ആസുരസമ്പത്തുകളെപ്പറ്റിയുള്ള പരാമർശങ്ങൾ ഉപസംഹരിക്കുന്നു (16.19, 20).

കൃഷ്ണന്റെ ഈ പ്രസ്താവന വാച്യാർത്ഥത്തിൽ മനസ്സിലാക്കേണ്ട ഒന്നല്ല. മേൽ വിവരിച്ചതായ സ്വഭാവ പ്രത്യേകതകളോടുകൂടിയവർ അവരുടെ കർമ്മങ്ങൾ കാരണം നിത്യമായി ആസുര ജീവിതത്തിൽത്തന്നെ നിൽക്കുമെന്നും അവർക്ക് ഈശ്വരസാക്ഷാത്കാരമുണ്ടാകില്ലെന്നുമാണ് ഇതിന്റെ താത്പര്യം.

തുടർന്ന് അർജുനന് ഒരു വലിയ ഉപദേശം നൽകുകയാണ്, ഭഗവാൻ.

'ത്രിവിധം നരകസ്യേദം ദ്വാരം നാശനമാത്മനഃ;
കാമഃക്രോധസ്തഥാ ലോഭഃ തസ്മാദേതത്ത്രയം ത്യജേത്.' (16.21)

വാഗർത്ഥം: നരകത്തിലേക്കുള്ള വഴി കാമം, ക്രോധം, ലോഭം (ലോഭമെന്നാൽ അത്യാഗ്രഹം, അന്യന്റെ മുതലിനോടുള്ള ഒടുങ്ങാത്ത അഭിനിവേശം) എന്നിങ്ങനെ മൂന്നുവിധമാണ്; അവയെ

ത്യജിക്കുക. അതായത്, കാമക്രോധലോഭങ്ങൾ ദുരിതമയമായ ജീവിതത്തിലേക്ക് നയിക്കും. അതിനാൽ അവയെ അകറ്റിനിർത്തണം.

ഈ മൂന്നു ദൗർബല്യങ്ങളിൽനിന്നു മുക്തരായി സ്വശ്രേയസ്സിനായി പരിശ്രമിക്കുന്നവർ പരമമായ ഗതിയെ പ്രാപിക്കും (16.22).

ഒരാൾക്ക് ചെയ്യാവുന്നതും ചെയ്യരുതാത്തതുമായ കർമ്മങ്ങളെപ്പറ്റി ഗീതാശാസ്ത്രത്തിൽ നൽകിയിട്ടുള്ള വിധികൾ മനസ്സിലാക്കി അതനുസരിച്ചുവേണം ജീവിക്കാനെന്നാണ് അദ്ധ്യായത്തിന്റെ അവസാനത്തെ രണ്ടു ശ്ലോകങ്ങളിലൂടെ കൃഷ്ണൻ നിർദ്ദേശിക്കുന്നത്. ശ്ലോകങ്ങൾ ഇവയാണ്:

'യഃ ശാസ്ത്രവിധിമുത്സൃജ്യ വർതതേ കാമകാരതഃ;
ന സ സിദ്ധിമവാപ്നോതി ന സുഖം ന പരാം ഗതിം.' (16.23)

'തസ്മാച്ഛാസ്ത്രം പ്രമാണം തേ കാര്യാകാര്യവ്യവസ്ഥിതൗ;
ജ്ഞാത്വാ ശാസ്ത്രവിധാനോക്തം കർമ്മ കർതുമിഹാർഹസി.' (16.24)

വാഗർത്ഥം: (16.23): യഃ - ആരാണോ; ശാസ്ത്രവിധിം ഉത്സൃജ്യ - ശാസ്ത്രവിധികളെ (ഗീതയിലുള്ള ഉപദേശങ്ങളെ) ഉപേക്ഷിച്ചിട്ട്; വർതതേ കാമകാരതഃ - കാമങ്ങൾക്കു വിധേയമായി കർമ്മം ചെയ്തുകൊണ്ടിരിക്കുന്നത്; സ - അവൻ; ന സിദ്ധിം അവാപ്നോതി - സിദ്ധിയെ പ്രാപിക്കുന്നില്ല; ന സുഖം ന പരാം ഗതിം - സുഖത്തെയും പരമഗതിയായ ആത്മസാക്ഷാത്കാരത്തെയും (പ്രാപിക്കുന്നില്ല).

(16.24): തസ്മാത് ശാസ്ത്രം - അതിനാൽ ഗീതാശാസ്ത്രം; പ്രമാണം തേ - നിനക്ക് പ്രമാണമാകുന്നു; കാര്യാകാര്യവ്യവസ്ഥിതൗ - ഏതു ചെയ്യണം, ഏതു ചെയ്യരുത് എന്നുള്ളതിന് (ഗീതാശാസ്ത്രം പ്രമാണമാകുന്നു); ജ്ഞാത്വാ ശാസ്ത്രവിധാനോക്തം - ശാസ്ത്രവിധികളിൽ പറഞ്ഞിട്ടുള്ളതിനെ അറിഞ്ഞിട്ട്; കർമ്മ കർതും ഇഹ അർഹസി - ഇവിടെ കർമ്മം ചെയ്യുവാൻ നീ ബാധ്യസ്ഥനാണ്.

ശ്ലോകാർത്ഥങ്ങൾ വളരെ വ്യക്തമായതിനാൽ കൂടുതൽ വിശദീകരിക്കുന്നില്ല. എങ്കിലും ഒരു കാര്യം വ്യക്തമാക്കേണ്ടിയിരിക്കുന്നു. ഇവിടെ ശാസ്ത്രം എന്നു പറഞ്ഞിരിക്കുന്നത് ഗീതാശാസ്ത്രത്തെയാണ്. കർമ്മം ചെയ്യുന്നതിൽ ഗീതയിൽ ഇതുവരെ എന്തെല്ലാം ഉപദേശങ്ങൾ നൽകിയിട്ടുണ്ടോ അവയെല്ലാം മനസ്സിലാക്കി അവയനുസരിച്ച് പ്രവർത്തിക്കണം എന്നാണു വിവക്ഷ. ഈയൊരു നിർദ്ദേശത്തോടുകൂടി ഭഗവാൻ കൃഷ്ണൻ ദൈവാസുരസമ്പദ്വിഭാഗയോഗം എന്ന പതിനാറാം അദ്ധ്യായം ഉപസംഹരിക്കുന്നു.

പതിനേഴ്

ശ്രദ്ധാത്രയവിഭാഗയോഗം

ശാസ്ത്രവിധിയെ അനുവർത്തിച്ച് കർമ്മം ചെയ്യുന്നതാണ് ശ്രേയസ്കരമെന്നും അതിനെ അവഗണിക്കുന്നവർ പരമമായ സ്ഥാനത്തെ പ്രാപിക്കില്ലെന്നുമാണല്ലോ, കഴിഞ്ഞ അദ്ധ്യായത്തിലെ അവസാനത്തെ രണ്ടു ശ്ലോകങ്ങളിലെ സന്ദേശം? ഇതു ശ്രവിച്ച അർജുനൻ ഒരു ചോദ്യമുന്നയിക്കുകയാണ്; ശാസ്ത്രവിധിയെ അവഗണിച്ചിട്ടാണെങ്കിലും ശ്രദ്ധയോടുകൂടി യജിക്കുന്നവരുടെ അവസ്ഥ എന്തായിരിക്കും എന്നാണ് ആ ചോദ്യം. ഈ ചോദ്യത്തോടെ 28 ശ്ലോകങ്ങളുള്ള ശ്രദ്ധാത്രയവിഭാഗയോഗം എന്ന പതിനേഴാം അദ്ധ്യായം ആരംഭിക്കുന്നു. അർജുനന്റെ ചോദ്യം ഇങ്ങനെയാണ്:

'യേ ശാസ്ത്രവിധിമുത്സൃജ്യ യജന്തേ ശ്രദ്ധയാന്വിതാഃ;
തേഷാം നിഷ്ഠാ തു കാ കൃഷ്ണ സത്ത്വമാഹോ രജസ്തമഃ.' (17.1)

വാഗർത്ഥം: തു - എന്നാൽ; യേ - ഏവരാണോ; ശാസ്ത്രവിധിം ഉത്സൃജ്യ - (ആരാധനകൾക്കുള്ള) ശാസ്ത്രവിധികളെ അവഗണിച്ചിട്ട്; യജന്തേ ശ്രദ്ധയാന്വിതാഃ - ശ്രദ്ധയോടുകൂടി ആരാധിക്കുന്നത്; തേഷാം - അവരുടെ; നിഷ്ഠാ - അവസ്ഥ; കാ - എന്താണ്?; കൃഷ്ണ- അല്ലയോ, കൃഷ്ണാ; സത്ത്വം ആഹോ - സത്ത്വമാണോ; രജസ്തമഃ - അതോ രജസ്സോ തമസ്സോ?

ശ്രദ്ധയെന്നാൽ താത്പര്യം, വിശ്വാസം എന്നൊക്കെയാണ് അർത്ഥം. ഇവിടെ ശ്രദ്ധയോടെ ആരാധന നടത്തുന്നവരെപ്പറ്റി പറയുന്നു; എന്നാൽ അവർ ശാസ്ത്രവിധികളെ, അതായത് ഗീതാശാസ്ത്രത്തെ, അനുവർത്തിക്കുന്നില്ല. അങ്ങനെയുള്ളവരുടെ അവസ്ഥ എന്തായിരിക്കും എന്നാണ് അർജുനന്റെ ചോദ്യം. ശാസ്ത്രവിധികൾ അനുസരിക്കാതെ കാമപ്രചോദിതരായി കർമ്മം ചെയ്യുന്നവർ അധോഗതികളായി മാറുന്നു എന്ന് 16.23-ൽ നാം കണ്ടല്ലോ? ഇവിടെ സൂചിപ്പിച്ച കൂട്ടർ അങ്ങനെയുള്ളവരല്ല. അവർ ശാസ്ത്രവിധികളെ അനുസരിക്കുന്നില്ലെങ്കിലും അഥവാ അവയെപ്പറ്റി അജ്ഞരാണെങ്കിലും വളരെ

ശ്രദ്ധയോടെയാണ് കർമ്മനിർവഹണം നടത്തുന്നത്. അങ്ങനെയുള്ള വരുടെ അവസ്ഥ സാത്ത്വികമാണോ രാജസമാണോ അതോ താമസ മാണോ? ഇതാണ് അർജ്ജുനന്റെ ചോദ്യം.

ജന്മസിദ്ധമായ ശാരീരിക-മാനസിക സവിശേഷതകൾ ഓരോ ജീവിയിലും വ്യത്യസ്തമായ ശ്രദ്ധയെ ഉണ്ടാക്കുന്നുവെന്നും ഇങ്ങനെ യുള്ള വ്യത്യസ്തതകൾ സാത്ത്വികം, രാജസം, താമസം എന്നിങ്ങനെ മൂന്നു വിധമാണെന്നുമാണ് കൃഷ്ണൻ ആദ്യം തന്നെ വെളിപ്പെടു ത്തുന്നത് (17.2). എന്നിട്ട്, അർജ്ജുനന്റെ അറിവിലേക്ക് അവയെപ്പറ്റി വിശദമായി പറയുന്നു:

'സത്ത്വാനുരൂപാ സർവസ്യ ശ്രദ്ധാ ഭവതി ഭാരത;
ശ്രദ്ധാമയോഽയം പുരുഷഃ യോ യച്ഛ്രദ്ധ സ ഏവ സഃ.' (17.3)

വാഗർത്ഥം: സത്ത്വാനുരൂപാ - അവരവരുടെ സത്ത്വത്തിന് അനുരൂപമായാണ്; സർവസ്യ ശ്രദ്ധാ ഭവതി -എല്ലാവരുടെയും ശ്രദ്ധ ഭവിക്കുന്നത്; ഭാരത - ഹേ, അർജ്ജുനാ; ശ്രദ്ധാമയഃ - ശ്രദ്ധാമയനാണ്; അയം പുരുഷഃ - ഈ പുരുഷൻ (ഓരോ മനുഷ്യനും എന്നർത്ഥം); യഃ യത് ശ്രദ്ധ - ഒരാൾ ഏതു ശ്രദ്ധയോടുകൂടിയവനാണോ; സഃ ഏവ സഃ - അവൻ അതുതന്നെയാകുന്നു.

സത്ത്വം എന്നാൽ ഒരാളുടെ ആകെ ഉള്ളടക്കം, അയാളുടെ ജന്മനാ ഉള്ള കഴിവുകളും അറിവും ചിന്തകളും അനുഭവങ്ങളുമെല്ലാം ഉള്ള ടങ്ങിയ വ്യക്തിത്വം എന്നർത്ഥം. അത് എങ്ങനെയാണോ അതനു സരിച്ചായിരിക്കും അയാളുടെ ശ്രദ്ധ എന്നാണ് ഇവിടെ പറയുന്നത്. എന്നുമാത്രമല്ല, ഒരാളിന്റെ ശ്രദ്ധ അയാളുടെ വ്യക്തിത്വത്തിലേ ക്കുള്ള ഒരു ചൂണ്ടുപലകയാണ്. അതാണ്, ശ്രദ്ധ എങ്ങനെയോ അങ്ങനെയാണ് അയാൾ എന്ന പ്രസ്താവനയുടെ പൊരുൾ.

ഈ തത്ത്വം നമുക്ക് നിത്യജീവിതത്തിൽ അനുഭവവേദ്യമായ ഒന്നാണ്. 'കുറുക്കന്റെ കണ്ണ് കോഴിക്കൂട്ടിൽത്തന്നെ' എന്നൊക്കെ നാം പറയാറില്ലേ? അവിടെ വെളിവാകുന്നത് ഈ തത്ത്വമാണ്.

സാത്ത്വികം, രാജസം, താമസം എന്നിങ്ങനെ ശ്രദ്ധ മൂന്നു തര ത്തിലുണ്ടെന്നും ഓരോ വ്യക്തിയും അയാളുടെ ശ്രദ്ധയ്ക്ക് അനു രൂപമായ വ്യക്തിത്വമുള്ളവനാണെന്നും നാം കണ്ടു കഴിഞ്ഞു. ഇവ രിൽ സാത്ത്വിക ശ്രദ്ധയുള്ളവർ ആരാധിക്കുന്നത് ദേവന്മാരെയാ യിരിക്കും. രാജസ ശ്രദ്ധയുള്ളവരാകട്ടെ, യക്ഷന്മാരെയും രക്ഷസ്സു കളെയും ആരാധിക്കുന്നു. താമസന്മാർ ആരാധിക്കുന്നത് മരിച്ചു പോയവരെയും ഭൂതഗണങ്ങളെയുമാണ് (17.4).

ആരാധന, വ്രതം, തപസ്സ് എന്നിവയിലൊക്കെ ശാസ്ത്രോക്ത മായ വിധികളെ ധിക്കരിച്ച് ഘോരമായ അനുഷ്ഠാനാചരണങ്ങളിൽ

മുഴുകുന്നത് ആസുര നിശ്ചയമാണെന്ന് അടുത്ത രണ്ടു ശ്ലോകങ്ങളിലായി പറയുന്നു. അർജുനൻ അങ്ങനെയൊന്നും ചെയ്യരുതെന്നാണ് സൂചന. ശ്ലോകങ്ങൾ ഇവയാണ്:

'അശാസ്ത്രവിഹിതം ഘോരം തപ്യന്തേ യേ തപോ ജനാഃ;
ദംഭാഹങ്കാരസംയുക്താഃ കാമരാഗബലാന്വിതാഃ.' (17.5)

'കർശയന്തഃ ശരീരസ്ഥം ഭൂതഗ്രാമമചേതസഃ;
മാം ചൈവാന്തഃശരീരസ്ഥം താന്വിദ്ധ്യാസുരനിശ്ചയാൻ.' (17.6)

വാഗർത്ഥം: (17.5) ദംഭാഹങ്കാരസംയുക്താഃ - ദംഭം, അഹങ്കാരം, എന്നിവയോടുകൂടിയതും; കാമരാഗബലാന്വിതാഃ - കാമരാഗബലങ്ങളോടു കൂടിയതും; അശാസ്ത്രവിഹിതം ഘോരം തപഃ തപ്യന്തേ - ശാസ്ത്രവിരുദ്ധവുമായ ഘോര തപസ്സ് അനുഷ്ഠിക്കുന്നത്; യേ ജനാഃ - ഏതു ജനങ്ങളാണോ;

(17.6) ശരീരസ്ഥം ഭൂതഗ്രാമം - ശരീരത്തിലെ പഞ്ചഭൂതങ്ങളെയും; മാം ച ഏവ അന്തഃശരീരസ്ഥം - ശരീരത്തിനുള്ളിൽ സ്ഥിതിചെയ്യുന്ന എന്നെയും; കർശയന്തഃ - കർശിക്കുന്ന; കർശിക്കുക - കൃശമാക്കുക, ക്ഷീണിപ്പിക്കുക (ശരീരത്തിനുള്ളിൽ സ്ഥിതിചെയ്യുന്ന ആത്മാവിനെ ക്ഷീണിപ്പിക്കുക എന്നാൽ ആത്മതത്ത്വങ്ങൾക്ക് വിരുദ്ധമായി പ്രവർത്തിക്കുക എന്നർത്ഥം. ആ തത്ത്വങ്ങളെ അനുവർത്തിക്കാതിരിക്കുന്നത് ഒരുതരം ചെറുതാക്കലാണല്ലോ?); താൻ അചേതസഃ - ആ അവിവേകികളെ; വിദ്ധി ആസുരനിശ്ചയാൻ - ആസുരനിശ്ചയത്തോടുകൂടിയവരാണെന്ന് (ക്രൂരമായ ചിന്തകളോടുകൂടിയവരാണെന്ന്) അറിയുക. (അതിനാൽ നീ അങ്ങനെ ആകരുത് എന്നു വിവക്ഷ).

ശരീരത്തെ ക്ഷീണിപ്പിക്കുന്ന തരത്തിലുള്ള വ്രതങ്ങളും മറ്റും അനാവശ്യമാണെന്നർത്ഥം. വേണ്ടത്, തത്ത്വങ്ങളെ അറിയുക, അതിനുവേണ്ടി യത്നിക്കുക എന്നിവയാണ്. സ്വന്തം ശരീരത്തെത്തന്നെ ഹിംസിക്കാൻ തോന്നുന്നവർ അസുരസ്വഭാവമുള്ളവരാണ്. ആ ഹിംസകൊണ്ട് ഒരു നേട്ടവുമില്ല എന്നാണ് ഉപദേശം.

ത്രിവിധമായ ശ്രദ്ധ ആഹാരം, യജ്ഞം, തപസ്സ്, ദാനം എന്നിവയിലെല്ലാം കാണാമെന്നു വെളിപ്പെടുത്തിക്കൊണ്ട് (17.7) ഓരോന്നിനെപ്പറ്റിയും കൃഷ്ണൻ വിശദീകരിക്കുന്നു. ആദ്യം ആഹാരത്തിലെ ശ്രദ്ധയാണ് പരാമർശവിധേയമാകുന്നത്. മൂന്നു ശ്ലോകങ്ങളിലായി അതു പറയപ്പെടുന്നു. ശ്ലോകങ്ങൾ ഇവയാണ്:

'ആയുഃസത്ത്വബലാരോഗ്യസുഖപ്രീതിവിവർദ്ധനാഃ;
രസ്യാഃ സ്നിഗ്ധാഃ സ്ഥിരാ ഹൃദ്യാ ആഹാരാഃ
സാത്ത്വികപ്രിയാഃ.' (17.8)

'കട്വമ്ല ലവണാത്യുഷ്ണ തീക്ഷ്ണരൂക്ഷവിദാഹിനഃ;
ആഹാരാ രാജസസ്യേഷ്ടാ ദുഃഖശോകാമയപ്രദാഃ.' (17.9)

'യാതയാമം ഗതരസം പൂതി പര്യുഷിതം ച യത്;
ഉച്ഛിഷ്ടമപി ചാമേധ്യം ഭോജനം താമസപ്രിയം.' (17.10)

വാഗർത്ഥം: (17.8) ആയുഃസത്ത്വബലാരോഗ്യസുഖപ്രീതിവിവർദ്ധനാഃ - ആയുസ്സും സത്ത്വവും ബലവും ആരോഗ്യവും സുഖവും പ്രീതിയും വർദ്ധിപ്പിക്കുന്നതും; രസ്യാഃ - സ്വാദുള്ളതും; സ്നിഗ്ധാഃ - സ്നിഗ്ദ്ധവും (മെഴുക്കുമയമുള്ളതും); സ്ഥിരാ - സ്ഥിരമായതും (ശരീരത്ത് പിടിക്കുന്നതും); ഹൃദ്യാ - ഹൃദ്യവും (ഇഷ്ടം തോന്നിപ്പിക്കുന്നതും) ആയ; ആഹാരാഃ - ആഹാരങ്ങൾ; സാത്ത്വികപ്രിയാഃ - സാത്ത്വികശ്രദ്ധയുള്ളവർക്ക് പ്രിയങ്ങളാകുന്നു.

(17.9): 'കടു - കയ്പുമയവും; അമ്ല - പുളിമയവും; ലവണ - ഉപ്പുമയവും; അത്യുഷ്ണ - വലിയ ചൂടുള്ളതും; തീക്ഷ്ണ - തീക്ഷ്ണവും (വയറ്റിൽ കത്തലുണ്ടാക്കുന്നതും); രൂക്ഷ - രൂക്ഷവും (കടുപ്പമുള്ളതും, ചവർപ്പുള്ളതും); വിദാഹിനഃ - ദാഹത്തെ ഉണ്ടാക്കുന്നവയുമായ; ആഹാരാഃ - ആഹാരങ്ങൾ; രാജസസ്യ - രാജസശ്രദ്ധയുള്ളവർക്ക്; ഇഷ്ടാഃ - ഇഷ്ടമുള്ളവയാകുന്നു; ദുഃഖശോകാമയപ്രദാഃ - അവ ദുഃഖവും പീഡയും രോഗവും ഉണ്ടാക്കുന്നവയാണ്.

(17.10): യാതയാമം - ചീത്തയായതും; ഗതരസം - സ്വാദെല്ലാം പോയതും; പൂതി - നാറുന്നതും; പര്യുഷിതം - കാലാവധി കഴിഞ്ഞതുമായ; യത് - (ആഹാരം) ഏതാണോ; ഉച്ഛിഷ്ടമപി ചാമേധ്യം - ഉച്ഛിഷ്ടവും മലിനവുമായ; ഭോജനം - (ആ) ഭക്ഷണം; താമസപ്രിയം - താമസശ്രദ്ധക്കാർക്ക് പ്രിയമാകുന്നു.

ശ്ലോകാർത്ഥങ്ങളെല്ലാം വളരെ വ്യക്തമാണല്ലോ? ഇനി യജ്ഞങ്ങളെപ്പറ്റിയാണ് പറയാൻ പോകുന്നത്.

ഒരാൾ ചെയ്യുന്ന യജ്ഞങ്ങൾ അയാളുടെ ശ്രദ്ധയനുസരിച്ച് എങ്ങനെ വ്യത്യാസപ്പെട്ടിരിക്കുന്നു എന്ന് മൂന്നു ശ്ലോകങ്ങളിലൂടെ അവതരിപ്പിച്ചിരിക്കുന്നു. ശ്ലോകങ്ങൾ ഇങ്ങനെ:

'അഫലാകാംക്ഷിഭിര്യജ്ഞോ വിധിദൃഷ്ടോ യ ഇജ്യതേ;
യഷ്ടവ്യമേവേതി മനഃ സമാധായ സ സാത്ത്വികഃ.' (17.21)

'അഭിസന്ധായ തു ഫലം ദംഭാർത്ഥമപി ചൈവ യത്;
ഇജ്യതേ ഭരതശ്രേഷ്ഠ തം യജ്ഞം വിദ്ധി രാജസം.' (17.22)

'വിധിഹീനമസൃഷ്ടാന്നം മന്ത്രഹീനമദക്ഷിണം;
ശ്രദ്ധാവിരഹിതം യജ്ഞം താമസം പരിചക്ഷതേ.' (17.23)

വാഗർത്ഥം: (17.21): അഫലാകാംക്ഷിഭിഃ - യജ്ഞഫലം തനിക്കു മാത്രമായി കിട്ടണമെന്ന ചിന്തയില്ലാത്തവരാൽ; യജ്ഞഃ വിധിദൃഷ്ടഃ യഃ - ശാസ്ത്രവിധിക്കനുസൃതമായി ഏതു യജ്ഞമാണോ; ഇജ്യതേ - ചെയ്യപ്പെടുന്നത്; യഷ്ടവ്യം ഏവ ഇതി മനഃ സമാധായ - ചെയ്യപ്പെടേണ്ട യജ്ഞമാണെന്ന ബോദ്ധ്യത്തോടെ; സഃ സാത്ത്വികഃ - ആ യജ്ഞം സാത്ത്വികമാകുന്നു. (17.21)

ചെയ്യപ്പെടേണ്ടതായ ഒരു യജ്ഞം ശാസ്ത്രവിധിക്കനുസരിച്ച് സ്വാർത്ഥചിന്തയില്ലാതെ ചെയ്താൽ അത് സാത്ത്വിക യജ്ഞം എന്നു സാരം.

(17.22): അഭിസന്ധായ തു ഫലം - എന്നാൽ ഫലം തനിക്ക് കൈയടക്കണമെന്ന വിചാരത്തോടെയും; ദംഭാർത്ഥം അപി ച ഏവ - തന്റെ വലുപ്പം കാണിക്കണമെന്ന ഉദ്ദേശ്യത്തോടെയും; യത് ഇജ്യതേ - ഏതു യജ്ഞം ചെയ്യപ്പെടുന്നുവോ; ഭരതശ്രേഷ്ഠ - ഹേ, അർജ്ജുനാ; തം യജ്ഞം വിദ്ധി രാജസം - ആ യജ്ഞത്തെ രാജസ യജ്ഞം എന്ന് അറിയുക.

(17.23): 'വിധിഹീനം - ശാസ്ത്രവിധികൾ നോക്കാതെ; അസൃഷ്ടാന്നം - ഭക്ഷണ വിതരണമില്ലാതെ, ആർക്കും പ്രയോജനമില്ലാതെ; മന്ത്രഹീനം - വേദമന്ത്രങ്ങൾക്കു വിരുദ്ധമായി; അദക്ഷിണം - പൂജനീയർക്ക് ദക്ഷിണ കൊടുക്കാതെ; ശ്രദ്ധാവിരഹിതം - വിശ്വാസമില്ലാതെ; യജ്ഞം - (ചെയ്യപ്പെടുന്ന) യജ്ഞം: താമസം പരിചക്ഷതേ - താമസം എന്നു പറയപ്പെടുന്നു.

മൂന്നു തരത്തിൽ ചെയ്യപ്പെടുന്ന യജ്ഞങ്ങളെപ്പറ്റി ഇപ്രകാരം പറഞ്ഞുകഴിഞ്ഞു. ഇനി പറയുന്നത് ശ്രദ്ധയുടെ അടിസ്ഥാനത്തിൽ തപസ്സുകളെ എങ്ങനെ വിഭജിച്ചിരിക്കുന്നു എന്നാണ്.

ത്രിവിധമായ ശ്രദ്ധയുടെ അടിസ്ഥാനത്തിൽ തപസ്സിനെ വിഭജിക്കുന്നതിനു മുന്നോടിയായി ശാരീരം, വാങ്മയം, മാനസം എന്നിങ്ങനെ തപസ്സുതന്നെ മൂന്നുവിധമുണ്ടെന്ന് 17.14, 15,16 ശ്ലോകങ്ങളിലൂടെ വ്യക്തമാക്കുന്നു. ശ്ലോകം 17.14 കാണുക:

'ദേവദ്വിജഗുരുപ്രാജ്ഞ പൂജനം ശൗചമാർജവം;
ബ്രഹ്മചര്യമഹിംസാ ച ശാരീരം തപ ഉച്യതേ.' (17.14)

വാഗർത്ഥം: ദേവദ്വിജഗുരുപ്രാജ്ഞ പൂജനം - ദേവന്മാരെയും ദ്വിജന്മാരെയും (വേദാഭ്യസനം നടത്തിയവരെയും) ഗുരുജനങ്ങളെയും വിജ്ഞന്മാരെയും പൂജിക്കൽ; ശൗചം - ശുദ്ധി; ആർജവം - പ്രവൃത്തിയിലുള്ള സുതാര്യത; ബ്രഹ്മചര്യം - ബ്രഹ്മചര്യം; അഹിംസാ ച - ദ്രോഹിക്കാതിരിക്കൽ ഇവയെല്ലാമാണ്; ച ശാരീരം തപ ഉച്യതേ -

ശാരീരമായ (ശരീരംകൊണ്ടു ചെയ്യുന്ന) തപസ്സ് എന്നു പറയപ്പെടുന്നത്.

ഇനി വാങ്മയമായ (വാക്കുകൊണ്ടു ചെയ്യുന്ന) തപസ്സ് എന്താണെന്നു നോക്കാം:

'അനുദ്വേഗകരം വാക്യം സത്യം പ്രിയഹിതം ച യത്;
സ്വാധ്യായാഭ്യസനം ചൈവ വാങ്മയം തപ ഉച്യതേ.' (17.15)

വാഗർത്ഥം. സത്യം പ്രിയഹിതം ച യത് - സത്യവും പ്രിയവും ഹിതവും ആയതും; അനുദ്വേഗകരം വാക്യം - ഉദ്വേഗം (വിക്ഷോഭം, അസ്വാസ്ഥ്യം) ഉണ്ടാക്കാത്തതുമായ വാക്കുകൾ; ; സ്വാധ്യായ അഭ്യസനം - വേദമന്ത്രങ്ങളെ ഉരുവിട്ടു പഠിക്കൽ; ച ഏവ - എന്നിവ; വാങ്മയം തപ ഉച്യതേ - വാങ്മയമായ തപസ്സ് എന്നു പറയപ്പെടുന്നു.

തുടർന്ന്, മാനസമായ തപസ്സിനെപ്പറ്റിയാണു പറയുന്നത്.

'മനഃപ്രസാദഃ സൗമ്യത്വം മൗനമാത്മവിനിഗ്രഹഃ;
ഭാവസംശുദ്ധിരിത്യേതത് തപോ മാനസമുച്യതേ.' (17.16)

വാഗർത്ഥം:മനഃപ്രസാദഃ - മനഃപ്രസാദം; സൗമ്യത്വം - സൗമ്യത്വം, സൗമ്യഭാവം; മൗനം - മൗനം, അനാവശ്യ സംസാരം ഒഴിവാക്കൽ; ആത്മവിനിഗ്രഹഃ - ആത്മനിയന്ത്രണം, തന്നെ തന്റെ ഇച്ഛയ്ക്ക് അനുസരിച്ചുമാത്രം ചലിപ്പിക്കുന്ന അവസ്ഥ; ഭാവസംശുദ്ധിഃ - നല്ല ചിന്തകളാൽ അന്തരംഗത്തിലുണ്ടാകുന്ന ശുദ്ധി, തന്മൂലം സാമൂഹിക വ്യവഹാരങ്ങളിലുണ്ടാകുന്ന കാപട്യമില്ലായ്മ; ഇതി ഏതത് തപോ മാനസം ഉച്യതേ - ഇവയാണ് മാനസമായ തപസ്സ് എന്ന് അറിയപ്പെടുന്നത്.

ഈ മൂന്നുവിധ തപസ്സുകളും ചെയ്യുന്നതിൽ അവനവന്റെ ശ്രദ്ധയ്ക്കനുസരിച്ച് വ്യത്യാസമുണ്ട്. ആ വ്യത്യാസങ്ങളെപ്പറ്റിയാണ് അടുത്ത മൂന്നു ശ്ലോകങ്ങളിൽ വിവരിക്കുന്നത്. ശ്ലോകങ്ങൾ കാണുക:

'ശ്രദ്ധയാ പരയാ തപ്തം തപസ്തത്ത്രിവിധം നരൈഃ;
അഫലാകാംക്ഷിഭിര്യുക്തൈഃ സാത്ത്വികം പരിചക്ഷതേ.' (17.17)

'സത്കാരമാനപൂജാർത്ഥം തപോ ദംഭേന ചൈവ യത്;
ക്രിയതേ തദിഹ പ്രോക്തം രാജസം ചലമധ്രുവം.' (17.18)

'മൂഢഗ്രാഹേണാത്മനോ യത് പീഡയാ ക്രിയതേ തപഃ;
പരസ്യോത്സാദനാർത്ഥം വാ തത്താമസമുദാഹൃതം.' (17.19)

വാഗർത്ഥം: (17.17): അഫലാകാംക്ഷിഭിഃ യുക്തൈഃ നരൈഃ - ഫലകാംക്ഷയില്ലാത്ത വിവേകികളായ നരന്മാരാൽ; ശ്രദ്ധയാ പരയാ

തപ്തം - ഉത്തമമായ ശ്രദ്ധയോടെ ചെയ്യപ്പെടുന്ന; തത് ത്രിവിധം തപസ്സ് - ഈ മൂന്നുവിധമായ തപസ്സ്; സാത്ത്വികം പരിചക്ഷതേ - സാത്ത്വികമാണെന്ന് പറയപ്പെടുന്നു.

(17.18) സത്കാരമാനപൂജാർത്ഥം ദംഭേന ചൈവ - മറ്റുള്ളവർ സത്കരിക്കണമെന്നും ആദരിക്കണമെന്നുമുള്ള ഉദ്ദേശ്യത്തോടെയും ദംഭത്തോടെയും; യത് തപഃ ക്രിയതേ - ഏതു തപസ്സാണോ ചെയ്യപ്പെടുന്നത്; ചലം അധ്രുവം - ചലവും (അല്പകാലം മാത്രം പ്രയോജനം നൽകുന്നത്) അധ്രുവവും (നിത്യമല്ലാത്തത്, നശിച്ചുപോകുന്നതും) ആയ അത്; രാജസം തത് ഇഹ പ്രോക്തം - രാജസമായ തപസാണെന്നു പറയപ്പെടുന്നു.

(17.19) മൂഢഗ്രാഹേണ - മൂഢ ലക്ഷ്യങ്ങൾക്കായോ; പരസ്യോത്സാദനാർത്ഥം വാ - അന്യന്റെ വിനാശത്തിനുവേണ്ടിയോ; ആത്മനഃ പീഡയാ - സ്വയം പീഡിപ്പിച്ചുകൊണ്ട്; ക്രിയതേ യത് തപഃ - ഏതു തപസ്സ് ചെയ്യപ്പെടുന്നുവോ; തത് താമസം ഉദാഹൃതം - അത് താമസമായ തപസ്സ് എന്നു വിളിക്കപ്പെടുന്നു.

അർത്ഥം വളരെ വ്യക്തമാണല്ലോ? കൂടുതൽ വിശദീകരണത്തിന്റെ ആവശ്യം കാണുന്നില്ല. അങ്ങനെ മൂന്നു വിധത്തിലുള്ള തപസ്സുകളും അവ ചെയ്യപ്പെടുന്നതിലെ ശ്രദ്ധാപരമായ വിഭാഗവും പറഞ്ഞു കഴിഞ്ഞു. ഇനി ദാനത്തിന്റെ വിഭാഗമാണ് പറയാൻ പോകുന്നത്.

ത്രിവിധമായ ശ്രദ്ധകളെ ആസ്പദമാക്കി ദാനവും മൂന്നുവിധമായി വിഭാഗിച്ചിരിക്കുന്നു. അതിനെപ്പറ്റിയാണ് അടുത്ത മൂന്നു ശ്ലോകങ്ങളിൽ വിവരിക്കുന്നത്. ശ്ലോകങ്ങൾ ഇതാ:

'ദാതവ്യമിതി യദ്ദാനം ദീയതേ/നുപകാരിണേ;
ദേശേ കാലേ ച പാത്രേ ച തദ്ദാനം സാത്ത്വികം സ്മൃതം.' (17.20)

'യത്തു പ്രത്യുപകാരാർത്ഥം ഫലമുദ്ദിശ്യ വാ പുനഃ;
ദീയതേ ച പരിക്ലിഷ്ടം തദ്ദാനം രാജസം സ്മൃതം.' (17.21)

'അദേശകാലേ യദ്ദാനം അപാത്രേഭ്യശ്ച ദീയതേ;
അസത്കൃതമവജ്ഞാതം തത്താമസമുദാഹൃതം.' (17.22)

അർത്ഥം: (17.20): ദാതവ്യം ഇതി യത് ദാനം - കൊടുക്കേണ്ടതാണെന്ന ബോദ്ധ്യത്തോടെ ഏതൊരു ദാനം; ദേശേ കാലേ ച - ഉചിതമായ ദേശത്തും കാലത്തും; അനുപകാരിണേ പാത്രേ ച ദീയതേ - മുൻപു ചെയ്ത ഉപകാരത്തിന്റെ പേരിലല്ലാതെ അർഹമായ ഒരുവന് നൽകപ്പെടുന്നുവോ; തത് ദാനം - ആ ദാനം; സാത്ത്വികം സ്മൃതം - സാത്ത്വികം എന്ന് സ്മരിക്കപ്പെടുന്നു.

(17.21): 'യത് തു പ്രത്യുപകാരാർത്ഥം - എന്നാൽ, ഏതൊരു ദാനമാണോ ചെയ്തുതന്ന ഉപകാരത്തിനു പകരമായും; ഫലമുദ്ദിശ്യ വാ പുനഃ - വീണ്ടും ഫലം ഉദ്ദേശിച്ചും; ദീയതേ ച പരിക്ലിഷ്ടം - മനസ്സില്ലാമനസ്സോടെ നൽകപ്പെടുന്നത്; തത് ദാനം - ആ ദാനം; രാജസം സ്മൃതം - രാജസം എന്ന് സ്മരിക്കപ്പെടുന്നു.

(17.22): അദേശകാലേ - തെറ്റായ സ്ഥലത്തും കാലത്തും; അപാത്രേഭ്യഃ ച - കൂടാതെ അർഹതയില്ലാത്തവർക്കും; അസത്കൃതം അവജ്ഞാതം - ആദരിക്കാതെയും അവജ്ഞയോടെയും; യത് ദാനം ദീയതേ - ഏതു ദാനം നൽകപ്പെടുന്നുവോ; തത് താമസം ഉദാഹൃതം - അത് താമസമെന്ന് പറയപ്പെടുന്നു.

അങ്ങനെ ദാനത്തിന്റെ ശ്രദ്ധാധിഷ്ഠിതമായ തരംതിരിക്കൽ അവസാനിക്കുന്നു. വാഗർത്ഥങ്ങളിൽനിന്ന് ശ്ലോകാർത്ഥം വളരെ വ്യക്തമാണെന്നതിനാൽ കൂടുതൽ വിശദീകരിക്കുന്നില്ല. ഇനി പുതിയൊരു ആശയത്തെയാണ് അവതരിപ്പിക്കാൻ പോകുന്നത്.

'ഓം തത് സത്' എന്ന് പലരും കേട്ടിട്ടുണ്ടാവും. അതുകൊണ്ട് ഉദ്ദേശിക്കുന്നത് എന്തൊക്കെ എന്നാണ് ഈ അദ്ധ്യായത്തിന്റെ ഇനിയുള്ള ഭാഗത്ത് വിവരിക്കുന്നത്. ഈ മൂന്നു വാക്കുകളും ബ്രഹ്മത്തെ പരാമർശിക്കാൻ ഉപയോഗിക്കുന്നതാണെന്നു പറഞ്ഞുകൊണ്ട് തുടങ്ങുന്നു:

'ഓം തത്സദിതി നിർദ്ദേശോ ബ്രഹ്മണസ്ത്രിവിധഃ സ്മൃതഃ;
ബ്രാഹ്മണാസ്തേന വേദാശ്ച യജ്ഞാശ്ച വിഹിതാ പുരാ.' (17.23)

അർത്ഥം: ഓം തത് സത് ഇതി - ഓം തത് സത് എന്നിങ്ങനെ; ബ്രഹ്മണഃ നിർദ്ദേശഃ - ബ്രഹ്മത്തിന്റെ പരാമർശ പദം, സൂചക പദം; ത്രിവിധഃ സ്മൃതഃ - മൂന്നുതരത്തിൽ സ്മരിക്കപ്പെടുന്നു, പറയപ്പെടുന്നു; തേന - അതിനാൽ (ബ്രഹ്മത്തിനാൽ); ബ്രാഹ്മണാഃ വേദാഃ ച യജ്ഞാഃ ച - ബ്രാഹ്മണരും വേദങ്ങളും യജ്ഞങ്ങളും; വിഹിതാഃ പുരാ - പണ്ട് വിഹിതമാക്കപ്പെട്ടു, അഥവാ കല്പിക്കപ്പെട്ടു (അതായത്, ബ്രാഹ്മണർ ആര്, വേദങ്ങളും യജ്ഞങ്ങളും എന്ത് എന്ന് ബ്രഹ്മം കല്പിച്ചു).

അതുകൊണ്ട്, ബ്രഹ്മവാദികൾ (എല്ലാറ്റിനും അടിസ്ഥാനം ബ്രഹ്മമാണെന്നറിയുന്നവർ) ശാസ്ത്രവിഹിതമായ യജ്ഞദാനകർമ്മങ്ങൾ 'ഓം' എന്ന് ഉച്ചരിച്ചുകൊണ്ടാണ് ചെയ്യുന്നത് (17.24). അതുപോലെ മോക്ഷകാംക്ഷികളായവർ ഫലേച്ഛയില്ലാതെ യജ്ഞവും ദാനവും തപസ്സും ചെയ്യുന്നത് 'തത്' എന്ന് ഉരുവിട്ടിട്ടാണ് (17.25). എന്നാൽ 'സത്' ശബ്ദം എവിടെയാണ് ഉപയോഗിക്കുന്നത്? പറയുന്നു:

'സദ്ഭാവേ സാധുഭാവേ ച സദിത്യേതത്പ്രയുജ്യതേ;
പ്രശസ്തേ കർമണി തഥാ സച്ഛബ്ദഃ പാർഥ യുജ്യതേ.' (17.26)

അർത്ഥം: സദ്ഭാവേ - അസ്തിത്വഭാവത്തിലും (ശ്ലോകം 2.16 നോക്കുക); സാധുഭാവേ ച - നന്മയിലും; സത് ഇതി ഏതത് പ്രയുജ്യതേ - 'സത്' എന്ന ഈ ശബ്ദം പ്രയോഗിക്കപ്പെടുന്നു; പ്രശസ്തേ കർമണി തഥാ - അതുപോലെ പ്രശസ്തമായ (ശ്രേഷ്ഠമായ) കർമ്മങ്ങളിലും; സച്ഛബ്ദഃ - സത് ശബ്ദഃ - സത് ശബ്ദം; പാർഥ - ഹേ, അർജുനാ; യുജ്യതേ - പ്രയോഗിക്കപ്പെടുന്നു.

എന്നുമാത്രമല്ല, യജ്ഞം, ദാനം, തപസ്സ് എന്നിവയിൽ വ്യാപൃതമായിരിക്കുന്ന അവസ്ഥയും അവയ്ക്കായുള്ള കർമ്മങ്ങളും 'സത്' എന്ന വാക്കുകൊണ്ട് വിശേഷിപ്പിക്കപ്പെടുന്നു (17.27). നേരേ മറിച്ച്, അശ്രദ്ധയോടെ ചെയ്യപ്പെടുന്ന യജ്ഞവും ദാനവും തപസ്സും 'അസത്' എന്നാണ് വിളിക്കപ്പെടുക. അങ്ങനെയുള്ള അശ്രദ്ധവാന്മാർക്ക് ഈ ലോകവും വരും ലോകവും (ഭാവി ലോകവും) നഷ്ടമാകുന്നു (17.28).

ഇതോടെ ശ്രദ്ധാത്രയവിഭാഗയോഗം എന്ന പതിനേഴാം അദ്ധ്യായം സമാപിക്കുന്നു. ഇനി അവസാന അദ്ധ്യായത്തിലേക്കാണ് നാം കടക്കുന്നത്.

പതിനെട്ട്

മോക്ഷസന്ന്യാസയോഗം

ഗീതാസന്ദേശത്തിന്റെ ഉപസംഹാരമാണ് അദ്ധ്യായം 18. ഉപസംഹാരമായതിനാൽ, ഇതുവരെ പറഞ്ഞുവന്ന പല കാര്യങ്ങളും ഇതിൽ പലയിടത്തും ആവർത്തിക്കുകയോ പരാമർശിക്കുകയോ ചെയ്യുന്നുണ്ട്. ഗീതയിലെ ഏറ്റവും വലിയ അദ്ധ്യായമാണിത്; ആകെ എഴുപത്തെട്ടു ശ്ലോകങ്ങൾ. മോക്ഷസന്ന്യാസയോഗം എന്നാണു പേര്. മോക്ഷലബ്ധിയെപ്പറ്റിയും അതിനായി അനുഷ്ഠിക്കേണ്ട സന്ന്യാസത്തെപ്പറ്റിയും പ്രതിപാദിക്കുന്നതിനാലാണ് മോക്ഷസന്ന്യാസം എന്ന പേര് സിദ്ധിച്ചത്.

സന്ന്യാസത്തെപ്പറ്റിയും ത്യാഗത്തെപ്പറ്റിയും മുൻപ് പല അവസരങ്ങളിലും പറഞ്ഞിട്ടുള്ളതാണ്. അവ തമ്മിലുള്ള ബന്ധത്തെപ്പറ്റി അർജുനൻ ഉന്നയിക്കുന്ന ഒരു ചോദ്യത്തോടെയാണ് ഈ അദ്ധ്യായത്തിന്റെ തുടക്കം. അർജുനന്റെ ചോദ്യം നോക്കുക:

'സന്ന്യാസസ്യ മഹാബാഹോ തത്ത്വമിച്ഛാമി വേദിതും;
ത്യാഗസ്യ ച ഹൃഷികേശ പൃഥക് കേശിനിഷൂദന.' (18.1)

വാഗർത്ഥം: മഹാബാഹോ - ഹേ മഹാബാഹു! (കൃഷ്ണാ); സന്ന്യാസസ്യ തത്ത്വം വേദിതും ഇച്ഛാമി - സന്ന്യാസത്തിന്റെ തത്ത്വമെന്തെന്ന് അറിയാൻ ഞാൻ ആഗ്രഹിക്കുന്നു; ഹൃഷികേശ - ഹേ, ഹൃഷികേശ! (കൃഷ്ണാ); കേശിനിഷൂദന - ഹേ, കേശിനിഷൂദന! (കൃഷ്ണാ); ത്യാഗസ്യ ച പൃഥക് - ത്യാഗത്തെപ്പറ്റിയും പ്രത്യേകമായി (അറിയാൻ ഞാൻ ആഗ്രഹിക്കുന്നു).

ചോദ്യം വളരെ ലളിതമാണല്ലോ? കൃഷ്ണൻ ഉത്തരം പറയുന്നു:

'കാമ്യാനാം കർമണാം ന്യാസം സന്ന്യാസം കവയോ വിദുഃ;
സർവകർമഫലത്യാഗം പ്രാഹുസ്ത്യാഗം വിചക്ഷണാഃ.' (18.2)

വാഗർത്ഥം: കാമ്യാനാം കർമണാം ന്യാസം - കാമ്യകർമ്മങ്ങളുടെ ന്യാസം (ആണ്); (ന്യാസം - ഉപേക്ഷിക്കൽ); സന്ന്യാസം - സന്ന്യാസം

എന്ന്; കവയഃ വിദുഃ - കവികൾ (വിവേകികൾ) അറിയുന്നു; സർവ കർമഫലത്യാഗം - സകല കർമ്മങ്ങളുടെയും ഫലം ത്യജിക്കുന്നതാണ്; പ്രാഹുഃ ത്യാഗം വിചക്ഷണാഃ - ത്യാഗം എന്ന് പണ്ഡിതന്മാർ പറയുന്നു.

അവനവന്റെ ആഗ്രഹ സാഫല്യത്തെ ഉദ്ദേശിച്ചു ചെയ്യുന്ന കർമ്മങ്ങളാണ് കാമ്യകർമ്മങ്ങൾ. അങ്ങനെയുള്ള കർമ്മങ്ങളിൽനിന്ന് വിട്ടുനിന്നിട്ട്, ലോകനന്മയ്ക്കായി കർമ്മങ്ങൾ ചെയ്യുന്നതാണ് സന്ന്യാസം. അതായത്, സന്ന്യാസമെന്നാൽ സർവ കർമ്മങ്ങളും ഉപേക്ഷിക്കുക എന്നതല്ല, കാമ്യകർമ്മങ്ങൾ ഉപേക്ഷിക്കുന്നതാണ്. ലോകസംഗ്രഹത്തിനായുള്ള കർമ്മങ്ങൾ ചെയ്യാതിരിക്കരുത് എന്നു വിവക്ഷ. ഈ വസ്തുത അഞ്ചാം അദ്ധ്യായത്തിൽ വെളിപ്പെടുത്തിയിട്ടുള്ളതാണ്. ഈ അദ്ധ്യായത്തിൽത്തന്നെ 7,8,9 എന്നീ ശ്ലോകങ്ങളിൽ ഇതിനെപ്പറ്റി കൂടുതൽ പറയുന്നുണ്ട്.

ഇതിൽനിന്നു വ്യത്യസ്തമാണ് ത്യാഗം. ചെയ്യുന്ന കർമ്മങ്ങളുടെയെല്ലാം ഫലം ലോകത്തിനായി സമർപ്പിക്കുന്ന രീതിയാണ് ത്യാഗം. അവിടെ കർമ്മങ്ങളുടെ ഗുണദോഷ ചിന്തയില്ല. എന്തു കർമ്മം ചെയ്താലും അതിന്റെ ഫലമെല്ലാം ലോകത്തിന്റെ പൊതുനന്മയ്ക്കായി വിട്ടുനൽകുന്നു. രണ്ടിലും അന്തർഭവിച്ചിട്ടുള്ളത് സ്വാർത്ഥതയുടെ നിരാസമാണ്.

സന്ന്യാസമെന്നാൽ കാമ്യകർമ്മങ്ങളെ ഉപേക്ഷിക്കലാണെന്ന് പറഞ്ഞല്ലോ? എന്നാൽ ചില പണ്ഡിതന്മാർ പറയുന്നു, കർമ്മങ്ങൾ തന്നെ ദോഷത്തോടുകൂടിയതാണെന്നും എല്ലാ കർമ്മങ്ങളും ഉപേക്ഷിക്കേണ്ടവയാണെന്നും. വ്യത്യസ്തമായ അഭിപ്രായം മറ്റു ചിലരും പറയുന്നുണ്ട്. യജ്ഞം, ദാനം, തപസ്സ് എന്നീ കർമ്മങ്ങൾ ത്യജിക്കപ്പെടേണ്ടതല്ല എന്നാണ് അവരുടെ അഭിപ്രായം. അതിനെപ്പറ്റിയാണ് അടുത്ത ശ്ലോകം.

'ത്യാജ്യം ദോഷവദിത്യേകേ കർമ പ്രാഹുർമനീഷിണഃ;
യജ്ഞദാനതപഃകർമ ന ത്യാജ്യമിതി ചാപരേ.' (18.3)

വാഗർത്ഥം: ദോഷവത് - ദോഷമുള്ളവയായതിനാൽ; കർമ ത്യാജ്യം ഇതി - കർമ്മം ത്യാജ്യമാണെന്ന്; ഏകേ മനീഷിണഃ പ്രാഹുഃ - ചില പണ്ഡിതന്മാർ പറയുന്നു; യജ്ഞദാനതപഃകർമ - യജ്ഞം, ദാനം, തപസ്സ് എന്നീ കർമ്മങ്ങൾ; ന ത്യാജ്യം ഇതി ചാപരേ - ത്യജിക്കപ്പെടേണ്ടതല്ല എന്ന് മറ്റ് ചിലർ പറയുന്നു.

തുടർന്ന് കൃഷ്ണൻ ഇക്കാര്യത്തിൽ തനിക്കുള്ള അഭിപ്രായം ഏതാനും ശ്ലോകങ്ങളിലൂടെ പ്രകടിപ്പിക്കുന്നു. ത്യാഗം മൂന്നു വിധത്തിലുണ്ടെന്നാണ് അദ്ദേഹത്തിന്റെ അഭിപ്രായം (18.4). യജ്ഞദാന

തപഃ കർമ്മങ്ങൾ ത്യാജ്യങ്ങളല്ല. അവ ആത്മശുദ്ധീകരണത്തിന് ഉപയുക്തമായതിനാൽ ചെയ്യപ്പെടേണ്ടവയാണ് (18.5). എന്നാൽ അവ ചെയ്യേണ്ടത് സംഗം ഇല്ലാതെയും ഫലം ഉപേക്ഷിച്ചും ആയിരിക്കണം (18.6).

മുകളിൽ സൂചിപ്പിച്ച മൂന്നു തരത്തിലുള്ള കർമ്മത്യാഗങ്ങളെപ്പറ്റിയാണ് അടുത്ത മൂന്നു ശ്ലോകങ്ങളിൽ കൃഷ്ണൻ പറയുന്നത്.

'നിയതസ്യ തു സന്ന്യാസഃ കർമണോ നോപപദ്യതേ;
മോഹാത്തസ്യ പരിത്യാഗഃ താമസഃ പരികീർതിതഃ.' (18.7)

'ദുഃഖമിത്യേവ യത്കർമ കായക്ലേശഭയാത്ത്യജേത്;
സ കൃത്വാ രാജസം ത്യാഗം നൈവ ത്യാഗഫലം ലഭേത്.' (18.8)

'കാര്യമിത്യേവ യത്കർമ നിയതം ക്രിയതേ/ർജുന;
സംഗം ത്യക്ത്വാ ഫലം ചൈവ സ ത്യാഗഃ സാത്ത്വികോ മതഃ' (18.9)

വാഗർത്ഥം: (18.7): നിയതസ്യ - വിഹിതമായ; കർമണഃ തു സന്ന്യാസഃ - കർമ്മങ്ങളെ ഉപേക്ഷിക്കൽ; ന ഉപപദ്യതേ - അവലംബനീയമല്ല; മോഹാത് തസ്യ പരിത്യാഗഃ - അവിവേകത്താൽ അവയെ പരിത്യജിക്കുന്നത്; താമസഃ പരികീർതിതഃ - താമസം എന്നു അറിയപ്പെടുന്നു.

(18.8): ദുഃഖം ഇതി ഏവ യത്കർമ - ബുദ്ധിമുട്ടുള്ളതാണെന്നു കരുതി ഏത് കർമ്മം; കായക്ലേശഭയാത് ത്യജേത് - കായക്ലേശം ഭയന്ന് ത്യജിക്കുന്നുവോ; സ കൃത്വാ രാജസം ത്യാഗം - ആ രാജസ ത്യാഗം ചെയ്താൽ; ന ഏവ ത്യാഗഫലം ലഭേത് - ത്യാഗം കൊണ്ടുള്ള ഫലം ലഭിക്കുകയില്ലതന്നെ.

(18.9): കാര്യം ഇതി ഏവ യത്കർമ - ചെയ്യേണ്ടതാണെന്നു കരുതി ഏതു കർമ്മം; അർജ്ജുന - ഹേ അർജ്ജുന; സംഗം ത്യക്ത്വാ ഫലം ച ഏവ - സംഗവും ഫലവും ത്യജിച്ചിട്ട്; നിയതം ക്രിയതേ - കൃത്യമായി ചെയ്യുന്നുവോ; സ ത്യാഗഃ സാത്ത്വികഃ മതഃ - ആ ത്യാഗം സാത്ത്വികം എന്ന് കരുതപ്പെടുന്നു.

അതായത്, ചെയ്യേണ്ടതായ കർമ്മം ചെയ്തിരിക്കണം. ഓരോരോ ന്യായീകരണങ്ങൾ പറഞ്ഞ് ഒരിക്കലും ഒഴിവാകാൻ പാടില്ല. സംഗവും ഫലേച്ഛയും ഇല്ലാതെ അവയെല്ലാം ചെയ്യുകയാണ് വേണ്ടത്. ശരിയായ ത്യാഗം അതാണ്. അതായത്, കർമ്മങ്ങൾ ഉപേക്ഷിക്കലല്ല ത്യാഗം, മറിച്ച് കർമ്മനിർവഹണത്തിൽ സംഗവും ഫലേച്ഛയും ഉപേക്ഷിക്കുക എന്നതാണ്.

യഥാർത്ഥ ത്യാഗി ആരാണെന്നു വിശദീകരിക്കുകയാണ് അടുത്ത രണ്ടു ശ്ലോകങ്ങളിൽ. ആദ്യത്തെ ശ്ലോകം ഇങ്ങനെ:

'ന ദ്വേഷ്ട്യകുശലം കർമ കുശലേ നാനുഷജ്ജതേ;
ത്യാഗീ സത്ത്വസമാവിഷ്ടഃ മേധാവീ ഛിന്നസംശയഃ.' (18.10)

വാഗർത്ഥം: ന ദ്വേഷ്ടി അകുശലം കർമ - അകുശല കർമ്മങ്ങളിൽ (തനിക്കു ക്ഷേമമുണ്ടാക്കാത്ത കർമ്മങ്ങളിൽ) ദ്വേഷം ഇല്ലാതിരിക്കുക; കുശലേ ന അനുഷജ്ജതേ - കുശല കർമ്മങ്ങളിൽ ആസക്തനാവാതിരിക്കുക; ത്യാഗീ - (അങ്ങനെയുള്ളവൻ) ത്യാഗി ആകുന്നു; സത്ത്വസമാവിഷ്ടഃ - സത്ത്വഗുണത്താൽ നിറഞ്ഞവനും; മേധാവീ - ബുദ്ധിമാനും; ഛിന്നസംശയഃ - സംശയങ്ങൾ ഒഴിഞ്ഞവനും ആകുന്നു.

ത്യാഗിയായ ഒരാളുടെ ലക്ഷണങ്ങളാണ് ഇവയൊക്കെ. കർമ്മങ്ങൾ ചെയ്യേണ്ടതായി വരുമ്പോൾ തനിക്കു ദോഷമുണ്ടാക്കുന്നവയെ ഒഴിവാക്കുകയും ഗുണമുണ്ടാക്കുന്നവയെ ആവേശത്തോടെ തിരഞ്ഞെടുക്കുകയും ചെയ്യാത്തവനാരോ അവനാണ് ത്യാഗി. അവൻ സത്ത്വഗുണപ്രധാനനും ബുദ്ധിമാനും ചാഞ്ചല്യമില്ലാത്തവനും ആകുന്നു.

ഇനി അടുത്ത ശ്ലോകം:

'ന ഹി ദേഹഭൃതാ ശക്യം ത്യക്തും കർമ്മാണ്യശേഷതഃ;
യസ്തു കർമഫലത്യാഗീ സ ത്യാഗീത്യഭിധീയതേ.' (18.11)

വാഗർത്ഥം: ന ഹി ദേഹഭൃതാ ശക്യം - ദേഹത്തോടുകൂടിയവന് (ദേഹബോധമുള്ളവന്) സാധ്യമല്ല; ത്യക്തും കർമ്മാണി അശേഷതഃ - കർമ്മങ്ങൾ പൂർണ്ണമായി ത്യജിക്കുക എന്നത്; യഃ തു - എന്നാൽ ആരാണോ; കർമഫലത്യാഗീ - കർമ്മഫലങ്ങളെ ത്യജിക്കുന്നത്, തനിക്കായി മാത്രം മാറ്റിവയ്ക്കാത്തത്; സഃ - അവൻ; ത്യാഗീ ഇതി അഭിധീയതേ - ത്യാഗി എന്ന് വിളിക്കപ്പെടുന്നു.

ത്യാഗി ആരാണെന്നുള്ളതിന് കൃത്യമായ ഒരു നിർവചനമാണ് ഇവിടെ നൽകപ്പെട്ടിരിക്കുന്നത്. ദേഹത്തോടുകൂടിയിരിക്കുമ്പോൾ കർമ്മങ്ങൾ കൂടിയേ കഴിയൂ. ശ്ലോകം 3.8-ൽ പറഞ്ഞിട്ടുള്ളതുപോലെ ശരീരത്തെ നിലനിർത്തണമെങ്കിൽപ്പോലും കർമ്മം ചെയ്തേ മതിയാകൂ. അപ്പോൾ, കർമ്മം ത്യജിക്കുന്നവനല്ല ത്യാഗി; അവൻ അന്യരുടെ ചെലവിൽ കഴിയുന്ന പരാന്നഭോജിയാണ്. ശരിക്കുള്ള ത്യാഗി കർമ്മം ചെയ്യുകയും അതിന്റെ ഫലം ലോകത്തിനായി സമർപ്പിക്കുകയും ചെയ്യുന്നു.

സംഗവും ഫലേച്ഛയും കൂടാതെ കർമ്മം ചെയ്യുന്നതാണ് ത്യാഗമെന്നു നാം കണ്ടു. അങ്ങനെ കർമ്മം ചെയ്താൽ കർമ്മബന്ധനം ഉണ്ടാകില്ലെന്ന് 3, 4, 5 അദ്ധ്യായങ്ങളിൽ നാം പഠിക്കുകയുണ്ടായി. ആ വസ്തുത ഒന്നുകൂടി ഊന്നിപ്പറയുകയാണ് അടുത്ത ശ്ലോകത്തിൽ. ത്യാഗികളെ കർമ്മഫലങ്ങൾ ബാധിക്കയില്ലെന്നാണ് ശ്ലോകം പ്രഖ്യാപിക്കുന്നത്. നോക്കുക:

'അനിഷ്ടമിഷ്ടം മിശ്രം ച ത്രിവിധം കർമണഃ ഫലം;
ഭവത്യത്യാഗിനാം പ്രേത്യ ന തു സന്ന്യാസിനാം ക്വചിത്.' (18.12)

വാഗർത്ഥം: അനിഷ്ടമിഷ്ടം മിശ്രം ച - അനിഷ്ടം, ഇഷ്ടം, മിശ്രം (രണ്ടും ചേർന്നത്) എന്നിങ്ങനെ; ത്രിവിധം - മൂന്നുവിധത്തിൽ; കർമണഃ ഫലം - കർമ്മത്തിന്റെ ഫലം; ഭവതി അത്യാഗിനാം - ത്യാഗികളല്ലാത്തവർക്ക് സംഭവിക്കുന്നു; പ്രേത്യ - കാലക്രമേണ; ന തു സന്ന്യാസിനാം ക്വചിത് - എന്നാൽ സന്ന്യാസികൾക്ക് ഒരിക്കലും (സംഭവിക്കുന്നില്ല).

അതായത്, നമ്മുടെ കർമ്മങ്ങളുടെ ഫലം ഒന്നുകിൽ നമുക്ക് ഇഷ്ടപ്പെട്ടതാകാം, അല്ലെങ്കിൽ ഇഷ്ടമില്ലാത്തതാകാം, അതുമല്ലെങ്കിൽ രണ്ടുംകൂടി ഇടകലർന്നതാകാം. എന്നാൽ, നാം കർമ്മഫലങ്ങളെ ത്യജിച്ചവരാണെങ്കിൽ ഇവയൊന്നും നമ്മെ ബാധിക്കുകയില്ല. അങ്ങനെയല്ലെങ്കിൽ, എപ്പോഴെങ്കിലും കർമ്മഫലങ്ങൾ നമുക്ക് അനുഭവിക്കേണ്ടിവരും.

തുടർന്ന്, ഏതാനും ശ്ലോകങ്ങളിലായി കർമ്മങ്ങൾ എങ്ങനെ ഉണ്ടാകുന്നു, അവയുടെ കാരണങ്ങൾ എന്ത് എന്നീ കാര്യങ്ങൾ വിശദീകരിക്കുന്നു. സർവ കർമ്മങ്ങളും അഞ്ചു കാരണങ്ങളാൽ ഉണ്ടാകുന്നു എന്ന് 18.13 ശ്ലോകത്തിൽ പറഞ്ഞിരിക്കുന്നു. ശ്ലോകം കാണുക:

'പഞ്ചൈതാനി മഹാബാഹോ കാരണാനി നിബോധ മേ;
സാംഖ്യേ കൃതാന്തേ പ്രോക്താനി സിദ്ധയേ സർവകർമണാം.' (18.13)

വാഗർത്ഥം: മഹാബാഹോ - ഹേ, അർജ്ജുനാ; സിദ്ധയേ സർവ കർമണാം - സർവകർമ്മങ്ങളുടെയും പൂർത്തിക്കായുള്ള; പഞ്ച ഏതാനി കാരണാനി - ഈ (താഴെപ്പറയുന്ന) അഞ്ചു കാരണങ്ങൾ; നിബോധ മേ - എന്നിൽനിന്ന് അറിയുക; സാംഖ്യേ കൃതാന്തേ - സാംഖ്യ ശാസ്ത്രത്തിലെ കർമ്മവിജ്ഞാനത്തിൽ; പ്രോക്താനി - പറഞ്ഞിട്ടുള്ളവ.

സർവ കർമ്മങ്ങളും ഉണ്ടാകുന്നതിന് അഞ്ചു കാരണങ്ങളാണുള്ളത്. അവയെപ്പറ്റി അടുത്ത ശ്ലോകത്തിൽ വിവരിക്കും. സാംഖ്യ

ശാസ്ത്രത്തിലെ കർമ്മവിജ്ഞാനത്തിൽ പറയുന്നതിന് അനുരൂപമായാണ് ഇവിടെ ഈ കാരണങ്ങളെപ്പറ്റി വിവരിക്കുന്നത്. കർമ്മങ്ങൾക്ക് ആത്മാവല്ല കാരണം എന്നാണ് സാംഖ്യശാസ്ത്രത്തിലെ പ്രഖ്യാപനം. അതാണ് ഇവിടെ സൂചിപ്പിക്കുന്നത്. ശ്ലോകം 18.16-ൽ ഇക്കാര്യം ഊന്നിപ്പറയുന്നുമുണ്ട്.

കർമ്മങ്ങൾ ഉണ്ടാകാൻ അഞ്ചു കാരണങ്ങളുണ്ടെന്നു പറഞ്ഞല്ലോ? അവ ഏതൊക്കെയെന്നാണ് അടുത്ത ശ്ലോകത്തിൽ വിശദീകരിക്കുന്നത്:

'അധിഷ്ഠാനം തഥാ കർതാ കരണം ച പ്രഥഗ്വിധം;
വിവിധാശ്ച പൃഥക്ചേഷ്ടാ ദൈവം ചൈവാത്ര പഞ്ചമം.' (18.14)

വാഗർത്ഥം: അധിഷ്ഠാനം - എന്തിനെ ആസ്പദമാക്കിയാണോ കർമ്മം ചെയ്യുന്നത് അത്; തഥാ - അതുപോലെ; കർതാ - കർത്താവ്, കർമ്മം ചെയ്യുന്ന ആൾ; കരണം ച പ്രഥക് വിധം - പല പ്രകാരത്തിലുള്ള നിർവഹണം; വിവിധാഃ ച പൃഥക് ചേഷ്ടാഃ - ആ നിർവഹണത്തിനായി പല തരത്തിൽ നടത്തുന്ന അവയവ ചലനങ്ങൾ (എന്നിങ്ങനെ നാലും); ദൈവം - കർത്താവിന്റെ നിയന്ത്രണങ്ങൾക്ക് പുറത്തുള്ള ഘടകങ്ങൾ; ച ഏവ അത്ര പഞ്ചമം - അഞ്ചാമത്തേതായി ഈ ദൈവ ഘടകവും ആകുന്നു (ആ കാരണങ്ങൾ).

ഞാനൊരു പ്രഭാഷണം നടത്തുന്നുവെന്നു വിചാരിക്കുക. എന്റെ ശരീരത്തെ ഉപയോഗിച്ചാണ് ഞാനതു ചെയ്യുന്നത്. അതിനാൽ ശരീരം അധിഷ്ഠാനം. കർത്താവ് ഞാൻ തന്നെ (ഓർക്കുക, ഞാൻ ശരീരമല്ല, ശരീരം എന്റേതാണ്). പ്രഭാഷണം പല രീതിയിലും നിർവഹിക്കാം. ശബ്ദം ഉച്ചത്തിലോ പതിഞ്ഞതോ ആകാം, മൈക്കിലൂടെയോ അല്ലാതെയോ നടത്താം, വീഡിയോ/ഓഡിയോ റിക്കോഡ് ചെയ്ത് ആളുകളെ കേൾപ്പിക്കാം. ഇവയാണ് പലവിധത്തിലുള്ള കരണങ്ങൾ. പ്രഭാഷണം നടത്തുന്ന വേളയിൽ ഞാൻ പല തരത്തിലുള്ള അംഗവിക്ഷേപങ്ങൾ നടത്താനിടയുണ്ട്. പല ഭാവപ്രകടനങ്ങൾ നടത്തും. ഇതൊക്കെ വിവിധങ്ങളായ ചേഷ്ടകൾ. ഇവ കൂടാതെ, ഞാൻ ഉദ്ദേശിക്കുന്ന ആശയങ്ങളെ പ്രകാശിപ്പിക്കാനുള്ള ഏറ്റവും ഉചിതമായ വാക്കുകൾ ഉള്ളിൽ തോന്നുന്നതും വിഷയത്തിനനുസരണമായ പുതിയ ആശയങ്ങളും ഉദാഹരണങ്ങളും തോന്നുന്നതും ശ്രോതാക്കളുടെ സഹകരണവുമെല്ലാം എന്റെ നിയന്ത്രണത്തിന് അതീതമായി സംഭവിക്കുന്നതാണ്. ഇവയെ എല്ലാംകൂടി പൊതുവിൽ ദൈവം എന്നു വിളിക്കുന്നു.

ശരീരം കൊണ്ടും വാക്കുകൊണ്ടും മനസ്സുകൊണ്ടും മനുഷ്യൻ

ചെയ്യുന്ന ന്യായവും അല്ലാത്തതുമായ എല്ലാ കർമ്മങ്ങൾക്കും കാരണം ഈ അഞ്ചെണ്ണമാണെന്ന് തുടർന്നു പറയുന്നു:

'ശരീരവാങ്മനോഭിര്യത് കർമ്മ പ്രാരഭതേ നരഃ;
ന്യായ്യം വാ വിപരീതം വാ പഞ്ചൈതേ തസ്യ ഹേതവഃ.' (18.15)

വാഗർത്ഥം: ശരീരവാങ്മനോഭിഃ - ശരീരം, വാക്, മനസ്സ് എന്നിവയാൽ; യത് കർമ്മ പ്രാരഭതേ നരഃ - മനുഷ്യൻ എന്തു കർമ്മം ചെയ്യുന്നുവോ; ന്യായ്യം വാ വിപരീതം വാ - ശരിയായാലും തെറ്റായാലും; പഞ്ച ഏതേ തസ്യ ഹേതവഃ - ഈ അഞ്ചു കാരണങ്ങളാണ് അതിനുള്ളത്.

കർമ്മങ്ങളെല്ലാം ചെയ്യപ്പെടുന്നത് അഞ്ചു കാരണങ്ങളാലാണെന്നു സൂചിപ്പിച്ചല്ലോ? അക്കാര്യം മനസ്സിലാക്കാതെ ആത്മാവ് ആണ് കർമ്മങ്ങളുടെ കർത്താവ് എന്ന് അവിവേകികൾ ചിന്തിക്കുന്നു. അവർ അറിവില്ലാത്തവരാണ് (18.16). ആത്മാവ് യാതൊരു കർമ്മവും ചെയ്യുന്നില്ലെന്ന് ഇതിനുമുൻപ് 3.27, 13.29, 14.19 എന്നീ ശ്ലോകങ്ങളിൽ വ്യക്തമാക്കിയിട്ടുള്ളതാണ്. തുടർന്നു പറയുന്നത്:

'യസ്യ നാഹംകൃതോ ഭാവോ ബുദ്ധിര്യസ്യ ന ലിപ്യതേ;
ഹത്വാപി സ ഇമാൻ ലോകാൻ ന ഹന്തി ന നിബധ്യതേ.' (18.17)

വാഗർത്ഥം: യസ്യ ന അഹംകൃതഃ ഭാവഃ - താൻ ചെയ്യുന്നു എന്ന ഭാവം ആർക്കാണോ ഇല്ലാത്തത്; ബുദ്ധിഃ യസ്യ ന ലിപ്യതേ - ആരുടെ ബുദ്ധിയാണോ സംഗം, ഫലേച്ഛ എന്നിവയാൽ ലിപ്തമാക്കപ്പെടാത്തത് (ആരെയാണോ സംഗം, ഫലേച്ഛ തുടങ്ങി യാതൊന്നും ബാധിക്കാത്തത്) ; സ - അവൻ; ഹത്വാ അപി ഇമാൻ ലോകാൻ - ഈ ലോകത്തുള്ള മനുഷ്യരെ മുഴുവൻ കൊന്നാലും; ന ഹന്തി ന നിബധ്യതേ - കൊല്ലുന്നുമില്ല, ബന്ധിക്കപ്പെടുന്നുമില്ല.

താൻ എന്തൊക്കെയോ ആണെന്നും താനിതാ മഹാ കർമ്മങ്ങൾ ചെയ്യുന്നുവെന്നും ഉള്ള ഭാവങ്ങൾ വെടിഞ്ഞ്, സംഗവും ഫലങ്ങളിൽ ആർത്തിയുമില്ലാതെ എന്തു കർമ്മം ചെയ്താലും ഒരു ദോഷവും ബാധിക്കുകയില്ല എന്നാണ് ഈ ശ്ലോകത്തിന്റെ താത്പര്യം. യാതൊരു കർമ്മവും ചെയ്യുന്നില്ല എന്നതുപോലെയാണ് അയാളുടെ അവസ്ഥ.

കർമ്മങ്ങളുടെ പ്രേരക ചോദനകളെയും കർമ്മ നിർവഹണത്തിലെ വിവിധ ഘടകങ്ങളെയും പറ്റി പറഞ്ഞുകൊണ്ട് കർമ്മ വിഷയമായ ഈ ഭാഗം അവസാനിപ്പിക്കുകയാണ്. ശ്ലോകം കാണുക:

'ജ്ഞാനം ജ്ഞേയം പരിജ്ഞാതാ ത്രിവിധാ കർമചോദനാ;
കരണം കർമ കർതേതി ത്രിവിധഃ കർമസംഗ്രഹഃ.' (18.18)

വാഗർത്ഥം: ജ്ഞാനം - അറിവ്; ജ്ഞേയം - അറിയപ്പെടേണ്ട വസ്തു; പരിജ്ഞാതാ - അറിയുന്നവൻ (എന്നിങ്ങനെ); ത്രിവിധാ കർമചോദനാ - മൂന്നു വിധത്തിലാണ് കർമ്മചോദനകൾ (കർമ്മത്തിനു പ്രേരകമായിട്ടുള്ള ഘടകങ്ങൾ); കരണം - കർമ്മ നിർവഹണ പ്രക്രിയ; കർമ - കർമ്മം; കർതാ ഇതി - കർത്താവ് എന്നിങ്ങനെ; ത്രിവിധഃ കർമസംഗ്രഹഃ - മൂന്നുവിധത്തിലാണ് കർമ്മ ഘടകങ്ങൾ.

കർമ്മങ്ങളുടെയെല്ലാം അടിസ്ഥാനം അറിവ്, അറിയപ്പെടുന്നത്, അറിയുന്നവൻ എന്നിങ്ങനെ മൂന്നു ഘടകങ്ങൾ ചേർന്നതാണെന്നാണ്, ഇവിടെ പറയുന്നത്. നിലനില്പിനുവേണ്ടിയോ അറിയാനും അറിയിക്കാനും വേണ്ടിയോ സുഖത്തിനുവേണ്ടിയോ ആണ് ഈ ലോകത്തുള്ള സകലമാന കർമ്മങ്ങളും ചെയ്യപ്പെടുന്നത്. ഇവയിലെല്ലാം അറിവ് തുടങ്ങിയ മൂന്നും ഘടകങ്ങളാണ്. നിലനില്പുപോലും അറിവിൽ അധിഷ്ഠിതമാണ്. ലോക ഭോഗങ്ങളെ അനുഭവിക്കാനാണല്ലോ നിലനിൽക്കണമെന്ന് ആഗ്രഹിക്കുന്നത്? അപ്പോൾ കർമ്മങ്ങൾക്കെല്ലാം പ്രചോദകമായിട്ടുള്ളത് അറിവ് തുടങ്ങിയ മൂന്നു ഘടകങ്ങളാണെന്നത് ശരിതന്നെ.

ഇപ്രകാരം ചെയ്യപ്പെടുന്ന കർമ്മങ്ങളിലെ ഉള്ളടക്കം എന്താണെന്നാണ് തുടർന്നു പറയുന്നത്. കർമ്മനിർവഹണം, കർമ്മം, കർത്താവ് എന്നിവ മൂന്നും ചേർന്നതാണ് എല്ലാ കർമ്മങ്ങളും.

ഇപ്രകാരം കർമ്മവിഷയകമായ നിരീക്ഷണങ്ങൾ അവസാനിപ്പിച്ചിട്ട്, ജ്ഞാനം, കർമ്മം, കർത്താവ് എന്നിവയുടെ ത്രിഗുണാത്മകമായ വിഭാഗത്തെപ്പറ്റിയാണ് തുടർന്നു പറയുന്നത്. അവ ഓരോന്നിനെയും ത്രിഗുണങ്ങളെ അടിസ്ഥാനപ്പെടുത്തി മൂന്നു തരത്തിൽ വിഭജിച്ചിട്ടുണ്ട് (18.19). ആ വിഭാഗങ്ങൾ ഏവ എന്നാണ് ഏതാനും ശ്ലോകങ്ങളിലായി വിശദീകരിച്ചിട്ടുള്ളത്. ആദ്യം ജ്ഞാനത്തിന്റെ വിഭജനം എങ്ങനെയെന്നു വെളിവാക്കുന്നു:

'സർവഭൂതേഷു യേനൈകം ഭാവമവ്യയമീക്ഷതേ;
അവിഭക്തം വിഭക്തേഷു തജ്ജ്ഞാനം വിദ്ധി സാത്ത്വികം.' (18.20)

വാഗർത്ഥം: യേനൈകം - യേന + ഏകം; യേന - എന്തിനാലാണോ, ഏതു ജ്ഞാനത്താലാണോ; സർവഭൂതേഷു ഏകം അവ്യയം ഭാവം ഈക്ഷതേ - സർവഭൂതങ്ങളിലും അവ്യയമായ ഏകഭാവം കാണുന്നത്; അവിഭക്തം വിഭക്തേഷു - വിഭക്തമായി വർത്തിക്കുന്നവയിലെല്ലാം അവിഭക്തമായി വർത്തിക്കുന്ന തത്ത്വത്തെ (അറിയുന്നത്); തത് ജ്ഞാനം വിദ്ധി സാത്ത്വികം - ആ ജ്ഞാനത്തെ സാത്ത്വികം എന്ന് അറിയുക.

അതായത്, ഭിന്നങ്ങളായ വസ്തുക്കളിലെല്ലാം അഭിന്നമായി നിൽക്കുന്ന ചൈതന്യത്തിന്റെ ഏകമായ അവ്യയ ഭാവത്തെ ദർശിക്കാൻ കഴിയുന്ന ജ്ഞാനം സാത്ത്വികജ്ഞാനം എന്ന് അറിയപ്പെടുന്നു.

'പൃഥക്ത്വേന തു യജ്ജ്ഞാനം നാനാഭാവാൻ പൃഥഗ്വിധാൻ;
വേത്തി സർവേഷു ഭൂതേഷു തജ്ജ്ഞാനം വിദ്ധി രാജസം.' (18.21)

വാഗർത്ഥം: പൃഥക്ത്വേന തു - എന്നാൽ വെവ്വേറെയായി; യജ്ജ്ഞാനം - യത് ജ്ഞാനം - ഏതു ജ്ഞാനം; സർവേഷു ഭൂതേഷു - സർവഭൂതങ്ങളിലും; നാനാഭാവാൻ പൃഥഗ്വിധാൻ - വിവിധ ഭാവങ്ങളെ വ്യത്യസ്തമായി; വേത്തി - അറിയുന്നുവോ; തത് ജ്ഞാനം വിദ്ധി രാജസം - ആ ജ്ഞാനത്തെ രാജസം എന്ന് അറിയുക.

അതായത്, സർവഭൂതങ്ങളിലും ഏകമായ ഭാവത്തിനുപകരം വ്യത്യസ്ത ഭാവങ്ങളെ കാണുന്നത് രാജസ ജ്ഞാനം. ഇങ്ങനെ വ്യത്യസ്ത ഭാവങ്ങളെ കാണുന്നവൻ ഭൗതിക രൂപങ്ങൾക്ക് അപ്പുറത്തേക്ക് അവയ്ക്ക് അതീതമായി സർവവ്യാപിയായി വർത്തിക്കുന്ന ഏക ചൈതന്യമായ ആത്മാവിനെ അറിയുന്നില്ല. അവന്റെ അറിവ് അത്രയ്ക്ക് വളർന്നിട്ടില്ല.

തുടർന്ന് താമസമായ ജ്ഞാനത്തെപ്പറ്റി പറയുന്നു. ശ്ലോകം 18.22 കാണുക:

'യത്തു കൃത്സ്നവദേകസ്മിൻ കാര്യേ സക്തമഹൈതുകം;
അതത്ത്വാർത്ഥവദല്പം ച തത്താമസമുദാഹൃതം.' (18.22)

വാഗർത്ഥം: തു - എന്നാൽ; യത് - ഏതാണോ (ഏതു ജ്ഞാനമാണോ); കൃത്സ്നവത് ഏകസ്മിൻ കാര്യേ - പൂർണ്ണമായും ഏതെങ്കിലും ഒരു കാര്യത്തിൽ (കാര്യം - കാരണമായ ആത്മശക്തിയിൽ നിന്ന് ഉണ്ടായ വസ്തു); സക്തം അഹൈതുകം - യാതൊരു ന്യായവുമില്ലാതെ ആസക്തമായിരിക്കുന്നത്; അതത്ത്വാർത്ഥവത് അല്പം ച - തത്ത്വവിരുദ്ധവും നിസ്സാരവുമായ രീതിയിൽ; തത് താമസം ഉദാഹൃതം - അത് താമസം എന്ന് പറയപ്പെടുന്നു.

എന്നുവച്ചാൽ, ആത്മചൈതന്യത്തെ സർവതിനും ആധാരമായി കാണാതെ, ഈ ലോകത്തെ ഏതെങ്കിലും ഒരു വസ്തുവിൽ സകലതും അർപ്പിക്കുന്ന ജ്ഞാനമാണ് താമസ ജ്ഞാനം. ഇത് തത്ത്വവിരുദ്ധമാണ്, ന്യായമില്ലാത്തതാണ്, അല്പബുദ്ധിയിൽ നിന്നുണ്ടായതാണ്. ഒരു കല്ലോ തടിയോ ഈശ്വരനാണെന്നു വിചാരിച്ച് അതിൽ സർവതും അർപ്പിച്ച് ആരാധന ചെയ്യുന്ന ജ്ഞാന നിലവാരമാണ് താമസ ജ്ഞാനം. ആ വസ്തുക്കളിൽ ഈശ്വരനെ കാണാം, എന്നാൽ അതാണ് ഈശ്വരൻ എന്നു ധരിക്കുന്നത് ശരിയല്ല. ഏതു

വസ്തുവിലും ഈശ്വരനെ കാണുന്നത് സാത്ത്വിക ജ്ഞാനം, എന്നാൽ ഏതെങ്കിലും ഒരു വസ്തുവാണ് ഈശ്വരൻ എന്നു വിശ്വസിക്കുന്നത് താമസ ജ്ഞാനം.

ഗുണഭേദമനുസരിച്ച് കർമ്മങ്ങൾ എങ്ങനെ വിഭജിക്കപ്പെട്ടിരിക്കുന്നു എന്നാണ് ഇനി പറയുന്നത്:

'നിയതം സംഗരഹിതം അരാഗദ്വേഷതഃ കൃതം;
അഫലപ്രേപ്സുനാ കർമ യത്തത്സാത്ത്വികമുച്യതേ.' (18.23)

വാഗർത്ഥം: നിയതം - വിഹിതമായ; സംഗരഹിതം - സംഗമില്ലാത്ത; അരാഗദ്വേഷതഃ കൃതം - രാഗദ്വേഷങ്ങളില്ലാതെ ചെയ്യപ്പെട്ടത്; അഫലപ്രേപ്സുനാ - ഫലേച്ഛയില്ലാത്തവനാൽ; കർമ - കർമ്മം; യത് തത് സാത്ത്വികം ഉച്യതേ - ഏതാണോ അത് സാത്ത്വിക കർമ്മം എന്ന് പറയപ്പെടുന്നു.

അതായത്, ഫലം സ്വന്തമാക്കണമെന്ന ആഗ്രഹമില്ലാത്തവൻ രാഗദ്വേഷങ്ങൾക്ക് അടിപ്പെടാതെ ചെയ്യുന്ന വിഹിതവും സംഗരഹിതവുമായ കർമ്മത്തെ സാത്ത്വിക കർമ്മം എന്നു വിളിക്കുന്നു.

'യത്തു കാമേപ്സുനാ കർമ സാഹംകാരേണ വാ പുനഃ;
ക്രിയതേ ബഹുലായാസം തദ്രാജസമുദാഹൃതം.' (18.24)

വാഗർത്ഥം: തു - എന്നാൽ; കാമേപ്സുനാ - അതിസ്വാർത്ഥമോഹിയാൽ; യത് കർമ - ഏതു കർമ്മം; ബഹുലായാസം - വളരെ ബുദ്ധിമുട്ടിയും (താത്പര്യക്കുറവോടും); സാഹംകാരേണ വാ പുനഃ - ഒപ്പം ഔദ്ധത്യത്തോടും കൂടി; ക്രിയതേ - ചെയ്യപ്പെടുന്നുവോ; തത് രാജസം ഉദാഹൃതം - അത് രാജസ കർമ്മം എന്നു വിളിക്കപ്പെടുന്നു.

എന്നാൽ, സ്വാർത്ഥമോഹി അഹംകാരത്തൊടെയും താല്പര്യമില്ലാതെയും ചെയ്യുന്ന കർമ്മം രാജസം ആകുന്നു എന്നർത്ഥം. ഇനി താമസ കർമ്മങ്ങൾ എങ്ങനെയുള്ളതെന്നു നോക്കാം.

'അനുബന്ധം ക്ഷയം ഹിംസാം അനവേക്ഷ്യ ച പൗരുഷം;
മോഹാദാരഭ്യതേ കർമ യത്തത്താമസമുച്യതേ.' (18.25)

വാഗർത്ഥം: അനുബന്ധം - കർമ്മ നിർവഹണത്തെത്തുടർന്നു വന്നുഭവിക്കാവുന്ന; ക്ഷയം ഹിംസാം - കോട്ടങ്ങളെയും അന്യർക്കുണ്ടാകാവുന്ന നാശങ്ങളെയും; ച പൗരുഷം - കർമ്മം ചെയ്യാനുള്ള തന്റെ സാമർത്ഥ്യത്തെയും; അനപേക്ഷ്യ - കണക്കിലെടുക്കാതെ; മോഹാത് - അവിവേകത്താൽ; ആരഭ്യതേ - ആരംഭിക്കപ്പെടുന്ന; കർമ - കർമ്മം; യത് തത് താമസം ഉച്യതേ - ഏതാണോ അത് താമസം എന്ന് പറയപ്പെടുന്നു.

കർമ്മം ചെയ്യുന്നത് അതുണ്ടാക്കുന്ന കോട്ടങ്ങളോ ഉപദ്രവങ്ങളോ നോക്കാതെ അവിവേകത്താലാണെങ്കിൽ അത് താമസ കർമ്മം ആണെന്നു സാരം.

ഇപ്രകാരം ഗുണങ്ങളുടെ അടിസ്ഥാനത്തിലുള്ള മൂന്നു കർമ്മ വിഭാഗങ്ങളെയുംപറ്റി പറഞ്ഞുകഴിഞ്ഞു. ഇനി കർമ്മം ചെയ്യുന്നവരെ ഗുണാടിസ്ഥാനത്തിൽ എങ്ങനെ വിഭജിച്ചിരിക്കുന്നു എന്നാണ് പറയാൻ പോകുന്നത്.

കർമ്മം ചെയ്യുന്നതിലെ സമീപനം ഓരോരുത്തരിലും അവരുടെ ഗുണാനുപാതത്തിനനുസരിച്ച് വ്യത്യാസപ്പെട്ടിരിക്കും. ഈ വ്യത്യാസത്തിന്റെ അടിസ്ഥാനത്തിൽ കാർത്താവിനെ മൂന്നായി വിഭജിച്ചിരിക്കുന്നു. ആ വിഭാഗങ്ങളെപ്പറ്റിയാണ് ഇനിയുള്ള മൂന്നു ശ്ലോകങ്ങളിൽ പറയുന്നത്. ആദ്യത്തെ ശ്ലോകം:

'മുക്തസംഗോ൭നഹംവാദീ ധൃത്യുത്സാഹസമന്വിതഃ;
സിദ്ധ്യസിദ്ധ്യോർനിർവികാരഃ കർതാ സാത്ത്വിക ഉച്യതേ.' (18.26)

വാഗർത്ഥം: മുക്തസംഗഃ - സംഗം ഇല്ലാത്തവൻ; അനഹംവാദീ – 'ഞാൻ ചെയ്യുന്നു' എന്ന ഭാവമില്ലാത്തവൻ (താൻ എന്തോ വലിയ കാര്യമാണു ചെയ്യുന്നത് എന്ന നാട്യമില്ലാത്തവൻ); ധൃതി ഉത്സാഹ സമന്വിതഃ - നിശ്ചയദാർഢ്യവും ഉത്സാഹവും ഉള്ളവൻ; സിദ്ധ്യ സിദ്ധ്യോർനിർവികാരഃ - ഉദ്ദിഷ്ടഫലം കിട്ടിയാലും ഇല്ലെങ്കിലും അചഞ്ചലനായിരിക്കുന്നവൻ; കർതാ - (അങ്ങനെയൊക്കെയുള്ള) കർത്താവ്; സാത്ത്വികഃ ഉച്യതേ - സാത്ത്വികൻ എന്നു വിളിക്കപ്പെടുന്നു.

സംഗമോ അഹങ്കാരമോ ഇല്ലാതെ, ഫലത്തിൽ വേവലാതിയില്ലാതെ, ദൃഢനിശ്ചയത്തോടെയും ഉത്സാഹത്തോടെയും കർമ്മം ചെയ്യുന്നവനെ സാത്ത്വികനായ കർത്താവ് എന്നു വിളിക്കുന്നു. ഇനി രാജസ സ്വഭാവമുള്ള കർത്താവിനെപ്പറ്റി പറയുന്നു:

'രാഗീ കർമഫലപ്രേപ്സുഃ ലുബ്ധോ ഹിംസാത്മകോ൭ശുചിഃ;
ഹർഷശോകാന്വിതഃ കർതാ രാജസഃ പരികീർതിതഃ.' (18.27)

വാഗർത്ഥം: രാഗീ - കാമാവേശിതൻ; കർമഫലപ്രേപ്സുഃ - കർമ്മഫലങ്ങളിൽ ആസക്തനായവൻ; ലുബ്ധഃ - അത്യാഗ്രഹി (അന്യന്റെ സ്വത്തിൽ കണ്ണുവയ്ക്കുന്നവൻ); ഹിംസാത്മകഃ - അക്രമവാസനയുള്ളവൻ; അശുചിഃ - നല്ല ഉദ്ദേശ്യമില്ലാത്തവൻ; ഹർഷ ശോക അന്വിതഃ - ഹർഷം, ശോകം എന്നിങ്ങനെയുള്ള ദ്വന്ദ്വാനുഭവങ്ങളിൽ വീണുപോകുന്നവൻ (ഉദ്ദേശിച്ച ഫലം കിട്ടിയാൽ ഹർഷവും ഇല്ലെങ്കിൽ ശോകവും അനുഭവിക്കുന്നവൻ, സമബുദ്ധിയില്ലെന്ന്

അർത്ഥം); കർതാ - (എന്നിവണ്ണമുള്ള) കർത്താവ്; രാജസഃ പരികീർതിതഃ - രാജസ സ്വഭാവമുള്ളവനെന്ന് പ്രകീർത്തിതനാകുന്നു.

കാമങ്ങളാൽ നയിക്കപ്പെടുന്നവനും ഹർഷശോകാദി ദ്വന്ദ്വാനുഭവങ്ങൾക്ക് അടിപ്പെടുന്നവനുമായ കർത്താവ് രാജസനായ കർത്താവ് എന്നറിയപ്പെടുമെന്നു സാരം.

അവസാനമായി താമസ സ്വഭാവമുള്ള കർത്താവിനെപ്പറ്റി വിവരിക്കുന്നു:

'അയുക്തഃ പ്രാകൃതഃ സ്തബ്ധഃ ശഠോ/നൈഷ്കൃതികോ/ലസഃ;
വിഷാദീ ദീർഘസൂത്രീ ച കർതാ താമസ ഉച്യതേ.' (18.28)

വാഗർത്ഥം: അയുക്തഃ - അയോഗ്യൻ; പ്രാകൃതഃ - അസംസ്കൃതൻ, വിദ്യകൊണ്ടോ അനുഭവം കൊണ്ടോ പരിഷ്കരിക്കപ്പെടാത്തവൻ; സ്തബ്ധഃ - വഴക്കമില്ലാത്തവൻ, വിജ്ഞന്മാരുടെ അഭിപ്രായങ്ങൾ ചെവിക്കൊണ്ട് സ്വയം തിരുത്താൻ തയ്യാറാകാത്തവൻ; ശഠഃ - ശഠൻ, നിർബന്ധബുദ്ധിക്കാരൻ; അനൈഷ്കൃതികഃ - പ്രായശ്ചിത്തമില്ലാത്തവൻ; അലസഃ - അലസൻ, അശ്രദ്ധൻ; വിഷാദീ ദീർഘസൂത്രീ ച - വിഷാദശീലനും വിളംബശീലനും ആയവൻ; കർതാ താമസ ഉച്യതേ - അങ്ങനെയൊക്കെയായ കർത്താവ് താമസസ്വഭാവമുള്ളവനാണെന്ന് പറയപ്പെടുന്നു.

പ്രാകൃതനും അജ്ഞനും അശ്രദ്ധനും വിളംബശീലനുമൊക്കെയായ കർത്താവ് താമസനായ കർത്താവാകുന്നു എന്നർത്ഥം.

വിവിധ തരത്തിലുള്ള കർത്താക്കളെപ്പറ്റി പറഞ്ഞതിനുശേഷം ബുദ്ധി, ധൃതി എന്നിവയിലുള്ള ഗുണഭേദങ്ങളെപ്പറ്റി വിവരിക്കുന്നു (18.29). തുടർന്നുള്ള ആറു ശ്ലോകങ്ങളിൽ (18.30 മുതൽ 18.35 വരെ) നമുക്കതു കാണാം.

ഓരോരുത്തരിലും ത്രിഗുണാനുപാതം വ്യത്യസ്തമായിരിക്കുമെന്ന് പതിനാലാം അദ്ധ്യായത്തിൽ നാം കണ്ടതാണല്ലോ? ആ അനുപാത വൈവിദ്ധ്യത്തിനനുസരിച്ചാണ് ഓരോ വ്യക്തിയുടെയും ബുദ്ധിയും ധൃതിയും മറ്റും വ്യത്യസ്തമായി ഭവിക്കുന്നത്. ബുദ്ധി ഇപ്രകാരം എങ്ങനെയൊക്കെ വ്യത്യാസപ്പെട്ടിരിക്കുന്നുവെന്ന് 18.30, 18.31, 18.32 എന്നീ ശ്ലോകങ്ങളിൽ വിശദീകരിക്കുന്നു. എല്ലാവരിലും മൂന്നു ഗുണങ്ങളും ഉണ്ട്. ഓരോ ഗുണവും മറ്റ് ഗുണങ്ങളെ അപേക്ഷിച്ച് ഓരോരുത്തരിലും വ്യത്യാസപ്പെട്ടിരിക്കും എന്നേയുള്ളൂ. സത്ത്വഗുണം ഏറിയിരിക്കുന്നവരുടെ ബുദ്ധി പ്രവർത്തിക്കുന്ന രീതിയിലായിരിക്കില്ല, രജോഗുണം ഏറിയിരിക്കുന്നവരിൽ. അതുപോലെ തമോഗുണം ഏറിയവരിൽ ഇവയിൽനിന്നൊക്കെ വ്യത്യാസപ്പെട്ടിരിക്കും.

ഇനി ശ്ലോകങ്ങൾ കാണാം.

'പ്രവൃത്തിം ച നിവൃത്തിം ച കാര്യാകാര്യേ ഭയാഭയേ;
ബന്ധം മോക്ഷം ച യാ വേത്തി ബുദ്ധിഃ സാ പാർഥ സാത്ത്വികീ.' (18.30)

വാഗർത്ഥം: പ്രവൃത്തിം ച നിവൃത്തിം ച - ഏതിലൊക്കെ വ്യാപൃതനാകണം, ഏതിൽനിന്നൊക്കെ വിട്ടുനിൽക്കണം എന്നുള്ളതും; കാര്യാകാര്യേ - ചെയ്യേണ്ടതും ചെയ്യേണ്ടാത്തതുമായ കർമ്മങ്ങൾ ഏവ എന്നും; ഭയാഭയേ - അപകടകരമായിട്ടുള്ളത് ഏത്, അല്ലാത്തത് ഏത് എന്നും; ബന്ധം മോക്ഷം ച - എന്താണ് ബന്ധനത്തെ ഉണ്ടാക്കുന്നത്, എന്താണ് മോക്ഷത്തിലേക്കു നയിക്കുന്നത് എന്നിവയും; യാ വേത്തി - ഏതു ബുദ്ധിയാണോ അറിയുന്നത്; ബുദ്ധിഃ സാ സാത്ത്വികീ - ആ ബുദ്ധി സാത്ത്വികമാകുന്നു; പാർഥ - ഹേ, അർജുനാ.

'യയാ ധർമമധർമം ച കാര്യം ചാകാര്യമേവ ച;
അയഥാവത്പ്രജാനാതി ബുദ്ധിഃ സാ പാർഥ രാജസീ.' (18.31)

വാഗർത്ഥം: യയാ - ഏതു ബുദ്ധിയാൽ; ധർമമധർമം ച - ധർമ്മത്തെയും അധർമ്മത്തെയും; കാര്യം ചാകാര്യമേവ ച - അതുപോലെ ചെയ്യേണ്ടവയെയും ചെയ്യേണ്ടാത്തവയെയും; അയഥാവത് പ്രജാനാതി - തെറ്റായി (അയഥാർത്ഥമായി) അറിയുന്നുവോ; ബുദ്ധിഃ സാ പാർഥ രാജസീ - ഹേ, അർജുനാ, ആ ബുദ്ധി രാജസമാകുന്നു.

സാത്ത്വിക ബുദ്ധി എല്ലാറ്റിനെയും യഥാർത്ഥ രൂപത്തിൽ ഗ്രഹിക്കുമ്പോൾ രാജസ ബുദ്ധി യാഥാർത്ഥ്യത്തിനു വിരുദ്ധമായിട്ടാണ് ഗ്രഹിക്കുന്നത്. ഗ്രഹണത്തിലെ ഈ വ്യത്യാസമാണ് ആ രണ്ടു ബുദ്ധികളും തമ്മിലുള്ളത്. താമസ ബുദ്ധി ഇവയിൽനിന്ന് തികച്ചും വ്യത്യസ്തമാണ്. അടുത്ത ശ്ലോകം കാണുക:

'അധർമം ധർമമിതി യാ മന്യതേ തമസാവൃതാ;
സർവാർഥാൻവിപരീതാംശ്ച ബുദ്ധിഃ സാ പാർഥ താമസീ.' (18.32)

വാഗർത്ഥം: അധർമം ധർമമിതി - അധർമ്മത്തെ ധർമ്മമായിട്ടും; സർവാർഥാൻ വിപരീതാൻ ച - സർവ കാര്യങ്ങളെയും വിപരീതമായിട്ടും; യാ തമസാവൃതാ - അജ്ഞാനത്തിന്റെ ഇരുൾ ബാധിച്ച ഏതു ബുദ്ധി; മന്യതേ - മനസ്സിലാക്കുന്നുവോ; ബുദ്ധിഃ സാ പാർഥ താമസീ - ഹേ, പാർത്ഥ, ആ ബുദ്ധി താമസബുദ്ധിയാകുന്നു.

നമുക്കു ചുറ്റും സർവസാധാരണമായി കാണുന്ന ഒരു പ്രതിഭാസമാണ് ഈ താമസബുദ്ധി. ആ ബുദ്ധിക്കാരാണ് ബഹുഭൂരിപക്ഷവും.

അവർ സർവ കാര്യങ്ങളെയും വികലമായി കണ്ട് രൂക്ഷമായി പ്രതികരിക്കുന്നു. കാരണം, ഏതൊക്കെയോ ചില മൂഢ തത്ത്വസംഹിതകളാൽ അവരുടെ ബുദ്ധി മൂടപ്പെട്ടിരിക്കുകയാണ്. ആ ആവരണം മാറ്റിയാലേ അവർക്ക് നേർബുദ്ധിയും നേർ കാഴ്ചയും ലഭിക്കുകയുള്ളൂ.

ധൃതി എന്നാൽ ധരിച്ചുവച്ചിരിക്കുന്നത് എന്നാണർത്ഥം. ഉള്ളിൽ വിടാതെ പിടിച്ചുവച്ചിരിക്കുന്ന വിശ്വാസ പ്രമാണങ്ങളും അറിവും നിശ്ചയവും എല്ലാം ഇതിൽ ഉൾപ്പെടും. എല്ലാറ്റിനുംകൂടി നമുക്ക് നിശ്ചയദാർഢ്യം എന്നു പറയാം. എന്താണോ ഇങ്ങനെ നാം വിടാതെ ഉള്ളിൽ സൂക്ഷിച്ചിരിക്കുന്നത്, അതിന്റെ ദാർഢ്യമനുസരിച്ചാണ് നമ്മുടെ തുടർന്നുള്ള ചിന്തകളും പ്രവൃത്തികളും മറ്റും ഉണ്ടാവുന്നത്. കമ്മ്യൂണിസ്റ്റ് തത്ത്വങ്ങളെ വിശ്വാസ പ്രമാണമാക്കിയവരുടെ എല്ലാ ചിന്തകളും പ്രവൃത്തികളും അതിന് അനുരൂപമായ രീതിയിലേ ആവിഷ്കൃതമാവുകയുള്ളൂ.

ഗുണ വ്യത്യാസമനുസരിച്ച് ധൃതി മൂന്നായി വിഭജിച്ചിട്ടുണ്ട്. അവ ഏതൊക്കെയെന്നാണ് അടുത്ത മൂന്നു ശ്ലോകങ്ങളിൽ പറയുന്നത്.

'ധൃത്യാ യയാ ധാരയതേ മനഃപ്രാണേന്ദ്രിയക്രിയാഃ;
യോഗേനാവ്യഭിചാരിണ്യാ ധൃതിഃ സാ പാർഥ സാത്ത്വികീ.' (18.33)

വാഗർത്ഥം: മനഃപ്രാണേന്ദ്രിയക്രിയാഃ - മനസ്സ്, പ്രാണൻ, ഇന്ദ്രിയങ്ങൾ എന്നിവയുടെ പ്രവർത്തനങ്ങളെ; യോഗേനാവ്യഭിചാരിണ്യാ - യോഗംകൊണ്ട് അചഞ്ചലമായി; ധൃത്യാ യയാ ധാരയതേ - ഏത് ധൃതിയാൽ ധരിക്കുന്നുവോ; ധൃതിഃ സാ പാർഥ സാത്ത്വികീ - ആ ധൃതി, ഹേ പാർത്ഥ, സാത്ത്വിക ധൃതി ആകുന്നു.

'യയാ തു ധർമകാമാർഥാൻ ധൃത്യാ ധാരയതേ/ർജുന;
പ്രസംഗേന ഫലാകാംക്ഷീ ധൃതിഃ സാ പാർഥ രാജസീ.' (18.34)

വാഗർത്ഥം: തു - എന്നാൽ, അർജുന - ഹേ അർജുനാ; ധർമകാമാർഥാൻ - പുരുഷാർത്ഥങ്ങളായ ധർമ്മം, കാമം, അർത്ഥം എന്നിവയെ; യയാ ധൃത്യാ ധാരയതേ - ഏതു ധൃതിയാൽ ധരിക്കപ്പെടുന്നുവോ (അതായത് ഇവ മാത്രം ലക്ഷ്യമായി മനസ്സിൽ ഉറപ്പിച്ചിരിക്കുന്ന ആ ദാർഢ്യം ഏതോ); പ്രസംഗേന ഫലാകാംക്ഷീ - ഫലങ്ങളിൽ ഇച്ഛയോടുകൂടിയ; ധൃതിഃ സാ - ആ ധൃതി; രാജസീ - രാജസ ധൃതി ആകുന്നു.

സാത്ത്വിക ധൃതി സകല ആന്തര ചോദനകളെയും നിയന്ത്രിക്കുമ്പോൾ രാജസ ധൃതി ധർമ്മാർത്ഥകാമങ്ങളിൽ ദൃഢമായി വർത്തിക്കുകയാണ്. ഇനി താമസ ധൃതി എന്തെന്നു നോക്കാം:

'യയാ സ്വപ്നം ഭയം ശോകം വിഷാദം മദമേവ ച;
ന വിമുഞ്ചതി ദുർമേധാ ധൃതിഃ സാ പാർഥ താമസീ.' (18.35)

വാഗർത്ഥം: യയാ - ഏതു ധൃതിയാൽ; സ്വപ്നം ഭയം ശോകം വിഷാദം മദം ഏവ ച - ഉറക്കം, ഭയം, ശോകം, വിഷാദം, മദം (ആസക്തി) എന്നിവ; ന വിമുഞ്ചതി ദുർമേധാ - ദുർമതിയായവൻ (അവിവേകി) കൈവെടിയുന്നില്ലയോ, അവയെയെല്ലാം മുറുകെ പിടിച്ചിരിക്കുന്നുവോ; ധൃതിഃ സാ പാർഥ താമസീ - ആ ധൃതി, ഹേ പാർത്ഥ, താമസ ധൃതി ആകുന്നു.

അതായത്, നിദ്രാദികളെ വിടാതെ, അവയിൽത്തന്നെ മുഴുകിയ മന്ദബുദ്ധികളുടെ ധൃതിയാണ് താമസ ധൃതി.

ജ്ഞാനം, കർമ്മം, തുടങ്ങി പല കാര്യങ്ങളും ഗുണഭേദമനുസരിച്ച് വ്യത്യാസപ്പെട്ടിരിക്കുന്നതുപോലെ സുഖവും മൂന്നുവിധമുണ്ടെന്ന് കൃഷ്ണൻ ചൂണ്ടിക്കാണിക്കുന്നു (18.36). ആ മൂന്നുവിധ സുഖങ്ങളെക്കുറിച്ചാണ് അടുത്ത മൂന്നു ശ്ലോകങ്ങളിലായി വിശദീകരിക്കുന്നത്.

'യത്തദഗ്രേ വിഷമിവ പരിണാമേ/മൃതോപമം;
തത്സുഖം സാത്ത്വികം പ്രോക്തം ആത്മബുദ്ധിപ്രസാദജം.' (18.37)

വാഗർത്ഥം: യത്തദഗ്രേ - യത് തത് അഗ്രേ വിഷമിവ - ഏതാണോ ആദ്യം വിഷമെന്നപോലെ (അനുഭവിക്കാൻ വൈഷമ്യം ഉണ്ടാക്കുന്നത്); പരിണാമേ - പിന്നീട് (കാലം കഴിയുമ്പോൾ); അമൃതോപമം - അമൃതം പോലെ ആസ്വാദ്യമാകുന്നത്; ആത്മബുദ്ധിപ്രസാദജം - സ്വബുദ്ധിയുടെ തെളിവിൽനിന്ന് ഉണ്ടാകുന്ന (ബുദ്ധിനൈർമല്യത്തിൽനിന്നുണ്ടാകുന്ന); തത് സുഖം - ആ സുഖം; സാത്ത്വികം പ്രോക്തം - സാത്ത്വിക സുഖം എന്ന് വിശേഷിപ്പിക്കപ്പെടുന്നു.

ആദ്യം അല്പം ബുദ്ധിമുട്ടുകളുണ്ടാക്കുന്ന ചില പ്രവൃത്തികൾ നമുക്ക് പിന്നീട് വളരെ സന്തോഷപ്രദമായി ഭവിച്ചേക്കാം. അങ്ങനെയുള്ള സുഖങ്ങളാണ് സാത്ത്വിക സുഖം. ഉദാഹരണത്തിന് അറിവു നേടുക എന്നത്. വളരെ കഷ്ടപ്പാടു നിറഞ്ഞതാണ് പഠനം. എങ്ങനെങ്കിലും പഠനകാലം കഴിഞ്ഞുകിട്ടിയാൽ മതി എന്നാവും നാം വിചാരിക്കുക. അറിവു നേടുന്നതിനോടുള്ള ഔത്സുക്യം ബുദ്ധിനൈർമല്യത്തെയാണു കാണിക്കുന്നത്. അങ്ങനെ അക്കാലത്തു നേടിയ അറിവ് പിന്നീട് നമ്മുടെ ജീവിതത്തിൽ വളരെ ഔന്നത്യവും ശ്രേയസ്സും ഉണ്ടാക്കുമ്പോൾ നാം അനുഭവിക്കുന്ന സുഖമാണ് സാത്ത്വിക സുഖം.

രുചി മാത്രം നോക്കി കഴിക്കുന്ന ഭക്ഷണം, ലഹരി തുടങ്ങിയവ തത്കാലത്തേക്കു സുഖം തരുമെങ്കിലും പിന്നീട് അത് വിഷമങ്ങൾ

ഉണ്ടാക്കും. ഇപ്രകാരം ആദ്യം വളരെ രസാവഹമായി അനുഭവപ്പെടുകയും പിന്നീട് വിനാശകരമാവുകയും ചെയ്യുന്ന അനുഭവങ്ങളെ രാജസ സുഖം എന്നു വിളിക്കുന്നു. ശ്ലോകം നോക്കുക:

'വിഷയേന്ദ്രിയസംയോഗാത് യത്തദഗ്രേ/മൃതോപമം;
പരിണാമേ വിഷമിവ തത്സുഖം രാജസം സ്മൃതം.' (18.38)

വാഗർത്ഥം: വിഷയേന്ദ്രിയസംയോഗാത് - വിഷയങ്ങളും ഇന്ദ്രിയങ്ങളും തമ്മിലുള്ള ബന്ധപ്പെടൽ മൂലം; യത് തത് അഗ്രേ അമൃതോപമം - എന്താണോ ആദ്യം അമൃതംപോലെയും; പരിണാമേ വിഷം ഇവ - പിന്നീട് വിഷം പോലെയും അനുഭവപ്പെടുന്നത്; തത് സുഖം രാജസം സ്മൃതം - ആ സുഖം രാജസ സുഖം എന്ന് സ്മരിക്കപ്പെടുന്നു.

തുടർന്ന് താമസ സുഖത്തെപ്പറ്റിയാണു പറയുന്നത്:

'യദഗ്രേ ചാനുബന്ധേ ച സുഖം മോഹനമാത്മനഃ;
നിദ്രാലസ്യപ്രമാദോത്ഥം തത്താമസമുദാഹൃതം.' (18.39)

വാഗർത്ഥം: അഗ്രേ ച അനുബന്ധേ ച - ആദ്യവും പിന്നീടും; യത് സുഖം മോഹനം ആത്മനഃ - ഏതു സുഖമാണോ തന്നെ മോഹിപ്പിക്കുന്നത്; നിദ്രാലസ്യപ്രമാദോത്ഥം തത് - നിദ്ര, ആലസ്യം (ഉദാസീനത), പ്രമാദം (ശ്രദ്ധയില്ലായ്മ) എന്നിവയിൽനിന്ന് ഉണ്ടാകുന്ന അത്; താമസം ഉദാഹൃതം - താമസമായ സുഖം എന്ന് പറയപ്പെടുന്നു.

ഒന്നും ചെയ്യാൻ ഉത്സാഹമോ താത്പര്യമോ ഇല്ലാതെ സദാ ഉറങ്ങിയും സമയം വെറുതെ കളഞ്ഞും ജീവിക്കുന്നവർക്കുണ്ടാകുന്ന സുഖമാണിത്. അവർ അതിലൊക്കെ സുഖം കാണുന്നു, അത് അവരെ മോഹിപ്പിക്കുന്നു.

ഗീത അതിന്റെ ഉപസംഹാര ഘട്ടത്തിലേക്കു കടക്കുകയാണ്. വളരെ ഗൗരവമുള്ള കാര്യങ്ങളാണ് ഇനിയുള്ള ശ്ലോകങ്ങളിൽ അവതരിപ്പിക്കുന്നത്. നാലു വർണ്ണങ്ങളിൽ ഓരോന്നിലും പെട്ടവരുടെ ഗുണാനുരൂപമായ സ്വാഭാവിക കർമ്മങ്ങൾ ഏതൊക്കെ എന്നു വിവരിച്ചുകൊണ്ടാണ് അവസാന ഘട്ടത്തിലേക്കു പ്രവേശിക്കുന്നത്. അതിനു മുന്നോടിയായി ഇങ്ങനെ പറയുന്നു:

'ന തദസ്തി പൃഥിവ്യാം വാ ദിവി ദേവേഷു വാ പുനഃ;
സത്ത്വം പ്രകൃതിജൈർമുക്തം യദേഭിഃ സ്യാത് ത്രിഭിർഗുണൈഃ.' (18.40)

വാഗർത്ഥം: പൃഥിവ്യാം വാ ദിവി ദേവേഷു വാ പുനഃ - ഭൂമിയിലോ ആകാശത്തോ മാത്രമല്ല, ദേവന്മാർക്കിടയിലോ; ന തത് സത്ത്വം

അസ്തി - അങ്ങനെയൊരു സത്ത്വം നിലനിൽക്കുന്നില്ല; യത് - എങ്ങനെയെന്നാൽ; ഏഭിഃ പ്രകൃതിജൈഃ ത്രിഭിർഗുണൈഃ മുക്തം സ്യാത് - പ്രകൃതിജന്യമായ മൂന്നു ഗുണങ്ങളിൽനിന്നു മുക്തമായിട്ടുള്ള (സത്ത്വം - ഭൂതം).

എന്നുവച്ചാൽ, ത്രിഗുണങ്ങൾ ഇല്ലാത്ത യാതൊന്നും എവിടെയും ഇല്ല. മനുഷ്യരിലും ത്രിഗുണങ്ങൾ അടങ്ങിയിരിക്കുന്നു.

മനുഷ്യർക്ക് ഓരോരുത്തർക്കും അവർക്കു മാത്രമായ ഒരു ഗുണാനുപാതം ഉണ്ടായിരിക്കുമെന്ന് നമുക്കറിയാം. അതായത്, ലോകത്ത് എഴുന്നൂറുകോടി ജനങ്ങളുണ്ടെങ്കിൽ അത്രയുംതന്നെ ഗുണാനുപാതങ്ങളുമുണ്ടാകും. അപ്പോൾ വർണ്ണ വിഭജനത്തിന് അവയെ ആകെ നാലു വിഭാഗങ്ങളായി തിരിക്കണം. ഇത്ര മുതൽ ഇത്ര വരെ അനുപാത സംഖ്യ വരുന്നവർ ഒരു വിഭാഗം, അങ്ങനെ നാലു വിഭാഗങ്ങളും. ഓരോ നിശ്ചിത വിഭാഗവും ഓരോ നിശ്ചിത വർണ്ണമാകാൻ യോഗ്യതയുള്ളവർ. അതായത്, ഒരു വിഭാഗത്തിൽപ്പെട്ടവർ ബ്രാഹ്മണർ ആകാൻ യോഗ്യർ, മറ്റൊരു വിഭാഗത്തിൽപെട്ടവർ ക്ഷത്രിയരാകാൻ യോഗ്യർ, അങ്ങനെ വൈശ്യനും ശൂദ്രനും. ഈ ഗുണാനുപാതം മാത്രം കൊണ്ടല്ല ആളുകൾ അതതു വർണ്ണങ്ങളിൽ ഉൾപ്പെടുന്നത്. അവർ ഈ ഗുണങ്ങൾക്കു വിധേയമായി കർമ്മങ്ങൾ ചെയ്യുകയും വേണം. എങ്കിലേ വർണ്ണനിശ്ചയം നടക്കുകയുള്ളു. ഈ ഓരോ വിഭാഗത്തിൽനിന്നും അവരുടെ സ്വാഭാവിക ഗുണാനുപാതംമൂലം ഉണ്ടാകാവുന്ന കർമ്മങ്ങളെ കൃത്യമായി വിഭാഗിച്ചിട്ടുണ്ടെന്ന് ശ്ലോകം 18.41-ൽ പറയുന്നു. ശ്ലോകം നോക്കുക:

'ബ്രാഹ്മണക്ഷത്രിയവിശാം ശൂദ്രാണാം ച പരന്തപ;
കർമാണി പ്രവിഭക്താനി സ്വഭാവപ്രഭവൈർഗുണൈഃ.' (18.41)

വാഗർത്ഥം: പരന്തപ - ഹേ, അർജ്ജുനാ; ബ്രാഹ്മണക്ഷത്രിയവിശാം ശൂദ്രാണാം ച - ബ്രാഹ്മണർ, ക്ഷത്രിയർ, വൈശ്യർ, ശ്രൂദ്രർ എന്നിവരുടെ; കർമാണി പ്രവിഭക്താനി - കർമ്മങ്ങൾ വിഭജിക്കപ്പെട്ടിരിക്കുന്നു; സ്വഭാവപ്രഭവൈഃ ഗുണൈഃ - പ്രകൃതിയിൽനിന്നുണ്ടായ ഗുണങ്ങളുടെ അടിസ്ഥാനത്തിൽ.

ശ്രദ്ധിക്കുക; നാലു വർണ്ണങ്ങളിൽ പെട്ടവർക്ക് അവരവരുടെ ജന്മനായുള്ള ഗുണങ്ങളുടെ അടിസ്ഥാനത്തിലാണ് കർമ്മവിഭജനം സംഭവിക്കുന്നത്. ഈ അദ്ധ്യായത്തിലും മറ്റ് അദ്ധ്യായങ്ങളിലും ഇതുവരെ കണ്ടതുപോലെ മനുഷ്യരുടെ ബുദ്ധിയും കർമ്മവും കർമ്മനിർവഹണവും ഭക്ഷണവും സന്തോഷവുമെല്ലാം ഗുണങ്ങളുടെ അടിസ്ഥാനത്തിലാണ് നിശ്ചയിക്കപ്പെടുന്നത്. കർമ്മങ്ങൾ ഉണ്ടാകുന്നതുതന്നെ ഗുണങ്ങൾ കാരണമാണെന്ന് പലയാവൃത്തി നാം

കണ്ടു. അപ്പോൾ കർമ്മങ്ങളുടെ വിഭജനവും ഗുണങ്ങളുടെ അടിസ്ഥാനത്തിൽത്തന്നെ ആയിരിക്കണം.

അങ്ങനെയുള്ള വിഭാഗങ്ങളെപ്പറ്റിയാണ് 18.42, 43, 44 എന്നീ ശ്ലോകങ്ങളിൽ വിശദീകരിക്കുന്നത്.

ഒരു കാര്യം പ്രത്യേകം മനസ്സിൽ വയ്ക്കണം. ഇങ്ങനെ വിഭാഗിച്ചിരിക്കുന്ന കർമ്മങ്ങളിൽ ഏതെങ്കിലും ഒരു വിഭാഗത്തിലെ കർമ്മങ്ങൾ ചെയ്യുന്നവർ ബന്ധപ്പെട്ട വർണ്ണത്തിൽ ഉൾപ്പെടും എന്ന് കരുതാനാവില്ല. നേരേ മറിച്ചാണ് വസ്തുത. ആ വർണ്ണത്തിനു ചേർന്ന നൈസർഗ്ഗിക കഴിവുകളുള്ളവരുടെ സ്വാഭാവിക കർമ്മങ്ങളാണ് പ്രതിപാദിക്കപ്പെട്ടിരിക്കുന്നത്. അതായത്, ഒരാൾ ഒരു നിശ്ചിത വർണ്ണത്തിൽ ഉൾപ്പെടുമോ എന്നത് അയാളുടെ നൈസർഗ്ഗിക കഴിവുകളുപയോഗിച്ച് അയാൾ ചെയ്യുന്ന പ്രവൃത്തികളെ അടിസ്ഥാനമാക്കിയാണ് തീരുമാനിക്കപ്പെടുന്നത്. ഇതുതന്നെയാണ് നാം 4.13 ശ്ലോകത്തിൽ കണ്ടത്. ഒരാളുടെ നൈസർഗ്ഗിക കഴിവുകൾ അയാളിൽനിന്ന് ഉണ്ടാക്കാവുന്ന കർമ്മങ്ങളുടെ വിഭജനമാണ് ഇവിടെ നടത്തിയിട്ടുള്ളത്.

ശ്ലോകങ്ങൾ കാണുക:

'ശമോ ദമസ്തപഃ ശൗചം ക്ഷാന്തിരാർജവമേവ ച;
ജ്ഞാനം വിജ്ഞാനമാസ്തിക്യം ബ്രഹ്മകർമ്മ സ്വഭാവജം.' (18.42)

വാഗർത്ഥം: ശമഃ - മനസ്സിനെ നിയന്ത്രിക്കൽ; ദമഃ - ബാഹ്യേന്ദ്രിയങ്ങളെ നിയന്ത്രിക്കൽ; തപഃ - തപസ്സ് (ഇച്ഛാശക്തിയുടെ നിസ്തന്ദ്ര പ്രയോഗം); ശൗചം - അകവും പുറവും ശുദ്ധമാക്കൽ; ക്ഷാന്തിഃ - സഹിഷ്ണുത; ആർജവം ഏവ ച - കാപട്യമില്ലായ്മ എന്നിവയും (ചിന്തിക്കുന്നതുതന്നെ പറയുകയും പ്രവർത്തിക്കുകയും ചെയ്യുന്നത്); ജ്ഞാനം വിജ്ഞാനം ആസ്തിക്യം - ജ്ഞാനം, വിജ്ഞാനം (പ്രായോഗിക ജ്ഞാനം), ആസ്തിക്യം (നിഷേധ ഭാവം ഇല്ലായ്ക); ബ്രഹ്മകർമ്മ സ്വഭാവജം - എന്നിവ ബ്രാഹ്മണന് പ്രകൃത്യാ ഉണ്ടാകാവുന്ന കർമ്മങ്ങളാകുന്നു.

'ശൗര്യം തേജോ ധൃതിർദാക്ഷ്യം യുദ്ധേ ചാപ്യപലായനം;
ദാനമീശ്വരഭാവശ്ച ക്ഷാത്രം കർമ്മ സ്വഭാവജം.' (18.43)

വാഗർത്ഥം: ശൗര്യം - ശൂരത്വം; തേജഃ - പ്രസരിപ്പ്, ഉത്സാഹം; ധൃതിഃ - നിശ്ചയദാർഢ്യം; ദാക്ഷ്യം - നൈപുണ്യം, പ്രതിബന്ധങ്ങളെ അതിജീവിക്കാനുള്ള വൈഭവം; യുദ്ധേ ച അപി അപലായനം - യുദ്ധത്തിൽനിന്ന് ഓടിപ്പോകാതിരിക്കൽ; ദാനം ഈശ്വരഭാവഃ ച - ദാനവും പാലിക്കുന്നവനെന്ന ഭാവവും; ക്ഷാത്രം കർമ്മ

സ്വഭാവജം - ഇവയെല്ലാം ക്ഷത്രിയന്റെ പ്രകൃത്യാ ഉള്ള കർമ്മങ്ങളാകുന്നു.

'കൃഷി ഗൗരക്ഷ്യ വാണിജ്യം വൈശ്യകർമ സ്വഭാവജം;
പരിചര്യാത്മകം കർമ ശൂദ്രസ്യാപി സ്വഭാവജം.' (18.44)

വാഗർത്ഥം: കൃഷി ഗൗരക്ഷ്യ വാണിജ്യം - കൃഷി, മൃഗപരിപാലനം, വാണിജ്യം എന്നിവ; വൈശ്യകർമ സ്വഭാവജം - വൈശ്യരുടെ പ്രകൃത്യാ ഉള്ള കർമ്മങ്ങളാകുന്നു; പരിചര്യാത്മകം കർമ - സഹായി ആയിട്ടുള്ള സേവനം; ശൂദ്രസ്യ അപി സ്വഭാവജം - ശൂദ്രർക്ക് പ്രകൃത്യാ ഉള്ളതുമാകുന്നു.

പരിചര്യ എന്നതിന് ഭൃത്യനായി നിന്ന് ചേടിവേല ചെയ്യുക എന്നല്ല അർത്ഥം. മറ്റു മൂന്നു വർണ്ണങ്ങളിലുള്ളവർക്കും തങ്ങളുടെ കർമ്മങ്ങൾ ചെയ്യണമെങ്കിൽ കായികമായ സഹായം ആവശ്യമായി വരും. ആ ജോലിയാണ് ശൂദ്രന്റേത്. ജ്ഞാനസമ്പാദനത്തിനുള്ള കഴിവോ പരിശ്രമമോ ഇല്ലാത്തവരാണ് പൊതുവേ ശൂദ്ര വർണ്ണത്തിൽ പെടുന്നത്. അവർക്ക് ഇങ്ങനെ കായികമായ സഹായം നൽകാനേ കഴിയൂ.

ഏതൊരാൾക്കും അയാളുടെ കഴിവുകൾക്കനുസരിച്ചുള്ള കർമ്മങ്ങളേ ചെയ്യാൻ കഴിയൂ. അതിനപ്പുറമുള്ള കർമ്മങ്ങൾ ചെയ്യാൻ അയാൾ മുതിർന്നാൽ അവയൊന്നും വിജയകരമായി പൂർത്തിയാക്കാൻ അയാൾക്ക് സാധിക്കുകയില്ല.

ഓരോ വർണ്ണത്തിലും പെട്ടവരിൽനിന്ന് സ്വാഭാവികമായി ഉണ്ടാകാവുന്ന കർമ്മങ്ങളെപ്പറ്റി പറഞ്ഞുകഴിഞ്ഞല്ലോ? ജ്ഞാനവിജ്ഞാനങ്ങളിൽ വ്യാപൃതരാകുന്നവർക്കു മാത്രമേ ആത്മസാക്ഷാത്കാരം ലഭിക്കൂ എന്നോ ശൂദ്രന് അത് അസാധ്യമെന്നോ പറയാവതല്ല. വർണ്ണം ഏതായാലും ഏതൊരു വ്യക്തിക്കും സ്വകർമ്മങ്ങളിലൂടെ തന്നെ ആത്മീയമായ അഭ്യുന്നതി കൈവരിക്കാവുന്നതാണെന്നാണ് ഗീത നൽകുന്ന സന്ദേശം. അടുത്ത രണ്ടു ശ്ലോകങ്ങളിലൂടെ ആ സന്ദേശം നൽകപ്പെടുന്നു.

'സ്വേ സ്വേ കർമണ്യഭിരതഃ സംസിദ്ധിം ലഭതേ നരഃ;
സ്വകർമനിരതഃ സിദ്ധിം യഥാ വിന്ദതി തച്ഛൃണു.' (18.45)

വാഗർത്ഥം: (18.45): സ്വേ സ്വേ കർമണി അഭിരതഃ - സ്വന്തം കർമ്മങ്ങളിൽ വ്യാപൃതരാകുന്നവരായ; സംസിദ്ധിം ലഭതേ നരഃ - മനുഷ്യർ സംസിദ്ധി നേടുന്നു; സ്വകർമനിരതഃ സിദ്ധിം യഥാ വിന്ദതി തത് ശൃണു - സ്വകർമ്മനിരതർ എപ്രകാരം സിദ്ധിയെ പ്രാപിക്കുന്നുവെന്ന് കേൾക്കുക.

(ഇവിടെ സിദ്ധി എന്നു പറഞ്ഞാൽ മോക്ഷമല്ല, കർമ്മഫല പ്രാപ്തി എന്നുമല്ല. കാരണം, ഈ അദ്ധ്യായത്തിൽ തുടർന്നുവരുന്ന 49 മുതൽ 55 വരെയുള്ള ശ്ലോകങ്ങളിൽ ആത്മസാക്ഷാത്കാരത്തിനുള്ള വിവിധ ഘട്ടങ്ങൾ വിവരിക്കുന്നതിൽ ആദ്യ ഘട്ടമായി പറഞ്ഞിരിക്കുന്നത് നൈഷ്കർമ്യസിദ്ധി അഥവാ സിദ്ധി ആണ്. കാമങ്ങളോ ആസക്തിയോ ഇല്ലാതെ കർമ്മം ചെയ്യുന്നവർ ആദ്യം എത്തുന്നത് ഈ സിദ്ധിയിലാണ്. ആ രീതിയിൽ കർമ്മം ചെയ്യാനാണ് അടുത്ത ശ്ലോകത്തിലെ ഉപദേശം. അപ്പോൾ ഇവിടെ ഉദ്ദേശിക്കുന്നത് നൈഷ്കർമ്യസിദ്ധി തന്നെ.)

'യതഃ പ്രവൃത്തിർഭൂതാനാം യേന സർവമിദം തതം;
സ്വകർമണാ തമഭ്യർച്യ സിദ്ധിം വിന്ദതി മാനവഃ.' (18.46)

വാഗർത്ഥം: 'യതഃ പ്രവൃത്തിഃ ഭൂതാനാം - ഭൂതങ്ങളുടെ പ്രവൃത്തി ഏതു ശക്തിയിൽനിന്നാണോ ഉണ്ടാകുന്നത് (കർമ്മം ചെയ്യുന്നതിനുള്ള ആന്തരിക ഊർജ്ജം എവിടെനിന്ന് ഉണ്ടാകുന്നുവോ); യേന സർവമിദം തതം - ആരാലാണോ ഇവിടം മുഴുവൻ വ്യാപിക്കപ്പെട്ടിരിക്കുന്നത്; തം - ആ ശക്തിയെ; സ്വകർമണാ അഭ്യർച്യ - സ്വകർമ്മങ്ങൾകൊണ്ട് ആരാധിച്ചിട്ട്; സിദ്ധിം വിന്ദതി മാനവഃ - മനുഷ്യർ സിദ്ധിയെ പ്രാപിക്കുന്നു.

അതായത്, സ്വന്തം കർമ്മങ്ങൾ ആത്മാവിനു സമർപ്പിക്കണം. എന്നുവച്ചാൽ, കർമ്മനിർവഹണത്തിൽ സംഗമോ ആസക്തിയോ പാടില്ല. അങ്ങനെ എല്ലാ സ്വാർത്ഥ താത്പര്യങ്ങളും കാമങ്ങളും ഉപേക്ഷിച്ച് കർമ്മങ്ങൾ ചെയ്താൽ നൈഷ്കർമ്യസിദ്ധിയെ പ്രാപിക്കും. നൈഷ്കർമ്യസിദ്ധി എന്നാൽ ഇനി കർമ്മങ്ങൾ ചെയ്യേണ്ട ആവശ്യമില്ലത്ത അവസ്ഥയിൽ എത്തുക എന്നർത്ഥം. സ്വാർത്ഥങ്ങളില്ലെങ്കിലേ ആ അവസ്ഥയിലെത്തുകയുള്ളു. ഈശ്വരാർപ്പിതമായി കർമ്മങ്ങൾ ചെയ്താൽ ആ അവസ്ഥയെ പ്രാപിക്കും.

സ്വകർമ്മങ്ങൾ ഏതായാലും സിദ്ധി കിട്ടാൻ ഒരു തടസ്സവുമില്ല. മോക്ഷത്തിലേക്കുള്ള വഴി ബ്രാഹ്മണർക്കു മാത്രമായി നീക്കിവച്ചിട്ടില്ല എന്നർത്ഥം. കർമ്മങ്ങൾ ഈശ്വരനു സമർപ്പിക്കുന്നുണ്ടോ ഇല്ലയോ എന്നതാണ് പരിഗണിക്കേണ്ടത്. കർമസന്ന്യാസയോഗം എന്ന അഞ്ചാം അദ്ധ്യായത്തിലെ 10, 11, 12 ശ്ലോകങ്ങളിലെ കാര്യം തന്നെയാണിത്.

ഇനി പറയാൻ പോകുന്നത് 3.35 ശ്ലോകത്തിൽ നാം കണ്ട പ്രഖ്യാപനം തന്നെയാണ്. അതിൽ രണ്ടാമത്തെ വരിയിൽ മാറ്റം വരുത്തിയിട്ടുണ്ടെങ്കിലും ആശയം പഴയതുതന്നെ. ശ്ലോകം നോക്കാം:

'ശ്രേയാൻ സ്വധർമോ വിഗുണഃ പരധർമാത്സ്വനുഷ്ഠിതാത്;
സ്വഭാവനിയതം കർമ കുർവന്നാപ്നോതി കിൽബിഷം.' (18.47)

അർത്ഥം: ശ്രേയാൻ സ്വധർമഃ വിഗുണഃ - വിഗുണമായ സ്വധർമ്മം കൂടുതൽ ശ്രേഷ്ഠമാണ്; പരധർമാത് സ്വനുഷ്ഠിതാത് - നല്ലവണ്ണം അനുഷ്ഠിക്കപ്പെട്ട ഇതര ധർമ്മത്തെക്കാൾ; സ്വഭാവനിയതം കർമ - പ്രകൃത്യാ വിഹിതമാക്കപ്പെട്ടിട്ടുള്ള കർമ്മം; കുർവൻ ന ആപ് നോതി കിൽബിഷം - ചെയ്യുന്നതുകൊണ്ട് പാപത്തെ പ്രാപിക്കില്ല.

അതായത്, അവരവരിലുള്ള ത്രിഗുണങ്ങളുടെ ശക്തിക്കു വഴങ്ങി ചെയ്യുന്ന കർമ്മങ്ങളെക്കാൾ, അവയുടെ സ്വാധീനത്തിൽനിന്നു മുക്തമായി ചെയ്യുന്ന കർമ്മങ്ങൾ (വിഗുണകർമ്മങ്ങൾ) ചെയ്യുന്നതാണ് ഉത്തമം. എന്നുവച്ചാൽ, ഗുണാതീതനായി കർമ്മം ചെയ്യണം. ഗുണകർമ്മങ്ങൾ നമ്മെ ബന്ധനത്തിലേക്കു നയിക്കും. കാരണം, എത്ര നന്നായി ചെയ്താലും അവ നമ്മളിൽ സ്വാർത്ഥവും ദ്വേഷവുമൊക്കെ സൃഷ്ടിക്കുന്നു. ആ സ്വാർത്ഥദ്വേഷങ്ങളിൽനിന്ന് മുക്തരായാൽ നാം ലോകസംഗ്രഹത്തിനായിട്ടാവും കർമ്മങ്ങൾ ചെയ്യുക. അത് ശ്രേയസ്കരമാണ്; ബന്ധനമുണ്ടാക്കില്ല.

പാപങ്ങളിൽനിന്ന് രക്ഷപ്പെടാൻ തന്റെ സ്വാഭാവിക കർമ്മങ്ങളെ ആരും ഉപേക്ഷിക്കേണ്ടതില്ല. അവയെല്ലാം ഗുണാതീതരായി ചെയ്താൽ മതി; ഒരു പാപവും അപ്പോൾ ബാധിക്കില്ല. പാപം എന്നാൽ ലൗകിക ജീവിതത്തോടുള്ള ബന്ധനവും തത്ഫലമായ അശാന്തിയും.

'നീ നിന്റെ കുലത്തൊഴിൽതന്നെ ചെയ്തോണം, മറ്റുള്ളവരുടെ കുലത്തൊഴിലിൽ തൊട്ടുകളിക്കരുത്' എന്നൊക്കെ ചില ക്ഷുദ്ര ചിന്തകർ ഈ ശ്ലോകത്തെ ദുർവ്യാഖ്യാനം ചെയ്യുന്നുണ്ട്. മുകളിൽ വിശദീകരിച്ചിരിക്കുന്ന പ്രകാരമുള്ള സത്യാവസ്ഥ അറിയാത്തതുകൊണ്ടുള്ള വിടുവായത്തമാണ് അതെല്ലാം.

ഇവിടെ കുലം അനുസരിച്ചുള്ള കർമ്മത്തിന്റെ കാര്യമേ പറയുന്നില്ല. ഒരു കുലത്തിലുള്ള എല്ലാവർക്കും ഒരേ നൈസർഗ്ഗിക കഴിവുകൾ ആയിരിക്കില്ലല്ലോ. അപ്പോൾ അവരുടെ വിഹിത കർമ്മവും വ്യത്യസ്തമായിരിക്കും. അതിനാൽ ഇവിടെ കുലത്തൊഴിലല്ല ഉദ്ദേശിച്ചിട്ടുള്ളതെന്നു വ്യക്തം.

ഇതിനോടൊപ്പം വായിക്കേണ്ട ഒരു ശ്ലോകമാണ് അടുത്തത്. അതെന്താണെന്നു നോക്കാം:

'സഹജം കർമ കൗന്തേയ സദോഷമപി ന ത്യജേത്;
സർവാരംഭാ ഹി ദോഷേണ ധൂമേനാഗ്നിരിവാവൃതാഃ.' (18.48)

വാഗർത്ഥം: കൗന്തേയ - ഹേ, അർജുനാ; സഹജം കർമ - പ്രകൃത്യാ വിഹിതമായ കർമ്മം; സദോഷമപി ന ത്യജേത് - ദോഷമുള്ളതാണെങ്കിലും ത്യജിക്കരുത്; സർവാരംഭാഃ ഹി ദോഷേണ - എല്ലാ കർമ്മങ്ങളും ദോഷത്താൽ; ധൂമേന അഗ്നിഃ ഇവ ആവൃതാഃ - പുകയാൽ തീ എന്നവണ്ണം ആവൃതമാണ്.

സ്വന്തം കഴിവുകൾക്ക് അനുസൃതമായി പ്രകൃത്യാതന്നെ വിഹിതമാക്കപ്പെട്ടിട്ടുള്ള കർമ്മങ്ങളിൽ എന്തെങ്കിലും ബുദ്ധിമുട്ട് തോന്നുന്നുവെങ്കിലും അവയെ ഉപേക്ഷിക്കരുത്. കാരണം, സർവ കർമ്മങ്ങളും ദോഷത്തോടുകൂടിയവയാണ്. ആ ദോഷത്തെ ഇല്ലാതാക്കാനാണ്, അഥവാ ആ ദോഷങ്ങൾ തത്കർത്താവിനെ ബാധിക്കാതിരിക്കാനാണ്, ഗുണാതീതനായി കർമ്മം ചെയ്യുക എന്ന് ഉപദേശിച്ചിട്ടുള്ളത്. ഗീതയുടെ ഒരു പ്രധാന ഉദ്ദേശ്യം തന്നെ പാപം ബാധിക്കാതെ എങ്ങനെ കർമ്മം ചെയ്യാമെന്ന് അർജുനനെ ബോധ്യപ്പെടുത്തുക എന്നതാണ്. കാരണം, അർജുനൻ കർമ്മ നിർവഹണത്തിൽനിന്നു പിന്മാറാൻ തുനിഞ്ഞത് അതുമൂലം തനിക്കു പാപമേൽക്കേണ്ടി വരും എന്ന ഭയത്താലാണ്.

ഭൗതിക ഭോഗങ്ങളോടുള്ള ആസക്തി ഉപേക്ഷിച്ച് ആത്മനിയന്ത്രണത്തോടെ ജീവിക്കുന്ന ഒരാൾ എങ്ങനെ പടിപടിയായി ആത്മസാക്ഷാത്കാരം നേടുന്നു എന്നാണ് തുടർന്നു വരുന്ന ഏഴ് ശ്ലോകങ്ങളിലായി (49 മുതൽ 55 വരെ) ഗീത വിവരിക്കുന്നത്. ആദ്യത്തെ ശ്ലോകം കാണുക:

'അസക്തബുദ്ധിഃ സർവത്ര ജിതാത്മാ വിഗതസ്പൃഹഃ;
നൈഷ്കർമ്യസിദ്ധിം പരമാം സന്ന്യാസേനാധിഗച്ഛതി.' (18.49)

വാഗർത്ഥം: അസക്തബുദ്ധിഃ സർവത്ര - സർവതിലും അനാസക്ത ബുദ്ധിയോടുകൂടിയവനും; ജിതാത്മാ - ആത്മനിയന്ത്രണം നേടിയവനും; വിഗതസ്പൃഹഃ - മോഹങ്ങളില്ലാത്തവനും ആയ വ്യക്തി; നൈഷ്കർമ്യസിദ്ധിം പരമാം - ശ്രേഷ്ഠമായ നൈഷ്കർമ്മ്യ സിദ്ധിയെ അഥവാ കർമ്മങ്ങളൊന്നും ചെയ്യേണ്ടാത്ത അവസ്ഥയെ; സന്ന്യാസേന - സന്ന്യാസം വഴി; അധിഗച്ഛതി - പ്രാപിക്കുന്നു.

യാതൊന്നിലും ആസക്തിയോ മോഹമോ ഒന്നുമില്ലാത്തവന് ഒരു കർമ്മവും ചെയ്യേണ്ടതായി വരില്ല എന്നത് സ്വാഭാവികം. അതാണ് നൈഷ്കർമ്മ്യ സിദ്ധി. സന്ന്യാസം എന്നാൽ കാമ്യകർമ്മങ്ങളെ ഉപേക്ഷിക്കലാണെന്ന് ഈ അദ്ധ്യായത്തിലെ രണ്ടാം ശ്ലോകത്തിൽ നാം കണ്ടല്ലോ? കാമങ്ങളില്ലാത്തവനല്ലേ അതു സാധിക്കൂ? ഇവിടെ അവതരിപ്പിക്കുന്നത് അങ്ങനെയുള്ള വ്യക്തിയെയാണെന്ന് കൃത്യമായി പറഞ്ഞിരിക്കുന്നു.

ഇപ്രകാരം നൈഷ്കർമ്മ്യസിദ്ധിയെ പ്രാപിച്ചവർ എങ്ങനെ ബ്രഹ്മത്തെ പ്രാപിക്കുന്നു എന്നാണ് തുടർന്നു പറയാൻ പോകുന്നത്. ജ്ഞാനംകൊണ്ട് എത്തിച്ചേരാവുന്ന പരമാവധി സ്ഥാനമാണ് ബ്രഹ്മപ്രാപ്തി എന്നും അതെങ്ങനെ സാധിക്കുന്നുവെന്ന് സംക്ഷേപിച്ചു പറയാമെന്നും 18.50 ശ്ലോകത്തിൽ വ്യക്തമാക്കിയിരിക്കുന്നു. ശ്ലോകം ഇതാണ്:

'സിദ്ധിം പ്രാപ്തോ യഥാ ബ്രഹ്മ തഥാപ്നോതി നിബോധ മേ;
സമാസേനൈവ കൗന്തേയ നിഷ്ഠാ ജ്ഞാനസ്യ യാ പരാ.' (18.50)

വാഗർത്ഥം: സിദ്ധിം പ്രാപ്തഃ - നൈഷ്കർമ്യസിദ്ധി പ്രാപിച്ചയാൾ; യഥാ ബ്രഹ്മ ആപ്നോതി - ബ്രഹ്മത്തെ എങ്ങനെ പ്രാപിക്കുന്നുവെന്ന്; തഥാ നിബോധ മേ - എന്നിൽനിന്ന് കൃത്യമായി അറിയുക; സമാസേന ഏവ - കേവലം സംക്ഷിപ്തമായി; കൗന്തേയ - ഹേ, അർജുനാ; നിഷ്ഠാ ജ്ഞാനസ്യ യാ പരാ - ജ്ഞാനത്തിന്റെ പരമമായ അവസ്ഥ (ജ്ഞാനം കൊണ്ട് എത്തിച്ചേരാവുന്ന പരമമായ അവസ്ഥ ആയ ഈ സിദ്ധിയെ അറിയുക എന്നർത്ഥം)

തുടർന്ന്, നൈഷ്കർമ്മ്യസിദ്ധിയിൽനിന്ന് ബ്രഹ്മപ്രാപ്തിയിലേക്കുള്ള ഓരോ പടിയും ക്രമാനുഗതമായി വെളിപ്പെടുത്തുകയാണ്:

'ബുദ്ധ്യാ വിശുദ്ധയാ യുക്തഃ ധൃത്യാത്മാനം നിയമ്യ ച;
ശബ്ദാദീനിവിഷയാംസ്ത്യക്ത്വാ രാഗദ്വേഷൗ വ്യുദസ്യ ച.' (18.51)

വാഗർത്ഥം: ബുദ്ധ്യാ വിശുദ്ധയാ യുക്തഃ - അനാവശ്യ ചിന്തകളെ നീക്കം ചെയ്ത് ബുദ്ധിയെ ശുദ്ധമാക്കിയും; ധൃത്യാത്മാനം നിയമ്യ ച - ആത്മാവിൽത്തന്നെ ധൃതിയെ ഉറപ്പിച്ചും (ആത്മാവിനെപ്പറ്റിത്തന്നെ ധ്യാനിച്ചുകൊണ്ടും); (ധൃതി - ഉള്ളിൽ ധരിച്ചുവച്ചിരിക്കുന്നത്); ശബ്ദാദീൻ വിഷയാൻ ത്യക്ത്വാ - ശബ്ദ-സ്പർശ-രൂപ-രസ-ഗന്ധങ്ങളായ വിഷയങ്ങളെ ഉപേക്ഷിച്ചും; രാഗദ്വേഷൗ വ്യുദസ്യ ച - രാഗദ്വേഷങ്ങളെ ത്യജിച്ചും (ഇരിക്കണം).

ആദ്യ പടിയിൽ സാധിക്കേണ്ട കാര്യങ്ങളെപ്പറ്റിയാണ് ഇവിടെ പറഞ്ഞിരിക്കുന്നത്. ഇനി അടുത്ത പടിയിൽ എന്താണ് വേണ്ടതെന്നു നോക്കാം. രാഗദ്വേഷങ്ങളുടെ നിർമ്മാർജ്ജനത്തിനുശേഷം അടുത്തതായി ചെയ്യേണ്ടത് എന്താണെന്നാണ് അടുത്ത ശ്ലോകത്തിൽ പറയുന്നത്.

'വിവിക്തസേവീ ലഘ്വാശീ യതവാക്കായമാനസഃ;
ധ്യാനയോഗപരോ നിത്യം വൈരാഗ്യം സമുപാശ്രിതഃ.' (18.52)

അർത്ഥം: വിവിക്തസേവീ ലഘ്വാശീ - വിജനമായ ദേശത്ത് വസിച്ച് ലഘുവായി ഭക്ഷണം കഴിച്ച്; യതവാക്കായമാനസഃ - യത വാക് കായ മാനസഃ - വാക്കും ശരീരവും മനസ്സും നിയന്ത്രണത്തി ലാക്കി; വൈരാഗ്യം സമുപാശ്രിതഃ - ഒന്നിനോടും രാഗമില്ലാതെ (ആഗ്രഹമില്ലാതെ); ധ്യാനയോഗപരഃ നിത്യം - നിരന്തരമായി ധ്യാന ത്തിൽ മുഴുകുന്നവനായി മാറണം.

'അഹങ്കാരം ബലം ദർപ്പം കാമം ക്രോധം പരിഗ്രഹം;
വിമുച്യ നിർമമഃ ശാന്തഃ ബ്രഹ്മഭൂയായ കല്പതേ.' (18.53)

വാഗർത്ഥം: അഹങ്കാരം - ഞാൻ, ഞാൻ എന്ന വിചാരം; ബലം ദർപ്പം - ശാരീരിക ശക്തിയും അതിലുള്ള ഗർവവും (ശരീരശക്തി കൊണ്ട് നേടാവുന്ന കാര്യങ്ങളെപ്പറ്റിയുള്ള ഗർവം); കാമം ക്രോധം പരിഗ്രഹം - കാമവും ക്രോധവും സമ്പത്തും; വിമുച്യ - ഉപേക്ഷി ച്ചിട്ട്; നിർമമഃ ശാന്തഃ - നിർമ്മമനും ശാന്തനുമായിരിക്കുന്നവൻ (യാതൊന്നിനോടും മമതയില്ലാതെ, തന്മൂലമുള്ള ശാന്തി അനുഭവി ക്കുന്നവൻ); ബ്രഹ്മഭൂയായ കല്പതേ - ബ്രഹ്മത്തെ പ്രാപിക്കുന്നതി നു യോഗ്യനായിത്തീരുന്നു.

ശ്ലോകങ്ങൾ 51, 52, 53 എന്നിവയിൽ എണ്ണിയെണ്ണിപ്പറഞ്ഞ യോഗ്യതകൾ നേടിയ ഒരുവൻ ബ്രഹ്മപ്രാപ്തിക്കു യോഗ്യനാവുന്നു എന്നു സാരം. അങ്ങനെ ബ്രഹ്മത്തെ പ്രാപിക്കുന്നവന്റെ സവിശേ ഷതകൾ എന്തെല്ലാമാണ്? പറയുന്നു:

'ബ്രഹ്മഭൂതഃ പ്രസന്നാത്മാ ന ശോചതി ന കാംക്ഷതി;
സമഃ സർവേഷു ഭൂതേഷു മദ്ഭക്തിം ലഭതേ പരാം.' (18.54)

വാഗർത്ഥം: ബ്രഹ്മഭൂതഃ പ്രസന്നാത്മാ - ബ്രഹ്മത്തെ പ്രാപിച്ച് പ്രസന്നചിത്തനായിത്തീർന്നവൻ; ന ശോചതി ന കാംക്ഷതി - ഒന്നും ആഗ്രഹിക്കുന്നുമില്ല, ഒട്ടും സന്തപിക്കുന്നുമില്ല; സമഃ സർ വേഷു ഭൂതേഷു - സർവ ഭൂതങ്ങളെയും സമഭാവത്തോടെ കാണുന്ന അവന്ന്; മദ്ഭക്തിം ലഭതേ പരാം - എന്നോട് പരമമായ ഭക്തിയുണ്ടാ കുന്നു.

ബ്രഹ്മപ്രാപ്തി നേടിയവന് ആഗ്രഹിക്കാനായി യാതൊന്നുമില്ല; കാരണം, ബ്രഹ്മത്തിൽനിന്നു ഭിന്നമായി അയാൾ ഒന്നിനെയും കാണു ന്നില്ല. അതുകൊണ്ട് അയാൾക്ക് ശോകമില്ല. എന്നുമാത്രമല്ല, എല്ലാറ്റിനോടും അയാൾക്കു സമഭാവമാണ്. ഈ അവസ്ഥയിൽ എത്തിയ ആൾക്ക് ആത്മാവിനോട് അതിയായ ഭക്തി ജനിക്കുന്നു എന്നാണ് കൃഷ്ണൻ പറയുന്നത്.

ഇവിടെ തെളിഞ്ഞുവരുന്ന ഒരു വസ്തുതയുണ്ട്. ബ്രഹ്മവും ആത്മാവും ആളുകൾ വിചാരിക്കുന്നതുപോലെ ഒന്നുതന്നെയല്ല. അവ പര്യായപദങ്ങളോ തുല്യസത്തകളോ അല്ല. ഗീതയിൽത്തന്നെ മറ്റു പല ഭാഗങ്ങളിലും ഇത് വ്യക്തമാക്കിയിട്ടുണ്ട്; ഉദാ: ശ്ലോകങ്ങൾ 3.15, 14.27 എന്നിവ. ഉപനിഷത്തുകളിൽ ഈ വസ്തുത ആവർത്തിച്ചു വ്യക്തമാക്കിയിട്ടുള്ളതാണ് (ഉദാ. മുണ്ഡകം 1.1.9, 3.1.3, ശ്വേതാ ശ്വതരം 5.6).

ആത്മാവിനോട് ഭക്തിയുണ്ടായാൽപ്പിന്നെ എന്താണു സംഭവി ക്കുക എന്ന് അടുത്ത ശ്ലോകത്തിൽ പറയുന്നു:

'ഭക്ത്യാ മാമഭിജാനാതി യാവാന്യശ്ചാസ്മി തത്ത്വതഃ;
തതോ മാം തത്ത്വതോ ജ്ഞാത്വാ വിശതേ തദനന്തരം.' (18.55)

വാഗർത്ഥം: ഭക്ത്യാ മാമഭിജാനാതി - ഭക്തിയാൽ എന്നെ (ആത്മാവിനെ) അറിയുന്നു: യാവാൻ യഃ ച അസ്മി തത്ത്വതഃ - ഞാൻ ആരാണെന്നും എത്രത്തോളമുണ്ടെന്നും താത്ത്വികമായി; തതഃ - തുടർന്ന്; മാം തത്ത്വതഃ ജ്ഞാത്വാ - എന്നെ താത്ത്വികമായി അറിഞ്ഞിട്ട്; വിശതേ തത് അനന്തരം - അതിനു ശേഷം (എന്നിൽ) പ്രവേശിക്കുന്നു, ഞാനുമായി താദാത്മ്യം പ്രാപിക്കുന്നു.

അനാസക്തിയിലൂടെ നൈഷ്കർമ്മ്യസിദ്ധി കൈവരിച്ച് വിഷയ സുഖങ്ങളെ ഉപേക്ഷിച്ച് ധ്യാനത്തിലൂടെ അഹങ്കാരവും ദർപ്പവും മറ്റും ഇല്ലാതാക്കി ഒരാൾ ബ്രഹ്മപ്രാപ്തനാകുന്നു എന്നും തുടർന്ന് ആത്മഭക്തി ഉണ്ടായി ആ ഭക്തിയിലൂടെ ആത്മാവിനെ തത്ത്വപര മായി അറിഞ്ഞ് ആത്മാവിനോട് താദാത്മ്യം പ്രാപിക്കുന്നു എന്നു മാണ് 49 മുതൽ 55 വരെയുള്ള ശ്ലോകങ്ങളിൽ ക്രമേണ അവതരി പ്പിച്ചിരിക്കുന്നത്. ആത്മജ്ഞാനി ആത്മാവുമായി താദാത്മ്യം പ്രാപി ക്കുന്നുവെന്ന് കഠോപനിഷത് 4.15 മന്ത്രം പറയുന്നു. ശുദ്ധജലം ശുദ്ധജലത്തിൽ പതിച്ച് അതുതന്നെ ആയിത്തീരുന്നതുപോലെ യാണ് ഇതെന്ന് മന്ത്രം വിശദീകരിക്കുന്നു.

അങ്ങനെ നാം ആത്മീയ സപര്യയുടെ പരമോന്നതമായ അവ സ്ഥയിൽ എത്തിയിരിക്കുന്നു. അതാണ് ആത്മസാക്ഷാത്കാരം. ആത്മചൈതന്യവുമായി താദാത്മ്യം പ്രാപിക്കുന്ന ഈ അവസ്ഥ യ്ക്കപ്പുറം മറ്റൊരു ലക്ഷ്യസ്ഥാനമില്ല, അവസ്ഥയുമില്ല. കാരണം, ആത്മാവാണ് പരമമായ സത്ത.

തുടർന്നുള്ള ശ്ലോകങ്ങളിൽ എന്താണു പറഞ്ഞിട്ടുള്ളതെന്നു നമുക്കുനോക്കാം. 'ഒരുവൻ എന്നെ ആശ്രയമായി കണ്ട് എന്തു കർമ്മങ്ങൾ എപ്പോഴൊക്കെ ചെയ്താലും അവൻ എന്റെ അനുഗ്രഹ ത്താൽ അമരത്വം പ്രാപിക്കും' എന്ന് കൃഷ്ണൻ 18.56 ശ്ലോകത്തിൽ

അർജ്ജുനനോട് വെളിപ്പെടുത്തുന്നു. കൃഷ്ണനെ ആശ്രയിച്ചു കർമ്മം ചെയ്യുക, കർമ്മങ്ങൾ കൃഷ്ണനു സമർപ്പിക്കുക എന്നൊക്കെ പറഞ്ഞാൽ ആത്മതത്ത്വത്തിന് അനുരൂപമായി കർമ്മം ചെയ്യണ മെന്നാണ് വിവക്ഷ. അതായത്, ലോകത്തിന്റെയാകെ നിലനില്പിനും ആനന്ദത്തിനുമായി കർമ്മം ചെയ്യണം.

ഈ ധാരണയുടെ അടിസ്ഥാനത്തിൽ കൃഷ്ണൻ അർജുനനോട് പറയുന്നു: 'നീ എന്നിൽ സർവകർമ്മങ്ങളും സമർപ്പിച്ച് സദാ എന്നെ ത്തന്നെ ധ്യാനിക്കുന്നവനായി ഭവിക്കുക (18.57). അങ്ങനെ ചെയ്താൽ നീ എല്ലാ പ്രതിബന്ധങ്ങളെയും തരണം ചെയ്യും. അതല്ലെങ്കിൽ നീ നശിക്കും (18.58). യുദ്ധം ചെയ്യുന്നില്ലെന്ന് അഹങ്കാരത്താൽ നീ നിശ്ചയിച്ചാലും അത് നടക്കാൻ പോകുന്നില്ല, പ്രകൃത്യാതന്നെ നീ അതിനു ബാദ്ധ്യസ്ഥനാകും (18.59). പ്രകൃത്യാതന്നെ നീ സ്വകർമ്മ ത്തോട് നിബദ്ധനാണ്. അതിനാൽ ചെയ്യില്ലെന്നു നിശ്ചയിച്ചാലും നിനക്ക് ചെയ്യേണ്ടിവരും (18.60).'

ഈശ്വരൻ സർവഭൂതങ്ങളുടെയും ഹൃദയത്തിലിരുന്ന് തന്റെ മായാശക്തിയാൽ അവയെയെല്ലാം ഭ്രമിപ്പിക്കുന്നുവെന്നാണ് അടുത്ത ശ്ലോകത്തിൽ പറയുന്നത്.

'ഈശ്വരഃ സർവഭൂതാനാം ഹൃദ്ദേശേ/ർജുന തിഷ്ഠതി;
ഭ്രാമയൻ സർവഭൂതാനി യന്ത്രാരൂഢാനി മായയാ.' (18.61)

വാഗർത്ഥം: അർജുന - ഹേ, അർജുനാ; യന്ത്രാരൂഢാനി സർവ ഭൂതാനി - യന്ത്രത്തിലേറ്റപ്പെട്ട (അവസ്ഥയിലുള്ള) സർവഭൂതങ്ങളെയും; മായയാ ഭ്രാമയൻ - തന്റെ മായയാൽ ഭ്രമിപ്പിച്ചുകൊണ്ട്; ഈശ്വരഃ - ഈശ്വരൻ (ആത്മാവ്); സർവഭൂതാനാം ഹൃദ്ദേശേ തിഷ്ഠതി - സർവഭൂതങ്ങളുടെയും ഹൃദയത്തിൽ സ്ഥിതി ചെയ്യുന്നു.

ഈശ്വരൻ എന്നാൽ ആത്മാവാണെന്ന് നാം പലയാവൃത്തി മന സ്സിലാക്കിയിട്ടുള്ളതാണ്. ആത്മാവ് ഭൂതങ്ങളുടെ ഹൃദയത്തിൽ സ്ഥിതി ചെയ്യുന്നുവെന്നും നാം പലതവണ കണ്ടു (10.20, 13.7, 15.15). ഹൃദയത്തിൽ സ്ഥിതിചെയ്യുന്നു എന്നതിന്റെ വിവക്ഷ എന്താ ണെന്നും നമുക്കറിയാം. അവിടെയിരുന്ന് എല്ലാ ഭൂതങ്ങളെയും തന്റെ മായയാൽ ഈശ്വരൻ ഭ്രമിപ്പിക്കുന്നു എന്നാണ് ഇവിടെ പറയുന്നത്. മായ എന്നത് ഭൗതികരൂപങ്ങൾക്കു കാരണമായ പ്രകൃതിതന്നെ (ശ്വേതാശ്വതര ഉപനിഷത് 4.10). ഈശ്വര ചൈതന്യമായ സത്, ചിത്, ആനന്ദം എന്നിവ ഓരോ ഭൂതത്തിന്റെയും ഭൗതിക രൂപത്തിലൂടെ യാണു പ്രകാശിക്കുന്നത്. പ്രകാശ രശ്മി വർണ്ണ സ്ഫടികത്തിലൂടെ കടന്നുപോകുമ്പോൾ യഥാർത്ഥ നിറം മറയ്ക്കപ്പെടുന്നതുപോലെ മായയിലൂടെ പ്രകാശിക്കുന്ന ആത്മചൈതന്യത്തിന്റെ യഥാർത്ഥ

സ്വഭാവം മറയ്ക്കപ്പെടുന്നു. അങ്ങനെ ഭൂതങ്ങൾ ആത്മാവിനെ അറിയാതെ രൂപങ്ങളെ മാത്രം കാണുകയും അവയാൽ നീതരായി പ്രവർത്തിക്കുകയും ചെയ്യുന്നു. ഈ വസ്തുതയെയാണ് യന്ത്രത്തിൽ കൊരുക്കപ്പെട്ടതുപോലെ എന്നു വിശേഷിപ്പിച്ചിരിക്കുന്നത്. മായ ഈശ്വരന്റെ ശക്തിയായതിനാൽ ഈശ്വരനാണ് ഈ ഭ്രമിപ്പിക്കൽ നടത്തുന്നതെന്നു പറഞ്ഞിരിക്കുന്നു.

അങ്ങനെ, തന്റെ ഹൃദയത്തിൽ സ്ഥിതിചെയ്യുന്ന ഈശ്വരനെത്തന്നെ സർവാത്മനാ ശരണം പ്രാപിച്ച് അദ്ദേഹത്തിന്റെ പ്രസാദത്താൽ പരമമായ ശാന്തിയെ പ്രാപിക്കണമെന്ന് അർജുനനെ കൃഷ്ണൻ ഉപദേശിക്കുന്നു (18.62). നോക്കുക, വെളിയിലുള്ള രൂപങ്ങളെയല്ല ശരണം പ്രാപിക്കേണ്ടത്. തന്റെ തന്നെ ഉള്ളിലുള്ള ഈശ്വരനെയാണ്. കാരണം, 18.61-ൽ പറഞ്ഞപോലെ ഈശ്വരൻ എല്ലാവരിലും സ്ഥിതിചെയ്യുന്നു.

ഇനി, ഇതുപോലെതന്നെ സവിശേഷതയുള്ള ഒരു പ്രഖ്യാപനമാണ് കൃഷ്ണൻ നടത്തുന്നത്. നോക്കുക:

'ഇതി തേ ജ്ഞാനമാഖ്യാതം ഗുഹ്യാദ്ഗുഹ്യതരം മയാ;
വിമൃശ്യൈതദശേഷേണ യഥേച്ഛസി തഥാ കുരു.' (18.63)

വാഗർത്ഥം: ഇതി - ഇപ്രകാരം; തേ മയാ ആഖ്യാതം ജ്ഞാനം - നിനക്ക് എന്നാൽ ഉപദേശിക്കപ്പെട്ട (ഞാൻ ഉപദേശിച്ച) ജ്ഞാനം; ഗുഹ്യാദ്ഗുഹ്യതരം - രഹസ്യങ്ങളിൽവച്ച് കൂടുതൽ രഹസ്യമായിട്ടുള്ളതാണ് (അതീവ രഹസ്യമായിട്ടുള്ളതാണ്); വിമൃശ്യ ഏതത് അശേഷേണ - ഇത് പൂർണ്ണമായി നിരൂപണം ചെയ്തിട്ട്; യഥാ ഇച്ഛസി - നീ എന്ത് ആഗ്രഹിക്കുന്നുവോ എന്തു യുക്തമായി കാണുന്നുവോ; തഥാ കുരു - അപ്രകാരം ചെയ്യുക.

ഇതൊരു വലിയ പ്രഖ്യാപനമാണ്. എന്തൊരു സ്വാതന്ത്ര്യമാണ് ശിഷ്യനു നൽകപ്പെട്ടിരിക്കുന്നത്! മറ്റ് ഏതെങ്കിലും ആത്മീയ തത്ത്വചിന്തയിൽ ഇങ്ങനൊരു സ്വാതന്ത്ര്യം നൽകപ്പെടുന്നുണ്ടോ എന്നു സംശയമാണ്. അത് എങ്ങനെയായാലും ഭാരതീയ തത്ത്വചിന്തയിൽ അതു നൽകപ്പെട്ടിരിക്കുന്നു. ഇത് ഗീതയിൽ മാത്രം നൽകപ്പെട്ടിട്ടുള്ള ഒന്നല്ല. അദ്ധ്യയനം കഴിഞ്ഞ് ഗുരുകുലത്തിൽനിന്ന് മടങ്ങിപ്പോകുന്ന ശിഷ്യർക്ക് ഗുരു നൽകുന്ന ഒരുപദേശം തൈത്തിരീയോപനിഷത്തിലുണ്ട്. 'മാതൃദേവോ ഭവ, പിതൃദേവോ ഭവ' എന്നൊക്കെ ഉപദേശിക്കുന്നതിനോടൊപ്പം ഇങ്ങനെകൂടി പറയുന്നു: 'ഞങ്ങളുടെ നല്ല പ്രവൃത്തികളെ മാത്രം നിങ്ങൾ പിന്തുടരുക. അല്ലാത്തവയെ ഒരിക്കലും അനുവർത്തിക്കരുത്.' ഭാരതീയ ആത്മീയചിന്തയുടെ മഹിമയ്ക്കുള്ള ദൃഷ്ടാന്തമാണിത്.

'ഗുഹ്യാത് ഗുഹ്യതരം' ആയിട്ടുള്ള ജ്ഞാനമാണ് താൻ അർജുനന് നൽകിയതെന്നാണ് കഴിഞ്ഞ ശ്ലോകത്തിൽ കൃഷ്ണൻ പറഞ്ഞിട്ടുള്ളത്. താരതമ്യത്തിൽ സാമാന്യത്തിൽനിന്ന് ഉയർന്നുനിൽക്കുന്നതിനെ നാം 'തരം' എന്നു ചേർത്തും ഏറ്റവും ഉയർന്നതിനെ 'തമം' എന്നു ചേർത്തും വിശേഷിപ്പിക്കുന്നു. ഈ തര-തമ വിഭാഗ പ്രക്രിയയെയാണ് 'താരതമ്യം' എന്നു വിളിക്കുന്നത്. കഴിഞ്ഞ ശ്ലോകത്തിൽ 'ഗുഹ്യതര'മായ ജ്ഞാനത്തെപ്പറ്റി പറഞ്ഞു. ഇനി പറയാൻ പോകുന്നത് 'ഗുഹ്യതമ' ജ്ഞാനത്തെപ്പറ്റിയാണ്. ശ്ലോകം കാണുക:

'സർവഗുഹ്യതമം ഭൂയഃ ശൃണു മേ പരമം വചഃ;
ഇഷ്ടോƒസി മേ ദൃഢമിതി തതോ വക്ഷ്യാമി തേ ഹിതം.' (18.64)

വാഗർത്ഥം: സർവഗുഹ്യതമം - സർവതിലുംവച്ച് ഏറ്റവും ഗുഹ്യമായ; മേ പരമം വചഃ - എന്റെ ഉത്തമമായ വാക്കിനെ; ഭൂയഃ ശൃണു - ഇനി നീ കേൾക്കുക; ഇഷ്ടഃ അസി മേ ദൃഢം ഇതി - നീ എനിക്ക് അത്യന്തം ഇഷ്ടപ്പെട്ടവനാണ് (എന്നെ ഭക്തിപൂർവം ആശ്രയിച്ചിരിക്കുന്നതിനാൽ നീ എനിക്ക് ഇഷ്ടപ്പെട്ടവനാകുന്നു എന്നർത്ഥം); തതഃ വക്ഷ്യാമി തേ ഹിതം - അതിനാൽ നിനക്കു ഹിതമായിട്ടുള്ളത് (ഗുണകരമായിട്ടുള്ളത്) ഞാൻ പറയാം.

സർവഗുഹ്യതമമായിട്ടുള്ള ആ വചസ്സ് എന്താണെന്നാണ് ഇനി പറയുന്നത്:

'മന്മനാ ഭവ മദ്ഭക്തഃ മദ്യാജീ മാം നമസ്കുരു;
മാമേവൈഷ്യസി സത്യം തേ പ്രതിജാനേ പ്രിയോƒസി മേ.' (18.65)

വാഗർത്ഥം: മന്മനാ ഭവ - എന്നിൽ മനസ്സുറപ്പിച്ചവനായി ഭവിക്കുക; മദ്ഭക്തഃ മദ്യാജീ - എന്റെ ഭക്തനും എന്നെ ആരാധിക്കുന്നവനുമാവുക; മാം നമസ്കുരു - എന്നെ നമസ്കരിക്കുക; മാം ഏവ ഏഷ്യസി - (അങ്ങനെയായാൽ) നീ എന്നെത്തന്നെ പ്രാപിക്കും; സത്യം തേ പ്രതിജാനേ - ഇതു ഞാൻ നിന്നോട് സത്യമായി പറയുന്നു; പ്രിയഃ അസി മേ - (എന്തെന്നാൽ) നീ എനിക്ക് വളരെ പ്രിയനാണ്.

ഇവിടെ 'ഞാൻ' എന്നു പറയുന്നതിനെ കൃഷ്ണൻ എന്ന വ്യക്തിയായല്ല, ആത്മാവായിട്ടുവേണം ധരിക്കാൻ. ആത്മാവിനെത്തന്നെ മനസ്സിൽ ഉറപ്പിച്ച് ധ്യാനിക്കുകയും ആരാധിക്കുകയും ചെയ്യുന്നവൻ ആത്മസാക്ഷാത്കാരം നേടും, അതുവഴി നിത്യമായി ശാന്തിയും ആനന്ദവും പ്രാപിക്കും എന്നാണ് ഇവിടെ ധ്വനിപ്പിക്കുന്നത്.

ഇതേ കാര്യംതന്നെ 9.34-ൽ പറഞ്ഞിട്ടുണ്ട്. ഇവിടെ ഉപസംഹാരമെന്ന നിലയിൽ അത് ഒന്നുകൂടി പറയുന്നുവെന്നു മാത്രം.

ഗീതയിലെ വളരെ പ്രധാനപ്പെട്ടതും പലതരത്തിലുള്ള വ്യാഖ്യാനങ്ങൾക്കും ഇടനൽകിയിട്ടുള്ളതുമായ ഒരു ശ്ലോകത്തിലേക്കാണ് നാമിനി കടക്കുന്നത്. ഗീതോപദേശത്തിന്റെ ഉപസംഹാരമാണ് ഈ ശ്ലോകമെന്ന് പറയാം. ശങ്കരാചാര്യർ ഇതിനെഴുതിയ വ്യാഖ്യാനം സുദീർഘമായ ഒന്നാണ്. നിത്യചൈതന്യയതിയും അതുപോലെ ദീർഘമായ ഒരു വ്യാഖ്യാനം എഴുതിയിട്ടുണ്ട്. രണ്ടും വളരെ വ്യത്യസ്തമാണ്. അർത്ഥം മാത്രം പറഞ്ഞുപോകുന്നവരും പല രീതിയിൽ ഈ ശ്ലോകത്തെ കാണുന്നു. അങ്ങനെ ഈ ശ്ലോകത്തിന്റെ യഥാർത്ഥ വിവക്ഷ എന്താണെന്നത് ഒരു തർക്കവിഷയമാണ്. അർജുനന് ഗീതാരഹസ്യം സംബന്ധിച്ച് അവസാനമായി നൽകുന്ന ഒരുപദേശം എന്ന നിലയിൽ അയാളെ ഏറ്റവും ബാധിച്ചിട്ടുള്ള ഒരു പ്രശ്നത്തിനുള്ള അന്തിമമായ മറുപടിയാവണം ഈ ശ്ലോകം. ഈയൊരു ബോദ്ധ്യത്തിന്റെ അടിസ്ഥാനത്തിലുള്ള ഒരു പുതിയ സമീപനമാണ് ഇവിടെ സ്വീകരിച്ചിരിക്കുന്നത്. കാണുക:

'സർവധർമാൻ പരിത്യജ്യ മാമേകം ശരണം വ്രജ;
അഹം ത്വാ സർവപാപേഭ്യഃ മോക്ഷയിഷ്യാമി മാ ശുചഃ.' (18.66)

വാഗർത്ഥം: സർവധർമാൻ പരിത്യജ്യ - എല്ലാ ധർമ്മങ്ങളെയും പരിത്യജിച്ചിട്ട്; മാമേകം ശരണം വ്രജ - എന്നെ മാത്രം ശരണം പ്രാപിക്കുക (എന്റെ വാക്കുകളെ മാത്രം ആശ്രയിക്കുക എന്നർത്ഥം); അഹം ത്വാ - ഞാൻ നിന്നെ; സർവപാപേഭ്യഃ - സർവ പാപങ്ങളിൽ നിന്നും; മോക്ഷയിഷ്യാമി - മോചിപ്പിക്കും; മാ ശുചഃ - ദുഃഖിതാനാവരുത്.

സർവ ധർമ്മങ്ങളെയും പരിത്യജിക്കണം എന്ന വാക്കുകളാണ് വ്യാഖ്യാതാക്കളെ കുഴയ്ക്കുന്നത്. ശങ്കരാചാര്യർ പറയുന്നു, സർവ ധർമ്മങ്ങളും എന്നുവച്ചാൽ ധർമ്മവും അധർമ്മവും എല്ലാം ഉപേക്ഷിക്കണമെന്നാണെന്ന്. അതെങ്ങനെ ശരിയാകും? സ്വധർമ്മത്തിൽ മരണം സംഭവിച്ചാൽ അതും ശ്രേയസ്കരമാണെന്നും വിഗുണമായ സ്വധർമ്മം ശ്രേയസ്സിനെ നൽകുമെന്നും മറ്റും ആവർത്തിച്ചു പറഞ്ഞിട്ട് പെട്ടെന്ന് ഇങ്ങനെ എല്ലാ ധർമ്മങ്ങളും ഉപേക്ഷിക്കണമെന്നു പറയുമോ? അതൊരു യുക്തിയില്ലാത്ത ആഹ്വാനമാവില്ലേ? ഒരിക്കലും കർമ്മം ചെയ്യാതിരിക്കാൻ പാടില്ലെന്നും ഒന്നും നേടാനില്ലാഞ്ഞിട്ടും താൻ കർമ്മത്തിൽനിന്ന് ഒഴിഞ്ഞുനിൽക്കുന്നില്ലെന്നും പറഞ്ഞ ഭഗവാൻ ധർമ്മങ്ങളെയും അധർമ്മങ്ങളെയുമെല്ലാം ഉപേക്ഷിക്കണമെന്നു പറയുമോ? ഒരു സാധ്യതയുമില്ല. ഗീതയുടെ ചിന്താ പരിസരത്തുനിന്ന് മാറി നിന്നിട്ടു ചിന്തിക്കുന്നതുകൊണ്ടാണ് അങ്ങനെ തോന്നുന്നത്.

നിത്യചൈതന്യയതിയും ഇതുപോലൊരു സമീപനമാണ് സ്വീകരിച്ചിട്ടുള്ളത്. ശ്രീനാരായണ ഗുരുവിന്റെ ആത്മോപദേശ ശതകത്തിലെ ശ്ലോകം 32-ൽ 'അറിവതു ധർമ്മിയെയല്ല ധർമ്മമാം' എന്നു പറഞ്ഞിട്ടുള്ളതിനെ അനുവർത്തിക്കുന്ന വ്യാഖ്യാനമാണ് അദ്ദേഹത്തിന്റേത്. അതും ഇവിടെ ശരിയാവില്ല. സന്ദർഭത്തിൽനിന്ന് മാറി നിന്നുള്ള ഒരു വ്യാഖ്യാനമാണത്. മാത്രമല്ല, ധർമ്മങ്ങൾ ഉപേക്ഷിച്ചിട്ട് താൻ പറയുന്നതുമാത്രം കേൾക്കുക എന്നു പറയുമ്പോൾ കൃഷ്ണന്റെ ഉപദേശങ്ങളിൽനിന്ന് വ്യത്യസ്തമായ ഒന്നാണ് ധർമ്മം കൊണ്ട് ഉദ്ദേശിക്കുന്നതെന്നു വരും. ഇതു ശരിയല്ല. ധർമ്മം ചെയ്യണമെന്നാണ് കൃഷ്ണന്റെ ഉപദേശം.

തന്റെ ശോകത്തിനുള്ള കാരണമായി അർജുനൻ ഒന്നാം അദ്ധ്യായത്തിൽ പറയുന്നത് ജാതിധർമ്മവും കുലധർമ്മവും മറ്റും നശിക്കുമെന്നാണ്. യുദ്ധത്തിൽ സ്വജനങ്ങളെയും ഗുരുക്കന്മാരെയുമെല്ലാം വധിക്കുമ്പോഴാണ് ജാതി-കുല ധർമ്മങ്ങൾ നശിക്കുന്നതെന്നും അയാൾ പരിഭവിക്കുന്നു. ഇപ്രകാരം ധർമ്മനാശത്തിലേക്കു നയിക്കുന്ന യുദ്ധം ചെയ്യാൻ തനിക്കാവില്ലെന്നും ധർമ്മനാശം തന്നെ പാപപങ്കിലനാക്കുമെന്നും താനും സഹോദരങ്ങളും നരകത്തിൽ പോകുമെന്നുമൊക്കെയാണ് അയാളുടെ വിലാപം.

ഒരു ധീരനു ചേരാത്ത ഈ നിലപാടു കണ്ട് കൃഷ്ണൻ അന്തിച്ചുപോയി. അതിനാലാണ് 'കുതസ്ത്വാ കശ്മലമിദം വിഷമേ സമുപസ്ഥിതം' (2.2) എന്ന് കൃഷ്ണൻ ചോദിക്കുന്നത്. ആ ചോദ്യത്തോടെ തുടങ്ങുന്ന ഉപദേശം ഉപസംഹരിക്കേണ്ടത് അർജുനന്റെ വിഷാദത്തിനു കാരണമായ ആ ധർമ്മചിന്തകളെയെല്ലാം ഉപേക്ഷിക്കുക എന്ന ആഹ്വാനത്തോടെ വേണ്ടേ? അതല്ലേ ഉചിതം? അതായത്, 18.66 ശ്ലോകത്തിലെ ധർമ്മങ്ങളെ ഉപേക്ഷിക്കുക എന്ന ആഹ്വാനം അർജുനൻ ആദ്യം ചൂണ്ടിക്കാണിച്ച ജാതി-കുല ധർമ്മങ്ങളെ ഉദ്ദേശിച്ചാണ്.

ആ ധർമ്മബോധമെല്ലാം ഉപേക്ഷിച്ച് താൻ നൽകിയ ഉപദേശങ്ങൾ പിന്തുടർന്നാൽ ഒരു ശോകവും ഉണ്ടാകില്ലെന്നും പാപരഹിതനായി ശാന്തിയോടെ ജീവിക്കാമെന്നുമാണ് കൃഷ്ണൻ പറഞ്ഞു നിർത്തുന്നത്. പാപം ബാധിക്കാതെ എങ്ങനെ കർമ്മം ചെയ്യണമെന്നതാണ് ഗീതോപദേശത്തിന്റെ കേന്ദ്രബിന്ദു. ബാക്കിയുള്ളതെല്ലാം അതിനുപോദ്ബലകമായി വരുന്ന തത്ത്വോപദേശങ്ങൾ മാത്രം.

ഇങ്ങനെ ഉപദേശങ്ങൾ ഉപസംഹരിച്ചതിനുശേഷം താൻ പറഞ്ഞതായ തത്ത്വങ്ങളുടെ മാഹാത്മ്യത്തെപ്പറ്റി ചില കാര്യങ്ങൾ കൃഷ്ണൻ അർജുനനെ അറിയിക്കുന്നു: 'ഞാൻ നിനക്ക് ഇതുവരെ

നൽകിയതായ തത്ത്വോപദേശങ്ങൾ അവയോട് ഭക്തിയും അവ ലഭിക്കാനുള്ള അർപ്പിത പ്രയത്നവും (തപസ്സും) ഇച്ഛയും ആത്മാവിനോട് വിധേയത്വവും ഇല്ലാത്തവന് നൽകപ്പെടാവുന്നതല്ല (18.67). അതീവ രഹസ്യമായ ഈ തത്ത്വങ്ങൾ ആത്മോപാസകർക്കായി ഉപദേശിക്കുന്നവർ ആത്മതത്ത്വത്തെ പ്രാപിക്കുന്നതാണ് (18.68). അവർ എനിക്ക് ഏറ്റവും പ്രിയപ്പെട്ടവരാകുന്നു (18.69). ഈ തത്ത്വങ്ങളെ പഠിക്കുന്നവനും അവ ശ്രദ്ധയോടെ കേൾക്കുന്നവനും പുണ്യവാന്മാർക്കുള്ള ശുഭലോകങ്ങളെ പ്രാപിക്കും (18.70, 71).' തുടർന്ന് അർജുനനോട് കൃഷ്ണൻ ചോദിക്കുന്നു:

'കച്ചിദേതച്ഛ്രുതം പാർഥ ത്വയൈകാഗ്രേണ ചേതസാ;
കച്ചിദജ്ഞാനസമ്മോഹഃ പ്രനഷ്ടതേ ധനഞ്ജയ.' (18.72)

വാഗർത്ഥം: ഏകാഗ്രേണ ചേതസാ - ഏകാഗ്രമായ മനസ്സുകൊണ്ട്; കച്ചിത് ഏതത് ത്വയാ ശ്രുതം പാർഥ - നീ ഇവയെല്ലാം കേട്ടില്ലേ, പാർത്ഥാ?; കച്ചിത് അജ്ഞാന സമ്മോഹഃ പ്രനഷ്ടതേ ധനഞ്ജയ - എന്നിട്ട്, നിന്റെ അജ്ഞാനവും സമ്മോഹവും നഷ്ടപ്പെട്ടില്ലേ, ധനഞ്ജയാ?

തന്റെ തെറ്റിദ്ധാരണകളും സംശയങ്ങളുമെല്ലാം പോയെന്നും ശരിയായ ചിന്തയും ദൃഢനിശ്ചയവുമാണ് ഇപ്പോൾ തനിക്കുള്ളതെന്നും അർജുനൻ അറിയിച്ചു. എന്നുമാത്രമല്ല, കൃഷ്ണന്റെ ഉപദേശപ്രകാരം പ്രവർത്തിച്ചുകൊള്ളാമെന്ന് ഉറപ്പുകൊടുക്കുകയും ചെയ്യുന്നു (18.73). അങ്ങനെ കൃഷ്ണനും അർജുനനും തമ്മിലുള്ള സംവാദം ഇവിടെ അവസാനിക്കുന്നു.

ഇനി, ഈ സംവാദത്തെപ്പറ്റി തന്റെ പ്രതികരണങ്ങൾ സഞ്ജയൻ ധൃതരാഷ്ട്രരോട് നാലു ശ്ലോകങ്ങളിലായി അവതരിപ്പിക്കുന്നു:

'കൃഷ്ണനും പാർത്ഥനും തമ്മിലുള്ള ഈ അദ്ഭുതകരവും രോമഹർഷണവുമായ സംവാദം ഞാൻ കേട്ടു. അതീവരഹസ്യമായ ഈ യോഗവിദ്യയെപ്പറ്റി സാക്ഷാദ് യോഗേശ്വരനായ കൃഷ്ണൻ പറഞ്ഞ കാര്യങ്ങൾ വ്യാസ പ്രസാദത്താൽ ഞാൻ കേട്ടു. ഹേ, രാജാവേ, ഈ സംവാദത്തെപ്പറ്റി ഓർത്തോർത്ത് ഞാൻ വീണ്ടും വീണ്ടും ആനന്ദിക്കുന്നു. കൃഷ്ണന്റെ അത്യദ്ഭുതമായ രൂപം വീണ്ടും വീണ്ടും ഓർത്ത് ഞാൻ വിസ്മയം കൊള്ളുകയും ആനന്ദിക്കുകയും ചെയ്യുന്നു' (18.74 മുതൽ 18.77 വരെ).

സഞ്ജയൻ പറഞ്ഞു നിർത്തുന്നത് ഈ ശ്ലോകത്തോടുകൂടിയാണ്:

'യത്ര യോഗേശ്വരഃ കൃഷ്ണഃ യത്ര പാർത്ഥോ ധനുർധരഃ;
തത്ര ശ്രീർവിജയോ ഭൂതിഃ ധ്രുവാ നീതിർമതിർമമ.' (18.78)

അർത്ഥം: യത്ര യോഗേശ്വരഃ കൃഷ്ണഃ - യോഗേശ്വരനായ കൃഷ്ണൻ എവിടെയുണ്ടോ (ഏതു പക്ഷത്തുണ്ടോ); യത്ര പാർത്ഥഃ ധനുർധരഃ - ധനുർദ്ധരനായ പാർത്ഥൻ എവിടെയുണ്ടോ; തത്ര - അവിടെ; ശ്രീഃ വിജയഃ ഭൂതിഃ ധ്രുവാ നീതിഃ മതിഃ മമ - ഐശ്വര്യവും വിജയവും സമ്പത്തും (അഭിവൃദ്ധിയും) നീതിയും നിശ്ചയമായും ഉണ്ടാകും എന്നാണ് എന്റെ അഭിപ്രായം.

ഇതോടുകൂടി 78 ശ്ലോകങ്ങളുള്ള മോക്ഷസന്ന്യാസയോഗം എന്ന പതിനെട്ടാം അദ്ധ്യായവും ഒപ്പം ശ്രീമദ് ഭഗവദ്ഗീതയും സമാപിക്കുന്നു.

ഇപ്രകാരം വിളംബരം ചെയ്യപ്പെട്ട ഗീതാശാസ്ത്രം പഠിക്കുകയും ജീവിതത്തിൽ അനുവർത്തിക്കുകയും ചെയ്യുന്നവർ നിത്യമായ ശാന്തിയും ആനന്ദവും അനുഭവിക്കുമെന്നത് തീർച്ച.

■

www.ingramcontent.com/pod-product-compliance
Lightning Source LLC
LaVergne TN
LVHW060217051026
849517LV00005B/1438
* 9 7 8 9 3 9 5 8 7 8 3 7 1 *